पुस्तकाची प्रशंसा

''मूलभूत गोष्टी या मूलभूतच असतात. जर तुम्ही एक उद्योजक असाल किंवा एखाद्या *Fortune* 500 कंपनीतील अधिकारी असाल, तर हे पुस्तक तुम्हाला यशस्वी होण्यासाठी नक्कीच मदत करेल.''

– जॉन मेंग, जपान फॅब्रिक ॲन्ड होम केअर,
प्रॉक्टर ॲन्ड गॅम्बल कंपनीचे उपाध्यक्ष

''हे पुस्तक केवळ व्यवसाय या गोष्टीच्या अनेक पावले पुढे आहे. मी माझी पीएच.डी पूर्ण करण्यासाठी या पुस्तकातील विपणन, विक्री आणि संभाषणाच्या मूलभूत तत्त्वांचा वापर केला आणि जागतिक दर्जाच्या संशोधन विश्वविद्यालयात पोस्ट डॉक्टरेट शिक्षण घेण्यासाठी आणि प्रोफेसर म्हणून काम करण्यासाठी दाखल झालो. तुम्ही जगण्यासाठी काहीही उद्योग-व्यवसाय करत असाल, तरीही हे पुस्तक त्यात अधिक चांगले काम करण्यासाठी मदत करणारेच ठरेल.''

– डॉ. झकारी गॅगनॉन, सहायक प्राध्यापक, केमिकल इंजिनिअरिंग,
जॉन हॉपकिन्स युनिव्हर्सिटी

''जर तुम्ही एखादा व्यवसाय सुरू करण्याचा विचार करत असाल, तर हे पुस्तक तुमचा आत्मविश्वास पूर्णपणे वाढवेल. जर तुम्ही आधीच कोणता उद्योग चालवत असाल, तर या पुस्तकामुळे, तुम्हाला तुमच्या प्रणालींमधील त्रुटी ओळखून त्यात सुधारणा करण्यास आणि चांगली निष्पत्ती प्राप्त करण्यास मदत होईल. जर तुम्ही एमबीए करण्यासाठी कर्ज काढण्याच्या विचारत असाल, तर हे पुस्तक तुमच्या त्या विचाराला मुळातच आव्हान देईल. तुम्हाला एक अधिक चांगला व्यावसायिक होण्यात रुची आहे की लोकांना प्रभावित करण्यासाठी तुमच्या घरातील भिंतीवर एक डिग्री टांगण्यात रुची आहे?''

– डॅनियल जोशुआ रुबिन, नाटककार आणि पोर्ट्रेट कलाकार

''या पुस्तकाची ओळख होण्याआधी, २००५ साली, मी एमबीएची पदवी घेतली. पण तरीही, मला उद्योगव्यवसायाबद्दल काहीच माहीत नाही, असे वाटत होते. मला वाटले, मी एमबीए कोर्सला प्रवेश घेण्यापूर्वीच हे पुस्तक वाचले असते, तर चांगले झाले असते. मला त्याचा माझी पदवी पूर्ण करताना उपयोग झाला असता. कोणास ठाऊक... मी एमबीए करण्याचे टाळलेही असते. उपलब्ध पुस्तकांपैकी हे सर्वात सहजपणे मूलभूत पाया शिकवणारे पुस्तक आहे.''

– रॉजर हुई, टेक्निकल अकाउन्ट मॅनेजर, रेड हॅट, इंक.

‘‘मी या पुस्तकातील मेन्टल मॉडेल्सचा वापर करून चार आठवड्यांच्या आत एक फायदेशीर व्यवसाय निर्माण केला. जॉश उद्योजकतेविषयी असलेले अनेक चुकीचे समज चुटकीसरशी मोडून काढतात. त्यांच्या मार्गदर्शनामुळे मी अधिक उत्पादक आणि यशस्वी झालो आणि माझे आयुष्य अधिक परिपूर्ण झाले.’’

– इवान डिऊबल, अध्यक्ष आणि सीईओ, टिक टॅक कोड, एलएलसी

‘‘या संकल्पना खरंच उपयुक्त आहेत. माझ्याकडे ग्राहकांची रीघ लागली आहे. मी आठपट अधिक पैसे मिळवत आहे, तणाव न घेता, अधिक आनंद मिळवत आहे. जर तुम्हाला क्षमतेचा पूर्ण वापर करायचा असेल, तर तुम्ही हे पुस्तक वाचलेच पाहिजे.’’

– टिम ग्राहल, संस्थापक आणि सीईओ, आउट : थिंक ग्रुप

‘‘जॉश यांच्याबरोबर एक तास व्यतीत केल्यानंतर, त्यांचा सल्ला मी तत्परतेने अमलात आणला आणि या वर्षी १,२०,००० डॉलर्स अधिक कमावले. ही साधी मूलभूत तत्त्वे आश्चर्यकारकरीत्या प्रभावी आहेत.’’

– डॅन पोर्टनॉय, संस्थापक आणि सीईओ, पोर्टनॉय मीडिया ग्रुप

एमबीए

न करताच व्हा यशस्वी उद्योजक

जॉश कॉफमन

अनुवाद : मृणाल काशीकर-खडक्कर

MANJUL

मंजुल पब्लिशिंग हाउस

MANJUL
मंजुल पब्लिशिंग हाउस
पुणे संपादकीय कार्यालय
फ्लॅट नं. 1, पहिला मजला, समर्थ अपार्टमेंट्स,
1031 टिळक रोड, पुणे – 411 002
व्यावसायिक आणि संपादकीय कार्यालय
दुसरा मजला, उषा प्रीत कॉम्प्लेक्स, 42 मालवीय नगर, भोपाळ – 462 003
विक्री आणि विपणन कार्यालय
7/32, अंसारी रोड, दर्यागंज, नवी दिल्ली – 110 002
www.manjulindia.com
वितरण केंद्रे
अहमदाबाद, बेंगलुरू, भोपाळ, कोलकाता, चेन्नई,
हैदराबाद, मुंबई, नवी दिल्ली, पुणे

जॉश कॉफमन लिखित द *पर्सनल एमबीए : मास्टर द आर्ट ऑफ बिझनेस*
या मूळ इंग्लिश पुस्तकाचा मराठी अनुवाद

The Personal MBA: Master the Art of Business by Josh Kaufman – Marathi Edition

प्रस्तुत आवृत्ती पोर्टफोलिओ या पेंग्विन पब्लिशिंग ग्रुपच्या
(पेंग्विन रँडम हाउस एलएलसीचा विभाग) इंप्रिंटच्या सहयोगाने प्रकाशित

प्रस्तुत मराठी आवृत्ती 2019 साली प्रथम प्रकाशित

ISBN : 978-93-89143-91-1

मराठी अनुवाद : मृणाल काशीकर-खडक्कर

मुद्रण व बाइंडिंग : रेप्लिका प्रेस प्रा. लि.

जगभरातील लाखो व्यावसायिकांसाठी; जे लोकांचे जीवन चांगले व्हावे, यासाठी छोट्या-मोठ्या मार्गांनी काम करत आहेत.

अनुक्रमणिका

हे पुस्तक का वाचावे? ३

१. मूल्यनिर्मिती ३८

२. मार्केटिंग ८९

३. विक्री ११६

४. मूल्यवितरण १४८

५. वित्त १६७

६. मानवी मन २१४

७. स्वतःसोबत काम करणे २५८

८. इतरांबरोबर काम करताना ३१३

९. प्रणाली समजून घेताना ३५२

१०. प्रणालींचे विश्लेषण ३७२

वाचकांसाठी निवेदन

स्पष्ट भाषा स्पष्ट विचारांना जन्म देते आणि स्पष्ट विचार
हे शिक्षणामुळे मिळालेले सर्वांत महत्त्वाचे वरदान आहे.
– रिचर्ड मिशेल,
द ग्रेव्हज ऑफ ॲकॅडेमीचे लेखक

यशस्वी उद्योग-उभारणीसाठी किंवा करिअरमध्ये यशस्वी होण्यासाठी 'आपल्याला एखाद्या बिझनेस स्कूलमध्ये जाण्याची आवश्यकता आहे' असा एक सर्वसाधारण समज आहे; पण तो गैरसमज आहे. आताच्या मोठ्या प्रमाणावर वापरत असलेल्या उद्योगव्यवहार पद्धतींसाठी साध्या गोष्टी, सोपे अंकगणित आणि काही महत्त्वाच्या कल्पना आणि संकल्पना यांची माहिती असणे आवश्यक आहे.

हे व्यवसायाच्या सुरुवातीला वाचण्यासाठी योग्य असे पुस्तक आहे. तुम्हाला कमीतकमी वेळामध्ये महत्त्वाच्या व्यावसायिक संकल्पनांचे स्पष्ट व व्यापक विहंगावलोकन देणे, हा या पुस्तकाचा हेतू आहे.

या पुस्तकातील प्रत्येक संकल्पना सोप्या भाषेत मांडली आहे. सोप्या रीतीने संदर्भ देण्यासाठी या संकल्पनांमधील परस्पर-संबंध जोडलेले आहेत. तुम्हाला यातील मूलभूत बाबी समजल्या की, त्यातील तुम्हाला ज्या गोष्टीला प्रथम प्राधान्य आहे असे वाटते, ते महत्त्वाचे ज्ञान वापरून तुम्ही तुमच्या व्यवसायावर किंवा करिअरवर लक्ष केंद्रित करू शकता.

'एमबीएची बहुतेक पर्यायी' पुस्तके उच्च श्रेणीतील बिझनेस स्कूल्सच्या अभ्यासक्रमांची पुनरावृत्ती करण्याचा प्रयत्न करतात. पण या पुस्तकाचा तसा रोख नाही. तुमची शैक्षणिक पातळी अथवा अनुभव काहीही तसेच कितीही असेल, तरीही तुम्हाला व्यावहारिक पद्धतींची अगदी अथपासून इतिपर्यंत माहिती होऊन तुमचा पाया पक्का व्हावा, हे माझे उद्दिष्ट आहे.

तुमचा वेळ मौल्यवान आहे. या पुस्तकाद्वारे, अतिशय मोठ्या आणि वैविध्यपूर्ण विषयाचा अर्क संक्षिप्त स्वरूपात आणि सुलभ रीतीने तुमच्यासमोर मांडण्याचा प्रयत्न मी केला आहे. हे पुस्तक तुम्ही काही तासांतच वाचू शकता. जर तुमच्या परिस्थितीस अनुसरून

दूरदर्शीपणाने तुम्हाला अजून काही संशोधन करण्याची आवश्यकता भासली, तर 'तुम्हाला काय शोधायचे आहे आणि कुठून सुरुवात करायची', हे तुम्हाला कळेल.

तुम्ही नवीन उद्योजक असा किंवा अनुभवी एक्झिक्युटिव्ह असा; तुम्हाला सर्वसाधारण उद्योग-परिस्थितीमध्ये कुठून सुरुवात करायची, हे माहीत असणे अत्यंत महत्त्वाचे आहे. तुम्ही एकटे काम करत असाल किंवा काही मोजक्या सहकाऱ्यांबरोबर काम करत असाल अथवा सर्वांत मोठ्या उद्योगामध्ये काम करत असाल; तुम्ही जे पाहता, त्याबद्दल विचार करण्याची आणि त्यावर शिक्कामोर्तब करण्याची साधारण परिभाषा ही ठळक अशा अनेक सुधारणा करण्याचे मार्ग तुमच्यासमोर खुले करते.

या पुस्तकाच्या सुधारित आणि अद्ययावत आवृत्तीचे वैशिष्ट्य हे आहे की, यातील अनेक नवीन संकल्पना मूलभूत कल्पनांना आणखी जास्त व्यापक करतात. त्याव्यतिरिक्त, या पुस्तकात काही छोट्या गोष्टींचे संपादन करण्यात आलेले आहे, ज्यामुळे प्रथम आवृत्तीमधील संकल्पनांमध्ये अजून स्पष्टता येईल. तसेच काही नवीन सुधारणा केलेल्या आहेत. जेणेकरून, हे पुस्तक आता 'कायमस्वरूपी संदर्भग्रंथ' म्हणूनही उपयुक्त ठरेल.

हे पुस्तक वाचण्याबरोबरच, तुम्ही त्याला अनुभवाचीही जोड जर दिलीत, तर ते आयुष्यभरासाठी फायद्याचे ठरेल. हे पुस्तक अधिक पैसे कमावण्यासाठी, अधिक काम करण्यासाठी आणि त्या प्रक्रियेमध्ये अधिक आनंद मिळण्यासाठी मदत करेल.

शुभेच्छा!

– जॉश कॉफमन

फोर्ट कॉलीन्स, कोलोराडो २०१२

प्रस्तावना

हे पुस्तक का वाचावे?

'जगाला कशाची गरज आहे... तर उद्योगविश्वाशी निगडित अजून एका पुस्तकाची!'
– माझ्या व्यवसायाबद्दल चौकशी केल्यानंतर जेएफके विमानतळावरील यु. एस. कस्टम्स एजंट म्हणाले.

'आयुष्य कठीण आहे व तुम्ही मूर्ख असाल, तर ते अजून कठीण असते.'
– जॉन वेन, पाश्चात्त्य सिनेमातील प्रतिभावंत

हे पुस्तक वाचताना, तुम्हाला तुमच्या आयुष्यात काही महत्त्वाचे बदल घडावेत, असे वाटण्याची शक्यता आहे. जसे की : एखादा उद्योग-व्यवसाय सुरू करावा, नोकरीत बढती मिळावी किंवा काहीतरी नवीन निर्मिती करावी. तुम्हाला तुमची स्वप्नं पूर्ण करण्यापासून कोणतीतरी गोष्ट रोखून धरत आहे, असेही असेल. अशीही शक्यता असू शकेल. त्या गोष्टी पुढीलप्रमाणे :

- *उद्योगातील अस्वस्थता :* उद्योगाबाबतीतील सर्व काही माहिती नाही असे तुम्हाला वाटणे आणि त्यामुळे तुम्ही कधीही तुमचा स्वतःचा उद्योग-व्यवसाय सुरू न करणे किंवा तुमच्या सध्याच्या नोकरीमध्ये तुम्ही अधिक जबाबदारी न घेणे. अज्ञाताचा धोका पत्करण्यापेक्षा, 'जैसे थे' परिस्थिती ठेवणे बरे आहे, असे तुम्हाला वाटेल.
- *प्रमाणपत्राचा दरारा :* व्यापारउद्योग खरेच गुंतागुंतीचा असतो आणि तो केवळ त्यातील प्रशिक्षित तज्ज्ञांनीच करावा, अशी तुमची समजूत असू शकते. जर तुम्ही एमबीए नसाल किंवा तसा अन्य एखादा महागडा कोर्स केला नसेल, तर तुम्हाला काय करायचे आहे, हे तुम्ही कसे ठरवू शकाल?
- *ढोंगी वृत्ती :* आपल्याला खूप जास्त समजते आहे अशी भीती वाटते आणि योग्य वेळ येताच हा 'गैरसमज' देखील दूर होतो. ढोंगी माणसे कोणालाच आवडत नाहीत.

पण मनात अशी भीती असणाऱ्यांसाठी एक गोष्ट नमूद करतो. प्रत्येकाच्या मनात अशी काही भीती दडून बसलेली असते, जी चटकन घालवता येते. उद्योग-व्यवसाय कसे चालतात हे समजून घेण्यासाठी तुम्हाला फक्त काही सोप्या गोष्टी शिकण्याची आवश्यकता आहे. एकदा तुमच्या मनातील भीतीवर तुम्ही विजय मिळवलात की, सर्व काही शक्य व साध्य होईल.

जर तुम्ही व्यवसायावर प्रभुत्व मिळवू इच्छिणारे स्वतंत्र उद्योजक, डिझायनर, विद्यार्थी, प्रोग्रॅमर किंवा व्यावसायिक असाल, तर हे पुस्तक तुमच्यासाठीच आहे! तुम्ही कोणीही असाल आणि काहीही करत असाल; तरी हे पुस्तक तुम्हाला उद्योग-व्यवसायाकडे पाहण्यासाठी उपयुक्त अशी नवी दृष्टी देईल, त्यामुळे तुमच्या मनातील गंड लवकर दूर होतील आणि बदल घडविण्यासाठी तुम्हाला अधिक वेळ मिळेल.

तुम्हाला सर्व काही माहीत असण्याची आवश्यकता नाही

(You Don't Need to Know It All)

> जगात लाखो कार्यपद्धती असतात; पण संकल्पना मात्र मोजक्याच असतात. जो मूलभूत तत्त्व समजून घेतो, तो यशस्वीपणे त्याची कार्यपद्धती निवडू शकतो. जो मनुष्य मूलभूत गोष्टींकडे दुर्लक्ष करून कार्यपद्धती ठरवतो, त्याला हमखास अडचणी येणार.
>
> – राल्फ वाल्डो इमर्सन, कवी आणि निबंधकार

एखादा विषय शिकण्यातील सर्वांत सुंदर गोष्ट कोणती असेल, तर ती म्हणजे *तुम्हाला सर्व काही माहीत असण्याची आवश्यकता नाही.* ज्या संकल्पना अतिशय महत्त्वाच्या व मौलिक आहेत, त्या तुम्ही जाणून घेण्याची आवश्यकता आहे. मूलभूत संकल्पनांचा पाया तयार झाला की, आपले ज्ञान वृद्धिंगत करणे आणि प्रगती करणे खूप सोपे जाते.

सदर पुस्तक हे पायाभूत व्यावसायिक संकल्पनांचा संच आहे. त्या संकल्पना तुम्ही प्रत्यक्षात वापरू शकता. हे पुस्तक वाचल्यानंतर तुमच्या व्यावसायिक ज्ञानाचा पाया मजबूत होईल, आणि तुम्ही गोष्टी प्रत्यक्षात घडवून आणू शकाल. तुम्हाला आवश्यक मूलभूत गोष्टींवर प्रभुत्व मिळाले की, तुम्ही अतिशय आव्हानात्मक अशी व्यावसायिक उद्दिष्टेदेखील आश्चर्यकारकरीत्या सहज पूर्ण करू शकाल.

गेल्या पाच वर्षांत, बिझनेससंबंधी हजारो पुस्तके मी वाचली, शेकडो उद्योजकांच्या/व्यावसायिकांच्या मुलाखती घेतल्या, *फॉर्च्युन* 500 या कंपनीसाठी काम केले. माझा स्वतःचा उद्योग सुरू केला आणि स्वतंत्र उद्योग चालविणाऱ्यांपासून ते शेकडो हजारो कर्मचारी असलेल्या आणि कोटींमध्ये महसूल असणाऱ्या बहुउद्देशीय संस्थांना सल्लाही दिला. यादरम्यान प्राप्त झालेल्या निष्कर्षांचा अर्क या पुस्तकातील संकल्पनांद्वारे तुमच्यापुढे मांडला आहे. ही मूलभूत तत्त्वे समजून घेतल्यास तुम्हाला अशी साधने प्राप्त होतील, ज्यांवर

अवलंबून तुम्ही चांगले व्यावसायिक निर्णय घेऊ शकाल. या संकल्पना समजून घेण्यासाठी तुम्ही तुमचा वेळ आणि शक्ती यांची गुंतवणूक केल्यास, तुम्ही ज्यांना पुढील गोष्टी माहीत आहेत, अशा १% लोकांपैकी असाल.

- उद्योग-व्यवसाय प्रत्यक्षात कसा चालतो?
- नवीन उद्योग कसा सुरू करायचा?
- अस्तित्वात असलेल्या उद्योगात कशी सुधारणा करायची?
- व्यावसायिक कौशल्यांचा वापर करून वैयक्तिक उद्दिष्टे कशी साध्य करायची?

या पुस्तकाकडे एखाद्या गाळणीसारखे पाहा. जगात उपलब्ध असलेली सर्वच माहिती तुम्ही गोळा केली पाहिजे असे नाही. त्यामुळे, या पुस्तकाच्या मदतीने तुमच्याकरता सर्वांत जास्त महत्त्वाचे काय आहे, हे समजून घ्या. जेणेकरून, तुम्हाला प्रत्यक्षात महत्त्वाच्या असणाऱ्या गोष्टींवर लक्ष केंद्रित करता येईल.

अनुभवाची आवश्यकता नाही

(No Experience Necessary)

> व्यवसायाच्या क्लिष्टतेबाबत लोक अतिरेकी अंदाज बांधतात. हे काही रॉकेट सायन्स नाही. जगातील सर्वांत सोप्या अशा व्यवसायाची आपण निवड केलेली आहे.
>
> – जॅक वेल्च, माजी सीईओ, जनरल इलेक्ट्रिकल्स

तुम्ही अगदी नवखे असाल किंवा अननुभवी असाल, तरी काळजी करू नका. इतर अनेक पुस्तकांप्रमाणे, हे पुस्तक तुम्हाला बिझनेसबद्दल आधीच काही माहीत असावे, अशी अपेक्षा करत नाही. तुम्ही एखाद्या कोट्यवधी डॉलर्सची उलाढाल करणाऱ्या कंपनीचे सीईओ आहात, असे मी मुळीच गृहीत धरत नाही (आणि खरेच, जरी तुम्ही 'अनुभवी' असाल, तरी हे पुस्तक तुम्हाला उपयुक्तच आहे!)

तुम्हाला जर व्यावसायिक अनुभव *असेल*, तर माझ्या प्रतिष्ठित कॉलेजमधून एमबीए केलेल्या जगभरातील ग्राहकांकडे पाहा. यामुळे, या पुस्तकातील माहिती ही तुमच्या एमबीए डिग्रीपेक्षा जास्त मौल्यवान आणि व्यवहार्य आहे, हे तुम्हाला जाणवेल.

आपण एकत्र मिळून साध्या अशा २४८ संकल्पना समजून घेऊ, ज्या तुम्हाला उद्योग-व्यवसायाबद्दल विचार करण्याचा एक नवीन मार्ग दाखवतील. हे पुस्तक वाचल्यावर, *उद्योग प्रत्यक्षात कसे असतात आणि यशस्वी उद्योजक प्रत्यक्षात काय करतात?* याबद्दल अधिक व्यापक आणि अचूक समज तुम्हाला येईल.

उत्तरे नाहीत, तर प्रश्न!

(Questions, Not Answers)

शिक्षण हे प्रश्नाचे उत्तर नव्हे. शिक्षण हे सर्व प्रश्नांची उत्तरे शोधण्याचे केवळ एक साधन आहे.

– बिल एलिन, सोशिओलॉजिस्ट व शैक्षणिक कार्यकर्ता

बव्हंशी पुस्तके तुम्हाला अधिक *उत्तरे* शोधायला शिकवायचा प्रयत्न करतात, त्यासाठी काही पद्धतीही शिकवतात. पण हे पुस्तक वेगळे आहे. हे पुस्तक तुम्हाला उत्तरे देणार नाही; परंतु तुम्हाला अधिक चांगले *प्रश्न* विचारण्यास नक्की मदत करेल. *प्रत्येक उद्योगात* सर्वांत महत्त्वाचे काय आहे, हे बारकाईने जाणून घेणे, हीच 'चांगले व्यावसायिक' म्हणून निर्णय घेण्याची पहिली पायरी आहे. जितके लवकर तुम्ही तुमच्या सद्यःपरिस्थितीबाबत प्रश्न विचारायला शिकाल, तितके लवकर तुम्हाला त्यातून पुढे जाण्यासाठी उत्तरे शोधता येतील.

कार्यपद्धती नव्हे; तर मानसिक प्रारूप

(Mental Models, Not Methods)

माझ्या भाषेची मर्यादा हीच माझ्या विश्वाची मर्यादा असते.

– लुडविंग विटझेनस्टाइन, तत्त्ववेत्ता व तर्कशास्त्रज्ञ

तुमचे व्यवसायकौशल्य वाढवण्यासाठी तुम्हाला त्या बाबतीतील सर्व काही माहीत असण्याची आवश्यकता नसते. मूलभूत गोष्टींवर प्रभुत्व मिळवले, तरी तुम्ही आश्चर्यकारकरीत्या खूप पुढे जाऊ शकता. मी या मूलभूत व्यावसायिक संकल्पनांनाच *मानसिक प्रारूप* किंवा *मेन्टल मॉडेल* असे म्हणतो आणि त्या एकत्रितपणे मजबूत पाया निर्माण करतात. या प्रतिमांवर विसंबून तुम्ही योग्य निर्णय घेऊ शकता.

मानसिक प्रारूप; म्हणजे 'गोष्टी कशा घडतात' याबद्दलची समज दर्शवणाऱ्या कल्पना होत. एखादी कार चालवण्याचा विचार करा : तुम्ही जेव्हा उजव्या बाजूचे खालील पेडल दाबता, तेव्हा काय होते? जर कारची गती कमी झाली, तर तुम्हाला आश्चर्य वाटेल. कारण, ते पेडल म्हणजे ॲक्सिलरेटर आहे. हेच मानसिक प्रारूप आहे – प्रत्यक्ष जगात गोष्टी कशा घडतात, याची कल्पना करणे.

दैनंदिन जीवनात येणाऱ्या अनुभवांचे निरीक्षण करून आपला मेंदू या मानसिक प्रारूपे किंवा प्रतिमा तयार करत असतो. अनेकदा, अशा आपल्या आपण बनवलेल्या मानसिक प्रारूपे किंवा प्रतिमा अचूक नसतात. एकट्या माणसाचे ज्ञान आणि अनुभव या बाबी मर्यादित असतात. तुमची मानसिक प्रारूपे अधिक अचूक बनवण्यासाठी, इतर लोकांनी त्यांच्या आयुष्यात जमा केलेले ज्ञान आणि अनुभव तुमच्या ज्ञानात अंतर्भूत करण्याचा 'शिक्षण' हा एक मार्ग आहे. उत्तम शिक्षण तुम्हाला जगाकडे उत्पादकतेने पाहण्यास मदत करते.

उदाहरणार्थ, अनेक लोकांच्या मते, उद्योग उभा करणे हे जोखमीचे असते. सुरुवात करण्यासाठी तुम्ही 'उद्योगाची मोठी योजना तयार केली पाहिजे'. 'खूप पैसा उधार घेतला पाहिजे.' 'उद्योग-व्यवसाय म्हणजे तुम्हाला 'काय माहीत आहे' यापेक्षा तुम्ही 'कोणाला ओळखता' हे होय.' यातील प्रत्येक वाक्य ही 'जग कसे चालते' याबद्दलची मानसिक प्रतिमा आहे! परंतु त्या तितक्याशा बरोबर नाहीत. तुमच्या मानसिक प्रतिमा थोड्या बदलल्या, तर तुम्हाला तुम्ही काय करता आहात, याबद्दल अधिक स्पष्टपणे विचार करता येईल आणि त्यामुळे तुम्हाला योग्य निर्णयही घेता येतील.

चुकीची मानसिक प्रतिमा	**अचूक मानसिक प्रतिमा**
व्यवसाय सुरू करणे जोखमीचे असते.	अनिश्चितता नेहमीच असते; परंतु ती म्हणजे व्यवसायाचा आटोक्यात ठेवता येण्याजोगा एक भाग असतो आणि त्यातील जोखीमही कमी करता येते.
यशस्वीरीत्या व्यवसाय सुरू करण्यासाठी, तुम्ही व्यवसाय सुरू करण्यापूर्वी निर्दोष अशी एक योजना बनविली पाहिजे.	तुमच्या व्यवसायातील निर्णायक कामे समजून घेण्यापुढे, लेखी योजना बनविणे हे दुय्यम महत्त्वाचे आहे आणि तुम्ही कितीही सज्जता केली, तरी काही गोष्टी तुम्हाला आश्चर्यचकित करतील.
तुमच्या व्यवसायाच्या उभारणीसाठी तुम्ही खूप मोठे भांडवल उभे केले पाहिजे.	तुम्हाला भांडवलाशिवाय जे करणे शक्य नाही, ते जर शक्य होणार असेल, तर भांडवल किंवा पैसा उभा करणे हे गरजेचे आहे.
तुम्हाला काय माहीत आहे, यापेक्षा तुम्ही कोणाला ओळखता?	वैयक्तिक संबंध हे महत्त्वाचे असतात. परंतु ते तुमच्या फायद्यासाठी उत्तम प्रकारे कसे वापरायचे, याचे ज्ञान असणे हीच त्याची गुरूकिल्ली आहे.

या पुस्तकामध्ये, मानसिक प्रतिमांबद्दल जाणून घेतल्यानंतर, माझ्या अनेक ग्राहकांना जाणवले की, त्यांच्या मनातील *व्यवसायाची कल्पना काय* असते, *तो कसा चालतो* याबद्दलचे चित्र जर अधिक स्पष्ट असते, तर त्यांच्या व्यवसायात पुढे जाणे त्यांना अधिक सोपे झाले असते. मौल्यवान वेळ आणि ऊर्जा खर्च करून अपयशी होण्यापेक्षा किंवा बाहेर फेकले जाण्यापेक्षा, ज्या संकल्पनांमुळे चिंता नाहीशी होईल आणि प्रगती होईल, अशा गोष्टी शिकणे कधीही चांगले.

हे पुस्तक तुम्हाला व्यवसायाची मूलभूत तत्त्वे पटकन शिकवते व तुमचा वेळ आणि शक्ती हे दोन्ही वाचवते. त्यांचा वापर करून तुम्ही अधिक उपयुक्त गोष्टी *प्रत्यक्ष साकारू* शकाल. जसे की, काही मौल्यवान निर्मिती करणे, ग्राहकांचे लक्ष वेधून घेणे, जास्त विक्री

करणे, अधिक ग्राहकांना सेवा देणे, बढती मिळवणे, अधिक पैसे मिळवणे आणि जगात महत्त्वाचे बदल करणे.

तुम्ही केवळ इतरांसाठी काही मूल्यनिर्मिती करत नाही, तर तुमची स्वतःची आर्थिक स्थितीदेखील सुधारत आहात. तुम्हाला या प्रक्रियेत खूप मजाही येईल.

माझे 'पर्सनल' एमबीए

(My "Personal" MBA)

स्व–शिक्षण हे एकमेव शिक्षण असते, यावर माझा ठाम विश्वास आहे.
– आयझॅक असिमोव्ह, माजी प्रोफेसर, बायोकेमिस्ट्री, बोस्टन युनिव्हर्सिटी, पाचशेहून अधिक पुस्तकांचे लेखक

मला लोक विचारतात की, मी एमबीए केलं आहे का? मी म्हणतो, ''नाही; पण मी बिझनेस स्कूलला गेलेलो आहे.''

सिनसिनाटी युनिव्हर्सिटीचा विद्यार्थी म्हणून 'कार्ल एच. लिंडनर–ऑनर्स प्लस प्रोग्रॅम'मध्ये सहभागी होण्याचे भाग्य मला लाभले आहे. हा विशेषतः एमबीएचा पदवी–पूर्व अभ्यासक्रम आहे. या अभ्यासक्रमासाठी शिष्यवृत्ती उपलब्ध होती. त्यामुळेच फीसाठी कर्ज काढून बिझनेस स्कूलमध्ये जावे लागले नाही; तर ते मला इथेच शिकायला मिळाले.

मी 'कॉर्पोरेट जगतात यशाच्या द्रुतगती मार्गावर' होतो. सिनसिनाटी युनिव्हर्सिटीच्या को–ऑपरेटिव्ह प्रोग्रॅममुळे, मी कॉलेजच्या दुसऱ्या वर्षातच 'प्रॉक्टर अँण्ड गॅम्बल' (पी अँण्ड जी) या *फोर्च्युन* 500 कंपनीमध्ये व्यवस्थापन विभागामध्ये रुजू झालो. २००५ साली पदवीधर झाल्यावर, मला पी अँण्ड जीच्या 'होम केअर' विभागामध्ये 'असिस्टन्ट ब्रॅन्ड मॅनेजर' होण्याची संधी चालून आली. सामान्यतः ही संधी एमबीए पदवीधरांसाठी राखीव असते. माझ्या कॉलेजच्या शेवटच्या सत्राची सुरुवात झाली, तेव्हा मी अभ्यासक्रमावर कमी आणि माझ्या भविष्यावर जास्त लक्ष देण्यास सुरुवात केली. माझ्या या नवीन नोकरीसाठी उद्योग–व्यवसायाबद्दल चांगली समज असणे खूप आवश्यक होते आणि माझ्या बहुतेक सर्व सहकाऱ्यांनी आणि मॅनेजर्सनी उच्च श्रेणीच्या बिझनेस स्कूलसमधून एमबीए केलेले होते. त्यामुळे, मी एमबीएला ॲडमिशन घेण्याचा विचार केला. परंतु हातात चांगली नोकरी असतानाही पुन्हा याच प्रकारची नोकरी मिळवण्यासाठी इतका महागडा कोर्स करणे मला अनावश्यक वाटले. तसेच, नोकरीत माझ्यावर असलेल्या जबाबदाऱ्यांबरोबर मला अजून या पार्ट–टाइम बिझनेस कोर्सच्या अभ्यासक्रमाचा ताण घ्यायचा नव्हता.

पी अँण्ड जीमध्ये नोकरी करीत असताना, तेथील फर्स्ट असोसिएट डायरेक्टर ॲन्डी वॉल्टर यांनी माझ्यासमोरील विविध पर्यायांचा विचार करताना, मला पुढील कारकिर्दीविषयी दिलेला एक सल्ला आठवला, ''एमबीए करण्यासाठी जेवढी ऊर्जा आणि वेळ तू खर्च करीत आहेस, तेच सर्व जर तू आत्ता तुझ्या कामाच्या ठिकाणी खर्च केलेस, तर खूप प्रगती

करशील''(अ‍ॅन्डी यांनी एमबीए केलेले नाही. त्यांनी इलेक्ट्रिकल इंजिनिअरिंग केलेले आहे. ते सध्या कंपनीच्या वरिष्ठ आयटी मॅनेजर्सपैकी एक आहेत. त्यांच्यावर पी अ‍ॅण्ड जीच्या मोठ्या प्रोजेक्ट्सच्या नेतृत्वाची जबाबदारी आहे).

अखेरीस, मी बिझनेस स्कूलला न जाण्याचे ठरवले; पण बिझनेसचे शिक्षण आवश्यकच होते बिझनेस स्कूलला न जाता, माझ्या 'पर्सनल एमबीए' या अभ्यासक्रमाला आवश्यक असणारी पुस्तके आणून, त्यांचा अभ्यास मी सुरू केला.

बिझनेसचा स्व-निर्देशित क्रॅश कोर्स

(A Self-Directed Crash Course in Business)

बऱ्याचदा, आपले आपण शिकलेले लोक प्रख्यात विद्यापीठातील डॉक्टर्स, मास्टर्स आणि बॅचलर्स यांच्यापेक्षाही खूप प्रगती करतात.

– लुडविग वोन मायजेस, ऑस्ट्रियन अर्थतज्ज्ञ आणि *ह्युमन अ‍ॅक्शन* या पुस्तकाचे लेखक

नॉर्थ ओहियो येथील न्यू लंडन या एका छोट्या शेतकी गावात मी लहानाचा मोठा झालो. इथे महत्त्वाचे शेतकी आणि लहान-लहान कारखाने आहेत. माझी आई ग्रंथपाल आहे आणि वडील सहाव्या इयत्तेला शास्त्र हा विषय शिकवत असत. नंतर ते प्राथमिक शाळेचे मुख्याध्यापक झाले. लहानपणापासूनच मला वाचनाची आवड आहे. पुस्तके ही माझ्या आयुष्याचा एक अविभाज्य घटक होती. सुरुवातीला, मी कथा-कादंबऱ्यांमध्ये रमायचो. पण जेव्हापासून मी बिझनेसबद्दल अधिकाधिक जाणून घेण्याचे ठरवले, तेव्हापासून मी बिझनेसशी संलग्नित पुस्तके वाचायला सुरुवात केली.

खरे तर व्यवसायाबद्दल, तेथे चालणाऱ्या कामकाजाबद्दल मला काहीच माहिती नव्हती. माझ्या दृष्टीने नोकरी-व्यवसाय म्हणजे असे ठिकाण होते, जिथे ठरावीक वेळेत ठरावीक ठिकाणी जाऊन काम केले असता, महिनाअखेरीस ठरावीक पगार मिळतो. ज्या कंपनीमुळे मी कॉर्पोरेट जगतात प्रवेश केला, त्या पी अ‍ॅण्ड जीसारख्या कंपनीबद्दलही, जेव्हा मी नोकरीचा शोध सुरू केला, तेव्हा मला समजले.

पी अ‍ॅण्ड जीसारख्या कंपनीमध्ये काम करताना मला खूप काही शिकायला मिळाले. कंपनीचा विस्तारित व अजूनही प्रचंड मोठ्या प्रमाणात वाढणारा व्यवसाय, त्याचे व्यवस्थापन बघून मी प्रथम चक्रावून गेलो होतो. माझ्या तेथील पहिल्या तीन वर्षांत, मी बिझनेस प्रोसेसच्या प्रत्येक भागातील निर्णयांमध्ये सहभागी झालो. जसे, नवीन उत्पादने बनवणे, उत्पादन वाढवणे, वितरणासाठी करोडो डॉलर्सची विभागणी करणे आणि वॉलमार्ट, टार्गेट, क्रोगर आणि कॉस्टको अशा मोठ्या रिटेलर्सकडे वितरण करणे.

'असिस्टन्ट ब्रॅन्ड मॅनेजर' म्हणून मी पी अ‍ॅण्ड जीच्या ३० ते ४० कर्मचारी, ठेकेदार आणि एजन्सी कर्मचारी या सर्वांच्या टीमचे नेतृत्व करत असे. ते सर्व जण त्यांचे प्रोजेक्ट्स,

प्लॅन्स आणि त्यांचा अग्रक्रम ठरवत असत. यात खूप मोठ्या प्रमाणात गुंतवणूक असल्याने हे प्रोजेक्ट्स पूर्ण करताना ताणही प्रचंड प्रमाणात येत असे. साधा भांड्याचा साबण तयार होण्यासाठीदेखील खूप मोठ्या प्रमाणात पैसा खर्च झालेला असतो, कित्येक लोकांनी त्यावर अनेक तास काम केलेले असते. अगदी वस्तूच्या आकारापासून ते त्याच्या रंग, वास, त्याच्या वेष्टनावरील मजकूर इथपर्यंत खूप काळजीपूर्वक बघितले जाते. इतक्या साऱ्या प्रक्रियेनंतर, कंपनीची वस्तू जेव्हा बाजारात येते, तेव्हा सगळ्यांच्या कामाचे चीज झाल्यासारखे वाटते.

मला कोणत्याही बिझनेस स्कूलला न जाता पी ॲण्ड जीमध्ये काम करत-करत व प्रत्यक्ष कामाच्या अनुभवातून शिक्षण घ्यायचे होते. व्यवसायक्षेत्रातील कार्यपद्धती जाणून घेण्यासाठी मी दररोज वाचनात, संशोधनात तासन्तास घालवत होतो.

पदवी अभ्यासक्रमानंतरच्या उन्हाळ्याची सुट्टी आराम करत घालवण्याऐवजी, मी बाजारातील बुकस्टोअर्समध्ये बिझनेसबद्दलची पुस्तके चाळण्यात आणि त्याबद्दल जितके जास्त समजून घेता येईल, तितके समजूत घेण्यात घालवले. सप्टेंबर २००५मध्ये, मी पी ॲण्ड जीमध्ये जेव्हा अधिकृतरीत्या पूर्ण-वेळ काम करू लागलो, तोवर मी बिझनेस स्कूल्स शिकवतात, त्या सर्व विषयांतील शेकडो पुस्तके वाचून काढली होती. पण बहुतांश बिझनेस स्कूल्स जे विषय शिकवत नाहीत, त्या सायकॉलॉजी, भौतिकशास्त्र आणि प्रणाली सिध्दान्त (सिस्टीम थिअरी) अशा विषयांचीही पुस्तके वाचली होती. पी ॲण्ड जीमध्ये रुजू होण्याचा पहिला दिवस जेव्हा उजाडला, तेव्हा आवश्यक कौशल्यांच्या पूर्ण तयारीनिशी मी सज्ज होतो, असे मला जाणवले.

आधीच केलेल्या अभ्यासामुळे, मला नवीन नोकरीत अवघड जबाबदाऱ्या पेलणे सोपे गेले. माझ्या कामाची प्रशंसाही होत होती. कालांतराने, महत्त्वाच्या अशा पुढील तीन गोष्टी मला जाणवल्या :

१. *मोठ्या कंपन्यांची/मोठ्या उद्योगांची हालचाल मंद गतीने होते.* चांगल्या कल्पना या बऱ्याचदा प्रत्यक्षात येण्यापूर्वीच लुप्त होतात. कारण, त्या प्रत्यक्षात आणण्यासाठी अनेक लोकांच्या परवानगीची आवश्यकता असते.

२. *उद्योगजगतात प्रगती करणे व फक्त स्व-प्रगतीचा विचार करणे हा उत्तम काम करण्यातील एक अडथळा आहे.* खूप चांगले काम करणे, इतरांकडून गोष्टी करवून घेणे आणि त्या अजून चांगले काम करणे यावर मला लक्ष केंद्रित करायचे होते. आपल्या प्रमोशनसाठी काय करायचे, असा विचार सातत्याने करणे बरोबर नाही. मोठ्या कंपनीमध्ये काम करताना राजकारण आणि विरोधी गटांमधील संघर्ष ही रोजची बाब आहे.

३. *विफलता तुम्हाला थकवा आणते.* मला दैनंदिन कामाचा अनुभव घ्यायचा होता. पण प्रत्यक्षात मात्र, मला रोज एका नवीन कसोटीला सामोरे जावे लागत होते. या सर्वांचा माझ्या तब्येतीवर, आनंदावर आणि नातेसंबंधांवरही विपरीत परिणाम होऊ लागला होता. मी जितका अधिक काळ कॉर्पोरेट जगतात वावरत होतो, तितकेच मला त्यातून बाहेर पडावेसे वाटू लागले होते. माझ्या स्वतःच्या शर्तींवर काम करावे, असे मला तीव्रतेने वाटू लागले अन् तेही एक उद्योजक म्हणून!

गहू आणि कोंडा

(The Wheat and the Chaff)

विद्यार्थ्यांनी आपण जे शिकलोय, त्याबाबत असमाधानी असलं पाहिजे. जे ज्ञात आहे, त्याचीच पूजा करण्यापेक्षा त्यावर प्रश्न विचारणं महत्त्वाचं आहे.

– जेकब ब्रोनोवस्की, *द असेंट ऑफ मॅन*
या पुस्तकाचे लेखक आणि सादरकर्ते

मोठ्या प्रमाणात माहिती मिळवून, त्याचे पृथक्करण करून त्यातील महत्त्वाची माहिती घेणे मला उत्तमरीत्या जमते. मी मूलतः चिकित्सक वृत्तीचा असल्याने मातीतूनही हिरे चांगल्या प्रकारे शोधू शकतो.

बिझनेसविषयी दररोज खूप लिहिले जाते. मला त्याबद्दल आश्चर्य वाटते. मी हे लिहीपर्यंत 'लायब्ररी ऑफ काँग्रेस'ने बिझनेसबद्दलची अदमासे १.२ कोटी पुस्तके त्यांच्या साधारण संग्रहात जमा केली आहेत. तुम्ही एका मिनिटाला साधारण २५० शब्द वाचत असाल असे जर गृहीत धरले आणि एका पुस्तकात ६०,००० शब्द असले; तर दिवसाचे २४ तास तुम्ही वाचन केले, तरी लायब्ररीतील पूर्ण संग्रह वाचण्यासाठी ५२८ वर्षे लागतील. झोप आणि जेवण यांसाठीचा वेळ विचारात घेतल्यास ८२२ वर्षे लागतील!

बॉकर या ISBN नंबर देणाऱ्या कंपनीच्या मते, जगभरात दर वर्षी बिझनेसबद्दलची ११०००हून जास्त पुस्तके प्रकाशित केली जातात; आणि ही पुस्तके १९व्या शतकाच्या सुरुवातीपासून प्रकाशित झालेल्या करोडो पुस्तकांमध्ये अधिकच भर घालतात. ॲमेझॉन डॉट कॉमवर बिझनेसबद्दलची ६,३०,००० पेक्षा अधिक पुस्तके आहेत. त्यात ऑडिओ बुक्स, ई-बुक्स किंवा ISBN नंबरशिवाय प्रकाशित झालेली पुस्तके यांची गणतीच नाही.

अर्थात, बिझनेसबद्दल माहिती मिळवण्यासाठी पुस्तके हेच एकमात्र साधन नाही; तर नियतकालिके आणि वर्तमानपत्रे यांमधूनही माहिती मिळू शकते. उदा. 'विल्सन बिझनेस पिरिऑडिकल्स इंडेक्स' यांच्या गणनेनुसार, फक्त बिझनेसशी संबंधित ५२७ इतकी नियतकालिके आहेत. १६ लाख नोंदी असणाऱ्या या त्यांच्या माहितीसंग्रहात दर वर्षी ९६,००० नवीन नोंदी होतात. त्या आकडेवारीत ब्लॉगचा समावेश नाही. गुगल ब्लॉग सर्चनुसार, आजमितीला इन्टरनेटवर बिझनेसशी संबंधित ११ करोड ब्लॉगपोस्ट्स आहेत. ब्लॉग्ज लिहिणाऱ्यांमध्ये बिझनेसबद्दल लिहिणाऱ्यांची काही कमी नाही. 'टेक्नोरेटी' या ब्लॉग सर्च इंजीनने आजवर, बिझनेसबद्दल लिहिणाऱ्या चाळीस लाखांहून अधिक ब्लॉगर्सची नोंद केली आहे.

बिझनेसबद्दल उपलब्ध माहितीच्या अशा अति प्रचंड साठ्यातून निवडक माहिती शोधणे, हे निश्चितच मोठे आव्हान आहे. माझे पूर्व-संशोधन व अभ्यास या गोष्टी अतिशय विस्कळीत होत्या. मी केवळ पुस्तकांच्या दुकानात जायचो आणि जे चांगले वाटते, ते पुस्तक उचलायचो. एखाद्या उत्तम पुस्तकाचा शोध लागण्यासाठी मला, कन्सल्टन्ट्सनी घाईगडबडीत लेखन जोडून कशीबशी पूर्ण केलेली अनेक पुस्तके चाळावी लागत. ही पुस्तके

त्यांनी त्यातून काही उपयुक्त माहिती देण्यासाठी नव्हे; तर केवळ ३०० पानी बिझनेस कार्ड या हेतूने लिहिलेली असत.

एवढ्या मोठ्या प्रमाणात उपलब्ध माहिती बघून, यातील माझ्यासाठी उपयोगी माहिती कशी चाळायची, याबद्दलचा विचार माझ्या मनात सुरू झाला. मला *खरेच याचे उत्तर माहीत करून घ्यायचे* होते. माझ्याजवळ केवळ वेळ आणि ताकद याच गोष्टी होत्या, म्हणून मी योग्य अशा चाळणीचा शोध घेऊ लागलो. अशी काहीतरी गोष्ट; जी मला उपयुक्त माहितीकडे नेईल आणि निरुपयोगी लेखनापासून मी दूर राहीन. मी जसजसा शोध घेत गेलो, तसतसे माझ्या लक्षात आले की, उपयुक्त अशी माहिती अस्तित्वातच नाही आणि म्हणून मग मीच ती माहिती अस्तित्वात आणण्याचे ठरवले.

कोणती साधने जास्त महत्त्वाची आहेत आणि कोणती नाहीत, याचा मी शोध घेऊ लागलो. त्यानंतर, मी माझी 'स्वतःची' वेबसाइट तयार केली. त्यावर माझी निरीक्षणे नोंदवू लागलो आणि माहिती संग्रहित करू लागलो. हा माझा निव्वळ खाजगी उपक्रम होता. नुकताच पदवीधर झालेला मी एक तरुण होतो आणि काहीतरी उपयुक्त शिकण्याचा प्रयत्न करत होतो. माझे संशोधन इतरांसाठी प्रकाशित करत होतो. माझ्या वेळेचा आणि माझ्या शक्तीचा बऱ्यापैकी सदुपयोग होतो आहे, असे मला वाटत होते.

एक दिवस सकाळी, माझे लेखन अनपेक्षितपणे सार्वजनिक झाले आणि माझे आयुष्य कायमचे बदलले.

'द पर्सनल एमबीए'चा जगभर प्रसार होताना

(The Personal MBA Goes Global)

ज्याला समस्येचे व्यवस्थित वर्णन करता येते, तोच ती सोडवूही शकतो.

– डॅन रोम, *द बॅक ऑफ द नॅपकीन* या पुस्तकाचे लेखक

पुस्तके वाचण्याच्या बरोबरीनेच, मी शेकडो बिझनेस ब्लॉग्जही वाचत होतो. बिझनेस–संबंधित काही उत्तम विचार प्रकाशित होण्याआधी अनेक महिने इंटरनेटवर येत होते आणि ते सर्व मला तिथे येताक्षणीच वाचायचे होते.

सेठ गॉडिन या ब्लॉगरचे लिखाण मी अत्यंत उत्सुकतेने वाचत असे. सेठ गॉडिन हे अतिशय लोकप्रिय लेखक (*परमिशन मार्केटिंग, पर्पल काऊ* आणि *लिंचपिन* यांसारख्या पुस्तकांचे लेखक) आणि सुरुवातीच्या काळातील ऑनलाइन मार्केटर्सपैकी एक आहेत. सेठ यांचे वैशिष्ट्य म्हणजे; 'जास्तीतजास्त काम करण्यासाठी आव्हानात्मक व ठळक योजना तयार करणारी विधाने तयार करणे'.

एकदा सकाळी, सेठ एका ताज्या बातमीवर टिपणी करत होते : हार्वर्डने सुरुवातीला हार्वर्डचे एमबीएचे विद्यार्थी बनू शकतील अशा ११९ विद्यार्थ्यांना प्रवेश नाकारला होता. या संभाव्य विद्यार्थ्यांनी, 'त्यांना प्रवेश मिळाला आहे का' याबाबत अधिकृत पत्रे पाठवली जाण्याआधीच, ती पत्रे पाहण्यासाठी, हार्वर्ड विद्यापीठाची प्रवेशप्रक्रियेची वेबसाइट हॅक करण्याची (नैतिकदृष्ट्या संशयास्पद) पद्धत शोधून काढली होती. या गोष्टीचा मीडियामध्ये लगेच बोलबाला झाला. त्यामुळे एक वादविवाद उत्पन्न झाला की, 'एमबीएच्या विद्यार्थ्यांचा खोटे बोलण्याकडे नैसर्गिकरीत्याच कल असतो की बिझनेस स्कूल्स त्यांना तसे बनवतात?'

प्रवेशेच्छुक मुलांच्या या कृतीचा राग येण्याऐवजी, (आश्चर्यकारकपणे), सेठ यांनी त्यांचे एक वेगळेच चित्र मांडले : हार्वर्ड या विद्यार्थ्यांना एक बक्षीस देणार होते. या विद्यार्थ्यांना प्रवेश नाकारून हार्वर्ड त्यांना एक महत्त्वपूर्ण संधी देत होते. विद्यापीठ त्यांना त्यांचे १,५०,००० डॉलर्स परत देत होते. त्यांच्या आयुष्याची जी दोन वर्षे पदवीचा केवळ एक कागद मिळवण्यासाठी वाया गेली असती, ती वर्षे वाचणार होती. सेठ यांनी लिहिले की, '३०-४० पुस्तके वाचणे आणि एमबीए मिळवणे हे 'वेळेचा सदुपयोग' का मानले जात आहे? मला हे समजणे अवघड जात आहे.'

मी विचार केला, ''अरेच्चा! मी तेच कर करत आहे.''

पुढील दोन दिवसांत, मला माझ्या अभ्यासासाठी उपयुक्त होईल, अशा पुस्तकांची आणि इतर साधनांची एक यादी केली आणि ती माझ्या ब्लॉगवर, सेठ यांच्या लेखाच्या लिंकसोबत प्रसिद्ध केली. त्यामुळे ज्या कोणाला सेठ यांच्या सूचनेत रस वाटेल, त्याला ते कसे करावे हे शोधता येणार होते. नंतर, मी सेठ यांना एक ई-मेल केला आणि माझ्या पोस्टची लिंक पाठवली.

दोन मिनिटांनंतर, सेठ यांच्या ब्लॉगवर एक पोस्ट केली गेली, ज्यात लोकांना माझ्या वाचनसूचीकडे निर्देशित केले गेले आणि त्यानंतर जगभरातून लोक माझ्या वेबसाइटला भेट देऊ लागले.

लाइफहॅकर डॉट कॉम यासारख्या व्यक्तिमत्त्व विकास आणि उत्पादकता यांसंबधीच्या ब्लॉग्जनी ही बातमी उचलून धरली आणि रेडीट, डिग आणि डिलिशिअस यांसारख्या सोशल मीडिया वेबसाइट्सवर पसरली. 'द पर्सनल एमबीए'च्या अस्तित्वाच्या पहिल्या आठवड्यातच, 'मी काय करत आहे' हे जाणून घेण्यासाठी, ३०००० लोकांनी इन्टरनेटवरील माझ्या या छोट्याशा कोपऱ्याला भेट दिली. त्याहून चांगले म्हणजे; त्यांनी त्याबद्दल चर्चा करायला सुरुवात केली.

काही वाचकांनी प्रश्न विचारले, 'त्यांनी वाचनाची सुरुवात कुठून करावी?' काहींनी स्वतः वाचलेली उत्तम पुस्तके सुचविली, जेणेकरून त्यांची मला माझ्या संशोधनात मदत होईल. काहींनी मला सांगितले की, माझा हा पूर्ण प्रोजेक्ट अतिशय भाबडेपणाचा आहे आणि मी माझा वेळ वाया घालवतो आहे. तरीही, मी माझे वाचन सुरूच ठेवले आणि माझी 'बिझनेसचे स्व-शिक्षण' ही मोहीम मोठी होऊ लागली.

अल्पावधीतच, 'द पर्सनल एमबीए' हा माझा फावल्या वेळातील एक उपक्रम न राहता, तो एक 'जागतिक' उपक्रम बनला. http://personalmba.com या वेबसाइटला,

२००५ साली ती सुरू झाल्यापासून आजवर १६ लाख लोकांनी भेट दिली आहे, आणि या प्रोजेक्टबद्दल *द न्यू यॉर्क टाइम्स, द वॉल स्ट्रीट जर्नल, ब्लूमबर्ग बिझनेस वीक, फोर्च्युन, टाइम, फास्ट कंपनी* आणि शेकडो इतर मोठ्या वृत्तसंस्थांनी आणि स्वतंत्र वेबसाइट्सनी प्रसिद्धी दिली आहे. २००८च्या शेवटच्या काळात, 'द पर्सनल एमबीए'ची उभारणी करण्यावर मला पूर्ण वेळ लक्ष केंद्रित करायचे होते. त्यासाठी मी पी अॅण्ड जीची नोकरी सोडली.

मला या वाचनसूची तयार करण्याच्या कामात आनंद मिळत होता. पण, तेव्हा मला लक्षात आले की, केवळ वाचनसूची उपलब्ध करणे पुरेसे नाही. लोकांनी त्यांच्या समस्या सोडवण्यासाठी किंवा स्वतःमध्ये काही दृश्य सुधारणा आणण्यासाठी पुस्तके वाचली पाहिजेत. लोकांना येणाऱ्या समस्यांवर उपाय शोधताना माझी वाचनसूची किती उपयोगी ठरणार होती?

पुस्तके ही कल्पना आणि ज्ञान यांनी युक्त असली, तरी वाचकांना आनंद देणारी नव्हती. त्यामुळे, माझे खूपसे वाचक त्यातील चांगली माहिती आत्मसात करण्याच्या आनंदाला मुकत होते. पर्सनल एमबीएच्या वेबसाइटच्या अनेक वाचकांनी अतिशय उत्साहात सुरुवात केली, मात्र काही पुस्तके वाचल्यानंतर त्यांनी वाचन सोडून दिले. वाचनातून मिळणारे ज्ञानामृत मिळायला थोडा जास्तच वेळ लागत होता, आणि त्यात कामाचा आणि कौटुंबिक जीवनामुळे येणारा व्यत्ययही होताच...

त्यांना मदत करण्यासाठी, मला अजून जास्त मेहनत घेणे क्रमप्राप्त होते.

मंगर यांची मानसिक प्रारूपे

(Munger's Mental Models)

> मला वाटते, मनुष्याचा मेंदू काही सूचनांनुसार काम करतो, हे निर्विवादपणे सत्य आहे. तुमच्या मेंदूला इतरांच्या मेंदूपेक्षा जास्त काम करायला लावणे, ही एक युक्ती आहे. कारण, त्याला जास्त काम करणाऱ्या मूलभूत सूचनांची जास्त समज आहे.
>
> – चार्ल्स टी. मंगर, वॉरेन बफे यांचे अब्जाधीश बिझनेस पार्टनर, वेस्को फायनान्शिअलचे सीईओ आणि बर्कशायर हॅथवेचे व्हाइस चेअरमन

मला जेव्हा चार्ल्स टी. मंगर यांच्या कार्याचा शोध लागला, तेव्हा माझ्या 'द पर्सनल एमबीए'चे भविष्य नजरेच्या टप्प्यात आले.

जागतिक मंदीच्या आधी काही वर्षांपूर्वी, चार्ली यांचा जन्म ओमाहा, नेब्रास्का येथे झाला. चार्लींना वाचनाची आवड असल्याने शालेय जीवनातसुद्धा त्यांनी खेळापेक्षा पुस्तक-वाचनावर अधिक भर दिला. त्यांना जगरहाटीबद्दल जाणून घेण्याची उत्सुकता होती. त्यांच्या कामाचा श्रीगणेशा एका घरगुती किराणा मालाच्या दुकानात झाला. तेथे त्यांना दोन डॉलर्स असा कामाचा मोबदला मिळत असे.

१९४१मध्ये, चार्ली यांचे शालेय शिक्षण पूर्ण झाले. त्यानंतर दोन वर्षं मिशिगन युनिव्हर्सिटीमध्ये गणित आणि भौतिकशास्त्राचे पदवी-पूर्व शिक्षण घेऊन ते आर्मी एअरकॉर्प्समध्ये भरती झाले, तिथे त्यांनी हवामानशास्त्राचे प्रशिक्षण घेतले. १९४६मध्ये, आर्मी सोडल्यानंतर त्यांना कोणतीही पदवी नसतानाही हार्वर्ड लॉ स्कूलमध्ये प्रवेश मिळाला, अर्थात त्या काळी ते आवश्यक नसे.

चार्लींनी १९४८ साली हार्वर्ड लॉ स्कूलमधून पदवी मिळवली आणि पुढील सतरा वर्षे वकील म्हणून काम केले. १९६५ साली, एक भागीदारी गुंतवणूक कंपनी (इन्व्हेस्टमेंट पार्टनरशिप) सुरू करण्यासाठी, त्यांनी लॉ म्हणून सुरू केलेली फर्म सोडली. या भागीदारी गुंतवणूक कंपनीने गुंतवणूकदारांना १४% वार्षिक चक्रवाढीने जास्त फायदा दिला आणि ती सरस ठरली. त्यांच्याकडे बिझनेसचे कोणतेही औपचारिक शिक्षण नसतानाही, त्यांनी केलेला हा एक विक्रमच होता. चार्ली मंगर हे घराघरांत माहिती असलेले नाव नाही. पण, वॉरन बफे, चार्लींचे बिझनेस पार्टनर, नक्कीच सर्वांना माहिती आहेत. बफे आणि मंगर यांनी १९७५ साली 'बर्कशायर हॅथवे' नावाची विकासासाठी प्रयत्नशील असलेली कंपनी, विकत घेतली; आणि तिचे भागीदारी गुंतवणूक सूत्रधार महामंडळामध्ये रूपांतर केले. बफे आणि मंगर दोघे मिळून अब्जाधीश बनले.

बफे यांच्या मते, चार्ली यांच्या त्या 'मेन्टल मॉडेल' पद्धतीचा बर्कशायर हॅथवेच्या यशामध्ये खूप मोठा वाटा आहे. जगातील सर्वांत श्रीमंत बिझनेसचे मालक म्हणून बफे ओळखले जातात. बफे म्हणतात, ''कोणत्याही प्रकारच्या व्यवहाराचे खूप जलद विश्लेषण आणि मूल्यमापन करण्यात चार्लींचा हात कोणी धरू शकत नाही. चार्ली कोणतीही चूक किंवा त्रुटी केवळ ६० सेकंदांत शोधतात. ते एक परिपूर्ण भागीदार आहेत.''

चार्लींनी बिझनेस नक्की कसा चालतो हे पद्धतशीरपणे समजून घेतले आहे व हेच त्यांच्या यशाचे गमक आहे. त्यांनी कधी बिझनेसचे औपचारिक शिक्षण घेतले नसले, तरी त्यांचा विविध विषयांचा स्वाध्याय दांडगा होता. त्यामुळेच, त्यांनी 'लॅटिसवर्क ऑफ मेन्टल मॉडेल्स'ची रचना केली व नंतर व्यावसायिक निर्णय घेताना त्याचा वापर केला.

मी यावर नेहमीच विश्वास ठेवतो की, एखादी पद्धत, जर कोणतीही बुद्धिमान व्यक्ती शिकू शकते, किंबहुना बहुतांश लोक जग समजून घेण्यासाठी ज्या पद्धतीचा वापर करतात, त्यापेक्षा ही पद्धती नक्कीच चांगल्या प्रकारे काम करते. तुम्हाला हवे असते, तुमच्या डोक्यातील लॅटिसवर्क ऑफ मेन्टल मॉडेल्स! (मेंदूतील सूचनांचे जाळे). या पद्धतीने, गोष्टी एकत्रित चपखल बसतात आणि आकलन पूर्ण होते.

ज्या प्रकारे, प्रत्येक पद्धतीला अनेक घटक आकार देतात; त्या प्रकारे, अनेक मानसिक प्रतिमा (मेन्टल मॉडेल्स) मिळून एक वैविध्यपूर्ण अभ्यास तयार करतात, जे ती पद्धत समजून घेण्यासाठी आवश्यक असते... ज्युलियन हक्सले या जीवशास्त्रज्ञाने एक कल्पना मांडली की, 'आयुष्य हे केवळ एकामागून एक घडणाऱ्या गोष्टींशी आणि संबंधित गोष्टींच्या होणाऱ्या परिणामाशी निगडित आहे.

तुम्ही स्वतःला अधिक वस्तुनिष्ठ आणि बहुविधविषयक दृष्टिकोन ठेवण्याचे प्रशिक्षण दिल्याने, इथे बसून तुम्ही तुमच्यापेक्षा अधिक चलाख असणाऱ्या लोकांशी विचारविनिमय करू शकता, यात खूप आनंद आहे. त्याहीपेक्षा, यात खूप पैसा आहे, हे मी माझ्या स्वतःच्या अनुभवावरून सांगू शकतो.

बिझनेस कसा चालतो, लोक कसे व कोणत्या पद्धतीने काम करतात यांबद्दलच्या प्रगाढ ज्ञानावर आधारित गुंतवणुकीचे निर्णय घेऊन, बफे आणि मंगर यांनी १९५ अरब डॉलर्सची कंपनी उभी केली. हवामानशास्त्रज्ञ असूनही वकिलीचे शिक्षण घेतलेल्या, बिझनेसचे काहीही औपचारिक शिक्षण नसलेल्या ओमाहाच्या या माणसाने केलेला हा एक आश्चर्यकारक विक्रमच म्हणावा लागेल.

मंगर यांच्या बिझनेसविषयीच्या दृष्टिकोनाचा शोध घेणे म्हणजे एक मोठेच काम होते. ही एक अशी व्यक्ती होती, ज्याने एक दशकापूर्वी तेच करायचे ठरवले होते, जे मी आत्ता करत होतो आणि त्यांनी ते अतिशय विलक्षणरीत्या प्रत्यक्षातही आणले होते! मंगर यांची मूलभूत तत्त्वे ओळखण्याची आणि लागू करण्याची पद्धत मला मी याआधी वाचलेल्या पुस्तकांपेक्षा जास्त अर्थपूर्ण वाटली. चार्ली मंगर बिझनेसमधील निर्णय घेण्यासाठी ज्या ज्या 'मेन्टल मॉडेल्स'चा वापर करतात, त्याबाबत जे जे शक्य आहे, ते ते सर्व शिकायचे मी ठरवले.

दुर्दैवाने, चार्लींनी त्यांच्या मेन्टल मॉडेल्सचे समग्र प्रकाशन केले नाहीये. त्यांनी त्यांच्या भाषणांतून आणि निबंधांमधून, इतकेच नव्हे तर त्यांच्या नुकत्याच प्रसिद्ध झालेल्या *'पुअर चार्लीज अल्मॅनेक'* या चरित्रातही त्यांनी सर्वांत जास्त उपयुक्त वाटणाऱ्या मानसिक तत्त्वांची यादी प्रकाशित केली आहे. पण, 'बिझनेसमध्ये यशस्वी होण्यासाठी माहीत असावे असे सर्व काही एकत्रित मिळेल, अशा धर्तीवरचे एकही पुस्तक उपलब्ध नाहीये.

मला जर, प्रत्येक यशस्वी उद्योजक कसा काम करतो याची मूलतत्त्वे समजून घ्यायची असतील, तर ती माझी मलाच शोधावी लागतील अन् ते करण्यासाठी, मला माझी बिझनेसबद्दलची समज मुळापासून पुन्हा उभी करावी लागेल.

बिंदू जोडणी

(Connecting the Dots)

> सर्व गोष्टींमध्ये, आपण गृहीत धरून चाललेल्या गोष्टींवर प्रश्नचिन्ह उभे करणे आजकाल चांगले मानले जाते.
>
> – बर्ट्रांड रसेल, प्रख्यात तत्त्ववेत्ता आणि द *प्रॉब्लेम्स ऑफ फिलॉसॉफी* आणि *द प्रिन्सिपल्स ऑफ मॅथमॅटिक्स* या पुस्तकांचे लेखक

विद्यार्थ्यांना उद्योग-व्यवसाय कसे चालतात हे माहीत असते, असे बिझनेसविषयक पुस्तके लिहिणारे अनेक (आणि बिझनेस स्कूल्ससुद्धा) गृहीत धरून चालतात. जणू काही, ती जगातील उघड दिसणारी एक गोष्ट आहे. परंतु प्रत्यक्षात तसे नसते. बिझनेस एक

सर्वांत गुंतागुंतीचा आणि बहुविषयक मानवी अनुभव आहे आणि बिझनेस कसा चालतो, हे समजून घेण्याचा प्रयत्न हा रोज आपल्या सभोवताली होत असला, तरी तितकासा सोपा नाही.

बिझनेस आपल्या दैनंदिन जीवनाचा अविभाज्य भाग आहे, हे आपण गृहीत धरलेले असते. दिवसेंदिवस, बिझनेस आपल्याला जे पाहिजे, ते अत्यंत सहजपणे, प्रभावीपणे आणि अतिशय कमी त्रासात आपल्याला उपलब्ध करून देतात. आजूबाजूला पाहा : आता तुमचे लक्ष वेधून गेलेली बहुतेक प्रत्येक भौतिक वस्तू ही कोणत्या ना कोणत्या बिझनेसने तयार करून तुमच्यापर्यंत पोहोचवली आहे.

बिझनेस हे अदृश्यपणे इतक्या विविध वस्तू तयार करतात आणि इतक्या विविध प्रकारे तुम्हाला उपलब्ध करून देतात, ज्यामुळे काही विधान करणे अवघड होते : ॲपल सायडर आणि विमानकंपनी यांच्यात काय सामाईकता आहे? जर तुम्हाला त्याबद्दल कुठे शोध घ्यायचा याबद्दल थोडी तरी माहिती असेल, तर काही अंशी तुम्हाला हे कळू शकते! मी बिझनेसची व्याख्या पुढील प्रकारे करतो :

> *प्रत्येक यशस्वी बिझनेस (१) काही मूल्य असलेले काही तयार करतो किंवा पुरवतो (२) जे इतर लोकांना हवे असते किंवा आवश्यक असते (३) ज्याची किंमत ते अशा प्रकारे द्यायला तयार असतात, (४) जी विकत घेणाऱ्याच्या गरजा आणि अपेक्षा पूर्ण करते आणि (५) मालकाला सद्यःस्थितीतील काम पुढे चालू ठेवण्यासाठी पुरेसे उत्पन्न मिळवून देते.*

यांपैकी कोणतीही गोष्ट वजा करा : मूल्यनिर्मिती, ग्राहकांची मागणी, व्यवहार, मूल्यवितरण किंवा पर्याप्त नफा, आता तुमच्यासमोर बिझनेस मात्र नसेल. प्रत्येक घटक हा आवश्यकही आहे आणि सार्वत्रिकही आहे.

मी जसजसा या घटकांची फोड करत गेलो, तसतशा मला अधिकाधिक सार्वत्रिक गरजा सापडल्या. मार्केट रिसर्च; म्हणजेच लोकांना काय हवे आहे हे जाणून घेतल्याशिवाय मूल्यनिर्मिती करता येत नाही. ग्राहकांना आकर्षित करण्यासाठी प्रथम त्यांचे 'लक्ष' वेधून घ्यावे लागते. नंतर त्याबद्दल त्यांच्या मनात कुतूहल निर्माण करावे लागते (marketing). विक्री होण्यासाठी, प्रथम तुम्ही जे मूल्य (उत्पादन/सेवा) देण्याचे आश्वासन देता ते देण्याची (value delivery and operations) तुमची क्षमता आहे, यावर लोकांनी विश्वास ठेवला पाहिजे. विश्वसनीयरीत्या वाढणाऱ्या ग्राहकांच्या अपेक्षांवर ग्राहकांचे समाधान अवलंबून असते (customer service). खर्चलेल्यापेक्षा (finance) अधिक पैसा आणणे हे पर्याप्त नफा होण्यासाठी गरजेचे असते.

यांपैकी कोणतीही कामे महाकठीण नाहीत; परंतु ती आवश्यक आहेत. मग, तुम्ही कोणीही असा किंवा कोणताही बिझनेस करत असा. ही कामे व्यवस्थित केल्यास, तुमचा बिझनेस वेगाने पुढे जाईल. पण तीच कामे जर तुम्ही अयोग्य प्रकारे केलीत, तर तुम्ही बिझनेसमध्ये जास्त काळ टिकू शकणार नाही.

प्रत्येक बिझनेस मूलतः 'माणसं' आणि 'पद्धती' या दोन गोष्टींवर आधारित असतो. प्रत्येक बिझनेस किंवा उद्योग हा माणसांनी निर्माण केलेला असतो आणि इतर लोकांना

कोणत्या ना कोणत्या प्रकारे फायदा करून देत जिवंत असतो. बिझनेस कसा चालतो हे समजून घेण्यासाठी, माणसे कसा विचार करतात, कशा पद्धतीने वागू शकतात, निर्णय कसे घेतात, त्यावर अंमल कसा करतात, त्याचबरोबर इतरांशी कशा पद्धतीने संवाद साधतात, या सर्वांबद्दल तुमची 'स्वतःची' एक मतप्रणाली असणे आवश्यक असते. सायकॉलॉजी आणि न्युरोसायन्स यांमधील अद्ययावत आविष्कारांमुळे, माणसे ज्या गोष्टी करतात – त्या गोष्टी का करतात, याशिवाय आपल्या स्वतःच्या वागणुकीत सुधारणा कशी करायची आणि इतरांबरोबर अधिक प्रभावीपणे काम कसे करायचे, हेदेखील कळू शकते.

दुसऱ्या बाजूला, पद्धती या अदृश्य संरचना असतात. त्यांच्यामुळे प्रत्येक बिझनेस बांधून ठेवला जातो. मुळात, प्रत्येक बिझनेस हा अनेक प्रक्रियांचे एकत्रिकरण असते. अपेक्षित असलेला परिणाम साधण्यासाठी ते एकत्रिकरण *खात्रीशीरपणे वारंवार* केले जाऊ शकते. तुम्ही एखाद्या मार्केटिंग मोहिमेत सहभागी असाल किंवा वाहन उत्पादनाच्या असेंब्ली लाइनवर असाल; गुंतागुंतीच्या प्रक्रिया कशा काम करतात हे समजून घेतल्यास, सध्या अस्तित्वात असलेल्या पद्धतींमध्ये सुधारणा करण्याचा मार्ग शोधता येऊ शकतो.

हे पुस्तक लिहिण्यापूर्वी अनेक वर्षं, मी या पुस्तकातील तत्त्वे माझ्या क्लायंट्सबरोबर आणि वाचकांबरोबर कसोटीस लावून पाहिली आहेत. ही 'बिझनेस मेन्टल मॉडेल्स' समजून घेऊन ती प्रत्यक्ष लागू केल्यामुळे ते त्यांची व्यावसायिक कारकीर्द घडवू शकले. शैक्षणिक जगतातील आणि कॉर्पोरेट जगतातील प्रख्यात संस्थांमध्ये नवीन नोकरीच्या ऑफर्स मिळाल्या, बढत्या मिळाल्या, नवीन बिझनेस सुरू करता आले आणि अनेकांना तर चार आठवड्यांपेक्षा कमी अवधीत उत्पादन विकासाच्या (प्रॉडक्ट डेव्हलपमेंटच्या) पूर्ण प्रक्रियेतून (कल्पनेपासून पहिल्या विक्रीपर्यंत) जाता आले.

या संकल्पना महत्त्वाच्या आहेत, कारण त्यांची अंमलबजावणी केल्यास व्यवसायाबाबत त्या तंतोतंत लागू पडतात. तुम्हाला इतरांसाठी केवळ जास्त मूल्य निर्माण करता येत नाही, तर तुमची स्वतःची आर्थिक परिस्थितीही सुधारता येते. तुम्हाला तुमचे उद्दिष्ट साध्य करणे सोपे आहे याची जाणीव होईल आणि या सर्व प्रक्रियेत आनंदही मिळेल.

संशयवादी लोकांसाठी

(For the Skeptics)

> पब्लिक लायब्ररीमध्ये जे पन्नास रुपयांना मिळते, त्यासाठी तुम्ही १,५०,००० डॉलर्स वाया घालवलेत.
>
> – मॅट डेमन अॅज विल हंटिंग, *गुड विल हंटिंग*

हे पुस्तक बिझनेसमधील संकल्पनांबद्दल आहे, बिझनेस स्कूल्सबद्दल नाही! तरीही, प्रतिष्ठित कॉलेजमधून प्रसिद्ध असलेला डिप्लोमा घेण्यासाठी मोठी रक्कम खर्ची घालून मिळणारा एकंदरीत शैक्षणिक लाभ, तसे न करताही मिळू शकतो यावर अनेकांचा विश्वास

बसत नाही. अशा संशयवादी लोकांसाठीच हा विभाग आहे, ज्यात पारंपरिक अभ्यासक्रमाची वैशिष्ट्ये आणि त्यांची झालेली घसरण यांवर चर्चा केली आहे.

तुम्ही बिझनेस स्कूलला गेले पाहिजे का?

(Should You Go to Business School)

(अ) एमबीए तुम्हाला स्वतःच्या क्षमता इतरांना सिद्ध करायला काय मदत करते?

(ब) एमबीए केल्याने तुमच्या क्षमता प्रत्यक्षात कशा सुधारतात?

या दोन वेगळ्या बाबी आहेत.

– स्कॉट बर्कुन, *मेकिंग थिंग्ज हॅपन* आणि *द मिथ्स ऑफ इनोव्हेशन* या पुस्तकांचे लेखक

ज्यांना नाव कमवायचे आहे, अशा करोडो व्यक्तींच्या मनात दर वर्षी असा विचार येतो–'मला यशस्वी उद्योजक बनायचे आहे. मी एमबीए कुठे केले पाहिजे?' आता तुम्ही हे पुस्तक चाळत आहात, म्हणून तुम्हाला आठवेल की, तुम्हीदेखील हा विचार कधीतरी केला होता.

याचे उत्तर अत्यंत सोप्या शब्दांत देता येईल आणि त्यामुळे तुमचे हजारो डॉलर्स आणि मेहनत दोन्ही वाचेल :

बिझनेस स्कूल्समध्ये जाऊ नका, स्वतः शिका

तुमचे आयुष्य गहाण न टाकता बिझनेसमध्ये कसे यशस्वी व्हायचे, हे या पुस्तकामुळे तुम्हाला समजेल.

बिझनेस स्कूल्सच्या तीन मोठ्या समस्या

(Three Big Problems with Business Schools)

कॉलेज : २०० लोक एकच पुस्तक वाचतात, ही ठळक चूक आहे. २०० लोक २०० पुस्तके वाचू शकतात.

– जॉन केज, स्व-शिक्षित लेखक आणि संगीतकार

बिझनेस स्कूल्समध्ये काम करणाऱ्यांविरुद्ध माझे काहीही म्हणणे नाही; एकूणच बिझनेस स्कूलमध्ये काम करणारे प्रोफेसर आणि ॲडमिनिस्ट्रेटर खूप चांगले लोक असतात. ते त्यांच्या विद्यार्थ्यांना यश मिळावे यासाठी त्यांच्यापरीने उत्तम प्रयत्न करतात. दुर्दैवाने, जगभरातील एमबीए प्रोग्रॅम्समध्ये पद्धतीविषयक तीन मोठ्या समस्या आहेत :

१. *एमबीए प्रोग्राम्स इतके महागडे झाले आहेत की, तुम्हाला प्रवेश फी भरण्यासाठी बहुधा तुमचे आयुष्य गहाण टाकावे लागेल.* 'रिटर्न ऑन इन्व्हेस्टमेन्ट' (गुंतवणुकीचा परतावा) नेहमीच तुम्ही किती खर्च करता याच्या प्रमाणात असतो आणि नंतर फी वाढत जाऊन, आता एमबीए प्रोग्राम फायदेशीर ठरण्याऐवजी विद्यार्थ्यांवर ओझे ठरत आहेत. मूळ प्रश्न हा नाहीये की युनिव्हर्सिटीमध्ये शिकणे हा सकारात्मक अनुभव असतो का? प्रश्न हा आहे की, तो अनुभव त्या योग्य असतो का?

२. *एमबीए प्रोग्राम्स अनेक कालबाह्य, फुटकळ आणि चक्क नुकसान करणाऱ्या संकल्पना आणि चालीरीती शिकवतात.* ते गृहीत धरतात की, तुमचे उद्दिष्ट हे यशस्वी उद्योग उभा करून स्वतःची संपत्ती वाढीस लावणे आहे. माझ्या वाचकांपैकी अनेकांनी एमबीए केलेले असेल आणि जे क्लायंट शेकडो हजारो डॉलर्स खर्चून माझ्याकडे बिझनेसच्या बारीकसारीक आर्थिक गणिते आणि मॉडेल्स शिकायला येतात, त्यांना जाणीव होते की, त्यांच्या एमबीए प्रोग्राममध्ये त्यांना खराखुरा बिझनेस कसा सुरू करायचा आणि चालवायचा, हे शिकवलेच नाहीये. तीच खरी समस्या आहे. बिझनेस स्कूलमधून पदवी घेतल्याने तुम्हाला यशस्वी होण्यासाठी खरोखर गरजेचे असलेले बिझनेसचे ते ज्ञान मिळेल, याची शाश्वती नाही.

३. *एमबीए प्रोग्राम्स तुम्हाला उच्च पगाराच्या नोकरीचीही शाश्वती देत नाहीत किंवा तुम्हाला कुशल व्यवस्थापक किंवा सूटबूट घालणारा लीडरही बनवत नाहीत.* निर्णय घेण्याचे कौशल्य, व्यवस्थापन आणि नेतृत्वगुण विकसित करण्यासाठी प्रत्यक्ष सरावाची आणि अनुभवाची आवश्यकता असते. अगदी कितीही नावाजलेले कॉलेज असले, तरीही या गोष्टी वर्गात बसून शिकता येत नाहीत.

त्यामुळे, विशेष फायदेशीर नसलेली माहिती शिकण्यासाठी प्रचंड पैसा खर्च करण्यापेक्षा, तोच पैसा आणि वेळ महत्त्वाच्या गोष्टी शिकण्यासाठी खर्च करा. जर तुमची तयारी असेल, तर तुम्ही तुमची कौशल्ये आणि क्षमता सुधारण्यासाठी, बिझनेसबाबत सर्व काही स्वतःचे स्वतः शिकू शकता व तेदेखील कर्जबाजारी न होता.

उदात्ततेचा गैरसमज

(Delusions of Grandeur)

स्वप्नांची सावली हा महत्त्वाकांक्षेचा महत्त्वाचा भाग असतो.

– विल्यम शेक्सपिअर, *हॅम्लेट*

बिझनेस स्कूल्स आकर्षक वाटण्यामागचे कारण ओळखणे खूप सोपे आहे. ते समृद्ध आणि सुखासीन आयुष्याचे वन-वे तिकीट म्हणून विकले जाते. ते एक दिवास्वप्न

आहे. दोन वर्षं केसस्टडीजचा अभ्यास केल्यावर कॉर्पोरेट रिक्रुटर्स तुमच्यावर तुटून पडतील; अगदी प्रत्येक जण तुम्हाला प्रतिष्ठित कंपनीतील गलेलठ्ठ पगाराची नोकरी देऊ करणार आहे.

तुमची कॉर्पोरेट जगतातील प्रगती निश्चित आणि सहजपणे होईल. तुम्ही खूप यशस्वी व्हाल, खूप मोठे बोनस मिळवाल आणि काचेच्या गगनचुंबी ऑफिसमधील तुमच्या शानदार महोगनी डेस्कच्या मागे बसाल. तुम्ही ***बिग बॉस*** असाल आणि हाताखालच्या लोकांना काय काम करायचे हे सांगून गोल्फ खेळायला जाल किंवा तुमच्या बोटीवर आराम करायला जाल. जगात कुठेही फिरण्यासाठी तुम्ही मुक्त असाल. तुमची आश्चर्यचकित करणारी कामगिरी बघून लोक तुमचा आदर करतील. प्रत्येकाला वाटेल की, तुम्ही श्रीमंत, बुद्धिमान आणि प्रभावी आहात आणि ते योग्यच असेल.

श्रीमंती, प्रभाव आणि कीर्ती यांची किती किंमत मोजता? प्रवेश-फीसाठी काही हजार डॉलर्स, कर्जाच्या फॉर्मवर सहज केलेली सही आणि तुमची यशाच्या शिखराकडे वाटचाल सुरू! इतकेच नव्हे; तर तुम्हाला प्रत्यक्ष काम करण्यामधून दोन वर्षांची सुट्टी मिळेल. वाह! काय सौदा आहे!

दुर्दैवाने, दिवास्वप्न आणि सत्य परिस्थिती बऱ्याचदा वेगळी असते.

तुमचा पैसा आणि तुमचे आयुष्य

(Your Money And Your Life)

'या जगात मोफत काहीच मिळत नसतं.'

– रॉबर्ट हाइनलाइन, *स्ट्रेंजर इन अ स्ट्रेंज लॅन्ड* आणि *द मून इज अ हार्श मिस्ट्रेस* या पुस्तकांचे लेखक

या क्षणी असे गृहीत धरू की, तुम्ही करत असलेल्या विचाराप्रमाणे, बिझनेस स्कूल हे तुमचे शाश्वत यशाचे तिकीट आहे. तुमच्या नशिबात असेल, तर तुम्हाला किमान एका बिझनेस स्कूलमध्ये 'सहज' प्रवेश मिळेल. जर तुम्ही प्रवेशासाठी हजारो डॉलर्स फी भरली, मुलाखतीमध्ये आत्मविश्वास आणि विनम्रता यांचा उत्तम समतोल साधून त्यांच्या कोर्सला साजेसे वैयक्तिक निवेदन दिल्यास लवकरच कोणतेतरी कॉलेज अथवा युनिव्हर्सिटी तुम्हाला बिल गेट्स होण्याची संधी देईल.

खरे तर प्रॉब्लेम इथेच सुरू होतो. बिझनेस स्कूलमधील शिक्षण हे खूप महाग आहे. जर तुम्ही स्वतः श्रीमंत नसाल किंवा भरघोस स्कॉलरशिप नसेल, तर तुम्हाला फीसाठी मोठे कर्ज काढून, भविष्यातील मिळकतीतून त्याचे हप्ते भरत, स्वतःचे आयुष्य कर्जात बुडविण्याशिवाय कोणताही पर्याय नाही.

एमबीएसाठी प्रवेश घेणारे विद्यार्थी पदवीधर असतात आणि त्यांनी पदवीपर्यंतच्या शिक्षणासाठी आधीच शैक्षणिक कर्ज घेतलेले असते. FinAid.org या कॉलेजशिक्षणासाठी आर्थिक मदत देणाऱ्या वेबसाइटनुसार, अमेरिकेत पदवीधर होणाऱ्या एका विद्यार्थ्याचे

साधारण चक्रवाढ कर्ज, २००९ साली २२,५०० डॉलर्स होते. जे विद्यार्थी त्यानंतर एमबीए करायचे ठरवतात, त्यांना एकूण ४१,६८७ डॉलर्सचे कर्ज होते. त्यामध्ये इतर गरजा – जसे की जेवण, राहणे आणि कार हे खर्च समाविष्ट नसतात; जे पुन्हा अन्य कर्ज घेऊन भागविले जातात.

तुम्ही जर *साधारण* बिझनेस स्कूलमध्ये प्रवेश घेतलात असे गृहीत धरले, तर चाळीस हजार डॉलर्स ही मोठी रक्कम आहे. पण, साधारण व्यक्ती कोण बनू इच्छितो? ज्यांना जगप्रसिद्ध 'गोल्डमन सॅश'सारख्या वित्तपुरवठा करणाऱ्या कंपनीकडून, किंवा 'मॅकीन्से ॲण्ड बेन'सारख्या एमबीएच्या विद्यार्थ्यांना गलेलठ्ठ पगार देऊ करणाऱ्या कन्सलटन्सीकडून नोकरीची ऑफर यावी अशी अपेक्षा असते, त्यांनी प्रतिष्ठित अशा 'टॉप टेन'मधील एमबीए कॉलेजची निवड केली पाहिजे. त्यासाठी चाळीस हजार डॉलर्सपेक्षा *अधिक* खर्च येईल.

कर्जाचा चक्रव्यूह

(Breaking Out the Benjamins)

> कर्ज घेणे हे दुःख उधार घेण्यासारखेच आहे. मूर्ख व्यक्ती आणि त्यांची संपत्ती यांच्यात लवकरच ताटातूट होते.
>
> – थॉमस टसर, १६व्या शतकातील इंग्लिश शेतकरी आणि कवी

२०११च्या *US News & World Report*च्या बिझनेस स्कूल्स रॅन्किंगनुसार, टॉप १५मध्ये असलेली कॉलेजेस एमबीए प्रोग्रॅमची *प्रतिवर्षासाठी* ४०,९८३ ते ५३,२०८ डॉलर्स इतकी रक्कम घेतात. यात फी, यात शैक्षणिक कर्जावरील व्याज किंवा खाण्या-पिण्याचा खर्च समाविष्ट नसतो. अलीकडील गेल्या काही वर्षांत, ट्युशन-फीमध्ये दर वर्षी ५ ते १०% वाढ होत आहे.

'फॉर्च्युन'ला माहिती पुरवणाऱ्या जॉन ए बर्न यांनी २०११च्या शेवटी संकलित केलेल्या माहितीनुसार, पुढील आठ बिझनेस स्कूल्सचा ट्युशन फी, राहण्याचा खर्च आणि तुम्हाला त्या काळात नोकरी केली असता जो पगार मिळू शकला असता, तो असा एकूण खर्च ३,००,००० डॉलर्सवर जातो. त्या आठ युनिव्हर्सिटीज आहेत : हार्वर्ड, स्टॅन्फोर्ड, वॉर्टन, कोलंबिया, डार्टमाउथ, शिकागो, एमआयटी आणि नॉर्थवेस्टर्न. अनुक्रमे ३,४८,८०० व ३,५१,६६२ डॉलर्स इतक्या खर्चामुळे हार्वर्ड आणि स्टॅन्फोर्ड या यादीत अग्रस्थानी आहेत. हे आकडे शैक्षणिक कर्ज *घेण्याअगोदरचे* आहेत : यात २ ते ३% ओरिजिनेशन फीमध्ये आणि ६ ते १० टक्के उर्वरित कर्जावरील चक्रवाढ व्याज मिळवले, तर तुम्हाला उच्च श्रेणीतील बिझनेस स्कूलमध्ये दाखल होण्याची खरी किंमत कळेल!

ब्लूमबर्ग बिझनेस वीक आणि पे स्केल यांनी केलेल्या संशोधनातून असे दिसून येते की, साधारणपणे उच्च दर्जाच्या एमबीए प्रोग्रामची मिळकत त्या-त्या प्रोग्रामनुसार एकूण २.४ ते ३.८ दशलक्ष डॉलर्स इतकी असते. या आकड्यांनुसार, तुम्हाला तुमच्या उर्वरित

आयुष्याच्या ८ ते १० टक्के मिळकत या उच्च-श्रेणीतील बिझनेस स्कूलच्या दोन वर्षांतील अभ्यासासाठी खर्च करावी लागते.

अर्थात, जर तुम्हाला तिथे प्रवेश मिळाला, असे गृहीत धरले तर! टॉप बिझनेस स्कूल्समध्ये प्रवेश मिळणे अत्यंत जिकिरीचे आहे. त्यांच्या प्रतिष्ठेमुळे ते निवडीबाबत अत्यंत काटेकोर असतात. हे एक चक्र आहे. बिझनेस स्कूल्सची प्रतिष्ठा ही त्यांच्या विद्यार्थ्यांच्या यशावर ठरते. त्यामुळे, अशी बिझनेस स्कूल्स त्यांच्या अत्यंत कठीण अशा प्रवेश-प्रक्रियेमधून, केवळ अतिशय *बुद्धिमान आणि महत्त्वाकांक्षी* विद्यार्थ्यांनाच *प्रवेश देतात.* अशा बुद्धिमान व महत्त्वाकांक्षी विद्यार्थ्यांनी जरी एमबीए केले नाही, तरीही ते आयुष्यात यशस्वी होण्याची शक्यता असते. मात्र, एमबीए केल्यावर त्यांच्या यशाचे श्रेय आपोआपच बिझनेस स्कूल्सना मिळते.

जर तुम्हाला प्रवेश मिळाला, तर ही बिझनेस स्कूल्स तुम्हाला चांगली नोकरी मिळण्यासाठी जे जे करता येईल, ते ते ही बिझनेस स्कूल्स करतील; परंतु गोष्टी प्रत्यक्षात आणणे ही कायम *तुमचीच जबाबदारी* असेल. पदवी घेतल्यानंतरच्या वर्षांमध्ये जर तुम्ही उत्तम नोकरी मिळवली आणि यश मिळवले, तर तुमचा उदोउदो केला जातो. तुमचे नाव 'आदर्श विद्यार्थी' म्हणून जाहिरातीत वापरले जाते. पण जर दुर्दैवाने नोकरी नाही मिळाली किंवा अपयश आले, तर तुम्हाला मदत किंवा प्रसिद्धी काहीच मिळत नाही. तुम्हाला तुमच्या शैक्षणिक कर्जाचे हप्ते मात्र नियमित भरायचे असतात. मला अशा दुर्दैवी विद्यार्थ्यांबद्दल वाईट वाटते.

वार्टन स्कूल ऑफ बिझनेसमधून २००२ साली पदवी घेतलेले क्रिश्चियन सरेगा त्यांच्या वेबसाइटवर त्यांच्या एमबीएच्या अनुभवाबाबत लिहितात :

> *माझ्या प्रत्यक्ष अनुभवाने मला शिकवले, की प्रतिष्ठित एमबीए प्रोग्रामचा काही प्रमाणात फायदा होतो; पण त्यासाठी खूप मोठी किंमत मोजावी लागते. जर तुम्ही एखादा पूर्णवेळचा कोर्स करायचा विचार करत असाल, तर एक क्षण थांबून, ही जोखीम तुम्हाला घ्यायची आहे का, हे स्वतःला विचारा.*
>
> *बिझनेस स्कूल्स ही मोठी जोखीम आहे. जर तुम्ही प्रवेश घेतलात, तर तुम्ही १,२५,००० डॉलर्स त्यासाठी खर्च करणार, याची निश्चिती आहे. हा आकडा, तुम्हाला पुढील अनेक वर्षे दर महिन्याला जो १,५०० डॉलर्स इतका हप्ता भराल त्याच्याशी संबंधित आहे. तुम्ही पुढील दहा वर्षे एक दमडीपण साठवू शकणार नाही.*
>
> *जर तुम्हाला असे वाटत असेल की, या वंशावळीत सामील होण्यासाठी, त्या व्यावसायिक गटात समाविष्ट होण्यासाठी आणि दोन वर्षे खर्ची पडण्यासाठी ही रक्कम योग्य आहे, तर एमबीए तुमच्यासाठी योग्य आहे. जर तसे वाटत नसेल, तर कृपया तुम्ही दुसरे काहीतरी करा.*

एक शहाणपणाचा सल्ला देतो. जर तुम्हाला हे टाळायचे असेल, तर मुळात एमबीएला प्रवेशच घेऊ नका.

एमबीए तुम्हाला नक्की काय देते?

(What an MBA Will Actually Get you)

पाखंडीपणा हा वचने देताना कधीच कमी पडत नाही. कारण वचन पूर्ण करण्याची वेळ येते, तेव्हा त्याला काहीच किंमत मोजावी लागत नाही.

– एडमंड बर्क, राजकारणी आणि राजकीय विचारवंत

'बिझनेस स्कूल्सला जाण्याने काय मिळते? डोळ्याला दिसते, त्यापेक्षा कमीच यश पदरी पडते', असे स्टॅन्फोर्ड युनिव्हर्सिटीच्या जेफ्री पेफर आणि वॉशिंग्टन युनिव्हर्सिटीच्या क्रिस्टिना फॉन्ग यांच्या *ॲकडमी ऑफ मॅनेजमेन्ट लर्निंग ॲन्ड एज्युकेशनमध्ये* प्रसिद्ध झालेल्या एका निरीक्षणात म्हटले आहे. त्यांनी, ४० वर्षांच्या आकडेवारीचा अभ्यास केला. त्यात त्यांना आढळले की, बिझनेस स्कूल्स त्यांच्या पदवीधरांना जास्त यशस्वी बनवतात. त्यांचे गृहीतक अत्यंत स्पष्ट आणि सरळ होते :

> *जर एमबीएचे शिक्षण बिझनेस प्रशिक्षणासाठी उपयुक्त असेल, तर पुढील गोष्टी तर्कानुसार खऱ्या असाव्यात : (१) इतर बाबी समान असतील, तर एमबीएची डिग्री ही व्यावसायिक यश आणि यशप्राप्ती मोजण्याचे एक साधन समजले जावे, जसे की वेतन इत्यादी. (२) जर बिझनेस स्कूल्स त्यांच्या विद्यार्थ्यांना बिझनेस जगतात वावरण्यासाठी अधिक तयार आणि सक्षम करत असतील, तर एखाद्याला त्यातील किती ज्ञान मिळाले आहे किंवा किती प्रभुत्व मिळवले आहे, ते त्याच्या मार्कांवरून किंवा त्याला मिळालेल्या ग्रेड्सवरून समजून येईल. त्यावरून त्याला बिझनेसमध्ये किती यश मिळेल याचा अंदाज बांधता येईल.*

पेफर आणि फॉन्ग यांना अतिशय आश्चर्यजनक आणि धक्कादायक गोष्ट आढळली. बहुतेक बिझनेस स्कूल्स विद्यार्थ्यांच्या खिशातील पैसे गायब करण्याव्यतिरिक्त काहीच करत नाहीत :

> *बिझनेस स्कूल्स विशेष प्रभावकारक नसतात. एमबीए डिग्री किंवा त्यात मिळालेल्या ग्रेड्स यांचा व्यावसायिक यशाशी काही परस्परसंबंध नसतो, ज्यावरून खरे तर त्यांची कितपत तयारी करून घेतली गेली आहे, हे पाहिले जाते. मॅनेजमेन्ट स्कॉलरशिपचा व्यावसायिक संबंध लक्षात घेता, बिझनेस स्कूल्सच्या संशोधनाचा बिझनेसवर प्रत्यक्षात काही परिणाम होतो का, याबाबत ठोस पुरावा उपलब्ध नाही.*

पेफर आणि फॉन्ग यांच्या अभ्यासानुसार, तुम्ही फर्स्ट क्लास मिळवा, अथवा काठावर पास व्हा; काही फरक पडत नाही. त्यांच्या मते, एमबीए डिग्री मिळवण्याचा आणि दीर्घकालीन व्यावसायिक यशाचा अजिबात संबंध नसतो.

विशेष प्रसिद्ध नसलेल्या बिझनेस स्कूलमधून एमबीएची डिग्री घेतली, तरी तुम्हाला तिथे मिळालेले मार्क आणि नंतर मिळणारा पगार किंवा पद यांचा परस्परसंबंध असतोच असे नाही. खरे तर, मार्क ही तुमच्या ज्ञानाची मोजपट्टी समजली जाते; पण त्याचा व्यावसायिक यशाशी संबंध जोडणारे ठोस पुरावे नाहीत. या अभ्यासावरून आपण असे म्हणू शकतो की, वास्तवात एखादा बिझनेस चालण्यासाठी आवश्यक ज्ञान आणि प्रशिक्षण यांची एमबीए अभ्यासक्रमाशी सांगड घातली जात नाही.

ऐकण्यास थोडे कटू वाटेल; पण तुम्ही यशस्वी बिझनेसमन बनवण्याचा केवळ उद्देश असलेली एक डिग्री विकत घेता, तेदेखील काही लाख डॉलर्स खर्च करून.

जेव्हा एमबीए करूनही तुमच्या आर्थिक कमाईवर विशेष प्रभाव पडत नाही तेव्हा अधिक त्रास होतो. ही डिग्री मिळवण्यासाठी घेतलेले कर्ज फेडण्यासाठी तुम्हाला काही दशके ढोर मेहनत करावी लागते. क्रिश्चियन सरेगा, (वार्टन एमबीए) यांच्या मते, प्रतिष्ठित कॉलेजेसच्या यादीतील पहिल्या दहा एमबीए कोर्सचे वर्तमान निव्वळ मूल्य काढणे हे आर्थिक विश्लेषणाचे एक तंत्र आहे. या मूल्यावरून आपल्याला आर्थिक गुंतवणूक योग्य आहे का नाही, हे समजते. अशा कॉलेजेसमधील कोर्सेसचे निव्वळ वर्तमान मूल्य अंदाजे ५३,००० डॉलर इतके निगेटिव्ह होते, जे चांगले नाही. यात असे गृहीत धरले आहे की, एमबीएपूर्वी मिळू शकणारा ८५,००० डॉलर इतका वार्षिक पगार, एमबीएनंतर १,१५,००० डॉलर मिळेल (३५% वाढ होईल.) मार्जिनल टॅक्समध्ये वाढ होईल (जर तुमच्या नोकरीमुळे तुम्हाला मोठ्या शहरात राहणे भाग असेल, तर तो टॅक्स तुम्ही भराल) आणि अपॉर्च्युनिटी कॉस्टमध्ये (संधीचे मूल्य) ७% सूट मिळेल (बिझनेस स्कूलला ॲडमिशन घेतल्यामुळे ज्या इतर गुंतवणुकीच्या अपॉर्च्युनिटिज किंवा संधी तुम्ही सोडल्या असतील). सोप्या भाषेत सांगायचे झाले तर, बिझनेस स्कूल्स जे तंत्र शिकवतात, तेच तंत्र वापरून सरेगा यांनी सिद्ध केले की, उच्च श्रेणीच्या बिझनेस स्कूलमध्ये प्रवेश घेणे हा एक चुकीचा आर्थिक निर्णय होय.

सरेगा यांची गृहीतके बरोबर असतील असे गृहीत धरल्यास, तुमच्या गुंतवणुकीचा *ब्रेक इव्हन* यायला १२ वर्षे नक्कीच लागतील, तेदेखील सर्व तुमच्या योजनेनुसार घडत गेले, तरच. जर तुम्ही पदवी मिळवताना जॉब मार्केट अनुकूल नसेल, तर तुमची वाटच लागली समजा.

बिझनेस स्कूल्स आली कुठून?

(Where Business Schools Came From)

हे एक मोठं आश्चर्यच म्हणावे लागेल की, शिकवण्याच्या आधुनिक पद्धतींनी प्रश्न विचारण्याच्या कुतूहलाचा अद्याप गळा घोटलेला नाही.

– अल्बर्ट आईन्स्टाईन, नोबेल पारितोषिकविजेते भौतिकशास्त्रज्ञ

एमबीए केल्याने विद्यार्थ्यांना जास्त यश मिळत नाही. कारण, काम करण्यासाठी आवश्यक अशा फार कमी गोष्टी त्यांना शिकवल्या जातात. पेफर आणि फॉन्ग यांनी त्यांच्या शोधनिबंधात म्हटले आहे :

अनेक पुरावे असे सुचवितात की, बिझनेस स्कूल्समध्ये शिकवल्या जाणाऱ्या अभ्यासक्रमाचा बिझनेसमध्ये यशस्वी होण्यासाठी फारच थोडा उपयोग होतो. बिझनेसमध्ये आवश्यक कौशल्ये आणि एमबीएचा अभ्यासक्रम यात थोडा जरी काही संबंध असेल, तर एमबीएच्या त्या विषयावरील प्रभुत्व नसण्याचा परिणाम विद्यार्थ्यांच्या करिअरवरून समजेल.

जर तुम्ही कोणत्याही बिझनेस स्कूलचा अभ्यासक्रम पाहिलात, तर तुम्हाला लक्षात येईल की, विद्यार्थ्यांना देऊ केल्या जाणाऱ्या गोष्टींमध्ये काही गोष्टी गृहीत धरलेल्या लक्षात आहेत : तुम्ही एखाद्या मोठ्या औद्योगिक उत्पादन कंपनीमध्ये किंवा रिटेल बिझनेसमध्ये सी–लेव्हल एक्झिक्युटिव्ह बनाल किंवा कन्सल्टंट बनाल, किंवा कॉर्पोरेट अकाउन्टंट बनाल किंवा इन्व्हेस्टमेन्ट बँकमध्ये फायनान्सर बनाल. त्यासाठी, तो अभ्यासक्रम तुम्हाला भरगच्च कार्यक्रमात गुंतवून ठेवतो किंवा सॉफिस्टिकेटेड ॲनालिसिसमध्ये गुंतवून ठेवतो. पण खरेखुरे बिझनेसमध्ये असलेले लोक जे काम करतात, त्यांच्यापैकी ९९% अतिशय महत्त्वाच्या असलेल्या कामांपैकी काहीही तुमच्याकडून करून घेतले जात नाही.

कॉलेज आणि उद्योगजगत यामधील अंतर तुम्हाला तेव्हा जाणवते, जेव्हा शिकलेली तत्त्वे, संकल्पना आणि तंत्रे कोणत्या वेगळ्याच विश्वासाठी बनवली आहेत, असे तुम्हाला वाटते. १९व्या शतकाच्या अखेरीस, औद्योगिक क्रांतीच्या दरम्यान, बिझनेस स्कूल्स भराभर उदयाला आली. सुरुवातीला एमबीए कोर्सचा हेतू मॅनेजर्सना शास्त्रीयदृष्ट्या प्रशिक्षित करणे हा होता, जेणेकरून मोठे उद्योग अधिक चांगल्या रीतीने चालतील.

फ्रेडरिक विन्स्लो टेलर हे 'सायन्टिफिक मॅनेजमेन्ट'चे जनक मानले जातात. सायंटिफिक मॅनेजमेन्टमधील तंत्रे ही मॉडर्न मॅनेजमेन्टचा पाया आहेत. या तंत्राचा उपयोग कामासाठी लागणाऱ्या सरासरी वेळातील काही सेकंद वाचवण्यासाठी केला जातो. उदा. ट्रेनमध्ये लोखंड चढवण्यासाठी लागणाऱ्या सरासरी वेळातील काही सेकंद वाचवण्यासाठी स्टॉपवॉचचा वापर करण्यात आला. यावरून तुम्हाला साधारण कल्पना येईल की, बिझनेस स्कूल्सच्या मॅनेजमेन्ट कोर्सची मानसिकता काय असते.

मॅनेजमेन्ट म्हणजेच 'व्यवस्थापनशास्त्र' हे लोकांनी नक्की काय काम करावे आणि जलदगतीने कसे करावे हे सांगण्यासाठी असते, असे समजले जाते. व्यवस्थापनशास्त्राच्या तत्त्वज्ञानाचे शिल्पकार होते – इवान पाव्लोव आणि बी. एफ. स्कीनर, यांना विश्वास होता की, जर तुम्हाला लोकांसाठी स्फूर्तिदायक काय आहे हे अचूक शोधता आले, तर लोक तुम्हाला हवे तसे तुमच्या इच्छेनुसार काम करतील. कर्मचाऱ्यांची वागणूक, पगार, बोनस, स्टॉक ऑप्शन्स वगैरेंवर प्रभाव पाडण्यासाठी आर्थिक बक्षीस देण्याचा प्रसार होण्यासाठी हीच मानसिकता कारणीभूत ठरली; व ती व्यावसायिकांना बिझनेस प्रोफेशनल्सना उत्तेजन देण्यासाठी आणि मॅनेजर्सना कॉर्पोरेट भागधारकांच्या लाभार्थ काम करण्यास प्रवृत्त करण्यासाठी उपयोगात आणली गेली.

प्रत्यक्ष जगात, अशा प्रकारे दिलेली थेट बक्षिसे (इन्सेन्टिव्ह्ज) ही बहुतांशी कर्मचाऱ्यांच्या कामावर, उत्तेजनावर आणि कामातील समाधानावर विपरीत परिणाम करतात. माणूस कसा काम करतो याबद्दल अधिक उपयुक्त सिध्दान्त आहेत. तरीही अद्याप, एमबीएच्या वर्गांत अजून प्रभावी आणि प्रोत्साहनकारक गोष्टी शोधल्या जात आहेत.

वितरणाच्या शोधात

(In Search of Distribution)

कोणतेही तंत्र, कितीही योग्य आणि आवश्यक असले तरी, जेव्हा ते मनाला ग्रासून टाकते, तेव्हा तो रोगच असतो.

– ब्रूस ली, जगप्रसिद्ध मार्शल आर्टिस्ट

मार्केटिंग म्हणजेच 'विपणन' हे प्रचंड महागड्या उत्पादनप्रणालीचे काम अव्याहत सुरू ठेवण्यासाठी मालाचा पुरवठा वाढवण्याचे एक तंत्र होते. विसाव्या शतकात रेडिओ आणि टेलिव्हिजनच्या वाढत्या वापराबरोबर, एकाच वेळी देशभरातील लाखो लोकांसाठी जाहिरात करणे शक्य झाले. याचा परिणाम म्हणून, देशातील ब्रॅन्ड आणि किरकोळ व्यापाऱ्यांचा मार्ग खुला झाला. जाहिरातींमुळे मालाला मागणी वाढली व अधिक माल वितरित केला जाऊ लागला. त्यामुळे विक्रीमध्ये वाढ झाली आणि जाहिरातीवरील खर्चामध्येही वाढ होऊन हे चक्र चालू लागले. साधारण एका दशकानंतर, आपोआप येणाऱ्या माहितीचा वापर करून सक्षमता वाढवण्याची प्रक्रिया सुरू झाली. परिणामी, प्रत्येक उद्योगामध्ये काही प्रबळ अश्वमेधांचा उदय झाला. बाजारपेठेतील हिस्सा कसा काबीज करायचा आणि लहान-लहान कंपन्यांचे जास्तीतजास्त विलीनीकरण कसे करायचे, प्रत्येक विलीनीकरणाबरोबर वित्तीय अधिभाग वाढून भव्य कंपन्या कशा तयार करायच्या या कल्पनेने बिझनेस स्कूल्सना झपाटून टाकले.

उद्योजकांसाठी, उद्योगप्रक्रियेमध्ये 'व्हेंचर कॅपिटल' हा एक निकडीचा भाग होऊन बसला. अन्यथा, तुम्ही एखादा कारखाना किंवा राष्ट्रीय पातळीवरील ब्रॅन्ड कमीतकमी

वर्षांत कसा उभा करणार? उत्पादनामध्ये 'इकॉनॉमिक्स ऑफ स्केल' म्हणजे मोठ्या कंपन्या लहान-लहान स्पर्धकांना त्यांच्यासारखीच उत्पादने कमी किमतीत उपलब्ध करून त्यांच्यावर मात करतात. गुंतवणूकदारांना त्यांच्या पैशांवर लवकरात लवकर अधिक मोबदला हवा होता. अशा गुंतवणूकदारांसाठी त्यांनी सारासार विचार न करता, कमी वेळात अधिकाधिक नफा देणारे बिझनेस प्लॅन्स तयार केले. टिकून राहतील व वाढू शकतील असे बिझनेस संपादित करून संचय आणि एकत्रीकरणाच्या नावाखाली आणले गेले. हे सर्व घडते बिझनेस स्कूल्सच्या कृपेने! अशा अवाढव्य आणि गुंतागुंतीच्या उद्योगांना एकत्र आणण्यातील अघोरीपणाकडे दुर्लक्ष केले गेले. त्यामुळे मोठ्या विलीनीकरणात सामील झालेल्या कंपन्या अधोगतीच्या मार्गाला लागल्या.

आगीशी खेळ

(Playing with Fire)

फॉर्म्युले सांगणाऱ्या महाभागांपासून सावधान!
– वॉरन बफे, 'बर्कशायर हॅथवे'चे चेअरमन आणि सीईओ. तसेच जगातील सर्वांत श्रीमंत व्यक्तींपैकी एक.

दरम्यानच्या काळात, अर्थव्यवस्था हळूहळू गुंतागुंतीची होत होती. २०व्या शतकाच्या अगोदर, हिशेब आणि अर्थव्यवस्था हे सामान्य व्यवहारज्ञानाचा भाग होते आणि सोपे अंकगणित होते. डबल एन्ट्री अकाउन्टिंगच्या वाढत्या प्रसारामुळे (जो तेराव्या शतकाचा शोध होता) अनेक फायदे झाले, जसे की, अधिक अचूकता आली आणि चोरीसारख्या विसंगती लक्षात येऊ लागल्या.

त्यासोबतच, संख्याशास्त्रामुळे विश्लेषणाची क्षमता वाढली. पण त्यासाठी शून्यमनस्कता आणि कोणाच्या नकळत आकड्यांमध्ये गडबड करण्याची किंमत मोजावी लागत होती. काही काळाने विश्लेषणासाठी व भविष्यकाळातील अंदाज बांधण्यासाठी मॅनेजर्स व एक्झिक्युटिव्ह्ज संख्याशास्त्राचाच वापर करू लागले. पूर्वीचे लोक ज्याप्रमाणे चहाच्या पानांचा आणि मेंढ्यांच्या आवकीचा हिशोबात वापर करत, त्याप्रमाणे हे आता त्यांच्या डेटाबेसवर आणि स्प्रेडशीट्सवर विसंबून राहू लागले. जगात मुळातच अनिश्चितता आहे. पूर्वीच्या काळाप्रमाणेच, काही खाणाखुणा केवळ सत्य बोलणाऱ्याच्या मनातील इच्छा/विनंती/ओढ दर्शवतात.

संख्याशास्त्रातील मॉडेल्सचा वापर सुरूच राहिला आणि आर्थिक व्यवहारांमधील गुंतागुंत वाढू लागली. हळूहळू त्यांचा वापर कसा करायचा हे समजू लागले व त्यांच्या मर्यादाही लक्षात येऊ लागल्या. फेब्रुवारी २००९मध्ये, *वायर्डमधील रेसिपी फॉर डिझास्टर : द फॉर्म्युला दॅट किल्ड वॉल स्ट्रीट* या लेखात असे नमूद केले आहे की, ब्लॅक शोल्स ऑप्शन प्रायसिंग मॉडेल, द गॉसियन कोप्युला फंक्शन आणि कॅपिटल असेट प्रायसिंग

मॉडेल (CAPM) अशा आदर्श मानल्या जाणाऱ्या आर्थिक सूत्रांमध्ये मुळातच असलेल्या त्रुटींचा २००० सालच्या टेक्निकल बुडबुड्यांमध्ये मोठा हातभार आहे, तसेच २००८च्या आर्थिक मंदीमुळे घसरलेल्या गृहनिर्माण आणि डेरिवेटिव्ह्ज बाजाराच्या पतनामागेही तेच कारण आहे.

किचकट आर्थिक फॉर्म्युले कसे वापरायचे हे शिकणे आणि एखादा बिझनेस चालवणे, या दोन वेगळ्या गोष्टी आहेत. *मूल्यनिर्मिती करण्यासाठी आणि ती ग्राहकाला पोहोचवण्यासाठी मुळात बिझनेस काय करतात,* हे समजून घेणे आवश्यक आहे. परंतु अनेक बिझनेस स्कूल्सनी त्यांच्या अभ्यासक्रमामध्ये आर्थिक आणि संख्यात्मक विश्लेषणाला जास्त महत्त्व दिले व मूल्यनिर्मितीला अजिबात महत्त्व दिले नाही. वरिष्ठ पत्रकार नोएम स्काइबर यांनी त्यांच्या 'अप्पर मिसमॅनेजमेन्ट' या पुस्तकात, अमेरिकेतील उद्योगांच्या अधोगतीची कारणे शोधण्याचा प्रयत्न केला आहे :

> *१९६५पासून, उच्च दर्जाच्या बिझनेस स्कूल्समधून पदवी घेऊन सल्ला आणि आर्थिक सुविधा देणाऱ्या कंपन्यांमध्ये जाणाऱ्या पदवीधारकांचे प्रमाण १/३ वरून २/३ इतके वाढले आहे. दरम्यान, यातील काही सल्लागार आणि अर्थतज्ज्ञ शेवटी उत्पादन क्षेत्रातच जातात. काही अंशी हीच मोठी समस्या आहे. जनरल मोटर्सचे(GMs) अलीकडच्या दशकातील काही वरिष्ठ अधिकारी हे ऑपरेशन्स नव्हे; तर फायनान्सची पार्श्वभूमी असलेल्या क्षेत्रातील होते. (GMsचे मावळते सीईओ फ्रिट्ज हेन्डरसन आणि त्यांच्या आधीचे अयशस्वी झालेले रिक वॅग्नर (Rick Wagoner), दोघेही कंपनीच्या खजिनदार विभागातून वर चढत-चढत तिथेपर्यंत पोहोचल्याच्या बढाया मारत होते. पण, हे अधिकारी नेहमी उच्च-दर्जाचे उत्पादन कमी खर्चात व्हावे यासाठी जे संशोधन व्हायला हवे व उपक्रम व्हायला हवेत, त्याबाबत संवेदनाशून्य होते.*

तुम्हाला बिझनेसमधील अल्पकालीन नफ्याचे आकडे आकर्षक दिसायला हवे असतील, तर प्रक्रियेतील सुधारणांना बगल देणे सोपे आहे, जरी त्या सुधारणा दीर्घकालीन टिकावासाठी आवश्यक असतात. एमबीए झालेल्या एक्झिक्युटिव्ह्जनी बिझनेससाठी आवश्यक असलेल्या व्यवहार्य गोष्टींकडे सपशेल दुर्लक्ष केले. त्यामुळे आतापर्यंत व्यवहार्य असलेल्या कंपन्यांची अवस्था 'प्रत्येक समभागाची तिमाही मिळकत' या नावाखाली अधिक तणावपूर्ण करून ठेवली.

दरम्यान, पत म्हणून जे मोठ्या रकमांचे कर्ज घेण्याची पद्धत फोफावते आहे, या पद्धतीमुळे अधिक मोठ्या कंपन्या निर्माण झाल्या व त्यांच्यावर प्रचंड बंधने होती. तरी त्यामुळे कंपन्यांना त्याहून जास्त प्रचंड मोठ्या प्रमाणावर बंधन आले ज्यामुळे परताव्यामध्ये वाढ झाली. पण त्यामुळे, त्या कंपन्या थोडी जरी आर्थिक मंदी आली, तरी प्रचंड अस्थिर होऊ लागल्या. पतखरेदीचे डावपेच अनेक बिझनेस स्कूल्सच्या वर्गांमध्ये शिकवले जातात. एखादी कंपनी विकत घेणे, कर्जाऊ रक्कम घेऊन प्रचंड मोठा आर्थिक विस्तार करणे, त्यानंतर तो उद्योग जास्त किमतीला दुसऱ्या कंपनीला विकणे यामुळे स्व-बळावर चालू राहण्याची

ताकद असलेल्या कंपन्या राक्षसी कर्जात बुडाल्या आणि सततच्या बदलत्या अशाश्वत मालकीमुळे आर्थिक बाजार संगीतखुर्चीचा खेळ बनला.

जेव्हा 'दूरदर्शित्वाच्या आणि दीर्घकालीन मूल्यनिर्मितीच्या नावाखाली आर्थिक जादूची छडी फिरवली जाते' आणि 'अल्प मुदतीचे परतावे' दिले जातात, तेव्हा ग्राहक आणि कर्मचारी यांचे नुकसान होते. जर यात कोणाचा फायदा होत असेल, तर तो फक्त एमबीए झालेल्या एक्झिक्युटिव्ह लेव्हलच्या अर्थतज्ज्ञ, भांडवलदार आणि फंड मॅनेजर्सचा होतो. हे लोक जे शेकडो कोटी डॉलर्स मानधनाच्या आणि पगाराच्या रूपात घेतात आणि व्यवहार्य असलेल्या कंपन्यांचा, त्यातील शेकडो नोकऱ्यांचा व लक्षावधी डॉलर्सच्या मूल्याचा विध्वंस करतात.

उद्योग-व्यवसाय हे कायदेशीर फसवणुकीचे साधन नसून मूल्यनिर्मितीचे आणि ती ग्राहकाला देण्याचे एक साधन आहे. दुर्दैवाने, एमबीएमध्ये पहिली गोष्ट शिकण्यावरच जास्त भर दिला जातो.

बदलण्याची आवश्यकता नाही

(No Reason to Change)

शाळा आपल्याला 'शिकण्याची गरज' शिकवतात.
– इवान इलिच, पाद्री आणि शिक्षण समीक्षक

जग सातत्याने बदलत आहे; पण बिझनेस स्कूल्स मात्र त्यासोबत बदलत नाहीयेत. इन्टरनेटच्या वाढत्या प्रसाराबरोबर आणि नवनवीन तंत्रज्ञानाच्या उपलब्धीबरोबर, यशस्वी बिझनेस स्कूल्स संकुचित होत चालली आहेत. ती उभी करण्यासाठी आता कमी भांडवल लागते, कमी खर्च येतो आणि कमी कर्मचारी लागतात. अमेरिकेच्या लघुउद्योग संघटनेनुसार, लघुउद्योगांचे प्रमाण हे अमेरिकेतील रोजगार देऊ शकणाऱ्या सर्व उद्योगांच्या ९९.७% आहे. या उद्योगांमध्ये अमेरिकेतील खासगी उद्योगक्षेत्रातील ५०% लोक काम करतात. गेल्या १५ वर्षांत त्यांनी ६४% इतक्या रोजगाराच्या नव्या संधी उपलब्ध केल्या आहेत आणि ते अमेरिकेच्या शेतीव्यतिरिक्तच्या जीडीपीच्या ५०% आहेत. तेथील एमबीएच्या अभ्यासक्रमांकडे पाहिल्यास तुम्हाला याची कल्पनाही येणार नाही. आताच्या निकषानुसार, असे वाटते की, एमबीए प्रोग्राम्स केवळ मोठ्या उद्योगांनाच व्यवस्थापनाची गरज असते असे समजतात; पण तसे नसते.

आता मोठ्या प्रमाणावर जाहिराती करूनही नफ्यात वाढ होत नाही. इन्व्हेन्टरी हा प्रकार आता विशेष अस्तित्वात नाही आणि असलाच, तर तो खूप लहान प्रमाणात आहे. आपल्या अस्तित्वासाठी बिझनेस इतर गोष्टींवर अवलंबून असतात आणि बाजारपेठेतील बदलांशी पटकन जुळवून घेतात. आजकाल बिझनेस वेग, लवचीकता आणि कल्पकता या वैशिष्ट्यांवर जास्त विश्वास ठेवतात. जी वैशिष्ट्ये अवगत करण्यासाठी आणि जपण्यासाठी

गेली काही दशके मोठे उद्योगसमूह धडपड करत आहेत, ती वैशिष्ट्ये बिझनेस स्कूल्स त्यांच्या क्लासरूममध्ये शिकवण्यासाठी धडपड करत आहेत.

वाढत्या मागणीमुळे एक्झिक्युटिव्हज अल्पमुदतीच्या मिळकतीच्या मागे धावत आहेत. असे करताना, त्यांचे दीर्घकालीन स्थैर्याकडे दुर्लक्ष होत आहे. यामुळे जेव्हा अनपेक्षित गोष्टी किंवा घटना घडतात, तेव्हा नोकर-कपात आणि खर्च-कपातीची लाट येते. त्याच वेळी, अधिकाधिक कर्मचारी त्यांच्या कामामध्ये स्वायत्तता, लवचीकता आणि स्थैर्य शोधत असतात आणि तेदेखील या गोष्टी पारंपरिक औद्योगिक नोकरीच्या परिघाबाहेर शोधत असतात. मुळात, तुम्ही तुमच्यासाठी काम करण्याची इच्छाच नसलेल्या माणसांचे व्यवस्थापन कसे करणार?

एमबीए कोर्सेस तग धरण्यासाठी धडपडत आहेत. पण अजूनही ते कालबाह्य, दिशाभूल करणारे आणि कधीकधी चुकीचे सिध्दान्तही शिकवत आहेत. तरीही, ते याहून काही वेगळे करतील, अशी अपेक्षा करू नका. जर हे एमबीए कोर्स प्रतिष्ठेची बाब बनले आहेत आणि त्यांना इतकी मागणी आहे, तर का फिकीर करा? जोवर त्यांच्याकडे विद्यार्थ्यांचा ओघ सुरू आहे, तोवर ते आपला सूर बदलणार नाहीत.

बिझनेस स्कूल्सचा एकमेव फायदा

(The Single Benefit of Business Schools)

ज्या समस्यांची उत्तरे या संस्थांकडे आहेत, त्या संस्था या समस्या जपून ठेवण्याचे काम करतील.

– क्ले शर्की, एनवाययूचे प्रोफेसर आणि *हियर कम्स एव्हरीबडी* व *कॉग्निटिव्ह सरप्लस* या पुस्तकांचे लेखक

बिझनेस स्कूल्सचा एकमेव फायदा म्हणजे; ते बिझनेसमधील *फॉर्च्युन* 500 कंपन्या, सल्लागार कंपन्या, मोठ्या अकाउन्टिंग कंपन्या आणि गुंतवणूकदार बँकांना थेट कॉलेजमधून आणि माजी विद्यार्थ्यांच्या नेटवर्कमधून कर्मचारी पुरवितात. एखाद्या उच्च दर्जाच्या बिझनेस स्कूलमधून पदवीधर झाल्यावर, तुम्हाला अशा कंपनीसाठी, फर्मसाठी किंवा बँकसाठी काम करणाऱ्या; म्हणजेच त्यांना मनुष्यबळ पुरविणाऱ्या रिक्रुटरकडे इन्टरव्ह्यू देणे सहज शक्य होते. याचा परिणाम पदवी मिळाल्या-मिळाल्या जास्त जाणवतो व तीन ते पाच वर्षांत कमी होतो. त्यानंतर, तुम्ही तुमच्या बळावर प्रयत्न करत असता. हायरिंग मॅनेजर्स; म्हणजेच नेमणूक करणारे अधिकारी, तुम्ही कोणत्या बिझनेस स्कूलमध्ये गेला होतात याची काही विशेष दखल घेत नाहीत. तर, ते तुम्ही आतापर्यंत काय कामगिरी केली आहे, हे विचारात घेतात.

नेमणूक अधिकारी साधारणपणे एमबीए प्रोग्रॅमकडे इन्टरव्ह्यूला कोणाकोणाला बोलवायचे यासाठीची एक 'चाळणी' म्हणून त्याकडे पाहतात. एचआर मॅनेजर खूप

व्यग्र असतात आणि प्रत्येक विद्यार्थी आधीच एका चाळणीतून आलेला असल्याने निवडप्रक्रियेमध्ये त्यांचा अजून वेळ ते खर्च करण्याची शक्यता कमी असते. एमबीए प्रोग्रॅम्समधून डायरेक्ट निवड करतानाही, उमेदवार कसोटीस नाही उतरला तर ते तुम्हाला गोड शब्दांत नकार देऊ शकतात, ''काय झाले ते माहीत नाही. खरे तर हार्वर्ड बिझनेस स्कूलमधून पदवी घेतली आहे!''

एमबीएसाठी प्रवेश देताना लावलेली निवडचाळणी ही खरी असते आणि तुम्हाला स्व-बळावर पार करणे अवघड असते. जर तुम्ही मॅनेजमेन्ट कन्सल्टंट, इन्टरनॅशनल फायनान्सर किंवा *फोर्च्युन* 500 कंपन्या मागे लागतील, असा उमेदवार व्हायचे मनात पक्के ठरवले असेल, तर तुम्हाला अशा मुलाखतीसाठी १,५०,००० डॉलर्स मोजावे लागतील. म्हणून, एमबीए करण्याआधी पुनश्च विचार करा. जर तुम्ही हाच मार्ग निवडलात, तर तुम्ही आयुष्यभर पुरेल असे कर्ज घेत आहात. नंतर निर्णय बदलणे अवघड होऊन बसेल.

जर तुम्हाला स्वतःसाठी काम करण्याची आवड असेल किंवा आयुष्य जगता जगता आनंद देईल अशी नोकरी करायची असेल, तर एमबीए करणे हा पैशांचा आणि वेळेचा अपव्यय आहे. फेफर म्हणतात, ''जर तुम्ही इथे प्रवेश मिळवू शकत आहात, तर आयुष्यात चांगले काही करण्याइतकी उपजत बुद्धी तुमच्यामध्ये नक्कीच आहे.''

मी देणेकरी, मी देणेकरी – मी करतो नोकरी

(I Owe, I Owe - It's Off to Work I Go)

जर यात यश नाही मिळाले, तर तुम्हाला अपेक्षित जागी
तुम्ही आहात का?
– लुईस ले'एमूर, लेखक आणि इतिहासकार

असे समजू की, पुढे जाऊन तुम्ही एमबीए केलेत. जर तुम्ही 'नशीबवान'असाल, तर एखाद्या मोठ्या फायनान्शियल सर्व्हिस किंवा कन्सल्टिंग फर्ममध्ये तुमची निवड होऊ शकेल आणि ज्यामुळे तुम्हाला दिवसाला १२ तास काम करण्याची संधी आणि वर्षाला अंदाजे १,००,००० डॉलर्स कमवण्याचे अहोभाग्य मिळेल. ही रक्कम खरंच चांगली आहे; पण कामाचा ताणही खूप जास्त असेल. तुम्हाला तुमची नोकरी आवडत नसली, तरीही जर तुम्हाला तुमचे शैक्षणिक कर्ज फेडायचे असेल आणि तुमची ही गुंतवणूक कशी योग्य आहे हे दाखवून द्यायचे असेल, तर तुम्हाला अशा नोकरीत बळेच काम करावे लागेल.

अभिनंदन! तुम्ही तुमची हुशारी आणि इच्छाशक्ती वापरून स्वतःला आयुष्यभरासाठी नोकर बनवण्याचा करार केला आहे.

तुम्ही जर उत्तम काम कराल, तर तुम्ही एक्झिक्युटिव्ह व्हाल. तुम्हाला पगारवाढ मिळेल, आणि आठवड्याला १०० तास काम करायचा विशेषाधिकार मिळेल. पण, या

मेहनतीचे फळ तुम्हाला एकट्याला चाखावे लागले, तर त्याचे वाईट वाटून घेऊ नका. वरिष्ठ एक्झिक्युटिव्ह्जच्या कौटुंबिक वादांचे आणि घटस्फोटांचे प्रमाणही मोठे आहे. म्हणतात ना, 'कुछ पाने के लिए कुछ खोना पडता हैं।'

जर तुम्ही इतके 'भाग्यवान' नसाल, तर तुम्हाला एमबीए न करता जितका पगार मिळाला असता, त्याहून थोडा जास्त पगार असलेली नोकरी मिळेल. जर पदवीधर झाल्यावर नोकऱ्यांची चणचण असेल, तर अजूनच वाईट. कारण, आता डोक्यावर हजारो डॉलर्सचे कर्जही असेल आणि हातात नोकरी नसेल!

कोणासाठी दयामाया न दाखवणारा हा नोकऱ्यांचा बाजार विद्यार्थ्यांचे शैक्षणिक कर्जही कसे माफ करेल? अमेरिकेमध्ये विद्यार्थ्याने दिवाळखोरी जाहीर केली तरीही, त्याचे शैक्षणिक कर्ज माफ केले जाऊ शकत नाही. तुम्ही आयुष्य कसेही तारून न्या, तुमचे शैक्षणिक कर्ज तुमची सोबत करतेच आणि तुमचा फोन कर्जवसुली एजंट्सच्या कॉल्सनी खणखणत राहतो.

आयुष्याची वाट लावण्याचा सोपा मार्ग म्हणजे खूप मोठे कर्ज घेणे. मी याहून अधिक सोप्या भाषेत सांगू शकत नाही. लोक आयुष्याची अनेक दशके नोकरी करण्यात खर्च करतात. याचे मूळ कारण म्हणजे त्यांना त्यांची देणी फेडायची असतात. अशा तऱ्हेने येणारा आर्थिक ताण नातेसंबंधांवर परिणाम करतो, तुमच्या आरोग्याला धोका निर्माण करतो आणि तुमचे मानसिक आरोग्यही संकटात टाकतो. खरेच, अशी नोकरी मिळवणे इतके महत्त्वाचे आहे का?

डोक्यावर कर्जाचे डोंगर उचलायचे आणि ते कर्ज फेडण्यासाठी आवश्यक असा पगारही न देणारी एमबीएची डिग्री घ्यायची, ही काही फायदेशीर गुंतवणूक नव्हे. विवेकशून्य लोकांना अडकवण्याचा तो एक सापळा आहे.

अधिक चांगला मार्ग

(A Better Way)

शिक्षकांनाच शिकवले पाहिजे. पण, जे शिकवतील, त्यांनी आधी स्वतःला शिक्षित केले पाहिजे आणि मी त्यांच्यासाठी लिहितो.

– फ्रेडरिक नीत्शे, तत्त्ववेत्ता आणि *द विल टू पॉवर* आणि *दस स्पोक झरथुष्ट्र* या पुस्तकांचे लेखक

सुदैवाने, 'तुम्ही काय आणि कसे शिकावे' याची निवड तुम्ही स्वतः करू शकता. अशी निवड, जी तुम्हाला एमबीए पदवीधरापेक्षा *जास्त* यशस्वी करू शकते आणि तुमचे हजारो डॉलर्सदेखील वाचवू शकते. बिझनेसची मूलतत्त्वे शिकण्यात आणि तुमचे स्वतःचे नेटवर्क उभे करण्यात तुमचा शैक्षणिक खर्च एका झटक्यात वसूल होईल. तुम्ही कधी वापराल का नाही याचीही शाश्वती नसलेले कालबाह्य झालेले सिद्धान्त शिकण्यात

तुमचा वेळ आणि तुमचा कष्टाचा पैसा वाया घालवण्यापेक्षा, यशस्वी होण्यासाठी नक्की काय आवश्यक आहे हे शिकण्यात तुम्ही तुमचा वेळ घालावलात, तर ते जास्त चांगले होईल.

जर तुम्ही उच्च दर्जाच्या बिझनेस स्कूलमध्ये प्रवेश मिळवण्याइतके बुद्धिमान आहात, तर एमबीए केल्यावर यशस्वी होण्यासाठी जे जे प्रयत्न कराल, तेच प्रयत्न हे पुस्तक वाचून करा. तो सर्वोत्तम निर्णय असेल.

तुम्ही या पुस्तकात नक्की काय शिकाल?

(What You' ll Learn in This Book)

> तुम्ही जेव्हा एखाद्या विषयाचा अभ्यास करू लागता, तेव्हा तुम्हाला अगणित गोष्टी लक्षात ठेवाव्या लागतात. तसे करू नका. तुम्हाला मूळ तत्त्वे माहीत असणे आवश्यक आहे. त्या विषयावर अधिराज्य करणारी अशी साधारण तीन ते बारा मूळ तत्त्वे आहेत. तुम्हाला ज्या लक्षावधी गोष्टी स्मरणात ठेवाव्या लागतात त्या म्हणजे याच मूलतत्त्वांचे विविध संयोग असतात.
>
> – जॉन टी. रीड, रिअल इस्टेट इन्व्हेस्टमेन्ट एक्स्पर्ट आणि *सक्सीडिंग* या पुस्तकाचे लेखक

तुम्हाला बिझनेसमध्ये सर्वसाधारणपणे वापरली जाणारी तत्त्वे आणि पद्धती यांच्याबद्दल जितक्या सोप्या आणि प्रभावी पद्धतीने सांगता येईल तितके सांगणे, हाच या पुस्तकामागचा उद्देश आहे.

उद्योग कसा चालतो? अंदाजे सांगायचे झाले तर, एक यशस्वी उद्योग पुढील गोष्टी देतात : (१) काही मूल्यवान गोष्टी (२) जी इतरांना गरजेची किंवा निकडीची असतात (३) ज्यासाठी ते काही किंमत मोजायला तयार असतात, ज्यामुळे (४) ग्राहकाच्या गरजांचे किंवा निकडीचे समाधान होते, त्यामुळे (५) उद्योग चालविणाऱ्याला पुरेसा फायदा होऊन तो उद्योग चालविणे फायदेशीर असल्याने तो चालू ठेवावा असे त्याला वाटेल. पुस्तकातील प्रकरण क्रमांक १ ते ५ या प्रकरणांमधील संकल्पना प्रत्येक उद्योग कसा चालतो आणि त्याचे परिणाम कसे सुधारता येतील, याबाबत माहिती देतात.

लोक कसे काम करतात? प्रत्येक उद्योग हा लोकांनी अस्तित्वात आणलेला असतो आणि इतर लोकांना फायदा झाल्याने तो टिकून राहतो. उद्योग चालतात कसे, हे समजून घेण्यासाठी आधी तुम्हाला लोक निर्णय कसे घेतात, त्यावर अंमल कसा करतात आणि इतरांशी संवाद कसा साधतात हे समजून घेतले पाहिजे. या पुस्तकातील प्रकरण क्रमांक ६ ते ८ ही प्रकरणे तुम्हाला मानसशास्त्राच्या काही संकल्पनांची ओळख करून देतात. यामध्ये,

मानवी मन जगाला कशा प्रकारे समजून घेते, व अधिक परिणामकारकरीत्या चांगले काम कसे करू शकेल, व त्याचबरोबर व्यावसायिक संबंध कसे निर्माण करू शकेल, याबाबत सांगतात.

प्रणालींचे काम कसे चालते? सिस्टीम्स; म्हणजेच प्रणाली. उद्योग म्हणजे गुंतागुंतीच्या प्रणाली असतात. त्यात अनेक भाग क्रियाशील असतात. पण, कारखाने, सोसायट्या, संस्कृती व सरकार या त्याहूनही अधिक गुंतागुंतीच्या प्रणाली असतात. प्रकरण ९ ते ११ ही प्रकरणे तुम्हाला अशा गुंतागुंतीच्या प्रणाली कसे काम करतात हे समजून घेण्यास मदत करतील आणि अस्तित्वात असलेल्या प्रणालींचे विश्लेषण करून त्यामध्ये काही अनपेक्षित परिणाम न होता, अजून कशी सुधारणा करता येईल, यासाठीदेखील मदत करतील.

पुढील काही गोष्टींची तुम्ही अपेक्षा *करू नका* :

व्यवस्थापन आणि नेतृत्व यांचा अतिरेक : अनेक व्यवसायाची साधने (आणि सर्व बिझनेस स्कूल्स) व्यवस्थापकीय गुण आणि नेतृत्वगुण एकाच पारड्यात तोलतात; पण ते एकच नाहीत. वेगवेगळे आहेत. उद्योगासाठी व्यवस्थापन आणि नेतृत्व हे दोन्ही महत्त्वाचे आहेत. पण ते म्हणजे *बिझनेसचे एकमेव शिक्षण नव्हे.* बिझनेसचे काही ठोस ज्ञान नसल्याने लोकांच्या एखाद्या समूहाला चुकीच्या उद्दिष्टाकडे नेणे हे शक्य आहे. बिझनेस म्हणजे किंमत मोजणाऱ्या ग्राहकाला फायदेशीररीत्या काही मूल्यनिर्मिती करून ती देणे. व्यवस्थापन आणि नेतृत्व ही दोन्ही केवळ यासाठीची साधने आहेत. आपण परिणामकारक व्यवस्थापन आणि नेतृत्व यावर योग्य संदर्भासह आठव्या प्रकरणामध्ये चर्चा करू.

सीएफए/सीपीए-स्तर वित्तपुरवठा आणि लेखा : वित्त आणि लेखा हे अतिशय महत्त्वाचे मुद्दे आहेत आणि आपण पाचव्या प्रकरणात त्यातील महत्त्वाच्या संकल्पना, पद्धती आणि साधारणपणे होणाऱ्या चुका आणि फसगती यावर चर्चा करू. अनेक मुद्दे आहेत, ज्यांची आपण माहिती करून घेऊ शकतो आणि वित्त किंवा फायनान्स हा या पुस्तकाचा एकमेव केंद्रबिंदू नाही. वित्तीय विश्लेषण आणि लेखामानके यांच्या अतिशय सखोल अभ्यासाने हजारो पुस्तके भरली आहेत. तुम्हाला जर चार्टर्ड फायनान्शियल ॲनालिस्ट (CFA) किंवा सर्टिफाईड पब्लिक अकाउन्टंट (CPA) व्हायचे नसेल, तर तुम्ही फक्त यातील गाभा समजून घेऊन बाकीचे त्या त्या तज्ज्ञांवर सोडून द्या.

सुदैवाने, याबद्दल अधिक लिहिण्याची आवश्यकता नाही. अनेक मोठ्या पुस्तकांमध्ये वित्त आणि लेखा याबाबत आधीच लिहिले गेलेले आहे. तुम्हाला त्याविषयी अधिक माहिती जाणून घ्यायची असल्यास, पाचवे प्रकरण वाचून झाल्यावर, मी तुम्हाला पुढील पुस्तके वाचण्यासाठी सुचवेन.

Financial Intelligence for Entrepreneurs by Karen Berman and Joe Knight

Simple Numbers, Straight Talk, Big Profits! By Greg Crabtree

Accounting Made Simple by Mike Piper

How to Read a Financial Report by John A Tracy

याबरोबरच, जर तुम्हाला अधिक खोलात जाऊन जाणून घ्यायचे असेल तर, तुमच्यासाठी MBA Math (http://mbamath.com) यासारखे ऑनलाइन कोर्सेस आणि Bionic Turtle (http://bionicturtle.com) उपलब्ध आहेत. (अनेक बिझनेस स्कूल्स आणि कार्पोरेट फायनान्स ट्रेनिंग प्रोग्रॅम्सदेखील त्यांच्याकडे प्रवेश घेण्याआधी हे कोर्सेस करावेत, असे सुचवतात.)

संख्यात्मक विश्लेषण आणि मॉडेलिंग (Quantitative Analysis Modeling) : आपण दहाव्या प्रकरणामध्ये मापन आणि विश्लेषण (measurement and analysis) याच्या काही मूलभूत गोष्टींची चर्चा करू. परंतु, हे पुस्तक तुम्हाला शेअर बाजारात तारून नेणारी नौका किंवा वेगवान जॉकी बनवणार नाही. संख्याशास्त्र आणि संख्यात्मक विश्लेषण ही, दोन अतिशय महत्त्वाची कौशल्ये आहेत. पण, प्रत्यक्षात त्यांचा वापर हा या पुस्तकाच्या मर्यादेबाहेर आणि त्या-त्या परिस्थितीनुसार करावा लागतो. जर तुम्हाला संख्यात्मक विश्लेषणाबाबत अधिक शिकायचे असेल, तर मी असे सुचवेन की तुम्ही दहावे प्रकरण वाचून झाल्यावर, तुम्ही पुढील पुस्तके वाचा :

Thinking Statistically by Uri Bram

How to Lie with Statistics by Darrell Huff

Turning Numbers into Knowledge by Jonathan G. Koomey, Ph.D

विश्लेषणाच्या याहून प्रगत पद्धतींबद्दल जाणून घेण्यासाठी उत्तम संदर्भग्रंथ म्हणून *Principles of Statistics* by M. G. Bulmer हे पुस्तक वाचू शकता.

या पुस्तकाचा कसा उपयोग करावा?

(How to Use This Book)

अनेक उत्तम ज्ञानी विचार आधीच हजारो वेळा केले गेलेले असतात; पण ते खरोखर आत्मसात होण्यासाठी आणि त्यांचा आपल्याला प्रत्यय येण्यासाठी, आपल्याला त्यांच्यावर पुनःपुन्हा प्रामाणिकपणे विचार करावा लागतो.

– योहानन वॉल्फगँग वॉन गेटे, कवी, नाटककार आणि
विविध विषयांचे व्यासंगी

या पुस्तकाचा जास्तीतजास्त फायदा होण्यासाठी पुढील काही सूचनांची तुम्हाला मदत होईल :

पुस्तक चाळा, वरवर नोंद करून चटकन नजरेखालून घाला : विश्वास ठेवा अगर नका ठेवू; पण तुम्हाला फायदा होण्यासाठी पुस्तक पहिल्यापासून शेवटपर्यंत वाचण्याची गरज नाही. पुस्तक नुसते चाळले, तरी तुम्हाला कमी मेहनतीत चांगले फळ मिळेल. नजरेखालून घालता-घालता एखादा विभाग तुमचे लक्ष वेधून घेईल. पुस्तक वाचल्यावर तुम्हाला तुमच्या एक 'बिझनेसमन' म्हणून विचार करण्याच्या क्षमतेमध्ये आणि तुमच्या कामाच्या दर्जामध्ये जाणवण्याइतका फरक दिसू लागेल.

एक वही आणि पेन नेहमी जवळ बाळगा : तुम्हाला गोष्टी अजून चांगल्या पद्धतीने कशा करता येतील याबाबत काही कल्पना देणे हा या पुस्तकाचा हेतू आहे. त्यामुळे, तुमच्या मनात विचार येताक्षणी त्याची नोंद करण्यासाठी त्याचा उपयोग होईल. नंतर काही महत्त्वाच्या संकल्पनांचा पुनर्विचार करण्यासाठी याचा उपयोग होतो. तुमच्या वहीमुळे तुम्हाला याच नोट्सचे रूपांतर ॲक्शन प्लान्समध्ये करणेही सोपे होईल.

या वहीची नियमितपणे उजळणी करा : काम करताना नेहमी ही वही जवळ बाळगा, म्हणजे विशेषकरून एखादी नवीन योजना सुरू करताना, जास्त वेळा याचा संदर्भ घेता येईल. एखादी गोष्ट वारंवार केल्याने त्यावर प्रभुत्व मिळते आणि जितके जास्त या नोंदवलेल्या गोष्टींचा तुम्ही वापर कराल, तितके अधिक चांगले परिणाम मिळतील. मी असे सुचवेन की, काही ठरावीक महिन्यांनी या नोट्स चाळण्यासाठी तुमच्या कॅलेंडरमध्ये याचे रिमाइंडर लावून ठेवा. त्यामुळे तुम्हाला समजलेले अधिक पक्के होईल आणि नवीन कल्पना सुचतील.

तुमच्या सहकाऱ्यांबरोबर या कल्पनांची चर्चा करा. जर तुमच्या सहकाऱ्यांनाही या संकल्पना माहीत असतील आणि त्यांनीदेखील त्याचा वापर केला, तर तुम्हाला उत्तम परिणाम नक्कीच मिळतील. प्रत्येक संकल्पनेसोबत, मी एक वेबसाइटची लिंक दिली आहे, ज्यामुळे तुम्हाला त्याबाबत थोडक्यात सारांश मिळेल, ती वेबसाइट लिंक तुम्ही तुमच्या ई-मेल, प्रपोजल, ब्लॉगपोस्ट किंवा अन्य पत्रव्यवहारात समाविष्ट करू शकता. यामुळे सर्व जण सारखा विचार करत आहेत, याची खात्री करण्यास मदत होते; विशेषतः जर वाचणाऱ्याला तुम्ही ज्याबाबत बोलत आहात त्याबाबत काही माहिती नसेल तर.

अधिक जाणून घेण्यासारखे नेहमीच काहीतरी अस्तित्वात असते. यातील प्रत्येक मेन्टल मॉडेलचा प्रत्यक्षात उपयोग कसा केला जातो, हे जाणण्यासाठी खोलात जाऊन अभ्यास केला पाहिजे. आणि त्याच्या प्रत्येक शाखोपशाखेची केवळ एकाच पुस्तकात माहिती घेणे अशक्य आहे. बिझनेसविषयीच्या वाङ्मयामध्ये अनेक साधने आहेत, ज्यांच्या मदतीने तुम्ही अधिक खोलात जाऊन एखाद्या विशिष्ट मेन्टल मॉडेलबद्दल समजून घेऊ शकता. http://personalmba.com या माझ्या वेबसाइटवर माझ्याबरोबर तुम्ही या कल्पनांबद्दल अधिक सविस्तर जाणून घ्या आणि त्यांना तुमच्या दैनंदिन जीवनात आणि कामामध्ये कसे उपयोगात आणायचे हे शिका.

चला तर मग, सुरूवात करू या...

१

मूल्यनिर्मिती

लोकांना ज्याची आवश्यकता आहे, असे काही निर्माण करा. एखाद्या अपूर्ण गरजेपेक्षा काही महत्त्वाचे नसते. जर तुम्हाला एखादी गोष्ट तुटलेली किंवा मोडलेली आढळली, आणि तुम्ही लोकांसाठी त्याची दुरुस्ती केलीत, तर तुम्हाला सोन्याची खाणच सापडली असे समजा.

– पॉल ग्रॅहम, वाय कॉम्बिनेटरचे संस्थापक, व्हेंचर कॅपिटॅलिस्ट आणि paulgraham.com यासाठी निबंधलेखन

प्रत्येक यशस्वी उद्योग काही मौल्यवान निर्मिती करतो. जगात कोणत्या ना कोणत्या मार्गाने दुसऱ्याचे जीवन अधिक चांगले करण्याच्या संधी असतात. एक 'उद्योजक' म्हणून तुमचे महत्त्वाचे काम म्हणजे तुम्ही लोकांकडे कोणत्या गोष्टी पुरेशा नाहीत हे ओळखणे व तुम्ही अशा प्रकारे ज्या गोष्टींची निर्मिती किंवा पुरवठा करता, त्यालाच 'मूल्यनिर्मिती' म्हटले आहे.

मूल्यनिर्मिती अनेक प्रकारांत असू शकते; पण त्याचा उद्देश नेहमी एकच असतो : दुसऱ्याचे जीवन थोडे अधिक चांगले किंवा सुसह्य करणे! मूल्यनिर्मितीशिवाय उद्योग-व्यवसाय अस्तित्वात येऊ शकत नाही. जोवर तुमच्याकडे व्यापार करण्यासारखे मौल्यवान काही नाही, तोवर तुम्ही इतरांशी व्यवहार करू शकत नाही.

ग्राहकाला पैशाच्या मोबदल्यात जे दिले जाते, ते 'मूल्य' होय. 'मूल्य' ही संकल्पना येथे उत्पादन/सेवा यांसाठी वापरली आहे. जे इतरांसाठी मूल्यनिर्मिती करतात, तेच उद्योगजगतात उत्तम ठरतात. काही उद्योग अनेक लोकांना थोडी मूल्ये देऊन भरभराटीस येतात, तर काही उद्योग थोड्या लोकांना खूप मूल्य देण्यावर लक्ष केंद्रित करतात. काहीही असले, तरी तुम्ही इतरांसाठी जितकी जास्त मूल्यनिर्मिती कराल, तितका तुमचा उद्योग चांगला चालेल आणि तुमची भरभराट होईल.

ही संकल्पना शेअर करा : http:/book.personalmba.com/value-creation/

प्रत्येक बिझनेसचे पाच भाग

(Five Parts of Every Business)

उद्योग ही वारंवार पैसा कमावण्याची प्रक्रिया आहे. बाकीचे सर्व छंद आहेत.
– पॉल फ्रीट, क्रमिक उद्योजक आणि व्यावसायिकरण विशेषज्ञ

उद्योग या शब्दाची व्याख्या ढोबळमानाने पुढीलप्रमाणे करता येईल.

१. काही मूल्य निर्माण करते आणि देते...
२. जे इतर लोकांना हवे असते किंवा गरजेचे असते...
३. अशा किमतीस जी देण्यास त्यांची तयारी असते...
४. अशा प्रकारे की ज्यामुळे ग्राहकाची गरज आणि अपेक्षा पूर्ण होतील...
५. ज्यामुळे उद्योगाला पुरेसा फायदा/नफा मिळतो, त्यामुळे उद्योग चालू ठेवावा असे मालकाला वाटेल.

समजा, तुम्ही एकट्याने हा उद्योग चालवत आहात, किंवा तुम्ही कोट्यवधी डॉलर्सच्या ब्रॅन्डचे मालक आहात. वरील उद्योगाच्या व्याख्येतील कोणताही एक भाग वजा केला, तर तो 'उद्योग' आहे, असे म्हणता येणार नाही. जो इतरांसाठी मूल्यनिर्मिती करत नाही, त्याला 'बिझनेस' म्हणता येणार नाही. जो उद्योग ग्राहकांचे लक्ष वेधून घेऊ शकत नाही, तो अयशस्वी होतो. जो उद्योग निर्माण केलेल्या मूल्याची विक्री करत नाही, तो नुकसानीत असतो. जो उद्योग ज्या मूल्याचे वचन देता; पण ते मूल्य देऊ शकत नाही, तो उद्योग निव्वळ बनवाबनवीचा प्रकार असतो. जो उद्योग चालू राहण्यासाठी पुरेसा पैसा आणू शकत नाही, तो लवकरच बंद होतो. या खूपच प्राथमिक; पण महत्त्वाच्या बाबी आहेत.

मुळात, प्रत्येक बिझनेस हा पाच ***एकमेकांवर अवलंबून असलेल्या*** प्रक्रियांचा संग्रह असतो, ज्यातील प्रत्येक प्रक्रिया पुढील प्रक्रियेच्या दिशेने जाते :

१. *मूल्यनिर्मिती* : लोकांना काय हवे आहे, किंवा कशाची गरज आहे हे शोधून काढणे.
२. *विपणन* : संभाव्य ग्राहकांचे लक्ष वेधून घेणे आणि जे निर्माण केले आहे त्यासाठी मागणी उत्पन्न करणे.
३. *विक्री* : भावी ग्राहकांचे खरेदीदारांमध्ये रूपांतर करणे.
४. *मूल्य देणे* : तुम्ही ग्राहकांना जे वचन दिले आहे ते पूर्ण करणे आणि त्यांचे समाधान झाले आहे, याची खातरजमा करणे.
५. *वित्त* : उद्योग सुरू ठेवण्यासाठी पुरेसा पैसा आणणे आणि तुमच्या कष्टाचे चीज करणे.

तुम्हाला जर या पाच गोष्टी सोप्या वाटत असतील, तर त्या सोप्या आहेतच! उद्योग किंवा व्यवसाय करणे ही काही फार मोठी गोष्ट नाही (कधी नव्हतीही). एखादी समस्या शोधून त्याचे दोन्ही पक्षांना फायदा होईल अशा तऱ्हेने निराकरण करणे, ही इतकी साधी प्रक्रिया आहे. उद्योग यापेक्षा जास्त गुंतागुंतीचा असल्याचे जर कोणी सांगत असेल, तर ते तुम्हाला प्रभावित करण्यासाठी किंवा तुम्हाला ज्याची गरज नाही, असे काही विकण्यासाठी तसे सांगत आहेत.

वरील पाच भाग प्रत्येक चांगल्या उद्योगाच्या कल्पनेचा आणि योजनेचा पाया असतात. जर तुम्हाला या प्रत्येक प्रक्रियेची स्पष्ट व्याख्या करता आली, तर तुम्हाला उद्योग कसा चालतो, याची पूर्ण कल्पना येईल. जर तुम्ही नवीन उद्योग सुरू करायचा विचार करत असाल, तर या पाच भागांच्या प्रक्रियेची व्याख्या समजून घेणे उत्तम ठरेल. या पाच भागांनुसार, जर तुमच्या उद्योगाच्या कल्पनेचे वर्णन करणे किंवा त्याचा आराखडा बनवणे तुम्हाला शक्य होत नसेल, तर तुम्हाला ते प्रत्यक्ष उपयोगात आणण्याइतके समजले नाहीये, असेच म्हणावे लागेल.

ही संकल्पना शेअर करा : http:/book.personalmba.com/5-parts-of-every-business/

आर्थिकदृष्ट्या मौल्यवान कौशल्ये

(Economically Valuable Skills)

जगाने तुम्हाला जगण्याचे साधन द्यावे, अशी अपेक्षा करू नका. जग तुमचे काहीही देणे लागत नाही. जग तुमच्याआधी अस्तित्वात आले आहे.

– मार्क ट्वेन, प्रख्यात अमेरिकन कादंबरीकार

जर तुम्हाला एक उद्योजक म्हणून स्वतःची योग्यता वाढवायची असेल, तर ***प्रत्येक उद्योगाच्या पाच भागांसंबंधित*** तुमची कौशल्ये सुधारायला सुरुवात करायला हवी.

प्रत्येक कौशल्य किंवा ज्ञानाचे क्षेत्र हे ***आर्थिकदृष्ट्या मौल्यवान*** असते, आणि ते बरोबरच आहे. निव्वळ आरामासाठी आणि आनंदासाठी करण्याच्या योग्यतेच्या अनेक गोष्टी असतात. तुम्ही वॉटर राफ्टिंगचा आनंद घ्याल; पण त्याच्या पाण्याच्या खळबळाटाचे चित्रण करायला सहज तुम्हाला कोणी मोबदला देणार नाही, जोवर तुम्ही तुमचे कौशल्य इतरांच्या फायद्यासाठी वापरत नाही. व्यक्तिगत आनंदाकडून ***उत्पादने*** आणि ***सुविधा*** (पुढे यावर चर्चा केली आहे) याकडे तुमचे लक्ष वळवलेत, तर तुम्हाला त्याचा मोबदला मिळतो आहे, असे लक्षात येईल. आज अनेक धाडसी लोक राफ्टिंगच्या साधनांसाठी आणि मार्गदर्शनासाठी पैसे मोजण्यास तयार आहेत.

Ready, Fire, Aim या पुस्तकामध्ये लेखक मायकल मास्टरसन सुचवतात की, जी कौशल्ये प्रत्येक उद्योगाच्या या पाच भागांशी संबंधित नसतात, त्यांचा आर्थिक मोबदला मिळत नाही. त्यांचे आर्थिक मूल्यात रूपांतर करायचा मार्ग शोधून काढलात, तर तुम्हाला आपोआप पैसे मिळवण्याचा मार्ग सापडेल.

कोणतेही ज्ञान किंवा कौशल्य जे तुम्हाला मूल्यनिर्मितीसाठी, विपणनासाठी, विक्रीसाठी आणि वितरणासाठी किंवा वित्तनियोजनासाठी मदत करते, ते आर्थिकदृष्ट्या मौल्यवान असते. आपण अशा प्रकारचे मुद्दे या पुस्तकात अभ्यासणार आहोत.

ही संकल्पना शेअर करा : http:/book.personalmba.com/economically-valuable-skills/

बाजारपेठेचा कठोर नियम

(The Iron Law of the Market)

> बाजारपेठ (मार्केट) अनन्यसाधारण महत्त्वाची असते. चमकदार कामगिरी करणारा एखादा संघ किंवा उत्कृष्ट उत्पादन अयोग्य बाजारपेठेत विकले जात नाही. जर बाजारपेठच अस्तित्वात नसेल, तर मग तुम्ही कितीही स्मार्ट असलात, तरी फायदा नाही.
>
> – मार्क एंडरसन, व्हेंचर कॅपिटॅलिस्ट आणि नेटस्केप अॅन्ड निंग डॉट कॉमचे संस्थापक

जर तुम्ही मेजवानी आयोजित केली आणि कोणी आलेच नाही तर? बिझनेसमध्ये नेहमीच असे होत असते.

डीन कामेन, हे एक विख्यात उत्पादनशील गुंतवणूकदार आहेत. त्यांची निर्मिती असलेल्या उत्पादनांमध्ये स्टर्लिंग इंजीन, जगातील पहिला इन्सुलिन पंप, आणि वॉटर प्युरिफिकेशन साधने यांचा समावेश आहे; त्यांनी १०० मिलीयन डॉलर्सहून जास्त रक्कम पीटी सेगवे या ५००० डॉलर्स किमतीच्या, सेल्फ बॅलन्सिंग दुचाकीच्या विकसनावर ओतले. त्यांचा दावा होता की, 'कारने जशी घोडा आणि बग्गीची जागा घेतली, तशीच ही स्कूटर वैयक्तिक वाहतुकीमध्ये क्रांती घडवेल.' २००२ साली जेव्हा सेगवे जनतेसाठी उपलब्ध करून देण्यात आली, तेव्हा कंपनीने घोषित केले की, त्यांना प्रतिवर्ष ५०,००० स्कूटर्सची विक्री होईल अशी अपेक्षा आहे.

पाच वर्षांनंतर, त्या कंपनीने एकूण २३,००० स्कूटर्स विकल्या होत्या. त्यांच्या सुरुवातीच्या उद्दिष्टाच्या १०%हूनही कमी! (कंपनीच्या आर्थिक नोंदी गुप्त आहेत; पण आपण असे म्हणू शकतो की, त्या नोंदी काही फारशा चांगल्या नसाव्यात.)

सेगवे स्कूटर बनविण्यासाठी वापरण्यात आलेल्या तंत्रज्ञानाच्या बाबत काही समस्या नव्हती. सेगवेसाठी वापरलेले तंत्रज्ञान अतिशय उच्च प्रतीचे होते आणि त्याचे फायदेही खूप होते : सेगवे ही सोयीस्कर ग्रीन कारची जागा घेणारी आहे. समस्या ही होती की, फार कमी लोक एका काहीशा विचित्र दिसणाऱ्या चालणे किंवा बाईक चालवणे या पर्यायासाठी ५००० डॉलर्स खर्चायला तयार होते. कामेन यांना अपेक्षित असलेली प्रचंड मोठी बाजारपेठ अस्तित्वातच नव्हती!

नव्याने सुरू होणाऱ्या प्रत्येक उद्योगाबरोबर असेच होते. व्यवसायात टिकून राहण्यासाठी पुरेसे पैसे नसल्यास, कोणताही उद्योगधंदा बंद होईल. तुम्ही लोकांना जे प्रत्यक्षात हवे आहे ते देत आहात का, यावर तुमची मिळकत *अवलंबून* असते.

तुम्ही ज्या बाजारपेठेत व्यापार करणार, त्या बाजारपेठेचा दर्जा आणि आकारमान यांची तुमच्या उद्योगावर मर्यादा असतेच. **'बाजाराचा कठोर नियम'** हा अतिशय भावनाशून्य, अवघड आणि निर्दयी आहे. जर मोठ्या जनसमुदायाला ज्याची आवश्यकता आहे, ती गोष्ट तुम्ही त्यांना देऊ शकत नसाल, तर शाश्वत उद्योग उभा राहण्याची शक्यता फार कमी आहे.

लोकांना जे विकत घ्यायचे आहे, ते तयार करा. त्यांना नको असलेल्या वस्तू तयार करण्याचा काय उपयोग? बाजारपेठेचा अभ्यास (मार्केट रिसर्च) करणे म्हणजेच, 'उडी मारण्याआधी खाली वाकून पाहणे' असे म्हणता येईल. जॉन मलिन्स यांच्या *द न्यू बिझनेस रोड टेस्ट* सारखी पुस्तके तुम्हाला आशाजनक मार्केट शोधण्यासाठी मदत करतील, ज्यामुळे तुमचा नवीन उद्योग यशस्वी होईल.

पुढील काही विभागांत, तुमचा वेळ आणि तुम्ही कष्टाने मिळवलेला पैसा गुंतवण्या*आधी*, आपण 'लोकांना काय हवे असते' आणि 'काय गरजेचे असते,' हे कसे शोधायचे ते पाहू.

हीं संकल्पना शेअर करा : http:/book.personalmba.com/iron-law-of-the-market/

मानवी इच्छांचा गाभा

(Core Human Drives)

> मानवी गरजा समजून घेणे; म्हणजे त्या गरजा पूर्ण करण्यातील अर्धे काम करण्यासारखे आहे.
>
> – एडलाई स्टीव्हन्सन, राजकारणी आणि इलिनॉयचे माजी गव्हर्नर

जर तुम्हाला यशस्वी उद्योग उभा करायचा असेल, तर लोकांना काय हवे आहे याची साधारण समज असणे गरजेचे असते. १९४३ साली मानसशास्त्रज्ञ अब्राहम मास्लो यांनी मांडलेली सुप्रसिद्ध 'मास्लोज हायरार्की ऑफ नीड्स' ही संकल्पना 'लोकांना काय हवे असते' याबद्दलच आहे. मास्लो थिअरीनुसार, लोक त्यांना जे हवे असते, तिथे पोहोचण्यासाठी साधारण पाच पायऱ्यांमधून जातात : शरीरविज्ञानशास्त्र (physiology), सुरक्षितता (safty), संबंध/प्रेम (belongingness/love), आदर (esteem) आणि वास्तविकता (self-actualization). शरीरविज्ञानशास्त्र मानवी गरजांची सर्वांत 'खालची' पातळी दर्शवते, तर वास्तविकता सर्वांत 'वरची' (माणसातील अंगभूत क्षमतांचा शोध) पातळी दाखविते.

मास्लोच्या हायरार्कीमध्ये, प्रत्येक खालच्या पातळीतील गरजा पूर्ण झाल्यास माणूस वरच्या पातळीतील गरजांवर लक्ष केंद्रित करू शकतो, असे म्हटले आहे. जर तुमच्याकडे

खायला पुरेसे अन्न नसेल किंवा तुम्हाला काही शारीरिक धोका असेल, तर तुम्ही शक्यतो 'इतरांना तुम्ही आवडता का' किंवा 'तुमची वैयक्तिक प्रगती', इत्यादी गोष्टींकडे दुर्लक्ष कराल.

मला प्रत्यक्षात, क्लेटॉन आल्डरफरचे मास्लोच्या हायरार्कीचे रूपांतर आवडते, ज्यास ते 'ERG थिअरी' असे म्हणतात : लोक अस्तित्व (Existence), संबंधितपणा (Relatedness) आणि वाढ (Growth) या क्रमाने मिळवतात. लोकांकडे जेव्हा त्यांचे अस्तित्व टिकवून ठेवण्यासाठी आवश्यक त्या गोष्टी असतात, तेव्हा ते इतरांशी मैत्री करण्याकडे वळतात. जेव्हा ते नातेसंबंधामध्ये संतुष्ट असतात, तेव्हा ते त्यांना आवडणाऱ्या, आनंद देणाऱ्या गोष्टी करण्याकडे, त्यांच्या कौशल्यांमध्ये सुधारणा करण्याकडे लक्ष केंद्रित करतात.

ERG थिअरी मानवाच्या गरजांचा *प्राधान्यक्रम* सांगते; पण त्या गरजांचे समाधान करण्याच्या *पद्धती* सांगत नाही. त्यासाठी, आपल्याला मानवी कृतीच्या इतर थिअरीजकडे वळावे लागेल. *ड्रिव्हन : हाऊ ह्युमन नेचर शेप्स आवर चॉइसेस* या पुस्तकाचे लेखक व हार्वर्ड बिझनेस स्कूलचे प्रोफेसर पॉल लॉरेन्स आणि नितिन नोरिया यांच्या मते, सर्व मानवांना चार मूळ गरजा असतात, ज्यांचा आपल्या निर्णयांवर आणि कृतींवर प्रभाव असतो :

१. *संपादित करण्याची इच्छा* (The Drive to Acquire) : भौतिक गोष्टी तसेच अमूर्त गुणधर्म जसे की दर्जा, अधिकार आणि प्रभाव प्राप्त करणे. संपादित करण्याच्या इच्छेवर जे बिझनेस आधारीत असतात जसे, रिटेलर्स, इन्व्हेस्टमेन्ट ब्रोकरेज आणि राजकीय सल्लागार कंपन्यांचा समावेश होतो. त्या आपल्याला श्रीमंत, प्रसिद्ध, प्रभावी किंवा सामर्थ्यवान बनवण्याची खात्री देतात.

२. *संबंध जोपासण्याची इच्छा* (The Drive to Bond) : महत्त्वाचे वाटणे, एकमेकांविषयी प्रेम वाटणे हे एकतर निष्काम प्रेम आहे किंवा काव्यमय आहे. अशा एकमेकांतील संबंध वाढीस लावण्याच्या इच्छेवर आधारित असणारे बिझनेस; म्हणजे रेस्टॉरंट, कॉन्फरन्सेस आणि डेटिंग सर्व्हिसेस. ज्या कंपन्या आपल्याला आकर्षक बनवण्याचे, सर्वांना आवडण्याचे किंवा आपल्याबद्दल खूप आदर वाटण्याची खात्री देतात, त्या या इच्छेशी संबंधित असतात.

३. *शिकण्याची इच्छा* (The Drive to Learn) : म्हणजेच आपले कुतूहल शमवण्याची इच्छा. अशा इच्छेवर आधारित बिझनेसमध्ये शैक्षणिक अभ्यासक्रम, पुस्तक प्रकाशन आणि प्रशिक्षण कार्यशाळा समाविष्ट असतात. आपल्याला अधिक ज्ञानी अथवा सक्षम बनवण्याची खात्री देणाऱ्या कंपन्या या इच्छेशी संबंधित असतात.

४. *प्रतिकार करण्याची इच्छा* (The Drive to Defend) : स्वतःचे, आपल्या प्रियजनांचे किंवा आपल्या मिळकतीचे संरक्षण करण्याची इच्छा. या इच्छेवर आधारित बिझनेसमध्ये होम अलार्म सिस्टीम, इन्शुरन्स प्रॉडक्ट (विमा), मार्शल आर्ट्स ट्रेनिंग आणि कायद्याबाबत सुविधा देणाऱ्या कंपन्यांचा समावेश

असतो. ज्या कंपन्या आपल्याला सुरक्षित ठेवण्याचे, समस्या-निराकरण करण्याचे किंवा वाईट गोष्टी न घडू देण्याची खात्री देतात, त्या या इच्छेशी संबंधित असतात.

पाचवी मूळ इच्छा जी लॉरेन्स आणि नोरिया यांनी सांगितली नाही, ती म्हणजे :

५. *अनुभव घेण्याची इच्छा* (*The Drive to Feel*) : नवीन अनुभव घेण्याची इच्छा, तीव्र भावनिक अनुभव, आनंद, उत्सुकता, मनोरंजन आणि अपेक्षा यावर आधारित बिझनेसमध्ये रेस्टॉरन्ट, सिनेमा, खेळ, कॉन्सर्ट आणि स्पोर्टिंग इव्हेन्ट्स समाविष्ट असतात; जे आपल्याला आनंद, थरार देऊ करतात किंवा अशा इच्छेशी संबंधित असतात.

मानवी समूहाच्या यापैकी जर एक किंवा त्याहून जास्त इच्छांचे समाधान झालेले नसल्यास, त्यांचे समाधान करण्याची बाजारपेठ तयार होईल. म्हणूनच, तुमच्या बिझनेसचे जितक्या जास्त इच्छांशी संबंध जोडण्याचे तुम्ही ठरवाल, तुमच्या बिझनेससाठी तितकी आकर्षक बाजारपेठ तयार होईल.

मुळातच, सर्व यशस्वी बिझनेस पैसा, दर्जा, अधिकार, प्रेम, ज्ञान, सुरक्षा, आनंद, आणि उत्साह यांचे काही काही कॉम्बिनेशन विकत असतात. तुम्ही जितके स्पष्टपणे तुमचे उत्पादन यापैकी कोणती एक अथवा अधिक इच्छा पूर्ण करेल हे ग्राहकांना सांगू शकाल, तुमची ऑफर तितकी आकर्षक होईल.

ही संकल्पना शेअर करा : http:/book.personalmba.com/core-human-drives/

सामाजिक दर्जा मिळवण्याचा प्रयत्न करणे

(Status Seeking)

> जो समाज प्लम्बिंगसारख्या कामाला खालच्या दर्जाचे काम म्हणून हिणवतो आणि 'तत्त्वज्ञान' केवळ उच्च दर्जाची समाजमान्य बाब असल्याने अत्यंत निकृष्ट तत्त्वज्ञानाला प्रतिष्ठा देतो; त्या समाजात ना उत्तम प्लम्बिंग असतं, ना उत्तम तत्त्वज्ञान.
>
> – जॉन डब्ल्यू. गार्डनर, द कार्नेगी कॉर्पोरेशनचे माजी अध्यक्ष

मानवाच्या मूलभूत प्रबळ इच्छा समजून घेण्याबरोबरच, माणूस हा समाजप्रिय प्राणी आहे, हे समजून घेणेही तितकेच महत्त्वाचे आहे. इतर अनेक सस्तन प्राण्यांसारखी, माणसेदेखील समूहातील ***अधिकाराला*** (नंतर चर्चा केली आहे) प्राधान्य देतात. इतरांसोबत दर्जासाठी स्पर्धा करणे आणि अधिकार प्राप्त करणे यामुळे अनेक फायदे होतात. जसे की अन्न, जोडीदार, साधनसामग्री मिळणे आणि समूहातील इतर लोकांचे संरक्षण करणे.

अस्तित्वापेक्षा दर्जा जास्त महत्त्वाचा नसतो; परंतु आपल्या मेंदूमध्येच मुळात सामाजिक दर्जासाठी एक उच्च प्राधान्य निर्माण झाले आहे. त्याचा परिणाम म्हणून अनेक वैयक्तिक निर्णयांवर आणि कृतींवर त्याच्या दर्जाबद्दलचे विचार प्रभाव पाडतात.

'***सामाजिक दर्जा*** मिळवण्याचा प्रयत्न करणे' ही वैश्विक घटना आहे. संवेदनशील लोक इतर लोक त्यांच्याबद्दल काय विचार करतात, याची तीव्रतेने काळजी करतात. समूहातील इतरांच्या तुलनेत त्यांची पत काय हे जाणून घेण्यात ते त्यांचा लक्षणीय वेळ आणि शक्ती खर्च करतात. जेव्हा दर्जा उंचावण्याची संधी मिळते, तेव्हा असे लोक त्यावर तुटून पडतात. ***पर्याय*** (नंतर चर्चिले आहे) दिल्यास, असे लोक सर्वांत उच्च दर्जाचा पर्याय निवडतील.

साधारणपणे, आपल्याला लोकांशी आणि संस्थांशी संलग्न राहायला आवडते. त्यामुळे आपल्याला अधिकार आहेत, महत्त्व आहे किंवा आपण खास असल्यासारखे वाटते किंवा त्यामुळे आपला दर्जा आणि वागणुकीतील वेगळेपण दाखवता येते. लोकांना सामाजिक प्रतिष्ठेची जाणीव आहे याची आपण खात्री करून घेतो : पुरावाच द्यायचा झाला तर, लोकांच्या फेसबुक वॉलवर ते काय पोस्ट करतात पाहा!

'स्टेटस सीकिंग' म्हणजे सामाजिक पत मिळविण्याच्या मागे लागणे, ही मानवी जीवनातील वस्तुस्थिती आहे : काही चूक किंवा वाईट आहे म्हणून दुर्लक्ष करावी, अशी नव्हे. याउलट, स्टेटस सीकिंग लोकांना अनेक चांगल्या गोष्टी मिळवण्यासाठी प्रोत्साहित करू शकते. तत्त्ववेत्ते आणि सामाजिक समीक्षक ॲलन डी बॉटन यांच्या शब्दांत सांगायचे झाले तर, 'जर कोणाला आपण यशस्वी झाल्याचे *वाटत* असेल, तर यशस्वी होण्यासाठी आता यापुढे थोडीच आकर्षणे शिल्लक आहेत.'

पण या गोष्टींकडे दुर्लक्ष केल्यास, लोक चुकीचा निर्णय घेऊ शकतात. जर कोणी मोठे घर, लक्झरी कार आणि डिझायनर कपडे केवळ स्टेटस म्हणून खरेदी केले, तर एक दिवस तो नक्की दिवाळखोर होईल किंवा त्याच्यावर भलेमोठे कर्ज चढेल. एक 'व्यक्ती' म्हणून, जेव्हा तुम्ही काही खरेदी करता, तेव्हा स्टेटसला तुम्ही किती महत्त्व देता, याचा नक्कीच फायदा होतो. विशेषकरून, जेव्हा इतर उपलब्ध पर्याय तुमच्या अन्य गरजा कमी खर्चात पूर्ण करू शकत असतील, तरीही तुम्ही काय खरेदी केले, यावरून ते कळते.

एक 'उद्योजक/व्यावसायिक' म्हणून तुम्ही हे समजून घेणे गरजेचे आहे की, स्टेटसचा विचार मानवी इच्छांच्या प्रत्येक पातळीवर होतो. जेव्हा तुम्ही नवीन संभाव्य ग्राहकांना काही देऊ करता, तेव्हा ते आपोआप या ऑफरमुळे त्यांच्या सामाजिक दर्जावर किंवा स्टेटसवर काय परिणाम होतो, याचा विचार करतात. तुमच्या ऑफरमध्ये जाणीवपूर्वक उभे केलेले ***सामाजिक संकेत*** (नंतर चर्चिले आहे) हे नेहमी तुम्हाला अपेक्षित असलेल्या बाजारपेठेला आकर्षित करण्याचा बऱ्यापैकी प्रयत्न करतात.

ही संकल्पना शेअर करा : http:/book.personalmba.com/status-seeking/

बाजाराचे मूल्यमापन करण्याचे दहा मार्ग

(Ten Ways to Evaluate a Market)

लोक नेहमी चुकीच्या गोष्टींवर मेहनत घेतात. योग्य गोष्टीवर काम करणे हे कठोर मेहनतीपेक्षा महत्त्वाचे असते.

– कॅटरिना फेक, फ्लिकर डॉट कॉम आणि हंच डॉट कॉमच्या संचालिका

जर तुम्ही नवीन उद्योग सुरू करायचा विचार करत असाल किंवा असलेल्या उद्योगाचा नवीन बाजारपेठेत विस्तार करण्याचा विचार करत असाल, तर तुम्ही ही झेप घेण्याआधी थोडे संशोधन केल्यास फायदा होईल.

बाजाराचे मूल्यमापन करण्याचे दहा झटपट मार्ग आहेत. त्यांच्या मदतीने तुम्ही संभाव्य बाजारपेठेत तुमच्या ऑफरबद्दल आकर्षण आहे का, हे पाहू शकता. खालील प्रत्येक घटकाला ० ते १० या स्केलवर मोजून बघा, ज्यात '०' हा सर्वांत कमी आकर्षक आणि '१०' सर्वांत जास्त आकर्षक आहे. जर काही संभ्रम असेल, तर तुमच्या हातच्या राखून केलेल्या अंदाजावर भर द्या :

१. *निकड (urgency)* : लोकांना आता या उत्पादनाची/सेवेची किती निकड आहे किंवा हे किती गरजेचे आहे? (उदा. जुनी फिल्म भाड्याने घेणे ही कमी निकडीची गोष्ट आहे, नवीन फिल्मचा पहिल्या दिवशी पहिला शो बघणे ही निकड आहे, कारण ते एकदाच शक्य असते.)

२. *बाजारपेठेचे आकारमान (market size)* : बाजारपेठेचे आकारमान म्हणजे तुमच्या उत्पादनासाठी किंवा सेवेसाठी किती संभाव्य ग्राहक अस्तित्वात आहेत, याचे प्रमाण. लोक कोणत्या वस्तू उपलब्ध झाल्यास चपळाईने खरेदी करतात? (उदाहरणार्थ, पाण्याखाली विणलेल्या बास्केट विकत घेणाऱ्यांपेक्षा कॅन्सर बरा करण्याठीच्या उपचारांची बाजारपेठ मोठी आहे. म्हणजेच त्याला 'जास्त मागणी' आहे.)

३. *किमतीची संभाव्यता (pricing potential)* : एखाद्या समस्येचे निवारण करण्यासाठी कोणी साधारण ग्राहक जास्तीतजास्त किती मोठी किंमत मोजायला तयार होईल? (उदाहरणार्थ, लॉलीपॉप ०.०५ डॉलरला विकले जातात; पण विमानाची किंमत अरब रुपयांच्या घरात असते.)

४. *ग्राहक मिळवण्याची किंमत (cost of customer acquisition)* : एखादा नवीन ग्राहक मिळवणे किती सोपे आहे? सर्वसाधारणपणे, एखादा विक्री व्यवहार होण्यासाठी प्रयत्न आणि पैसे या दोन्हींवर किती खर्च येईल?

५. *मूल्य देण्याचा खर्च (cost of value delivery)* : ग्राहकाला देऊ केलेल्या गोष्टीची मूल्यनिर्मिती करणे आणि ते देणे यासाठी प्रयत्न आणि पैसा या

दोन्हींवर किती खर्च येईल? (उदा. इंटरनेटवर फाइल्स पाठवणे हे बऱ्यापैकी फुकट असते; पण एखादे प्रॉडक्ट शोधून काढून त्याचा कारखाना उभा करणे यासाठी कोट्यवधी रुपये लागतात).

६. *तुमच्या ऑफरचे वेगळेपण (uniqueness of your offer)* : बाजारपेठेतील इतर स्पर्धकांच्या ऑफरपेक्षा तुमची ऑफर कशी वेगळी आहे? तुमच्या संभाव्य स्पर्धकांना तुमची नक्कल करणे किती सहज शक्य आहे? (उदाहरणार्थ, हेअर सलून्स अनेक असतात; पण विमानसेवा देणाऱ्या कंपन्या मात्र हाताच्या बोटावर मोजण्याइतक्या असतात.)

७. *बाजारात जाण्याचा वेग (speed to market)* : तुम्ही किती जलदपणे एखादी गोष्ट बनवून विकू शकता? (उदाहरणार्थ, शेजाऱ्याला बागेतील गवत कापण्यासाठी मशीन काही मिनिटांत देऊ शकता; पण एखादी बँक सुरू करायला काही वर्षं लागतात.)

८. *थेट गुंतवणूक (up front investment)* : विक्रीसाठी माल तयार असण्याआधी तुम्हाला उद्योगात किती गुंतवणूक करावी लागेल? (उदा. एक हाउसकीपर बनण्यासाठी, तुम्हाला फक्त काही सफाई उत्पादनांची आवश्यकता आहे. पण खाणीतून सोने काढण्यासाठी, तुम्हाला जमीन खरेदी, माती उकरण्याची साधने इत्यादीसाठी कोट्यवधी डॉलर्स लागतील.)

९. *विक्रीची संभाव्यता (upsell potential)* : तुमच्याकडे काही दुय्यम ऑफर आहेत का ज्या तुम्ही ग्राहकांना देऊ करू शकता? (उदाहरणार्थ, जे ग्राहक रेझर विकत घेतात, त्यांना शेव्हिंग क्रीम आणि एक्स्ट्रा ब्लेड्सही लागू शकतात; पण एक फ्रिस्बी (थाळीफेकेतील थाळी) विकत घेतली, तर ती हरवेपर्यंत दुसऱ्या फ्रिस्बीची आवश्यकता पडत नाही.)

१०. *कायम संभाव्यता (evergreen potential)* : एकदा सुरुवातीची ऑफर तयार झाली की, तुम्हाला विक्री सुरू ठेवण्यासाठी किती अतिरिक्त प्रयत्न करावे लागतात? (उदा. व्यावसायिक सल्ल्याच्या उद्योगामध्ये पैसे मिळत राहण्यासाठी सतत काम करत राहावे लागते, तर एखादे पुस्तक एकदा काढले की, ते विकले जातच राहते.)

जेव्हा तुमचे मूल्यमापन करून होईल, तेव्हा बेरीज करा. जर स्कोअर ५०च्या खाली असेल, तर तुम्ही अन्य कोणत्यातरी व्यवसाय-संकल्पनेकडे वळायला हवे, असे समजा. जर स्कोअर ७५ किंवा त्यापेक्षा अधिक असेल, तर तुमची व्यवसाय-संकल्पना आशाजनक आहे. पूर्ण जोमाने कामाला लागा! ५० ते ७५ यामधील स्कोअर असलेली आयडिया तुम्हाला खर्च भागवायला मदत करेल; पण पैसा आणि मेहनत यांची मात्र प्रचंड गुंतवणूक करावी लागेल. त्या हिशेबाने योजना करा.

ही संकल्पना शेअर करा : http:/book.personalmba.com/ten-ways-to-evaluate-a-market/

स्पर्धेचे छुपे फायदे

(The Hidden Benefits of Competition)

> जो प्रतिस्पर्ध्याची पर्वा न करता त्याच्या स्वतःच्या बिझनेसमध्ये अजून सुधारणा करण्यात मग्न असतो, अशा स्पर्धकाची भीती बाळगा.
>
> – हेन्री फोर्ड, फोर्ड मोटार कंपनीचे संस्थापक आणि असेम्ब्ली लाइनचे जनक

प्रथमच उद्योजक बनलेल्या व्यक्तीला येणारा साधारण अनुभव म्हणजे, तुमची बिझनेस आयडिया अभिनव नाही याचा शोध लागणे! अन्य कोणीतरी तुमच्यासारखेच उत्पादन किंवा सेवा पुरवत असतील, तर साहजिकच कोणाचाही आत्मविश्वास कमी होईल. शेवटी, जर तुम्ही करायचे ठरवलेले काम अन्य कोणी करत असेल, तर 'आपण कशाला करावे?', असा विचार येणे स्वाभाविक आहे.

चीअर अप! **अशा स्पर्धेमध्ये अनेक छुपे फायदे आहेत**. जर कोणत्याही दोन समान गोष्टी जेव्हा एकाच वेळी बाजारात तितक्याच आकर्षकतेने अस्तित्वात असतात, त्याचा अर्थ असा की, तिथे स्पर्धा आहे. अशा वेळी तुम्ही या स्पर्धेत उतरणे कधीही चांगले. कारण, लोकांनी ते उत्पादन आधीच स्वीकारल्यामुळे तुमचे उत्पादन चालेल का नाही, ही जोखीम कमी होईल.

एखादी बाजारपेठ अस्तित्वात आहे, म्हणजेच तुम्ही ***बाजाराच्या अलिखित नियमाच्या*** योग्य बाजूला आहात. तुम्ही देऊ करत असलेल्या उत्पादनासाठी/सेवेसाठी ग्राहक अस्तित्वात असल्याने, तुम्ही 'तुमच्या मालाला बाजारपेठ आहे' हे सिद्ध करण्याची आवश्यकता नाही. त्याऐवजी, तुमची ऑफर; म्हणजेच उत्पादन/सेवा अधिक चांगली कशी होईल, यासाठी प्रयत्न करू शकता. जर स्पर्धेत अनेक यशस्वी उद्योजक असतील, तर तुम्हाला गुंतवणूक करताना फार काळजी करण्याचे कारण नाही. कारण, तुम्हाला हे माहीत आहे की, इथे ग्राहक तो माल विकत घेत आहेत.

तुमच्या संभाव्य स्पर्धकाचे निरीक्षण करण्याचा उत्तम मार्ग म्हणजे, तुम्ही स्वतः 'ग्राहक' बना. त्यांच्याकडून ते जे जे देऊ शकतात, ते सर्व विकत घ्या. स्पर्धेच्या अंतरंगातून केलेले निरीक्षण तुम्हाला बाजारपेठेबद्दल खूप काही शिकवेल. तुमचे स्पर्धक कोणत्या मूल्यांची देवाण करतात, लोकांचे लक्ष कसे वेधून घेतात, किती किंमत लावतात, विक्री कशी करतात, ग्राहकाला समाधानी/संतुष्ट कसे ठेवतात, समस्या आल्यास त्या कशा हाताळतात आणि कोणत्या गरजा ते अद्याप पुरवत नाहीयेत, या सर्व गोष्टी तुम्ही निरीक्षणातून जाणून घेऊ शकाल.

एखादी नीती ठरवण्यापूर्वी बाजारपेठेत काय खपते आणि काय खपत नाही, या सर्व बाबींचे निरीक्षण 'पैसे मोजणारा ग्राहक' या नात्याने तुम्हाला करता येईल. तुमच्यासाठी तेथे असलेल्या स्पर्धेतून सर्व काही शिकून घ्या आणि मग जास्त मौल्यवान असे काहीतरी निर्माण करा.

ही संकल्पना शेअर करा : http:/book.personalmba.com/hidden-benefit-of-competition/

आर्थिक लोभाने काम करण्याचा नियम

(The Mercenary Rule)

पैशाला 'देव' मानाल तर पैसा तुम्हाला सैतानासारखा त्रास देईल.

– हेन्री फिल्डिंग, १८व्या शतकातील कादंबरीकार आणि व्यंगकार

केवळ पैशाच्या ***लोभाने*** काम करण्याने काही साध्य होत नाही. केवळ पैसे मिळवण्यासाठी बिझनेस सुरू करू नका. कारण एखादा व्यवसाय सुरू करणे आणि चालवणे यासाठी तुम्हाला अपेक्षित असतात, त्यापेक्षा *नेहमीच* अधिक कष्ट लागतात.

जरी तुम्ही आपला आपण चालेल, असा कोणता बिझनेस शोधून काढलात, तरी तो चालण्यासाठी एखादी ***प्रणाली*** बनवण्यासाठी (नंतर चर्चा केली आहे) चिकाटी आणि समर्पण पाहिजे. एखाद्या संधीबद्दल जर आपल्याला काही आकर्षित करत असेल, तर ते म्हणजे पैसा. चिकाटी आणि समर्पण नसेल, तर जमिनीच्या तळाशी सोन्याचा घडा सापडण्यापूर्वीच कदाचित तुम्ही त्याचा नाद सोडून द्याल.

ज्या गोष्टी पुनःपुन्हा आढळतात, त्या गोष्टींकडे खूप बारकाईने पाहा. काही उद्योग उभा करणे आणि तो पूर्णत्वास नेणे हे जास्त करून एखादी गोष्ट *वारंवार करण्यासारखेच* आहे. त्यामुळे त्याकडे दुर्लक्ष करू नका. तुम्हाला तुमच्या उत्पादनसेवेमध्ये दररोज सुधारणा करण्यात रस वाटेल, अशी आकर्षक बाजारपेठ शोधणे हीच तर युक्ती आहे. अशी बाजारपेठ शोधण्यासाठी संयम पाहिजे आणि खूप शोधाशोध करण्याची चिकाटीही पाहिजे.

तुम्हाला बिझनेस सापडेपर्यंत शोध घेत राहिले पाहिजे; मग भले तो 'कंटाळवाणा' का असेना. क्षुल्लक समजून कोणत्याच गोष्टीकडे दुर्लक्ष करू नका. जर तुम्हाला एखाद्या कामात रस वाटला आणि तुम्ही त्यात गुंतून राहिलात, तर मार्केट नक्कीच आकर्षक वाटेल. प्लम्बिंग आणि कचरा गोळा करणारे कदाचित 'आकर्षक' वाटणार नाहीत. कारण, त्या कामाला आपण 'कमी दर्जाचे' मानतो. पण त्या कामाला सतत मागणी असते आणि जास्त कोणी ते करण्यास तयार होत नाहीत. त्यामुळे, कदाचित तेच उद्योग जास्त किफायतशीर असू शकतात.

जर तुम्ही आवश्यक; पण निरुत्साही अशा बाजारपेठेत काही करण्याचा मार्ग शोधलात, तर तुम्हाला सोन्याची खाण सापडलीच म्हणून समजा.

ही संकल्पना शेअर करा : http:/book.personalmba.com/mercenary-rule/

सुधारकाचा नियम

(The Crusader Rule)

उत्साही लोक त्यांच्या विश्वासाचे शक्ती प्रदर्शन करतात, तर समंजस लोक त्याची कारणमीमांसा करतात.

– विल्यम शेनस्टोन, अठराव्या शतकातील कवी आणि लॅन्डस्केप डिझायनर

सुधारक असणे विशेष फायद्याचे नसते. तुमच्या डोक्यात नेहमीच अशा कल्पना येतील की, ज्यांचा वस्तुनिष्ठपणे विचार करणे कठीण जाईल. कधीकधी अचानक तारे चमकतात, तुताऱ्या वाजू लागतात आणि अचानकपणे तुम्हाला तुमचे ध्येय सापडले आहे, असे वाटते.

याच आनंदात तुम्हाला विसरायला होते की, एखादी चांगली कल्पना आणि भक्कम बिझनेस यात जमीनअस्मानाचा फरक आहे. तुमच्या आशावादात सारासार विचाराचा विसर पडू देऊ नका. तुम्हाला जर तुमच्या खर्चांची तोंडमिळवणीही करता येत नसेल, तर जग जिंकणे ही तर फार दूरची गोष्ट झाली.

काही कल्पना प्रत्यक्षात येण्यासाठी त्यांना बाजारपेठेचे तितकेसे पाठबळ नसते. तेही ठीक आहे. पण त्याचा अर्थ असा नव्हे की, तुम्ही त्याकडे दुर्लक्ष करा. असे छोटे उद्योग तुमच्या ज्ञानाच्या कक्षा रुंदावतात, तुमची कौशल्ये सुधारतात आणि नवीन तंत्रपद्धतीचे प्रयोग करतात. जोवर तुम्ही त्यातून मिळणाऱ्या उत्पन्नावर विसंबत नाही, तोवर असे जोडधंदे करण्यास मी नेहमी पाठिंबा देतो. तुमचा आर्थिक पाया भक्कम झाला की, मग तुम्हाला जे हवे ते करा.

एखादा बिझनेस सुरू करण्यापूर्वी, ***बाजाराचे मूल्यमापन करण्याच्या दहा मार्गांचा*** वापर करण्यासाठी थोडा वेळ द्या. जर तुम्हाला वस्तुनिष्ठ राहणे कठीण वाटत असेल, तर एखाद्या विश्वसनीय सहकार्याची किंवा सल्लागाराची मदत घ्या. मग काही निर्णय घेण्याआधी लवकरात लवकर त्याचे मूल्यमापन करा. मूल्यमापनासाठी खर्ची घातलेले काही तास, चुकीच्या दिशेतील प्रयत्न आणि वैफल्याचे काही महिने (किंवा वर्षे) नक्कीच वाचवतील.

ही संकल्पना शेअर करा : http:/book.personalmba.com/crusader-rule/

मूल्याचे बारा आदर्श प्रकार

(Twelve Standard Forms of Value)

मूल्ये ही अंगभूत नसतात, ती गोष्टींमध्येही नसतात. ती आपल्या आत असतात, त्यानुसार माणूस त्याच्या आजूबाजूच्या परिस्थितीवर प्रतिक्रिया देतो.

– लुडविग वॉन मायजेस, ऑस्ट्रियन अर्थशास्त्रज्ञ

उद्योगामध्ये आपण जे उत्पादन/सेवा निर्माण करतो व देऊ करतो, त्यालाच 'मूल्यनिर्मिती' म्हणतात. अशा तऱ्हेने निर्माण केलेले मूल्य एका व्यक्तीपासून दुसऱ्या व्यक्तीपर्यंत पोहोचविण्यासाठी, ते ग्राहक ज्या पद्धतीने विकत घेण्यास तयार असतात, त्या पद्धतीनेच द्यावे लागते. सुदैवाने, यावर अधिक विचार करून वेळ वाया घालविण्याची आवश्यकता नाही. ***आर्थिक मूल्य*** साधारणपणे पुढील बारा प्रकारांत मोडते.

१. *उत्पादन* (product) : निश्चित अस्तित्व असलेली एक वस्तू तयार करा, आणि ती बनवण्यासाठी जितका खर्च आला आहे, त्यापेक्षा जास्त भावाने तिची विक्री करा.

२. *सेवा* (service) : मदत अथवा साहाय्य करा आणि त्यामुळे होणाऱ्या फायद्यासाठी शुल्क आकारा.

३. *सामायिक साधने* (shared resources) : अशी टिकाऊ मालमत्ता (asset) निर्माण करा, जी अनेक लोक वापरू शकतात आणि तसे वापरण्यासाठी शुल्क आकारा.

४. *सदस्यत्व* (subscription) : चालूतत्त्वावर काही फायदे मिळतील असे करा आणि त्याची वारंवार फी घ्या.

५. *पुनर्विक्री* (resale) : घाऊक विक्रेत्याकडून माल घेऊन, ती मिळकत किरकोळ विक्रेत्याला जास्त किमतीला विका.

६. *भाडेतत्त्व* (lease) : एखादी मिळकत घेऊन ती दुसऱ्याला पूर्वनिर्धारित वेळेसाठी फीच्या बदल्यात वापरण्यास द्या.

७. *प्रतिनिधी/मध्यस्थ* (agency) : एखाद्या वस्तूच्या किंवा सेवेच्या विपणन आणि विक्रीसाठी तुम्ही प्रतिनिधी बनून अशा व्यवहारातील किमतीपैकी काही रक्कम मध्यस्थीची फी म्हणून घेऊ शकता.

८. *प्रेक्षक गोळा करणे* (audience aggregation) : विशिष्ट गुणधर्माच्या लोकांच्या समूहाचे लक्ष वेधून घ्या आणि तिथे विक्री करून त्याची जाहिरात करा. इतर व्यवसायाच्या लोकांपर्यंत जाहिरातीसाठी पोहोचण्यासाठी 'संधी' म्हणून याचा वापर करा.

९. *कर्ज* (loan) : काही ठरावीक रक्कम कर्जाऊ देऊन, नंतर ठरावीक पूर्वनिर्धारित काळाने त्याची वसुली करा, जी 'मूळ कर्ज अधिक व्याजदर' अशी असेल.

१०. *पर्याय* (Options) : फीच्या बदल्यात काही पूर्वनिर्धारित कृती ठरावीक काळासाठी करण्याचे देऊ करा.

११. *विमा* (Insurance) : विमा पॉलिसी-धारकाच्या बाबतीत काही वाईट गोष्ट घडल्यास त्याची भरपाई करण्याची जोखीम घेऊन, काही ठरावीक रकमेच्या विमा हप्त्याच्या बदल्यात, त्याचे खरोखरीच काही नुकसान घडल्यास, त्याला त्याच्या क्लेमची रक्कम द्या.

१२. *भांडवल* (Capital) : एखाद्या उद्योगातील काही भाग मालकी विकत घ्या. नंतर त्या प्रमाणातील फायद्याची रक्कम चालू डिव्हिडंट स्वरूपात किंवा एकाच वेळी घ्या.

मूल्याचे बारा आदर्श प्रकार याबद्दल अधिक सविस्तरपणे जाणून घेऊ या.

ही संकल्पना शेअर करा : http:/book.personalmba.com/12-standard-forms-of-value/

मूल्याचा प्रकार १ : उत्पादन

(Form of Value # 1 : Product)

उद्योग म्हणजे आर्थिक शास्त्र नव्हे; तर ज्यासाठी लोक पैसे देऊ करतील, ते एखादे उत्पादन किंवा सेवा निर्माण करणे होय.

– अनिता रॉडिक, उद्योजक व द बॉडी शॉपच्या संस्थापक

एखादे ***उत्पादन*** म्हणजे मूल्याचा निश्चित प्रकार असते. उत्पादन देणारा व्यवसाय चालवण्यासाठी, तुम्ही :

१. काही निश्चित स्वरूपाची वस्तू निर्माण करा, जी लोकांना हवी आहे.

२. अशी वस्तू जितक्या कमी खर्चात उत्पादन करणे शक्य आहे, तितकी करून, त्याचा स्वीकारार्ह दर्जा जपा.

३. बाजारपेठेत शक्य असेल तितक्या जास्त किमतीला, जितक्या जास्त वस्तू विकणे शक्य आहे, तितक्या विका.

४. मागणीप्रमाणे पुरवण्यासाठी तयार माल शिल्लक ठेवा.

याक्षणी तुम्ही हातात धरलेले पुस्तक, हे अशा उत्पादनाचे उत्तम उदाहरण आहे. तुमच्या हाती पोहोचण्याआधी मला ते लिहावे लागले, संपादित करावे लागले, छापावे आणि बांधावे लागले. पुस्तकांच्या दुकानांना पुरेशा संख्येने पाठवावे लागले. यातील कोणतीही एक पायरी

वगळली असती, तर तुम्ही आता हे पुस्तक वाचत नसता. एक पुस्तक निर्माण करण्यासाठी, छापण्यासाठी आणि वितरित करण्यासाठी आलेल्या खर्चापेक्षा जास्त किमतीला विकले गेले पाहिजे, तर पैसे कमावता येतील.

उत्पादने कार, संगणक आणि व्हॅक्युम क्लीनर यांसारखी टिकाऊही असू शकतात. तसेच, ती लगेच उपभोग घेण्यासारखीदेखील असू शकतात : जसे की, सफरचंद, डोनट्स आणि विहित औषधेही उत्पादनेच आहेत. ती भौतिकच असायला हवीत असे नाही. इतकेच नव्हे; तर सॉफ्टवेअर, ई-बुक्स, आणि MP3 जरी केवळ दृश्य स्वरूपात असली, तरी या विकल्या जाऊ शकतात अशा वस्तू आहेत.

उत्पादनरूपात मूल्य देऊ करणे हे जास्त महत्त्वाचे आहे. कारण, उत्पादनांची हुबेहूब ***नक्कल*** करता येऊ शकते. हे पुस्तक एकदाच लिहिले गेले आहे, पण त्याच्या प्रती जगभरातील लाखो वाचकांसाठी छापल्या आणि वितरित केल्या जाऊ शकतात. याचा परिणाम म्हणून, पुन्हा बनवली जाऊ शकत असल्याने, उत्पादने ही मूल्याच्या इतर प्रकारांपेक्षा जास्त चांगली असतात. (यावर पुढे चर्चा केली आहे.)

ही संकल्पना शेअर करा : http:/book.personalmba.com/product/

मूल्याचा प्रकार २ : सेवा

(Form of Value #2 : Service)

प्रत्येक जण उत्तम बनू शकतो, कारण प्रत्येक जण सेवा करू शकतो.
– मार्टिन ल्युथर किंग, ज्युनियर, मानवी हक्क कार्यकर्ता

एखादी ***सेवा देणे*** म्हणजे कोणाला फी किंवा शुल्काच्या मोबदल्यात मदत अथवा साहाय्य पुरवणे. सेवेद्वारा मूल्यनिर्मिती करण्यासाठी, तुम्हाला सेवेचा लाभ घेणाऱ्यास काही फायदा देणे आवश्यक असते.

यशस्वी सेवेची निर्मिती करण्यासाठी तुमच्या उद्योगामध्ये,

१. असे कर्मचारी हवेत, ज्यांच्याकडे असणारी कौशल्ये इतर लोकांकडे नाहीत, असणार नाहीत किंवा ते ती स्वतः वापरू इच्छित नाहीत.

२. उच्च दर्जाची सेवा सातत्याने पुरवण्याची तजवीज करा.

३. जे ग्राहक पैसे देऊ शकतील, अशा ग्राहकांना आकर्षित करून त्यांना बांधील ठेवा.

आता केशकर्तनालयाचे उदाहरण घ्या. हेअरकट ही अशी ***सेवा*** आहे, जी तुम्ही दुकानातून विकत घेऊ शकाल. ती एक सेवा आहे व ती अनेक कृतींच्या मालिकेतून बनते. केस कापणारा तुमच्या आताच्या हेअर स्टाईलचे रूपांतर तुम्हाला हव्या असलेल्या स्टाईलमध्ये करतो. याच अर्थी, डॉक्टर, फ्रीलान्स डिझायनर्स, मसाज थेरपिस्ट, लॉन केअर आणि सल्लागार हे सर्व जण सेवा पुरवणारे आहेत.

जर एखाद्या सेवेसाठी लागणारी कौशल्ये दुर्मीळ असतील आणि ती विकसित करणे अवघड असेल, तर सेवा किफायतशीर असू शकते. पण त्यांची पुनर्निर्मिती करणेही अवघड असू शकते. सेवा पुरवणाऱ्याच्या त्यातील वेळ आणि शक्ती यांच्या गुंतवणुकीवर सेवा अवलंबून असतात, आणि त्या दोन्ही गोष्टींना मर्यादा आहेत. एखादा हृदय-शल्यचिकित्सक एका ठरावीक दिवशी चार तासांची काही मोजकीच ऑपरेशन्स करू शकतो.

जर तुम्ही काही सेवा विकसित करत असाल, तर तुम्ही दररोज ग्राहकाला ती सेवा पुरवण्यासाठी त्यात गुंतवलेल्या वेळेचा पुरेसा मोबदला मिळेल, अशा प्रकारे त्याची फी आकारा. अन्यथा, लवकरच तुम्हाला कळून येईल की, प्रचंड मेहनतीच्या बदल्यात अल्प मोबदला मिळत आहे.

ही संकल्पना शेअर करा : http:/book.personalmba.com/service/

मूल्याचा प्रकार ३ : सामायिक साधने

(Form of Value # 3 : Shared Resource)

जो आनंद वाटता येत नाही, तो लवकरच नाश पावतो.

– ॲनी सेक्सटन, पुलित्झर पारितोषिक विजेती कवयित्री

सामायिक साधन हे दीर्घकाळ टिकणारे असते, व ते अनेक लोक वापरू शकतात. सामायिक साधनांमुळे तुम्ही एकदाच मिळकत निर्माण करून त्यासाठी ग्राहकाला ती वापरण्यासाठी फी आकारू शकता.

यशस्वी सामायिक साधने निर्माण करण्यासाठी तुम्ही :

१. लोकांना जे साधन वापरण्याची संधी हवी आहे, अशी मिळकत निर्माण करा.
२. प्रत्येक ग्राहकाचा ती साधने वापरण्याचा अनुभव उच्च दर्जाचा राहील, अशा प्रकारे ती त्यांना पुनःपुन्हा वापरण्यास द्या.
३. या साधनांची योग्य देखभाल आणि सुधारणा करता येईल, असे शुल्क आकारा.

जिम किंवा फिटनेस क्लब ही याची उत्कृष्ट उदाहरणे आहेत. एखादा फिटनेस क्लब चाळीस ट्रेडमिल, तीस व्यायामाच्या सायकल्स, वेट्सचे सहा सेट्स, केटलबेल्सचा सेट आणि इतर उपयुक्त साधने खरेदी करू शकतो, जी दीर्घकाळ टिकतील. त्या क्लबच्या सदस्यांना ही साधने विकत घेण्यापेक्षा इथे वापरणे फायद्याचे आहे. याउलट, ते यासाठी जे शुल्क देतील, ते वैयक्तिकरीत्या सहज परवडण्यासारखे असते. (बहुतेक जिम्स त्यांच्याकडील सामायिक साधने वापरण्याची ***संधी*** आणि ***सेवा*** असे एकत्रितरीत्या देऊ करतात, ***एकत्रिकरणाचे*** ते सर्वसाधारण उदाहरण आहे. ते पुढे चर्चिले आहे.)

वस्तुसंग्रहालये (museum) आणि करमणूक उद्याने (amusement parks) ही अशाच प्रकारे चालतात. एखाद्याला मोनेटचा अभ्यास करायचा असतो किंवा एखादी रोलर

कोस्टर राइडमध्ये बसायचे असते. सामायिक साधनांमुळे, लोकांना जे अन्यथा खूप महाग असते अशा गोष्टींचा अनुभवही घेता येतो.

एखादे सामायिक साधन वापरायला देण्यातील युक्तीचा भाग हा असतो की, ते किती वापरले जाते यावर नियंत्रण ठेवता येते. जर, तुमच्याकडे ते वापरण्यास जास्त लोक नसतील, तर तुम्हाला त्यांच्या गुंतवणुकीचा आणि देखभालीचा खर्च भागवणे शक्य होणार नाही. पण जर अनेक लोक ती साधने वापरत असतील, तर अतिगर्दीमुळे त्यांचा अनुभव घेणे सर्वांना शक्य होणार नाही आणि लोक त्रस्त होतील, त्यांचा वापर थांबवतील आणि इतरांनाही न वापरण्याचा सल्ला देतील, ज्यामुळे तुमच्या बिझनेसची ***पत*** खराब होईल (नंतर चर्चिले आहे). अति कमी आणि अति जास्त सदस्य यांच्यातील सुवर्णमध्य हीच सामायिक साधनाच्या उद्योगाची गुरूकिल्ली आहे.

हीी संकल्पना शेअर करा : http:/book.personalmba.com/shared-resource/

मूल्याचा प्रकार ४ : सदस्यत्व

(Form of Value #4 : Subscription)

कृपया, माझ्या राजीनाम्याचा स्वीकार करा. जो मला 'सदस्य' म्हणून स्वीकारेल अशा कोणत्याही क्लबचा हिस्सा व्हायचे नाही.

– ग्राउचो मार्क्स, कॉमेडीयन

एखादी ***सदस्यत्व*** योजना चालू तत्त्वावर, वारंवार दिल्या जाणाऱ्या शुल्काच्या मोबदल्यात अनेक ठरवलेले फायदे देते. प्रत्यक्षात मिळणारे फायदे हे मूर्त किंवा अमूर्त स्वरूपाचे असू शकतात. त्यात महत्त्वाचे फरक हे, की (अ) भविष्यात अधिक मूल्य मिळण्याची अपेक्षा आणि (ब) सदस्यत्व रद्द करेपर्यंत फी शुल्क जमा होत राहील.

एक यशस्वी सदस्यत्व योजना सुरू करण्यासाठी, तुम्ही :

१. प्रत्येक वर्गणीदाराला पुरेसे मूल्य म्हणजेच उत्पादन/सेवा नियमितपणे दिली पाहिजेत.

२. वर्गणीदारांचा भक्कम पाया उभा केला पाहिजे आणि सोडून जाणाऱ्या सदस्यांची कमतरता भरण्यासाठी म्हणून सतत नवनवीन वर्गणीदारांना आकर्षित केले पाहिजे.

३. नियमितपणे ग्राहकांकडून वर्गणी घ्या.

४. शक्य तितके प्रत्येक वर्गणीदाराला दीर्घकाळ सांभाळून ठेवले पाहिजे.

केबल किंवा सॅटेलाईट टेलिव्हिजन सर्व्हिस हे याचे उत्तम उदाहरण आहे. एकदा तुम्ही वर्गणीदार झालात, की कंपनी जोवर तुम्ही नियमितपणे वर्गणी देत असता, तोवर कंपनी तुम्हाला टेलीव्हिजनची सर्व्हिस देत असते. कंपनीला पुढील ३० दिवसांच्या सेवेसाठी फोन करण्याची आवश्यकता नसते. तुम्ही पैसे देत असता, तोवर सेवा सुरूच राहते.

वर्गणी हा मूल्याचा आकर्षक प्रकार आहे. कारण, तो ज्याचा अंदाज येईल अशी जास्त मिळकत देतो. असलेल्याच ग्राहकांना सेवा पुन्हा विकण्यापेक्षा, वर्गणी किंवा सदस्यत्वामुळे काळानुरूप तुम्हाला निष्ठावंत ग्राहकांचा आधार मिळतो. या मॉडेलमुळे तुम्हाला प्रत्येक बिलिंग पिरिएडला एक ठरावीक रक्कम मिळण्याची शाश्वती मिळते.

ग्राहक सोडून जाण्याचे प्रमाण जितके कमी ठेवता येईल तितके ठेवणे, हे खूप महत्त्वाचे आहे. तुम्ही तुमच्या ग्राहकांना जितके खूश ठेवाल, तितके कमी ग्राहक सदस्यत्व रद्द करतील आणि तुम्हाला ग्राहकसंख्या लक्षात घेऊन खात्रीशीर आर्थिक नियोजन करता येईल. नवीन सदस्य मिळवून, सोडून गेलेल्या सदस्यांची कमतरता भरून काढता येईल.

ही संकल्पना शेअर करा : http:/book.personalmba.com/subscription/

मूल्याचा प्रकार ५ : पुनर्विक्री

(Form of Value # 5 : Resale)

स्वस्तात खरेदी करा, आणि जास्त किमतीला विका.

– रोखे विक्रेत्यांचे नीतिवचन

'**पुनर्विक्री**' म्हणजे घाऊक विक्रेत्याकडून एखादी गोष्ट घेणे, आणि ती किरकोळ ग्राहकाला जास्त किमतीला विकणे. तुम्हाच्या माहितीतील बहुतेक किरकोळ विक्रेते अशाच पद्धतीने पुनर्विक्री करतात. ते जे विकतात, ते दुसऱ्या एखाद्या उद्योजकाकडून विकत घेऊन त्याहून जास्त किमतीला विकतात. 'पुनर्विक्री'लाच 'रिसेल' असेही म्हणतात.

'पुनर्विक्रेता' म्हणून मूल्य प्रदान करण्यासाठी, तुम्ही :

१. एखादे उत्पादन जितक्या कमी किमतीला घाऊक प्रमाणात घेणे शक्य असेल तितके घ्या.

२. माल विकला जाईपर्यंत तो चांगल्या स्थितीत ठेवा. कारण खराब माल पुन्हा विकला जात नाही.

३. त्या मालाच्या साठवणुकीचा खर्च कमी करण्यासाठी जितक्या लवकर संभाव्य ग्राहक शोधता येतील, तितक्या लवकर शोधा.

४. खरेदी किमतीच्या शक्य तितक्या जास्त पट किमतीला तो माल विका.

पुनर्विक्रेते महत्त्वाचे असतात, कारण ते घाऊक विक्रेत्यांना वैयक्तिक खरेदीदार शोधण्यास मदत करतात. एखाद्या शेतकऱ्यासाठी, लाखो ग्राहकांच्या दृष्टीने, सफरचंदे विकणे म्हणजे प्रचंड वेळखाऊ आणि अवघड काम असेल; त्यापेक्षा त्याने ती सफरचंदे एखाद्या दुकानांच्या साखळीला विकल्यास त्याला आणखी जास्त सफरचंदांची पैदास करण्याकडे लक्ष देता येईल. ती दुकाने सफरचंदे त्यांच्या साठ्यामध्ये घेऊन त्यांची किरकोळ ग्राहकांना जास्त किमतीला विक्री करतात.

वॉलमार्ट आणि टेस्कोसारखे मोठे रिटेलर्स, बार्न्स अॅन्ड नोबेलसारखे बुक रिटेलर्स आणि लॅन्डस् अॅन्ड वर्कसारखे रिटेलर्स मुळात याच पद्धतीने काम करतात : थेट उत्पादकांकडून कमी किमतीत उत्पादने खरेदी करतात, आणि नंतर जास्त किमतीला लवकरात लवकर विक्री करतात.

चांगला माल कमी किमतीत मिळवणे आणि तो योग्य रीतीने साठवणे, हीच पुनर्विक्रीची गुरूकिल्ली आहे. पुनर्विक्रीसाठी विक्रीयोग्य मालाचा कमी किमतीत नियमित पुरवठा असावा लागतो, अन्यथा फायदा होणार नाही आणि पुनर्विक्रेत्याला उद्योग चालू ठेवण्यासाठी पुरेसा निधी मिळवणे जड जाईल. त्याचप्रमाणे, खूप यशस्वी पुनर्विक्रेते त्यांना मालाचा पुरवठा कमी दरात आणि नियमितपणे व्हावा म्हणून मालाचा पुरवठा करणाऱ्या उद्योगांशी चांगले संबंध प्रस्थापित करतात.

ही संकल्पना शेअर करा : http:/book.personalmba.com/resale/

मूल्याचा प्रकार ६ : भाडेतत्त्व

(Form of Value #6 : Lease)

माझ्या मते, मानवी प्रजाती, दोन प्रमुख जातींची बनली आहे : एक जो उसने घेतो आणि दुसरा जो उसने देतो.

– चार्ल्स लॅम्ब, निबंधकार

भाडेतत्त्वामध्ये एखादी मिळकत विकत घेऊन, ती दुसऱ्या व्यक्तीला ठरावीक काळासाठी वापरण्यास दिली जाते. त्याबदल्यात फी आकारली जाते. ही मिळकत म्हणजे काहीही असू शकते : गाड्या, बोटी, घरे, डीव्हीडी. जोवर ती मिळकत दुसऱ्याला भाड्याने वापरण्यास देण्याच्या स्थितीत आहे, तोवर तुम्ही ती भाड्याने देऊ शकता.

भाडेतत्त्व प्रकाराने मूल्य प्रदान करण्यासाठी, तुम्ही :

१. लोकांना वापरायची असेल अशी मिळकत संपादित करा.
२. ती मिळकत पैसे देणाऱ्या ग्राहकाला अनुकूल अटींवर वापरण्यास द्या.
३. त्या मिळकतीस हानी पोहोचेल किंवा नुकसान होईल अशा अनपेक्षित किंवा प्रतिकूल घटनांपासून तुमचा बचाव करा.

वस्तू विकत घेण्याच्या किमतीपेक्षा कमी किमतीत ती वापरायला मिळणे, हा ग्राहकासाठी फायदाच असतो. एखादी आलिशान कार किंवा बोट तुम्हाला हजारो डॉलर्स खर्चून विकत घेणे शक्य नसते; पण काही डॉलर्स महिना भाडे देऊन ती भाड्याने तुम्ही नक्कीच घेऊ शकता. तेच तत्त्व घरांच्या बाबतीतही लागू होते : महागड्या इमारतीमध्ये घर विकत घेण्यापेक्षा किंवा बांधण्यापेक्षा, त्याहून खूप कमी किमतीत तुम्ही घर भाड्याने घेऊ शकता. तुमचा भाडेकरार संपल्यावर, ती मिळकत मालक अन्य कोणाला भाडेतत्त्वाने देऊ शकतो.

यशस्वीपणे भाडेतत्त्वाने मूल्य देण्यासाठी, भाडेपट्ट्याच्या किमतीतून मिळकतीची मूळ किंमत, मिळकत जुनी होण्याआधी वसूल होईल याची तुम्ही खात्री केली पाहिजे. बऱ्याच वस्तूंना उपभोगासाठी, ठरावीक आयुष्य असते. त्यामुळे, त्या मिळकतीच्या वापराचे आयुष्य संपून त्याची किंमत कमी होण्याआधी, पूर्ण किंमत वसूल होईल हे तुम्ही पाहिले पाहिजे. याशिवाय, तुम्हाला त्याच्या दुरुस्तीचा आणि देखभालीचा खर्च यासाठीही काही नियोजन करावे लागेल, ज्यायोगे वापरादरम्यान होणारे नुकसान किंवा हानी भरून निघेल.

हीं संकल्पना शेअर करा : http:/book.personalmba.com/lease/

मूल्याचा प्रकार ७ : मध्यस्थ

(Form of Value #7 : Agency)

माझे दहन करावे अशी माझी इच्छा आहे. आपल्या करारात लिहिल्याप्रमाणे, माझ्या राखेतील एक दशांश भाग माझ्या एजंटला देण्यात यावा.

– ग्राउचो मार्क्स

एजन्सी या प्रकारामध्ये, जी तुमची मिळकत नाही, त्याचे मार्केटिंग आणि विक्री याचा समावेश होतो. स्वतः मूल्यनिर्मिती करण्याऐवजी, ज्याच्याकडे मूल्य वितरणासाठी तयार आहे त्यांच्याबरोबर तुम्ही काम करता. त्यांच्या मूल्यासाठी खरेदीदार शोधणे हे तुमचे काम असते. मूळ विक्रेता आणि खरेदीदार यांचे नवीन संबंध निर्माण करण्याच्या बदल्यात, तुम्हाला कमिशन किंवा फी मिळते.

एजन्सीद्वारे मूल्य प्रदान करण्यासाठी, तुम्ही :

१. ज्याच्याकडे मौल्यवान मिळकत आहे असा विक्रेता शोधा.

२. संभाव्य ग्राहकांशी संपर्क करून विश्वास संपादित करा.

३. विक्री करार होईपर्यंत वाटाघाटी करा.

४. विक्रेत्याकडून तुमची ठरलेली फी किंवा कमिशन घ्या.

विक्रेत्याला एजन्सीचा नेहमी फायदा होतो. कारण, त्यांनी निर्माण केलेल्या उत्पादनाची/सेवेची विक्री होते, जी अन्यथा झाली नसती. याचे उत्कृष्ट उदाहरण म्हणजे लिटररी एजंट. एखाद्या होतकरू लेखकाकडे पुस्तकासाठी काही कल्पना असेल; पण त्याला कोणी प्रकाशक माहीत नसतील. ज्या एजंटचे प्रकाशनव्यवसायातील लोकांशी आधीपासून चांगले संबंध आहेत, अशा एजंटबरोबर काम केल्यास, त्या लेखकाचा पुस्तक प्रकाशनाचा करार होण्याची दाट शक्यता आहे. प्रकाशक शोधून देण्याच्या आणि कराराची बोलणी करण्याच्या बदल्यात, एजंटला पुस्तकाच्या आगाऊ रकमेच्या आणि रॉयल्टीच्या काही टक्के कमिशन मिळते.

ग्राहकांनाही एजन्सीमुळे फायदाच होतो. चांगले एजंट चांगली मिळकत खरेदी करण्यासाठी मदत करतात. ज्या ग्राहकांचा एजंटवर विश्वास असतो की, ते खरेदी

करण्यालायक मिळकतीकडे त्यांचे लक्ष वेधून घेतील व नुकसान होईल अशा व्यवहारापासून दूर ठेवतील, अशा ग्राहकांसाठी, एजंट्स अनेकदा एखाद्या चाळणीचे काम करतात. याचे उत्तम उदाहरण म्हणजे जागा खरेदी–विक्री व्यवहारातील एजंट. ज्याला तो भाग चांगल्या रीतीने माहीत आहे, अशा अनुभवी एजंटबरोबर नवीन शहरात घर घेणे खूप सोपे होते.

एजन्सी चालवण्यातील महत्त्वाची गोष्ट ही आहे की, तुमची फी किंवा तुमची कमिशनची रक्कम तुमच्या कष्टांचे चीज करण्याइतकी जास्त असावी. कारण, बहुतेक एजन्सीचे काम विक्री व्यवहार पूर्ण करण्यावर अवलंबून असते. त्यामुळे तुम्हाला तुमचा वेळ विक्री पूर्ण करण्याच्या दृष्टीने होणाऱ्या हालचालींवर खर्च करावा लागतो. म्हणूनच विक्री पूर्ण झाल्यावर मिळणारे कमिशन किंवा फी ही तुमचा वेळ आणि कष्ट या दोन्हींचा पुरेसा मोबदला देणारी असावी.

ही संकल्पना शेअर करा : http:/book.personalmba.com/agency/

मूल्याचा प्रकार ८ : प्रेक्षक गोळा करणे

(Form of Value # 8 : Audience Agreegation)

तुमच्या डोक्यात एखादी जाहिरात घोळत आहे, तोवर टेलिव्हिजन पैसे कमावत आहे.

– जेसन लव्ह, मार्केटिंग एक्झिक्युटिव्ह

प्रेक्षक गोळा करणे म्हणजे सारख्या गुणधर्माच्या लोकांच्या समूहाचे लक्ष वेधून घेणे व नंतर त्या समूहात शिरकाव करण्याची संधी तिसऱ्या पार्टीला विकणे. लोकांचे लक्ष हे सीमित आणि मौल्यवान असते, एखाद्या विशिष्ट भागातील लोकसमूह गोळा करणे हे व्यावसायिकांच्या दृष्टीने किंवा अशा लोकांचे लक्ष वेधून घेऊ इच्छिणाऱ्या लोकांसाठी खूप महत्त्वाचे असते.

'प्रेक्षक गोळा करण्याच्या' बिझनेसमधून मूल्य प्रदान करण्यासाठी, तुम्ही :

१. सामायिक गुणधर्म किंवा आवडी असलेल्या लोकांचा समूह निश्चित करा.
२. त्यांचे लक्ष सतत वेधून घेण्याचा काही मार्ग निर्माण करून तो सुरू ठेवा.
३. अशा लोकांचे वेधलेले लक्ष विकत घेतील, असे तिसरे गट शोधा.
४. अशा प्रेक्षकांमध्ये शिरण्याचा मार्ग, संधी त्यांना न कळू देता तिसऱ्याला विका.

प्रेक्षकांनाही याचा फायदा होतो. कारण, यामुळे त्यांचे लक्ष वेधण्यालायक गोष्ट त्यांना मिळते. याचे सर्वांत चांगले उदाहरण म्हणजे मासिकांमधील आणि वेबसाइटवरील जाहिराती होय. वाचकांना त्या माहितीचा आणि मनोरंजनाचा फायदा होतो, ज्यामुळे एका विशिष्ट दर्जाच्या जाहिरातींना ते सामोरे जातात. जर जाहिराती असह्य असतील, तर ते त्या वाचणे

सोडून देतील. पण बहुतांश लोक त्यातील मजकूर चांगला असेल, तर अशा जाहिराती वाचण्यास किंवा पाहण्यास तयार असतात.

जाहिरात करणाऱ्यालादेखील याचा फायदा होतो, कारण, त्यामुळे त्याला विक्री करण्यासाठी लोकांचे लक्ष वेधून घेतले जाते. एखाद्या कॉन्फरन्स किंवा ट्रेड शोचा विचार केला, तर तुम्हाला जे देऊ करायचे आहे, ते विकत घेऊ इच्छिणाऱ्या लोकांनी खचाखच भरलेल्या इमारतीतील एक बूथ विकत घेणे, हा शहाणपणाचा निर्णय असतो. चांगल्या रीतीने हे काम केल्यास, जाहिराती लक्ष वेधून घेतात, व त्यामुळे संभाव्य ग्राहक मिळतात आणि त्यातून विक्री होते. जोपर्यंत, विक्रीमधून जाहिरात आणि इतर ***व्यावसायिक खर्च*** (याबद्दल नंतर सांगितले आहे) यापेक्षा जास्त कमाई होत आहे, तोपर्यंत, जाहिरात करणे हे नवीन ग्राहक मिळवण्यासाठीचे चांगले साधन आहे. म्हणजेच, जाहिरात करणारा, प्रेक्षक गोळा करणाऱ्याला नवीन जाहिराती विकत घेऊन मदतच करत असतो.

ही संकल्पना शेअर करा : http:/book.personalmba.com/audience-aggregation/

मूल्याचा प्रकार ९ : कर्ज

(Form of Value # 9 : Loan)

पैशाचा आवाज येतो; पण कर्जाला प्रतिध्वनी असतो.

– बॉब थेव्ज, कार्टूनिस्ट आणि 'फ्रँक अँन्ड अर्नेस्ट'चे निर्माते

कर्ज म्हणजे एक असा करार असतो की, कर्ज घेणारा कर्जाऊ घेतलेली रक्कम ठरावीक काळासाठी वापरू शकतो. त्याबदल्यात, त्याने कर्ज देणाऱ्याला ठरलेल्या काळासाठी काही रक्कम देत राहायची असते, जी मूळ कर्जाऊ रक्कम आणि त्याचे व्याज याच्या बरोबरीची असते.

कर्ज-व्यवसायाद्वारे मूल्य प्रदान करण्यासाठी :

१. तुमच्याकडे कर्जाऊ देण्यासाठी पैसा पाहिजे.
२. ज्यांना उसने पैसे हवे आहेत असे लोक शोधा.
३. त्यावर तुम्ही दिलेल्या कर्जाला योग्य असा व्याजदर आकारा.
४. दिलेल्या कर्जाची परतफेड न झाल्यास नुकसान झाल्यास काय करायचे याचा अंदाज करून त्यासाठी उपाय योजून ठेवा.

कर्जाऊ घेतलेल्या रकमेचा वापर जबाबदारीने केल्यास, फायदाच होतो. कर्जाच्या रकमेमुळे तुम्हाला अशी महागडी उत्पादने किंवा सेवा विकत घेण्याची संधी मिळते, जे अन्यथा शक्य झाले नसते. आपल्या खात्यात हजारो डॉलर्स नसतानाही महागड्या घरांत राहणे हे कर्जामुळेच शक्य होते. कारसाठी मिळणाऱ्या कर्जांमुळे १००% रक्कम सुरुवातीलाच न

भरता, दरमहा कर्जाचा हप्ता भरून नवीन गाडी खरेदी करता येते. तसेच क्रेडिट कार्ड्समुळे लोकांना अनेक वस्तू/सेवा तातडीने खरेदी करता येतात. नंतर दरमहा रक्कम भरून त्याची परतफेड करता येते.

कर्ज देणे हे सावकारासाठीदेखील फायद्याचे असते. कारण, त्याच्याकडे असलेल्या अतिरिक्त भांडवलावर तो नफा कमवू शकतो. मूळ कर्जावर 'चक्रवाढ व्याज' लावल्याने कर्ज देणाऱ्याला मूळ कर्जाच्या रकमेच्या अनेक पट अधिक रक्कम मिळते. दीर्घ मुदतीच्या गहाणवटीच्या कर्जांमध्ये तर नेहमी दुप्पट किंवा तिप्पट अधिक रक्कम परत मिळते.

कर्ज दिल्यानंतर, जर कर्जदाराने पैसे परत देणे थांबवले, तर परतावा घेण्याव्यतिरिक्त अजून एक छोटेसे काम करावे लागते. एखादे कर्ज किती जोखमीचे आहे हे ओळखून त्याबाबतची प्रक्रिया ठरवावी लागते, ज्याला 'अंडररायटिंग' असे म्हणतात. जो कर्ज देतो, त्याच्यासाठी ही महत्त्वाची गोष्ट आहे. बहुधा, तो काही समांतर मिळकत कर्जाच्या जोखमीपासून संरक्षण म्हणून ठेवून घेतो. जर कर्ज फेडले गेले नाही, तर समांतर मिळकतीची मालकी कर्ज देणाऱ्याला मिळते, जी विकून तो त्याची कर्जाची बुडलेली रक्कम परत मिळवू शकतो.

ही संकल्पना शेअर करा : http:/book.personalmba.com/loan/

मूल्याचा प्रकार १० : पर्याय

(Form of Value # 10 : Option)

तुम्ही पैसे मोजून पर्याय निवडता.

– *पंच*, १९व्या शतकातील ब्रिटिश कॉमिक, १८४६

विकल्प किंवा **पर्याय** म्हणजे फीच्या मोबदल्यामध्ये निश्चित काळासाठी काही निश्चित क्रिया करण्याची क्षमता. बहुतांश लोकांना ऑप्शन म्हणजे 'फायनान्शियल सिक्युरिटीज' वाटतात. पण खरे तर ते आपल्या आजूबाजूला असतात. सिनेमाची किंवा कॉन्सर्टची तिकिटे, कुपन्स, रिटेनर आणि परवाना अधिकार ही सर्व विकल्पाची उदाहरणे आहेत. फीच्या बदल्यात विकल्प विकत घेणाऱ्याला मुदत संपण्यापूर्वी ठरलेल्या किमतीला काही विशिष्ट क्रिया करण्याचा हक्क मिळतो. जसे की, कार्यक्रमाला उपस्थित राहणे, एखादी मिळकत खरेदी करणे किंवा फायनान्शियल सिक्युरिटी खरेदी करणे.

पर्यायाद्वारे मूल्य प्रदान करण्यासाठी, तुम्ही :

१. अशा काही गोष्टी शोधून काढल्या पाहिजेत की, ज्या लोकांना भविष्यात कराव्या असे वाटले पाहिजे.

२. संभाव्य खरेदीदारांना एका विशिष्ट मुदतीपूर्वी ते देऊ करा.

३. असे पर्याय योग्य किमतीत कसे आहेत याबद्दल संभाव्य खरेदीदारांना पटवून द्या.

४. ती क्रिया केल्यावर, मुदत लागू करा.

असे पर्याय उपयुक्त असतात, कारण, त्यामुळे खरेदी करणाऱ्याला एखादी गोष्ट स्वतःहून न करताही, ती गोष्ट करण्याची क्षमता प्राप्त होते. उदाहरणार्थ, जर तुम्ही एखादे सिनेमाचे तिकीट विकत घेतले, तर थिएटरमध्ये एका खुर्चीत बसण्याची जागा तुम्हाला प्राप्त होते. पण जर तुम्हाला त्याहून चांगली दुसरी संधी उपलब्ध झाली तर, तुम्ही तो सिनेमा पाहिलाच पाहिजे असे नाही. तुम्ही जेव्हा तिकीट विकत घेता, तेव्हा तुम्ही फक्त तो सिनेमा ठरलेल्या वेळी बघण्याचा पर्याय विकत घेत आहात, त्याहून जास्त काही नाही.

पर्याय हे नेहमी ठरावीक काळासाठी उपलब्ध असलेल्या ठरावीक क्रिया करण्यासाठी वापरले जातात, तेदेखील पुढील अन्य गोष्टी घडण्यापूर्वी. उदा. न्यू यॉर्कहून कोलोरॅडो येथे स्थलांतर करताना, माझी पत्नी केल्सी आणि मी, आम्ही न पाहिलेल्या एका अपार्टमेंटसाठी अनामत रक्कम भरली होती. त्या अनामत रकमेमुळे, आम्ही तिथे जाण्यापूर्वी त्या जागेचे मालक ती जागा अन्य कोणाला देणार नाहीत, हे सुनिश्चित झाले होते. जर आम्ही तो व्यवहार पुढे न करण्याचे ठरवले असते, तर त्या मालकांनी आम्ही दिलेली अनामत रक्कम नुकसानभरपाई म्हणून ठेवून घेतली असती आणि ते दुसरे भाडेकरू शोधायला मोकळे झाले असते. अशा प्रकारे, हा पर्याय आम्हा दोघांसाठी खूपच फायदेशीर होता.

पर्यायांकडे बऱ्याचदा 'मूल्याचा प्रकार' म्हणून पाहिले जात नाही. ***तीन वैश्विक चलनांपैकी*** (Three Universal Currencies) एक म्हणजे लवचीकता! (याविषयी या पुस्तकात पुढे बघणार आहोत.) लोकांना अधिक लवचीकता देण्याचा मार्ग शोधून काढा आणि पाहा, तुम्हाला व्यवहार्य असे बिझनेस मॉडेल सापडेल.

ही संकल्पना शेअर करा : http:/book.personalmba.com/option/

मूल्याचा प्रकार ११ : विमा

(Form of Value # 11 : Insurance)

अंदाज असेल अशी जोखीम घ्या. अविचारीपणापेक्षा ते खूप वेगळे आहे.
– जनरल जॉर्ज एस.पॅटन, दुसऱ्या विश्वयुद्धातील अमेरिकेच्या तिसऱ्या दलाचे कमांडर

वि**म्यामध्ये** जोखीम ही विमा खरेदीदाराकडून विमा विकणाऱ्याकडे जाते. विमाधारकासोबत एखादी विशिष्ट अप्रिय घटना घडल्यास त्या घटनेची जोखीम विमाकंपनी घेते. त्याबदल्यात, विमाधारक विमाकंपनीला निश्चित केलेली हप्त्यांची मालिका देण्याचे कबूल करतो. जर ती विशिष्ट अप्रिय घटना घडली, तर विमा कंपनी ते पैसे विमाधारकाला देण्यास जबाबदार असते. जर कोणतीही अप्रिय घटना नाही घडली, तर ते पैसे विमाकंपनी ठेवून घेते.

विमा व्यवसायाद्वारे मूल्य प्रदान करण्यासाठी, तुम्ही :

१. ज्याद्वारे एखादी विशिष्ट अप्रिय गोष्ट (नुकसान) घडल्यास, त्याची जोखीम विमाधारकाकडून तुमच्याकडे येईल, असा कायदेशीर करार तयार करा.
२. उपलब्ध माहितीनुसार, ती वाईट घटना घडण्याची जोखीम किती आहे, याचा अंदाज घ्या.
३. करारानुसार ठरवलेले हप्ते गोळा करा. (त्याला 'प्रीमियम' असे म्हणतात.)
४. पॉलिसीचे दावे कायदेशीरपणे चुकते करा.

विम्यामुळे, खरेदी करणाऱ्याला जोखमीपासून संरक्षणाचे मूल्य मिळते. उदा. एखाद्या घराला कोणत्याही प्रकारे आग लागू शकते. अशा वेळी घरमालकाकडे एक घर आगीत खाक झाल्यास लागलीच दुसरे घर घेण्यास पुरेसे पैसे नसतात. घरमालकाचा विमा ही जोखीम विमाकंपनीवर टाकते. जर घर आगीत जाळून खाक झाले, तर विमाकंपनी घरमालकाला नुकसानभरपाई देते, ज्यामुळे त्याला दुसरे घर खरेदी करणे शक्य होते. जर आग लागली नाही, तर विमाकंपनी विम्याच्या हप्त्यांची रक्कम ठेवून घेते.

विम्यामध्ये जोखीम खूप लोकांमध्ये वैयक्तिकरीत्या विखुरली जाते. विमाकंपनी जर हजारो लाखो घरांचा आगीचा विमा उतरवत असेल, तर अशी शक्यता फारच कमी आहे की, विमा पॉलिसी घेतलेल्या प्रत्येक घराला आग लागून ते खाक होते. काही नुकसानींच्या दाव्यांचे पैसे चुकते करावे लागतील. जोपर्यंत, विमा कंपनीला नुकसानीच्या दाव्यांपेक्षा विम्याच्या हप्त्यांचे पैसे अधिक येत राहतील, तोवर कंपनीची चांगली कमाई होत राहील. कारचा विमा, आरोग्यविमा आणि मालाची गॅरंटी इत्यादी विम्याचे सर्व प्रकार अशाच पद्धतीने काम करतात.

विमाकंपनी जितके जास्त हप्ते गोळा करते आणि जितके कमी दावे चुकते करावे लागतात, तितके विमाकंपनीचे उत्पन्न जास्त असते. बॅड रिस्क, म्हणजे वाईट जोखीम नाकारण्यात विमाकंपनीचा काही उद्देश असतो. अशा अत्यंत जास्त जोखीम असणाऱ्या विम्याच्या दाव्यांमध्ये परतावा रक्कम कमी दिली जाते; पण हप्ते मात्र जास्त रकमेचे भरावे लागतात. याचप्रमाणे, विमाकंपनीला फसव्या व्यवहारांपासून सावध राहण्यासाठी, फसव्या दाव्यांचा प्रतिबंध करणे व खोट्या व्यवहारात हप्ते भरूनही कायदेशीर दाव्यांमध्ये पैसे न देणे, याबाबत काळजी घ्यावी लागते. जर विमाकंपनीने कायदेशीररीत्या नुकसानीचे पैसे चुकते न केल्यास, विमाधारक त्यांना कोर्टात खेचू शकतो आणि विम्याचा करार कायदेशीररीत्या बंधनकारक करू शकतो.

ही संकल्पना शेअर करा : http:/book.personalmba.com/insurance/

मूल्याचा प्रकार १२ : भांडवल

(Form of Value # 12 : Capital)

भांडवल म्हणजे तुमच्या संपत्तीचा असा भाग आहे, जो अधिक संपत्ती कमावण्यासाठी दिला जातो.

– आल्फ्रेड मार्शल, अर्थशास्त्रज्ञ आणि *प्रिन्सिपल्स ऑफ इकॉनॉमिक्स* या पुस्तकाचे लेखक

भांडवल म्हणजे एखाद्या उद्योगाची मालकी खरेदी करणे. ज्यांच्याकडे भांडवल उभे करण्यासाठी साधन आहे, त्यांनी भांडवल दिले तर नवीन उद्योग सुरू करण्यासाठी किंवा अस्तित्वात असलेल्या उद्योगाचा विस्तार करण्यासाठी किंवा नवीन बाजारपेठेत प्रवेश करण्यासाठी मदत होते. एन्जल इन्व्हेस्टिंग, जोखमीचे भांडवल (venture capital) आणि पब्लिक कंपनीतील स्टॉक खरेदी करणे ही सर्व भांडवलाद्वारे मूल्य प्रदान करण्याची उदाहरणे आहेत, ज्यांची आपण पुढे ***Hierarchy of Funding*** मध्ये सविस्तर चर्चा करू.

भांडवलाद्वारे मूल्य प्रदान करण्यासाठी :

१. तुमच्याकडे गुंतवणुकीसाठी भरपूर भांडवल असायला हवे.
२. ज्यात गुंतवणूक करण्याची तुमची तयारी आहे असा एखादा बिझनेस शोधा.
३. अशा बिझनेसची सध्याची किंमत किती आहे, भविष्यात किती किंमत असेल याचा अंदाज घ्या. तुमचे भांडवल बुडेल अशा काही परिस्थिती ओढवतील का, याचा अंदाज घ्या.
४. तुम्ही जेवढे भांडवल गुंतवणार आहात त्याच्या प्रमाणात मालकी हक्कासाठी बोलणी करा.

भांडवल गुंतवणुकीमुळे उद्योग-व्यवसायांना फायदा होतो. कारण, त्यामुळे त्यांना आवश्यक असलेली साधनसंपत्ती जमवता येते आणि त्यांच्या उद्योगाचा विस्तार करता येतो किंवा नवीन उद्योगधंदा सुरू करता येतो.

उत्पादन आणि आर्थिक सेवा यासारखे काही उद्योग नव्याने सुरू करण्यासाठी किंवा त्यांचा विस्तार करण्यासाठी खूप मोठ्या भांडवलाची आवश्यकता असते. आपल्या बँकखात्यात पैसे तसेच पडून ठेवण्यापेक्षा, गुंतवणूकदार ते पैसे अशा कंपन्यांना देऊ शकतात, ज्यांच्याकडून भविष्यात जास्त दराने परतावा मिळण्याची शक्यता आहे. जर त्या उद्योगात खूप मोठ्या प्रमाणावर पैसा मिळाला, तर गुंतवणूकदारांना चांगल्या दराने नियमित डिव्हिडन्ट मिळू शकतो. ज्या कंपनीला भांडवल दिले आहे, ती कंपनी जर अन्य पब्लिक कंपनीने घेतली किंवा पब्लिक स्टॉक एक्स्चेंजमध्ये नोंदणी केलेल्या कंपनीने विकत घेतली,

तर गुंतवणूकदारांना खरेदी किमतीच्या काही टक्के रक्कम एकत्रितपणे मिळू शकते किंवा त्यांना त्यांचे त्या कंपनीचे शेअर्स खुल्या बाजारात विकता येतात.

ही संकल्पना शेअर करा : http:/book.personalmba.com/capital/

गैरसोयीचा हप्ता

(Hassle Premium)

सर्व मानवी परिस्थितींमध्ये आपापल्या गैरसोयी असतात.

– बेन्जामिन फ्रँकलिन, माजी अमेरिकन नेते, शास्त्रज्ञ आणि व्यासंगी

लोकांना कधीकधी त्यांची स्वतःची काळजी घेण्यासाठी ज्या गोष्टी करणे आवश्यक असते, त्याही त्रासदायक किंवा कंटाळवाण्या वाटू शकतात. अशा गोष्टी अन्य कोणी करून देणार असेल, तर त्यासाठी योग्य तो मोबदला देण्यास ते तयार असतात. जिथे गैरसोय किंवा अडचणी असतात, तिथे व्यवसायाला नक्की संधी असते.

गैरसोयी अनेक स्वरूपाच्या असतात. एखादा हाती घेतलेले प्रकल्प अथवा काम :

- जे पूर्ण होण्यास खूप वेळ घेते.
- ज्याच्या चांगल्या परिणामांसाठी खूप मेहनत घेण्याची आवश्यकता असते.
- जे इतर अनेक महत्त्वाच्या कामांवरून लक्ष विचलित करते.
- ज्यात मोठ्या प्रमाणावर गोंधळ, अनिश्चितता किंवा गुंतागुंत असते.
- ज्यासाठी महाग किंवा धाडसी पुर्वानुभावाची आवश्यकता असते.
- ज्याकरता जी विशिष्ट साधने आवश्यक असतात, ती सहजासहजी उपलब्ध नसतात.

एखाद्या प्रकल्पात किंवा कामात जितक्या अडचणी किंवा गैरसोयी जास्त, तितके त्यावर सोपा उपाय शोधण्यासाठी किंवा ते काम पूर्ण करून देण्यासाठी लोक अधिक मोबदला किंमत द्यायला तयार असतात. उदाहरणार्थ, स्वीमिंग पूल साफ करून देण्याच्या किटसाठी एखादा घरमालक एका वेळी फी म्हणून ५० डॉलर्स द्यायला तयार असतो. पण दरमहा तो पूल साफ करून देण्याच्या सेवेसाठी १०० डॉलर्स मोजायलाही तयार असू शकतो.

शेवटी काय; स्वीमिंग पूल स्वच्छ असणे हे अपेक्षित आहे. पण सफाई सेवेमुळे ती गैरसोय दूर होते. पूलच्या मालकाला स्वतःचा वेळ खर्च करावा लागत नाही किंवा त्यासाठी श्रम करावे लागत नाहीत. त्याचा परिणाम म्हणून पूल सफाई सेवेचा या ***'गैरसोयीच्या हप्त्यामुळे'*** फायदा होतो. तो असा की, त्यांना स्वीमिंग पूलच्या मालकाची गैरसोय दूर केल्याबद्दल वर्षाला १२०० डॉलर्स, (म्हणजे स्वतः करायला लागण्याच्या किमतीपेक्षा १५०० डॉलर्स जास्त) मिळतात.

पण यालाही एक मर्यादा आहे. महिन्याला १०००० डॉलर्स हे पूल सफाई सेवेसाठी आकारणे व्यवहार्य होणार नाही. बहुतेक घरमालक पूल स्वच्छ आहे का नाही याबाबत जास्त काळजी करत नाहीत. या 'गैरसोयीच्या हप्त्याचा' फायदा होण्यासाठी तुम्ही हे पाहायला पाहिजे की, ग्राहकाला किती त्रास होत आहे. जितकी जास्त गैरसोय, तितका मोठा गैरसोयीचा हप्ता असे समीकरण असते.

जर तुम्ही एखाद्या नवीन बिझनेस आयडियाच्या शोधात असाल, तर अशा गैरसोयींचा शोध घ्या. जिथे गैरसोय असेल, तिथे संधी आहे. तुम्ही ग्राहकाची गैरसोय जितक्या जास्त प्रमाणात दूर करू शकाल, तितके जास्त उत्पन्न मिळवू शकाल.

ही संकल्पना शेअर करा : http:/book.personalmba.com/hassle-premium/

अनुभूत मूल्य

(Perceived Value)

लोकांना जेव्हा इतर वस्तूंपेक्षा संपत्ती जास्त महत्त्वाची असते,
तेव्हा ते वस्तूंसाठी पैसा खर्च करत नाहीत.

– रॉय एच विलियम्स, *जाहिरातींचे जादूगार*

सर्व प्रकारच्या मूल्यांची निर्मिती एकसमान नसते. मूल्य हे पाहणाऱ्याच्या नजरेत असते. तुम्ही देऊ करत असलेल्या सेवेसाठी/उत्पादनासाठी ग्राहक किती पैसे देऊ शकेल हे ***अनुभूत मूल्य*** (Perceived Value) ठरवते. एखाद्या संभाव्य ग्राहकाला तुमची ऑफर जितकी मौल्यवान वाटेल, तितकी त्यांनी ती विकत घेण्याची शक्यता वाढते आणि त्यासाठी जास्त पैसे देण्याची त्यांची तयारीही असते.

पुढीलपैकी एक किंवा अधिक गोष्टींमुळे तुमची ऑफर सर्वांत जास्त मौल्यवान बनवता येईल :

- तुमची ऑफर संभाव्य ग्राहकाच्या एक किंवा अधिक मूळ मानवी गरजा पूर्ण करते.
- तुमची ऑफर आकर्षक आणि कल्पना करण्यास सोपा असा ***अंतिम परिणाम*** (हे नंतर चर्चिले आहे) देऊ करते.
- तुमची ऑफर अंतिम वापरकर्त्याची (एंड युजरची) त्या कामातील गुंतवणूक कमी करून, त्यासाठी सर्वांत जास्त गैरसोयीचा हप्ता आकारते.
- तुमची ऑफर संभाव्य ग्राहकांच्या सामाजिक दर्जा प्राप्त करण्याच्या सवयीचा विचार करून, इतर लोकांच्या नजरेत त्यांना चांगले दिसण्यासाठी मदत करते.

आपण हे समजून घेणे महत्त्वाचे आहे की, ओळखलेली किंमत/मूल्य हे वस्तुनिष्ठ असते आणि ते तुमच्या संभाव्य ग्राहकाच्या सद्यःपरिस्थितीवर, मूल्यांवर, समजुतींवर आणि

जागतिक दृष्टीवर अवलंबून असते. जर संभाव्य ग्राहकाला तुमची ऑफर मौल्यवान वाटली नाही, तर ते ती ***स्वीकारण्यास तयार होणार*** नाहीत. (पुढे याची माहिती आलेली आहे)

म्हणूनच तुमच्या ऑफरमधून ग्राहकांना सर्वांत जास्त अर्थपूर्ण फायदे आणि जास्त दर्जा देण्यावर भर द्या. त्यामुळे अंतिम वापरकर्त्याला कमीतकमी कष्ट आणि त्रास होईल आणि तुमच्या ऑफरचे मूल्य वाढवण्यात तुम्ही यशस्वी व्हाल.

ही संकल्पना शेअर करा : http:/book.personalmba.com/perceived-value/

लवचीकता

(Modularity)

भव्यदिव्य गोष्टी केवळ प्रेरणेमुळे घडत नाहीत; परंतु खूप
छोट्या-छोट्या गोष्टींची मालिका एकत्र आणल्याने होतात.
– विन्सेंट वॅन गॉग, चित्रकार

मूल्यांचे १२ प्रकार लक्षात ठेवा, ते काही परस्परांपेक्षा खूपच भिन्न नाहीत. तुम्ही त्यातील कितीही मूल्ये किंवा त्यांचे कॉम्बिनेशन्स, जी तुम्हाला सर्वांत जास्त योग्य वाटतील, ती तुमच्या संभाव्य ग्राहकांना देऊ शकता.

यशस्वी उद्योजक मूल्य नेहमी अनेक प्रकारांत देऊ करतात. उदाहरणार्थ, नियतकालिक प्रकाशन व्यवसाय पाहा. प्रकाशक महिना किंवा वार्षिक ***वर्गणी*** फीच्या बदल्यात तुम्हाला छापील मासिक पोस्टाने ठरावीक काळाने पोहोचती करतात. त्याच वेळेस ते मासिकातील मजकुरासोबत जाहिराती छापतात व त्यामार्फत वर्गणीदारांपर्यंत पोहोचून अधिक ***ग्राहक गोळा करण्याची*** संधी त्याच्या जाहिरातदारांना देतात.

Orbitzसारख्या प्रवासी वेबसाइट्स ***प्रॉडक्ट्स*** (विमानाची तिकिटे) आणि तिकीट रद्द करण्याचा ***विमाही*** विकतात. त्याच वेळी वेबसाइट पाहणाऱ्या लोकांना जाहिराती दाखवतात (ग्राहक आकर्षित करणे). सिनेमाची थिएटर, सिनेमाचा शो दाखवण्यासोबत (***सामायिक साधने***) तिकिटे ***(पर्याय)*** आणि सवलतीत विक्री (***प्रॉडक्ट्स***) यांचा संयोग साधतात.

बहुतेक कंपन्यांमध्ये, यापैकी प्रत्येक ऑफर स्वतंत्रपणे हाताळली जाते आणि त्यापैकी जिचा उपभोग घ्यावा असे वाटेल, अशी कोणतीही ऑफर ग्राहक निवडू शकतात. ऑफर्स ***लवचीक*** केल्याने, बिझनेस प्रत्येक ऑफरची वेगळेपणाने निर्मिती करू शकतात आणि त्यात सुधारणा करू शकतात; त्यांच्या ग्राहकांना चांगली सेवा देण्यासाठी आवश्यक अशा ऑफर्स एकत्रित करूनही देऊ शकतात. हे लेगो (LEGO) खेळण्यासारखे आहे. एकदा तुम्हाला हवे असलेले तुकडे तुमच्याकडे असले की, तुम्ही त्यांना तुम्हाला हव्या तितक्या प्रकारे एकत्र करू शकता, जोडू शकता.

ही संकल्पना शेअर करा : http:/book.personalmba.com/perceived-value/

एकत्रिकरण किंवा विलगीकरण

(Bundling and Unbundling)

यातील थोडे आणि त्यातील थोडे अशा तऱ्हेनेच जगात नावीन्य येते.

– सलमान रश्दी, कादंबरीकार

तुमच्या ऑफर छोट्या आणि ***लवचीक*** केल्यास फायदा होतो. तो म्हणजे त्यामुळे तुम्हाला ***एकत्रिकरणाच्या*** युक्तीचा लाभ घेता येतो. एकत्रिकरणामुळे तुम्हाला तुम्ही निर्माण केलेल्या मूल्यांचा पुनर्विचार करता येतो आणि त्यातून अधिक मूल्य निर्माण करता येते.

तुम्ही जेव्हा अनेक छोट्या ऑफर्स एका मोठ्या ऑफरमध्ये एकत्रित करता, तेव्हा एकत्रीकरण होते. याचे उदाहरण टेलिफोन इंडस्ट्रीमध्ये पाहायला मिळते, जेव्हा मोबाईल फोनचे (जे एक प्रत्यक्ष ***उत्पादन*** आहे) मासिक सेवेच्या योजनेबरोबर ***(सदस्यत्व)*** एकाच किमतीत एकत्रिकरण केले जाते. त्याचप्रमाणे, किराणा दुकानातील, 'एक खरेदी करा–एक मोफत मिळवा' अशा ऑफर्स म्हणजे एकत्रिकरणाचेच उदाहरण आहे.

साधारणतः जितक्या जास्त ऑफर्स एकत्र केल्या असतील, तितके त्याचे मूल्य अधिक असते (***अनुभूत मूल्य***) आणि त्यामुळे त्याची किंमत जास्त आकारली जाते. म्हणूनच मोबाईल फोन कंपन्या मूळ मासिक योजनेमध्ये अधिक टॉक टाइम, अनलिमिटेड टेक्स्ट मेसेज आणि इन्टरनेट सेवा एकत्रित करतात. ग्राहकांना जितके जास्त फायदे दिले जातात, तितके जास्त मूल्य या संपूर्ण पॅकेजसाठी, मासिक योजनेसोबत देण्यास ग्राहक तयार असतात.

विलगीकरण (Unbundling) म्हणजे बंडलिंगच्या विरुद्ध – वेगळे करणे/विलग करणे. यामध्ये, एक ऑफर घेऊन तिला लहान–लहान ऑफर्समध्ये विभागले जाते. याचे उत्तम उदाहरण म्हणजे MP-3. एका CDतील एक अल्बम विकण्यापेक्षा MP-3 विकणे. ग्राहक जर एका अल्बमसाठी दहा डॉलर्स देण्यास तयार नसतील, तरी त्यांना आवडणाऱ्या गाण्यांसाठी ते एक दोन डॉलर्स देण्यास तयार असतात. अल्बममधील गाणी वेगळी केल्याने (Unbundling), एक नवीन प्रॉडक्ट तयार होते व जे विकले जाण्याची शक्यता नव्हती, ते विकण्याचा मार्ग खुला होतो.

एकत्रिकरण आणि विलगीकरण या प्रक्रिया तुम्हाला तुमच्या ग्राहकांसाठी, नवीन काही निर्माण न करताही, विविध प्रकारची मूल्य निर्माण करण्यास मदत करतात. वेगवेगळ्या ऑफर्सचे एकत्रिकरण केल्याने आणि विविध प्रकारांत जुळवणी केल्याने, तुम्ही तुमच्या ग्राहकाला त्याला जे हवे तेच देऊ शकता.

ही संकल्पना शेअर करा : http:/book.personalmba.com/bundling-unbundling/

मूळ नमुना

(Prototype)

जर मी नवीन काही वापरून पाहिले नाही, तर मी कधीच नवीन काही शिकणार नाही. हे इतके सोपे आहे.

– ह्यु प्रॅथर, *नोट्स टू मायसेल्फ* या पुस्तकाचे लेखक

एमबीएमध्ये शिकवल्या जाणाऱ्या उत्पादन विकसित करण्यासाठीच्या उत्कृष्ट मॉडेलमध्ये गुप्तता आणि गूढपणावर भर दिला आहे. या मॉडेलनुसार, ग्राहकांना जे देऊ करायचे ते खाजगीत देऊ करा. सर्वांना गुप्ततेच्या करारात सहभागी करून घ्या. कोटींची भांडवली गुंतवणूक उभी करा, ती परिपूर्ण करण्यासाठी काही वर्षे खर्च करा व नंतर तुमची निर्मिती जगासमोर आणून जगाला आश्चर्यचकित करा आणि पैशांचा खणखणाट ऐका.

दुर्दैवाने, ही मानसिकता करिअरचा नाश करते आणि बँक अकाउंटदेखील रिता करते. कोणत्याही कल्पना या निव्वळ कल्पना राहिल्यास निरुपयोगी असतात. त्यांना प्रत्यक्षात कसे आणायचे हेच कोणत्याही उद्योजकाचे मोठे काम असते.

तुमचे चालू स्थितीत असलेले काम तुमच्या भावी ग्राहकांना दाखवण्यास संकोचू नका. जोवर उद्योगधंद्यात तुम्ही अतिशय आक्रमक, सक्षम आणि पुरेसे भांडवल असणाऱ्या स्पर्धकांसह काम करत नाही, तोवर तुमची कल्पना कोणी 'चोरेल' याची काळजी करण्याचे तसे कारण नाही. कल्पना स्वस्त असतात. मात्र, एखादी कल्पना प्रत्यक्षात उतरवण्याचे कौशल्य हेच एखादी चांगली कल्पना शोधण्यापेक्षा अवघड काम असते. आणि त्यालाच जास्त महत्त्व असते.

उत्पादनाची 'लपवाछपवी' केल्यास, तुमच्या शिकण्याच्या संधी जातात आणि त्यामुळे तुमचे मोठे नुकसान होते. शक्य तितक्या लवकर खऱ्या ग्राहकांकडून त्यांचा अभिप्राय घेण्याकडे लक्ष देणे, हे कधीही चांगले असते.

प्रोटोटाईप म्हणजे मूळ नमुना. तुम्ही ग्राहकांना देऊ करत असलेली गोष्ट/ऑफर; म्हणजेच वस्तू/सेवा कशी असेल याचे प्रतिरूप. यामुळे ग्राहकांना तुमच्या ऑफरची व्यवस्थित कल्पना येते. मग ते एखादे कॉम्प्युटरशी संबंधित मॉडेल असेल; उत्पादनाचे प्रत्यक्ष मॉडेल असेल; एखादी आकृती; फ्लोचार्ट किंवा मुख्य फायदे-तोटे सांगणारा एक पानी कागद असेल. मूळ नमुना जास्त भपकेदार नसला तरी चालेल. तुमच्या मूळ नमुन्याने केवळ तुम्ही देऊ केलेली गोष्ट मूर्त रूपात उभी करणे अपेक्षित आहे. त्यामुळे, भावी ग्राहक तुम्ही करत असलेले प्रयत्न नीट समजून घेऊन तुम्हाला त्याबाबत प्रतिक्रिया देतील.

अधिक प्रभावी होण्यासाठी, तुमच्या अंतिम उत्पादनाच्या सारखाच मूळ नमुना तयार करा. जर तुम्ही एखादे प्रत्यक्ष उत्पादन बनवत असाल, तर त्याचे मूर्त प्रतिरूप बनवा. जर तुम्ही एखादी वेबसाइट बनवत असाल, तर एक चालू स्थितीतील वेब पेज बनवा, ज्यात काही मूलभूत गोष्टी असतील. जर तुम्ही एखादी सेवानिर्मिती करत असाल, तर त्यातील

प्रत्येक कृतीची आकृती किंवा फ्लोचार्ट तयार करा. तुमचा हा मूळ नमुना जितका खराखुरा वाटेल, तितके लोकांना तुम्ही काय करत आहात, हे समजून घेणे सोपे होईल.

मूळ नमुना म्हणजे काहीतरी बनवण्याचा, निर्माण करण्याचा तुमचा पहिला प्रयत्न असतो. पण, तो शेवटचा नसेल. तुमचा पहिला प्रयत्न अतिशय वाईट, लाजिरवाणा आणि अपूर्ण असेल. पण ते चालेल. मूळ नमुना हा महत्त्वाचा असतो कारण, एखाद्या प्रकल्पावर तुम्ही खूप वेळ, पैसा आणि मेहनत लावण्याआधी, तुम्हाला खऱ्याखुऱ्या ग्राहकांकडून त्याबद्दल प्रतिक्रिया मिळतात. यामागचा उद्देश त्या प्रतिक्रियांवरून मूळ नमुन्यात सुधारणा करून तो परिपूर्ण करणे हा नसतो. तर लवकरात लवकर तो प्रत्यक्षात आणणे हा उद्देश असतो. तुम्ही आणि इतर लोक तो पाहू शकतात, त्याची परीक्षा करू शकतात आणि त्यात सुधारणा करू शकतात.

तुमच्या संभाव्य ग्राहकांना जर तुमचा मूळ नमुना दाखवला, तर तुमच्याकडे कल्पनांचा आणि ***फीडबॅक*** (नंतर चर्चिले आहे)चा ओघ वाहात राहील, जो तुम्हाला तुमची ऑफर अधिक चांगली करण्यास मदत करेल.

ही संकल्पना शेअर करा : http:/book.personalmba.com/prototype/

पुनरावृत्तीचे चक्र

(The Iteration Cycle)

मी अपयशी झालो नाहीये, मी १०,००० मार्ग शोधले,
जे उपयुक्त ठरले नाहीत.
– थॉमस ए एडिसन, उत्पादनशील संशोधक

कोणीही कितीही स्मार्ट आणि बुद्धिमान असले, तरी पहिल्याच प्रयत्नात एखादी गोष्ट अचूक करत नाही.

याचा पुरावा म्हणून कोणताही कलात्मकतेचा उत्कृष्ट नमुना पाहिलात, तर मोनालिसा ही कलाकृती सिद्ध होण्यापूर्वी तुम्हाला, अनेक कच्ची रेखाटने, चुकलेली सुरुवात आणि मोठे बदल सापडतील. सिस्टाइन चॅपेलचे छत लाखो लहान ब्रशच्या फटकाऱ्यांनी आच्छादलेले आहे, ज्यातील प्रत्येकाने त्या कलाकृतीच्या परिणामाला एकेक पाऊल परिपूर्णतेकडे नेले. मायकल अँजेलोला एका संगमरवराच्या तुकड्याला डेव्हिडमध्ये परिवर्तित करण्यासाठी हातोडीचे लाखो घाव घालावे लागले.

पुनरावृत्तीचे चक्र ही एक प्रक्रिया आहे, ज्याद्वारे काळाबरोबर तुम्ही एखादी गोष्ट पहिल्यापेक्षा अधिक चांगली करू शकता. काही अपेक्षित व अनपेक्षित बदल पुनःपुन्हा करून कलाकार ज्या कलाकृती बनवतात, त्यात नुकसान होत नाही. याउलट, पुनरावृत्ती ही प्रकल्पाला अंतिम पूर्णत्वाच्या एकेक पाऊल जवळ नेत असते.

पुनरावृत्तीमध्ये पुढील सहा महत्त्वाच्या पायऱ्या आहेत, ज्यांना मी WIGWAMची पद्धती म्हणतो :

१. *पाहा* (Watch) – काय घडते आहे? काय चालते आणि काय नाही?

२. *कल्पना करा* (Ideate) – तुम्ही काय सुधार करू शकता? तुमच्याकडे कोणते पर्याय आहेत?

३. *तर्क करा* (Guess) – तुम्ही आतापर्यंत जे शिकलात, त्यावरून तुमच्या कोणत्या कल्पनांचा जास्त प्रभाव पडेल असे तुम्हाला वाटते?

४. *कोणते* (Which) – कोणते बदल करायचे ते ठरवा.

५. *कृती करा* (Act) – प्रत्यक्षात ते बदल करा.

६. *मोजा* (Measure) – कोणता बदल घडला? बदल सकारात्मक होता का नकारात्मक? तुम्ही तो बदल तसाच ठेवला पाहिजे का, की पुनरावृत्तीच्या आधी होते, तसे केले पाहिजे?

पुनरावृत्ती हे एक चक्र आहे. एकदा केलेल्या बदलांचे परिणाम तुम्ही मोजलेत म्हणजे त्यांचा काय प्रभाव पडतो, याची तपासणी केलीत की, त्यांपैकी कोणते बदल तसेच ठेवायचे व कोणते काढून टाकायचे, हे ठरवता येईल. मग पुन्हा निरीक्षण करण्याची सुरुवात करता येईल. अशीच या चक्राची पुनरावृत्ती होते.

तुम्ही प्रत्येक पुनरावृत्तीतून काय साध्य करायचा प्रयत्न करत आहात, याची स्पष्ट व्याख्या केल्यास, उत्तम परिणाम मिळतील. तुम्ही देऊ करत असलेली गोष्ट/प्रस्ताव अधिक आकर्षक किंवा मोहक करण्याचा प्रयत्न करत आहात का? तुम्ही त्यात नवीन काही वैशिष्ट्य आणण्याचा प्रयत्न करताय का, ज्यामुळे त्याची किंमत वाढेल? तुम्ही प्रस्तावित गोष्टीची किंमत कमी करण्याच्या प्रयत्नात त्याचा दर्जा कमी करत आहात का? तुम्ही या सर्वांची व्याख्या जितकी स्पष्टपणे कराल, तितका तुम्हाला मिळणारा ***प्रतिसाद*** (नंतर चर्चिले आहे) समजून घेणे तुम्हाला सोपे जाईल आणि प्रत्येक पुनरावृत्ती चक्रातून मिळणाऱ्या मूल्यात वाढ होईल.

ही संकल्पना शेअर करा : http:/book.personalmba.com/iteration-cycle/

पुनरावृत्तीची गती

(Iteration Velocity)

> अन्य कोणापेक्षा आपल्याकडे वेळ आणि पैसा जास्त असला पाहिजे, हे आपले ध्येय आहे.
>
> – एरिक श्मिट, गुगलचे चेअरमन आणि सीईओ

नवीन काही देऊ करताना, तुमचे काम प्रत्येक ***पुनरावृत्तीच्या चक्रातून*** लवकरात लवकर बाहेर पडले पाहिजे, हे तुमचे प्राथमिक ध्येय असायला हवे. पुनरावृत्ती म्हणजे तुमचे काम जास्त चांगले बनवण्यासाठीचा संरचित प्रकार आहे; जितक्या लवकर तुम्ही शिकाल, तितक्या लवकर तुम्ही सुधारणा करू शकाल.

पुनरावृत्तीच्या चक्रातून तुम्ही जितके पटकन जाल, तितके तुम्ही देऊ करत असलेली वस्तू किंवा सेवा चांगली बनेल. जर तुम्ही खरोखरच चांगले असाल, तर त्या प्रक्रियेतून तुम्ही दर दिवशी अनेक वेळा जाल. प्रत्येक छोटी-छोटी पुनरावृत्ती, स्पष्ट, जलद आणि आधीच्या पुनरावृत्तीतून तुम्ही काय शिकलात, ते लक्षात ठेवून करणे, हेच सर्वांत महत्त्वाचे आहे.

पुनरावृत्तीचे चक्र म्हणजे अनेकदा वाढीव काम वाटते; कारण, ते वाढीव कामच आहे. म्हणूनच काही लोक ते करतात. या सर्व जास्तीच्या पायऱ्या वगळून थेट अंतिम देय तयार करण्याचा मोह अधिक आहे.

पण थेट जाण्यात एक मोठी समस्या आहे. ती म्हणजे 'धोका'. तुम्ही शेवटी कदाचित जे विकले जाऊ शकणार नाही, असे काहीतरी बनवण्यात प्रचंड वेळ, श्रम आणि साधनसंपत्ती घालत आहात. जर मुळात 'कल्पना' निरुपयोगी असेल तर, निरुपयोगी कल्पना जोपासण्यापेक्षा, ती निरुपयोगी आहे, हे पुनरावृत्तीच्या चक्रामधून लवकर आणि जास्त पैसा खर्च होण्याआधीच ओळखलेले चांगले.

पुनरावृत्तीसाठी तुम्हाला अधिक श्रम घ्यावे लागतील. पण एकदा त्या काही चक्रांमधून तुम्ही गेलात की, तुम्हाला बाजारपेठ, लोकांचा कल काय आहे. लोकांकडे काय विकत घेण्यासाठी पुरेसे पैसे देण्याची तयारी आहे, तुमच्याकडे बाजारात टिकेल अशी काही ऑफर आहे का, या सगळ्यांची चांगली समज येईल.

लोकांना काय हवे आहे हे जर तुम्हाला समजले, तर फारच उत्तम. मग जोमाने पुढे जा. तुम्ही जे काही विकसित करत आहात, त्याला जर काही मागणी नसेल, तर पटकन दुसऱ्या काही कल्पनेवर काम करा.

ही संकल्पना शेअर करा : http:/book.personalmba.com/iteration-velocity/

अभिप्राय

(Feedback)

ग्राहकांशी प्रथम संबंध आल्याशिवाय कोणताही बिझनेस प्लॅन तग धरू शकत नाही.

– स्टीव्हन गॅरी ब्लँक, उद्योजक आणि द *फोर स्टेप्स टू एपिफनी* या पुस्तकाचे लेखक

तुमच्या संभाव्य ग्राहकांकडून नेहमी उपयुक्त ***अभिप्राय*** मिळणे, हे ***पुनरावृत्ती चक्रामध्ये*** महत्त्वाचे आहे. खऱ्या संभाव्य ग्राहकांकडून आलेला अभिप्राय तुमची ऑफर त्यांच्या गरजा पूर्ण करू शकते का, हे समजून घेण्यास मदत करतो. ऑफर विकसित होत असतानाच हे समजल्यामुळे, तुम्हाला त्यात विक्रीपूर्वी बदल करता येतात.

तुमच्या ऑफरबद्दल मिळणारे अभिप्राय (फीडबॅक) अधिक मौल्यवान असावेत यासाठी पुढे काही टिप्स दिल्या आहेत :

१. *फीडबॅक मित्र/मैत्रिणी किंवा कुटुंबातील सदस्यांकडून घेण्यापेक्षा, खऱ्या संभाव्य ग्राहकांकडून घ्या* : तुमच्या अंतर्गत वर्तुळातील लोक तुम्ही यशस्वी व्हावे आणि तुमच्याशी चांगले संबंध राहावेत, अशी अपेक्षा करतात. म्हणून, ते तुम्हाला मुद्दाम चांगला फीडबॅक देण्याची शक्यता असते. उत्तम परिणाम साधण्यासाठी, तुम्ही ज्यांनी तुमच्या प्रकल्पात वैयक्तिकरीत्या काही गुंतवणूक केलेली नाही, अशा लोकांकडून तुम्ही फीडबॅक घेणे कधीही चांगले असते.

२. *खुले प्रश्न विचारा* : फीडबॅक घेताना, तुम्ही बोलण्यापेक्षा ऐकण्याचे काम जास्त केले पाहिजे. तुमच्या संवादाला थोडी रचनात्मक बांधणी देता यावी याकरता, काही खुले प्रश्न तयार ठेवा. अन्यथा, समोरच्या व्यक्तीला जास्त बोलण्यास उद्युक्त करा. कोण/काय/कधी/कुठे/का/कसे असे छोटे प्रश्न खूप उपयोगी पडतात. लोक काय करतात याचे निरीक्षण करून त्यांची कृती आणि बोलणे याची तुलना करा.

३. *स्वतःला स्थिर ठेवा आणि शांत राहा* : प्रामाणिक अभिप्राय (उपयुक्त) स्वीकारण्यासाठी गेंड्याची कातडी हवी. कोणालाच आपल्या मुलाबद्दल वाईट बोललेले आवडत नाही. म्हणूनच, जरी कोणाला तुम्ही निर्मिती केलेली वस्तू आवडली नाही, तर वाईट वाटून घेऊ नका किंवा रागावू नका. ते तुम्हाला फीडबॅक देऊन खरंच मोठी मदत करत आहेत.

४. *तुम्ही जे जे ऐकाल, त्यात थोडी अतिशयोक्ती असेल हे धरून चाला* : अगदी नाउमेद करणाऱ्या अभिप्रायामध्येही काही महत्त्वाची माहिती असू शकते. तुमची निर्मिती अजून चांगली करण्यास त्या माहितीची मदत होऊ शकते. तुमच्या निर्मितीला जरी अगदी वाईट प्रतिसाद दिला असेल तरी ती स्पष्ट नावड नसते, ते औदासीन्य असते. जर कोणालाच तुमची निर्मिती आवडत नसेल, तर मात्र तुमची बिझनेस आयडिया टिकणार नाही, असे समजा.

५. *ग्राहकांना आधी ऑर्डर करण्याची संधी द्या* : पुनरावृत्ती चक्राच्या दरम्यान तुम्हाला मिळालेला सर्वांत महत्त्वाचा फीडबॅक म्हणजे लोकांनी तुमची निर्मिती प्रत्यक्षात विकत घेण्याची दाखवलेली तयारी!! आम्ही नक्की विकत घेऊ म्हणणे आणि क्रेडिट कार्ड किंवा पैशाचे पाकीट बाहेर काढून मागणी नोंदवणे यामध्ये फरक आहे. तुमची निर्मिती अजून तयार नसेल, तरीही तुम्ही ऑर्डर घेऊ शकता. ही एक युक्ती आहे. याला ***आभास चाचणी*** (shadow testing) म्हणतात (नंतर चर्चिले आहे).

तुम्हाला शक्य असेल तेव्हा जे लोक फीडबॅक देतात, त्यांना मागणी नोंदवण्याची संधी द्या. जर तुमची ऑफर स्वीकारणाऱ्यांची संख्या लक्षणीय असेल, तर तुम्ही चांगल्या स्थितीत आहात : तुम्हाला आता माहीत आहे की तुमच्याकडे एक भक्कम ऑफर आहे आणि त्यामुळे लगेच तुमच्या उत्पन्नात वाढ होईल/होणार आहे.

जर आधी ऑर्डर नोंदवण्याची कोणाची तयारी नसेल, तर तुम्हाला तुमची ऑफर व्यवहार्य करण्यासाठी त्यावर अजून मेहनत घेण्याची गरज आहे असे समजा. याक्षणी विकत घेण्यास ते का तयार नाहीत ते त्यांना विचारले, तर तुम्हाला त्यांच्या ***खरेदी करण्यातील अडचणी म्हणजे*** barriers to purchase (नंतर चर्चा केली आहे) सापडतील, की ते कोणत्या कारणास्तव नाही म्हणत आहेत?

ही संकल्पना शेअर करा : http:/book.personalmba.com/feedback/

पर्याय

(Alternatives)

> एखाद्या गोष्टीची बांधिलकी येईपर्यंत, त्याबद्दल मनात एक संकोच असतो. त्यामुळे तुमचा निर्णय बदलण्याची किंवा अपरिणामकारक ठरण्याची शक्यता असते. निर्मिती आणि पुढाकाराचे सर्व प्रयत्न लक्षात घेता, एकच गोष्ट सत्य आहे आणि ती दुर्लक्षिल्यास अनेक कल्पना आणि योजनांचे नुकसान होते. ती म्हणजे, जेव्हा आपण आपल्याशी बांधिलकी स्वीकारतो, तेव्हा देवाचा आशीर्वादही सोबत येतो.
>
> – डब्ल्यू. एच. मरे, गिर्यारोहक आणि लेखक

अशी कल्पना करा की, शुक्रवारची रात्र आहे; तुम्हाला भूक लागली आहे आणि तुम्ही बाहेर जेवायला जाण्याचा विचार करत आहात. तुम्ही आधीच ठरवले आहे की, बाहेर जेवण्याचा अतिरिक्त खर्च न्याय्य ठरावा. तुम्ही कुठे जेवायला जाल?

जर तुम्ही जवळच्याच हॉटेलमध्ये जेवायला गेलात, तर तुम्हाला रास्त किमतीत खूप वैविध्यपूर्ण पदार्थ मिळतील. कदाचित ते हॉटेल फारसे आकर्षक नसेल. पण तुम्हाला खात्री आहे की, तिथे उत्तम जेवण लवकरात लवकर व सहज मिळेल.

जर तुम्ही एखाद्या आधुनिक हॉटेलमध्ये गेलात, तर तिथे आकर्षक सजावट असेल, उत्तम सर्व्हिस आणि अत्याधुनिक जेवण मिळेल. मित्रांना सांगण्यासाठी तुमच्याकडे एक छान गोष्ट असेल, तसेच संध्याकाळ छान घालवल्याचा उत्साह असेल. अर्थात, त्यासाठी तुम्हाला त्याची मोठी किंमतही मोजावी लागेल.

तुम्हाला *खरोखरच* कडकडून भूक लागल्याशिवाय, तुम्ही दोन्ही हॉटेल्सचा विचार तुलना न करता करू शकणार नाही. इथे तुम्हाला 'हे' का 'ते' असा निर्णय घ्यायचा आहे. लक्षात घ्या, कोणताही निर्णय 'बरोबर' नसतो. तुम्ही आज साध्या हॉटेलमध्ये जेवायला जाऊ शकता आणि संध्याकाळ अधिक चांगली घालवण्यासाठी दुसऱ्या हॉटेलमध्ये जाऊ शकता. त्याक्षणी तुमच्या दृष्टीने कोणती गोष्ट सगळ्यांत महत्त्वाची आहे, यावर 'कुठे जेवायला जायचे' हे तुम्ही ठरवता.

आता परिस्थिती थोडी बदलून विचार करू या. समजा, तुम्ही त्या साध्या हॉटेलचे मालक आहात आणि नवीन ग्राहकांना आकर्षित करण्याचे, अधिक चांगल्या पद्धतीने सेवा

देण्याचा मार्ग शोधत आहात. तुम्ही कोणत्या सुधारणा करण्याकडे लक्ष दिले पाहिजे? कोणत्या लोकांनी यावे याबाबत विचार करावा, की ग्राहकांना जेवण देण्यासाठी लागणारा वेळ कमी करावा की हॉटेलच्या रचनेत बदल करावा? कशामुळे मोठा प्रभाव पडू शकेल?

आताच्या जगात, या *सर्वच* गोष्टी करणे उत्तम ठरेल. पण, अलीकडे बिझनेस विशेष चालत नाहीये आणि तुमच्याकडे अमर्यादित बजेट नाहीये. तुम्हाला माहीत आहे की तुम्ही काहीतरी केले पाहिजे. पण नक्की काय सुधारणा केल्याने जास्त पैसे मिळतील, हे समजत नाहीये. अशा वेळी तुम्ही काय कराल?

तुम्ही ऑफरची निर्मिती करत असता, तेव्हा ***पर्यायांतून*** निवड करणे तुम्ही टाळू शकत नाही. एखाद्या विशिष्ट गोष्टीची भर घालावी की घालू नये? अ) बाजारपेठेचा फायदा घ्यावा की ब), की दोन्हींचा? जर तुम्ही ऑफरमध्ये अधिक गुंतवणूक केलीत, तर तो खर्च ग्राहकांकडून वसूल करणे जमेल का?

तुमचे भावी ग्राहक जेव्हा तुम्ही निर्माण केलेले उत्पादन/सेवा विकत घ्यायची का नाही याचा विचार करतील, तेव्हा तुमच्याकडे जे पर्याय असतील, त्या पर्यायांचे महत्त्व तुम्ही पर्याय-निवडीच्या वेळीच लक्षात घ्यायला हवे. उपलब्ध असलेल्या पर्यायांची तुम्हाला जाणीव झाली की, तुम्ही ते पर्याय तपासून त्यांची विविध कॉम्बिनेशन्स करून आकर्षक ऑफर सादर करू शकता.

ही संकल्पना शेअर करा : http:/book.personalmba.com/alternatives/

ट्रेड ऑफ्स

(Trade offs)

मी तुम्हाला हमखास यशाचा फॉर्म्युला देऊ शकत नाही. पण अपयशाचा फॉर्म्युला देऊ शकतो. सर्वांना नेहमी खूश ठेवण्याचा प्रयत्न करा.

– हर्बर्ट बेयर्ड स्वोप, पुलित्झर पारितोषिकविजेते पत्रकार

ट्रेड ऑफ्स म्हणजे पर्यायांची निवड. ट्रेड ऑफचा निर्णय अनेक प्रतिस्पर्धी पर्यायांमध्ये जास्त महत्त्वाचा असतो. आपण ज्या जगात राहतो, तिथे वेळ, शक्ती आणि साधने सीमित आहेत. दिवसाला फक्त २४ तास आहेत, तुमच्याकडे आहे तितकीच शक्ती उपलब्ध आहे आणि तुम्ही किती पैसे खर्चू शकता, यालाही एक सीमा आहे. तुम्हाला जे जे करायचे आहे, ते ते सर्व तुम्ही करू शकत नाही, अशा वेळी तुम्ही काय करता?

नेहमी तुम्हाला हवे असलेले सगळे मिळत नाही. एखादे खाजगी बेट विकत घेण्याइतके पैसे बँकेत असतील, तरी तुम्हाला *कोणते* खाजगी बेट विकत घ्यावे या निर्णयाला सामोरे जायचेच आहे. तुम्हाला सर्व हवेहवेसे वाटेल; पण ते सर्व तुम्हाला मिळू शकत नाही. मग, तुम्ही उपलब्ध पर्यायांतील सर्वांत चांगला पर्याय निवडताना ज्या गोष्टी तुम्हाला त्या क्षणी सर्वांत जास्त महत्त्वाच्या वाटतात, त्या लक्षात घेऊन निर्णय घेता.

दिवसाच्या प्रत्येक मिनिटाला, तुमच्या आजूबाजूच्या लोकांमध्ये कोणी ना कोणी ट्रेड ऑफ (पर्यायांमधून निवड) करत आहे. त्यातील काही निवडी आर्थिक असतात, जसे की कोणती पँट विकत घ्यावी? काही क्षणिक असतात जसे मित्राकडे जावे का सिनेमाला जावे? काही कामाच्या प्रयत्नांच्या बाबतीतले असतात. जसे टीम मीटिंगला जावे का राहिलेला टीपीएस रिपोर्ट पूर्ण करावा?

लोक हे निर्णय कसे घेतील याचा अंदाज बांधणे थोडेसे अवघड आहे. वातावरण आणि संदर्भांनुसार मूल्ये (values) लगेच बदलतात. येथे मूल्ये म्हणजे 'प्राधान्ये' असतात. तुम्हाला किती हवे आहे, इच्छा किंवा एखाद्या विशिष्ट गोष्टीच्या जागेचे महत्त्व, गुणवत्ता किंवा एकाच्या तुलनेत दुसरे. तुम्हाला आज सकाळी काय महत्त्वाचे वाटते, ते दुपारी किंवा संध्याकाळी वाटेल त्यापेक्षा वेगळे असते. आज जे महत्त्वाचे वाटते, ते उद्या जे वाटेल, त्यापेक्षा वेगळे असू शकेल.

तुम्ही जी निर्मिती करत आहात, त्यात काय देऊ करायचे याबाबत निर्णय घेताना ***नमुन्यांकडे*** लक्ष द्या. काही विशिष्ट समूह काही ठरावीक गोष्टीला त्या संदर्भानुसार महत्त्व देतात. त्यामुळे काय समाविष्ट करायचे आणि काय वगळायचे याचा निर्णय घेताना, तुम्ही प्रत्येकाला खूश करू शकणार नाही. म्हणूनच, सर्वांना खूश करणे हे उद्दिष्ट ठेवू नका. तुमचे सर्वोत्कृष्ट ग्राहक ज्या पर्यायांची निवड करतात, त्यामागे असलेल्या पॅटर्न्सकडे लक्ष द्या. ते पॅटर्न्स समजून घेतल्यास तुमच्या ग्राहकांसाठी, तुमच्या निर्मितीत सुधारणा करणे बहुतेक वेळेस शक्य होईल.

ही संकल्पना शेअर करा : http:/book.personalmba.com/trade-offs/

आर्थिक मूल्ये

(Economic Values)

> यशस्वी झालेला उद्योग लोकांना आवडलेला असतो किंवा त्याची गरज असते.
>
> – टेड लियॉन्सिस, एओएलचे माजी एक्झिक्युटिव्ह आणि वॉशिंग्टन विझार्ड्स आणि वॉशिंग्टन कॅपिटल्सचे मालक

प्रत्येक वेळी तुमचे ग्राहक जेव्हा तुमच्याकडून काही विकत घेतात, तेव्हा ते स्वतः काय विकत घेऊ शकतात यापेक्षा तुमच्या प्रस्तावाचे मूल्य ठरवत असतात. एखादे उत्पादन किंवा सेवा विकसित करत असताना 'ग्राहक कोणत्या गोष्टीला महत्त्व देतात', या घटकाला तुम्ही प्राधान्य दिले पाहिजे. खिशातील पैशांना की अन्य कशाला?

प्रत्येकाची प्राधान्ये वेगवेगळी असू शकतात. पण लोक कोणतीही गोष्ट विकत घेताना त्याचे मोल जाणून घेतात, त्यात काही समान पॅटर्न्स आढळून येतात. तुम्ही देऊ करत असलेल्या उत्पादनाचे/सेवेचे फायदे आकर्षक आहेत असे आपण गृहीत धरले, तरीही अशी

नऊ ***आर्थिक मूल्ये*** आहेत जी लोक काही खरेदी करतेवेळी साधारणपणे लक्षात घेतात. ती पुढीलप्रमाणे आहेत :

१. कुशलता (Efficacy) : वस्तू किती चांगल्या प्रकारे काम करते?
२. *वेग* (Speed) : या वस्तूमुळे किती पटकन काम होते?
३. *विश्वसनीयता* (Reliability) : मला जे करायचे आहे, त्यासाठी मी या वस्तूवर/ सेवेवर विसंबून राहू शकतो का?
४. *वापरातील सहजता* (Ease of Use) : वस्तू वापरण्यासाठी किती कष्टदायक आहे?
५. *लवचीकता* (Flexibility) : या वस्तूमुळे किती कामे होऊ शकतात?
६. *दर्जा* (Status) : या वस्तूच्या वापराने लोकांचे माझ्याबद्दल काय मत होईल?
७. *आकर्षकता* (Aesthetic Appeal) : ही वस्तू किती आकर्षक आहे किंवा खिळवून ठेवणारी आहे?
८. *भावना* (Emotion) : त्याच्यामुळे मला काय वाटते?
९. *किंमत* (Cost) : ही वस्तू मिळवण्यासाठी मला किती पैसे द्यावे लागणार आहेत?

ट्रेडऑफ : व्हाय सम थिंग्ज कॅच ऑन, अ‍ॅण्ड आदर्स डोंट या पुस्तकामध्ये, केविन मॅनी यांनी सामायिक मूल्यांच्या दोन गुणधर्मांबद्दल चर्चा केली आहे : सोय (Convenience) आणि निष्ठा (Fidelity). ज्या गोष्टी पटकन होतात; विश्वसनीय; सोप्या आणि लवचीक असतात, त्या सोयीस्कर असतात. ज्या गोष्टी दर्जा, पत, सौंदर्य यांचे आवाहन करतात किंवा भावनिक प्रभाव टाकतात, त्यांच्याबद्दल आपल्याला जास्त निष्ठा असते.

तुमच्या ऑफरमध्ये कोणतीही सुधारणा करताना, ही सुधारणा इतरांच्या सोयींमध्ये किंवा निष्ठेमध्ये वाढ करण्यासाठी आहे का, असा विचार करा. सोय आणि निष्ठा या दोन्हीमध्ये एकाच वेळी वाढ करणे हे खूप अवघड आहे. म्हणूनच, बाजारात प्रचंड यशस्वी ठरलेल्या ऑफर इतर प्रतिस्पर्धी ऑफर्सपेक्षा सर्वांत जास्त सोय आणि निष्ठा या दोन्हीही गोष्टी जास्त देण्याचा प्रयत्न करतात, असे तुम्हाला आढळून येईल. जर तुम्हाला पिझ्झा खावासा वाटत असेल, तर तो शिकागोमधल्या ओरिजिनल 'पिझ्झेरीया उनो'मधील टेबलावर बसून खाणे; म्हणजे निष्ठा. पण 'डॉमिनोज पिझ्झा'ची होम डिलिव्हरी; म्हणजे सोय! त्याचप्रमाणे, पिझ्झेरिया उनो हा जास्त फायदेशीर आहे. कारण, तो तुमचा तिथे पिझ्झा खाण्याचा अनुभव अविस्मरणीय बनवतो; पण डॉमिनोजचा पिझ्झा शक्य तितक्या लवकर आणून देण्याच्या सोयीमुळे फायदा होतो.

प्रत्येक पर्यायाला काही विशिष्ट ओळख देता यावी, म्हणून नवीन देऊ केलेल्या गोष्टींमध्ये ट्रेड-ऑफ्स केले जातात. यासाठी आपण कपड्यांच्या उद्योगाचे उदाहरण घेऊ: Old Navy, Banana Republic आणि Gap हे Gap Inc. या एकाच कंपनीच्या मालकीचे

ब्रॅन्ड आहेत. तीनही ब्रॅन्ड एकसारख्याच प्रकारचे कपडे तयार करतात. शर्ट्स, पॅन्ट्स आणि इतरही वेगवेगळे ट्रेड-ऑफ्स (पर्यायांची निवड) देऊ करतात.

सर्वांना आवडेल अशा कपड्यांचा एकच ब्रॅन्ड करण्याचा प्रयत्न करण्याऐवजी (जे अशक्य आहे! कारण, प्रत्येकाला काहीतरी वेगळे हवे असते), कंपनीने प्रत्येक ब्रॅन्ड 'विशिष्ट' ट्रेड ऑफभोवती केंद्रित केला. Old Navy कमी किंमत आणि कार्यक्षमता यावर भर देते. Gap माफक किमतीत स्टाईल आणि फॅशनवर भर देते, तर Banana Republic महाग असून ते सौंदर्य आणि दर्जा यावर भर देते. जरी सर्व कपडे तयार करण्याची प्रक्रिया सारखीच असली, आणि त्यांची कमाई एकाच मालकाच्या खिशात जात असली, तरीही प्रत्येकाची आपली वेगळी ओळख आहे. ती ओळख वेगवेगळ्या प्रकारच्या ग्राहकांना आवाहन करणारी आहे.

ही संकल्पना शेअर कराः http:/book.personalmba.com/economic-values/

तुलनात्मक महत्त्व चाचणी

(Relative Importance Testing)

सर्वांत जास्त महत्त्वाच्या गोष्टी सर्वांत कमी महत्त्वाच्या गोष्टींवर अवलंबून नसाव्यात.

– योहानन वॉल्फगँग वॉन गेटे, १९व्या शतकातील नाटककार, कवी आणि विविध विषयांचे व्यासंगी

लोकांना काय हवे आहे याचा शोध घेणे थोडे अवघड आहे. कारण, लोकांना सगळेच हवे असते. याचा प्रत्यय घ्यायचा असेल, तर संभाव्य ग्राहकांना एकत्र करून त्यांचा एक फोकस ग्रुप तयार करा. प्रत्येक सहभागी झालेल्या संभाव्य ग्राहकाला या नऊ ***आर्थिक मूल्यांचे*** महत्त्व ० ते १० या स्केलवर मोजण्यास सांगा. बघा, परिणाम काय असतील?

तुमचे उत्पादन किंवा सेवा काहीही असले, तरी परिणाम सारखाच असणार. तुमच्या ग्राहकांची अशी अपेक्षा असते की, काहीही त्रास न घेता तुमच्या उत्पादनांकडून त्यांना त्वरित असाधारण परिणाम मिळावेत. त्याचप्रमाणे, तुमच्या ऑफरमुळे ते श्रीमंत व्हावेत, प्रसिद्ध व्हावेत, आकर्षक आणि सदासर्वदा सुखी व्हावेत, असेही त्यांना वाटत असते. तसेच हे सर्व त्यांना मोफत हवे असते! जर तुम्ही त्यांना विचारले की, 'वरीलपैकी कोणती गोष्ट नसली, तर त्यांना चालेल किंवा कोणती गोष्ट सोडून देण्यास ते तयार आहेत?' तर ते सांगतील की, 'सर्वच गोष्टी महत्त्वाच्या आहेत'.

फोकस ग्रुपच्या बाहेर मात्र परिस्थिती नेहमीच जरा वेगळी असते. ग्रुप संपुष्टात आल्यावर लवकरच, प्रत्येक जण बाहेर पडून जे मोफत नाही आणि परिपूर्णही नाही अशा वस्तू विकत घेतील आणि त्यांच्या निर्णयावर खूशही असतील, असे का?

आपण लोकांना जोवर ***निर्णय*** घेण्याची सक्ती करत नाही, तोवर ते ***ट्रेड–ऑफ्स*** कधीही मान्य करत नाहीत, हा एक नियमच आहे. जर एखादा परिपूर्ण पर्याय अस्तित्वात असेल, तर ते तो विकत घेतील. पण, परिपूर्ण गोष्ट असे काही नसते, त्यामुळे लोक त्याच्या ***जवळपासचा उत्तम पर्याय*** (Next Best Alternative) निवडण्यात समाधान मानतात.

लोकांना प्रत्यक्षात काय महत्त्वाचे वाटते हे शोधण्याचा उत्तम मार्ग म्हणजे तुमच्या संशोधन प्रक्रियेच्या दरम्यान त्यांनाच ट्रेड ऑफ करायला सांगणे. तात्पुरत्या गृहीत धरलेल्या फोकस ग्रुपचा प्रॉब्लेम हा होता की, तुम्ही त्यांना खरेखुरे निर्णय घ्यायला सांगितले नाहीत. त्यांना तुम्ही काहीही घ्या असे म्हटल्यामुळे त्यांना सगळेच हवे होते.

तुलनात्मक महत्त्व चाचणी (Relative Importance Testing) – जॉर्डन लुब्रे या संख्याशास्त्रकाराने १९८०च्या दशकात विश्लेषणतंत्रांचा पाया रचला. लोकांना प्रत्यक्षात काय हवे असते हे जाणून घेण्यासाठी त्यांना अनेक साध्या प्रश्नांची मालिका दिली, तर खऱ्या आयुष्यातील ट्रेड ऑफ जाणून घेण्यासाठी ही विश्लेषणतंत्रे उपयोगी पडतात. ती अशा प्रकारे काम करतात.

याआधी उल्लेख केलेल्या जेवायला जाणाऱ्या ग्राहकासाठी आपण ही तुलनात्मक महत्त्व चाचणी करत आहोत असे गृहीत धरू या. टेस्टमध्ये सहभागी झालेल्या प्रत्येकाला प्रत्येक फायदा, ० ते १०च्या स्केलवर मोजण्यास सांगण्याऐवजी, आपण त्यांना पुढीलप्रमाणे काही प्रश्नसंच दाखवू या :

ए टेबलवर जेवणाची ऑर्डर पाच मिनिटे किंवा त्याहून कमी वेळात दिली जाते.

बी जेवणापूर्वी दिल्या जाणाऱ्या बहुतेक पदार्थांची किंमत २० डॉलर्सपेक्षा कमी आहे.

सी हॉटेलची सजावट मोहक आहे.

डी मेन्यूमध्ये खूप पर्याय आहेत.

हा प्रश्नसंच दाखवल्यानंतर, स्पर्धकांना खालील प्रश्न विचारू :

१ यांपैकी कोणते घटक सर्वांत जास्त महत्त्वाचे आहेत?

२ यांपैकी कोणते घटक सर्वांत कमी महत्त्वाचे आहेत?

स्पर्धकाने या प्रश्नांची उत्तरे दिल्यानंतर, अजून एक प्रश्नसंच दाखवला :

ए अतिशय वेगळे पदार्थ, जे मला इतरत्र मिळू शकत नाहीत.

बी मला माझे आवडते खाद्यपदार्थ नेहमी मागवता येईल हे मला माहीत आहे.

सी मी इथे जेवतो यामुळे लोक प्रभावित होतात.

डी हॉटेलचे दालन प्रशस्त आहे.

सुरुवातीला चार किंवा पाच कसोट्या असलेले प्रश्नसंच दिले गेले, याहून जास्त काही कॉम्बिनेशन शक्य नव्हते किंवा त्यांचे लक्ष विचलित झाले, (जे शक्यतो पाच ते दहा मिनिटांत होते.)

या चाचणीमध्ये सहभागी झालेल्यांना या साध्या प्रश्नांची उत्तरे देण्यास जास्त वेळ लागणार नाही. पण रिझल्ट मात्र बऱ्यापैकी सत्य उघड करतील. आपण त्यांना प्रत्यक्ष निवड करायला सांगितल्यामुळे, ते तुम्हाला अशा प्रकारच्या परिस्थितीत कशी प्रतिक्रिया देतील, याची तुम्ही जास्त अचूक माहिती मिळवता. जेव्हा हे रिझल्ट एकत्रित करून त्याचे विश्लेषण केले, प्रत्येक फायद्याचे सापेक्ष महत्त्व; म्हणजेच रिलेटिव्ह इम्पॉर्टन्स स्पष्ट झाला. स्पर्धक जितक्या जास्त संचाची उत्तरे देईल, पूर्णता करेल, तितक्या स्पष्टपणे तुम्हाला प्रत्येक फायद्याची महत्त्वाची सापेक्ष चाचणी करता येईल.

तुम्ही तुमची ऑफर अधिकाधिक आकर्षक करण्यासाठी कशावर लक्ष दिले पाहिजे, हे पटकन ठरवण्यासाठी तुलनात्मक महत्त्व चाचणी उपयुक्त ठरते.

ही संकल्पना शेअर कराः http:/book.personalmba.com/relative-importance-testing/

निर्णायक गृहीतके

(Critical Assumption)

तंतोतंत चूक असण्यापेक्षा अचुकतेच्या जवळपास असणे कधीही चांगले.

– जॉन मेनार्ड केन्स, अर्थतज्ज्ञ

तुम्हाला योगा स्टुडिओ सुरू करायचा आहे, अशी कल्पना करा. त्यासाठी बाजारपेठेत चांगली संधी आहे. योग-वर्गासाठी मागणी असण्याच्या दृष्टीने योग्य परिसर शोधला आहे, असे तुम्हाला वाटते आहे. इथे योग-वर्गासाठी लक्षणीय मागणी आहे आणि १०० डॉलर्स फी म्हणून देण्याइतकी तेथील लोकांची ऐपतही आहे. स्टुडिओ कसा दिसेल, स्टुडिओची अंतर्गत रचना कशी असेल, याचा आराखडाही तुम्ही तयार केला आहे. कोणत्या विविध स्टाईल्स तुम्ही देऊ कराल आणि क्लासमध्ये शिकवण्यासाठी तुम्ही कोणाला निमंत्रित कराल, याचीही अंदाजे कल्पना तुम्ही केलेली आहे.

समजा, तुम्हाला महिना १०,००० डॉलर्स भाड्याने जागा मिळाली आहे (जर तुम्ही १२ महिन्यांचा भाडेकरार केला तर) आणि तुम्हाला स्टाफचा पगार आणि इतर खर्च धरून, अजून महिना १२,००० डॉलर्स लागतील. तुम्हाला क्लासच्या साधनांसाठी मॅट्स, ब्लॉक्स आणि मेंबरशिप रेकॉर्ड सांभाळण्यासाठी एक कॉम्प्युटर, इत्यादींसाठी अजून ५,००० डॉलर्स लागतील.

ही जागा शोधण्यासाठी, तुम्ही ज्या कमर्शियल एजंटची मदत घेत आहात, तो तुम्हाला तुम्ही लवकर शिफ्ट होण्यासाठी तुमच्यावर दबाव आणत आहे. तुम्ही शिफ्ट न झाल्यास ती जागा इतर कोणालातरी दिली जाईल. तुमच्याकडे आता जी शिल्लक जमा आहे, ती सुरुवातीचा खर्च आणि पुढील तीन महिन्यांचा खर्च भागवण्यासाठी पुरेशी आहे. तुम्ही खूप उत्साहात आहात. पण पुढचे पाऊल उचलण्यापूर्वी, तुम्ही योग्यच निर्णय घेत आहात याचीही तुम्हाला खात्री करून घ्यायची असते. तर मग तुम्ही हा भाडेकरार कराल का?

अशा घटना खूप साधारण आहेत. उत्साही उद्योजकाचे प्रथम स्वप्न असते की, एखादे रेस्टॉरंट, बार किंवा बुकस्टोअर उघडावे. म्हणून ते त्यांची आयुष्यभराची शिल्लक गुंतवतात आणि नवीन उद्योग सुरू करण्यासाठी मोठे कर्जही काढतात. कधीकधी ते यशस्वी होतातही. पण बहुतेक वेळा, यश मिळत नाही आणि काही महिन्यांतच नवीन उद्योजक कर्जात बुडतो. आपले नक्की काय चुकले याचा विचार करत बसतो.

निर्णायक गृहीतके (Critical Assumptions) म्हणजे प्रत्यक्ष घटना किंवा गुणधर्म असतात, जे तुमचा उद्योग किंवा तुम्हाला देऊ केलेली ऑफर यशस्वी होण्यासाठी, वास्तव जगामध्ये खरी ठरावी लागतात. प्रत्येक नवीन उद्योगाची किंवा प्रस्तावासाठीची काही निर्णायक गृहीतके असतात आणि जर ती खोटी ठरली, तर तुमची बिझनेस आयडिया जेवढी चांगली वाटते, तेवढी चांगली ती नाही आहे असे म्हणता येईल.

योगा स्टुडिओच्या उदाहरणामध्ये पुढील तीन प्राथमिक गृहीतके आहेत :

१. या परिसरातील व्यक्ती घराजवळच असलेल्या योगा क्लाससाठी महिना १०० डॉलर्स देण्यास तयार असतील.
२. तीन महिन्यांत, हा बिझनेस दरमहा किमान २२० सदस्यांना पूर्ण पैसे भरण्यासाठी आकर्षित करू शकेल.
३. भाडेपट्टीच्या किमान मुदतीत म्हणजे पुढील १२ महिन्यांत, दरमहा मिळकत २२,००० डॉलर्सच्या वर जाईल.

आता, योगा स्टुडिओबाबतची निर्णायक गृहीतके चुकली किंवा खोटी ठरली तर काय होईल, ते पाहू :

१. सुरुवातीला नवीन गोष्ट सुरू करताना लोकांचा उत्साह नेहमी जास्त असतो. पण, नंतर जे लोक महिना १०० डॉलर्स फी भरून क्लासला येत असतात, ते महिना ७५ डॉलर्स देऊन काही किलोमीटर गाडी चालवत जाऊन दुसऱ्या क्लासला जातात. स्टुडिओ आता आपली फी कमी करून ७५ डॉलर्सवर आणतो. म्हणजे आता क्लास सुरू राहण्यासाठी ३०० सदस्यांची गरज आहे. फी कमी केल्यावर, आता सदस्यांची संख्या अपेक्षित आकड्यावर म्हणजे २२०वर पोहोचते. पण तरीही स्टुडिओ चालू राहण्यासाठी ती संख्या पुरेशी नाही.
२. स्टुडिओ पुरेसे ग्राहक आकर्षित करू शकत नाही. कारण, त्या परिसरातील योगाभ्यासामध्ये रस असलेले अनेक लोक काही मैल दूर असलेल्या दुसऱ्या स्टुडिओमध्ये जातात व तेथे त्यांनी वर्षभराची फी भरली आहे. स्टुडिओ जवळचे पैसे लवकरच संपतात आणि स्टुडिओ बंद होतो.
३. त्याच परिसरात, साधारण त्याच दरम्यान एक खूप छान प्रतिस्पर्धी योगा स्टुडिओ उघडतो. तीन महिन्यांनी, आता स्टुडिओ चालू राहण्यासाठी आवश्यक असलेल्यापेक्षा अर्धेच सदस्य शिल्लक राहतात. कराराचे नऊ महिने अजून शिल्लक असताना, आर्थिक परिस्थिती उदासीन बनते.

प्रत्येक उद्योगात किंवा प्रस्तावात काही निर्णायक गृहीतके असतात, जी त्या उद्योगाचे अस्तित्व टिकेल का नाही, हे ठरवतात. जितक्या अचूकपणे तुम्ही ही गृहीतके आधीच ओळखू शकता आणि ती खरी आहेत का हे तपासून पाहू शकता, तुम्हाला तितकी कमी जोखीम घ्यायला लागेल. जेणेकरून, तुम्ही तुमचे निर्णय अधिक आत्मविश्वासाने घेऊ शकाल.

ही संकल्पना शेअर करा : http:/book.personalmba.com/critical-assumptions/

आभास चाचणी

(Shadow Testing)

सावध असणे हे सशस्त्र असण्यासारखेच आहे.
– रोमन नीतिवचन

तुमच्या ***निर्णायक गृहीतकांच्या*** सत्यतेला बळकटी देण्याचा उत्तम उपाय म्हणजे त्यांना प्रत्यक्ष तपासणे. पण उद्योग सुरू करण्याच्या संपूर्ण प्रक्रियेतून जाणे हे जोखमीचे आणि खर्चीक असते. तुमचा प्रस्ताव प्रत्यक्षात आणण्यापूर्वी, तुमच्या प्रस्तावांची तपासणी करून तुमची जोखीम कमी करणे, हे शहाणपणाचे ठरते.

शॅडो टेस्टिंग ही एक संकल्पना आहे, त्याचा अर्थ आभासाची चाचणी. म्हणजेच, तुम्ही जे उत्पादन किंवा सेवा लोकांना देऊ करणार आहात, त्याची प्रतिकृती किंवा आभास तयार करून, तो मूळ नमुना किंवा प्रोटोटाईप या रूपात भावी ग्राहकांसमोर सादर करायचा. तुमचे उत्पादन किंवा सेवा किती विकली जाईल, याची तुम्हाला लोकांच्या अभिप्रायावरून कल्पना येऊ शकते. तोपर्यंत, तुमची ऑफर म्हणजे उत्पादन/सेवा ही विकसनावस्थेतच आहे, असे म्हणता येईल. तुमचे उत्पादन किंवा सेवा प्रत्यक्षात येण्यापूर्वी तो विकण्याचा प्रयत्न करणे; म्हणजे शॅडो टेस्टिंग वा आभास चाचणी. आभास चाचणीच्या मदतीने तुम्ही तुमची उत्पादने आणि सेवा खऱ्या ग्राहकांवर कमी वेळात आणि कमी खर्चात तपासून पाहू शकता, हीच आभास चाचणीची उपयुक्तता आहे.

खरेखुरे ग्राहक जे पैसे देतात, ते नेहमीच गृहीत ग्राहकांपेक्षा वेगळे असतात. आभास चाचणीमुळे तुम्हाला ग्राहकांचा अतिशय महत्त्वाचा फीडबॅक मिळू शकतो, जो अन्यथा मिळणे कठीण झाले असते. मग लोक तुमची वस्तू/सेवा विकत घेवोत अथवा नाही. नवीन प्रकल्प सुरू करताना स्वतःची जोखीम कमी करण्यासाठी, तुमच्या खऱ्या ग्राहकांकडून लवकरात लवकर माहिती गोळा करणे हेच तुमचे ध्येय असले पाहिजे.

फिटबिट ही कंपनी आभास चाचणीचे महत्त्व खूप चांगल्या रीतीने ओळखते. एरिक फ्राईडमन आणि जेम्स पार्क यांनी २००८ साली या कंपनीची स्थापना केली. फिटबिट कंपनी व्यायामासाठी क्लिप बनवणारे आणि माहिती गोळा करणारे एक छोटे उपकरण बनवते. फिटबिट डिव्हाईस तुमच्या दिवसभरातील आणि रात्रीतील घडामोडींची माहिती गोळा करते

आणि आपोआप तुमची माहिती वेबवर अपलोड करते. तिथे त्या माहितीच्या आधारे तुमचे आरोग्य, तंदुरुस्ती आणि झोपेचे नमुने यांचे विश्लेषण होते.

ही चांगली कल्पना आहे. पण नवीन हार्डवेअर बनवणे हे वेळखाऊ आणि महागडे जोखमीचे काम आहे. म्हणून फ्राईडमन आणि पार्क यांनी काय केले हे पाहू या. त्यांनी त्याच दिवशी त्यांच्या या बिझनेस आयडियाची जगासमोर घोषणा केली. त्यांच्या वेबसाइटवर ग्राहकांना हे डिव्हाईस काय करते, कसे दिसेल याबद्दल अजून माहिती दिली व आगाऊ ऑर्डर नोंदवून घ्यायला सुरुवात केली. तसे करताना वेबसाइटच्या बिलिंग सिस्टीममध्ये ग्राहकांची नावे, पत्ते आणि व्हेरीफाइड क्रेडिट कार्ड नंबर्स यांची नोंद केली गेली; पण डिव्हाईसची किंमत मात्र जेव्हा ते ग्राहकांना पोहोचवण्यासाठी तयार झाले, तेव्हाच वळती केली. यामुळे कंपनीला जर त्यांची ही डिव्हाईस प्रत्यक्षात येऊ शकली नसती, तरीदेखील मार्ग मोकळा राहिला असता.

पण लागोपाठ ऑर्डर्स येऊ लागल्या आणि एक महिन्यानंतर फिटबिट प्रत्यक्षात आणण्यासाठी, गुंतवणूकदारांनाही दोन कोटी डॉलर्स गुंतवण्याचा आत्मविश्वास वाटू लागला. एक वर्षानंतर, त्यांनी पहिले फिटबिट डिव्हाईस पहिल्या ग्राहकाला पाठवले. हीच आभास चाचणीची ताकद आहे.

ही संकल्पना शेअर कराः http:/book.personalmba.com/shadow-testing/

किमान टिकाऊ प्रस्ताव

(Minimum Viable Offer)

जर तुमच्या उत्पादनाचे पहिले रूप पाहून तुम्हाला लज्जास्पद वाटत नसेल, तर तुम्ही ते बाजारात आणण्यास खूप उशीर केला आहे.

– रीड हॉफमन, लिंक्डइनचे संस्थापक

आभास चाचणी घेण्यासाठी, तुमच्याकडे मुळात विकण्यासाठी काहीतरी असायला हवे. सुदैवाने, प्रत्यक्ष विक्रीला सुरुवात करण्यापूर्वी, तुमची पूर्ण ऑफर तयार असायलाच हवी असे काही नाही.

किमान टिकाऊ प्रस्ताव; म्हणजे प्रत्यक्ष विक्री होण्यासाठी आवश्यक असलेले, कमीतकमी फायद्यांचे वचन. किमान टिकाऊ प्रस्ताव म्हणजे मुळात ***प्रोटोटाईपच*** असतो, जो पाहून कोणीतरी तो विकत घेण्यासाठी आपले पाकीट काढून पैसे देऊ करेल. हे काही इतके अवघड असण्याचे कारण नाही. फिटबिटची किमान टिकाऊ प्रस्ताव हे मूळ नमुनाच होते, जे केवळ एक वर्णन आणि कॉम्प्युटरवर केलेली काही रेखाटने होती. किमान टिकाऊ प्रस्तावामधून तुम्हाला तुमच्या संभाव्य ग्राहकांना उत्पादनाबद्दल/सेवेबद्दल पुरेशी माहिती द्यायची आहे. यामुळे त्यांना त्याबद्दल खात्री वाटेल व ते उत्पादन/सेवा विकत घेतील.

आपली निर्मिती प्रत्यक्षात कितपत काम करेल, याचा १०० टक्के अंदाज आधीच बांधणे अशक्य असते, म्हणूनच किमान टिकाऊ प्रस्ताव उपयोगी पडतो. तुम्हाला तुमचा खूप वेळ आणि पैसे अशा अंदाज न करता येणाऱ्या गोष्टीत गुंतवायचेही नसतात आणि जितके लवकर तुमच्या बिझनेस आयडियामध्ये दम आहे का नाही, हे तुम्हाला समजू शकेल, तितके ते चांगले असते.

भावी ग्राहकांचा ***फीडबॅक*** आणि आगाऊ पैसे भरून नोंदवलेल्या ऑर्डर्स या दोन वेगळ्या गोष्टी आहेत. ***किमान टिकाऊ प्रस्तावामुळे*** खऱ्याखुऱ्या ग्राहकांकडून लवकरात लवकर माहिती जमवता येते आणि तुमच्या कल्पनेबाबतची निर्णायक गृहीतके तपासूनही पाहता येतात. यामुळे, गुंतवणुकीचे निर्णय बिझनेससाठी हानिकारक ठरू नयेत, याची खात्री करून घेता येते.

आपण आधी चर्चा केली. त्या योगा स्टुडिओच्या उदाहरणात, निर्णायक गृहीतके तपासून पाहण्यासाठी, किमान टिकाऊ प्रस्ताव आणि आभास चाचणी यांचा कसा उपयोग करू शकतो, ते आता पाहू :

> प्रथम पाऊल : स्टुडिओची एक साधी वेबसाइट तयार करा, त्यात स्थळ, अंदाजे वेळापत्रक, शिक्षक, जागेची रेखाटने आणि सदस्यत्वाची फी इत्यादी माहिती तपशीलवार द्या. सदस्यत्व घेण्यास इच्छुक लोकांसाठी एक फॉर्म त्यात समाविष्ट करा, ज्यात ते त्यांच्या क्रेडिट कार्डची माहितीही देऊ शकतील. फॉर्म भरल्यानंतर, जेव्हा स्टुडिओ सुरू होईल तेव्हा, इच्छुक लोक बारा महिन्यांचे सदस्यत्व घेऊ शकतील. पण त्यांना पहिल्या महिन्यात जर आवडले नाही, तर सदस्यत्व रद्द करण्याची मुभाही असेल. जर स्टुडिओ सुरू झाला नाही, तर काही शुल्क न लागता सदस्यत्व नोंदणी रद्द होईल. या सर्वांसाठी येणारा संपूर्ण खर्च - काही शे डॉलर्स असेल.
>
> द्वितीय पाऊल : संभाव्य ग्राहकांना वेबसाइट बघण्यास सांगा. हे अनेक प्रकारे आणि खूप कमी खर्चात सांगितले जाऊ शकते. फ्लायर्स, डोअर-टू-डोअर चौकशी, ई-मेल्स आणि स्थानिक सर्च इंजीनवर जाहिरात इत्यादींचा सगळा मिळून खर्च - काही शे डॉलर्स इतका होईल.
>
> तृतीय पाऊल : किती लोक पूर्ण पैसे भरण्याची तयारी दाखवून आगाऊ नोंदणी फॉर्म भरतात हे वेबसाइटवर पाहा किंवा काही अजून माहिती घ्या. यासाठी येणारा खर्च - विश्लेषणासाठी लागणारे काही तास.

अशी चाचणी घेणे सोपे आणि स्वस्त आहे. किकस्टार्टर (www.kickstarter.com) सारख्या सेवांच्या मदतीने अशा प्रकारच्या चाचण्या घेणे अधिक सोपे झाले आहे. ते पाहून तुमचे संभाव्य ग्राहक ऑर्डर नोंदवू शकतील. तुम्हाला फक्त एक व्हिडीओ, काही रेखाटने आणि प्राथमिक विक्रीची माहिती असे लागेल. काही तास आणि काही शे डॉलर्स जर तुम्ही ***निर्णायक गृहीतकांच्या*** चाचणीसाठी खर्च केलेत, तर तो तुमच्या पैशाचा सदुपयोग असेल. जर तुम्हाला त्यामुळे बिझनेस आयडिया चालणार नाही, हे समजले तर पुढचे नुकसान टाळता येईल.

किमान टिकाऊ प्रस्तावाचा उद्देश तुमची जोखीम कमी करणे हाच असतो. सुरुवातीला गुंतवणूक कमी ठेवून जर हळूहळू ती वाढवत नेली, तर तुम्हाला बाजारात काय (उत्पादन/सेवा) टिकते आणि काय नाही, ते लवकर शोधता येईल. जर तुमची कल्पना चांगली असेल, तर तुम्ही ती प्रत्यक्षात आणू शकता. जर तुमची गृहीतके खरी ठरली नाहीत, तर तुम्ही तुमचे पुढे होणारे मोठे नुकसान टाळू शकता.

ही संकल्पना शेअर करा : http:/book.personalmba.com/minimum-viable-offer/

वाढीव वृद्धी

(Incremental Augmentation)

> तुमच्या ऑफरमधील कोणत्याही तीन महत्त्वाच्या वैशिष्ट्यांची निवड करा. ती तीन वैशिष्ट्ये उत्तमोत्तम होतील असे पाहा आणि बाकी सगळे विसरून जा. काही मूलभूत वैशिष्ट्यांवर लक्ष केंद्रित केल्यामुळे तुम्हाला तुमच्या उत्पादनाचे मूलतत्त्व आणि मूल्यही गवसेल.
>
> – पॉल बुशेट, जी–मेल आणि गूगल ॲडसेन्सचे निर्माते

तुमच्या ***किमान टिकाऊ प्रस्तावाची*** विक्री होऊ लागली की, तुमची ***निर्णायक गृहीतके*** तुम्ही बरोबर सिद्ध केली आहेत असे समजा. तुम्ही चांगल्या परिस्थितीत असता; पण तुमचे काम संपलेले नसते. जर तुम्ही तुमची ऑफर अजून चांगली करायची असे ठरवले असेल, तर तुम्हाला सतत छोटे–छोटे बदल करत राहावे लागेल, त्यामुळे तुमची ऑफर अधिक स्पर्धात्मक बनेल आणि जास्त ग्राहकांना आकर्षित करू शकेल.

वाढीव वृद्धी ही एक प्रक्रिया आहे ज्यात ***पुनरावृत्ती चक्रानंतर*** त्यात मूळ ऑफरमध्ये काही अजून फायदे वाढवले जातात. ही प्रक्रिया एकदम साधी आहे. मूळ ऑफरमध्ये जे वाढवले, ते सतत तपासून पाहात राहा, ज्याला चांगला प्रतिसाद मिळतो, ते तसेच ठेवा आणि ज्याला प्रतिसाद मिळत नाही, ते बंद करा/काढून टाका.

ग्राहकाला कधीकधी तयार उपलब्ध असलेल्या उत्पादनात त्यांना हवे ते बदल करून हवे असतात. अशा प्रकारे आपण वाढीव वृद्धीच करत असतो. कार कस्टमाइझ करणे हे वाढीव वृद्धीचे उत्तम उदाहरण आहे. 'ट्युनर' त्याच्याकडे असलेल्या एखाद्या कारमध्ये काही बदल करतो. चांगले इंजीन, स्पॉइलर, टीन्टेड खिडक्या आणि क्रोमचे हबकॅप्स. जोपर्यंत कार सर्वोत्तम व पाहिजे तशी होत नाही, तोपर्यंत प्रत्येक बदल करण्याचा हेतू कार थोडी अधिक चांगली करणे हा असतो. जेव्हा काम संपते, तेव्हा ती आता वेगळीच कार बनलेली असते.

वाढीव वृद्धीमुळे तुम्हाला तुमच्या ऑफरमध्ये सुधारणा करता येते. पुनरावृत्ती कदाचित खूप भयानकरीत्या अयशस्वी होईल ही जोखीम कमी होते. पुनरावृत्तीचे चक्र एकदाच

झाले, तर ते कदाचित खूप भयानकरीत्या अयशस्वी होईल. जर तुम्ही योग्य काळजी न घेता, ऑफर सादर केल्यावर जर, एकदम मोठे बदल केलेत, तर ज्या वैशिष्ट्यांमुळे ग्राहक आकर्षित झाले, ती वैशिष्ट्येच नष्ट होतील किंवा ग्राहकांना मूल्य प्रदान करण्यासाठी जी पद्धत वापरली जाते, त्यात खंड पडेल. ऑफरमध्ये छोटे-छोटे बदल करून ते त्वरित तपासून घेत जर हळूहळू वाढवत नेले, तर तुमच्या ऑफरमध्ये नियमित सुधारणा करणे शक्य होईल. तेदेखील कोणताही मोठा धोका न पत्करता! या प्रकियेमुळे तुम्ही काही काळाने, तुमच्या ग्राहकांसाठी यापेक्षा जास्त मूल्यनिर्मिती करू शकाल.

पण हे लक्षात घ्या की, वाढीव वृद्धी इतकेच करू शकते. जर तुम्हाला नवीन बाजारपेठेत प्रवेश करायचा असेल किंवा याहून अधिक बदल करायचे असतील, तर तुम्हाला ऑफर पूर्णपणे बदलावी लागेल किंवा नवीनच ऑफर निर्माण करावी लागेल. जर तसे असेल, तर मूल्यनिर्मिती प्रक्रियेला पुन्हा अथपासून सुरुवात करून नवीन मूळ नमुना/प्रोटोटाईप बनवा. तो तयार झाल्यानंतर, ***फीडबॅक*** घ्या, ***टेस्टिंग*** (नंतर चर्चिले आहे) करा. जुना आणि नवीन प्रोटोटाईप यांची तुलना करून, ग्राहकांना सादर करण्यापूर्वी नवीन प्रोटोटाईप जुन्यापेक्षा जास्त चांगला आहे ना, याची सादरीकरणापूर्वी खात्री करा.

ही संकल्पना शेअर करा : http:/book.personalmba.com/incremental-augmentation/

फील्ड टेस्टिंग

(Field Testing)

ज्या इंजिनियरला आपले हात दिवसभरात किमान तीन वेळा धुवावे लागत नाहीत, तो अपयशी आहे.

– सोइशिरो टोयोडा, टोयोटा मोटर कॉर्पोरेशनचे माजी चेअरमन

पॅट्रिक स्मिथ गेली पन्नास वर्षे, वर्षातील एकशे पन्नास दिवस कोलोरॅडोच्या निर्मनुष्य आणि ओसाड प्रदेशात राहतात. स्मिथ हे कोलारॅडो स्कूल ऑफ आउटडोअर लिव्हिंगचे आणि दोन हंटिंग व बॅग पॅकेजिंग कंपन्यांचे संस्थापक आहेत. माउंटनस्मिथ, जी त्यांनी १९९५मध्ये विकली आणि किफारू इन्टरनॅशनल, जी त्यांनी १९९७मध्ये निर्माण केली.

किफारूचा ग्राहक होणे म्हणजे तुमच्या क्रेडिट कार्डवर अतिरिक्त भार टाकणे, असे म्हटले तर वावगे ठरणार नाही! किफारूच्या बॅग्ज महागड्या असतात. किफारू गिर्यारोहणासाठी आणि शिकारीसाठी सर्वोत्तम बॅग्ज तयार करते, यात काही वाद नाही. तसेच राहण्यासाठी अत्यंत दणकट व वजनाने हलके तंबूही तयार करते. चांगल्या डिझाईन केलेल्या जगातील सर्वोत्तम किफारू बॅग्जमध्ये २०० पाऊंड्स सामान आरामात नेता येते. या बॅग्ज दीर्घकाळ टिकतात आणि त्यांची किंमतही शेकडो डॉलर्सच्या घरात असते.

हौशी खेळाडूंना आणि सैनिकांना खास बनवलेल्या किफारूंवर हजारो डॉलर्स खर्च करण्यात काही विशेष वाटत नाही. ते त्यांच्यासाठी कंपनी बॅग तयार करेपर्यंत सहा ते आठ आठवडे अतिशय उत्सुकतेने वाट पाहतात. किफारूच्या दर्जाबाबत असंतुष्ट असलेला ग्राहक तुम्हाला शोधूनही सापडणार नाही. इतकेच नाही; तर किफारू ग्राहक हा आयुष्यभरासाठी किफारू ग्राहक असतो.

फिल्ड टेस्टिंग हेच किफारूच्या दर्जामागील रहस्य आहे. किफारूचे प्रत्येक उत्पादन ग्राहकांना देऊ करण्याआधी अनेक वर्षे, स्मिथ स्वतः ते तयार करतात, वापरतात आणि त्यात ***बदल*** करतात. त्यामुळेच जेव्हा तयार उत्पादन उपलब्ध होते, तेव्हा अगदी आग्रही ग्राहकदेखील त्यात काही दोष काढू शकत नाहीत.

स्मिथ त्यांच्या फिल्ड टेस्टिंग वैयक्तिकरीत्या हाताळण्याच्या पद्धतीबद्दल काय म्हणतात पाहू :

> *जिथे मी फिल्ड टेस्टिंग करतो, ती भूमी ही माझी प्रेरणा आणि माझी प्रयोगशाळा दोन्ही आहे. फिल्डमध्ये कसे डिझाईन निर्माण करायचे, हे मी शोधले आहे. माझा या तंत्रावर विश्वास आहे. मी त्याच प्रदेशात असतो आणि मी त्याच गोष्टी करत असतो, ज्यासाठी ते डिझाईन बनवले आहे. त्यामुळे मला डिझाईनचा फीडबॅक लगेच मिळतो. मी गोष्टी ज्या परिस्थितीत वापरण्यासाठी बनवल्या आहेत त्याच वातावरणात, परिस्थितीत त्यांची चाचणी करतो. शहरातील ऑफिसमध्ये कॉम्प्युटरसमोर बसून डिझाईन करण्यापेक्षा ही प्रक्रिया जास्त चांगली आहे, असं मला वाटतं. ही दोघांनाही फायदेशीर स्थिती असते असे मला वाटते.*

यशस्वी उद्योग निर्माण करण्यामध्ये फिल्ड टेस्टिंगचा खूप मोठा वाटा आहे आणि इतिहासही आहे. १९२३मध्ये, न्यू यॉर्कच्या प्रोटेक्टिव्ह गार्मेंट कॉर्पोरेशनचे डब्ल्यू. एच. मर्फी यांनी एक साहाय्यक ठेवला होता. त्यांनी तयार केलेले उत्पादन जगासमोर सिद्ध करण्यासाठी, तो दहा फुटांच्या अंतरावरून, सर्व लोकांसमक्ष त्यांच्यावर छातीत गोळी झाडत असे. त्यांनी बनवलेली जाकीट जिवंत गोळ्या अडवण्यासाठी सक्षम आहे हे दाखवण्यासाठी, विशाल फिल्ड टेस्टिंगवर आधारित असा हा एक मार्केटिंग स्टन्ट होता. मिगेल कबाल्लेरो, कोलंबियातील एक सूट उत्पादक ज्यांनी बराक ओबामा आणि ह्युगो शावेझ यांच्यासारख्या देशप्रमुखांसाठी बुलेटप्रूफ सूट बनवले आहेत; त्यांनीही त्यांचा सूट घालून पॉईंट ब्लँक रेंजने पोटात गोळ्या झाडून घेतल्याचे व्हिडीओ यु-ट्यूबवर अपलोड केले आहेत.

बहुतांश मोठे ऑटोमोबाईल उत्पादक त्यांच्या नवीन कार डिझाईनची कामगिरी आणि कार हाताळण्याची क्षमता यांची चाचणी करण्यासाठी खऱ्या रस्त्यावर, अडथळ्यांच्या मार्गावरून नेतात. मायक्रोसॉफ्ट आणि गूगल यांसारख्या सॉफ्टवेअर कंपन्या त्यांच्या नवीन प्रॉडक्टची खोलात जाऊन आधी अंतर्गत चाचणी करण्यासाठी कंपनीच्या कर्मचाऱ्यांमार्फत चाचणी घेतात. अशा चाचणीमुळे कंपनी ग्राहकांनी प्रॉडक्ट वापरण्याआधी त्यातील दोष दूर करू शकते.

तुम्ही जी गोष्ट रोज तयार करत आहात, ती वापरून बघणे हाच तुमच्या ऑफरमध्ये सुधारणा करण्याचा उत्तम मार्ग आहे. तुमची ऑफर उत्तम होण्यासाठी, तुम्ही स्वतः त्याचे हौशी आणि आग्रही ग्राहक होण्यासारखा दुसरा उपाय तुम्हाला शोधून सापडणार नाही.

ही संकल्पना शेअर करा : http:/book.personalmba.com/field-testing/

२

मार्केटिंग

कंटाळवाणे असणे हे मार्केटिंगचे सर्वांत मोठे पाप आहे.
– डॅन केनेडी, मार्केटिंग विशेषज्ञ

ग्राहकांना नुसते मूल्य देणे पुरेसे नसते. तुम्ही काय देऊ करत आहात, याकडे ग्राहकांचे/लोकांचे लक्ष नसेल (किंवा कोणाला फिकीर नसेल), तर तुम्ही कितीही मौल्यवान काहीही निर्माण केले, तरी त्याने काही फरक पडणार नाही. *मार्केटिंगशिवाय* कोणताही उद्योग टिकू शकत नाही. तुमचे अस्तित्वच जर लोकांना माहीत नसेल, तर तुम्ही जे विकत आहात ते लोक घेऊ शकणार नाहीत. ज्यांना तुमच्या देऊ केलेल्या गोष्टीत रसच नाही, ते पैसे देऊन विकत घेणारे ग्राहक होऊ शकत नाहीत.

प्रत्येक यशस्वी उद्योग योग्य लोकांचे लक्ष वेधून घेण्याचा आणि तो जे विकत आहे, त्यात त्यांची रुची निर्माण करण्याचा प्रयत्न करतो. तुम्ही एखादे उत्पादन विकता, कारण ते कोणीतरी खरेदी करेल अशी आशा असते आणि विक्री होऊन व्यवहार पूर्ण झालाच नाही, तर नफा होणार नाही यामुळे उद्योगात अपयश येईल.

मार्केटिंग म्हणजेच 'विपणन' ही तुम्ही देऊ करत असलेल्या ऑफरसाठी 'संभाव्य ग्राहक' शोधण्याची कला आहे. संभाव्य म्हणजे ज्या लोकांना तुम्ही काय देऊ करत आहात; काय विकत आहात याबद्दल कुतूहल आहे, असे लोक. सर्वोत्तम उद्योग तो असतो, जो अशा संभाव्य ग्राहकांचे लक्ष पटकन आणि कमी खर्चात वेधून घेतो. जितक्या जास्त संभाव्य ग्राहकांना तुम्ही भुरळ पाडाल, तितका तुमचा उद्योग चांगला चालेल.

'विपणन' (मार्केटिंग) आणि विक्री (सेल्स) यात फरक आहे. थेट विपणनामुळे (डायरेक्ट मार्केटिंग), 'ग्राहकांचे लक्ष वेधून घेणे' व 'ग्राहकांना एखाद्या वस्तूच्या विक्रीसाठी विचारणे' या दोन्हींतील वेळ कमी होतो. विपणन व विक्री या पूर्णतः भिन्न गोष्टी आहेत.

विपणन (मार्केटिंग) म्हणजे लोकांचे लक्ष जाणे; आणि ***विक्री*** म्हणजे व्यवहार पूर्ण करणे, ज्याबाबत आपण प्रकरण तीनमध्ये चर्चा करू.

ही संकल्पना शेअर करा : http://book.personalmba.com/marketing/

लक्ष

(Attention)

लक्ष वेधून घेणाऱ्या अर्थव्यवस्थेमध्ये (जशी आपली अर्थव्यवस्था आहे), लोकांचे लक्ष वेधून घेण्यासाठी विक्रेत्यांना संघर्ष करावा लागतो. लोकांचे लक्ष तुमच्याकडे नसेल तर तुमची हार होते.

– सेठ गॉडीन, *परमिशन मार्केटिंग, पर्पल काऊ* आणि *ट्राईब्ज*
या बेस्टसेलर पुस्तकांचे लेखक

आधुनिक जीवनात अनेक गोष्टी तुमचं लक्ष खेचून घेत असतात. आता याक्षणी तुमचे ***लक्ष वेधून घेण्यासाठी*** स्पर्धा करत असलेल्या सर्व गोष्टींचा विचार करा. तुम्हाला काही काम करायचे आहे, लोकांना फोन करायचे आहेत, ई-मेल चेक करायचे आहेत, टीव्ही बघायचा आहे, संगीत ऐकायचे आहे आणि अनेक अगणित वेबसाइट्स बघायच्या आहेत. आपल्या सर्वांनाच अनेक गोष्टी करायच्या आहेत आणि त्या सगळ्या करण्यासाठी अतिशय कमी वेळ आहे.

मार्केटिंगचा पहिला नियम आहे तुमच्या भावी ग्राहकांचे 'आकर्षित करण्यासारखे लक्ष' अतिशय कमी आहे. जगातील सर्व *गोष्टी* करण्यासाठी तुमचे 'आहे त्याहून अधिक लक्ष' असायला हवे. त्यासाठी, तुम्ही एक गाळणी लावता. तुमच्या या ध्यानात तुम्ही थोडी कपात करता. ज्या गोष्टींची तुम्हाला काळजी आहे, त्यासाठी जास्त वेळ देता आणि ज्याची काळजी नाही अशांसाठी कमी वेळ देता. इतर सर्व जण, अगदी तुमचे संभाव्य ग्राहकही हेच करतात. त्यांचे लक्ष वेधून घेण्यासाठी, त्यांनी लावलेल्या अशा प्रकारच्या 'गाळणी'तून तुम्हाला मार्ग काढावा लागतो.

अशा प्रकारे आकर्षित केलेले लक्ष उच्च दर्जाचे असावे. जेव्हा तुम्ही कोणाचे लक्ष वेधून घेण्याचा प्रयत्न करत आहात, तेव्हा एक क्षण हे आठवणे उपयुक्त ठरेल की, तुम्ही त्यांच्या अवतीभोवती असलेल्या इतर सर्व गोष्टींशी स्पर्धा करत आहात. तुमच्याकडे लक्ष जाण्यासाठी त्यांच्या समोर असलेल्या इतर सर्व प्रतिस्पर्धी पर्यायांपेक्षा तुम्ही अधिक आकर्षक असले पाहिजे.

जर लोकांना तुम्ही काय करत आहात याची फिकीर नसेल, तर त्यांचे लक्ष वेधून घेण्याने काही फरक पडत नाही. तुम्ही केवळ लक्ष वेधण्यास इच्छुक असाल, तर बिझनेसविषयक गोष्टींकडे लक्ष देऊ नका. गुलाबी रंगाचा सशाचा ड्रेस घालून तुम्ही रस्त्यावरून उड्या मारत जाताना, बेंबीच्या देठापासून ओरडलात, तरी लोकांचे लक्ष तुमच्याकडे जाईल. पण बिझनेस म्हटले की, हे असे लक्ष जाणे काही उपयोगाचे नाही. तुम्हाला तुमच्या संभाव्य ग्राहकांचे लक्ष तुमच्याकडे जायला हवे आहे, जे तुमच्याकडून काही *विकत* घेतील. नाहीतर तो तुमच्या वेळेचा अपव्यय असेल.

लोकांच्या आकर्षणाचा केंद्रबिंदू असणे कधीही चांगले असते. पण बिझनेस म्हणजे 'लोकप्रियता मिळवणे' नव्हे; तर बिझनेस म्हणजे नफा देणारी विक्री करणे, राष्ट्रीय

टीव्हीवर दिसणे किंवा मोठ्या वेबसाइटवर दिसणे ही खूप छान गोष्ट आहे. पण अनेकदा अशा प्रसिद्धीचा प्रत्यक्ष विक्री करण्यास काही उपयोग नसतो प्रसिद्धी प्रत्यक्ष विक्री करण्यात अपयशी होते. सोशलाईट (समाजातील प्रसिद्ध व्यक्तींसोबत ऊठबस) करण्यात तुमचा पैसा आणि वेळ खूप खर्च होतो, ज्याचा कोणाला उपयोगही होत नाही. तोच पैसा आणि वेळ तुम्ही तुमच्या ग्राहकांसाठी अधिक चांगले मूल्य निर्माण करण्यासाठी खर्चू शकता.

अशा लोकांचे लक्ष आकर्षित करा, जे तुमच्याकडून काही विकत घेतील आणि मग पाहा, तुम्ही अपरिहार्य असा एक उद्योग उभा कराल. या प्रकरणामधील मेन्टल मॉडेल्स हे कसे करायचे, ते तुम्हाला दाखवतील.

ही संकल्पना शेअर करा : http://book.personalmba.com/attention/

ग्रहणशीलता

(Receptivity)

> एखाद्या उत्पादनाची सात वेळा जाहिरात तुम्ही पाहिल्यास ते विकत घेण्याची तुम्हाला इच्छा होते, असं म्हटलं जातं. पण वायग्राबद्दलच्या ८७४३ स्पॅम ई-मेल्स येऊनही मला काही ते विकत घ्यावंसं वाटलं नाही.
>
> – एरीन पावलीना, ERINPAVLINA.COM
> च्या उत्स्फूर्त काउन्सिलर आणि ब्लॉगर

लोकांना ज्याची काळजी नसते, त्याकडे ते दुर्लक्ष करतात. सतत गाळणी करणे हे माणसाच्या मेंदूचे प्राथमिक कार्य आहे - म्हणजेच कशाकडे लक्ष द्यायचे आणि कशाकडे लक्ष द्यायचे नाही, हे ठरवणे. कोणी आपल्याकडे दुर्लक्ष करावे असे वाटत असेल, तर त्यासाठीचा उत्तम उपाय म्हणजे त्यांना जे आवडत नाही, त्याविषयी बोलायला सुरुवात करा.

ग्रहणशीलता म्हणजे तुमच्या संदेशाकडे एखाद्याचे किती लक्ष आहे हे मोजणे. स्टीफनी मेयरच्या गाजलेल्या *Twilight* सारख्या कादंबरीचे कट्टर चाहते हे अशा ग्रहणशीलतेचे उत्तम उदाहरण आहेत. त्यांना त्यांच्या या वेडासंबंधित जे काही मिळेल, ते ताबडतोब हवे असते. बिझनेसच्या दृष्टीने पाहिले, तर ते ग्राहक म्हणून 'आदर्श' आहेत. लोकांना किंवा प्रेक्षकांना जे ताबडतोब हवेसे वाटणार नाही, ते विकण्याचा प्रयत्न करणे अवघड आहे.

एखादी व्यक्ती जर निष्ठावंतपणे, नैतिकतेने शाकाहार पाळत असेल, तर त्यांना तुम्ही कितीही ठोस किंवा बळकट पुरावे दिले किंवा अत्यंत उत्तम प्रकारे सादरीकरण केले, तरी ती व्यक्ती मांसाहार करणार नाही. जागतिक दृष्टिकोनात असणारी विसंगती खूप मोठी आहे आणि दुर्लक्ष करण्याच्या जबरदस्त इच्छेवर सर्वांत मोठी जाहिरात मोहीमही मात करू शकत नाही.

ग्रहणशीलतेचे दोन प्रमुख घटक असतात : कधी आणि केव्हा. काही गोष्टी काही विशिष्ट वेळेस ग्रहण करण्याची लोकांची प्रवृत्ती असते. मला बिझनेसच्या नवीन पुस्तकांबद्दल ऐकणे आवडते. पण मला त्यासाठी कोणा प्रकाशकाचा पहाटे तीन वाजता फोन आलेला आवडणार नाही.

जर लोकांनी तुमचा संदेश ऐकावा अशी इच्छा असेल, तर त्यातील मजकूर महत्त्वाचा असावा लागतो. तुम्ही कोणत्या प्रकारे संदेश पाठवता यावर किती लक्ष देऊन ऐकतात, याचा खूप मोठा प्रभाव असतो. जर, तुमच्या संदेशाचा प्रकार तो संदेश त्यांच्यासाठीच आहे असे सुचवत असेल, तर तुम्ही तुमच्या संभाव्य ग्राहकाचे लक्ष वेधून घेण्याची खूप दाट शक्यता आहे.

याचेच एक उदाहरण म्हणजे प्रत्येक जण पोस्टाने येणाऱ्या निरुपयोगी पत्रांकडे दुर्लक्ष करतो. जर ती पत्रं ठळकपणे व्यावसायिक आहेत किंवा गठ्ठ्याने लिहिली आहेत असे दिसत असेल, तर ९९% अशी पत्रे ते काहीही विचार न करता फेकून देतील, अशी शक्यता आहे. पत्रांचा प्रकार बदलून बघा; म्हणजे लोकांच्या ग्रहणशीलतेमध्येही बदल झालेला दिसेल.

बहुतेक लोक हाताने पत्ता लिहिलेले किमान एखादे तरी पत्र उघडून पाहतील, कारण, हाताने पत्ता लिहिण्यावरून दिसून येते की कोणीतरी आपला वेळ आणि शक्ती त्यांना ते पत्र पाठवण्यासाठी खर्च केले आहे. टोकाचे बोलायचे झाल्यास, बहुतेक सगळे (व्यग्र एक्झिक्युटिव्हही यात समाविष्ट आहेत) FedExच्या पाकिटावरील मोठ्या अक्षरातील हाताने लिहिलेला पत्ता पाहून ते उघडून त्यातील मजकुरावर नजर फिरवतील. कारण, ते मोठं आहे, महाग आहे आणि ते पाठवण्यास नक्कीच कष्ट पडले असतील. त्यानंतरही, जर त्यातील मजकूर जर त्यांच्या आवडीचा नसेल, तर तुम्ही त्यांचे आकर्षण लगेचच गमवाल.

ही संकल्पना शेअर करा : http://book.personalmba.com/receptivity/

उल्लेखनीयता

(Remarkability)

जाहिरात करणे म्हणजे उल्लेखनीय नसल्याबद्दल दिलेला कर आहे.

– रॉबर्ट स्टीफन्स, गीक स्क्वैडचे संस्थापक

मी जेव्हा-जेव्हा धावायला जातो, तेव्हा लोक मला माझ्या शूजबद्दल विचारतात. मी 'फॅशनेबल' आहे म्हणून ते विचारतात असे नाही : तर ते शूज 'विचित्र' आहेत, म्हणून लोक मला त्याबद्दल विचारतात.

वायब्रेम फाइव्ह-फिंगर्स हे शूज म्हणजे सॉक्स आणि ग्लोव्ह यांमधील काहीतरी प्रकार आहे. ते घातले की, काहीसे बेडूक असल्यासारखे वाटते. प्रत्येक बोटाला वेगळे पॉकेट आहे, ज्यामुळे तुमचा पाय एखाद्या उभयचर प्राण्यासारखा वाटतो, लक्ष जाण्याइतका पुरेसा विचित्र!

मी ही फाइव्ह-फिंगर्सची जोडी माझ्या अनवाणी धावण्याच्या सरावासाठी घेतली. त्याचे पातळ रबरी सोल काही अधिक अनावश्यक आधार न देता, तुमच्या पायांचे दगड, काचा यांपासून संरक्षण करतात. तुमच्या पायांना ते नैसर्गिकरीत्याच काय ते करू देतात. म्हणून, मी ते घालतो.

फाइव्ह-फिंगर्स असे विचित्र आहेत की, तुम्ही जेव्हाही ते घालता, तेव्हा लोकांचे नाइलाजाने लक्ष जातेच. शूज कसे दिसावेत याबद्दलच्या अपेक्षांना फाईव्ह फिंगर्स पार छेद देतात. याचाच परिणाम म्हणून, लोक मला त्यांच्याबद्दल सतत विचारतात. अगदी न्यू यॉर्कसारख्या शहरात जिथे लोक 'मैत्री करण्यास अनुत्सुक' असतात, अशा ठिकाणीदेखील. संभाषणाच्या शेवटी, माझी तोंडओळख झालेल्या लोकांना मी ते का घेतले, का घालतो, किती किमतीला घेतले आणि त्यांना ते कुठे विकत मिळतील असे सगळे सांगितलेले असते.

प्रत्येक नवीन येऊ घातलेल्या वस्तूला भेडसावणाऱ्या नंबर एकच्या समस्येवर मात करण्यासाठी फाइव्ह-फिंगर्स डिझाईन केलेले आहेत. जर कोणाला तुमच्या अस्तित्वाची माहिती नसेल, तर तुम्ही काय विकता आहात ते कोणीही विकत घेणार नाही. फाइव्ह-फिंगर्स घालणारा प्रत्येक ग्राहक, वायब्रेमला त्यांची प्रगती होण्यासाठी जी जी जाहिरात करणे आवश्यक आहे, ती ती करतो; तीदेखील अगदी फुकट.

बिझनेसच्या दृष्टिकोनातून फाइव्ह-फिंगर्सचे ***लक्षवेधक*** डिझाईन हे उत्तम प्रकारे काम करत आहे. फाइव्ह-फिंगर्सचे विक्रेते सांगतात की, दुकानातून हे शूज अक्षरशः गायब होतात आणि नवीन माल अगदी ताबडतोब विकला जातो. *न्यू यॉर्क टाइम्सनुसार,* ("Wiggling Their Toes at the Shoe Giants," ३० ऑगस्ट, २००९) २००६ साली फाइव्ह-फिंगर्स बाजारात आणल्यापासून त्यांची विक्री दर वर्षी तिपटीने वाढली आहे आणि २००९ साली, उत्तर अमेरिकेत त्यांचे उत्पन्न दहा मिलियन डॉलर्सच्या वर गेले, तेही कोणतीही भव्य जाहिरात न करता. गमतीशीर दिसणाऱ्या बेडकाच्या शूजसाठी इतके उत्पन्न काही वाईट नाही!

उल्लेखनीय असणे हा लक्ष वेधून घेण्याचा उत्तम उपाय आहे. मार्केटिंगच्या प्रसिद्ध *Purple Cow* या पुस्तकात लेखक सेठ गॉडीन हे तत्त्व समजावून सांगण्यासाठी एका छान उदाहरणाचा वापर करतात. तपकिरी रंगाच्या गायींनी भरलेले शेत बघत बसणे कंटाळवाणे असते. मध्येच एखादी जांभळ्या रंगाचे गाय बघणाऱ्याच्या अपेक्षांना छेद देते, जी नैसर्गिकरीत्या त्यांचे लक्ष आणि कुतूहल वेधून घेते.

जर तुम्ही तुमची ऑफर लक्षणीय व्हावी या हेतूने डिझाईन केली असेल, तर ती तुमच्या संभाव्य ग्राहकाचे कुतूहल चाळवण्याइतकी वेगळी असेल आणि यामुळे लक्ष वेधून घेणे खूपच सोपे होईल.

ही संकल्पना शेअर करा : http://book.personalmba.com/remarkability/

संभाव्य खरेदीदार

(Probable Purchaser)

या भूतलावर सहा अब्ज लोक आहेत. त्यातील ९९.९९९% लोक तुम्हाला त्यांचा पैसा देणार नाहीत.

– ह्यु मॅक्लियॉड, कार्टुनिस्ट आणि *इग्नोअर एव्हरीबडीचे* लेखक

जगातील सर्वांना तुम्ही काय उत्पादन/सेवा देऊ करत आहात याची फिकीर आहे असे गृहीत धरणे, ही मार्केटिंगमधील खूप मोठी चूक आहे. तुम्हाला वाटत असेल की, स्लाईस ब्रेडच्या नावीन्यपूर्ण शोधानंतर तुमचे उत्पादन/सेवा ही जगातील सगळ्यांत चांगली उत्पादन/सेवा आहे. खरे तर, मी तशी आशा करतो! पण ते सर्वांना लागू होत नाही, हे सत्य आहे. मला खात्री आहे की, जगातील बहुतांश लोकांना तुम्ही जे काही देऊ करत आहात, त्याबाबत आणि तुम्ही काय करत आहात, याबाबत फिकीर नाही व ते ती करणारही नाहीत. हे कटू आहे; पण सत्य आहे.

सुदैवाने, यशस्वी होण्यासाठी तुम्ही सर्वांना आकर्षित करण्याची आवश्यकता नाही. तुम्ही केवळ तुमचा धंदा चालण्यासाठी, पुरेशी विक्री होऊन पुरेसा नफा मिळण्याइतपत लोकांचे ***लक्ष*** वेधून घ्या. आणि ते करण्यासाठी ज्या लोकांना खरोखर तुम्ही काय करता यात रस असेल, अशा लोकांना आकर्षित करण्याकडे लक्ष केंद्रित करा.

मार्केटिंगमधील कुशल लोक, प्रत्येकाचे लक्ष वेधून घेण्याचा प्रयत्न करत नाहीत. ते *योग्य लोकांचे योग्य वेळी* लक्ष वेधण्याचा प्रयत्न करतात. जर तुम्ही हार्ले डेव्हिडसन मोटारसायकलचे मार्केटिंग करत असाल, तर ओप्रा विनफ्रे शोमध्ये मोटारसायकलच्या या वर्षीच्या नवीन मॉडेल्सचा परिचय करून देणे, ही काही फारशी योग्य युक्ती ठरणार नाही. तसेच, ओप्राच्या मूळ प्रेक्षकांमध्ये हँडलबारसारख्या मिशा असलेले, टॅटू काढलेले आणि लेदर जॅकेट घालणारे दांडगे लोक नाहीत. तर तिच्या शोचे प्रेक्षक जास्त करून स्त्रिया आहेत. त्यामुळे, ओप्रा तुमच्या हार्ले डेव्हिडसनच्या मार्केटिंगसाठी काही आर्थिक साहाय्य करेल, अशी अपेक्षाच करू नका.

तुमच्या मोटारसायकलचे ***संभाव्य ग्राहक*** अशी रांगडी मोटारसायकल विकत घेण्यास योग्य पुरुष आहेत. हार्ले डेव्हिडसनचे ग्राहक हे वीक-एन्डला मौजमस्ती करणारे लोक असतात; असे मध्यमवयीन पुरुष ज्यांना खर्च करण्यासाठी हातात पैसा खेळतो आहे आणि त्यांना त्यांच्या मोकळ्या वेळात मोटरसायकलवरून फेरफटका मारताना आपण रांगड दिसावं, अशी इच्छा आहे. याउलट, ओप्रा विनफ्रेच्या कार्यक्रमाच्या प्रेक्षक या मध्यमवयीन स्त्रिया आहेत. अशा स्त्रिया ज्यांना स्वतःच्या व्यक्तिमत्त्वात सुधारणा करायची असते आणि लोकांच्या खासगी आणि भावनिक गोष्टी ऐकण्यात रस असतो.

हार्ले किंवा ओप्रा एकमेकांच्या संभाव्य ग्राहकांना आकर्षित करू शकत नाहीत. ते दोघेही आपापल्या मूळ प्रेक्षकांना आकर्षित करण्यावर मोठ्या प्रमाणात लक्ष केंद्रित करतात.

जगातील प्रत्येकाला आकर्षित करण्याचा प्रयत्न करणे; म्हणजे वेळ आणि पैसे हे दोन्ही वाया घालवण्यासारखे आहे : त्यापेक्षा तुमचे मार्केटिंगचे प्रयत्न तुमच्या संभाव्य ग्राहकांवर केंद्रित करा. तुम्ही ज्या प्रकारच्या गोष्टी देऊ करताय, त्यात रस असलेल्या लोकांपर्यंत पोहोचण्यासाठी तुमचे पैसे खर्च करा. यामुळे, तुम्ही लक्ष वेधून घेण्यासाठीचे प्रयत्न अधिक प्रभावीपणाने करू शकाल.

ही संकल्पना शेअर करा : http://book.personalmba.com/probable-purchaser/

चित्तमग्नता

(Preoccupation)

जर तुम्हाला लोक तुमच्याबद्दल फारसा विचार करतच नाहीत असं लक्षात आलं, तर ते काय विचार करतात याचा तुम्हीही जास्त विचार करणार नाही.

– इलिनॉर रूझवेल्ट, अमेरिकेच्या माजी प्रथम महिला

तुमच्या संभाव्य ग्राहकांचे ***चित्त वेधून घेण्यासाठी,*** तुम्हाला ते सध्या जे करत आहेत त्यापासून त्यांचे चित्त विचलित करावे लागेल आणि हे सोपे काम नाही.

चित्तमग्नता हे आधुनिक मार्केटिंगमधील एक सत्य आहे : मार्केटिंग प्रक्रियेच्या सुरुवातीला तुमचे संभाव्य ग्राहक इतर कोणत्यातरी गोष्टीकडे लक्ष देत असतात, तुमच्याकडे नाही. त्यांचे लक्ष तुमच्याकडे वळवण्यासाठी, ते आता लक्ष देत असलेल्या गोष्टीपेक्षा तुम्ही देऊ करत असलेले उत्पादन/सेवा अधिक आकर्षक हवी.

संभाव्य ग्राहकाचे चित्त भंग करण्याचा उत्तम उपाय म्हणजे त्याचे कुतूहल, आश्चर्य किंवा चिंता जागी करा. आपल्या मेंदूला आपल्याला काही धोका नाही ना हे पाहण्यासाठी सतत आजूबाजूच्या वातावरणावर लक्ष ठेवण्याची सवय असते. त्यामुळे आपला मेंदू सतत संधी आणि धोका या दोहोंवर लक्ष ठेवत असतो.

जितकी अधिक मोठी आणि भावनांना हात घालणारी गोष्ट, तितके लोकांचे लक्ष वेधून घेणे सोपे. मार्केटिंग करणारे लोक नेहमी असे शब्द वापरतात की, ज्यामुळे डोळ्यांसमोर चित्र उभे राहील, त्यामागे एक कारण आहे : अशा शब्दांचा अर्थ लावण्यासाठी, चालू काम थांबवून तिकडे लक्ष देण्याची आपल्या मेंदूला सवय असते.

याचा अर्थ असा नव्हे, की तुमचे शब्द भपकेबाज, दिखाऊ असायला हवेत : लक्ष वेधून घेण्याच्या अनेक सूक्ष्म तऱ्हा आहेत, ज्या चांगल्या लागू पडतात. संभाव्य ग्राहकाची भावनिक स्थिती आजूबाजूच्या वातावरणावर अवलंबून असते. म्हणून तुम्ही कदाचित त्याला जास्त आकर्षित करू शकाल असे नाही. पण जर तो कंटाळला असेल, अस्वस्थ झाला असेल किंवा त्याला मनोरंजन हवेसे वाटू लागले असेल, तर तुम्हाला त्याचे लक्ष वेधून घेणे सोपे होईल.

तुमचे संभाव्य ग्राहक चित्तमग्न अवस्थेत आहेत असे गृहीत धरण्याचा फायदा असतो. कारण, मग तुम्ही त्यांची ही चित्तमग्न अवस्था भंग करण्याच्या दृष्टीने तुमचे मार्केटिंगचे प्रयत्न सुरू करता.

ही संकल्पना शेअर करा : http://book.personalmba.com/preoccupation/

अंतिम परिणाम

(End Result)

लोक नावीन्याला भुलतात, वस्तूची व्यवहार्यता बघत नाहीत.
– थियोडोर लेव्हिट, अर्थतज्ज्ञ आणि हार्वर्ड बिझनेस स्कूलचे माजी प्रोफेसर

बिझनेसच्या संधी शोधत असलेल्या लोकांना, बिझनेसच्या दैनंदिन तपशिलामध्ये आणि जबाबदाऱ्यांमध्ये विशेष रस नसतो. ते बिझनेसबद्दलची पुस्तकं विकत घेतात आणि त्याबद्दलचे अभ्यासक्रम निवडतात. कारण, त्यांना अधिक समृद्ध, विपुल आणि आशादायी भविष्याचा अनुभव घ्यायचा असतो.

बहुतेक व्यावसायिक ड्रायव्हर्स खडकाळ किंवा कच्च्या रस्त्यांवर चालवण्यासाठी रफ ॲन्ड टफ अशा गाड्यांची खरेदी करतात. ते आपल्या व्यवसायासाठी महागड्या, नाजूक गाड्यांची खरेदी करण्यास पसंती देत नाहीत. पण त्यांना अशा कच्च्या खडकाळ रस्त्यावर गाडी चालवणे आव्हानात्मक वाटते आणि म्हणून ते जेव्हा स्वतःसाठी वाहन खरेदी करतात, तेव्हाही रफ ॲन्ड टफ अशा गाड्यांनाच पसंती देतात.

बहुतांश स्त्रिया एखादे वीस डॉलर्सचे लिपस्टिक केवळ त्याचा रंग आवडला म्हणून घेत नाहीत. त्या रंगाच्या लिपस्टिकमुळे त्या अधिक सुंदर आणि आकर्षक दिसतील असे त्यांना वाटते, म्हणून त्या ते लिपस्टिक विकत घेतात.

कॉलेजचे बहुतांश विद्यार्थी हार्वर्ड किंवा स्टॅनफोर्ड किंवा येल यांसारख्या प्रतिष्ठित विद्यापीठांत केवळ वर्गात बसून शिकण्यासाठी हजारो डॉलर्स फी भरत नाहीत. तर, अशा विद्यापीठांतून पदवी घेतल्यावर लोक त्यांना अत्याधुनिक, बुद्धिमान आणि सामर्थ्यवान समजतील, असा त्यांचा समज असतो म्हणून ते तिथे प्रवेश घेतात (खरे तर, त्यांचे आई-वडील त्यांना तिथे पाठवतात).

जेव्हा ***अंतिम परिणामावर*** लक्ष केंद्रित केलेले असते; जो परिणाम ***मानवी इच्छांच्या मूळ गाभ्याशी*** संबंधित विशिष्ट अनुभव असतो, तेव्हा मार्केटिंग सर्वांत जास्त परिणामकारक ठरते. प्रत्यक्ष खरेदी करण्याच्या क्रियेला महत्त्व आहेच; पण संभाव्य ग्राहक त्या खरेदीचा अंतिम परिणाम काय होईल, हे ऐकण्यास जास्त उत्सुक असतो.

अनेकदा उत्पादनाच्या/सेवेच्या वैशिष्ट्यांवर लक्ष केंद्रित करणे जास्त सोयीचे असते. तुमची ऑफर *काय देते* हे तुम्हाला माहीत आहे. तरीही, तुम्ही त्याच्या फायद्यांवर, म्हणजे ऑफरमुळे ग्राहकाला काय *देणार* आहात, यावर जोर दिलात, तर तसे करणे अधिक परिणामकारक ठरते.

अंतिम परिणामच खरे तर सर्वांत महत्त्वाचा असतो. त्यावर लक्ष केंद्रित करून, तुमच्या संभाव्य ग्राहकाला तुम्ही ''हे माझ्यासाठीच आहे'' असे वाटण्यासाठी प्रवृत्त करता.

ही संकल्पना शेअर करा : http://book.personalmba.com/end-result/

पात्रता

(Qualification)

जे उत्पादन जाहिरातीशिवाय विकले जाणार नाही, ते जाहिरात करूनही फारसे नफ्यात विकले जाणार नाही.

– अल्बर्ट लास्कर, लॉर्ड अ‍ॅन्ड थॉमसचे माजी सीईओ आणि आधुनिक जाहिरातकलेचे जनक

तुम्ही विश्वास ठेवा अगर ठेवू नका; पण पैसे देणाऱ्या ग्राहकांना परत पाठवणे हे अनेकदा शहाणपणाचे ठरते. प्रत्येक ग्राहक हा चांगला ग्राहक नसतो. ज्या ग्राहकांना त्यांच्या योग्यतेपेक्षा अधिक वेळ, शक्ती, लक्ष किंवा जोखीम हवी असते, असे ग्राहक मुळात तुम्ही तुमच्याकडे आकर्षित करून घेण्याच्या योग्यतेचे नसतात.

पात्रता म्हणजे तुमच्या संभाव्य ग्राहकाने तुमच्याकडून काही खरेदी करण्याआधी, तो चांगला ग्राहक आहे का नाही हे ठरवण्याची प्रक्रिया. त्याचे असे मूल्यमापन केल्यानंतर, जे तुमच्या व्यवसायाचे चांगले ग्राहक नाहीत, त्यांच्यावर तुम्ही तुमचा वेळ वाया घालवायचे प्रमाण कमी होईल.

उदाहरणार्थ, प्रोग्रेसिव्ह इन्शुरन्सने पात्रतेला अत्यंत फायदेशीर उद्योगात बदलले आहे. हे प्रत्यक्षात पाहण्यासाठी प्रोग्रेसिव्ह इन्शुरन्सच्या वेबसाइटला भेट द्या (www.progressive.com) आणि कारचा विमा घेण्यासाठी नमुना मागा.

तुम्ही नमुना मागितल्यावर, प्रोग्रेसिव्ह इन्शुरन्स तुम्हाला काही मूलभूत प्रश्न विचारते :

१. तुमच्याकडे कोणत्या प्रकारची कार आहे?
२. तुमची कार मालकीची आहे का भाड्याने घेतली आहे? जर ती तुमच्या मालकीची असेल, तर तुम्ही अजून त्याचे पैसे भरत आहात का?
३. तुमचा पिनकोड काय आहे?
४. तुम्ही विवाहित आहात का?

५. तुम्ही कॉलेजला गेला आहात का?

६. मागील पाच वर्षांत तुमच्या चुकीमुळे एखादा अपघात झाला आहे का?

तुम्ही दिलेली उत्तरे प्रोग्रेसिव्ह इन्शुरर त्यांच्या डेटाबेसमध्ये जमा करतो आणि त्या उत्तरांचे विश्लेषण, त्यांच्याकडील विविध डेटाबेसमधल्या मुख्य/महत्त्वाच्या दोन प्रश्नांची उत्तरे देण्यासाठी करतो :

(अ) प्रोग्रेसिव्ह इन्शुरन्स तुमचा इन्शुरन्स उतरवू इच्छिते; आपण त्यासाठी इच्छुक आहात का?

(ब) जर असाल, तर त्यांनी तुमच्या विम्यासाठी किती पैसे घ्यावे?

जर तुम्ही, प्रोग्रेसिव्ह इन्शुरन्सला हव्या असलेल्या ग्राहकांसारखी व्यक्ती आहात, तर ते लगेचच किंमत सांगून त्यांची विमा पॉलिसी विकत घेण्यास उत्तेजन देतील. पण, जर तुम्ही ते नसाल, तर ते तुम्हाला सांगतील की तुम्हाला प्रोग्रेसिव्हपेक्षा चांगली विमा पॉलिसी इतरत्र मिळू शकेल आणि *तुम्ही त्यांच्या प्रतिस्पर्धी कंपनीकडून विमा पॉलिसी विकत घ्यावी यासाठी तुम्हाला उत्तेजन देतील.*

आपल्या संभाव्य ग्राहकाला प्रतिस्पर्ध्याकडून खरेदी करण्यासाठी एखादा बिझनेस प्रवृत्त करेल का? जर तुम्हाला आपल्या आधीच्या *विम्यासंबंधीच्या* चर्चेबाबत आठवत असेल, तर विम्याचा नफा हा जितके जास्त पैसे प्रीमियम म्हणून गोळा करता येतील आणि कमीतकमी पैसे क्लेमसाठी द्यावे लागतील, त्यावर अवलंबून असतो.

प्रोग्रेसिव्ह इन्शुरन्स कंपनीला त्यांच्या ग्राहकांची संख्या भरमसाठ वाढवायची नाही. जे ग्राहक सुरक्षितपणे गाडी चालवून कमीतकमी अपघात करतील, अशा ग्राहकांचा विमा त्यांना करायचा आहे. याचा अर्थ, जे क्लेम न करता, जास्तीतजास्त काळ 'प्रीमियम' म्हणजे हप्ता भरतील, अशा लोकांना आकर्षित करायचे आहे. पात्रतेमुळे प्रोग्रेसिव्हला जास्त नफा देणाऱ्या ग्राहकांची संख्या वाढवता येते आणि (बॅड रिस्क) 'जास्त जोखीम' त्यांच्या प्रतिस्पर्ध्यांसाठी परस्पर गाळली जाते. हे ग्राहकांसाठीही चांगले असते. जर ते (गुड रिस्क) 'चांगली जोखीम' असतील, त्यांना त्यांच्या कारच्या विम्यासाठी कमी दर आकारला जातो.

ग्राहकांना अशा चाळणीतून गाळून घेतल्याने, वाईट ग्राहक तुमच्याशी व्यवहार करण्याआधीच गाळले जातात. तुमच्या आदर्श ग्राहकाची तुम्ही जितकी स्पष्ट व्याख्या कराल, तितके चांगले असते. तितक्या चांगल्या प्रकारे, तुम्हाला तुमच्या त्या व्याख्येत न बसणाऱ्या संभाव्य ग्राहकांना गाळून घेता येईल आणि तितकेच तुम्हाला तुमच्या उत्तम ग्राहकांना चांगली सेवा देण्यावर लक्षही केंद्रित करता येईल.

ही संकल्पना शेअर करा : http://book.personalmba.com/qualification/

बाजारपेठेत प्रवेश करण्याचा बिंदू

(Point of Market Entry)

'काहीच फरक पडत नाही' या निब्बरपणापेक्षा कठोर काहीच नसते.
– जुआन मॉन्टाल्वो, निबंधकार

सध्या तुम्हाला मुलेबाळे नाहीत आणि इतक्यात होणारही नाहीत असे गृहीत धरले, तर तुम्हाला डायपर्स, बाबागाडी, पाळणे, लहान मुलांची खेळणी, पाळणाघर आणि बेबी आईनस्टाईन डीव्हीडी यांची काळजी नसते. यांबद्दलची काहीही माहिती तुम्हाला कळली, तरी तुमचा मेंदू ती गाळतो. कारण, ती त्या क्षणी तुमच्यासाठी महत्त्वाची नसते.

पण जेव्हा तुम्हाला तुमच्याकडे छोटा पाहुणा येणे अपेक्षित असते, तेव्हा तुम्हाला अचानक या सगळ्या गोष्टी महत्त्वाच्या वाटू लागतील. तुम्ही तत्परतेने अशा गोष्टींचा विचार करू लागाल आणि कदाचित त्यांबाबत माहिती शोधू लागाल. गोड बातमी कळण्याआधी तुम्हाला या गोष्टींची फिकीर नव्हती; पण आता आहे.

काही बाजारपेठांमध्ये प्रवेश करण्याचे आणि बाहेर पडण्याचे मार्ग स्पष्टपणे ठरवलेले आहेत. मुलांबाबतचे वरील उदाहरण, हे ***बाजारपेठेत प्रवेश करण्याच्या मार्गाचे*** उदाहरण आहे. तुम्हाला काय अपेक्षित आहे हे कळले की, तुम्ही त्याबद्दलच्या माहितीबाबत आणि कोणत्या सेवा तुमच्या बाळाची काळजी घेण्यासाठी चांगल्या असतील याबाबत अचानक खूप जास्त जागरूक होता. ज्यांना तुम्ही काय करता याची फिकीर नाही, अशा लोकांचे ***लक्ष वेधून घेणे*** हा वेळेचा, पैशाचा आणि तुमच्या शक्तीचा अपव्यय आहे. त्यामुळे, तुम्ही त्यांच्यापर्यंत पोहोचण्याआधी हे शोधून काढा की, त्यांना तुमच्याकडून काही माहिती कळण्यात कधी रस असेल?

संभाव्य ग्राहक बाजारपेठेत प्रवेश करण्याच्या मार्गाशी अगदी पोहोचत असतानाच, तुम्ही त्याचे लक्ष वेधून घेण्याला प्रचंड महत्त्व आहे. प्रॉक्टर ॲन्ड गॅंबल, क्लिम्बर्ली क्लार्क, जॉन्सन ॲन्ड जॉन्सन आणि फिशर प्राइस यांसारख्या कंपन्या बाजारपेठेत प्रवेश करण्याच्या मार्गावर खूप बारकाईने लक्ष ठेवून असतात. कारण, प्रत्येक बेबी-प्रॉडक्ट्सच्या संबंधातील मार्केटिंगच्या हालचालींच्या परिणामकारकतेवर त्यांचा मोठा प्रभाव असतो. नवीन आई-बाबांना दवाखान्यातून बाळ घेऊन घरी जाताना, यांपैकी कोणत्याही एका कंपनीने किंवा अधिक कंपन्यांनी सदिच्छा भेटवस्तू दिल्या. त्यांमध्ये डायपर, डायपर रॅश क्रीम, दूधपावडर आणि नवजात – शिशूंची काळजी घेणारी इतर उत्पादने होती; पण यामध्ये अनपेक्षित असे काहीच नाही.

तुम्ही काय उत्पादन/सेवा देऊ करत आहात याबाबत तुमच्या संभाव्य ग्राहकांच्या मनात कुतूहल निर्माण होता-होताच जर तुम्ही त्यांचे लक्ष वेधून घेतलेत, तर उत्तम. कारण, मग ते इतर प्रतिस्पर्धी उत्पादनांशी/सेवांशी तुलना करण्यासाठी तुमचे उत्पादन हे 'प्रमाण' मानतात. अशा तऱ्हेने, तुम्हाला प्रमाण मानले जाणे ही लक्षणीय बाब आहे. यामुळे, संभाव्य ग्राहक शेवटी तुमच्याकडूनच उत्पादन खरेदी करण्याची शक्यता वाढते.

संभाव्य ग्राहकांच्या मनात कुतूहल उत्पन्न झाल्यावर ते माहिती कुठे शोधू शकतात, हे शोधून काढणेदेखील अतिशय महत्त्वाचे आहे. इंटरनेटचा वापर अंगवळणी पडण्यापूर्वी, बहुतांश भावी पालक पालकत्वासंबंधी पुस्तके चाळू लागत आणि अनुभवी कुटुंबीयांशी व मित्रमैत्रिणींशी बोलू लागत. आज, प्रथमच आई–बाबा होणारी जोडपी इंटरनेटवर प्रथम माहिती शोधतात. म्हणूनच ऑर्गेनिक आणि पेड सर्च इंजीन मार्केटिंगला महत्त्व दिले जात आहे. की–वर्ड्सचा जास्तीतजास्त उपयोग करून, भावी ग्राहक जे शोधतात, तेव्हा त्यांचे लक्ष सर्वप्रथम तुमच्याकडे जाईल, यासाठी प्रयत्न करा.

ही संकल्पना शेअर करा : http://book.personalmba.com/point-of-market-entry/

संबोधनीयता

(Addressability)

कधीकधी एखादी वाट चोखाळली न जाण्यामागे काही कारण असते.

– जेरी सीनफिल्ड, विनोदी कलाकार

एक चांगला विक्रेता एस्किमोंनादेखील रेफ्रिजरेटर विकू शकतो, अशी एक जुनी म्हण आहे. खरे तर ही म्हण वापरून गुळगुळीत झाली आहे; पण त्याबाबत काही सत्य आहे. आर्क्टिक सर्कलच्या वर राहणारे इन्युट (एस्किमो) लोक, शून्य डिग्री तापमानाखाली भाज्या आणि अन्न गोठू नये म्हणून इन्शुलेटेड रेफ्रिजरेटर वापरतात. गरज हा खरा अडथळा नाहीये, तर आधी ग्राहक शोधणे हे जिकिरीचे काम आहे. इथे 'विक्री'मध्ये त्यांचे निव्वळ लक्ष वेधून घेण्यासाठी आणि उत्पादन पोहोचते करण्यासाठी केलेला हजारो मैलांचा प्रचंड जंगली आणि एकाकी प्रदेशातील प्रवासही समाविष्ट आहे.

संबोधनीयता म्हणजे तुमचे उत्पादन घेऊ शकतील अशा लोकांच्या संपर्कात येणे किती सोपे आहे हे मोजणे. खूप संबोधनीय समूहाशी पटकन आणि सहजतेने संपर्क साधता येतो. संबोधनीयता नसलेल्या लोकांशी संपर्क साधण्यासाठी खूप परिश्रम घ्यावे लागतात किंवा ते ***ग्रहणक्षम*** नसतात आणि त्यांच्यापर्यंत कोणीही अजिबात पोहोचू नये, अशी त्यांची इच्छा असते.

अशा खूप संबोधनीयता असणाऱ्या बाजारासंदर्भात योगासन हे एक खूप चांगले उदाहरण आहे. लोकांना योगासंबंधातील माहिती मिळवण्याची ठिकाणे शोधणे तसे सोपे आहे. योगा स्टुडिओ, *योगा जर्नलसारखी* लोकप्रिय मासिके, कॉन्फरन्सेस, वेबसाइट्स, इत्यादी मिळून जगभरात, योग (किंवा योगासने) हा आठ अब्ज डॉलर्सचा उद्योग आहे. तसेच, त्यातील काही किंवा सर्व ठिकाणी तुम्ही अजून काही शिकण्यासाठी योगशिक्षकांना संपर्क करू शकता.

जरी गरज खूप मोठी असली, तरीही संवेदनशील किंवा लज्जास्पद विषयांबद्दल बोलण्यासाठी कमी संबोधनीयता असते. जुनाट दुखण्यांचे उदाहरण यासाठी देता येईल : जे अल्सरेटिव्ह कोलायटिससारख्या किंवा सोरायसिससारख्या त्रासदायक आणि काहीशा लाजिरवाण्या दुखण्याने त्रस्त आहेत, असे खूप लोक सापडणे आणि त्यांच्यापर्यंत पोहोचणे अवघड आहे. ज्यांना अशा दुखण्यांचा त्रास आहे, ते लोक शक्यतो एका ठिकाणी जमत नाहीत किंवा एकसारख्याच गोष्टी वाचत नाहीत. कदाचित, ते त्या दुखण्याने त्रस्त असल्याकारणाने कोणत्या संस्थेमध्ये जाणे उघडपणे टाळतील. त्यामुळे, अशा लोकांना शोधणे आणि त्यांच्याशी प्रत्यक्ष बोलणे हे कठीण आहे.

दुसऱ्या बाजूस, डॉक्टर उपलब्ध असतात : त्यांचे पत्ते आणि फोननंबर जाहीरपणे दिलेले असतात आणि नवीन प्रस्तावांच्या बाबत औषध कंपन्यांच्या प्रतिनिधींना भेटण्यास ते तयार असतात. प्रत्येक डॉक्टर अनेक रोगी तपासतो आणि औषधांची प्रिस्क्रिप्शन देण्याचे काम करतो. म्हणूनच स्पष्ट आहे की, औषधकंपन्या इतका वेळ आणि पैसा एमडीज्ना मार्केटिंग करण्यासाठी घालवतात.

इंटरनेटमुळे अनेक बाजारपेठांमध्ये विपणन करण्यामध्ये सुधारणा झाली आहे. ज्या लोकांना काही संवेदनशील आजार असतात, ते इंटरनेटवर गुप्तपणे त्याबाबत शोध घेण्याची खूप जास्त संभावना असते आणि हे जाहिरातींच्या माध्यमातून शक्य होते. ब्लॉग्ज, डिस्कशन बोर्ड, आणि WebMD.comसारख्या माहितीच्या साठ्यामुळे, लोकांना एकमेकांशी परिचय नसतानाही त्यांचे अनुभव, ज्ञान अशा माहितीची देवाणघेवाण करणे शक्य होते. अशा प्रकारच्या जिथे शिरकाव करणे थोडे अवघड असते, अशा बाजारपेठांमध्ये इंटरनेटमुळे शिरकाव करणे शक्य झाले आहे.

जर तुम्ही एखादी नवीन ऑफर विकसित करत असाल, तर बाजारपेठेशी संबोधनीयता हा तुमच्यासाठी लक्ष देण्यासारखा मुद्दा असतो. जर तुम्हाला शक्य असेल, किंवा तुमच्याकडे तसा पर्याय असेल, तर अनोळखी आणि सहज व नैसर्गिकपणे संबोधता येणार नाही किंवा त्यांची तशी इच्छा नाही अशा बाजारपेठेवर लक्ष केंद्रित न करता, सहज संबोधता येईल, शिरकाव करता येईल अशा बाजारपेठेत विपणन करण्यावर लक्ष केंद्रित करा.

तुम्ही जर एखाद्या उत्पादनाचे/ सेवेचे वचन देण्यापूर्वी संबोधनीय बाजारपेठेत सेवा पुरविली असेल, तर अधिक खर्च न ओढवता, तुमची उत्पादने/सेवा यांचे विपणन करणे सोपे जाईल.

ही संकल्पना शेअर करा : http://book.personalmba.com/addressability/

इच्छा

(Desire)

पण, मला खरंच ते हवं आहे!

– जगातील कोणतेही दोन वर्षांचे मूल असे म्हणेल.

प्रभावी मार्केटिंगमुळे तुमच्या संभाव्य ग्राहकाला तुम्ही जे उत्पादन देऊ करताय, ते हवेसे वाटू लागते. संभाव्य खरेदीदाराने तुम्ही देऊ केलेल्या गोष्टींसाठी चांगली किंमत द्यायला कबूल व्हावे म्हणून, तुम्ही जे जे देऊ करताय, ते त्यांना हवेसे वाटले पाहिजे. तुमच्या मार्केटिंगच्या पद्धतींमुळे/युक्त्यांमुळे जर तुमच्या संभाव्य खरेदीदारांमध्ये त्यासंबंधीच्या ***इच्छा*** निर्माण होत नसेल, तर तुम्ही वेळ फुकट घालवत आहात, असे समजा.

संभाव्य ग्राहकांच्या मनात आपल्या उत्पादनाबद्दल किंवा सेवेबद्दल इच्छा उत्पन्न करणे हा मार्केटिंगचाच भाग आहे; पण त्यामुळे अनेक लोक बेचैन होतात. पॉप–संस्कृती (मासमीडियाचा वापर करून केलेले मार्केटिंग)मुळे मार्केटिंग करणाऱ्याची प्रतिमा ग्राहकांना उत्कृष्टपणे हाताळणारा, लोकांना संमोहित करून प्रत्यक्षात नको असलेली गोष्ट हवीशी वाटायला लावणारा अशी बनते, तेही समजण्यासारखे आहे. पण ते धादांत खोटं आहे.

प्रत्यक्षात लोकांना ज्या गोष्टीची *मुळातच इच्छा* नाही, ती हवीशी वाटायला लावणे हे अशक्य आहे. हो, लोकांना चुकीची माहिती देऊन बनवाबनवी करणे शक्य आहे. तसे करणे म्हणजे 'ब्रेनवॉशिंग' असे समजण्याची चूक करू नका. लाखो डॉलर्सचे जाहिरातीचे बजेट वाया घालवण्याचा झटपट उपाय म्हणजे लोकांना आधीच जे नको आहे, ते हवेसे वाटण्यासाठी सक्ती करणे! परंतु मानवी मन तशा प्रकारे अजिबात काम करत नाही. आपण एखादी गोष्ट तेव्हाच खरेदी करतो, जेव्हा ती आपल्याला काही प्रमाणात हवी असते.

प्रभावी मार्केटिंग करण्यातील महत्त्वाचा भाग म्हणजे लोकांना आधीच काय हवे आहे हे शोधून काढणे आणि नंतर त्यांच्या आधीच अस्तित्वात असलेल्या इच्छेला साजेशी तुमची ऑफर सादर करणे, ज्यायोगे त्यांना त्याबद्दल काही आकर्षण वाटेल. उत्तम मार्केटिंग हे ***शिक्षणावर आधारित विक्री*** अर्थात Education Based Selling (नंतर चर्चा केली आहे) सारखेच आहे : यामध्ये संभाव्य ग्राहकाला दाखवले जाते की, देऊ केलेली गोष्ट त्याला त्याच्या इच्छा पूर्ण करण्यासाठी मदत करेल. एक 'बाजारपेठ' म्हणून संभाव्य ग्राहकांना तुम्ही जी गोष्ट; म्हणजे उत्पादन/सेवा देऊ करत आहात, ती गोष्ट त्यांना आवश्यक वाटण्यासाठी, आपल्याकडे असायला हवी हे वाटण्यासाठी योग्य ते प्रयत्न करणे हे तुमचे काम नाही. तर तुमच्या उत्पादनामुळे/सेवेमुळे त्यांची गरज पूर्ण होईल, हे त्यांनी स्वतःला पटवून देणे जास्त महत्त्वाचे आहे.

मग लोकांना काय हवे असते? आपण ते आधीच पाहिले आहे. बाजारात प्राथमिकरीत्या कोणत्या गोष्टीची गरज असते हे समजून घेण्यासाठी ***मानवी इच्छांचा गाभा***

समजून घेणे हे पहिले पाऊल आहे. तुमच्या उत्पादनाशी किंवा सेवेशी जितक्या जास्त इच्छा तुम्हाला जोडता येतील, तितके तुमचे मार्केटिंग अधिक प्रभावी होईल.

ही संकल्पना शेअर करा : http://book.personalmba.com/desire/

कल्पनाचित्रण

(Visualization)

तुमचे काम बोलत असते, त्यात व्यत्यय आणू नका.

– हेन्री जे. कैसर, आधुनिक जहाजबांधणीत अग्रेसर आणि कैसर परमनेन्टीचे संस्थापक

तुम्ही कार डीलरच्या शोरूममध्ये पाऊल ठेवताक्षणी, तेथील विक्रेत्याचे एकमेव आणि स्पष्ट उद्दिष्ट असते. ते म्हणजे तुम्हाला कारच्या टेस्ट ड्राईव्हसाठी राजी करणे.

जगभरात कार विकण्यासाठी टेस्ट ड्राइव्हच्या युक्तीचा वापर केला जातो आणि ही युक्ती लागू पडते. टेस्ट ड्राइव्ह हे तुम्ही त्या दिवशीच कार घ्यावी हे विक्रेत्याने तुम्हाला पटवून देण्याचे सर्वांत प्रभावी तंत्र आहे.

कार मॉडेल्स, आतील रचना, वैशिष्ट्ये आणि किमती या सर्वांची सारासार विचाराने तुलना करण्यास तुम्ही सक्षम आहात. तुम्ही स्वतःला पटवून देऊ शकता की, तुम्ही खरेदी करण्याचा हेतू नसतानाही आता केवळ कार बघत आहात.

पण एकदा का तुम्ही टेस्ट ड्राइव्हला राजी झालात आणि प्रत्यक्षात स्टिअरिंगमागे बसलात की, मनाचा भावनिक कप्पा तुमचा ताबा घेतो. तुम्ही जर ही गाडी विकत घेतली, तर तुमचे आयुष्य कसे असेल याचे चित्र तुम्ही रंगवू लागता. हॉर्सपॉवर आणि ॲक्सिलरेशन मेट्रिक्सची तुलना करण्याऐवजी, तुम्हाला त्या इंजिनाची ताकद आणि वापरातील सहजता या गोष्टी जाणवू लागतात. नवीन कार घराजवळ थांबवल्यावर शेजाऱ्यांचा तुमच्याबद्दलचा आदर (किंवा हेवा) याबद्दल तुम्ही कल्पना करू लागता.

तुम्ही आता तुलना थांबवली आहे आणि तुम्हाला ती वस्तू *हवीशी वाटू लागली आहे*. एकदा का तुम्हाला हवेसे वाटू लागले, की बहुतेक तुम्ही खरेदी करताच फक्त थोडा वेळ लागतो.

बी ॲन्ड एच फोटो व्हिडीओ ही खेळी वेगळ्या बाजारपेठेत वापरते. मॅनहॅटन सुपरस्टोअरच्या रस्त्यावरून हिंडणे हा तीव्र संवेदनात्मक अनुभव असतो. तुमच्या मनात असलेल्या कॅमेराचे वजन तुम्हाला जाणवत असते. तो किती पटकन फोकस करतो, ते पाहा आणि शटरचा आवाज ऐका. त्याहून उत्तम म्हणजे प्रत्येक कॅमेऱ्याची इतर शेकडो कॅमेऱ्यांबरोबर तुलना करा, हे सर्व अगदी हाताच्या अंतरावर. हीच बी ॲन्ड एचची किमया आहे. बी ॲन्ड एच जगातील सर्वांत यशस्वी फोटोग्राफी रिटेलर आहे. काही कॅमेऱ्यांचे टेस्टिंग केल्यावर, त्यांमधील एक घरी नेण्याचा मोह आवरणे खूप कठीण आहे.

लोकांना एखादी गोष्ट हवीशी वाटायला लावण्यासाठीचा प्रभावी उपाय म्हणजे त्यांना तुमची ऑफर स्वीकारल्यास त्यांचे आयुष्य कसे असेल याची ***कल्पना करायला लावणे***. नंतर ***मनातल्या मनात केलेली नक्कल*** (Mental Stimulation) या प्रकरणामध्ये चर्चा करू, त्यानुसार, आपल्या मनाची रचनाच अशी आहे की, ते आपल्या क्रियांच्या परिणामांची ताबडतोब कल्पना करते. याच सवयीचा उपयोग, तुम्ही तुमच्या संभाव्य ग्राहकांना तुमच्या ऑफरचे सकारात्मक अनुभव काय असतील, याची कल्पना करायला मदत करण्यासाठी करू शकता.

तुम्ही जर तुमच्या संभाव्य ग्राहकांना वस्तू खरेदी केल्यानंतर त्यांचे आयुष्य कसे दिसेल याचे कल्पनाचित्र उभे करण्यास उत्तेजन दिलेत, तर त्यांनी तुमच्याकडून ती वस्तू खरेदी करण्याची शक्यता वाढेल. तुमच्या संभाव्य ग्राहकांना असे कल्पनाचित्र उभे करण्यासाठी मदत व्हावी म्हणून त्यांना दृश्य माहितीस सामोरे नेणे जितके शक्य असेल, तितके न्या; जी माहिती त्यांच्या मनाला म्हणायला लावते, 'मला हे हवं आहे.'

ही संकल्पना शेअर करा : http://book.personalmba.com/visualization/

फ्रेमिंग

(Framing)

> आपण ऐकतो ती प्रत्येक गोष्ट म्हणजे वस्तुस्थिती नसते, तर मत किंवा अभिप्राय असतो. आपण पाहतो ती प्रत्येक गोष्ट एक देखावा असतो, त्यात सत्यता नसते.
>
> – मार्कस ऑरेलियस, रोमन सम्राट आणि तत्त्ववेत्ता

अमॉस ट्वेरस्की आणि डॅनियल काहनमन या मानसोपचारतज्ज्ञांनी एक प्रसिद्ध प्रयोग केला. त्यात त्यांनी लोकांना सहाशे आजारी लोकांवर औषधोपचार करण्यास सांगितले. प्रयोगात सहभागी झालेल्यांना दोन पर्याय देण्यात आले : **अ** औषधोपचारामुळे २०० लोक वाचू शकतील. तर **ब** औषधोपचारामुळे सर्व सहाशे लोकांचा जीव वाचण्याची ३३% शक्यता आहे आणि कोणाचाही जीव न वाचण्याची ६६% शक्यता आहे.

अ आणि ब औषधोपचारांची अचूकता एकसमान आहे. सांख्यिकदृष्ट्या, दोन्हींच्या अपेक्षित परिणामामध्ये काहीही फरक नाही. प्रयोगाच्या निष्कर्षातून मात्र, मानसिक पसंती दिसून आली. सहभागी झालेल्या ७२% लोकांनी अ औषधोपचाराची निवड केली, तर २८% लोकांनी ब औषधोपचाराची निवड केली.

हाच प्रयोग औषधोपचाराचे दोन वेगळे पर्याय देऊन पुन्हा करण्यात आला. त्यात **क** औषधोपचारामुळे चारशे लोकांचा मृत्यू होईल. **ड** औषधोपचारामुळे कोणीही मरणार नाही याची ३३% शक्यता होती; पण सगळेच्या सगळे सहाशे लोक मृत्यू पावण्याची ६६% शक्यता होती. प्रयोगात सहभागी झालेल्यांनी ड औषधोपचाराला जबरदस्त पसंती दिली, ७८% ते २२%.

अ आणि क औषधोपचार सांख्यिकदृष्ट्या एकसारखेच आहेत, हे जाणून घेणे मनोरंजक आहे. पण अ याला जबरदस्त पसंती मिळाली आणि क याला मिळाली नाही. अपेक्षित परिणाम एकसारखे असले तरीही, किती जीव वाचतील आणि किती मृत्यू होतील, याच्या चिंतनामुळे निर्णय घेण्यातील पसंतीवर बराच फरक पडला. आपण ***नुकसानीची नावडमध्ये*** (नंतर चर्चा केली आहे) याचे कारण शोधण्याचा प्रयत्न करू. पण आता विविध संदेशांवर विशेष जोर दिल्याने परिणाम कसे बदलले, याकडे लक्ष देऊ.

फ्रेमिंग म्हणजेच चौकटीत बसवणे. म्हणजेच, काही ज्या गोष्टी महत्त्वाच्या नसतात, त्यांच्यावरील भर देणे कमी करता-करता, जे तपशील महत्त्वाचे असतात त्यांच्यावर भर देणे. असे करताना काही वस्तुस्थितीचे महत्त्व कमी करायचे किंवा त्यांना पूर्ण वगळून टाकायचे. तुमच्या ग्राहकाचे लक्ष आणि वेळ सत्कारणी लावताना तुम्हाला तुमची ऑफर अधिक खात्रीशीरपणे सादर करता येते, अशा प्रकारे तुम्हाला फ्रेमिंगची मदत होते.

फ्रेमिंग हा संवादाचा नैसर्गिक भाग आहे. कोणत्याही संदेशामध्ये 'संक्षेप' अपरिहार्य असतो. इतरांशी संवाद साधताना, सर्व वस्तुस्थिती, संदर्भ समाविष्ट करणे व्यवहार्य नसते, म्हणूनच आपण वेळ वाचवण्यासाठी, काही तपशिलांवर जोर देतो, तर काही तपशील सोडून देतो. आपण अशा प्रकारची चौकट तयार करतो. कारण, ती करावीच लागते. नाहीतर, इतरांना अगदी साध्यात साधी माहिती देण्यासाठीसुद्धा आपल्याला प्रचंड वेळ खर्चावा लागेल. उदाहरणार्थ, जर तुम्हाला पिझ्झा खायचा आहे म्हणून तुम्ही होम डिलिव्हरीकरता ऑर्डर द्यायला फोन केलात. आणि जर तुम्ही पिझ्झाची ऑर्डर घेणाऱ्या माणसाला पिझ्झाचा आकार, टॉपिंग्ज याची माहिती देता-देता, त्यांचा फोननंबर तुम्हाला कसा मिळाला, आज संध्याकाळीच तुम्हाला 'जनरल त्सो चिकन'मधील चिकनऐवजी पिझ्झा खायचा मूड कसा झाला हे सांगत बसाल, तर तुम्हाला पिझ्झा ऑर्डर करायला दोन तास लागतील.

संवादामध्ये फ्रेमिंग नेहमी अस्तित्वात असते, तेच त्याची जाणीव करून देते. कशावर भर द्यायचा; काय कमी करायचे यावर जर लक्ष दिलेत, तर तुम्ही तुमच्या ऑफरचे फायदे तुमच्या संभाव्य ग्राहकांना स्पष्ट आणि संक्षिप्तरूपात सांगू शकता. ज्यामुळे त्यांचे मन वळवू शकण्याची तुमची ताकद वाढेल.

फ्रेमिंग म्हणजे खोटे बोलणे किंवा कपटीपणा नव्हे. असे म्हणतात, 'ऑनेस्टी इज ऑल्वेज द बेस्ट पॉलिसी', (प्रामाणिकपणा कधीही चांगलाच), आणि तेही केवळ नैतिक दृष्टीने नव्हे. तुमच्या ऑफरचा विपर्यास झाला तर, काही काळ नाट्यमयरीत्या चांगली विक्री होईल. परंतु तुमच्या ग्राहकांचा अपेक्षाभंग होईल. त्यांचे समाधान लोप पावेल आणि तुमच्या ***प्रतिष्ठेला*** कायमची इजा पोहोचेल. ***अपेक्षेचा परिणाम*** (Expectation Effect) पाहा.

जोपर्यंत तुम्ही ग्राहकांना जी माहिती असणे आवश्यक आहे अशी माहिती वगळत नाही; तोपर्यंत, फ्रेमिंगचा उपयोग करून घेणे तुमच्यासाठी फायदेशीर असते. त्यामुळे तुम्ही तुमच्या ऑफरचे फायदे चांगल्या प्रकारे सांगून तुमच्या ***संभाव्य खरेदीदारांचे*** मन वळवू शकता.

ही संकल्पना शेअर करा : http://book.personalmba.com/framing/

मोफत

(Free)

कोणाहीकडून कशाचेही शुल्क न घेणे, म्हणजे नफा न होण्याची हमी!
केवळ तुम्ही लक्ष वेधून घेऊ शकलात, तर अर्थप्राप्ती होत नाही.

– जोसेफ फरेरा, इन्टलेक्च्युअल प्रॉपर्टी अटॉर्नी

जर तुम्हाला लोकांचे ***लक्ष*** पटकन आकर्षित करायचे असेल, तर काहीतरी मौल्यवान गोष्ट ***मोफत*** द्या.

लोकांना काहीही न देता काही मिळेल असे वचन कोणी दिले, तर ते खूप आकर्षक वाटते. तुम्ही कदाचित सुपरमार्केटमध्ये फ्री फूड सॅम्पल देताना पाहिले असेल किंवा एखादे उत्पादन किंवा सेवा काही काळासाठी काही बंधन न घेता वापरून पाहण्याची ऑफर तुम्हाला मिळाली असेल. काही फ्री ऑफरमुळे तुम्ही ती वस्तू थोडी अधिक विकत घेतली असण्याची शक्यता आहे. बाजारात फ्री ऑफर्स नेहमीच जोरात सुरू असतात, कारण, ग्राहक अशा ऑफर्सकडे खेचले जातात. या ऑफर्समुळे मोठ्या प्रमाणात विक्री होते आणि मोफत ऑफरची किंमत भरून निघते.

माझे शिकवण्याचे, कन्सल्टिंगचे काम तसेच माझे संशोधन आणि लेखन मी माझ्या वेबसाइटवर मोफत देऊनच सुरू केले. परिणामी, शेकडो, हजारो लोकांना द पर्सनल एमबीए सापडले. त्या माहितीचा फायदा होतो, आणि ते माझ्याकडे विश्वासाने येतात. अनेकदा, ते मला त्यांना अधिक उपयुक्त माहिती ई-मेलने पाठवण्याची परवानगी देतात.

ठरावीक कालखंडानंतर माझा सल्ला घेतील अशा संभाव्य ग्राहकांना मी फोनवर मोफत सल्ला देण्याची ऑफर देऊ करतो. त्यांच्यावर काही बंधन नसते आणि मी ही काही हातचे राखून ठेवत नाही. जेव्हा-जेव्हा मी अशी ऑफर देतो, तेव्हा माझ्याकडे चौकशीचे शेकडो फोन-कॉल्स येतात. त्यांद्वारे मी अनेक नवीन आणि इन्टरेस्टिंग लोकांना भेटतो. जे लोक 'फ्री सॅम्पल (मोफत सल्ला)' घेतात, त्यांतील बरेच लोक पैसे देऊन सेवा विकत घेतात. परिणामी, माझ्या शिकवण्याच्या आणि सल्ला देण्याच्या उद्योगाचा पाया तयार करतात.

बऱ्याचदा, खरोखर काही मोफत देणे हा ग्राहकांचे लक्ष वेधून घेण्याचा झटपट आणि प्रभावी उपाय आहे. तुमच्या संभाव्य ग्राहकांना उपयुक्त असे काही विनामूल्य दिल्याने, तुम्ही त्यांचे लक्ष वेधून घेता आणि तुम्ही देऊ केलेले मूल्य अनुभवण्याची संधी देता. ही फ्री ऑफर योग्य प्रकारे राबवल्यास, तुमची ही खेळी तुम्हाला तुमच्या उत्पादनाची चांगली विक्री करून देते, जी अन्यथा झाली नसती.

विनामूल्य किंवा मोफत काही दिल्याने लक्ष वेधले जाते. पण नेहमी लक्षात ठेवा की, केवळ लक्ष वेधून घेतल्याने आपले खर्च भागत नसतात. 'गोईंग व्हायरल'ची भुरळ पडून अनेक उद्योजक लक्ष वेधून घेण्यासाठी आणि नफ्यात वाढ होण्यासाठी सतत खूप जास्त मोफत देतात. पैसे देणाऱ्या ग्राहकांना आकर्षित करणे आवश्यक आहेच; परंतु जर त्यामुळे विक्री होणार नसेल, तर त्याचा तुमच्या उद्योगामध्ये काही टिकाव लागणार नाही.

उत्तम परिणामासाठी, सतत खरेदी करू शकतील अशा ग्राहकांना आकर्षित करू शकेल असे काहीतरी मोफत द्या.

ही संकल्पना शेअर करा : http://book.personalmba.com/free/

संमती

(Permission)

ज्या लोकांना ऐकण्यात अजिबात रस नसतो, त्यांना एखादी वस्तू विकणे कठीण असते. त्यापेक्षा जे तुमच्याकडून ऐकण्यास आतुर आहेत, त्यांना विक्री करणे कधीही प्रभावी ठरते.

– सेठ गॉडीन

मी माझ्या ई-मेल अकाउन्टचे स्पॅम फोल्डर उघडले. त्या फोल्डरमध्ये न वाचलेल्या आणि अकल्पनीय अशा १,५५५ मेल्स होत्या. त्यांमधील बहुतेक मेल्स या प्रकारच्या होत्या :

''हॉट रशियन मुलींना तुमच्याशी बोलायचे आहे!''

''वायग्रा ऑनलाइन खरेदी करा''

''केस गळणे ताबडतोब थांबवा!''

यांपैकी काहीही मी विचारले नव्हते. मला हवे आहे का नाही हे विचारात न घेता, ते अशाच स्पॅम मेल्स मला पाठवतात. मला 'हॉट रशियन मुलींशी' बोलण्यात अजिबात रस नाही. मला वायग्रा काळ्या बाजारात घेण्याचा काही उपयोग नाही आणि मला टक्कल असणे खरोखर *आवडते*!

मी हे मेल्स वाचण्याची किती शक्यता आहे आणि त्यांना उत्तर पाठवण्याचीही? अजिबात नाही! उलट, मी प्रयत्नपूर्वक अशा मेल्सकडे **लक्ष** देण्याचे *टाळेन* आणि मी त्यांपैकी काही विकत घेणे अशक्य आहे.

दुर्दैवाने, अनेक उद्योजकांना असे वाटते की, असे ढीगभर ई-मेल्स पाठवणे म्हणजे लक्ष वेधून घेण्याचा उत्तम मार्ग आहे. अनाहूत फोन-कॉल्स, प्रेस रिलीज, प्रचंड प्रमाणावर सरसकट जाहिराती आणि अशा तऱ्हेने पाठवलेल्या ई-मेल्स हे सर्व स्पॅमच्या बरोबरीचेच आहे. एक मोठा लोकसमूह घेऊन, त्यातील काही लोक तरी प्रतिसाद देतील या आशेने त्यांना एक ठरावीक संदेश पाठवायचा, या तंत्राचा वापर केला जातो.

जेव्हा इतर तंत्रज्ञान अस्तित्वात नव्हते, तेव्हा टीव्ही आणि रेडिओ यांवरील जाहिराती प्रभावी ठरत. जेव्हा फक्त तीन टीव्ही चॅनेल्स होते, तेव्हा लोकांनी मध्ये मध्ये येणाऱ्या जाहिरातींकडे प्रत्यक्षात लक्ष देण्याची जास्त शक्यता होती. तीनही चॅनेलवर एक तीस

सेकंदाची प्राइम टाइम स्लॉटमध्ये जाहिराती दाखवल्याने, तुम्ही टेलिव्हिजन पाहणाऱ्या ९०% प्रेक्षकांपर्यंत पोहोचू शकत होतात, तेदेखील एका दिवसात.

पण आता, लोक त्यांना ज्या गोष्टीकडे लक्ष द्यायचे नाही, त्या दुर्लक्षित करू शकतात. मग, ते त्याकडे दुर्लक्ष तरी करतील किंवा त्यांचे लक्ष दुसरीकडे वळवतील. ज्याक्षणी, तुम्ही तुमच्या संभाव्य ग्राहकाला रस वाटणार नाही, असे काही बोलू लागता, त्याक्षणी ते तुमच्या हातातून गेलेच म्हणून समजा.

ग्राहकांना काही ***मोफत*** किंवा फ्री दिल्यानंतर, त्यांना पुन्हा संपर्क करण्याची व पाठपुरावा करण्याची ***परवानगी*** मागणे, हे त्या व्यक्तीस व्यत्यय आणण्यापेक्षा जास्त प्रभावी असते. फ्री दिलेल्या वस्तूतून तुम्ही अस्सल मूल्यच देऊ केलेले असते. त्यामुळे, तुमच्या ग्राहकांचे लक्ष वेधले जाते. तसेच, ज्यांना तुम्ही काय उत्पादन/सेवा देऊ करत आहात यामध्ये रस आहे, अशा लोकांना संपर्क करण्याची परवानगी घेतल्यास, तुम्हाला त्यांच्याशी संवाद साधण्याची संधी मिळते.

संपर्क करण्यासाठी कोणी तुम्हाला संमती दिली असेल, तर तो मोठाच ठेवा आहे. अपरिचित नवीन लोकांपर्यंत पोहोचणे, संपर्क करणे हे थोडे अवघड जाते व खर्चीक असते. त्यामानाने, तुम्ही आधीपासून ओळखत असलेल्या लोकांना पुन्हा संपर्क करणे खूप सोपे असते. त्यासाठी, फक्त एखादा ई-मेल किंवा एखादा फोन कॉल करावा लागतो. हे विशेष अवघडही नसते व खर्चीकही नसते. पण जर तुम्ही अपरिचित नवीन संभाव्य ग्राहकांना संपर्क करून पाठपुरावा करण्यासाठी त्यांची परवानगी मागितलीत, तर ती मिळणे तुमच्या आवाक्याबाहेरचे आहे.

कोणाचीही संमती घेण्याचा सोपा उपाय म्हणजे तुम्ही ती मागणे. जेव्हाही तुम्ही लोकांना काही मूल्य देता, तेव्हा त्यांना विचारा की, भविष्यातही तुम्ही असेच मूल्य देऊ करणे चालू ठेवलेले त्यांना चालेल का? त्यांनी संमती दिल्यास हळूहळू, तुमच्या संभाव्य ग्राहकांची यादी मोठी होईल. आणि यादी जितकी मोठी होईल, तितकी विक्री वाढण्याची शक्यताही वाढेल.

संभाव्य ग्राहकांनी अशा प्रकारे पाठपुरावा करण्याची संमती दिल्यास त्याचा योग्य प्रकारे वापर करा. पण दुरुपयोग करू नका. पाठपुरावा करण्याची संमती म्हणजे तुम्ही त्यांना तुम्हाला पाहिजे ती माहिती पाठवण्याचा हक्क नव्हे. पाठपुरावा करण्याची संमती घेण्याआधी तुमच्या संभाव्य ग्राहकाला त्यांना काय मिळेल आणि त्यांचा कसा फायदा होईल, याची स्पष्ट कल्पना देणे चांगले असते. संभाव्य ग्राहकांनी तुम्हाला पाठपुरावा करण्यासाठी संमती देताना तुम्ही त्यांना काही मूल्य देण्याचे व योग्य तीच माहिती देण्याचे वचन देता. त्या वचनाचे पालन केल्यास, तुमचा मोठा ठेवा म्हणजे संभाव्य ग्राहकांना संपर्क करण्याची संमती, याचा तुमच्यामध्ये रुची घेणाऱ्या संभाव्य ग्राहकांशी संबंध जोपासण्यासाठी खूप उपयोग होऊ शकतो.

जर तुम्ही मूल्य देऊन आणि विसंगत माहिती देण्याचे टाळून, तुमची वचने पाळलीत, तर तुमच्याकडे मोठा मौल्यवान ठेवा असेल, ज्याचा तुम्ही देऊ केलेल्या गोष्टीत रस असणाऱ्या लोकांशी; म्हणजेच संभाव्य ग्राहकांशी घनिष्ठ संबंध निर्माण करण्यासाठी उपयोग होईल.

ही संकल्पना शेअर करा : http://book.personalmba.com/permission/

हूक

(Hook)

जर तुम्ही एखादी गोष्ट करू शकत असाल, तर ते 'बढाई' मारणे नव्हे.

– डिझी डीन, हॉल ऑफ फेम बेसबॉल खेळाडू

तुमचे ***संभाव्य ग्राहक*** व्यग्र असतात. जर तुम्ही त्यांना किचकट संदेश पाठवले, तर त्यांनी त्याकडे दुर्लक्ष करण्याची शक्यता आहे. त्यांच्यावर दररोज अशा अनेक संदेशांचा भडिमार होत असतो. सर्वच संदेशांकडे ***लक्ष*** देण्यासाठी त्यांना वेळ नसतो. म्हणून जर तुम्हाला असे वाटत असेल की, लोकांनी तुम्ही कोण, काय करता वगैरे लक्षात ठेवावे, तर त्यांचे लक्ष वेधून घ्या व ते तसेच वेधलेले राहावे यासाठी प्रयत्न करा. हा सगळा काही सेकंदांचाच खेळ असतो.

हूक म्हणजे तुमच्या संदेशातील खिळवून ठेवणारा शब्द किंवा शब्दसमूह. हूक तुमच्या उत्पादनाचा/सेवेचा प्राथमिक फायदा काय हे सांगतो. कधी ते शीर्षक असते तर कधी छोटी टॅगलाइन. तुमचे उत्पादन/सेवा कोणाला का हवीशी वाटेल याचे कारण त्यात दडलेले असते.

याचे उत्तम उदाहरण म्हणजे प्रकाशन जगतातील, टिमोथी फेरीस यांच्या *द फोर अवर वर्कवीक* या पुस्तकाचे शीर्षक. हे छोटे शीर्षक अनेक वैचित्र्यपूर्ण फायदे सांगते (१) लोक जितके काम करतात, त्यापेक्षा चार तास हे खूप कमी आहेत, लोकांना त्या पेक्षा कमी काम करायचे असते; (२) तुम्ही आठवड्याला ४० हून अधिक तासांत जे कमावता, तितकेच चार तासांतदेखील कमवू शकता; (३) जर तुम्ही तितके काम करत नसाल, तर तुम्ही इतर अनेक गोष्टी करू शकता. चार मोजके शब्द इतके अर्थ सांगू शकत असतील, तर ते नक्कीच वाईट नाही. पुस्तकाच्या मुखपृष्ठावरील चित्रासोबत पाहिले, तर त्यावर एक माणूस समुद्रकिनाऱ्यावर झोपाळ्यात आराम करताना दिसतो. हे आकर्षक चित्र व शीर्षक लोकांना पुस्तक घेण्यासाठी आणि वाचण्यासाठी नक्कीच आकर्षित करते.

आयपॉड सादर करताना ॲपलने असाच हूक वापरला – '१००० गाणी तुमच्या खिशात.' त्या वेळी पोर्टेबल म्युझिक प्लेअर्स; ज्यांमध्ये सीडी प्लेअर, कॅसेट प्लेअर आणि एमपी-थ्री प्लेअर यांचा वापर होत होता. त्यांनी डिस्कच्या मेगाबाईटस्‌चा आपल्या जाहिरातींसाठी वापर केला होता. 'शेकडो टेप्स किंवा सीडीज बाळगण्यापेक्षा, तुम्ही तुमचे सर्व म्युझिक कलेक्शन एका डौलदार डिव्हाईसमध्ये सामावू शकता' अशी जाहिरात आयपॉडने केली. ॲपलच्या या हूकमधून आयपॉडचा प्राथमिक फायदा लक्षात येत असे.

ॲपलच्या छोट्याशा टॅगलाइनने इतिहास घडविला. एक वर्षाच्या आतच, आयपॉडच्या पहिल्या उत्पादनातील २,३६,००० आयपॉड विकले गेले. कंपनीचा पोर्टेबल म्युझिक प्लेअर या प्रकारातील पहिलाच प्रयत्न असताना, ही अतिशय दिमाखदार सुरुवात होती. इतकी प्रचंड विक्री लक्षवेधक हूक व उत्पादनाचा उत्तम दर्जा, दोहोंमुळे प्रचंड विक्री झाली.

जेव्हा तुम्ही असा हूक तयार करता, तेव्हा ऑफरमध्ये म्हणजेच, उत्पादन/सेवा यांच्या प्राथमिक फायद्यावर लक्ष केंद्रित करा, त्यातून दिल्या जाणाऱ्या मूल्यावर जोर द्या. तुमच्या उत्पादनामध्ये/सेवेमध्ये कोणती दुर्मीळ गोष्ट आहे व तुमच्या संभाव्य ग्राहकांनी त्याकडे का बघितले पाहिजे, यावर भर द्या. उत्पादनाचा फायदा सांगणारा शब्द/शब्दसमूह यांवर चर्चा करा. एखाद्या छोट्या शब्दसमूहाचा विविध तऱ्हेने वापर करून पाहा. लक्षवेधक हूक निर्माण करणे हा कलात्मक अभ्यास असतो. अधिकाधिक पर्याय तयार केले, तर त्यांतून एक लक्षवेधी हूकची निवड करणे सोपे जाईल.

तुम्ही हूक बनवलेत, की त्याचा वापर करा! तुमच्या वेबसाइटवर, तुमच्या जाहिरातीमध्ये, तुमच्या बिझनेस कार्डवर तुमचे संभाव्य ग्राहक तो हूक सर्वप्रथम पाहतील, अशा रीतीने त्याचा वापर करा. हूक संभाव्य ग्राहकाचे लक्ष वेधून घेण्याचे काम करतो आणि पुढील काम तुमच्या मार्केटिंगच्या आणि विक्रीच्या हालचालींमुळे होते.

जितका चांगला हूक, तितके जास्त लक्ष वेधून घेतले जाते आणि तुमच्या ग्राहकांचे समाधान मिळवणे तुम्हाला सोपे जाते. समाधानी ग्राहक त्यांच्या मित्रांना नक्कीच तुमच्याबद्दल सांगतील.

ही संकल्पना शेअर करा : http://book.personalmba.com/hook/

कृतीचे आव्हान

(Call-To-Action)

मला विचार करायला लावू नका.

– स्टीव्ह क्रग, उपयुक्तता विशेषज्ञ

जर तुमचे ध्येय विक्री हे असेल, तर त्यासाठी संभाव्य ग्राहकांचे ***लक्ष*** तुमच्याकडे वेधले जाणे गरजेचे आहे. लक्ष वेधल्यानंतर तुम्ही तुमच्या संभाव्य ग्राहकाला पुढील कृती करण्यासाठी निर्देशित करावे लागते.

संभाव्य ग्राहकाला तुमच्या मनातले वाचता येणार नाही. त्याने जर तुम्हाला अपेक्षित अशी पुढील कृती करावी असे तुम्हाला वाटत असेल, तर त्याने नक्की काय केले पाहिजे व कसे केले पाहिजे, हे तुम्ही त्याला सांगायला हवे. संभाव्य ग्राहकाला एकच निश्चित, सुस्पष्ट आणि छोटी कृती करायला सांगणारे मार्केटिंगचे संदेश खूप प्रभावी ठरतात.

रस्त्यावरून जाता-येता आपल्याला जाहिरातींचे अनेक बोर्ड्स दिसतात. एखादा बोर्ड आठवा, ज्यावर 'टोनीचे हॅम्बर्गरर्स सर्वांत उत्तम आहेत' असे लिहिलेले असते. बोर्डवरील हा संदेश वाचून लोक काय करतील? कदाचित काहीच नाही. असा बोर्ड म्हणजे पैसे आणि वेळ दोन्हींचा अपव्यय होय.

ग्राहकांनी टोनीचे हॅमबर्गर्स खरोखरीच खाण्यासाठी त्यांना ***कृतीचे आव्हान*** द्या. जसे की, '२५ नंबरचा एक्झिट घ्या आणि गावातील उत्तम बर्गर्ससाठी उजवीकडे वळा' मग लवकरच टोनीच्या दुकानामध्ये खवय्यांची रीघ लागलेली असेल.

कृतीचे आव्हान काय करते, तर ते तुमच्या संभाव्य ग्राहकांना पुढील एक साधी, सोपी आणि स्पष्ट क्रिया करायला सांगते. वेबसाइटला भेट द्या. ई-मेल अ‍ॅड्रेस लिहा. फोननंबरला कॉल करा. स्वतःचा पत्ता लिहिलेले पाकीट पाठवा. बटनवर क्लिक करा. उत्पादन खरेदी करा. मित्राला सांगा. अशा अनेक कृती या 'तुम्ही पुढे काय करा' याबद्दल तुम्हाला स्पष्ट शब्दांत सूचना देतात.

कृतीचे आव्हान सादर करण्यातील महत्त्वाची गोष्ट ही की, ते शक्य तितके स्पष्ट, साधे आणि उघड असले पाहिजे. जितक्या स्पष्टपणे तुम्ही तुमचा प्रस्ताव सादर करता, तितकी तुम्ही सुचवलेली गोष्ट तुमचे संभाव्य ग्राहक प्रत्यक्षात करण्याची शक्यता जास्त असते.

तुमच्या बिझनेसबद्दल नियमित माहिती देण्यासाठी तुम्ही संभाव्य ग्राहकांची ***संमती*** मागितली असेल त्यासाठी कोणाला त्यांचा ई-मेल अ‍ॅड्रेस मागत असाल, तर ते शब्दशः अनेक वेळा म्हणा आणि लगेच स्पष्ट करा की अ‍ॅड्रेस **कुठे**, कोणत्या रकान्यात द्यायचा आहे, त्यांनी तो रकाना **का** भरला पाहिजे, त्यांचा ई-मेल अ‍ॅड्रेस देण्यासाठी त्यांनी **कुठे** क्लिक केले पाहिजे आणि तसे त्यांनी केल्यास **काय** होणे अपेक्षित आहे. तुम्हाला तुम्ही हे फार स्पष्टपणे सांगत आहात असे जर वाटत असेल, तर तुम्ही योग्य तेच करत आहात, हे तितक्या स्पष्टपणेच सांगितले पाहिजे.

कृतीच्या आव्हानाद्वारे सरळ विक्रीसंबंधी किंवा पाठपुरावा करण्याची संमती मागणे सर्वांत उत्तम. प्रत्यक्ष विक्री करणे सर्वांत चांगले. कारण, त्यामुळे तुमच्या मार्केटिंगच्या मोहिमेवरील खर्च प्रभावी ठरत आहे का नाही, हे कळते. संभाव्य ग्राहकाला संपर्क करण्याची संमती मागणे, हे अजूनच चांगले. कारण त्यामुळे संभाव्य ग्राहकाचा पाठपुरावा करण्यासाठी अनावश्यक संपर्क न केल्याने होणारा मार्केटिंगचा खर्च नाट्यमयरीत्या कमी होतो आणि अंतिम विक्री होण्याची शक्यता वाढते.

तुमचा प्रत्येक संदेश स्पष्ट कृतीचे आव्हान निर्माण करेल याची काळजी घ्या आणि तुमच्या मार्केटिंग अ‍ॅक्टिव्हिटिज नाट्यमयरीत्या प्रभावी होतील.

ही संकल्पना शेअर करा : http://book.personalmba.com/call-to-action/

गोष्ट

(Narrative)

प्रत्येक बाबीत गोष्ट.

– विल्यम वर्डस्वर्थ, कवी

ऐतिहासिक काळापासून लोकांना गोष्टी सांगण्याचे व ऐकण्याचे आकर्षण वाटत आले आहे. गोष्ट सांगणे हा 'वैश्विक' अनुभव आहे आणि व्यापार करताना नेहमीच गोष्टी सांगितल्या जात आहेत. एखादी चांगली ऑफर गोष्टीरूपात मांडली, तर अधिक प्रभावी होऊ शकेल.

अत्यंत लक्षवेधक ***गोष्टी*** जगभरात एकसमान साच्यात बांधलेल्या/गुंफलेल्या आढळतात. जगद्विख्यात मायथॉलॉजिस्ट जोसेफ कॅम्पबेलनी अशाच नमुन्याला 'द हिरोज जर्नी' किंवा 'मोनोमिथ' असे म्हटले आहे. या कथाबीजाला जगभरातील लोक अतिशय उत्तम प्रतिसाद देतात. तुम्ही हाच प्राथमिक साचा तुमच्या स्वतःच्या गोष्टी रचण्यासाठी आणि तुमच्या संभाव्य ग्राहकांना सांगण्यासाठी वापरू शकता.

'द हिरोज जर्नी' ही गोष्ट हिरोची ओळख करून देऊन सुरू होते. एक सामान्य माणूस, जो दैनंदिन जीवनातील परीक्षा आणि यातना अनुभवत असतो. हिरोला 'साहसाची हाक' ऐकू येते. एक आव्हान, कुतूहल किंवा जबाबदारी, जी त्याला त्याच्या सामान्य अस्तित्वापेक्षा अधिक उठून उभे राहण्यास भाग पाडते आणि विजयी होण्यासाठी त्याच्या कौशल्यांना आणि क्षमतांना धार लावते.

जेव्हा हिरो साहसाची हाक मान्य करतो, तो त्याच्या सामान्य आयुष्याला सोडून एका वेगळ्याच अनिश्चिततेच्या आणि साहसांच्या विश्वात प्रवेश करतो. एकामागून एक असे अनेक लक्षणीय अनुभव त्याला नव्या विश्वात रुजवतात आणि यशाचा माग काढताना हिरो अनेक परीक्षांमधून जातो. या प्रवासादरम्यान त्याला अनेक गुपिते कळतात.

अनेक अडचणींना तोंड देत आणि शत्रूला नेस्तनाबूत केल्यावर, हिरोला दैवी वरदान किंवा ताकद प्राप्त होते. त्यानंतर त्याचे ज्ञान, चातुर्य किंवा खजिना लोकांसमवेत वाटण्यासाठी तो त्याच्या पूर्वीच्या सामान्य जगात परत येतो. त्याबदल्यात सर्व जण हिरोची प्रशंसा करतात आणि आदरही करतात.

तुमचे ग्राहक तुमचे 'हिरो' होऊ इच्छितात. प्रबळ, यशस्वी होण्यासाठी आणि अडचणीतही ठाम उभे राहिल्याबद्दल त्यांना त्यांचा आदर आणि प्रशंसा केलेली आवडते. ज्यांनी अडचणींवर मात केली आहे आणि शत्रूवर विजय मिळवला आहे, अशा लोकांच्या गोष्टींतून त्यांना प्रेरणा मिळते. तुमचे संभाव्य ग्राहक ज्या मार्गाचा विचार करत आहेत, त्या मार्गावरून अनेक जण आधीच गेलेले असतात किंबहुना जात असतात. त्यांच्या संघर्षाची व यशाची गोष्ट सांगितल्यास संभाव्य ग्राहक तुमच्या कामकाजामध्ये किंवा तुमच्या कार्यालयाकडे आकर्षित होऊ शकतात. हा खूपच प्रभावी उपाय आहे.

तुमच्या संभाव्य ग्राहकांना तुमची 'धाडसाची हाक' स्वीकारायला लावण्यासाठी शिफारसपत्रे, केस-स्टडीज आणि इतर गोष्टींचा वापर केल्यास त्या अत्यंत प्रभावी ठरतात. आधी आलेल्या ग्राहकांच्या गोष्टी सांगून तुम्ही तुमच्या ग्राहकांचे ***लक्ष*** वेधून घेता आणि त्यांना जे प्राप्त करायचे आहे, त्याचा मार्ग दाखवता. तुम्ही जितकी हुबेहूब, स्पष्ट आणि भावनात्मक गोष्ट सांगाल, तितके जास्त संभाव्य ग्राहक आकर्षित कराल.

तुमच्या संभाव्य ग्राहकांना ऐकण्यात रस असेल अशा गोष्टी त्यांना सांगा आणि तुम्ही आपोआपच त्यांचे लक्ष वेधून घ्याल.

ही संकल्पना शेअर करा : http://book.personalmba.com/narratives/

वादंग

(Controversy)

जर तुम्हाला प्रेक्षक हवे असतील, तर भांडण सुरू करा.
– आयरिश म्हण

कॉन्ट्रोव्हर्सी किंवा ***वादंग*** म्हणजे ज्याच्याशी सर्व सहमत नसतील किंवा मान्य न करतील अथवा त्यास पाठिंबा देणार नाहीत, अशी जाहीर भूमिका घेणे. याचा उपयुक्तपणे वापर केल्यास, वादंग हा लोकांचे ***लक्ष वेधून घेण्याचा*** प्रभावी मार्ग असतो. लोक चर्चा करू लागतात, त्यात रममाण होतात आणि तुम्ही त्याबाबत काय भूमिका घेता याकडे लक्ष ठेवून असतात. ही तुमच्यासाठी अत्यंत चांगली गोष्ट आहे.

द पर्सनल एमबीए हे स्वतःच सकारात्मक वादंगाचे चांगले उदाहरण आहे. द पर्सनल एमबीए हे उद्योगाच्या अत्यंत मूलभूत तत्त्वांविषयी आहे, जी यशस्वी होण्यासाठी तुम्ही समजून घेतली पाहिजेत. माझे असे ठाम मत आहे की, कोणीही उद्योगाबाबत त्याला जे पाहिजे ते स्वतंत्रपणे शिकू शकतो, तेदेखील पारंपरिक एमबीए प्रोग्रॅमला प्रवेश घेण्यासाठी स्वतःचे भवितव्य गहाण न टाकता!

काही लोक या भूमिकेशी तीव्र मतभेद व्यक्त करतात. विशेषकरून, प्रतिष्ठित बिझनेस स्कूलचे पदवीधर. एमबीए पदवीधर आणि उमेदवार त्यांच्या मतभेदाबाबत फारच बोलके असतात. असे लोक बहुधा त्यांच्या स्वतःच्या वेबसाइटवर द पर्सनल एमबीएचा दृष्टिकोन चुकीचा असल्याचे लिहितात किंवा माझ्या वेबसाइटवर कॉमेंट्समध्ये जाहीरपणे मतभेद व्यक्त करतात.

अर्थात, ती काही वाईट गोष्ट नव्हे. अशा सौम्य रूपातील वादंगामुळे द पर्सनल एमबीएची पैसे देऊन जाहिरात न करतादेखील वर्षांनुवर्षे प्रगती होत आहे. द पर्सनल एमबीएचे विरोधक त्यांचे विचार जाहीर करत असल्यामुळे, ज्यांना पारंपरिक एमबीए स्कूल प्रोग्रॅमला पर्याय उपलब्ध आहे, हे माहीत होण्याची सुतराम शक्यता नव्हती, त्यांनाही या पुस्तकाबद्दल माहीत झाले.

अशा प्रकारच्या वादंगामुळे अनेक नवीन लोक द पर्सनल एमबीएची चौकशी करतात. वेबसाइटचे परीक्षण करतात आणि त्याच्या उपयुक्ततेबद्दल त्यांचे मत तयार करतात. त्यांच्यापैकी काही तिथे रेंगाळतात, माझा ***मोफत*** मजकूर वाचतात, नंतर ते पुस्तक विकत घ्यायचे ठरवतात, कोर्स करतात किंवा मला 'सल्लागार' म्हणून नियुक्त करतात. जोपर्यंत, माझे विरोधक सौम्यपणे वागत आहेत, त्यांच्या मतभेदांचे मी स्वागतच करतो.

आपले काही मत असणे आणि त्याबद्दल तीव्र भूमिका घेणेही योग्य आहे. प्रत्येकाला नैसर्गिक वृत्तीनुसार असे वाटते की, ते लोकांना आवडावेत. पण मतभेद झाले की ते अस्वस्थ होतात. तुमची मते किंवा मतभेद सौम्यपणे मांडल्यास ते आक्षेपार्ह ठरत नाहीत व त्यांचा कोणाला त्रासही होत नाही. जर तुमच्या भूमिकेशी सगळे जण सहमत असतील, तर ती कंटाळवाणी होईल आणि तुमच्याकडे कोणीही लक्ष देणार नाही.

अनेकदा लोक कळपाच्या मनोवृत्तीने ज्याला सर्व जण पाठिंबा देतात, त्यालाच आपणही पाठिंबा देतात. तसेच, कोणाशी मतभेद व्यक्त करतात किंवा कोणाला आव्हान देतात किंवा स्वतः एखाद्या गोष्टीच्या विरोधात उभे राहतात, या दोन्ही प्रकारच्या प्रतिक्रिया ठीकच आहेत. कारण, वादंग चर्चेला प्रवृत्त करतात. चर्चा म्हणजे आपोआप लक्ष वेधले जाते. जर तुम्हाला तुम्ही काय करत आहात त्याचा फायदा होईल अशा लोकांना आकर्षित करून घ्यायचे असेल, तर वादंग तुमच्यासाठी चांगलेच आहेत.

याचा अर्थ असा नव्हे की, प्रत्येक वादंग हा चांगला असतो. विधायक वादंग आणि निर्माण केलेला तमाशा या दोन्हींमध्ये एक सूक्ष्म अंतर आहे. काही कारणासाठी निर्माण झालेला वादंग हा महत्त्वाचा असतो; केवळ वाद निर्माण करायचा म्हणून केलेला वादंग किंवा क्षुल्लक बाबीसाठी केलेल्या वादंगाला काही महत्त्व नाही. तुमच्या कृतीमागील हेतू जर हरवला, तर वादंगाचा काहीही उपयोग नाही.

जोपर्यंत, तुम्ही कशी मदत करू इच्छिता याचे काही स्पष्ट चित्र तुमच्यासमोर असेल, तोपर्यंत काही प्रमाणात वादंग निर्माण करणे, हे चांगले असते. त्यामुळे तुम्ही काय करताय त्याबद्दल अधिक माहिती जाणून घेण्यासाठी संभाव्य ग्राहकांना प्रेरित करण्याचे ते एक अत्यंत प्रभावी साधन आहे.

ही संकल्पना शेअर करा : http://book.personalmba.com/controversy/

प्रतिष्ठा

(Reputation)

आवडो न आवडो, बाजारातील प्रतिष्ठा हेच तुमचे प्रत्यक्ष अस्तित्व बनते.

– हॉवर्ड मान, नट आणि कॉमेडीयन

माझ्या मते, 'ब्रॅन्डिंग' ही आधुनिक उद्योगजगतातील अतिमहत्त्व दिली गेलेली आणि अतिवापर झालेली कल्पना आहे. एखादा ब्रॅन्ड तयार करणे, यात काही जादू किंवा गुंतागुंतीचे काही नाही. जेव्हा उद्योग-व्यावसायिक म्हणतात की, ते त्यांचा ब्रॅन्ड अजून प्रभावी करू इच्छितात किंवा ब्रॅन्ड इक्विटी तयार करू इच्छितात, तेव्हा त्यांना 'प्रतिष्ठा उंचावायची आहे' असे म्हणायचे असते.

एखाद्या ऑफरचा किंवा कंपनीचा विचार केला, तर साधारणपणे लोक त्यांच्या **प्रतिष्ठेचाच** विचार करतात. जेव्हा लोक एकमेकांशी बोलतात, तेव्हा प्रतिष्ठा नैसर्गिकरीत्या उदयाला येते. काही उत्पादने किंवा सेवा त्यांच्यासाठी मोजलेल्या मूल्याच्या/किमतीच्या योग्य असतात तर काही नसतात. काही उत्पादने किंवा सेवा अनुभव घेण्यायोग्य असतात. काही उत्पादने किंवा सेवा अनुभव घेण्यायोग्य नसतात. लोकांना त्यांचे पैसे खर्च करावेत किंवा वेळ खर्च करावा असे वाटत नाही, त्यामुळे लोक त्यांना ज्या गोष्टीत रुची असते, त्या गोष्टीबाबत इतर लोक काय म्हणतात, याकडे बारीक लक्ष देतात.

तुमच्याबद्दल अतिशय प्रभावी प्रतिष्ठा निर्माण करणे हे खूप महत्त्वाचे असते. लोक नेहमी चांगल्या प्रतिष्ठेसाठी जास्त पैसे द्यायला तयार असतात. टाइड आणि क्रेस्टसारखे प्रसिद्ध कन्झ्युमर ब्रॅन्ड त्यांच्या प्रकारातील इतर ब्रॅन्डपेक्षा अधिक किमती आकारतात. याचे एक कारण म्हणजे; त्यांच्या प्रतिष्ठेतील सामर्थ्य. संभाव्य ग्राहकांना, जे काही विकत घेण्याचा विचार करत आहेत, त्याचा त्यांना नक्की फायदा होईल व त्यामुळे इतर लोक त्यांच्या खरेदीच्या निर्णयाबद्दल आदर करतील तसेच त्यांचा पैसा ते वाया घालवत नाही आहेत, याबाबत निश्चिंती हवी असते. एक कॉर्पोरेट म्हण आहे की, "no one ever got fired for buying IBM." (IBMसारख्या उच्च प्रतिष्ठेचे पर्सनल कॉम्प्युटर विकत घेण्याचे महागडे निर्णय घेतले, तरी कोणी वरिष्ठ तुमच्यावर नाराज होणे शक्य नाही. कारण, IBMच्या प्रतिष्ठेमुळे, जास्त असली, तरी ती त्यांच्या दर्जाला साजेशी असते.)

प्रतिष्ठेवर तुमचे प्रत्यक्ष नियंत्रण नसते, ही गोष्ट इथे लक्षात घेणे आवश्यक आहे. तुम्ही जे-जे काही करता, त्याबद्दल इतर लोक काय विचार करतात याची गोळाबेरीज; म्हणजे तुमची प्रतिष्ठा असते. जसे तुम्ही सादर केलेली उत्पादने, तुमच्या जाहिराती, ग्राहकांना दिली जाणारी सेवा. तुम्ही कितीही प्रयत्न करा, तुम्ही तुमची प्रतिष्ठा प्रत्यक्ष 'नियंत्रित' करू शकत नाही. तुम्ही केवळ लोकांना तुमच्याशी व्यवहार केल्याबद्दल खूश ठेवून, काळानुरूप त्यात सुधारणा करण्याचा प्रयत्न करू शकता.

तुमची प्रतिष्ठा बाजारपेठच ठरवत असते व तुम्ही काय करता, याकडेही तिचे बारीक लक्ष असते. जेव्हा तुमची प्रतिष्ठा उच्च असते, तेव्हा तुमचे ग्राहक तुमच्याशी व्यवहार करत राहतील आणि इतरांना तुमच्याबद्दल चांगले सांगतील. कारण, ते तुमचा आदर करतात (आणि मित्रांना चांगली उत्पादने आणि सेवांबद्दल सांगितल्याने ते एक प्रकारे त्यांची प्रतिष्ठादेखील निर्माण करत असतात). बाजारपेठेत तुमची प्रतिष्ठा निर्माण करण्यासाठी वेळ आणि श्रम दोन्ही गोष्टी आवश्यक आहेत; पण ते सर्वांत प्रभावी मार्केटिंग आहे.

ही संकल्पना शेअर करा : http://book.personalmba.com/reputation/

३

विक्री

लोकांना वस्तूंची विक्री करायला आवडत नाही;
पण खरेदी करायला आवडतं.

– जेफ्री गिटोमर, द सेल्स बायबल आणि द *लिटिल रेड बुक ऑफ सेलिंग* या पुस्तकांचे लेखक

प्रत्येक यशस्वी बिझनेस जे ऑफर करत असतो, त्याचीच विक्री करतो. केवळ लाखो संभाव्य ग्राहक असणे पुरेसे नाही. कारण कोणी खिशातून पाकीट काढून 'मी एक वस्तू घेतो' असे म्हणत नाही. विक्रीची प्रक्रिया एका संभाव्य ग्राहकापासून सुरू होऊन, पैसे देऊन वस्तूची खरेदी करणाऱ्यापाशी संपते. विक्री झाली नाही, तर बिझनेस चालू शकत नाही.

जगातील सर्वांत उत्तम उद्योग त्यांच्या संभाव्य ग्राहकांचा विश्वास संपादन करतो. त्यांची ऑफर पैसे देण्यायोग्य का आहे, हे ग्राहकांना समजण्यास मदत करतो. कोणालाच आपला निर्णय चुकला किंवा त्या निर्णयाचा गैरफायदा घेतला जाणे, आवडत नाही. त्यामुळे, विक्रीमध्ये जास्त करून संभाव्य ग्राहकाला त्याच्यासाठी काय महत्त्वाचे आहे, हे समजण्यास मदत केली जाते. तुम्ही संभाव्य ग्राहकाला हेही पटवून देता की, जी गोष्ट तुम्ही देऊ करत आहात, ती त्यांना प्रत्यक्षात देण्यासही समर्थ आहात.

अशा प्रकारे, विक्री प्रक्रियेच्या शेवटी तुमच्याकडे एक नवीन उत्साही ग्राहक असतो आणि बँकखात्यात रोख रक्कम!

ही संकल्पना शेअर करा : http://book.personalmba.com/sales/

व्यवहार

(Transaction)

ग्राहक हाच 'एकमेव बॉस' असतो, जो आपला पैसा अन्य ठिकाणी खर्च करून तुमच्या कंपनीच्या चेअरमनपासून ते शिपायापर्यंत सर्वांना घरी बसवू शकतो.

– सॅम वॉल्टन, वॉलमार्टचे संस्थापक

व्यवहार म्हणजे दोन किंवा अधिक व्यक्तींमध्ये केली गेलेली मूल्याची देवाणघेवाण. आपल्या दोघांकडेही एकमेकांना हवे असलेल्या गोष्टी आहेत. आपण दोघांनीही त्याचा व्यापार करण्याचे मान्य करणे हितावह असेल, असे मान्य करून कृती करणे; म्हणजेच व्यवहार करणे.

व्यवहार होण्याचा क्षण हा प्रत्येक उद्योगाचा निर्णायक क्षण असतो. उद्योगचक्रामध्ये विक्री हा एकमेव असा टप्पा असतो की, जिथे पैसे तुमच्याकडे येतात. त्यामुळे, व्यवहार पूर्ण करणे हे अत्यंत महत्त्वाचे असते. उद्योग-व्यवसायाने तग धरण्यासाठी तुम्ही जितका पैसा खर्च केलेला आहे, त्याहून अधिक पैसा आला पाहिजे. म्हणूनच, व्यवहार पूर्ण करण्याला खूप महत्त्व असते.

तुम्ही ***आर्थिकरीत्या मौल्यवान*** गोष्टींनीच व्यवहार करू शकता. जर संभाव्य ग्राहकांना हवी असलेली वस्तू तुमच्याकडे नसेल, तर ते तुमच्याकडे खरेदी करणार नाहीत. काही उद्योजक बाजारपेठेत नको असलेली वस्तू/सेवा घेऊनही बाजारपेठेत प्रवेश करतात, हे खूपच आश्चर्यकारक वाटेल. म्हणूनच, ***किमान टिकाऊ ऑफर*** विकसित करणे आणि तिची चाचणी घेणे हे खूप महत्त्वाचे आहे. तुमची आयुष्यभराची शिल्लक गुंतवण्याआधी, तुम्ही तयार केलेली मौल्यवान गोष्ट विकण्यायोग्य आहे का, हे तुम्ही तपासून पाहणे, हा उत्तम मार्ग आहे.

नवीन उद्योग सुरू करताना, तुम्ही असे उद्दिष्ट बाळगता की, तुम्हाला लवकरात लवकर पहिला फायदेशीर व्यवहार होईल अशा बिंदूला पोहोचायचे आहे. कारण, तुम्ही व्यवहार करता, तो तोच बिंदू असतो, जिथे तुमच्या प्रोजेक्टचे एका बिझनेसमध्ये रूपांतर होते. या प्रकरणात विक्रेता व ग्राहक दोघांनाही समाधान वाटेल असे कायदेशीर व्यवहार होण्यासाठी वाचकांना मदत करतील.

ही संकल्पना शेअर करा : http://book.personalmba.com/transaction/

विश्वास

(Trust)

जीवनाचं रहस्य आहे–प्रामाणिकपणा आणि निष्कपटता. ही रहस्यं आत्मसात करू शकलात, तर तुमचं आयुष्य सफल आहे.

– ग्राउचो मार्क्स

उदाहरणार्थ, पुढील प्रस्ताव पाहा : मला १००,००० डॉलर्सचा सर्टिफाईड बँक चेक ताबडतोब पाठवा आणि मी दहा वर्षांत तुम्हाला इटलीच्या अमाल्फी कोस्टवरील नव्या कोऱ्या, दहा हजार चौरस फूट बंगल्याची चावी देईन. तुम्ही उदाहरण म्हणून मी तुम्हाला कोणताही बंगला दाखवणार नाही, बंगला तयार होईपर्यंत तुम्ही माझ्याशी संपर्क करू शकणार नाही आणि कोणत्याही परिस्थितीत पैसे परत मिळणार नाही. चालेल?

तुम्ही कोणावरही अतिरेकी विश्वास ठेवत असल्याशिवाय आणि अशा प्रकारे उधळण्यासाठी तुमच्याकडे खूप पैसा असल्याशिवाय असे पाऊल उचलणार नाही. इतक्या मोठ्या रकमेच्या बदल्यात मी तुमच्यासाठी समुद्रकिनारी बंगला प्रत्यक्षात बांधेनच याची तुम्ही कशी काय खात्री देऊ शकता? मी पैसे घेऊन पळून जाणार नाही असा विश्वास तुम्ही कसा ठेवू शकता?

तुम्ही अशी खात्री नाही देऊ शकत. म्हणूनच, मलाच काय इतर कोणालाही (किंवा अन्य कोणालाही) अशा कधीही न पाहिलेल्या समुद्रकिनाऱ्यावर बंगला बांधण्यासाठी चेक देऊ नका.

आता परिस्थिती बदलून पाहू : असे गृहीत धरू की मी बंगला बांधण्यास सक्षम आहे. तसेच तुम्हाला बंगला विकत घेण्यामध्ये रस आहे. असा बंगला घेण्यासाठी तुमच्याकडे प्रत्यक्षात पैसे आहेत किंवा नाही याची खात्री केल्याशिवाय मी जमीन विकत घेऊन, खोदकाम करून बंगला बांधायला सुरुवात करणे कितपत शहाणपणाचे ठरेल? बिलकूल नाही ना? कारण जर आपला व्यवहार मोडला, तर मला दुसरा ग्राहक शोधावा लागेल नाहीतर खर्च सहन करावा लागेल.

विक्रेता व खरेदी करणारा ग्राहक यांच्यामध्ये एकमेकांबद्दल ठरावीक प्रमाणात ***विश्वास*** असेल, तर ***व्यवहार*** होईल. जोवर ग्राहकाला असा विश्वास वाटत नाही की, तुम्ही दिलेले वचन पाळणार व तशी तुमची क्षमताही आहे, तोवर सकृतदर्शनी व्यवहार कितीही चांगला वाटत असला, तरी ग्राहक खरेदी करण्यास कबूल होणार नाही. कारण, आपले कष्टाने कमावलेले पैसे तो विचारपूर्वक खर्च करेल. त्याचप्रमाणे, तुम्हीही अपरिचित ग्राहकावर वाह्यात विश्वास टाकून वस्तू उधारीने विकू नये. तसे करणे शहाणपणाचे होणार नाही.

वाजवीपणाने आणि प्रामाणिकपणे व्यवहार केल्यास तुम्ही विश्वसनीय असल्याची ***प्रतिष्ठा*** निर्माण करू शकाल. तुम्ही 'विश्वसनीय' आहात असा संकेत देणारी काही पावले तुम्ही उचलू शकता. पत आणि पार्श्वभूमी तपासणाऱ्या बेटर बिझनेस ब्युरोसारख्या संस्था

आणि एस्क्रो अकाउन्टंटसारख्या आर्थिक तरतुदी तुम्हाला व्यवहारामध्ये सुरुवातीला असलेल्या अविश्वासावर मात करायला मदत करतात. यांच्यामुळे, विक्रीतील एखादा मोठा अडथळा दूर होऊन व्यवहार पूर्ण होतो, त्यांच्याशिवाय अनेक व्यवहार झालेच नसते.

ग्राहकांना जितक्या लवकर तुम्ही तुमची विश्वसनीयता दाखवू शकाल आणि समोरच्या पक्षाची विश्वसनीयताही पडताळून पाहू शकाल, व्यवहार तितका जास्त यशस्वी होण्याची शक्यता असते.

ही संकल्पना शेअर करा : http://book.personalmba.com/trust/

सामायिक कारण

(Common Ground)

तडजोड ही एक कला आहे, ज्यायोगे लोण्याच्या गोळ्याची अशा प्रकारे वाटणी होईल की, प्रत्येकालाच आपल्याला जास्त लोणी मिळाले आहे, असे वाटेल.

– लुडविग अरहार्ड, राजनीतिकार आणि पश्चिम जर्मनीचे माजी चॅन्सेलर

सामायिक कारण ही दोन किंवा अधिक पक्षांमधील एकमेकांना सामावणारे असण्याची स्थिती. तुम्हाला उपलब्ध असणारे पर्याय म्हणजे तुमच्याभोवतीचा गोल आहे असे समजा. तुमच्या संभाव्य ग्राहकांभोवतीदेखील उपलब्ध असणाऱ्या पर्यायांचा गोल आहे. हे दोन्ही गोल नेमके कुठे एकमेकाला छेदतात हे पाहणे तुमचे काम आहे. जर तुमच्या ***संभाव्य खरेदीदाराला*** नक्की काय हवे आहे किंवा कशाची आवश्यकता आहे हे तुम्हाला समजले, तर तुमच्यासाठी काम खूप सोपे होईल.

उदाहरणार्थ, तुम्ही सध्या करत असलेली नोकरी किंवा आधीची नोकरी विचारात घेतली तर शक्यता आहे की, तुम्ही काही ठरावीक जबाबदाऱ्या घेऊ इच्छित होता आणि तुमच्या मालकालादेखील ते काम तुम्ही करावे असे वाटले असेल, त्यामुळेच तुम्ही या नोकरीचा स्वीकार केलात. तुम्हाला काही ठरावीक रक्कम मिळावी अशी तुमची इच्छा होती आणि तुमचा मालक तुम्हाला किमान तेवढी द्यायला तयार होता. तुमच्या दोघांच्या इच्छा एकाच ठिकाणी जुळून आल्या आणि त्याचाच परिणाम म्हणजे तुम्हाला आलेला हा नोकरीचा प्रस्ताव होय.

तुम्ही प्रत्येक वेळी किरकोळ विक्रेत्यांकडून काही खरेदी करता, तेव्हा तुम्हाला हवे असलेले उत्पादन त्यांच्याकडे असते आणि त्या बदल्यात त्यांना अपेक्षित असलेली रक्कम तुमच्याकडे असते. जर तुम्हाला ते उत्पादन नको असेल किंवा तुम्ही देऊ करता त्यापेक्षा जास्त रक्कम तो विक्रेता मागत असेल, तर ***व्यवहार*** होणार नाही.

कोणत्याही प्रकारच्या व्यवहारासाठी सामायिक कारण असणे ही पूर्व अट आहे. काही सामायिक हितसंबंध नसताना, कोणत्याही संभाव्य ग्राहकाने तुमच्यासोबत व्यवहार करण्याचे

काहीच कारण नाही. शेवटी, एखादी गोष्ट तुमच्यासाठी जितकी महत्त्वाची आहे, त्यापेक्षा जास्त रक्कम मोजावी लागणे शहाणपणाचे नाही, तर मग जर तुमची ऑफर तुमच्या संभाव्य ग्राहकाच्या हिताची नसेल, तर त्यांनी ती का स्वीकारावी?

हे सामायिक कारण शोधण्यासाठी ग्राहक व विक्रेता यांचे हितसंबंध एका रेषेत आणणे हे महत्त्वाचे आहे. विक्री म्हणजे एखाद्याला जे आवडत नाही किंवा ज्याची गरज नाही, ते घेण्यासाठी त्याचे मन वळवणे नव्हे.

वास्तविकरीत्या, तुम्हाला तेच हवे असायला पाहिजे जे तुमच्या संभाव्य ग्राहकांना हवे असते आणि ते म्हणजे त्यांच्या इच्छेचे समाधान किंवा त्यांच्या समस्येवर तोडगा! जितके तुमचे आणि तुमच्या संभाव्य ग्राहकाचे हितसंबंध एकत्रित होतील, तितके त्यांना हवे असलेले देण्याच्या तुमच्या क्षमतेवर ते जास्त ***विश्वास*** ठेवतील.

वाटाघाटी हा यशस्वी व्यवहाराकडे पोहोचण्याचा मार्ग आहे. वाटाघाटींच्या प्रक्रियेदरम्यान सामायिक कारण शोधण्यासाठी विविध पर्यायांचा विचार आपण करतो. चांगल्या मार्गांचा जितका अधिक विचार कराल, तितके तुम्हाला तुमचे हितसंबंध दृढ होतील असा मार्ग सापडण्याची शक्यता वाढेल. असे आशादायक मार्ग शोधण्याची तुमची जितकी तयारी असेल, तितकेच सर्वांनी स्वीकारण्याजोगे सामायिक कारण मिळण्याची शक्यता वाढेल.

ही संकल्पना शेअर करा : http://book.personalmba.com/common-ground/

किमतीच्या अनिश्चिततेचे तत्त्व

(Pricing Uncertainty Principle)

> तुम्हाला आयुष्यात हव्या असलेल्या प्रत्येक गोष्टीची एक किंमत असते. जर तुम्हाला अधिक चांगल्या गोष्टी हव्या असतील, तर त्यासाठी तुम्हाला अधिक किंमत मोजावी लागते, गोष्टी जशा आहेत तशाच सोडून देण्यासाठीही किंमत मोजावी लागते. म्हणजेच सगळ्यासाठीच किंमत मोजावी लागते.
>
> – हॅरी ब्राउन, *फेल-सेफ इन्व्हेस्टिंग* या पुस्तकाचे लेखक

अनिश्चिततेचे तत्त्व ही विक्रीच्या बाबतीत सर्वांत आकर्षक गोष्ट असते : सर्व किमती अनियंत्रित आणि मिळत्याजुळत्या असतात. किंमत ठरवणे हा नेहमीच वरिष्ठ व्यवस्थापनाचा निर्णय असतो. जर एखादा मोठा दगड तुम्ही ३५० डॉलर्सला विकण्याचा प्रयत्न केलात, तर विकू शकता. जर तुम्हाला त्या दगडाची किंमत आता चौपट करायची असेल, किंवा तासाभराने ती ०.१० डॉलर्स इतकी कमी करायची असेल, तरी तुम्ही ती करू शकता. तुम्हाला कोणतेही बंधन नाही. कोणत्याही बंधनाशिवाय तुम्ही कोणतीही किंमत, कोणत्याही वेळेस कोणत्याही पातळीवर नेऊ शकता.

किमतीच्या अनिश्चिततेच्या तत्त्वाचा एक महत्त्वाचा उपसिद्धांत आहे. कोणत्याही किमतीचा प्रत्यक्षात स्वीकार करण्यापूर्वी, तुम्हाला तुम्ही लावलेल्या किमतीचे समर्थन करावे लागते. साधारणपणे, लोकांना त्यांना हव्या असलेल्या वस्तूंसाठी कमीतकमी किंमत द्यावी लागली, तर त्यांना ते आवडते (अर्थात काही अपवाद आहेत, ज्यांची ***सामाजिक संकेत*** या प्रकरणामध्ये आपण चर्चा करू). जर तुम्ही जे देऊ करताय, ते विकत घेण्यासाठी लोकांनी तुम्हाला संपूर्ण व योग्य किंमत द्यावी अशी अपेक्षा असेल, तर ती किंमत कशी योग्य आहे याचे ***स्पष्टीकरण*** तुम्हाला देता आले पाहिजे.

होप डायमंड हा एक गडद निळ्या रंगाचा, अत्यंत मौल्यवान व ४५.५ कॅरेटचा हिरा आहे. त्याला अत्यंत वैशिष्ट्यपूर्ण इतिहास आहे. तुम्ही ज्या दगडाची किंमत ३५० डॉलर्स ठरवली आहे, तो जर होप डायमंड नसेल, तर या किमतीचे समर्थन करणे अवघड आहे.

होप डायमंड सध्या स्मिथसोनियन नॅशनल म्युझियमच्या मालकीचा असून, विक्रीसाठी उपलब्ध नाही. जर स्मिथसोनियनने होप डायमंड विकायचे ठरवले, तर ते सहजपणे त्याची किंमत एक अब्ज डॉलर्स इतकी ठरवू शकतात. त्यांना कोण अडवणार?

किमतीच्या अनिश्चिततेच्या तत्त्वाचे प्रत्यक्षातील उदाहरण म्हणजे लिलाव. त्यात किंमत सतत बदलते, किती लोक विकत घेण्यासाठी उत्सुक आहेत आणि किती किंमत मोजण्यास तयार आहेत, यावर किंमत वाढत जाणे अवलंबून असते.

लिलावामध्ये, सुरुवातीला कमी किमतीने सुरू करून, हळूहळू संभाव्य खरेदीदारांना एकमेकांविरुद्ध बोली लावण्याची संधी दिली जाते. एखाद्या वस्तूची, पुनर्निर्मिती शक्य नाही आणि तिच्या तोलामोलाची वस्तू बाजारपेठेत उपलब्धही नाही, अशा वस्तूचा खरा बाजारभाव ठरवण्याचा उत्तम मार्ग म्हणजे त्या वस्तूचा लिलाव करणे! म्हणूनच, होप डायमंडसारख्या दुर्मीळ गोष्टी जर विकल्या गेल्या, तर त्या सामान्यतः लिलावात विकल्या जातात. आजपर्यंत सर्वांत महाग किमतीला विकला गेलेला हिरा म्हणजे नैसर्गिक ५०७.५ कॅरेटचा कुलिनन हेरीटेज डायमंड होय. जो एका लिलावात ३५.३ दशलक्ष डॉलर्सना विकला गेला. एका दगडासाठी ही किंमत वाईट नाही. नाही का?

ही संकल्पना शेअर करा : http://book.personalmba.com/pricing-uncertainty-principle/

किंमत ठरवण्याच्या चार पद्धती

(Four Pricing Methods)

केवळ आर्थिक निकषाचा विचार केला तर, गरीबीपेक्षा पैसा बरा.

– वुडी ॲलन, कॉमेडियन, पटकथाकार आणि दिग्दर्शक

एक क्षण गृहीत धरू या की, तुमचे स्वतःचे घर आहे आणि ते विकण्याची तुमची इच्छा आहे. ***किमतीच्या अनिश्चिततेच्या तत्त्वानुसार*** त्याची किंमत काहीही असू शकते. ती

तुमची तुम्हालाच ठरवावी लागेल, कारण घरे किमतीचे लेबल लावून येत नाहीत. असेही गृहीत धरू की, तुम्हाला हे घर जास्तीतजास्त किमतीला विकायचे आहे. तर मग, ग्राहक स्वीकारतील अशी किंमत तुम्ही कशी ठरवाल?

एखाद्या मूल्यवान गोष्टीच्या किमतीचे समर्थन चार तऱ्हेने केले जाऊ शकते: (१) पुनर्स्थापन परिव्यय (replacement cost) (२) बाजारातील तुलना (market comparison), (३) कसर काढून उरलेला निव्वळ नफा/ निव्वळ सद्यःमूल्य (discounted cash flow/net present value) आणि (४) मूल्याची तुलना (value comparison). या ***किंमत ठरवण्याच्या चार पद्धती*** तुम्हाला ग्राहकाला एखादी गोष्ट किती महत्त्वाची आहे याचा अंदाज बांधण्यासाठी मदत करतील.

एखाद्या वस्तूच्या ***पुनर्स्थापनास खर्च*** किती येतो? या प्रश्नाचे उत्तर देऊन ***पुनर्स्थापन किंमत परिव्यय*** (replacement Cost) पद्धती त्या किमतीचे समर्थन करते. घराच्या बाबतीत, हाच प्रश्न 'याच घरासारखे दुसरे घर बांधण्यास किंवा निर्माण करण्यास किती खर्च येईल?' असा विचारला जाईल.

एखाद्या घरावर उल्का पडली आणि काहीही शिल्लक उरले नाही असे धरले, तर तुम्हाला ते घर पुन्हा शून्यातून उभे करावे लागेल. त्यासारखीच जमीन विकत घ्यायला किती खर्च येईल आणि अगदी तसेच घर उभारण्यासाठी बांधकाम मजुरांना किती पैसे द्यावे लागतील? या सर्वांची बेरीज केल्यास तुम्हाला तुमच्या आताच्या घराची समर्थनीय किंमत मिळेल.

पुनःस्थापन परिव्यय सामान्यतः बहुतेक ऑफर्सना लागू केल्यास 'खर्च अधिक नफा' असा हिशेब असतो. तुम्हाला निर्मितीखर्च किती येणार आहे, त्यात तुमचा इच्छित मार्कअप मिळवा आणि योग्य रीतीने तुमची किंमत ठरवा.

यासारख्या इतर वस्तू सध्या किती किमतीला विकल्या जात आहेत? या प्रश्नांचे उत्तर देऊन ***बाजारातील तुलना*** (market comparison) करण्याची पद्धत एखाद्या वस्तूच्या किमतीचे समर्थन करते. घराच्या बाबतीत, हा प्रश्न इतर घरे या भागात किती किमतीला विकली गेली असा असेल.

जर तुम्ही आजूबाजूला पाहिलेत, तर कदाचित तुमच्या घरासारखी इतर काही घरे गेल्या वर्षभरात विकली गेली असतील. ती कदाचित अगदी तशीच नसतील (कदाचित त्यामध्ये एखादी जास्त बेडरूम किंवा बाथरूम असेल, काही स्क्वेअरफूट कमी असतील, इत्यादी); पण ती बऱ्यापैकी तशीच आहेत. तुम्ही त्यातील फरकांचा विचार केल्यावर, त्या तुलनात्मक घरांच्या विक्रीची किंमत तुमच्या घराच्या किमतीबाबत काही समर्थनीय अंदाज वर्तवू शकेल.

बाजारातील तुलना हा किंमत ठरवण्याचा एक साधारण मार्ग आहे. तुमच्या ऑफरसारखीच ऑफर शोधा आणि त्यांनी लावलेल्या किमतीच्या आसपास तुमच्या वस्तूची किंमत ठेवा.

'काळाबरोबर मूल्य आणेल म्हणजे काळासोबत वस्तूच्या मूल्यात वाढ होईल अशी वस्तू असेल, तर त्याचे मूल्य किती असावे?' या प्रश्नाचे उत्तर देऊन कसर काढून उरलेला ***निव्वळ नफा/ निव्वळ सद्यःमूल्य*** (Discounted Cash Flow/Net Present Value -

DCF /NPV) पद्धती या प्रश्नाचे उत्तर देते व त्या किमतीचे समर्थन करते. तुमच्या घराच्या बाबतीत हाच प्रश्न, तुम्ही जर हे घर काही काळासाठी भाड्याने दिलेत, तर प्रत्येक महिन्याला किती भाडे मिळेल आणि आज एकरकमी मिळणारा निव्वळ नफा किती आहे असा असेल.

सामान्यत: घर भाड्याची रक्कम प्रत्येक महिन्याला जमा होते. जर तुम्हाला एकरकमी रक्कम मिळाल्यास, तुम्ही DCF/NPV फॉर्म्युला वापरून निश्चित काळासाठी अशी किती रक्कम येईल, याचा हिशेब करू शकता. जर तुम्ही घराचा NPV काढलात आणि असे गृहीत धरले की, घर दरमहा २,००० डॉलर्स भाड्याने जर दहा वर्षांसाठी ९५% ऑक्युपन्सीने दिले आणि ***पुढील सर्वांत उत्तम पर्याय*** वापरून तुम्हाला तुमच्या पैशावर ७% व्याज मिळू शकेल आणि तुमच्याकडे घराची समर्थनीय अंदाजे किंमतदेखील असेल.

DCF /NPV हे फक्त ज्या गोष्टी विकल्यावर किंवा विकत घेतल्यावर चालू रुपात कॅश फ्लो निर्माण करू शकतात, अशांची किंमत ठरवण्याचा एक साधा मार्ग आहे. प्रत्येक महिन्याला बिझनेस जितका जास्त नफा देऊ शकतो, तितका तो बिझनेस विकत घेणाऱ्यासाठी फायदेशीर असतो.

मूल्याची तुलना (value comparison) पद्धत ही किमतीचे समर्थन करताना 'कोण कोणासाठी महत्त्वाचे आहे' या प्रश्नाचे उत्तर देते. त्या घराच्या बाबतीत, हाच प्रश्न 'या घराची कोणती वैशिष्ट्ये काही लोकांसाठी मौल्यवान ठरतील' असा असेल.

आता असे गृहीत धरू की, ते घर खूप आकर्षक आहे, सुरक्षित असा शेजार आहे आणि उच्च दर्जाचे पब्लिक स्कूल जवळच आहे. या वैशिष्ट्यांमुळे, ज्या कुटुंबांमध्ये शाळेला जाण्याच्या वयाची मुले आहेत; ज्यांना विशेषकरून त्या शाळेत जायचे असेल, त्यांच्यासाठी हे घर महत्त्वाचे वाटेल. बाजारातील संभाव्य खरेदीदारांना, कमी दर्जाच्या शाळा असलेल्या भागातील घरांपेक्षा हे घर, जास्त पसंतीस उतरेल.

अजून एक उदाहरण : ते घर आधी एल्विस प्रेस्ले यांच्या मालकीचे होते असे समजा. काही विशिष्ट प्रकारच्या लोकांना एल्विस प्रेस्ले आवडणाऱ्या श्रीमंत लोकांना हे घर *अतिशय* महत्त्वाचे वाटेल. त्या मालमत्तेतील एल्विस यांच्या गुंतवणुकीमुळे, तिची किंमत तुम्ही परिस्थापन करून, बाजारात तुलना करून किंवा DCF/NPV पद्धतीने समर्थन कराल, त्याच्यापेक्षा तिप्पट किंवा चौपट जास्त असू शकते. तुम्ही जे देऊ करताय, त्याच्या अद्वितीय वैशिष्ट्यांकडे पाहता आणि त्या वैशिष्ट्यांच्या काही विशिष्ट लोकांसाठी असणाऱ्या सुसंगत मूल्याचा विचार करता, तुम्ही त्यापेक्षा कैक अधिक जास्त किमतीचे समर्थन करू शकता.

किमतीची तुलना ही सामान्यतः तुमच्या ऑफरचे मूल्य ठरवू शकते, कारण ऑफरचे मूल्य काही ठरावीक समूहासाठी खूप जास्त असू शकते, ज्याची परिणती अधिक चांगली किंमत मिळण्यात होऊ शकते. इतर पद्धती पाया म्हणून वापरा; पण ज्यांना तुमची ऑफर विकायची आहे, त्यांच्यासाठी ती ऑफर किती महत्त्वाची आहे, त्यांच्या दृष्टीने त्या ऑफरचे काय मूल्य आहे, हे शोधून काढा आणि त्यानंतर योग्य रीतीने किंमत निश्चित करा.

ही संकल्पना शेअर करा : http://book.personalmba.com/4-pricing-methods/

मूल्यसंक्रमणाचा धक्का

(Price Transition Shock)

जर तुम्हाला मोठे झाल्यावर पायलट व्हायचे असेल, तर तुम्हाला कुठे धक्का मारायचा आणि कुठे मागे यायचे, हे माहीत असायला हवे.

– चक यीगर, आवाजाच्या अडथळ्यावर मात करणारे पहिले पायलट

तुम्ही एखाद्या ऑफरचे मूल्य जेव्हा बदलता, तेव्हा त्याचे परिणाम तुमच्या सध्याच्या लक्ष्य असलेल्या मार्केटपुरतेच सीमित नसतात. किमतीतील बदल तुमचे सामान्य संभाव्य ग्राहक एका रात्रीत बदलू शकतात.

नवीन उद्योजकांना वाटते की, किंमत कमी करणे हा विक्रीमध्ये वाढ करण्याचा उत्तम उपाय आहे. पण, तसे असतेच असे नाही. बहुतेक वेळा, किमतीत वाढ करणे हाच *अधिक* ग्राहकांना आकर्षित करण्याचा प्रभावी उपाय असतो.

ऑफर ही जेव्हा एखाद्या वस्तूच्या स्वरूपात असते, तेव्हा अशी सवलत ग्राहकांना आकर्षित करते. जर एका पेट्रोल पंपावरील पेट्रोल आणि दुसऱ्या पंपावरील पेट्रोलच्या किमतीत काही फरक नसेल, तर जो पेट्रोल पंप किंमत कमी करेल, तिथे जास्त ग्राहक गर्दी करतील. बहुतेक पेट्रोल पंप तेथील त्यांच्या सुविधा स्टोअरपेक्षा पेट्रोल विकूनच जास्त पैसे मिळवतात. पेट्रोलचा दर कमी केल्यामुळे जास्त नफा होऊ शकतो.

अर्थशास्त्राच्या सुरुवातीच्या अभ्यासक्रमात, या कल्पनेला 'प्राइस इलॅस्टिसिटी' म्हणजेच; किमतीची लवचीकता असे म्हणतात. जेव्हा किमती वर खाली जातात, तेव्हा जास्त लवचीकता असलेल्या ऑफर मागणीमध्ये मोठे बदल होतात. किमतीची कमी लवचीकता असलेल्या ऑफर्स जेव्हा किमतीत बदल होतो, तेव्हा कमी चढ-उतार अनुभवतात. अर्थतज्ज्ञांना किमती कमी झाल्या की मागणी वाढते असे दर्शवणारे खाली झुकणारे कर्व्ह असलेले ग्राफ काढायला आवडते.

जेव्हा ऑफर ही वस्तू नसते, तेव्हा पारंपरिक प्रायसिंग कर्व्ह दिशाभूल करू शकतात, ही त्यांची समस्या आहे. प्रत्यक्षात, तुम्ही किमतीत वाढ करण्याने अधिक आकर्षक प्रकारच्या ग्राहकाला ते प्रभावित करेल आणि मागणी वाढू शकेल.

अशा प्रकारच्या मूल्य संवेदनशीलतेचे ऑटोमोबाइल्स हे उत्तम उदाहरण आहेतः काही कार्स हव्याशा वाटतात, *कारण, त्या महाग असतात.* जे ग्राहक सामान्यतः बेन्टले कॉन्टिनेन्टल GT विकत घेतात, ते टोयोटा कॅमरी घेणाऱ्या ग्राहकांपेक्षा वेगळे असतात.

जसजसे तुम्ही प्रायसिंग स्ट्रॅटर्जी तपासून बघता, तेव्हा तुम्हाला काही अडथळे जाणवतील. तिथे तुम्ही काही विशिष्ट प्रकारच्या ग्राहकांना प्रभावित करू शकत नाही व अतिशय वेगळ्या गुणधर्माच्या ग्राहकांना प्रभावित करू लागता. हा ***मूल्य संक्रमणाचा धक्का*** तुमचा व्यवसाय चालवण्याचा अनुभव पूर्णपणे बदलून टाकेल. त्याकडे तुम्ही दुर्लक्ष करू नका.

मूल्यसंक्रमणाचा धक्का मनात बाळगून किंमत ठरवत असताना, दोन महत्त्वाच्या गोष्टी असतात : (१) संभाव्य नफा/फायदेशीरपणा (२) आदर्श ग्राहकाचे गुणधर्म. किमती ठरवण्याची उत्तम युक्ती म्हणजे तुम्ही ठरवलेली किंमत अशी असावी की, ती अशा संभाव्य ग्राहकांना प्रभावित करेल, जे तुमचे काम तुम्हाला हव्या असलेल्या ग्राहकांपर्यंत पोहोचवतील, ज्यामुळे तुम्हाला खूप नफा होईल.

तुमची लक्ष्य बाजारपेठ (target market) कोणती आहे, त्यावर आदर्श समतोल अवलंबून असतो. काही बाजारपेठांमध्ये, कमी किमतींकडे आकर्षित झालेल्या ग्राहकांना सेवा देणे सोपे असते; तर बाकीच्यांमध्ये, सवलतीकडे आकर्षित होणारे ग्राहक आव्हानात्मक आणि उद्धट असू शकतात. त्याचप्रमाणे, जे संभाव्य ग्राहक जास्त किंमत असली तरी डोळे मोठे करत नाहीत, ते सुखद आणि सलोख्याचे किंवा आग्रही आणि आढ्यतेखोर असू शकतात. उद्योगाचा प्रकार आणि संभाव्य ग्राहकाच्या अपेक्षा यावर तुम्हाला येणारा अनुभव अवलंबून असतो.

मी अनेक वर्षे ज्या उद्योगधंद्यात आहे, त्यामध्ये उत्पादनांची/सेवांची किंमत वाढवल्याने त्यांची मागणी दुप्पट होऊ शकली. परिणामी नफा वाढला. ***सेकंड ऑर्डर इफेक्ट*** (नंतर चर्चिले आहे) संभाव्य ग्राहकांनी अवाजवी मागण्या केल्या आणि त्या मागण्या जेव्हा पूर्ण झाल्या नाहीत, तेव्हा ते अत्यंत अनादराने वागले. अल्पकाळासाठी सकारात्मक आर्थिक परिणाम आला. पण या बदलामुळे कर्मचाऱ्यांवर असाधारण ताण पडला.

दुसरीकडे, माझ्या एका ग्राहक कंपनीने, मी दिलेल्या सल्ल्यानुसार, त्यांच्या सेवांच्या किमतीत चौपट वाढ केली. किमतीत वाढ केल्यामुळे त्यांना बाजारपेठेत उच्च स्थान मिळाले. त्यामुळे ग्राहक प्रभावित झाले. ज्या ग्राहकांना त्यांच्या सेवांचे महत्त्व समजले होते, त्यांनी या भाववाढीकडे गंभीरपणे पाहिले. सेवांच्या किमतीत वाढ केल्याचा परिणाम म्हणून 'आदर्श-ग्राहक' व्याख्येत न बसणारे ग्राहक आपोआपच टाळले गेले. ते निघून गेल्याने आता कंपनीच्या ग्राहकांच्या यादीमध्ये उत्तम ग्राहकच शिल्लक राहिले व वाढत राहिले. त्यामुळे, नफाही ५०० पटींनी वाढला. कर्मचारी या बदलाने थरारून गेले : ते आता अधिक चांगल्या ग्राहकांसाठी अधिक काम करत आहेत आणि त्यांच्या या नैपुण्यासाठी त्यांना अधिक मोबदलाही मिळत आहे.

जसे तुम्ही तुमच्या किमतीमध्ये बदल करता, तुमच्या ऑफरकडे आकर्षित होणारा संभाव्य ग्राहकदेखील बदलतो. जितकी जास्त **पर्याप्तता** (Sufficiency) (नंतर चर्चिले आहे) तुम्ही राखू शकता, तुम्ही कोणत्या ग्राहकाला खूश करायचे, ते ठरवू शकता.

हीसंकल्पना शेअर करा : http://book.personalmba.com/price-transition-shock/

मूल्यावर आधारित विक्री

(Value Based Selling)

खर्च केलेल्या पैशाएवढे मूल्य मिळणे; म्हणजे किंमत होय.

– वॉरेन बफे

अशी कल्पना करा की, तुम्ही एखाद्या *फोर्च्युन* 500 कंपनीला सतत सेवा पुरवत आहात, ज्यामुळे त्यांचे वार्षिक उत्पन्न १०० दशलक्ष डॉलर्सनी वाढते. तुमची सेवा वर्षाला दहा दशलक्ष डॉलर्सच्या मोलाची आहे? नक्कीच आहे. कारण, कोणती कंपनी अन्यथा चालू उत्पन्नातील ९० दशलक्ष डॉलर्सवर पाणी सोडेल?

अशी मौल्यवान सेवा देण्यासाठी तुम्हाला जास्त खर्च येत नसेल, तर काही फरक पडतो का? काहीही नाही. जरी तुम्हाला त्याचा वार्षिक खर्च १०० डॉलर्स इतका आला, तरी तुम्ही तुमच्या सेवेतून ग्राहकांना खूप मोठे मूल्य देऊ करत आहात. त्यामुळे तुमच्या सेवांच्या जास्त असलेल्या किमतीचे समर्थन होते.

अनेक बिझनेस अन्य बिझनेसनादेखील सेवा पुरवतात. त्या सेवांचा खर्च १०,००० डॉलर्सच्या आसपास असेल, तर काही फरक पडतो का? अजिबात नाही. तुम्ही बाजारातील इतर सेवा देणाऱ्यांपेक्षा कैक पट अधिक मूल्य देत आहात, जे तुमच्या किमतीचे समर्थन करते.

तुमच्या खरेदीदारांना तुमची ऑफर मौल्यवान ***का वाटते याची कारणे*** समजून घेण्याची प्रक्रिया म्हणजे ***मूल्यावर आधारित विक्री***. मागील भागात आपण पाहिले की, ***मूल्याची तुलना*** (Value Comparison) पद्धती बऱ्याचदा तुमच्या ऑफरच्या जास्त किमतीचे समर्थन करण्याचा उत्तम मार्ग असते. मूल्यावर आधारित विक्री; म्हणजे तुम्ही तुमच्या किमतीचे समर्थन *कसे* करता. एखादा ***व्यवहार*** ग्राहकाला महत्त्वाचा का वाटेल याची कारणे समजून घेतल्यामुळे, तो व्यवहार करताना, तो पूर्ण होण्याची शक्यता वाढवता. खरेदीदार द्यायला राजी असेल अशा प्रकारे किंमतही वाढवता.

मूल्यावर आधारित विक्री म्हणजे बोलणे नव्हे तर ऐकणे होय. जेव्हा बहुतेक लोक विक्रीबाबत विचार करतात, ते एखाद्या मृदू बोलणाऱ्या, आग्रही माणसाची कल्पना करतात, ज्याचे 'व्यवहार पूर्ण करणे' हे एकमेव उद्दिष्ट असते. संशयास्पद रीतीने जुन्या कार विकणाऱ्या डीलरशी स्पर्धा करणे म्हणजे तुमच्याबद्दलचा ***विश्वास*** गमावण्याचा जलद मार्ग आहे. होय, कारण, तसे केल्यामुळे तुमच्या ग्राहकांचा असा समज होऊ शकतो की, त्यांना काय हवे आहे यापेक्षा तुम्हाला तळागाळातील इतर ग्राहकांची जास्त काळजी आहे. प्रत्यक्षात, जे ग्राहकाला नक्की काय हवे आहे, हे लक्षपूर्वक ऐकून घेतात, तेच उत्तम विक्रेते असतात.

तुम्ही, तुमची ऑफर तुमच्या संभाव्य ग्राहकासाठी महत्त्वाची का आहे हे जाणून घेण्याचा चांगला उपाय म्हणजे प्रश्न विचारणे. *SPIN Selling*, या उत्कृष्ट विक्रीसंबंधीच्या पुस्तकात, लेखक नील रॅकहॅम यशस्वी विक्रीचे चार टप्पे विशद करतात :

(१) परिस्थिती समजून घेणे (२) समस्या शब्दांत मांडणे (३) त्या समस्येचे अल्पकालीन आणि दीर्घकालीन परिणाम काय असतील हे स्पष्ट करणे (४) पैसे देण्याची गरज किंवा ग्राहकाला त्या समस्येचे निराकरण झाल्यावर आर्थिक आणि भावनिक काय फायदे होतील, याची मोजणी करणे. अपरिपक्व विक्री करण्यापेक्षा, ग्राहकाच्या निश्चित अशा आवडीच्या मुळाशी नेतील, असे प्रश्न विचारण्यावर लक्ष केंद्रित करा. यशस्वी विक्रेता होण्याचा हा प्रभावी मार्ग आहे.

तुमच्या संभाव्य ग्राहकाला काय हवे आहे याबद्दल अधिक सांगण्यासाठी प्रवृत्त करा. त्यामुळे तुमचे दोन मोठे फायदे होतात. पहिला म्हणजे तुमच्या परिस्थिती समजून घेण्याच्या कुवतीबद्दल संभाव्य ग्राहकाचा विश्वास वाढतो आणि त्यामुळे तुम्ही समस्येवर उपाय शोधून द्याल असा विश्वासदेखील वाढतो. दुसरे म्हणजे तुम्हाला अशी माहिती मिळते, जी वापरून तुम्ही तुमची ऑफर कशी चांगली आहे, हे सांगू शकता. याचा तुम्हाला तुमच्या ऑफरने देऊ केलेल्या मूल्याच्या बदल्यात ऑफरची किंमत असे ***फ्रेमिंग*** करण्यासाठी उपयोग होऊ शकतो.

जर तुम्ही तुमची ऑफर ग्राहकाला का, कशी आणि किती फायदेशीर आहे हे शोधू शकलात, तर त्यांना समजेल आणि आवडेल अशा पद्धतीने तुम्ही त्यांना ऑफरचे मूल्य समजावून सांगू शकाल. तुमच्या ग्राहकांना तुम्ही काय मूल्य देताय हे समजावणे हा फायदेशीर विक्री करण्यासाठीचा राजमार्ग आहे.

ही संकल्पना शेअर करा : http://book.personalmba.com/value-based-selling/

शिक्षणावर आधारित विक्री

(Education-Based Selling)

> केवळ तुमच्या उत्पादनात नाही, तर ते उत्पादन वापरणाऱ्यात सुधारणा करा. 'मूल्य' हे उत्पादनात कमी असतं. ते उत्पादन वापरकर्त्याला कशात सक्षम करेल, याचं 'मूल्य' अधिक असतं. उत्तम कॅमेरे तयार करण्यापेक्षा उत्तम फोटोग्राफर्स तयार करा.
>
> – कॅथी सिएरा, *द हेड फर्स्ट* या पुस्तकांच्या मालिकेची सहनिर्माती आणि लेखिका

कोलोरॅडोला जाण्यापूर्वी, माझी पत्नी, केल्सी न्यू यॉर्क येथे मार्क इनग्राम ब्रायडल अटेलिअर या जगातील सर्वांत प्रतिष्ठित ब्रायडल सलोन; म्हणजेच नववधूंसाठी पोशाख/ड्रेस विकणाऱ्या स्टोअरमध्ये सेल्स मॅनेजर होती. जगभरातील वधूंना त्यांच्या स्वप्नातील लग्नसमारंभासाठी 'परफेक्ट ड्रेस शोधून देणे,' हे तिचे काम होते.

मार्क इनग्राम; म्हणजे ब्रायडल उद्योगातील मार्था स्टेवर्ट. त्यांची स्टाईलबद्दलची समज अकल्पित आहे. ऑस्कर दे ला रेन्टा, मोनिक हुलिअर, लेला रोज आणि वेरा वँग यांच्या

गाऊनमुळे त्यांचे कलेक्शन लोकप्रिय आहे. मार्कचे सल्लागार इतके कुशल आहेत की, ते जे पहिले तीन गाऊन्स दाखवतात त्यांतील एक गाऊन नववधू तिच्या लग्नसमारंभासाठी पसंत करते. त्याबरोबरच, खरेदीचा अनुभव आणि ग्राहकांना दिली जाणारी सेवा उत्तम असते. मार्क सवलत देत नाही; पण प्रतिस्पर्ध्याकडे किमती कमी असल्या, तरी नववधू येथेच गाऊन घेणे पसंत करतात.

बहुतेक ब्रायडल सलूनशी तुलना केली, तर मार्क इनग्राम ब्रायडल अटेलिअर अत्यंत उच्च किमतीचे गाऊन विकतात. मार्क अटेलिअरच्या गाऊनची सरासरी विक्री किंमत ६००० डॉलर्स इतकी असते. राष्ट्रीय सरासरीच्या चार पट जास्त! विक्री होण्यासाठी, मार्कच्या सल्लागारांनी नववधूला गाऊनची किंमत कशी योग्य आहे, हे समजण्यासाठी मदत केली पाहिजे (आणि तिच्या पालकांनाही, कारण बहुतेक वेळा तेच बिल देतात).

ग्राहकांना दुसऱ्या स्टोअरमधून कमी किमतीचा गाऊन खरेदी करणे नक्कीच शक्य आहे. परंतु, स्वस्त गाऊनचे कोपरे कापले जातात : त्यांनी हलक्या दर्जाचे कापड वापरलेले असते, घाईघाईने शिवलेले असतात आणि मशीनने बनवलेली लेस किंवा मणी लावलेले असतात. मार्क अटेलिअर स्टोअरमध्ये जगातील सर्वोत्तम टेलर्सची टीम आहे. तुम्ही मार्कमध्ये वेडिंग गाऊन विकत घेतलात, तर या उत्तम टेलर्सकडून अल्टरेशन करून घेऊ शकता. तसेच, नववधूला गाऊन चांगल्या रीतीने बसण्यासाठी त्यात अल्टरेशन करणेही आवश्यक असते. मार्ककडे असलेली शिंप्यांची टीम जगातील सर्वोत्तम टीम आहे आणि तुम्ही त्यांच्याकडून गाऊन घेतलात, तरच त्यांच्यासोबत काम करू शकता.

जर तुम्हाला गाऊनचा दर्जा आणि फिटिंग याची काळजी वाटत असेल (जी बहुतेक फॅशनबद्दल जागरूक असणाऱ्या नववधूंना नक्कीच असते) तसेच मार्क अटेलिअरमध्ये वेडिंग गाऊन खरेदी करणे परवडत असेल, तर तेच कसे फायद्याचे आहे, हे कळणे सोपे जाईल.

शिक्षणावर आधारित विक्री म्हणजे तुमच्या संभाव्य ग्राहकांना चांगले आणि अधिक माहिती असलेले ग्राहक बनवण्याची प्रक्रिया असते. विक्री सल्लागार म्हणून केल्सी दोन गोष्टी करत असे : (१) नववधूला सहज आणि आरामशीर वाटेल असे करणे, (२) नववधूला गाऊनबद्दल अधिक माहिती होण्यासाठी मदत करणे. जसे की, ते कसे बनवले जातात आणि असे गाऊन घेताना नक्की त्यामध्ये काय पाहिले पाहिजे, इत्यादी.

नववधूला गाऊन विकत घेण्यासाठी 'दबाव आणण्यापेक्षा,' केल्सी नेहमी कपड्यांबद्दल, लेस, मणिकाम, शिवण, आणि आल्टरेशन यांबाबत नववधू व तिच्या पालकांना माहिती सांगण्यासाठी वेळ घेते. ती तिच्या 'ग्राहक' असलेल्या नववधूंना अधिक माहिती व्हावी यासाठी तिच्या वेळाची गुंतवणूक करते आणि यामुळे त्यांनी तिच्याकडून महागडा वेडिंग गाऊन विकत घेण्याची शक्यता वाढते. याचे मुख्य कारण म्हणजे त्यांना आता ती विकत असलेल्या गाऊनच्या दर्जाबद्दल माहिती मिळालेली असते आणि मुख्य म्हणजे तिने त्यांचा ***विश्वास*** संपादन केलेला आहे.

शिक्षणावर आधारित विक्रीसाठी तुमच्या संभाव्य ग्राहकामध्ये गुंतवणूक करणे आवश्यक असते; पण ती फायदेशीर असते. तुमच्या संभाव्य ग्राहकांना अधिक स्मार्ट बनवण्यासाठी तुम्हाला थोडी शक्ती खर्च करावी लागते. त्याचबरोबर, तुम्ही तुमच्या नैपुण्यामधील विश्वास

वाढवत त्यांना अधिक चांगले ग्राहक बनवत असता. या अनुषंगाने, प्रभावी शिक्षण देण्याबरोबरच तुमची ऑफर ही प्रतिस्पर्ध्यापेक्षा अनेक पटींनी उच्च दर्जाची असायला हवी, अन्यथा तुम्ही तुमचे ग्राहक घालवून बसाल. तुमची ऑफर विक्री होण्यायोग्य असण्याच्या दृष्टीने हे अजून एक कारण आहे.

ही संकल्पना शेअर करा : http://book.personalmba.com/education-based-selling/

पुढील उत्तम पर्याय

(Next Best Alternative)

जेव्हा इतरांना तुमची व्यवहारातून बाहेर पडण्याची तयारी आहे हे जाणवते, तेव्हा तुमची बाजू मजबूत होते... तुमच्याकडे केवळ होकारापेक्षा जास्त चांगले काहीतरी आहे.

– रॉबर्ट रुबिन, अमेरिकेच्या ट्रेझरीचे माजी सचिव

वाटाघाटी करताना, जर दोन्ही पक्ष सहमत होऊ शकले नाहीत, तर दुसरा पक्ष काय करू शकेल, हे माहीत असणे उपयुक्त असते. कधीकधी, एखाद्या गोष्टींवर दोघांनी सहमत होणे अशक्य असते. काहीच ***सामायिक कारण*** नसते, म्हणून दोन्ही पक्ष आपापल्या मार्गाने जाण्याचे ठरवतात. मग पुढे काय?

तुमच्या ***पुढील उत्तम पर्याय*** हा की तुम्ही ज्या पक्षाबरोबर वाटाघाटी करत आहात, त्यांच्याबरोबर सामायिक कारण मिळाले नाही, तर काय कराल हे ठरविणे? कल्पना करा की, तुम्ही नोकरी शोधत आहात आणि तीन कंपन्या तुम्हाला नोकरीवर ठेवण्यास उत्सुक आहेत. तुमच्या अ कंपनी बरोबरीच्या वाटाघाटींमध्ये जर दोन्ही पक्ष सहमतीच्या करारापर्यंत पोहोचू शकत नसतील, तरीही तुम्ही आत्मविश्वासाने वाटाघाटी कराल. कारण, ब आणि क कंपन्याही तुम्हाला नोकरी देण्यास उत्सुक आहेत, हे तुम्हाला माहीत असते. त्यामुळे तुमचे पारडे जड असते. पण जर कंपनी अ हा एकच पर्याय तुमच्याजवळ असेल, तर तुम्ही फारशा चांगल्या कराराची अपेक्षा करू नका.

दुसऱ्या पक्षाकडे देखील ***पुढील उत्तम पर्याय*** असतो. त्या पर्यायाविरुद्ध तुम्ही वाटाघाटी करत असता. जर तुम्ही एखादे १०० डॉलर्स किमतीचे उत्पादन विकत असाल, तर बाजारात उपलब्ध असलेल्या इतर उत्तम पर्यायांशी तुमची स्पर्धा असते. जसे की, तुमचे १०० डॉलरचे उत्पादन खरेदी करण्याऐवजी ग्राहक बचत करणे, गुंतवणूक करणे किंवा अन्य काही खरेदी करणे अशा इतर उत्तम पर्यायांमधून निवड करू शकतात. समजा, तुम्ही एखादा कर्मचारी नेमण्याचा विचार करत असाल, तर, तुम्ही त्यांच्याकडे अन्य कंपनीकडून असलेल्या पुढील उत्तम ऑफरशी स्पर्धा करत असता. दुसऱ्या पक्षाला जितके जास्त पर्याय उपलब्ध असतील, तितकी तुमची वाटाघाटीमधील स्थिती कमकुवत असते.

दुसऱ्या पक्षाकडे असलेला पुढील उत्तम पर्याय समजून घेणे तुम्हाला विक्रीसाठी फायदेशीर ठरते. तुम्ही तुमचा करार त्यांच्याकडे असलेल्या पर्यायापेक्षा जास्त आकर्षक होईल, यासाठी प्रयत्न करू शकता. समोरील पक्षाकडे असणाऱ्या पर्यायांबद्दल तुम्हाला जितकी जास्त माहिती असेल, तितक्या जास्त चांगल्या पद्धतीने तुम्ही उपलब्ध विविध पर्यायांचे ***एकत्रिकरण*** किंवा ***विलगीकरण*** करून तुमची ऑफर ***फ्रेम*** करू शकता.

पुढील उत्तम पर्याय वाटाघाटी ठोस असेल, तर वाटाघाटी गतिमान होतात. अनेक व्यावसायिक खेळाडू त्यांचे वार्षिक करार नव्याने करताना या पर्यायाचा वापर करतात. मोफत एजन्सीमार्फत करारांचे नूतनीकरण करताना किंवा नव्याने वाटाघाटी करताना जर त्यांच्याकडे अन्य टीममध्ये जाण्याचा पर्याय असेल, तर त्यांना प्रोत्साहन मिळू शकते. अशाने दोघांनाही स्वीकारार्ह होईल असा व्यवहार होण्यास मदत होते.

प्रत्येक वाटाघाटीमध्ये, जो पक्ष चांगल्या नसलेल्या व्यवहारातून *बाहेर जाण्याची इच्छा बाळगून तयारी करतो,* तो ताकदवान असतो. जितके जास्त स्वीकारार्ह पर्याय तुमच्याकडे असतील, तितकी तुमची स्थिती चांगली असते. तुमचे पर्याय जितके आकर्षक, तितकी तुमची तुम्हाला फायदेशीर नसलेल्या व्यवहारातून बाहेर पडण्याची तयारी जास्त आणि ज्यामुळे अधिक चांगला व्यवहार होतो.

ही संकल्पना शेअर करा : http://book.personalmba.com/next-best-alternative/

विशिष्टता

(Exclusivity)

नेहमी, खूप सामर्थ्यवान असणे हाच उत्तम डावपेच असतो.

– कार्ल वॉन क्लॉजेविट्ज, मिलिटरी स्ट्रॅटेजी तज्ज्ञ

बहुतेक वेळा, विक्रीदरम्यान, ***वैशिष्ट्यपूर्णता*** अभंग ठेवणे हे तुमच्या फायद्याचेच असते. अद्वितीय किंवा असामान्य ऑफर निर्माण करणे; म्हणजे तुमच्या उत्पादनाचा/सेवेचा असा उच्च दर्जा देणे; जो इतर कंपन्या देऊ शकत नाहीत. जर तुमच्या संभाव्य ग्राहकांना जे हवे ते देणारे तुम्ही एकमेव व्यक्ती किंवा कंपनी असाल, तर तुम्ही तुमच्या बाजूस झुकते माप असलेल्या अटींवर वाटाघाटी करण्यासाठी अतिशय सामर्थ्यवान आहात.

जर तुम्हाला आयफोन खरेदी करायचा आहे, तर तुम्हाला तो ॲपल कंपनीमार्फत घ्यावा लागतो. तोच एकमेव मार्ग आहे. तुम्ही हे प्रॉडक्ट डायरेक्ट किंवा रिटेलरकडून घेऊ शकता. अर्थात, तुम्ही कोणत्याही प्रकारे घेतलात, तरीही ॲपल या कंपनीलाच पैसे मिळतात.

आपले उत्पादन वैशिष्ट्यपूर्ण असणे अनेक कारणांमुळे फायदेशीर असते. विशिष्टता असलेल्या उत्पादनाचे ***ओळखलेले मूल्य*** उच्च राखता येते. कारण, तिथे प्रत्यक्ष स्पर्धा

नसते. पर्याय किंवा पर्यायी गोष्टी अस्तित्वात असू शकतात. पण जर संभाव्य ग्राहक तुमच्या विशिष्टता असलेल्या ऑफरवर ठाम असेल आणि त्याला ते तुमच्या मार्फतच घ्यावे लागणार असेल, तर तुम्हाला त्याची जास्त किंमत ठेवणे आणि चांगले ***प्रॉफिट मार्जिन*** ठेवणे सोपे होते.

तुम्ही जेव्हा नवीन काही निर्माण करता, तेव्हा वैशिष्ट्यपूर्णता अभंग ठेवणे सगळ्यांत सोपे असते. ज्याचा अर्थ, काहीतरी वैशिष्ट्य असणे हे ***उत्पादनांसाठी*** आणि ***सेवांसाठी*** सर्वांत जास्त अर्थपूर्ण असते. पुनर्विक्री करणारे लोक जोवर ते उत्पादनाच्या निर्मितिप्रक्रियेचा हिस्सा असत नाहीत, तोवर त्यांना विशिष्टता उभी करणे अवघड जाते. म्हणूनच, पुनर्विक्री करणारे बहुतेक वेळा 'प्रायव्हेट लेबल' ब्रॅन्ड तयार करतात. ज्याप्रमाणे, कोस्टकोचा प्रसिद्ध कर्कलँड सिग्नेचर ब्रॅन्ड हा विशिष्टता निर्माण करण्याचा एक मार्ग आहे. त्याचप्रमाणे, अद्वितीय उत्पादने तयार करण्यासाठी 'ट्रेडर जो'ची उत्पादकांशी अद्वितीय उत्पादने तयार करण्यासाठी वाटाघाटी करण्याची युक्तीही अशी विशिष्टता निर्माण करते!

तुमच्या संभाव्य ग्राहकांना जे हवे आहे, ते मिळण्याचा तुम्ही जर एकमेव मार्ग असाल, तर तुम्ही जिंकलात!!

ही संकल्पना शेअर करा : http://book.personalmba.com/exclusivity/

तीन वैश्विक चलने

(Three Universal Currencies)

वेळ तुमचा पैसा घेईल; पण पैसा वेळ विकत घेऊ शकत नाही.

– जेम्स टेलर, संगीतकार

प्रत्येक वाटाघाटीमध्ये ***तीन वैश्विक चलने*** वापरली जातात – साधनसंपत्ती, वेळ आणि लवचीकता. यांपैकी कोणतेही चलन दुसऱ्यापेक्षा जास्त किंवा कमी प्रमाणात दिले घेतले जाऊ शकते.

साधनसंपत्ती या निश्चित वस्तू असतात. जसे की; पैसे, सोने, तेल, इत्यादी. साधनसंपत्ती ही भौतिक रूपात असते. तुम्ही ती तुमच्या हातात धरू शकता. जर तुम्हाला काही फर्निचर विकत घ्यायचे असेल, तर त्या बदल्यात तुम्ही पैसे देऊ शकता. जर तुम्ही तुमची कार विकत असाल, तर ती विकत घेणारा (तुमच्या संमतीने) तुम्हाला पैशांऐवजी सोन्याची चिप किंवा *अॅक्शन कॉमिक्स नंबर १* याची अगदी पहिली आवृत्ती देऊ शकतो, ज्यात सुपरमॅन छापील स्वरूपात प्रथम दिसला. तुम्ही केवळ एका साधनसंपत्तीचा दुसऱ्या साधनसंपत्तीच्या बदल्यात व्यापार करत आहात.

वेळ हे दुसरे महत्त्वाचे चलन आहे. जर तुम्ही तासांच्या हिशोबाने काम करत असाल, तर तुम्ही ठरावीक वेळाचा आणि श्रमांचा ठरावीक साधनाच्या बदल्यात व्यापार करत

आहात. तुम्ही वेळाच्या बदल्यात साधनसंपत्तीचा व्यापारपण करू शकता. तुम्ही इतर लोकांना त्यांच्या कामाच्या (त्यांनी तुमच्यासाठी खर्चलेल्या वेळाच्या) बदल्यात पैसे देऊ करू शकता. नोकरी, करार आणि फ्रीलान्स बिझनेस असेच चालतात.

लवचीकता हे तिसरे वैश्विक चलन आहे. त्याला शक्यतो कमी लेखले जाते. पगारदार नोकर होणे म्हणजे सरळसरळ श्रमांचा मोबदला नव्हे. तुम्ही काही ठरावीक प्रमाणात तुमची लवचीकतादेखील देऊ करत असता. त्यात एक सूचक करार असतो की, तुम्ही ज्या वेळी एका कंपनीसाठी काम करत असाल, त्या वेळी अन्य कंपनीसाठी व इतर कामांसाठी वेळ खर्च करणार नाही. हे खरे संधिमूल्य (Opportunity Cost) आहे. तुम्ही जेव्हा नोकरी करता, तेव्हा तुम्ही इतर काही करण्याची लवचीकता सोडून दिलेली असते.

कमी अथवा जास्त प्रमाणात लवचीकता मिळण्यासाठी साधने किंवा श्रम यांचा व्यापार करणे शक्य आहे. उदाहरणार्थ, तुम्ही पार्ट-टाइम काम करून, तुमचे श्रम कमी करून लवचीकता वाढवू शकता. त्याचा परिणाम म्हणजे तुम्हाला कमी साधनसंपत्ती; कमी पगार आणि कमी फायदे मिळतील. तुम्ही जर घर तीन वर्षांसाठी मॉर्गेज करून त्या काळात पैसे साठवून मग विकत घ्यायचे असे ठरवलेत, तर घर खरेदी करण्यास कमी वेळ लागेल. त्याबदल्यात थोडी अधिक साधनसंपत्ती (व्याज) आणि प्रचंड कमी लवचीकता द्यावी लागेल.

यापैकी एक किंवा अधिक चलनातील नेमका ***ट्रेड ऑफ्स*** ओळखून त्यांपैकी कोणतेही चलन जास्त प्रमाणात मिळवणे शक्य आहे. जर तुम्हाला पगारवाढ किंवा मोठ्या कराराच्या स्वरूपात अधिक मोबदला हवा असेल, तर तुम्ही ट्रेड ऑफ म्हणून वेळ किंवा लवचीकता देऊ शकता. (जसे की, अन्य कारणासाठी तुम्ही त्याचा कसा वापर करू शकता याची ही क्षमता). जर तुम्हाला तुमच्या कामामध्ये थोडी अधिक लवचीकता किंवा मोकळा वेळ हवा असेल, तर तुम्ही पगार किंवा मोबदला कमी करण्यासाठी चर्चा करू शकता. जर तुमचा मालक अथवा ग्राहक तुम्ही जास्त वेळ काम करावे असे इच्छित असेल, किंवा तुमच्या कामाचा अधिक फायदा व्हावा असे त्यांना वाटत असेल, तर तुम्ही त्याबदल्यात अधिक मोबदला मागू शकता.

वाटाघाटी करताना नेहमी ही तीन वैश्विक चलने ध्यानात ठेवा आणि तुम्हाला आश्चर्य वाटेल की, समोरील पक्षाला तुम्ही किती विविध संभाव्य पर्याय देऊ शकता. ज्यायोगे, अशा प्रकारे सर्वांनाच फायदेशीर ठरेल असा पर्याय शोधता येईल.

ही संकल्पना शेअर करा : http://book.personalmba.com/3-universal-currencies/

वाटाघाटींची तीन परिमाणे

(Three Dimensions of Negotiations)

कोणत्याही वाटाघाटी करण्याआधी तुम्ही हे निश्चित करा की, जर समोरील व्यक्ती नाही म्हणाली, तर काय करायचे.

– अर्नेस्ट बेविन, पूर्व ब्रिटिश परराष्ट्र सेक्रेटरी

बहुतेक लोकांना वाटते की समोरासमोर बसून बोलणी करणे तसेच प्रस्ताव आणि प्रतिप्रस्ताव सादर करणे म्हणजे वाटाघाटी. पण ती त्या प्रक्रियेची सर्वांत शेवटची पायरी असते. प्रस्ताव आणि प्रतिप्रस्ताव सादर करणे या दोन गोष्टी बसून बोलणी करण्याआधी घडतात.

वाटाघाटींची तीन परिमाणे आहेत. सेटअप (मांडणी), स्ट्रक्चर (रचना) आणि डिस्कशन (चर्चा). डेव्हिड लॅक्स आणि जेम्स सीबेनियस यांनी त्यांच्या *3-D निगोसिएशन* या पुस्तकात चर्चा केल्याप्रमाणे, या सर्व पायऱ्या खूप महत्त्वाच्या आहेत. व्यवहारासाठी आणि तुमचे डावपेच आधीच ठरवण्यासाठी पोषक असे ***वातावरण*** (नंतर चर्चिले आहे) तयार केल्याने, तुम्ही परस्परांना मान्य होईल, असा तोडगा काढण्याची शक्यता लक्षणीयरीत्या वाढू शकते.

वाटाघाटींचा पहिला टप्पा म्हणजे ***सेटअप***. वाटाघाटींतून समाधानकारक परिणाम मिळावेत यासाठी मंच तयार करणे. बोलणी सुरू करण्यापूर्वी तुम्हाला त्यातील जितक्या जास्त विपरीत गोष्टी तुमच्या बाजूला वळवता येतील, तितका तुम्हाला चांगला व्यवहार करता येईल जसे :

- वाटाघाटींमध्ये कोण कोण सामील आहे आणि ते तुमच्याशी व्यवहार करण्यास उत्सुक आहेत का?
- तुम्ही कोणाशी बोलणी करत आहात आणि त्यांना तुम्ही कोण आहात आणि त्यांना कशी मदत करू शकता हे माहीत आहे का?
- तुम्ही काय प्रस्ताव मांडत आहात आणि त्याचा समोरच्या पक्षाला कसा फायदा होणार आहे?
- सेटिंग म्हणजे परिस्थिती कशी आहे? तुम्ही तुमचा प्रस्ताव वैयक्तिकरीत्या, फोनवर किंवा अन्य कोणत्या मार्गांनी सादर करणार आहात?
- व्यवहाराभोवतालचे वातावरण काय आहे? नुकत्याच घडलेल्या घटनांमुळे समोरील पक्षाला व्यवहाराचे महत्त्व कमी अथवा जास्त वाटते का?

सेटअप हा वाटाघाटींच्या ***मार्गदर्शक रचनेचे*** (Guiding Structure) (यावर नंतर चर्चा केली आहे) परिमाण आहे. व्यवहाराच्या आजूबाजूचे वातावरण त्याच्या अंतिम परिणामामध्ये खूप मोठी भूमिका बजावत असते. त्यामुळे, तुम्ही बोलणी करण्यास सुरू करण्यापूर्वी चांगला

व्यवहार होण्यासाठीचे वातावरण पोषक आहे का, हे बघणे फायद्याचे असते. सेटअपबद्दल विचार केल्यास, तुम्ही योग्य व्यक्तीशी बोलणी करत आहात का हे पाहू शकता. अशी व्यक्ती जिच्याकडे तुम्हाला जे हवे आहे, ते देण्याची **ताकद** (नंतर चर्चिले आहे) आहे. या परिमाणाला थोडे वजन प्राप्त होण्यासाठी तुम्ही थोडेसे संशोधन करणे आवश्यक आहे. या टप्प्यामध्ये तुमच्या समोरील पक्षाबाबत तुम्हाला जितकी जास्त माहिती मिळवता येईल, तितकी बोलणी करण्यामध्ये तुमची ताकद वाढेल. म्हणून तुमची ऑफर सादर करण्यापूर्वी थोडासा गृहपाठ करा.

वाटाघाटींचे दुसरे परिमाण म्हणजे ***रचना*** – प्रस्तावाच्या अटी. या टप्प्यावर, तुम्ही तुमचा प्रस्ताव अशा प्रकारे एकत्रित करून सादर करता की तो आवडेल आणि स्वीकार केला जाईल :

- तुम्ही नक्की कोणाला प्रस्ताव देताय आणि त्या पक्षाला तुमचा प्रस्ताव कसा ***फ्रेम*** कराल?(कोणत्या शब्दांत सुयोग्य प्रकारे मांडाल?)
- दुसऱ्या पक्षाला तुमच्या प्रस्तावाचा प्राथमिक फायदा काय असणार आहे?
- दुसऱ्या पक्षाचे ***पुढील उत्तम पर्याय*** काय आहेत आणि त्यापेक्षा तुमचा प्रस्ताव कसा अधिक चांगला आहे?
- तुम्ही दुसऱ्या पक्षाच्या खरेदी न करण्याच्या आक्षेपावर आणि ***अडथळ्यावर कशी मात कराल?***
- व्यवहारास समोरच्या पक्षाची सहमती होण्यासाठी तुम्ही काही ***ट्रेड ऑफ*** किंवा सवलती देण्यास इच्छुक आहात का?

लक्षात ठेवा, की तुमचे उद्दिष्ट असा प्रस्ताव तयार करण्याचे आहे जेणेकरून तुम्हाला ***सामायिक कारण*** सापडेल. असा करार जो दोन्ही पक्ष आनंदाने मान्य करतील. तुमच्या प्रस्तावाच्या रचनेचा जरा आधी विचार केलात, तर तुम्हाला काही वेगवेगळे पर्याय तयार करता येतील, जे तुमच्या मते दुसऱ्या पक्षाला हवे असतील. तुम्हीही ते पर्याय स्वीकारण्यास राजी असाल, असे पर्याय तयार ठेवा.

जर, दुसरा पक्ष तुम्ही ठरवलेल्या किमतीला आक्षेप घेईल असे वाटत असेल, तर तुम्ही त्या अडथळ्यावर मात करण्यासाठी काही युक्तिवाद तयार करून ठेवू शकता. ग्राहकाला तुम्ही किंमत कमी करून त्याबदल्यात कमी मूल्य देण्याचा पर्याय ही तयार करू शकता किवा अशी एखादी पर्यायी ऑफर तयार करू शकता, जी त्यांच्या गरजेला जास्त सयुक्तिक असेल. अशा प्रकारे तयारी केल्यास प्रत्यक्षात जेव्हा व्यवहाराची बोलणी करण्याची वेळ येईल, त्या वेळेस तुम्ही कोणत्याही परिस्थितीसाठी तयार असाल.

वाटाघाटींचे तिसरे परिमाण म्हणजे ***चर्चा*** – दुसऱ्या पक्षाला प्रत्यक्षात ऑफर सादर करणे. चर्चेच्या दरम्यान तुम्ही प्रत्यक्षात तुमच्या प्रस्तावाबद्दल दुसऱ्या पक्षाबरोबर बोलू शकता. कधीकधी ही चर्चा सिनेमात दाखवल्याप्रमाणे होते जसे आलिशान अशा बोर्ड रूममध्ये, CEOच्या टेबलासमोर बसून, कधीकधी फोनवरही होते. तर कधी ई-मेलच्या माध्यमातूनही होते. त्याचे सेटिंग काहीही असो, या टप्प्यावर तुम्ही तुमचा प्रस्ताव सादर

करता, चर्चा करता किंवा दुसऱ्या पक्षाला तो समजण्यात काही अडचण असेल तर ती दूर करता. त्यांचा काही आक्षेप असेल तर आक्षेपास उत्तर देता आणि खरेदीतील अडथळे दूर करून विक्रीसाठी विचारणा करता.

या चर्चेच्या टप्प्यावर काहीही होवो, प्रत्येक चर्चेच्या फेरीचा अंतिम परिणाम पुढीलप्रमाणे असतो :

(१) 'हो, या अटींवर आपण व्यवहार करत आहोत.'

(२) 'आपला व्यवहार अद्याप झालेला नाही. हा प्रतिप्रस्ताव आहे किंवा आपण अन्य पर्याय विचारात घेऊ शकतो,' किंवा

(३) 'नाही, आपला व्यवहार झालेला नाही. त्यामध्ये काहीही स्पष्ट सामायिक कारण नाही, त्यामुळे आपण बोलणी थांबवू आणि अन्य कोणाशी बोलणी करण्याचा हक्क राखून ठेवू.' जोपर्यंत अंतिम करार होत नाही किंवा दोन्ही पक्ष वाटाघाटी बंद करण्याचे ठरवत नाहीत. यांपैकी जे प्रथम होईल ते. तोपर्यंत चर्चा सुरू राहते.

जर, तुम्ही या तीन परिमाणांची (सेटअप, स्ट्रक्चर आणि डिस्कशन) पूर्वतयारी केलीत, तर दोन्ही पक्षांना फायदेशीर असणाऱ्या अटींवर व्यवहार करू शकाल.

ही संकल्पना शेअर करा : http://book.personalmba.com/3-dimensions-of-negotiation/

बफर

(Buffer)

ज्ञानाशिवाय उत्साह म्हणजे मूर्खपणा आहे.
– सर जॉन डेविस, एलिझाबेथन कवी, वकील आणि आयलंडचे माजी अटोर्नी जनरल

बहुतेक सर्वच; पण सौम्य परिस्थितीत, ***सामायिक कारणामुळे*** हे निश्चित होते की, प्रत्येक व्यवहार दोन्ही पक्षांच्या हितामध्ये होतो आहे. तरीही, करारामध्ये किंवा चर्चेमध्ये काही असे भाग असतात की, ज्यामध्ये एका पक्षाचा फायदा हा दुसऱ्यासाठी तोटा असतो. तुम्ही जर नोकरीसाठी मुलाखत देत आहात आणि तुम्ही अधिक वेतनासाठी बोलणी केलीत, तर तुमच्या वेतनातील वाढ ही मालकासाठी नुकसानच असते.

वाटाघाटीमध्ये अशा गोष्टी गंभीर होऊ शकतात. ते त्या वेळच्या परिस्थितीवर अवलंबून असते. तुम्हाला जितके शक्य आहे, तितके तुम्ही आपले म्हणणे ठसवण्याचा प्रयत्न करता; परंतु जर तुम्ही जास्त प्रयत्न केलात, तर तुम्ही व्यवहाराचे नुकसान करण्याची जोखीम असते. इतकेच नव्हे; तर आणि दुसऱ्या पक्षाबरोबरचे तुमचे संबंध बिघडू शकतात.

अशा वेळी, तुम्हाला बोलणी करण्यास आणि संबंध न बिघडू देता चांगला व्यवहार करून देण्यास मदत करेल, अशा व्यक्तीला बोलणी करताना सोबत घेतल्याने मदत होते.

बफर म्हणजे अन्य किंवा तिसरा पक्ष जो तुमच्या वतीने बोलणी किंवा वाटाघाटी करण्यास समर्थ आहे. ***एजंट्स,*** वकील, मध्यस्थ, ब्रोकर्स, अकाउन्टंट्स आणि इतर तत्सम त्या त्या विषयातील तज्ज्ञ ही सर्व बफरची उदाहरणे होत. जे बफर विशिष्ट प्रकारच्या वाटाघाटीमध्ये निष्णात असतात, ते तुम्हाला शक्य तितका उत्कृष्ट व्यवहार करून देण्यासाठी खूप मौल्यवान मदत करू शकतात. जर तुम्ही एखाद्या प्रामाणिक आणि सक्षम बफरची मदत घेत असाल, तर तुम्हाला टॉर्ट कायदा (लॉ ऑफ टॉर्ट) आणि आयकर कायद्यासारख्या सर्वच रहस्यमय गोष्टी माहीत असायला पाहिजेत असे नाही.

जेव्हा एखादा व्यावसायिक खेळाडू एखाद्या व्यावसायिक टीमबरोबर करार करण्यासाठी बोलणी करत असतो, त्या वेळी तो किंवा ती विशेषकरून अशा प्रकारच्या एजंट आणि वकील, दोघांचीही मदत घेतो/घेते. एजंटचे काम हे असते की, खेळाडूंसाठी शक्य तितके जास्त मानधन मिळवून देणे. या गोष्टीची टीम मॅनेजर्सना आणि मालकांना कल्पना असते. म्हणून एजंटने जरी जास्त अडेल भूमिका घेतली, तरीही ते खेळाडूला संघात घेण्याबाबत सकारात्मक राहू शकतात. शेवटी, खेळाडूंचे एकूण मानधन एजंटची फी दिल्यावरच वधारते, म्हणजे त्याचा फायदाच होतो.

तेच खेळाडूंच्या वकिलांबाबत असते, ते प्रस्तावित करारामध्ये काही अटींचा समावेश करण्याबाबत किंवा काही अटी वगळण्याबाबत युक्तिवाद करू शकतात. वकील त्यांच्या ज्ञानाच्या, अनुभवाच्या आणि निपुणतेच्या बळावर हेच प्रस्ताव अधिक ताकदीने मांडू शकतात. एजंट व वकील मिळून टीमच्या मालकासोबत आणि मॅनेजरबरोबरदेखील काम करू शकतात. ते खेळाडूच्या गुडविलला किंवा **प्रतिष्ठेला** धक्का न पोहोचता, टीमला मान्य होऊ शकेल असा उत्तम व्यवहार/करार होण्यासाठी प्रयत्न करू शकतात.

जास्त तीव्रतेच्या वाटाघाटीसाठी थोडा अवधी मिळवून देण्यासाठीही बफर्सची मदत होऊ शकते. प्रथम म्हणणे मांडणाऱ्या पक्षासाठी हे बहुतेक वेळा उपयुक्त नसते. घाईने किंवा मूर्खपणाने अंतिम निर्णयाला मान्यता देण्यापेक्षा, माझ्या एजंटबरोबर किंवा अकाउंटंटबरोबर किंवा वकिलांबरोबर चर्चा केली पाहिजे, असे म्हणता येते, आणि अधिक वेळ मागून घेता येतो.

बफरबरोबर काम करताना, ***इन्सेन्टिव्हमुळे येणाऱ्या पूर्वग्रहाबाबत*** (यावर नंतर चर्चा केली आहे) खूप लक्ष द्या. परिस्थितीनुसार, तुमच्या बफरची आणि तुमची प्राधान्ये वेगवेगळी असू शकतात. उदाहरणार्थ, रिअल इस्टेट एजंट्स नेहमी मिळकत विकणारी व्यक्ती आणि भावी खरेदीदार यांच्यामधील बफर म्हणून काम करतात. जर तुम्ही मिळकत खरेदी करू इच्छित असाल, तर खरेदीदारांच्या बाजूने काम करणाऱ्या एजंटबरोबर काम करा. त्यासाठी तुम्हाला माहीत असायला हवे की, त्यांना कशा प्रकारे मानधन मिळते.

एजंट्सना साधारणपणे, कमिशनवर पैसे दिले जातात. त्यामुळे, जर तुम्ही खरेदी करताना त्यांची मदत घेत असाल तर काळजी घ्या. एखादा **व्यवहार** पूर्ण झाला, तर आणि तरच एजंट्सना पैसे दिले जातात. त्यामुळेच, व्यवहार पूर्ण करण्याला ते प्रथम प्राधान्य देतात, मग तो व्यवहार प्रत्यक्षात खरेदी करणाऱ्यासाठी चांगला असो किंवा नसो.

शक्य असल्यास, व्यवहार होवो अथवा न होवो, तरी त्याच्या मोबदल्यात फी म्हणून एक ठरावीक रक्कम घेण्यास तयार असणाऱ्या एजंटबरोबर काम करा. जर तुमच्या बफरला व्यवहार होईल का नाही याची पर्वा न करता फी मिळणार असेल, तर तुम्हाला उत्तम व्यवहार करून देण्याकडे त्यांचा कल असेल. त्यामुळे त्यांची प्रतिष्ठाही वाढेल.

बफरला तुमच्या निर्णयावर प्रभाव पाडू देऊ नका किंवा तुमचा निर्णय बदलू देऊ नका. विशेषतः जर तुमचे आणि बफरचे कल एकसारख्या गोष्टींकडे नसतील, तर बफरला तुमच्या निर्णयावर ताबा घेऊ देणे ही सर्वांत वाईट गोष्ट असू शकते. जे गुंतवणूकदार बेसावध राहतात व आपल्या ब्रोकर्सवर आंधळा विश्वास ठेवतात, त्यांना याचा कटू अनुभव येतोच. जे गुंतवणूकदार आपल्या ब्रोकर्सना आर्थिक व्यवहारांचा पूर्ण ताबा देऊन टाकतात, त्यांना लवकरच आपली झोळी रिकामी झाल्याचे लक्षात येते. ब्रोकरना प्रत्येक वेळी पैसे गुंतवले किंवा काढले की कमिशन मिळते. त्यामुळे ते गुंतवणूकदारांचा अकाउंट 'घुसळून' काढतात आणि अत्यंत कायदेशीरपणे कित्येक हजार डॉलर्सची अनावश्यक फी कमावतात. एक 'नियम' म्हणून आपल्या पैशांवर परिणाम होईल, असे निर्णय घेण्याचे अधिकार *कोणालाही* देऊ नका.

जोवर बफरना मानधन कशा प्रकारे दिले जाते, ते कशासाठी जबाबदार आहेत आणि तुम्हाला एकत्र काम कसे करायचे आहे, हे तुम्हाला माहीत आहे, तोवर तुमच्यासाठी बफर हे उत्तम मदत ठरू शकतात.

ही संकल्पना शेअर करा : http://book.personalmba.com/buffer/

मन वळवण्यास प्रतिकार

(Persuasion Resistance)

विक्री ही संभाव्य ग्राहकांच्या नव्हे; तर विक्रेत्याच्या वृत्तीवर अवलंबून असते.

– डब्ल्यू. क्लीमेंट स्टोन, विमाविक्रेता, परोपकार-रत समाजसेवक आणि लेखक

संभाव्य ग्राहकांना एक गोष्ट अस्वस्थ करते. ती म्हणजे एखादी गोष्ट नक्की त्यांना विकली जाईल किंवा त्यांच्या विशेष फायद्याच्या नसलेली गोष्ट घेण्यासाठी त्यांची सहमती मिळवली जाईल. या अनुभवास ***मन वळवण्यास प्रतिकार*** असे म्हणतात आणि हा 'विक्री करण्यामधील मोठा अडथळा' असतो.

जेव्हा संभाव्य ग्राहकांना अशी जाणीव होते की, कोणीतरी त्याला नको असलेल्या गोष्टींसाठी राजी करण्याचा प्रयत्न करत आहे किंवा ज्याबद्दल त्यांची खात्री नाही अशी गोष्ट करण्यास भरीस पाडत आहे, ते आपोआप प्रतिकार करतात आणि त्या संभाषणापासून लांब जाण्याचा प्रयत्न करतात. विशेषकरून जेव्हा विक्रेते एखादा पर्याय घेण्याची सक्ती

करत असतात किंवा काही प्रमाणात संभाव्य ग्राहकांसमोरील पर्यायांची संख्या कमी करत असतात, अशा परिस्थितीत संभाव्य ग्राहक प्रतिकार करणे स्वाभाविक असते.

मानसशास्त्रज्ञ याला *प्रतिक्रिया* असे म्हणतात आणि ही खूप लहानपणीच दिसून येते. प्रत्येक पालकाने मुलाला एखादी गोष्ट 'करू शकत नाहीस' किंवा 'केलेच पाहिजेस' हे सांगण्याचे परिणाम अनुभवले असतील. विक्रेत्याने विक्रीसाठी आग्रह केल्यास, संभाव्य ग्राहक साधारण अशाच प्रकारे प्रतिकार करतात. आपले स्वातंत्र्य जपण्याच्या स्वाभाविक इच्छेतून ते असे करतात. विक्रेता जितके जास्त प्रयत्न करेल, संभाव्य ग्राहक तितका जास्त प्रतिकार करतो. म्हणून आग्रही विक्री बहुधा दीर्घकालीन परिणाम देण्यात अपयशी ठरते.

झिग झिग्लर या प्रसिद्ध सेल्स एक्स्पर्टच्या शब्दांत सांगायचे झाले तर, तुम्ही स्वतःला 'खरेदीदाराचे साहाय्यक' म्हणून प्रस्तुत करणे, ही सर्वांत प्रभावी युक्ती आहे. संभाव्य खरेदीदाराला वस्तूचे बिल विकणे हे तुमचे काम नाही; तर त्यांना त्यांच्यासाठी काय उत्तम आहे, हे माहीत करून मग निर्णय घेण्यासाठी मदत करणे हे तुमचे काम आहे. त्यांच्यावर तुम्ही तुम्हाला पैसे देण्यासाठी दबाव टाकत नसता, तर ते त्यांचे पैसे योग्य रीतीने कसे गुंतवतील हे पाहत असता. हे विक्री करण्याच्या तुमच्या कामाचे मूलभूत ***पुनर्स्पष्टीकरण*** (नंतर चर्चिले आहे) आहे. संभाव्य ग्राहकांवरील हे दबाव काढून टाकल्यास तुम्ही त्यांच्या सर्वांत जास्त हिताचे काय आहे हे पाहात आहात, अशी समजूत होण्यास मदत होते.

मन वळवण्यास प्रतिकार निर्माण करणाऱ्या अजून दोन इशाऱ्यांकडे विक्रेत्यांनी अजून लक्ष दिले पाहिजे : *उतावीळपणा* आणि *पाठलाग.* विक्रीच्या प्रक्रियेत यांपैकी कोणताही एक इशारा जाऊ दिल्यास तुमच्या होणाऱ्या ***व्यवहारांच्या*** संख्येत घट होईल.

जर संभाव्य ग्राहकाला वाटले की, तुम्ही विक्री करण्यास उतावीळ आहात, तर त्यामुळे त्यांचा इंटरेस्ट काही सेकंदांतच कमी होतो. उतावीळपणा हा तुमची ऑफर विशेष हवीशी वाटण्यासारखी नाही याचा सूक्ष्म इशारा आहे. अशा वेळी ***सामाजिक पुरावा*** (नंतर चर्चिले आहे) तुमच्या विरुद्ध काम करू लागतो. ज्या प्रकारे लोकांना नात्यासाठी उतावीळ असणाऱ्या व्यक्तींशी जवळीक वाढवणे टाळावेसे वाटते, त्याच प्रकारे, खरेदीदार अशा व्यक्तीसोबत व्यवहार करू इच्छित नाहीत, जो त्यांच्या पैशांसाठी उतावीळ आहे.

तुम्ही स्वतःला आत्मविश्वासाने प्रस्तुत करणे कधीही चांगले. कारण ते एक प्रकारे तुमची ऑफर महत्त्वपूर्ण आहे, संभाव्य ग्राहकासाठी उत्कृष्ट आहे आणि त्यांच्या पैशाचा चांगला विनिमय असेल, असा इशारा देते. जर तुम्हीच यावर प्रामाणिकपणे विश्वास ठेवू शकत नसाल, तर विकण्यासाठी दुसरे काहीतरी शोधा.

जर, एखाद्या संभाव्य खरेदीदाराला शंका आली की, तुम्ही त्यांचा *पाठलाग* करताय, तर तुमच्यापासून दूर जाणे हीच त्यांची पहिली प्रतिक्रिया असेल. 'पाठलाग करणे' आणि 'पाठलाग केला जाणे' हे उत्क्रांतिविषयक नमुने आहेत जे आपले मन सर्वप्रथम जलद जाणते. अनेक शतके, मनुष्याने त्याला हव्या असलेल्या गोष्टींचा पाठलाग केला आहे आणि धोक्यांनी त्यांचा पाठलाग केला आहे. आपण जरी एखाद्या परिस्थितीला जाणीवपूर्वकपणे 'पाठलाग करणे' किंवा 'पाठलाग केला जाणे' असे नाव दिले नाही, तरी आपले मन अशी परिस्थिती जाणून आपोआप प्रतिक्रिया देते.

तुमच्या प्रस्तावाची विक्री करण्यासाठी तुम्ही संभाव्य ग्राहकाचा पाठलाग अथवा पाठपुरावा करणे हे अजिबात उपयोगी पडत नाही. तसे करणे हा तुमच्या वेळेचा आणि ऊर्जेचा अपव्यय असतो. त्याऐवजी, ऑफर अशा प्रकारे ***फ्रेम*** करा की, संभाव्य ग्राहकाला असे वाटेल की *तोच तुमचा पाठलाग करत आहे*, अशी परिस्थिती निर्माण करण्यासाठी मार्ग शोधले पाहिजेत. जर संभाव्य ग्राहकांना तुम्हाला असे पटवून द्यावेसे वाटले की, तुमच्यासोबत व्यवहार करण्यासाठी ते कसे योग्य आहेत. याचे स्पष्टीकरण त्यांनी तुम्हाला दिले पाहिजे, तर असे समजा की, वाटाघाटींमधील तुमचे स्थान मजबूत आहे. तुम्ही तुमच्या अटींवर विक्री करण्यासारख्या परिस्थितीमध्ये आहात.

आपले मन आधुनिक वातावरणात ***आदिमानवाचे लक्षण*** कशा प्रकारे सर्वप्रथम जाणते, याच्या काही अधिक मार्गांबद्दल चर्चा करू. आता, हे लक्षात ठेवणे महत्त्वाचे आहे की, हे सामाजिक संकेत कदाचित खूप वेडेपणाचे वाटतील किंवा इच्छित गोष्ट घडवण्यासाठी खूप वाईट आहेत असे वाटेल. पण, त्यामुळे त्यांचे महत्त्व कमी किंवा जास्त होत नाही. संभाव्य खरेदीदार तुमची ऑफर कशी तोलतात हे समजून घेतल्यास, तुम्ही मन वळवण्याचा प्रतिकार कमी करण्याच्या दृष्टीने प्रयत्न करू शकता आणि तुमची ऑफर ***हवीशी वाटण्यासाठी*** संभाव्य ग्राहकाला प्रवृत्त करू शकता.

तुम्हाला जर या संकेतांबद्दल अधिक जाणून घेण्यात रस असेल, तर मी तुम्हाला ओरेन क्लाफ यांचे *पिच एनी थिंग* हे पुस्तक वाचण्यास सुचवेन.

ही संकल्पना शेअर करा : http://book.personalmba.com/persuasion-resistance/

विनिमय

(Reciprocation)

> भेटवस्तू कधी मोफत नसतात; तर त्या देणाऱ्याला आणि घेणाऱ्याला देवघेवीच्या गाठीत बांधतात.
>
> – मार्सेल मॉस, सामाजिकशास्त्रज्ञ आणि मानववंशशास्त्रज्ञ

बहुतेक लोकांना मिळालेली भेटवस्तू, उपकार, फायदे आणि दिलेली साधने 'परत देण्याची' म्हणजेच ***विनिमयाची*** तीव्र इच्छा असते. तुम्ही कोणाला काही पाठवले नसताना तुम्हाला काही हॉलिडे गिफ्ट मिळाले, तर तुम्हाला ते चांगले वाटणार नाही. जर आपल्याला कोणी भेटवस्तू दिली, तर त्याबद्दल त्याची परतफेड करणे आपल्याला आवडते. तशी आपली मानसिकताच असते.

मानवी सहकाराच्या मागील कारण म्हणजे माणसाची विनिमयाची ही मूलभूत वृत्ती! हीच माणसांमाणसांतील मैत्रीचा आणि सहकाराचा पाया असते. इतिहासात डोकावून पाहिले तरी हेच दिसून येते की, भेटवस्तू देणे ही ***ताकदवान*** (नंतर चर्चिले आहे) लोकांची सत्तेमध्ये

राहण्यासाठी वापरलेली युक्ती आहे. मोठमोठ्या मेजवान्या देऊन किंवा उदात्तपणे जमीन आणि पद-पदव्या बहाल करून नेत्यांनी लोकांवर उपकारांचे ओझे असे लादले की, ज्याची योग्य वेळी परतफेड करून घेता येईल. अशा प्रकारे सत्ता मिळवण्यासाठी लोकांवर ते आपला प्रभाव निर्माण करत असत.

इथेच खरी मेख आहे. परतफेड किंवा विनिमय करण्याची इच्छा ही मिळालेल्या मूळ फायद्याच्या प्रमाणात असेल असे नाही. *इन्फ्लुएन्स : द सायकॉलॉजी ऑफ परसुएशनमध्ये* रॉबर्ट सियाल्दिनी आपल्याला कारविक्रीतील विनिमयाचे उदाहरण देतात. कारविक्रेता साधारणपणे, संभाव्य ग्राहकाला एक छोटे गिफ्ट देतो. 'तुमच्यासाठी कॉफी मागवू का? तुम्ही सोडा घेणार का? पाणी घ्या? बिस्कीट देऊ का? तुम्हाला अजून सुखकारक वाटावे म्हणून मी काही करू शकतो का?'

हा दिसायला पाहुणचाराचा एक शिष्टाचार असेल, असे वाटते. पण तसे नाहीये. ही छोटीशी ऑफर स्वीकारल्याने परतफेडीची एक मानसिक गरज निर्माण होते, जी अतिशय सूक्ष्मपणे विक्रेत्याच्या पारड्यात जमा होत असते. कार खरेदी करणारा संभाव्य ग्राहक ज्याने ही मोफत ऑफर स्वीकारली आहे, त्याने कार खरेदी करण्याची शक्यता खूप वाढते, अधिक ऐच्छिक अ‍ॅक्सेसरीज घेण्याची शक्यता वाढते आणि तो कमी आर्थिक अटींवर कबूल होतो. परिणामी, ज्यांनी विक्रेत्याकडून बोलणी करताना काहीही घेण्यास नकार दिला, त्यांच्यापेक्षा या ग्राहकांनी अनेक हजार डॉलर्स अधिक खर्च केले. याचे काही योग्य कारण असे नाही. कारण, डीलरला कॉफी आणि बिस्किटांचा विशेष काही खर्च येत नाही. पण परतफेड करताना, खरेदीदार त्यापेक्षा जास्त प्रमाणात 'परतावा देण्याची' शक्यता असते.

तुम्ही दुसऱ्यांना सरसकट जितके जास्त कायदेशीर मूल्य देता, ते बोलण्याची जेव्हा तुमची वेळ येईल, तेव्हा तुमच्यासाठी तितकेच जास्त सकारात्मक होतील. ***मोफत*** मूल्य दिल्यामुळे तुमचे सामाजिक भांडवल वाढते. ज्यामुळे, ज्या लोकांना त्याचा फायदा होतो ते, तुम्ही ऑफर देण्याचा प्रयत्न करताच परतफेड करतात.

एक विक्रेता म्हणून तुम्ही ग्राहकांप्रति थोडा उदारपणा दाखवलात, तर अंतिम परिणामामध्ये सुधारणा होईल. मूल्य दिल्यामुळे आणि दुसऱ्यांना शक्य तितकी मदत केल्यामुळे, ते तुमचा आदर करतात. यामुळे तुमची ***प्रतिष्ठा*** तयार होते. इतकेच नव्हे तर, पुढे भविष्यात जेव्हा तुम्ही ***कृतीचे आवाहन*** सादर कराल, त्या वेळी हेच संभाव्य ग्राहक त्यात जास्त रस घेत आहेत याची शक्यताही वाढेल.

ही संकल्पना शेअर करा : http://book.personalmba.com/reciprocation/

हानिकारक कबुली

(Damaging Admission)

आमच्यामध्ये याहून जास्त मोठ्या त्रुटी नाहीत हे पटवून देण्यासाठी,
आम्ही आमच्या छोट्या छोट्या त्रुटी मान्य करतो.
– फांस्वाँ डे ला रोशफूको १७व्या शतकातील
फ्रेंच राजदरबारी आणि सूत्रधार

जेव्हा केल्सी आणि मी न्यू यॉर्कहून उत्तर कोलोरॅडोच्या पर्वतांकडे गेलो, तेव्हा आमचे घरमालक, बेन आणि बेट्टी यांनी आम्हाला आमच्या नवीन घराबाबत, महत्त्वाच्या दोन गोष्टी सांगितल्या :

(१) येथे दरड कोसळण्याची शक्यता आहे.

(२) काळी अस्वले आणि डोंगरी वाघ आसपास भटकत असतात.

या गोष्टींमुळे आम्ही आमचे घर भाड्याने घ्यायचे थांबवू शकलो नाही, पण, आम्हाला या गोष्टी आधी माहीत झाल्या याचा आनंद झाला आणि आमचा त्यांच्या प्रामाणिकपणावर विश्वास बसला. आम्ही धोक्यांची तुलना केली, आमच्या भाडेकरू विम्यात वाढ केली, काऊन्टर एसॉल्ट बीअर पेपर स्प्रे (अस्वलांपासून बचाव करण्यासाठी वापरायचा स्प्रे) विकत घेतला आणि मग भाडेकरारावर सही केली.

अशा प्रकारे स्पष्टपणे तुमच्या संभाव्य ग्राहकांना ***पुढे घडू शकणाऱ्या घटनेची आधीच कबुली*** दिल्यामुळे त्यांचा दिलेल्या वचनानुसार वागण्याच्या क्षमतेवरील विश्वास दृढ होतो.

मॅनहॅटनमध्ये राहत असताना केल्सी आणि माझ्याकडे कार नसल्यामुळे, आम्हाला कोलोरॅडोला गेल्यावर कार विकत घ्यावी लागली. आम्हाला हवी असलेली कार आम्हाला इबे मोटर्सवर सापडली; पण अशा मोठ्या खरेदीचा निर्णय प्रत्यक्षात वाहन न पाहता करणे थोडेसे अडचणीचे वाटत होते.

मास्टर्स ऑटो कलेक्शन या डेन्वरच्या डीलरशिपने ती कार इबे मोटर्स वेबसाइटवर विक्रीस काढली होती. त्यांनी आमची चिंता कमी करण्यासाठी, कारच्या प्रत्येक छोट्या तपशिलाचा फोटो काढून पाठवला. अगदी डाव्या बाजूच्या पेंटवरील छोट्या चिपचादेखील, जी खरेतर काही मोठी गोष्ट नव्हती. आम्ही गाडी विकत घेण्याआधी ते त्यांच्या अगदी छोट्यात छोट्या त्रुटीबद्दल सांगू इच्छित होते. त्यांनी गाडीचे संपूर्णपणे वर्णन केले आहे, असा आम्हाला आत्मविश्वास वाटला. आम्ही ती विकत घेतली आणि सर्व काही वर्णन केल्याप्रमाणे तसेच्या तसे होते. हानिकारक कबुली न देता, मास्टर्स ऑटो कलेक्शनला ही विक्री करणे शक्य झाले नसते.

तुमच्या संभाव्य ग्राहकांना माहीत आहे की तुम्ही परिपूर्ण नाही आहात, त्यामुळे तसे भासवू नका. लोकांना जेव्हा 'सगळे खरे वाटणार नाही इतके चांगले वाटते,' तेव्हा त्यांना

संशय येतो. जर एखादी ऑफर अस्वाभाविकरीत्या चांगली असेल, तर तुमचे संभाव्य ग्राहक त्यांना स्वतःलाच प्रश्न विचारू लागतील, 'नक्की काय प्रकार आहे?'

त्यांना आश्चर्य वाटायला लावण्यापेक्षा, तुम्ही स्वतःच त्यांना सांगा. तुमच्या संभाव्य ग्राहकांना त्रुटी आणि ***ट्रेड ऑफ्सबद्दल*** प्रत्यक्ष सांगितले, तर तुमची विश्वसनीयता वाढेल आणि तुम्ही विक्री व्यवहाराच्या अगदी जवळ जाऊन पोहोचाल.

ही संकल्पना शेअर करा : http://book.personalmba.com/damaging-admission/

खरेदीतील अडथळे

(Barriers to Purchase)

संभाव्य ग्राहक जेव्हा नाही म्हणतो, तिथूनच विक्री सुरू होते.

– विक्रीमधील एक म्हण

एक क्षणासाठी असे गृहीत धरू या की, तुम्ही संभाव्य ग्राहकास एक ऑफर सादर केली आहे आणि त्यांचे उत्तर काहीसे, 'नाही, मला याचा उपयोग नाही' अशा धरतीचे आहे. मग आता तुम्ही गाशा गुंडाळून जायचे का?

संभाव्य ग्राहक जेव्हा नाही म्हणतो तेव्हा त्यामागे नक्कीच काही कारण असते. ते तुमच्याशी बोलत आहेत. यातून दिसून येते की, त्यांना तुमच्यामध्ये *किमान काही* रस आहे. नाहीतर, संभाषण संपून जाईल. जर तुम्ही योग्य प्रश्न विचारायला सुरुवात केलीत, तर विक्री पूर्ण होण्याची अद्यापही काही आशा आहे.

खरेदीतील अडथळे ओळखणे आणि काढून टाकणे या प्रक्रियेला विक्रीची प्रक्रिया असे म्हणता येईल. जोखमी, अनपेक्षित गोष्टी आणि काळजी या गोष्टी तुमच्या संभाव्य ग्राहकाला ऑफर खरेदी करण्यापासून रोखते. एक विक्रेता म्हणून तुमचे मूलभूत काम हे आहे की, व्यवहार पूर्ण करण्यामध्ये असलेले अडथळे आणि संभाव्य ग्राहकाचे आक्षेप ओळखून ते दूर करणे.

सर्व प्रकारच्या विक्रीमध्ये साधारणपणे पाच ठरावीक आक्षेप येतात :

१. *हे फार महाग आहे* : **नुकसानाबद्दलच्या नावडीमुळे** (नंतर चर्चा केली आहे) पैसे खर्चणे म्हणजे नुकसान आहे असे वाटते. खरेदी करून संभाव्य ग्राहक त्याच्याकडील काहीतरी देऊन टाकत आहे आणि यामुळे लोकांना थोडा संकोच वाटतो. (काही लोकांना खरेदी करण्याचा निर्णय घेतल्यावर काही नुकसान झाल्याची भावना येते, त्याला 'खरेदीदाराचा पश्चात्ताप' असे म्हणतात.)

२. *हे उपयोगी नाही* : जर संभाव्य ग्राहकाला वाटत असेल की, ही ऑफर त्याच्यासाठी उपयोगी नाही किंवा त्याला हवे असलेले फायदे देणार नाही (देऊ शकणार नाही), ते खरेदी करणार नाहीत.

३. *हे माझ्या उपयोगाचे नाही* : संभाव्य ग्राहकाला कदाचित असे वाटेल की ही ऑफर इतर लोकांना फायदेशीर आहे, पण ते स्वतः इतरांपेक्षा वेगळे आहेत.

४. *मी थांबू शकतो* : संभाव्य ग्राहकाला असे वाटू शकते की, त्यांची समस्या आत्ता निवारण करण्याइतकी महत्त्वाची नाही मग तुम्हाला तसे वाटत असेल, तरी ते उत्सुक नसतात.

५. *हे खूप अवघड आहे* : जर ऑफरमध्ये असे काही असेल, ज्यामुळे त्यांना काही प्रयत्न करावा लागणार असेल, तर संभाव्य ग्राहकाला वाटू शकते की, त्यांच्या बाजूने करावे लागतील असे प्रयत्न खूप अवघड आहेत.

अशा आक्षेपावर लवकरात लवकर मार्ग काढण्यासाठी, त्यांना तुमच्या सुरुवातीच्या ऑफरमध्येच सामील करणे शहाणपणाचे ठरेल. कारण, हे आक्षेप खूप साधारण असल्याने, संभाव्य ग्राहकाला तुमच्या ऑफरमुळे विक्री प्रक्रिया सोपी होईल असे वाटण्याआधीच त्या आक्षेपांना दूर करा.

आक्षेप १ ('हे खूप महाग आहे') यावर ***फ्रेमिंग*** आणि ***मूल्यावर आधारित विक्रीने*** उपाय शोधता येतो. जर तुम्ही एखाद्या बिझनेसला एखादे दहा लाख डॉलर्स किमतीचे सॉफ्टवेअर विकत असाल, ज्यामुळे त्यांचे वर्षाला एक कोटी डॉलर्स वाचणार असतील, तर तुमचे सॉफ्टवेअर महागडे नक्कीच नाही. ते प्रभावीपणे **मोफत** आहे. तुम्ही मागत असलेल्या किमतीपेक्षा तुमच्या ऑफरचे म्हणजेच तुमच्या सॉफ्टवेअरचे मूल्य अनेक पटींनी जास्त आहे हे जर स्पष्ट असेल, तर हा आक्षेप विवाद्य आहे.

आक्षेप २ व ३ ('हे उपयोगी नाही'/'हे माझ्यासाठी उपयोगी नाही') वर ***सामाजिक पुराव्याने*** उपाय निघू शकतो. त्यांच्यासारख्याच ग्राहकांना ऑफरने आधीच कसा फायदा झाला आहे, हे संभाव्य ग्राहकांना दाखवता येते. अशा वेळी जितकी शिफारसपत्र तुमच्या संभाव्य ग्राहकांना दाखवाल, तितके चांगले. ***रेफरल*** हे उत्तम विक्रीसाठीचे साधन आहे. ग्राहक त्यांच्यासारख्याच गरजा आणि परिस्थिती असणाऱ्या लोकांना रेफर करतात आणि रेफरल ते आक्षेप दूर करतात.

आक्षेप ४ व ५ ('मी थांबू शकतो'/'हे खूप अवघड आहे') यावर ***शिक्षणावर आधारित विक्रीच्या*** मदतीने निवारण होऊ शकते. बऱ्याचदा, तुमच्या संभाव्य ग्राहकांना पूर्णपणे समजलेले नसते की त्यांना काही समस्या आहे, विशेषकरून ***अनुपस्थिती अंधत्वाच्या*** बाबतीत (नंतर चर्चा केली आहे). जर त्या बिझनेसला प्रथम हे कळत नसेल की, त्यांचे एक कोटी डॉलर्सचे नुकसान होत आहे, तर त्यांना तुम्ही ते न होण्यासाठी मदत करू शकता हे समजावणे अवघड आहे. यावर सर्वांत उत्तम उपाय म्हणजे तुमच्या ग्राहकांना तुम्हाला त्यांच्या बिझनेसबद्दल माहिती आहे हे शिकवून त्यांना स्मार्ट बनवण्यावर लक्ष केंद्रित करा. नंतर, त्यांना ***कल्पना*** करायला मदत करा की, जर त्यांनी पुढे जायचे ठरवले, तर त्यात त्यांची गुंतवणूक काय असेल.

एकदा का तुम्ही संभाव्य ग्राहकाचे ***लक्ष*** वेधले असेल आणि त्याची ***परवानगी असेल***, तरीही त्यांचे हे आक्षेप असतील तर दोन युक्त्या शक्य आहेत : (१) आक्षेप खरा नाही हे संभाव्य ग्राहकाला समजावून सांगा, किंवा (२) त्यांना हे समजवा की ते आक्षेप अप्रासंगिक

आहेत. आक्षेप काय आहे यावर ते कसे हाताळायचे यासाठीची तुमची पद्धत अवलंबून असेल. पण फ्रेमिंग, मूल्यावर आधारित विक्री, शिक्षणावर आधारित विक्री, सामाजिक पुरावा आणि कल्पना यांचे काही संयोग हे काम सोपे करतील.

जर संभाव्य ग्राहक अजूनही खरेदी करत नसेल, तर त्याचा अर्थ तिथे काही ***पॉवरची*** समस्या आहे. तुम्ही वाटाघाटी करत असलेल्या भागीदाराजवळ तेवढे बजेट नाही किंवा तुमच्या प्रस्तावाला मंजुरी देण्याचा अधिकार तरी नाही. म्हणून नेहमी जो निर्णय घेतो, त्याच्याशी थेट बोला. त्यामुळे, जर त्यांनी तुमची ऑफर नाकारली, तर तुम्हाला हे माहीत होईल की, तुमची ऑफर खरोखरच त्यांना साजेशी नाही. मग तुम्ही लवकरात लवकर इतर अधिक चांगल्या संभाव्य ग्राहकांकडे वळू शकता.

ही संकल्पना शेअर कराः http://book.personalmba.com/objections-barriers-to-purchase/

जोखमीचे परावर्तन

(Risk Reversal)

जर तुम्हाला गॅरंटी हवी असेल, तर इलेक्ट्रॉनिक उपकरणे खरेदी करा.

– क्लिंट ईस्टवुड, अॅकेडमी अॅवार्डविजेते अभिनेते

लोकांना कधीही पराभूत होणे आवडत नाही. त्यांना मूर्ख बनण्याचा तिरस्कार वाटतो. त्यांना चुकीचा निर्णय घेण्याचा किंवा पैसे वाया घालवण्याचा तिरस्कार वाटतो. त्यांना जोखीम घेण्याचा तिरस्कार वाटतो.

जेव्हा विक्री होणार असते, तेव्हा *तुमच्यावर* ती जोखीम असते. प्रत्येक व्यवहारामध्ये, खरेदी करणारा काही जोखीम घेत असतो. जर हे वचन दिल्याप्रमाणे चालले नाही तर काय? त्यांच्या गरजा पूर्ण झाल्या नाहीत तर काय? तुमच्याकडून खरेदी करणे म्हणजे पैसे वाया जाणे असे झाले तर काय?

संभाव्य ग्राहक जेव्हा तुमच्याकडून खरेदी करत असतात, तेव्हा त्यांच्या मनात हे प्रश्न घर करून असतात. जर तुम्ही हे प्रश्न काढून टाकण्याचा प्रयत्न केला नाही, तर तुम्ही विक्रीच्या टप्प्यावर घोळ घालणार हे नक्की.

रिस्क रिव्हर्सल म्हणजे जोखमीचे परावर्तन ही ***व्यवहारातील*** काही (किंवा सर्व) जोखीम खरेदीदारांकडून विक्रेत्याकडे परावर्तित करण्याची एक युक्ती आहे. काहीही कारण असो, वाईट व्यवहाराचे ओझे खरेदीदाराच्या खांद्यावर लादण्यापेक्षा जर गोष्टी खरेदीदाराच्या अपेक्षेप्रमाणे घडून आल्या नाहीत, तर विक्रेता आधीच गोष्टी योग्य करून देण्याचे आश्वासन देतो.

बेडिंग उद्योगाचे उदाहरण घ्या. आजूबाजूला पाहिलेत, तर तुम्हाला खूप वरचढ ऑफर दिसतील. १२ महिने, १०० टक्के पैसे परत मिळण्याची हमी, काही प्रश्न विचारले जात नाहीत! ग्राहक एखाद्या बेडवर एक वर्ष झोपू शकतो, मग त्याला तो आवडला नाही

असे त्याला वाटले, तर बेड त्या स्टोअरला परत देऊन पूर्ण पैसे परत देण्यासाठी फोन करू शकतो. हा वेडेपणाच वाटेल, नाही का?

हा वेडेपणा अजिबात नाही. या युक्तीमुळे खरेदीदाराचे/ग्राहकाचे जोखमीबद्दलचे आकलन पूर्णपणे दूर होते. कारण जोखीम हा ***खरेदीतील मोठा अडथळा*** असतो. जर एखाद्या ग्राहकाने खरेदी केली आणि ती वस्तू चालली नाही किंवा उपयोगी पडली नाही, तर त्यांना त्यांचे पैसे वाया घालवल्याबद्दल आपण मूर्ख आहोत असे वाटण्याचे काहीही कारण नाही आणि त्यांना कंपनीचा राग येण्याचेही कारण नाही. वाईट निर्णय घेतल्याबद्दल स्वतःवर रागावण्याचेही कारण नाही. त्यांना फक्त इतकेच करायचे आहे की, गॅरंटीचा फायदा घ्यायचा आहे आणि ती वस्तू परत करायची आहे. ही काही फारशी विशेष बाब नाही. त्यामुळे, त्यांची त्या व्यवहारातून मुक्तता होईल. काही तोटा तर नक्कीच नाही होणार, मग तसे का करू नये?

बोलीभाषेत सांगायचे झाले तर, या पद्धतीला 'टेक द पपी होम' असे म्हणतात. जर तुम्ही एखाद्या पाळीव प्राण्यांच्या दुकानात गेलात आणि एखादे गोंडस कुत्र्याचे पिल्लू पाहिले आणि तुम्हाला ते खूप आवडले; पण तुम्हाला खात्री नाहीये की तुम्ही कुत्रा पाळू इच्छिता; तर त्या दुकानाचा मालक तुम्हाला सांगेल की, 'तुम्ही ते पिल्लू काही दिवस घरी घेऊन जा. जर तुम्हाला ते सांभाळायला जमले नाही, तर तुम्ही कधीही ते पिल्लू परत आणून द्या.'

ते कुत्र्याचे पिल्लू कधीही परत येत नाही. ते वचन न देताही, मुळात परत करण्यासाठी ग्राहकाने ते पिल्लू विकत नेलेलेच नसते.

जोखमीच्या परावर्तनाची पद्धत अवलंबणे हे स्वाभाविकपणे थोडे गैरसोईचे आहे. कारण, *विक्रेत्यालासुद्धा* नुकसान होणे आवडत नाही. कोणाही दुकानदाराला आपण फसवले गेल्याची भावना किंवा आपला फायदा घेतला गेल्याची भावना आवडत नाही आणि ते स्वाभाविक आहे. ग्राहकाला त्या ऑफरमधून मूल्य मिळते आणि तरीही तो परतावा मागतो.

फरक हा आहे की, तो खरेदीदार एका विक्रेत्याकडून विकत घेतो आहे आणि विक्रेता मात्र अनेक खरेदीदारांना वस्तू विकत आहे. प्रत्येक खरेदीमध्ये तुमच्या ग्राहकांना ही जोखीम जाणवत असते. तुम्ही अनेक ग्राहकांना सेवा देत असल्यामुळे, तुम्ही ही जोखीम अनेक खरेदीदारांमध्ये विखुरता.

हो, तुमच्या उदारत्वाचा गैरफायदा घेणाऱ्या ग्राहकांमुळे तुमचे नक्कीच नुकसान होईल आणि ते तुम्हाला कधीही चांगले वाटणार नाही. त्याबदल्यात, ग्राहकांना वाटणारी जोखीम दूर केल्याने, तुम्ही अजून अधिक विक्री व्यवहार कराल व एकूण उत्पन्नात आणि नफ्यात खूप पुढे जाल.

जर तुम्हाला तुमची विक्री खूप वाढवायची असेल, तर ऑफरमध्ये जोखमीच्या परावर्तनाची हमी द्या आणि ती शक्य तितकी जोखीम अमर्यादित काळासाठी द्या. जर तुमची आधीपासूनच जोखमीच्या परावर्तनाची पॉलिसी नसेल, तर आता ती लागू करा आणि बघा तुम्हाला विक्रीमध्ये वाढ झालेली दिसून येईल.

ही संकल्पना शेअर करा : http://book.personalmba.com/risk-reversal/

पुन:सक्रियीकरण

(Reactivation)

ग्राहक हीच उद्योगाची खरी संपत्ती असते. कारण, ग्राहकांशिवाय उद्योग असू शकत नाही.

– मायकेल लेबोफ, बिझनेस प्रोफेसर आणि *हाऊ टू विन कस्टमर्स अ‍ॅन्ड कीप देम फॉर लाईफ* या पुस्तकाचे लेखक

समोरच्या व्यक्तीला संभाव्य ग्राहक होण्यासाठी पटवण्याची प्रक्रिया म्हणजे विक्री. नवीन ग्राहक मिळवणे, त्यांचा विश्वास संपादन करणे ही अनेकदा महाग आणि वेळखाऊ प्रक्रिया असते. जर, त्यापेक्षा कमी खर्चात अधिक उत्पन्न आणण्याचा अन्य काही मार्ग असेल तर?

पुन:सक्रियीकरण ही भूतकाळातील ग्राहकांना तुमच्याकडून पुन्हा खरेदी करण्यासाठी पटवण्याची प्रक्रिया होय. जर तुम्ही उद्योगात काही काळ असाल, तर तुमच्याकडे नक्कीच काही 'आधीचे ग्राहक' असतील, ज्यांनी तुमच्याकडून आधी काही विकत घेतले होते; पण इतक्यात काही विकत घेतलेले नाही. तुम्हाला माहीत आहे की, तुम्ही त्यांना जे देऊ करत आहात, त्यामध्ये त्यांना रस आहे, आणि तुमच्याकडे बहुधा त्यांच्याशी संपर्क साधण्याची माहितीही आहे. मग आता नवीन ऑफर सांगून त्यांना सक्रिय ग्राहक का बनवायचे नाही?

नेटफ्लिक्स ही अशी एक कंपनी आहे, जी अत्यंत हुशारीने पुन:सक्रियीकरणाचा वापर करते. जर तुम्ही नेटफ्लिक्सचे सबस्क्रिप्शन रद्द केलेत, तर तीन किंवा सहा महिन्यांनी तुम्हाला नेटफ्लिक्सकडून पुन्हा कमी दराने वर्गणी घेण्याबद्दल पोस्टकार्ड किंवा ई-मेल येईल. जर तुम्ही उत्तर दिले नाहीत, तर ते जोवर तुम्ही त्यांचे पुन्हा वर्गणीदार होत नाही किंवा ते तुम्हाला त्यांच्या सिस्टीममधून काढून टाकत नाहीत, तोवर दर काही महिन्यांनी तुम्हाला पुन:सक्रियीकरणासाठी मेसेज पाठवत राहतील. नेटफ्लिक्स हा ***सबस्क्रिप्शनचा*** बिझनेस असल्याने, प्रत्येक पुन्हा सक्रिय झालेला ग्राहक म्हणजे दरमहा स्थिर उत्पन्नाचे साधन. जे प्रत्येक ग्राहकाचे ***आयुष्यभरासाठीचे मूल्य*** (नंतर चर्चिले आहे) खूप मोठ्या प्रमाणावर वाढवते.

नवीन ग्राहकांना आकर्षित करण्यापेक्षा, उत्पन्न वाढवण्याची साधारणपणे जलद, सोपी आणि अधिक प्रभावी अशी पद्धत म्हणजे पुन:सक्रियीकरण! तुमचे जुने ग्राहक आधीपासून तुम्हाला ओळखतात आणि त्यांचा तुमच्यावर विश्वास असतो आणि त्यांना तुम्ही जे मूल्य देऊ करता, ते माहीत असते. तुमच्याकडे त्यांची माहिती असते. तुम्हाला त्यांना शोधावे लागत नाही. तुमचा ***ग्राहक मिळवण्याचा*** एक घटक अत्यंत कमी असतो. तुम्हाला फक्त इतकेच करायचे आहे की, त्यांना संपर्क करायचा आहे आणि एक आकर्षक ऑफर द्यायची आहे.

जर तुमच्या ग्राहकाचा पाठपुरावा करण्याची तुम्हाला ***परवानगी*** असेल, तर पुन:सक्रियीकरण हे खूप सोपे आहे. तुमच्याकडील संभाव्य ग्राहकांची यादी हा तुमच्यासाठी

खूप मौल्यवान ठेवा आहे. पण, तुमच्या भूतकाळातील ग्राहकांची यादी ही तितकीच मौल्यवान आहे. तुमच्या ग्राहकांकडून तुम्ही त्यांचा पाठपुरावा करण्याची परवानगी घेतली आणि जर त्यांनी काहीही कारणास्तव तुमच्याकडून खरेदी करण्याचे थांबवले असेल, तर त्यांच्या पुनःसक्रियीकरणाची शक्यता वाढते.

बहुतेक पॉइन्ट-ऑफ-सेल (पीओएस) सिस्टीम्स ग्राहकांच्या माहितीचा मागोवा ठेवतात की, कोणी खरेदी केले आणि कधी विक्री झाली होती. अशा ग्राहकांची यादी मिळवणे तुलनेने सोपे आहे, ज्यांनी इतक्यात तुमच्याकडून खरेदी केले नाहीये. मग त्यांना प्रत्यक्ष ई-मेल, फोन किंवा पोस्टल मेलने पुनःसक्रियीकरणाची ऑफर देऊ शकता. पुनःसक्रियीकरणाच्या अशा मोहिमा सतत करणे ही तुम्ही वापरलेल्या मार्केटिंग ॲक्टिव्हिटीपैकी सगळ्यांत सोपी आणि सर्वांत नफेशीर ॲक्टिव्हिटी असेल.

प्राधान्याने दर तीन ते सहा महिन्यांनी तुमच्या गत ग्राहकांशी संपर्क करून त्यांना अजून एखादी ऑफर देऊन पाहा की, तुम्ही त्यांना पुन्हा खरेदी करण्यास प्रवृत्त करू शकता का? मिळणाऱ्या परिणामांनी तुम्ही चकित व्हाल.

ही संकल्पना शेअर करा : http://book.personalmba.com/reactivation/

४

मूल्यवितरण

ग्राहकाचे समाधान हेच उद्योगाच्या यशाचे गमक आहे.
– मायकेल लेबोफ, बिझनेस प्रोफेसर आणि *हाऊ टू विन कस्टमर्स अॅन्ड कीप देम फॉर लाईफ* या पुस्तकाचे लेखक

प्रत्येक यशस्वी उद्योग त्यांच्या ग्राहकांना जे वचन देतो, त्याची पूर्तता करतो. जी व्यक्ती लोकांचे पैसे घेऊन त्यायोग्य मूल्य देत नाही, त्याला 'घोटाळेबाज' म्हणतात.

मूल्य वितरणामध्ये पैसे मोजणाऱ्या प्रत्येक ग्राहकाला संतुष्ट करण्यासाठी जे जे लागेल, ते सर्व असते. मागणीची प्रक्रिया, सूची व्यवस्थापन, वितरण पूर्तता, समस्यानिवारण, ग्राहक आधार, इत्यादी. मूल्यवितरणाशिवाय उद्योग नाही.

जगातील सर्वोत्तम उद्योग नेहमी ग्राहकाला वचन दिलेल्या मूल्याच्या अपेक्षेपेक्षा अधिक चांगले मूल्य वितरित करतात. ग्राहकांना त्यांच्या खरेदीचे फायदे जलद, विश्वसनीयरीत्या आणि सातत्याने मिळालेले आवडतात.

एखादा उद्योग जितके अधिक समाधानी ग्राहक निर्माण करेल, तितके त्या कंपनीकडून ते ग्राहकपुन्हा काही खरेदी करण्याची शक्यता वाढते. समाधानी ग्राहक इतरांना तुमच्याबद्दल सांगण्याची अधिक शक्यता असते, ज्यामुळे तुमची ***प्रतिष्ठा*** वाढते आणि तुमच्याकडे अधिक संभवनीय ग्राहक येतात.

बदलत्या वातावरणातही यशस्वी उद्योग त्यांच्या ग्राहकांना अधिकतर समाधानी ठेवतात. अयशस्वी उद्योग ग्राहकांना संतुष्ट ठेवण्यात अपयशी होतात, ग्राहक त्यांच्याकडे पाठ फिरवतात, जेणेकरून उद्योग अयशस्वी होतो.

ही संकल्पना शेअर करा : http://book.personalmba.com/value-delivery/

मूल्याचा प्रवाह

(Value Stream)

उत्तम डिझाईन म्हणजेच सर्व अनावश्यक तपशील काढून टाकणे.

– मिन्ह डी. ट्रान, टेक्नॉलॉजिस्ट आणि डिझायनर

मी जेव्हा प्रॉक्टर आणि गॅम्बलमध्ये काम करत होतो, तेव्हा माझ्या कामाबाबत सर्वांत आकर्षक गोष्ट ही होती की, उत्पादने कशी तयार केली जातात आणि कशी वितरित केली जातात, हे पाहणे. डॉन डिशवॉशिंग डिटरजंटची बाटली कशी तयार होते, हे पटकन पाहू :

१. कच्चा माल कारखान्यात पोहोचवला जातो.
२. डिशवॉशिंग लिक्विड तयार करण्यासाठी माल एकत्रित केला जातो, तो मोठ्या भांड्यांमध्ये साठवला जातो.
३. मोल्ड्स वापरून प्लास्टिकच्या बाटल्या फुगवल्या जातात आणि नंतर त्यात लिक्विड भरून त्याला बुच लावले जाते.
४. नंतर प्रत्येक बाटलीला लेबल चिकटवले जाते.
५. प्रत्येक बाटलीचे निरीक्षण केले जाते, बॉक्समध्ये भरून नंतर ते बॉक्स एका ट्रॉलीवर रचले जातात.

हे ***मूल्यनिर्मिती*** प्रक्रियेचे पुस्तकी उदाहरण आहे, जे कच्च्या मालापासून सुरू होऊन अंतिम ***उत्पादनापाशी*** संपते, जे आता बाजारात पाठवण्यास तयार आहे. त्यानंतर काय होते ते पाहू :

६. पॅलेटसवर बॉक्स ठेवले जातात आणि शिपिंगसाठी गोदामामध्ये साठवले जातात.
७. जेव्हा ग्राहकांकडून ऑर्डर दिल्या जातात, बॉक्स ट्रकमध्ये भरण्यायोग्य स्थितीमध्ये आणून ठेवले जातात.
८. ट्रक ते बॉक्स घेतात आणि त्यांना ग्राहकाच्या नजीकच्या वितरण केंद्रामध्ये पोहोचवतात.
९. वितरक ते बॉक्स डिलिव्हरी ट्रकवर ठेवतात.
१०. तो ट्रक ते बॉक्स ज्या स्टोअरला त्याच्या साठ्यामध्ये गरज आहे, तिथे पोहोचवतो.
११. स्टोअर ते बॉक्स मोकळे करतात, बॉक्समधून उत्पादन बाहेर काढले जाते आणि शेल्फवर ठेवले जाते, तिथे ते ग्राहक खरेदी करेपर्यंत ठेवले जाते.

एका छोट्याशा डिशवॉशर सोपच्या बाटलीच्या निर्मिती व वितरणामध्ये खूप पायऱ्या आहेत आणि त्या अभ्यास करण्याच्या योग्यतेच्या आहेत.

मूल्याचा प्रवाह म्हणजे तुमच्या मूल्यनिर्मितीपासून सुरू होणाऱ्या प्रक्रियेपासून अंतिम परिणामाचे ग्राहकाला वितरण होईपर्यंत येणाऱ्या अशा पायऱ्यांचा आणि प्रक्रियांचा संच आहे. तुमच्या ऑफरचा मूल्यप्रवाह कसा आहे हे समजून घेणे तुमच्या ग्राहकाला मूल्य जलदपणे, विश्वसनीयरीत्या आणि सातत्याने पोहोचवण्यासाठी खूप महत्त्वाचे आहे.

मूल्याचा प्रवाह म्हणजे तुमची मूल्यनिर्मिती आणि मूल्यवितरण यांचा संयोग आहे असे तुम्ही समजू शकता. जरी या दोन्ही प्रक्रियांचा मूलभूत उद्देश वेगळा असला, तरी ती एक मोठी प्रक्रिया आहे असे समजल्यास निर्माण केलेले मूल्य वितरित करण्याच्या तुमच्या कौशल्यात सुधारणा करता येईल.

द टोयोटा प्रॉडक्शन सिस्टीम (TPS) ही पहिली सर्वांत मोठ्या प्रमाणावर उत्पादन करणारी प्रणाली होती, ज्यांनी संपूर्ण मूल्यप्रवाहाची नियमितपणे पद्धतशीर तपासणी केली. खोल तपशिलात जाऊन उत्पादनप्रणालीचे विश्लेषण करून त्यांनी सतत छोट्या-छोट्या आणि वाढीव सुधारणा केल्या: टोयोटाचे इंजिनीअर्स वर्षाला TPSमध्ये दहा लाखाहून अधिक सुधारणा करतात. त्यामुळेच, कंपनी नेहमीच वेग, सातत्य आणि विश्वसनीयतेचे मोठमोठे पुरस्कार मिळवते. परिणामी टोयोटाची एक उच्च दर्जाची उत्पादने देणारी कंपनी म्हणून ***प्रतिष्ठा*** वाढली-जोपर्यंत स्वयंचलिततेच्या ***विरोधाभासी विधानाने*** (नंतर चर्चिले आहे) ती प्रतिष्ठा धुळीस मिळवली नाही तोपर्यंत.

तुमच्या मूल्याचा प्रवाह समजून घेण्याचा सोपा मार्ग म्हणजे त्याला आकृतिबद्ध करणे. तुमच्या ऑफरमध्ये सुरुवातीपासून शेवटपर्यंत जे बदल होतात त्याचे आरेखन करणे ही अत्यंत माहिती देणारी प्रक्रिया असते. तुमची मूल्यवितरण प्रक्रिया किती कार्यक्षम आहे, हे ती तुम्हाला दाखवते. प्रक्रियांमध्ये काही अनावश्यक पायऱ्या असणे किंवा अस्ताव्यस्त बदल होत असणे ही खूप साधारण बाब आहे. तुमच्या संपूर्ण मूल्य प्रवाहाची आकृती काढणे हे खूप श्रमाचे काम आहे; पण ते तुम्हाला तुमच्या प्रणाली सुसंगत करण्यास मदत करते आणि पूर्ण प्रणाली जास्त चांगल्या पद्धतीने काम करते.

साधारणपणे, तुमचा मूल्यप्रवाह शक्य तितका लहान आणि कार्यक्षम बनवण्याचा प्रयत्न करा. आपण या पुस्तकात जेव्हा प्रणालींबाबत चर्चा करू, तेव्हा पाहू की प्रक्रिया जितकी मोठी, तितकी त्यात चुका होण्याची शक्यता जास्त. मूल्याचा प्रवाह जितका लहान आणि अधिक सुसंगत, तितके त्याचे व्यवस्थापन सोपे आणि मूल्यवितरण तितके अधिक परिणामकारक असते.

ही संकल्पना शेअर करा : http://book.personalmba.com/value-stream/

वितरण मार्ग

(Distribution Channel)

आधीच्या काळात तोच माणूस एकटा यशस्वी व्हायचा, जो शिंपल्यातील मासा शोधू शकायचा, जनावरांना जाळ्यात पकडू शकायचा किंवा जमीन खोदून सोनं शोधू शकायचा. आजच्या काळात मात्र असं एकाकी यश मिळवणं जवळपास अशक्य आहे.

– बेंजामिन एफ. फेअरलेस, यु. एस. स्टीलचे माजी प्रमुख

वि***तरणाचा मार्ग*** आपल्याला हे सांगतो की आपण केलेली मूल्यनिर्मिती विक्रीनंतर अंतिम वापरकर्त्याला (एन्ड युजरला) कशी पोहोचवली जाते. अशा प्रकारे ग्राहकाला त्याने खरेदी करण्यापूर्वी जे मूल्य तुमच्या उत्पादनातून/सेवेतून देण्याचे कबूल केलेले असते, ते दिले जाते.

वितरणमार्गाचे दोन मूलभूत प्रकार आहेत : प्रत्यक्ष-ते-वापरकर्ता आणि मध्यस्थ.

प्रत्यक्ष-ते-वापरकर्त्याला हा प्रकार एकाच मार्गाने काम करतो : उद्योगाकडून अंतिम वापरकर्त्याला. ***सेवा*** हे याचे उत्तम उदाहरण आहे : जेव्हा तुम्ही हेअरकट करून घेता, तेव्हा प्रत्यक्षात तुमचे केस कापले जातात. म्हणजेच, ते मूल्य उद्योग करणाऱ्याने स्वतः प्रत्यक्ष तुम्हाला विना मध्यस्थ दिलेले असते.

प्रत्यक्ष-ते-वापरकर्ता मार्ग हा सोपा आणि प्रभावी असतो. पण त्याला काही मर्यादा आहेत. तुमचा या पूर्ण प्रक्रियेवर ताबा असतो. पण तुम्हाला तुमचा वेळ आणि ताकद वापरून जितके शक्य होईल, तितक्याच ग्राहकांना सेवा देता येते. एकदा का तुमच्या ऑफरसाठीची मागणी तुमच्या सेवा देण्याच्या क्षमतेच्या पुढे गेली की, तुम्ही ग्राहक असंतुष्ट होण्याची जोखीम घेता आणि तुमची ***प्रतिष्ठा*** कमी होऊ लागते.

मध्यस्थ वितरण अनेक मार्गांनी चालते. जेव्हा तुम्ही एखाद्या दुकानातून ***उत्पादन*** विकत घेता, तेव्हा ते दुकान ***पुनर्विक्रेता*** म्हणून काम करत असते. (बहुतेक वेळा) ते दुकान उत्पादन तयार करत नाही, तर ते अन्य उद्योगाकडून ते उत्पादन विकत घेत असते. यालाच आपण रिटेलिंग किंवा डिस्ट्रिब्युशन असेही म्हणतो. मूळ उद्योगाकडून उत्पादन विकत घेऊन ग्राहकांपर्यंत पोहोचविणे.

ज्या उद्योगाने ते उत्पादन तयार केले आहे, तो ते जितक्या पाहिजे तितक्या दुकानांना विकू शकतो, या प्रक्रियेला 'सिक्युअरिन्ग डिस्ट्रिब्युशन' असे म्हणतात. एखाद्या उत्पदनाचे जितके जास्त वितरण होते, तितकी अधिक विक्री होण्याची शक्यता वाढते – जितकी जास्त दुकाने ते उत्पादन विकतील, तितक्या विक्रीच्या अधिक संधी असतील.

मध्यस्थ वितरणामुळे विक्रीत वाढ होऊ शकते. पण त्यासाठी तुमच्या ***मूल्य वितरणाच्या*** प्रक्रियेवरील थोडे नियंत्रण तुम्हाला सोडून द्यावे लागते. अन्य उद्योग तुमची ऑफर तुमच्या ग्राहकांना देऊ करेल यावर विश्वास ठेवावा लागतो, त्यामुळे तुमचा वेळ आणि ऊर्जा दोन्ही

वाचते. पण त्यामुळे ***समोरील पक्षाची जोखीम*** देखील वाढते. तुमचा भागीदार तुमची फसवणूक करेल आणि तुमची प्रतिष्ठा कमी होईल, ही जोखीम असतेच.

कल्पना करा, की तुम्ही बिस्किटे विकण्याचा उद्योग करत आहात आणि तुम्हा एका सुपर मार्केटमधून उत्पादन वितरणाची खात्री मिळाली आहे. सुपर मार्केट तुमच्याकडून बिस्किटे विकत घेतात, त्यांच्या स्टोअरमध्ये ठेवतात आणि त्यांच्याकडे खरेदी करणाऱ्यांना थोड्या अधिक किमतीला विकतात. तुमच्याकडून प्रत्यक्ष बिस्कीटे विकत घेण्यापेक्षा, खरेदी करणारे त्या सुपर मार्केटच्या माध्यमातून विकत घेतात, यालाच मध्यस्थ वितरण म्हणतात.

या पद्धतीचे फायदे पाहणे सोपे आहे; पण त्याचे काही तोटेही आहेत. असे समजू की, तुमच्या बिस्किटांचे सुपर मार्केटकडे जाताना सुपर मार्केटच्या ट्रकमध्ये थोडे नुकसान झाले म्हणजे ती मोडली जाऊ शकतात किंवा ज्या बॉक्समधून ती पोहोचवली जात होती, तो बॉक्स दबला जाऊन बिस्किटांचा चुरा होऊ शकतो. सुपर मार्केटच्या ग्राहकांना काही कल्पना येणार नाही की नक्की काय झाले आहे; पण हे असे जर नेहमी झाले, तर त्यांची अशी समजूत होईल की, *तुम्ही* बनवलेल्या बिस्किटांचा दर्जा कमी आहे, ज्यामुळे तुमच्या प्रतिष्ठेला धक्का लागेल.

मध्यस्थ वितरण करतो का नाही याची खात्री करणे, हे महत्त्वाचे असते. पण, तुमच्या मध्यस्थावर लक्ष ठेवा. वितरण म्हणजे ''सेट करा आणि विसरून जा असे नव्हे''. जर तुम्ही अनेक वितरण मार्गांसोबत काम करत असाल, तर ते तुमचा उद्योग नीट करत आहेत ना, हे पाहण्यासाठी तुमचा वेळ आणि ऊर्जा खर्च करा.

ही संकल्पना शेअर करा : http://book.personalmba.com/distribution-channel/

अपेक्षेचा परिणाम

(The Expectation Effect)

तुम्ही जितके करू शकता, त्याच्यापेक्षा जास्त करण्याचे वचन देऊ नका.

– पब्लिलीअस सायरस, इ.स. पूर्व पहिल्या शतकातील सूत्रधार

झॅपोजने ऑनलाइन शूज विकण्याच्या कलेवर प्रभुत्व मिळवले आहे. शूजसारखी वस्तू इंटरनेटमार्फत विकणे हा मोठा कठीण उद्योग आहे. शूज प्रत्यक्ष घालून पाहावे लागतात. ऑनलाइन खरेदीत ते तसे घालून बघता येत नाहीत. समजा, शूज मिळाल्यानंतर आवडले नाहीत, तर उगीचच ते शूज गळ्यात पडलेले आवडणार नाहीत आणि कधी वापरलेही जाणार नाहीत. नुकसानभरपाईसाठी, प्रत्येक ऑर्डरला झॅपोज उत्तम ***जोखीम परावर्तनाचे*** (रिस्क रिव्हर्सल) उत्तम उदाहरण वापरते, ते फ्री शिपिंग देतात आणि जर तुम्हाला ***उत्पादन*** आवडले नाही तर तुम्ही कोणतेही प्रश्न न विचारले जाता, ते

परत करू शकता. या दोन धोरणांमुळे खरेदीची जोखीम दूर होते, त्यामुळे ग्राहक झॅपोज घेऊन पाहू इच्छितात.

तरीही, मार्केटमध्ये झॅपोजची इतकी मोठी ***प्रतिष्ठा*** तयार होण्याचे कारण नाही. कंपनी जे अनपेक्षित फायदा देते त्यात त्याचे गुपित आहे, ज्याची जाहिरात केली जात नाही.

तुम्ही जेव्हा झॅपोजकडे ऑर्डर करता, तेव्हा तुम्हाला आश्चर्याचा धक्का नक्की मिळेल याची शक्यता आहे. तुमचे शूज ऑर्डरच्या पुढच्याच दिवशी येतील, म्हणजेच ठरलेल्या वेळापत्रकाच्या खूप दिवस आधी.

मोफत जलद शिपिंग अशी जाहिरात झॅपोज नक्कीच करू शकतात; पण ते करत नाहीत. त्यातून मिळणारे आश्चर्य हे त्यापेक्षा मौल्यवान आहे.

ग्राहकाचे दर्जाबद्दलचे आकलन पुढील दोन गोष्टींवर अवलंबून असते– अपेक्षा आणि कृती. तुम्ही याला एका परस्परसंबंधी समीकरणात मांडू शकता, ज्याला मी ***अपेक्षेचा परिणाम*** असे म्हणतो. दर्जा = कृती + अपेक्षा.

प्रथम, ग्राहकाची अपेक्षा इतकी उच्च असली पाहिजे, की त्याने तुमच्याकडून काही खरेदी करायला तयारी दाखविली पाहिजे. खरेदी केल्यावर, ग्राहक संतुष्ट होण्यासाठी ऑफरची प्रत्यक्ष कृती ही त्यांच्या अपेक्षेपेक्षा *अधिक चांगली* असली पाहिजे. जर प्रत्यक्ष कृती अपेक्षेपेक्षा कमी असेल, तर दर्जाचे आकलन कमी होईल (म्हणजेच दर्जा कमी आहे असे वाटेल). मग ती ऑफर कितीही चांगली का असेना.

ॲपलचा फर्स्ट जनरेशनचा आयफोन खूप यशस्वी ठरला. ग्राहकांना काहीतरी चांगले मिळण्याची अपेक्षा होती आणि त्यांना त्यांच्या अपेक्षेबाहेर चांगले फायदे असणारे एक डिव्हाईस मिळाले. ॲपलचा सेकंड जनरेशनचा आयफोन 3Gचे तेवढे स्वागत झाले नाही. लोकांच्या तो येण्याआधीच्या अपेक्षा इतक्या उंचावल्या होत्या की, कंपनी त्याच्या पलीकडे जाईल अशी काही आशंका नव्हती आणि फोन देण्याच्या प्रक्रियेत काही अडचणी आल्या, त्याच कारणीभूत ठरल्या.

आयफोन 3G खरेतर खूप चांगला फोन होता. जलद होता, अनेक नवीन फीचर्स होती आणि अधिक मेमरी होती आणि त्यामानाने किंमत कमी होती. अनेक ग्राहकांना, तरीही, तो चांगला *वाटला* नाही. ॲपल त्यांच्या अपेक्षा पूर्ण करण्यात अपयशी ठरले आणि कंपनीची प्रतिष्ठा पणाला लागली. फोर्थ जनरेशन ॲपल आयफोनच्या लाँचच्या वेळी पुन्हा तेच घडले. नवीन फोन अधिक चांगली कामगिरी करून दाखवत होता, तरीही ॲन्टेनामधील छोटीशी अडचण आल्याने अनेकांचे फोनबद्दलचे मत खराब झाले.

ग्राहकांच्या अपेक्षेपेक्षा त्यांना सतत अधिक चांगले मूल्य देण्याचा उत्तम मार्ग म्हणजे ते अपेक्षा करत असलेल्या मूल्यासोबत काही अनपेक्षित बोनस देणे. ***मूल्य वितरणाच्या*** प्रक्रियेचा मूळ उदेश हा असतो की, ग्राहकांना आनंदी व संतुष्ट ठेवणे आणि ग्राहकांचे समाधान होईल याचा खात्रीशीर मार्ग म्हणजे 'किमान त्याच्या अपेक्षा पूर्ण करणे आणि त्याहून शक्य तितके अधिक देऊ करणे.'

तुमच्या ग्राहकांना अचानक आनंद होईल असे काहीही करा. झॅपोज मोफत जलद शिपिंग ही त्या आश्चर्यापेक्षा मौल्यवान आहे. जर तो त्या व्यवहाराचा एक भाग असता, तर तो भावनिक धक्का कमी झाला असता.

जेव्हा तुम्ही ग्राहकांच्या अपेक्षेपेक्षाही वरची कृती करता, म्हणजे त्यांच्या अपेक्षेपेक्षा जास्त काही देता, त्या अनुभवामुळे ग्राहक खूश होतात.

ही संकल्पना शेअर करा : http://book.personalmba.com/expectation-effect/

पूर्वानुमान

(Predictability)

> मी नेहमीच असे मानत आलो आहे की, एखाद्या उत्पादनाची किंवा सेवेची भरभराट होण्यासाठी त्यांनी दर्जेदार उत्पादन दिले पाहिजे. एक उत्तम उत्पादन किंवा सेवा म्हणजेच उत्तम विक्रीचा बिंदू असतो.
>
> – व्हिक्टर कियाम, रेमिंग्टन आणि द न्यू इंग्लंड पॅट्रिओट्स फुटबॉल टीमचे माजी मालक

माझे खास मित्र, आरोन शीरा यांनी त्यांचा भाऊ, पॅट्रिकबरोबर ओहियोतील कोलंबस येथे एक पेंटिंग कंपनी ***स्व–बळावर*** सुरू केली. आरोन शीरा सन्स पेंटिंग मोठ्या पेंटिंग प्रोजेक्ट्समध्ये माहीर आहेत. त्यांनी आजवर युनिव्हर्सिटिज, मिलिटरी बेसेस, मोठे चर्च आणि कोटीच्या घरातील बंगले पेंट केले आहेत. अगदी शून्यातून सुरू केलेल्या त्यांच्या कंपनीला, आता कोलंबसमधील मोठमोठे कंत्राटदार प्राधान्य देतात.

हे दोन तरुण भाऊ त्यांच्या वयापेक्षा जास्त काळ उद्योगात असलेल्या कंत्राटदारांसमोर स्पर्धात्मक बाजारपेठेत कसे काय शिरू शकले? सोपे आहे जेव्हा लोक आरोन आणि पॅट यांना काम देतात, तेव्हा *त्यांची अगदी खात्री असते* की काम दिलेल्या वेळेत आणि चांगलेच होणार.

साधारणपणे, कंत्राटदार अनिश्चिततेबद्दल जरा कुप्रसिद्धच असतात. ते उशिरा येतात, खूप वेळ घेतात, निष्काळजीपणाने काम करतात आणि त्यांची वृत्तीदेखील वाईट असते. आरोन आणि पॅट यांच्या यशाचे गुपित आहे – त्यांचे ***पूर्वानुमान***. ते एकाच फटक्यात उत्तम काम करतात, वेळेवर काम पूर्ण करतात आणि त्यांच्याबरोबर काम करणे सुखावह असते. त्यामुळे त्यांना प्रचंड कामे मिळतात. विशेषकरून सॉफ्ट कन्स्ट्रक्शन मार्केटमध्ये म्हणाल, तर ही खूपच प्रभावी कामगिरी आहे.

जेव्हा ग्राहकांना काही मौल्यवान खरेदी करायची असते, तेव्हा त्यांना ते नक्की कशाची अपेक्षा करू शकतात, हे माहीत करून घ्यायचे असते. त्यांना कसा अनुभव येईल याचा अंदाज घ्यायचा असतो. अनपेक्षित आश्चर्य ग्राहकाला उत्तम अनुभव देऊ शकतात. पण,

जर तुम्ही ग्राहकाला जे अपेक्षित आहे ते उत्तमरीत्या देऊ शकला नाहीत, तर अशा आश्चर्याचा काही फरक पडत नाही, मग तुम्ही कितीही मोठे बोनस द्या. लोकांना सुखद धक्के आवडतात. पण त्यांना धक्का बसणे आवडत नाही.

एखाद्या ऑफरचे पूर्वानुमान देऊ शकणाऱ्या अशा तीन गोष्टी असतात – एकसारखेपणा, सातत्य आणि विश्वसनीयता.

एकसारखेपणा म्हणजे प्रत्येक वेळी एकसारखेच गुणधर्म देणे. उदाहरणार्थ, कोका कोला ही पहिली मोठी कंपनी होती, जिने प्रचंड भरीव मार्केटिंग आणि मोठ्या प्रमाणावर एकसारखे उत्पादन या दोन्हींचा संयोग केला. पेय उद्योगात, उत्पादनाचा एकसारखेपणा म्हणजे एक आश्चर्यकारक करामत आहे. निर्मिती, बॉटलिंग आणि सोड्याचे वितरण ही एक गुंतागुंतीची प्रक्रिया आहे. किंचित जास्त साखर, फ्लेवर किंवा थोडीशी जास्त हवा किंवा त्यात बॅक्टेरियाचा शिरकाव यामुळे अंतिम उत्पादनात प्रचंड फरक पडू शकतो.

कोणालाही त्यांच्या आवडत्या सोड्याच्या चवीत बदल जाणवला, तर आवडणार नाही. तुम्ही जगात कुठेही असलात, तरी जेव्हा तुम्ही कोकचा कॅन उघडता, तेव्हा तुम्ही मागच्या वेळेच्या चवीसारख्याच चवीची अपेक्षा करता. कोकचा कॅन उघडल्यानंतर कोकच्या चवीत ०.१% जरी चवीत बदल जाणवला म्हणजे कोक आंबट किंवा अगोड निघाले असते, तर लोकांनी कोक विकत घेणे बंद केले असते.

सातत्य म्हणजे नेहमी एकसारखेच मूल्य देणे. १९८०च्या दशकाच्या मध्यावर 'न्यू कोक' अपयशी ठरले, कारण लोकांची अपेक्षा होती की, कोकची चव एक ठरावीकच असावी आणि कंपनीने त्याच नावाखाली काहीतरी एकदम नवीनच चव आणली. सातत्याचा भंग केल्याने विक्रीत घसरण झाली आणि कोकाकोला कंपनीने मूळ फॉर्म्युला परत आणल्यावर विक्रीत पुन्हा वाढ दिसून आली.

प्रामाणिक ग्राहकांच्या अपेक्षांचा भंग करणे हा यशाचा मार्ग होऊ शकत नाही. जर तुम्ही काहीतरी पूर्णपणे वेगळे देऊ करत आहात, तर ते नवीन प्रकारे सादर करा.

विश्वसनीयता म्हणजे काही चूक किंवा उशीर न करता मूल्य देण्याची हमी. मायक्रोसॉफ्ट विंडोज वापरणाऱ्यांना विचारा की, त्यांना त्यांच्या कॉम्प्युटरबद्दल काय आवडत नाही. ते तुम्हाला नेहमी सांगतील; 'सिस्टीम क्रॅशेश!' अविश्वसनीयता म्हणजे वापरकर्त्यांसाठी खूप मोठे वैफल्य असते. विशेषकरून जेव्हा पूर्वानुमान परमोच्च बिंदूवर असते. जर तुम्ही घर बांधत आहात आणि कंत्राटदार वेळेवर आला नाही, तर तुम्हाला कसे वाटेल?

पूर्वानुमानात वाढ करण्याचा ***प्रतिष्ठेसाठी*** आणि मूल्याच्या आकलनासाठी फायदे होतो. जितकी तुमची ऑफर अंदाज येण्यासारखी आहे, तितके जास्त तुम्ही ***उत्पादनाचा*** आणि देऊ करत असलेल्या ***सेवेचा*** आकलीत दर्जा वाढवू शकाल.

ही संकल्पना शेअर करा : http://book.personalmba.com/predictability/

प्रक्रिया प्रवाह

(Throughput)

तुमची युक्ती कितीही चांगली असली, तरीही तुम्ही अधूनमधून तिच्या परिणामांकडेही पाहिले पाहिजे.

– विन्स्टन चर्चिल, दुसऱ्या महायुद्धाच्या काळातील ग्रेट ब्रिटनचे पंतप्रधान

थ्रूपुट म्हणजे एखादी प्रणाली तिचे इच्छित उद्दिष्ट सध्या करते त्याचा वेग अथवा दर. तुमच्या ग्राहकांना मूल्य देण्यासाठी त्याच्या प्रत्यक्ष निर्मितीसाठी वापरत असलेली प्रक्रिया समजून घेऊन आणि त्यात सुधारणा करून, तुम्ही तुमच्या उत्पादनाचा दर्जा आणि ग्राहकांचे समाधान या दोन्हीं गोष्टींमध्ये सुधारणा करू शकता.

थ्रूपुट तुमच्या ***मूल्याच्या प्रवाहाच्या*** परिणामकारकतेचे मोजमाप आहे. थ्रूपुट हा एका (युनिट्स/वेळ) समीकरणाने मोजला जातो. वेळेच्या जितक्या युनिट्समध्ये तुम्ही जितका जास्त परिणाम निर्माण करू शकाल, थ्रूपुट तितका अधिक असेल.

थ्रूपुट मोजण्यासाठी तुमच्याकडे स्पष्ट उद्दिष्ट हवे :

डॉलर थ्रूपुट म्हणजे तुमचा एकूण उद्योग किती कमी वेळात एक डॉलर नफ्याची निर्मिती करतो याचे मोजमाप आहे. एक साधारण वेळाचे युनिट गृहीत धरा. जसे की, एक तास/दिवस/आठवडा/महिना. तुमचा उद्योग त्या काळात साधारण किती डॉलर्स देतो? तुमचा उद्योग जितका लवकर अधिक नफा कमवेल, तितके चांगले.

युनिट थ्रूपुट म्हणजे विक्रीसाठी एक अजून युनिट निर्माण करण्यासाठी किती वेळ लागतो, याचे मोजमाप होय. कच्च्या मालापासून ते अंतिम उत्पादनाच्या युनिटला प्रोडक्शन लाइनवर किती वेळ लागतो? जितका जलद युनिट थ्रूपुट, तितके अधिक जास्त युनिट विक्रीसाठी तयार असतील आणि तितके जलद ग्राहकांच्या मागणीला तुम्ही प्रतिसाद देऊ शकाल.

सॅटिस्फॅक्शन थ्रूपुट म्हणजे समाधानाचा प्रक्रिया प्रवाह. हा तुम्हाला एक आनंदी आणि समाधानी ग्राहक निर्माण करण्यासाठी किती वेळ लागतो, याचे मोजमाप असते. चिपोटले मॅक्सिकन ग्रीलसारख्या रेस्टॉरंटना ग्राहक आत आल्यापासून ऑर्डर देईपर्यंत अंदाजे तीन मिनिटांचा काळ लागतो. तुम्हाला एक आनंदी व समाधानी ग्राहक निर्माण करण्यासाठी जितका कमी वेळ लागेल, तितक्या अधिक ग्राहकांना तुम्ही एका तासात सेवा देऊ शकाल आणि दिवसाला तितके अधिक आनंदी व समाधानी ग्राहक निर्माण करू शकाल. ग्राहकांना सेवा देण्याच्या प्रक्रियेत जर वेळ जात असेल, तर ग्राहकांना वाट बघत थांबावे लागेल. तसेच, एका तासात कमी ग्राहकांना सेवा देता येईल. परिणामी असा अनुभव आल्याने ते फारसे समाधानी नसतील.

थ्रूपुट वाढवण्यासाठी उत्तम उपाय म्हणजे तो मोजायला सुरुवात करा. तुम्हाला तुमच्या उद्योगामध्ये एक डॉलर नफा कमावण्यासाठी किती वेळ लागतो? विक्रीसाठी अजून एक

युनीट निर्माण करायला किती वेळ लागतो किंवा एक नवीन समाधानी ग्राहक निर्माण करण्यासाठी किती वेळ लागतो?

जर तुम्हाला तुमचा थ्रूपुट माहीत नसेल, तर तो शोधण्याला प्राधान्य द्या. थ्रूपुट मोजणे हेच तो सुधारण्यासाठीची पहिली पायरी असते.

ही संकल्पना शेअर करा : http://book.personalmba.com/throughput/

नक्कल

(Duplication)

> या जगातील समस्या खऱ्या अर्थाने दोन मार्गांनी सोडवता येतात, नष्ट करणे किंवा नक्कल करणे.
>
> – सूसन सोनटॅग, लेखक आणि राजकीय कार्यकर्ते

विश्वसनीयरीत्या काही मूल्य पुन्हा निर्माण करण्याची क्षमता म्हणजे ***नक्कल*** (डुप्लिकेशन). कारखान्यातील उत्पादन हे याचे उत्तम उदाहरण आहे : एक डिझाईन, अनेक कॉपीज! शोधचक्र पुनःपुन्हा फिरवण्याऐवजी, नक्कल करणे. तुम्हाला एकदाच आरेखन करून त्याच्या जितक्या पाहिजेत, तितक्या नकला बनवण्याची मुभा देते.

तुमच्या ऑफरची नक्कल करण्याची तुमची क्षमता जेवढी चांगली, तितके तुम्ही अधिक मूल्य देऊ शकता. एखादी गोष्ट तयार करण्यासाठी जितका अधिक वेळ आणि श्रम लागतात, तितकी त्याची उपलब्धी कमी होते. नक्कल केल्याने तुम्हाला तुमच्या ऑफरच्या जास्त प्रती जलद रीतीने आणि कमी खर्चात तयार करता येतात आणि कमी खर्चात जास्त उपलब्ध करून देता येतात.

आता याच पुस्तकाचे उदाहरण घ्या. पूर्वीच्या काळी, पुस्तकांची नक्कल केली जायची व हाताने बांधणी केली जायची. एका पुस्तकाची नक्कल करण्यासाठी काही महिने (कधीकधी वर्षेही) लागत. त्यामुळे पुस्तकं महाग असत आणि मिळविण्यासाठी अवघड असत.

सदरच्या पुस्तकाचे उदाहरण लक्षात घेतल्यास, हे पुस्तक एकदाच लिहिले गेले होते. पण, मोठ्या क्षमतेच्या छपाईयंत्राच्या माध्यमातून याची पुनर्निर्मिती जलदगत्या, विश्वसनीयरीत्या आणि स्वस्तात झाली. त्यामुळे एक कोटी प्रती तयार करता आल्या आणि जगभर वितरित करता आल्या, काही डॉलर्स किमतीमध्ये त्या खरेदी करणे शक्य झाले. नक्कल बनविण्याची जादू हीच तर आहे.

इन्टरनेटमुळे काही मूल्यप्रकारांची नक्कल करणे सहजसोपे झाले आहे. केविन केली यांनी त्यांच्या 'बेटर दॅन फ्री' या निबंधामध्ये म्हटले आहे, की इंटरनेट मुळात अवाढव्य आहे आणि ते एक स्वस्त कॉपी मशीन आहे. माझ्या वेबसाइटवर मी जेव्हा एक पोस्ट लिहितो, माझ्या वेबसर्व्हरला त्याची नक्कल करणे आणि जगाच्या दुसऱ्या कोपऱ्यातील वाचकाला

ताबडतोब देणे सहज शक्य असते. माहितीचे डुप्लिकेशन – लेखन, चित्रे, संगीत, व्हिडिओ हे मुळात मोफत आहे. या माहितीचे मूल्य मात्र महत्त्वाचे असू शकते.

जर तुम्हाला तुमच्या प्रत्यक्ष गुंतवणुकीशिवाय काही पुन्हा निर्माण करायचे असेल, तर तुमच्या ऑफरची नक्कल करण्याची तुमची क्षमता असणे आवश्यक आहे. जर तुम्हाला प्रत्येक ग्राहकाकडे वैयक्तिकरीत्या लक्ष द्यावे लागत असेल, तर एका ठरावीक काळात तुम्ही किती ग्राहक करू शकाल याला एक मर्यादा आहे. नक्कल बनविणे आणि ***स्वयंचलन*** (ऑटोमेशन) यामुळे तुम्हाला अधिक लोकांना मूल्य देणे शक्य होते आणि त्यामुळे अधिक विक्री होते.

ही संकल्पना शेअर करा : http://book.personalmba.com/duplication/

मल्टिप्लिकेशन

(Multiplication)

कृतीवर सर्व वाढ अवलंबून असते. प्रत्यक्षात किंवा बौद्धिकरीत्या काहीही वाढ परिश्रमाशिवाय होत नाही आणि परिश्रम म्हणजे काम.

– कॅल्विन कूलिज, युनायटेड स्टेट्सचे ३०वे अध्यक्ष

बिग मॅकची **नक्कल** कशी करायची, हे मॅक्डोनाल्डला चांगले माहीत आहे. ट्रिपल सोया व्हॅनिला लात्तेची नक्कल कशी करायची, स्टारबक्सला माहीत आहे. आता मॅक्डोनाल्ड आणि स्टारबक्समध्ये काय सामायिक आहे, ते पाहू. दोन्ही उद्योग त्यांच्या स्टोअर्सची नक्कल करू शकतात आणि त्यामुळेच जगभर दोन्हीचे हजारो स्टोअर्स आहेत.

मल्टिप्लिकेशन म्हणजे संपूर्ण ***सिस्टीमचे*** डुप्लिकेशन. कॅलिफोर्नियामध्ये मॅकडोनाल्डचे एक रेस्टॉरन्ट सुरू झाले. स्टारबक्सने सिॲटलमध्ये एक कॉफी शॉप सुरू केले. मॅक्डोनाल्डने किंवा स्टारबक्सने संपूर्ण सिस्टीमची नक्कल बनविणे शिकून घेतले, आणि वाढीच्या नवीन संधी–वाटा शोधल्या.

वॉलमार्टनेदेखील तेच केले. फायटेविले, अर्कानास येथे आधी एका स्टोअरपासून सुरुवात करून वॉलमार्टने आश्चर्यकारक वेगाने मल्टिप्लाय केले आणि मध्यपूर्व भागात विस्तार केला, मग पूर्ण देशभर आणि मग जगभर.

वॉलमार्टचे यश स्टोअर्स आणि वितरण केंद्र या दोन परस्परांशी जोडलेल्या प्रणालींचे मल्टिप्लिकेशन करण्यामध्ये आहे. वितरण केंद्र पुरवठादारांकडून येणारा माल घेण्याची क्षमता वाढवतात आणि स्टोअर्सला पोहोचता करतात. सर्व स्टोअर्स माल घेण्याची, डिस्प्ले करण्याची आणि तो ग्राहकांना विकण्याच्या प्रणालीची हुबेहूब नक्कल करतात. त्यामुळे ग्राहकांना सर्वत्र एकसमान दर्जा मिळतो.

मल्टिप्लिकेशन लहान उद्योगांना मोठ्या उद्योगांपासून अलग करते. कोणतीही एकमेव उद्योगप्रणाली काय उत्पादित करू शकते, याला काही मर्यादा आहे. सिद्ध झालेल्या

मॉडेलवर आधारित एका सारख्या एक प्रणाली निर्माण करून, मल्टिप्लिकेशन उद्योगाची अधिक ग्राहकांना मूल्य वितरित करण्याची क्षमता वाढवू शकतो. वितरक नेमण्याचा हा मोठा फायदा आहे. नवीन बिझनेस मॉडेल तयार करण्यापेक्षा, वितरक नेमून जे कार्यरत आहे ,तेच मॉडेल मल्टिप्लाय करणे.

जितकी जास्त तुम्ही तुमची उद्योगप्रणाली वाढवाल, तितके अधिक मूल्य तुम्ही वितरित करू शकाल.

ही संकल्पना शेअर करा : http://book.personalmba.com/multiplication/

प्रमाण

(Scale)

पेराल ते उगवते.

– मार्कस टुलियस सिसरो, प्राचीन रोमन मुत्सद्दी आणि व्याख्याते

एका हाताने गोधड्या शिवण्यामध्ये निपुण असणाऱ्या व्यक्तीची कल्पना करा. असे गृहीत धरा की, त्याला एक गोधडी शिवण्याकरता एक आठवडा लागतो. आठवड्याला एक ग्राहक असणे त्याच्यासाठी उत्तम आहे. एका ग्राहकासाठी एक गोधडी शिवण्यात त्याला काही समस्या येत नाही.

पण दोन ग्राहक एकाच वेळेस आले, तर मात्र त्याला थोडे आव्हानात्मक वाटेल. एका ग्राहकाला सेवा देईपर्यंत दुसऱ्या ग्राहकाला थांबावे लागेल. जर गोधडी शिवणाऱ्याला एका दिवशी १०० गोधड्यांची ऑर्डर मिळाली, तर तो मोठाच गोंधळच होईल. १०० ग्राहकांची मागणी एकत्र पूर्ण करण्याचा कोणताच मार्ग नसल्याने त्यांना वाट पाहायला लावण्याखेरीज उपाय नाही. ज्यामुळे नको इतकी ***टंचाई*** निर्माण होईल.

प्रमाण म्हणजे एखाद्या मागणीचा जसा आकार वाढेल, त्याप्रमाणे विश्वसनीयरीत्या ***डुप्लिकेट*** किंवा ***मल्टिप्लाय*** करण्याची क्षमता वाढणे. प्रमाणता तुमचा जास्तीतजास्त संभाव्य आकार ठरवते. जितके उत्पादन डुप्लिकेट किंवा मल्टिपल करणे सहजसोपे, तितकी उद्योगाची प्रमाणता जास्त असते.

आता, गोधडी व्यवसायाच्या उलट स्टारबक्ससारखा बिझनेस पाहा. असे गृहीत धरू की, स्टारबक्सची एका तासाला १०० ग्राहकांना पेय सेवा देण्याची क्षमता आहे. त्यापेक्षा जास्त मागणी आल्यास स्टोअरमध्ये गर्दी होऊ लागते. यावर उपाय? दुसरे स्टारबक्स उभे करा– जरी ते रस्त्याच्या पलीकडे असेल तरी! न्यू यॉर्कमध्ये हे खूपच साधारण दृश्य आहे.

एखाद्या प्रक्रियेमध्ये जितकी मानवी गुंतवणूक आवश्यक असते, प्रमाणता तितकी मर्यादित असते. स्टारबक्सची ***स्वयंचलनाद्वारे*** (automation) लात्ते कॉफीची नक्कल करण्याची क्षमता आहे. स्टारबक्सचे कर्मचारी पेय बनवण्यामध्ये सहभागी असतात; पण ती

प्रक्रिया निम - स्वयंचलित (semi automated) आहे, कॉफी एक्स्प्रेसो मशीनमध्ये बनते, अनेक घटक वेळेपूर्वी बनवून तयार ठेवलेले असतात, वगैरे. स्टारबक्समध्ये एकूणच एखादे पेय बनवण्यासाठी लागणाऱ्या मानवी सहभागाची पातळी किंवा हस्तक्षेप खूपच कमी आहे. त्यामुळेच स्टारबक्स एका तासाला इतक्या मोठ्या प्रमाणावर पेय बनवून देऊ शकते.

जर तुम्हाला तुमचा प्रत्यक्ष सहभाग जास्त नसेल, असा उद्योग सुरू करायचा असेल, तर प्रमाणता (scalability) या गोष्टीला खूप महत्त्व आहे. ***उत्पादनांची नक्कल*** करणे सोपे असते, तर ***सामायिक साधने*** (जिम, इत्यादी.) ***मल्टिप्लाय*** करणे सगळ्यांत सोपे असते.

माणसांना प्रमाण (scale) *करता येत नाही.* दररोज प्रत्येकाच्या हातात जेवढा वेळ असतो, ते त्याची ***मर्यादा*** असते. वेळ कामाच्या आकारानुसार बदलत नाही. दिवसाचे तास २४ इतकेच असणार. याउलट, जसजशी मागणी वाढत जाते, तसतशी माणसाची परिणामकारकता कमी होत जाते. याबाबत आपण ***कार्यप्रदर्शनाचा ताण*** (performance load) यामध्ये नंतर चर्चा करू.

म्हणूनच, सामान्यतः ***सेवांचे*** प्रमाण करणे अवघड असते. कारण, सेवांच्या बाबतीत मूल्य देण्यासाठी मोठ्या प्रमाणावर प्रत्यक्ष मानवी सहभाग आवश्यक असतो. ढोबळ नियमानुसार, मूल्य देण्यासाठी जितका मानवी सहभाग कमी, तितका तो उद्योग प्रमाणता करण्यास सोपा असतो.

ही संकल्पना शेअर करा : http://book.personalmba.com/scale/

संचय

(Accumulation)

जेव्हा मी छोट्या गोष्टींचे मोठे परिणाम लक्षात घेतो, तेव्हा
मला असे म्हणावेसे वाटते की, गोष्टी छोट्या नसतातच.

– ब्रूस बारटन, जाहिरात एक्झिक्युटिव्ह आणि द बेट्टी क्रोकर ब्रॅन्डचे निर्माते म्हणून प्रसिद्ध.

आत्ता या क्षणी, टोयोटाचे इंजिनियर जगातल्या सगळ्यांत कार्यक्षम उत्पादन प्रक्रियेपैकी एक असलेल्या टोयोटाच्या उत्पादन **प्रक्रियेत** कुठेतरी खूप छोटा काही तरी बदल करत असतील.

तो एकच छोटा बदल काही मोठा वाटणार नाही. पण एक लहान हिसका, छोटीशी पुनर्रचना आणि श्रम वाचवणे इत्यादी एकत्रित केल्यास, त्याचे परिणाम मोठे असतात. टोयोटा कर्मचारी वर्षाला उत्पादन प्रक्रियेमध्ये दहा लाखांहून जास्त सुधारणा करतात. टोयोटा ही आता जगातली सर्वांत मोठी आणि प्रचंड महत्त्वाची वाहन उत्पादक कंपनी आहे. यात काहीच आश्चर्याची गोष्ट नाही.

लहान-लहान कामे किंवा हानिकारक वर्तणूक आणि इनपुट्स हळूहळू ***साठत*** जातात आणि नंतर खूप मोठे परिणाम दाखवतात. *लीन थिंकिंग* या जेम्स पी वोमाक आणि डॅनियल टी जोन्स यांच्या पुस्तकानुसार, टोयोटाची पद्धत जापनीज कायझेनवर आधारित आहे, जी *मुदा* (waste) काढून टाकून आणि खूप छोटे -छोटे बदल करून, एखाद्या प्रणालीत सतत सुधारणा करण्यावर भर देते. अनेक छोट्या-छोट्या सुधारणा, सतत लागू केल्याने त्याचे मोठे परिणाम दिसून येतात.

संचय नेहमी सकारात्मक नसतो. तुम्ही जर दहा वर्षं फक्त फास्ट फूड, कॅन्डी बार्स खाल्ले आणि सोडा प्यायला, तर तुमच्या शरीराचे काय होईल याची कल्पना करा. रोज एक कॅन्डी बार खाणे काही विशेष नाही; पण शेकडो कॅन्डी बार खाणे ही मात्र मोठी गोष्ट आहे. सुदैवाने, याच्या उलटदेखील खरे आहे. आहारात लहान लहान सुधारणा, थोडा व्यायाम आणि थोडी अधिक झोप काही काळाने तुमच्या तब्येतीवर मोठा परिणाम दाखवते.

वाढीव बाह्यबदल (Incremental Augmentation) हे संचयाच्या ताकदीचे उदाहरण आहे. जर तुमची ऑफर प्रत्येक ***पुनरावृत्ती चक्रामध्ये*** सुधारत आहे, तर तुमच्या ग्राहकांसाठी ती पहिल्यापेक्षा अधिक मौल्यवान होण्याचा दिवस काही दूर नाही. ***मूल्य वितरण*** प्रक्रियेमधील लहान-लहान बदल तुमचा खूप वेळ आणि परिश्रम वाचवू शकतात.

कालानुरूप तुम्ही जितके छोटे - छोटे बदल करता, तितके त्याचे परिणाम चांगले दिसून येतील.

ही संकल्पना शेअर करा : http://book.personalmba.com/accumulation/

विस्तार

(Amplification)

निसर्गामध्ये ना बक्षीस असते ना शिक्षा; तिथे फक्त परिणाम असतात.

– रॉबर्ट जी. इंगरसोल, राजकीय नेते आणि व्याख्याते

सोड्याचा सामान्य कॅन पाहा. प्रथम जेव्हा कॅन पेयपदार्थ विकण्यासाठी वापरले गेले, तेव्हा ते सिलेंडरच्या आकाराचे, सपाट डोक्याचे, आणि स्टीलचे बनलेले असत. कालांतराने, अल्युमिनियमने स्टीलला मागे टाकले आणि कॅन उघडणे सोपे करण्यासाठी पुल टॅब म्हणजे कॅन उघडण्यासाठी लावलेली पट्टी आणली. कॅनला 'नेक' (तोंडापाशी मानेसारखी खाच) ही होती. ती वरच्या बाजूकडे थोडीशी दाबलेली होती.

कॅनला तशी खाच करण्याचे दोन मोठे फायदे झाले - पहिला फायदा हा की, त्यातूनच पेय पिणे सोपे झाले. ते लोकांना आवडते आणि दुसरा फायदा हा की, त्यामुळे साधारण चांगला कॅन बनवण्यासाठी लागणाऱ्या धातूमध्ये बचत झाली. साधारण पेयाच्या कॅनच्या भिंती आता ९० मायक्रो मिलिमीटर जाड असतात (ज्या आधी दोन मिलिमीटर होत्या), ज्यामुळे कच्च्या मालामध्ये प्रचंड बचत झाली.

कॅनउत्पादक इन्स्टिट्युटच्या मते, अमेरिकेमध्ये दर वर्षी अंदाजे १३१ अब्ज कॅन तयार केले जातात. जेव्हा तुमचे आधुनिक कॅनच्या डिझाईनमुळे अब्ज कॅनच्या उत्पादनात बचत होते, तेदेखील अनेक दशके, तेव्हा काही लहान बदलांमुळे पेय उद्योगाचे हजारो अब्ज रुपये वाचतात.

विस्तार विस्तृत प्रणालीमध्ये एक छोटासा बदल करण्याने खूप मोठा परिणाम मिळतो. ***प्रणालीमध्ये*** सुधारणा केल्यामुळे किंवा प्रणालीचा जास्तीतजास्त फायदा करून घेतल्यामुळे प्रणालीचा आकार विस्तारित होतो. जितकी मोठी प्रणाली, तितका मोठा परिणाम.

जेव्हा मॅकडोनाल्ड एखादे नवीन सँडविच आणते, ते त्यांच्या एकाच स्टोअरमध्ये विकण्यापुरते सीमित ठेवत नाहीत, तर त्यांच्या जगभरातील सर्व स्टोअर्समध्ये ते सँडविच विकतात. जेव्हा स्टारबक्स एखादे नवीन पेय घेऊन येते, ते प्रत्येक ठिकाणच्या स्टारबक्समध्ये ग्राहकांना खूप जलदरीत्या उपलब्ध करून दिले जाते.

विस्ताराच्या संधी ओळखण्याचा उत्तम मार्ग म्हणजे ज्या गोष्टी सतत ***डुप्लिकेट*** किंवा ***मल्टिप्लिकेट*** केल्या जाणाऱ्या गोष्टी शोधणे. जर स्टारबक्सला कमी कॉफीबिया वापरून एक्स्प्रेसो बनवण्याचा मार्ग सापडला, तर त्यामुळे त्यांना जितकी कॉफी खरेदी करायला लागते, त्यामध्ये खूप प्रचंड फरक पडेल. जर त्यांनी एक्स्प्रेसो अजून जलद रीतीने कॉफी बनवण्याची युक्ती शोधली, तर प्रत्येक ग्राहकामागील सेवा देण्याचा वेळ वाचेल. त्याचबरोबर, एका स्टोअरमध्ये एका तासाला जितक्या ग्राहकांना सेवा दिली जाते, त्यात वाढ होईल.

विस्तृत प्रणाली छोट्या बदलांचे परिणाम विस्तारते. छोटे बदल विस्तृत प्रणालीमध्ये प्रचंड परिणाम आणतात.

ही संकल्पना शेअर करा : http://book.personalmba.com/amplification/

स्पर्धेतील अडथळे

(Barrier to Competition)

स्पर्धकाशी स्पर्धा करू नका– त्यांना अप्रासंगिक ठरवा.

– डब्ल्यू चॅन किम, *ब्ल्यू ओशन स्ट्रॅटेजी*

तुमचे स्पर्धक काय करत आहेत, याकडे तुम्ही किती लक्ष देता? तुम्ही जितका अधिक वेळ आणि ऊर्जा तुमच्या स्पर्धकावर लक्ष ठेवण्यासाठी घालवाल, तमच्याकडे प्रत्यक्षात तुमचा उद्योग उभा करण्यासाठी तितका कमी वेळ आणि ऊर्जा शिल्लक असेल.

ॲपलसारख्या कंपनीचा विचार केला, तर तंत्रज्ञानाच्या युगात अशी कोणतीच कंपनी नाही की, जी प्रतिस्पर्धी कंपन्यांकडे कमी लक्ष देते. उलट, ते स्वतःचे काही पूर्णतः नवीन आणि ***लक्षणीय*** तयार करण्याकडे लक्ष केंद्रित करतात आणि नंतर जितके ते परिपूर्ण करता येईल, तितके करतात.

दुसरीकडे, ॲपलचे स्पर्धक मात्र ॲपलचा पाठपुरावा करण्याच्या न संपणाऱ्या चक्रात अडकून पडलेले दिसतात. ॲपलने २००७मध्ये, आयफोन आणल्यावर, ब्लॅकबेरीने स्टॉर्म निर्माण करायचा प्रयत्न केला, ज्यामध्ये तसेच अनेक फीचर्स कॉपी केलेले होते. जेव्हा स्टॉर्म बाजारात आला, तोपर्यंत ॲपल अनेक ***पुनरावृत्ती चक्रांमधून*** गेलेला होता आणि ब्लॅकबेरीला स्पर्धा करणे मुश्कील झाले होते. आजवर, ॲपलने जगभरात पाच कोटी आयफोन्सची विक्री केली आहे.

त्याचप्रमाणे, एसस, एचपी आणि डेल यांच्या नोटबुक (लहान कमी पॉवरचा कॉम्प्युटर जो सोबत नेण्यासाठी बनवला आहे) प्रकारात प्रत्यक्ष स्पर्धा न करता, ॲपलने उघडपणे हे मार्केट अनेक वर्षे दुर्लक्षित केले. जेव्हा २०१० साली आयपॅड सादर केले गेले, तेव्हा हे बदलले. अस्तित्वात असलेल्या नोटबुक्सच्या फीचर्सशी प्रत्यक्ष स्पर्धा करण्यापेक्षा त्या उत्पादनाने मार्केटची व्याख्याच बदलून टाकली. पुन्हा परिभाषित केले. आयपॅडच्या अस्तित्वात येण्याच्या पहिल्या दोन महिन्यांतच कंपनीने दोन दशलक्षाहून जास्त आयपॅड विकले. स्पर्धा करण्यापेक्षा, बदल घडवून आणणे पसंत केल्याने, ॲपलने अत्यंत स्पर्धात्मक बाजारपेठेचा मोठा हिस्सा काबीज केला.

तुमच्या उद्योगातील ***मूल्याच्या प्रवाहात*** तुम्ही ज्या छोट्या-छोट्या सुधारणा करता, त्या प्रत्येक सुधारणेचा पाठलाग करणे तुमच्या स्पर्धकांना अत्यंत कठीण होते. तुमच्या मूल्यनिर्मितीमध्ये आणि वितरण करण्याच्या क्षमतेमध्ये कार्यक्षमता आणि परिणामकारकता आणल्यास तुमच्या स्पर्धकांना तुमच्याशी स्पर्धा करणे बिकट होईल.

तुम्ही ग्राहकाला दिलेल्या प्रत्येक फायद्याची हुबेहूब नक्कल करणे तुमच्या स्पर्धकाला कठीण जाते. म्हणूनच स्पर्धेवर लक्ष केंद्रित करू नका; तर याहून जास्त मूल्य देण्यावर लक्ष द्या. स्पर्धा आपली काळजी आपणच घेईल.

हीसंकल्पना शेअर करा : http://book.personalmba.com/barrier-to-competition/

तीव्रता गुणक

(Force Multiplier)

> माणूस हा साधनप्रिय आहे. त्यांशिवाय तो काहीच नाही, साधनांसह परिपूर्ण आहे.
>
> – थॉमस कार्लाइल, निबंधकार आणि इतिहासकार

साधने (यंत्र किंवा हत्यारे) निर्माण करण्याची आणि वापरण्याची क्षमता मनुष्याला एकमेवाद्वितीय ठरवते. ही साधने अत्यंत महत्त्वाची असतात. कारण त्यांच्या वापरामुळे आपली शारीरिक ताकद वाढते विचारांचा आणि उद्दिष्टाचा प्रभाव वाढण्यास मदत होते. एखाद्या साधनामुळे जितका तुमच्या विचारांचा आणि परिश्रमांचा ***विस्तार*** होईल, तितके ते साधन प्रभावी ठरते.

जर तुम्ही केवळ हाताने भिंतीत खिळा ठोकत असाल, तर तुम्हाला नक्कीच ताकद लावावी लागेल. पण ती ताकद खिळा एखाद्या कठीण भागात घुसवण्यासाठी पुरेशी नाही. (शिवाय, तुमच्या हाताला इजाही होईल.)

हातोडी वापरण्याने तुम्ही लावत असलेल्या ताकदीचा आवाका आणि त्याचे केंद्रीकरण एका लहान भागावर होऊन, एकाच फटक्यात खिळा ठोकणे सोपे जाईल. करवत, स्क्रू-ड्रायव्हर आणि इतर हत्यारे त्याच प्रकारे काम करतात. ती विस्तार करतात आणि अधिक उत्पादन तयार करण्यासाठी तुमच्या ताकदीचे केंद्रीकरण करतात. त्यांनाच तीव्रता गुणक(force multiplier) असे म्हणतात.

अशा प्रकारे, शक्तीचा अतिशय मोठ्या प्रमाणावर विस्तार करणारी हत्यारे सर्वांत प्रभावी असतात. विजेवर चालणारी करवत ही हाताने चालवायच्या करवतीपेक्षा अनेकपट अधिक परिणामकारकपणे काम करते. कचऱ्याचा ट्रक ढकलगाडीपेक्षा जास्त वजन उचलतो. रॉकेट गोफणीपेक्षा जास्त जलदगतीने वजन दूर नेऊ शकते.

तीव्रता गुणकांमध्ये गुंतवणूक करणे अर्थपूर्ण आहे, कारण तितक्याच परिश्रमात तुम्हाला जास्त काम करून घेता येते. जर तुम्हाला एखाद्या नवीन घराचा किंवा इमारतीचा पाया खोदायचा असेल, तर दहा डॉलर्सचे फावडे नजीकच्या हार्डवेअरच्या दुकानातून आणणे नक्कीच कामाचे आहे. पण खोदकामाचे यंत्र तुमचे काम जलद आणि सोपे करेल. जर घरे बांधणे हा तुमचा व्यवसाय असेल, तर खोदकामाचे यंत्र विकत घेणे किंवा भाड्याने घेणे कधीही पैसा वसूल करणारे ठरेल.

तीव्रता गुणक जितके प्रभावी, तितकेच महागडे असू शकतात. कारखान्यातील उत्पादन आणि वितरणाची प्रणाली ही मोठ्या प्रमाणावरील तीव्रता गुणकाची उदाहरणे आहेत. ते अत्यंत कमी वेळात हजारो (किंवा लाखो) ग्राहकांना मूल्य वितरण करतात. त्यांची किंमत हजारो (किंवा लाखो) डॉलर्स असू शकते; पण ते तुम्हाला अशी क्षमता प्रदान करतात, जी अन्यथा तुमच्या आवाक्याबाहेरची असते.

साधारण नियम म्हणून, कर्जाचा किंवा बाह्य भांडवलाचा उत्तम वापर म्हणजे तुम्ही प्रणाली अशी बनवणे की, तुम्हाला तीव्रता गुणकांचा वापर करण्याची संधी देते, जी अन्यथा तुम्हाला मिळाली नसती. जर तुमच्या उद्योगामध्ये कारखान्यात यंत्राची वा साधनांची गरज आहे, आणि तुमच्या बँकखात्यात बहुधा एक कोटी डॉलर्स नसतील, तर बँकेकडून ***कर्ज*** घेणे किंवा बाहेरील गुंतवणूकदाराकडून ***भांडवल*** स्वीकारणे हा सर्वोत्तम पर्याय असू शकतो. अर्थात ती रक्कम स्वतःसाठी किंवा आलिशान ऑफिसचे भाडे भरण्यासाठी न वापरता तुम्ही तीव्रता गुणक खरेदी करण्यासाठी आणि त्यांच्या देखभालीसाठी वापरलीत तर.

नेहमी तुम्हाला परवडतील आणि सहजरीत्या मिळू शकतील अशा साधनांची निवड करा. दर्जेदार साधने तुम्हाला कमीतकमी कच्च्या मालामध्ये जास्तीतजास्त उत्पादन देतात. तीव्रता गुणकांमध्ये गुंतवणूक करून तुम्ही तुमचा वेळ, ताकद आणि लक्ष यामध्ये बचत करता, जे तुम्ही त्याऐवजी तुमच्या उद्योगावर केंद्रित करू शकता.

ही संकल्पना शेअर करा : http://book.personalmba.com/force-multiplier/

प्रणालीकरण

(Systemization)

तुम्ही काय प्रक्रिया करत आहात, हे जर तुम्ही सांगू शकला नाहीत, तर तुम्ही काय करताय हे तुम्हाला माहीत नाही.

– डब्ल्यू. एडवर्डस् डेमिंग, प्रॉडक्शन मॅनेजमेंट एक्स्पर्ट आणि स्टॅटिस्टिकल प्रोसेस कंट्रोलचे जनक

तुम्ही सर्व काही सहजरीत्या केले, तरी अ बिंदूकडून ब बिंदूकडे जाण्याच्या मार्गातील अनेक पायऱ्या लक्षात घेतल्या, तर ती एक प्रक्रियाच असल्याचं जाणवेल. घाईत काम करून मग त्यात सतत 'सुधारणा करण्यापेक्षा' त्या प्रक्रियेची आधीच स्पष्ट व्याख्या केल्यास खूप मोठा फायदा होतो.

प्रणाली ही एक 'स्पष्ट' प्रक्रिया आहे. ती पुनःपुन्हा करता येते. यामध्ये अनेक पायऱ्या काही प्रमाणात औपचारिक केल्या जातात. ही लिखित किंवा आकृती स्वरूपात असू शकते.

एखादी प्रणाली तयार करण्याचा मूलभूत फायदा हा असतो की, तुम्ही प्रक्रिया तपासून पाहून त्यात सुधारणा करू शकता. प्रक्रियेतील प्रत्येक पायरी स्पष्ट करून, तुम्ही त्यातील महत्त्वाची प्रक्रिया कशी चालते, त्यांची रचना कशी केली आहे, त्यांचा इतर प्रक्रियांवर त्यांचा कसा परिणाम होतो, तुम्ही हळूहळू काळाबरोबर ती प्रणालीमध्ये कशा सुधारणा करू शकता, हे तुम्हाला समजू शकेल.

गुगल हे प्रबळ प्रणालींचे हे खूप उत्तम उदाहरण आहे. प्रत्येक वेळी जेव्हा तुम्ही गुगलचे सर्च इंजीन वापरता, तेव्हा तुम्हाला सर्च रिझल्ट देण्यासाठी हजारो कॉम्प्युटर काम करू लागतात. गुगलचे सर्च अल्गॉरिथम (सिस्टिम/प्रणालीसाठी आकर्षक शब्द) हे कॉम्प्युटर एकत्रितपणे कसे काम करतात, याची व्याख्या करते. दर वर्षी, गुगलचे इंजिनियर्स प्रायमरी सर्च इंजीन अल्गॉरिथममध्ये ५५०पेक्षा जास्त सुधारणा करतात आणि गुगलच्या मदतीने जे शोधत आहात, ते अधिक प्रभावीपणे शोधू शकता.

परिणामी, गुगल अल्गॉरिथम इतके कार्यक्षम झाले आहे की, तुमचे सर्च रिझल्ट मानवी हस्तक्षेपाविना ०.२ सेकंदात दिले जातात. ही अत्यंत आश्चर्यजनक कामगिरी आहे. जर गुगलने त्यांचा बहुतांश वेळ आणि परिश्रम सर्च प्रक्रियेची परिभाषा करण्यात आणि प्रणालीकरण करण्यात घालवला नसता, तर आज गुगल अस्तित्वातच नसते.

या प्रणालीमुळे अनेक लोकांना एकाच वेळी एकसारखी माहिती दिली जाते. आपण आठव्या प्रकरणामध्ये चर्चा करू की, लोकांना एकत्र काम करण्यासाठी संवाद किती आवश्यक असतो आणि तुम्ही जितक्या जास्त लोकांसोबत काम करत आहात, तितका जास्त संवाद तुम्हाला आवश्यक असतो. खास प्रसंगांसाठी आणि कामांसाठी प्रणाली विकसित आणि स्पष्ट केल्याने प्रत्येकाला त्यांनी काय काय करायचे आहे, हे समजण्यात कमीतकमी गैरसमज आणि गोंधळ होतो.

जर तुम्ही तुमच्या प्रक्रियेचे प्रणालीकरण करू शकत नसाल, तर तुम्ही ती बनवू शकत नाही. जर गुगल सर्च रिझल्ट देण्यासाठी मानवी लायब्ररीयन्सच्या टीमवर अवलंबून असेल, तर काय होईल, याची कल्पना करा. ते एक दुःस्वप्न असेल. तुम्हाला तुमचे सर्च रिझल्ट मिळण्यासाठी अनेक दिवस (किंवा आठवडे किंवा महिने) थांबावे लागेल.

स्वयंचलितता (नंतर चर्चिले आहे) ही गुगलच्या उच्च दर्जाची व वेगाची गुरूकिल्ली आहे. प्रणालींच्या कामाची स्पष्ट व्याख्या केल्यामुळे, सर्च इंजीन प्रणालींचे दैनंदिन कामकाज स्वयंचलित करणे शक्य झाले. त्यामुळे तो वाचलेला वेळ गुगल इंजिनिअर्स प्रणालीमध्ये सातत्याने *सुधारणा करण्यात* घालवू शकतात.

बहुतेक लोक उद्योगप्रणाली निर्माण करण्यासाठी विरोध करतात. कारण, ते त्यांना अतिरिक्त काम वाटते. आपण सगळे व्यग्र आहोत आणि असे वाटणे साहजिक आहे की, तुम्हाला प्रणाली तयार करायला व त्यात सुधारणा करायला वेळ नाही. कारण, करण्यासाठी आधीच खूप काम आहे. उपयुक्त प्रणाली तुमचे काम खूप सोपे करतात. जर तुम्हाला कामाचे ओझे वाटत असेल, तर सर्वांत चांगली गोष्ट म्हणजे, ती समस्या सोडवा आणि चांगल्या प्रणाली निर्माण करण्यासाठी पुरेसा वेळ द्या.

प्रणालीकरण आणि स्वयंचलिततेचे काही महत्त्वाचे तोटेही आहेत; जे आपण दहाव्या प्रकरणात आणि अकराव्या प्रकरणात तपशिलात पाहू. आता लक्षात घ्या की, प्रभावी प्रणाली या उद्योगाचा प्राण असतात. त्या तुम्हाला निर्मिती, विपणन, विक्री आणि अखेरीस तुम्ही जे ऑफर करत आहात, ते वितरित करू देतात.

तुमच्या प्रणाली जितक्या चांगल्या, उद्योगही तितकाच चांगला.

ही संकल्पना शेअर करा : http://book.personalmba.com/systemization/

५

वित्त

लोकांना पैशांबद्दल अवमानकारकपणे बोलताना त्याने ऐकले होते : त्याला आश्चर्य वाटले की, या लोकांनी कधी पैशाशिवाय जगण्याचा प्रयत्न केला आहे का?

– डब्ल्यू. सॉमरसेट मॉम, *ऑफ ह्युमन बॉन्डेज* या पुस्तकाचे लेखक

माझ्या अनुभवानुसार, लोकांना ***मूल्यनिर्मिती, विपणन, विक्री आणि मूल्य वितरण*** यांबद्दल शिकणे आवडते. ते समजण्यास आणि कल्पना करण्यासही सोपे विषय आहेत.

मात्र जेव्हा ***अर्थव्यवस्था*** किंवा ***वित्त*** यांचा अभ्यास करण्याची वेळ येते, तेव्हा डोळे फिरतात. वित्त ही संकल्पना आपल्या डोळ्यांसमोर लेखापाल, गणिती सूत्र, आणि आकड्यांनी भरभरून वाहात असलेल्या स्प्रेडशीट्सचे चित्र उभे करते. अर्थात तसे होण्याचे काही कारण नाही. जर तुम्ही सर्वांत महत्त्वाचे काय आहे यावर लक्ष दिलेत, तर अर्थव्यवस्था समजण्यास सोपी आहे.

वित्त (फायनान्स) म्हणजे उद्योगामध्ये पैशाच्या विनिमयाची कला आणि शास्त्र दोन्हीही आहे. नंतर तो कसा विभागून द्यायचा आणि तुम्हाला अपेक्षित असलेले परिणाम मिळत आहेत का, हे तपासून पाहायचे. तुम्हाला मिळालेली ही माहिती शक्य तितकी परिपूर्ण आणि अचूक आर्थिक निर्णय घेण्यासाठी वापरण्याची प्रक्रिया म्हणजे अकाउन्टिंग (हिशेब ठेवणे). हे याहून जास्त किचकट नाही. तसेच त्यात काही आभासी मॉडेल्स आणि व्याख्या आहेत. पण, अखेरीस तुम्ही तुमचा उद्योग तुम्ही अपेक्षा केल्याप्रमाणे चालत आहे का नाही आणि जी निष्पत्ती होते आहे ती पुरेशी आहे का नाही हे ठरवण्यासाठी आकड्यांचा वापर करणे क्रमप्राप्त असते.

प्रत्येक यशस्वी उद्योगाने पैशाची एक ठरावीक रक्कम चालू ठेवली पाहिजे. जर तुम्ही मूल्यनिर्मिती, विपणन, विक्री आणि मूल्यवितरण करत असाल, तर उद्योगात रोज पैसा आत येत असतो आणि बाहेर जात असतो. अस्तित्व टिकण्यासाठी आणि उद्योग सुरू

राहण्यासाठी खर्ची घातलेल्या वेळेचे आणि परिश्रमाचे चीज करण्यासाठी प्रत्येक उद्योगाने, ***पुरेसे*** (नंतर चर्चा केली आहे) उत्पन्न कमावलेच पाहिजे.

प्रत्येकाला काही ना काही बिले भरायची असतात, वाणसामान आणायचे असते, त्यामुळे उद्योगात गुंतलेल्या लोकांना जाणीवपूर्वक पुरेसा पैसा कमावता आला पाहिजे यामुळे त्यांनी उद्योगासाठी गुंतवलेला वेळ आणि शक्ती यांचे समर्थन होईल. नाहीतर ते तो सोडून अन्य काही करतील. त्यानुसार, प्रत्येक उद्योगाने निर्मिती केलेल्या मूल्याची काही ठरावीक रक्कम उत्पन्न म्हणून घेतली पाहिजे. ती रक्कम त्यांना खर्च भागवण्यासाठी आणि ते जो उद्योग चालवतात, त्यातील लोकांना वेतन देण्यासाठी वापरता येईल.

सर्वोत्तम समजले जाणारे उद्योग प्रत्यक्षात एक पुण्यचक्र चालवत असतात. सातत्याने खर्च कमीतकमी ठेवून ते खूप मोठ्या मूल्याची निर्मिती करतात. असे केल्याने मूल्य मोठ्या प्रमाणावर बंद न होता, अधिक पैसा मिळत राहतो. परिणामी, हळूहळू त्यांचे खिसे भरून वाहू लागतात आणि त्यांच्या ग्राहकांच्या जीवनातही सुधारणा होते. कारण, जो उद्योग अस्तित्व टिकवून ठेवतो, तो त्यात समाविष्ट असलेल्या प्रत्येकाच्या आयुष्यात सुधारणा आणतो.

'फायनान्स' म्हणजेच 'वित्त'. हे तुम्हाला तुमच्या पैशांकडे अर्थपूर्णपणे पाहण्यास मदत करते.

ही संकल्पना शेअर करा : http://book.personalmba.com/finance/

नफा

(Profit)

नफा म्हणजे उत्पन्न आणि खर्च यामधील फरक, याची लोकांना आठवण करून द्या. त्यामुळे तुम्ही स्मार्ट दिसण्यास मदत होते.

– स्कॉट ॲडम्स, व्यंगचित्रकार आणि 'दिल्बर्ट'चे निर्माते

जर तुमचा उद्योग १००,०००,००० डॉलर्स आणत असेल आणि तुम्ही १००,०००,००१ डॉलर्स खर्च करीत असाल, तर फारसा फरक पडत नाही. व्यवसाय हा तुम्ही किती कमावता याबाबत नसून, तुम्ही किती राखून ठेवता, याबाबत आहे.

नफा ही खूप सोपी संकल्पना आहे. तुम्ही खर्च करीत असलेल्यापेक्षा अधिक पैसा आणणे म्हणजे नफा. एखादा व्यवसाय चालू राहण्यासाठी आणि त्याचे अस्तित्व टिकून राहण्यासाठी, भविष्यातील एखाद्या ठरावीक बिंदूला, जमा केलेले एकूण उत्पन्न त्याच्या एकूण खर्चापेक्षा जास्त असले पाहिजे. जर ते नसेल, तर व्यवसाय बंद होईल. त्याच्या कार्यरत असण्यासाठी आवश्यक साधनसंपत्तीची कमतरता निर्माण होईल आणि तो बंद होईल किंवा तो अन्य उद्योगाच्या मानाने नफ्याच्या दृष्टिकोनातून मागे पडलेला एक प्रोजेक्ट बनून राहील. कोणताही उद्योग तोटा होत असताना जास्त काळ चालू राहू शकत नाही.

नफा महत्त्वाचा असतो कारण तो उद्योगाला कार्यरत राहण्यासाठी मदत करतो. नफा कमावल्याशिवाय, उद्योगाचे मालक उद्योग चालू राहण्यासाठी जो लक्षणीय वेळ, पैसा आणि शक्ती ओतत असतात, त्याची भरपाई होऊ शकत नाही. जर मालकांना त्यांची गुंतवणूक योग्य वाटली नाही, तर तो उद्योग ते सरळ बंद करतील.

नफा उद्योगांना एक 'कुशन'सुद्धा देतो, जे त्यांना अनपेक्षित घटनांपासून बचाव करण्यास मदत करते. जर उद्योग केवळ त्यांचे दैनंदिन खर्च भागण्याइतपत पुरेसे उत्पन्न कमावत असतील आणि जर अन्य खर्च अचानक उभे राहिले, तर ते अडचणीत सापडतात. जितका उद्योग नफेशीर, तितका तो ***अनिश्चितता*** आणि ***बदल*** अशा गोष्टी हाताळू शकतो. अनपेक्षित गोष्टींना तोंड देण्यासाठी त्याच्याकडे अधिक पर्याय उपलब्ध असतात.

नफा ही खूप महत्त्वाची विचारार्ह गोष्ट आहे; पण नफा म्हणजे उद्योगाचे सर्वस्वही नसते. काही लोकांचा विश्वास असतो की, नफ्याची रक्कम वाढवणे हा उद्योगाचा हेतू असतो. पण उद्योगव्यवसाय उभारले जाण्याचे ते एकमेव कारण नाही. काही लोकांसाठी (माझ्यासारख्या), उद्योग हे एखाद्या सर्जनशील प्रयत्नासारखे आहे. काय शक्य आहे हे शोधण्याचा, इतरांना मदत करण्याचा आणि त्याच वेळी तुम्हाला आधार देण्याचा तो एक प्रयत्न असतो. या दृष्टिकोनातून, जोवर तुम्ही उद्योगात *पुरेसा* नफा कमावत आहात, तोवर तुमचा उद्योग यशस्वी होईल.

तुम्ही या प्रकरणामध्ये ज्या संकल्पना शिकाल, त्या तुम्हाला तुमच्या उद्योगात पुरेसा नफा कमवाल याची खातरजमा करण्यासाठी मदत करतील.

ही संकल्पना शेअर करा : http://book.personalmba.com/profit/

प्रॉफिट मार्जिन

(Profit Margin)

मी नफा कमवल्यामुळे कधीही पैसे गमावले नाहीत.

– बर्नार्ड बरुच, फायनान्सर आणि परोपकारी व्यक्ती

प्रॉ*फिट मार्जिन* (नेहमी मार्जिन असा संक्षेप केला जातो) म्हणजे तुम्ही किती उत्पन्न मिळवता आणि ते मिळवण्यासाठी किती खर्च करता, यातील फरक, जो टक्केवारीमध्ये सांगितला जातो. प्रॉफिट मार्जिनचे सूत्र असे आहे :

((उत्पन्न– खर्च)/उत्पन्न) १०० = % नफ्याची टक्केवारी)

जर तुम्ही दोन डॉलर्स कमावण्यासाठी एक डॉलर खर्च केला, तर तुम्हाला ५०% प्रॉफिट मार्जीन आहे. जर तुम्ही एखाद्या ***उत्पादनाची*** निर्मिती १०० डॉलर्स पर्यंत निर्माण करू शकत असाल आणि ते १५० डॉलरला विकत असाल, तर ५० डॉलर्स हा तुमचा ***नफा*** आहे आणि तुमचे प्रॉफिट मार्जीन ३३% आहे. जर तेच उत्पादन ३०० डॉलर्सला विकू शकत

असाल, तर तुमचे मार्जिन ६६% आहे. जितकी जास्त किंमत आणि खर्च कमी, तितके अधिक प्रॉफिट मार्जिन. काहीही झाले तरी तुमचे प्रॉफिट मार्जिन १०० टक्क्यांहून अधिक असू शकत नाही, जे फक्त तुम्हाला ते बनवण्यासाठी काहीच खर्च आला नाही आणि तुम्ही विकलेत, तरच हे शक्य होईल.

प्रॉफिट मार्जिन आणि *मार्कअप* हे सारखे नाही आहे, एखाद्या ऑफरची किंमत कशी त्याच्या एकूण खर्चाशी तुलना करते याचे प्रतिनिधित्व मार्कअप करते. मार्कअपचे सूत्र असे आहे:

((किंमत–खर्च)/खर्च) x **१००= % मार्कअप**

जर तुमच्या ऑफरचा खर्च एक डॉलर आहे आणि तुम्ही ती दोन डॉलर्सला विकत असाल, तर तुमचा मार्कअप १००% आहे; पण तुमचे प्रॉफिट मार्जिन फक्त ५०% आहे. मार्जिन कधीही १००% पेक्षा अधिक असू शकत नाही. पण, मार्कअप मात्र ऑफरच्या खर्चावर आणि किमतीवर अवलंबून २००% असू शकतो, ५००% किंवा १०,०००% असू शकतो. जितकी किंमत अधिक आणि खर्च कमी, तितका अधिक मार्कअप.

बहुतेक उद्योग त्यांच्या प्रत्येक ऑफरचे प्रॉफिट मार्जिन जितके अधिक ठेवता येईल तितके ठेवण्याचा प्रयत्न करतात. जितके अधिक मार्जिन, तितका अधिक पैसा त्या उद्योगाला प्रत्येक विक्रीनंतर बाळगण्यास/साठवण्यास मिळत आहे. बाजारपेठेत अनेक दबाव असतात, मार्जिन कमी ठेवणे भाग पडते. जसे की, स्पर्धकांच्या ऑफर्सच्या आक्रमक किमती, सतत नवनवीन ऑफर आल्यामुळे जुन्या ऑफर्सच्या मागणीतील घट आणि वाढता उत्पादन खर्च, इत्यादी.

उद्योग नेहमी ऑफर्सची तुलना करण्यासाठी प्रॉफिट मार्जिनचा उपयोग करतात. जर एखाद्या कंपनीला एखाद्या बाजारपेठेत जास्त प्रॉफिट मार्जिन मिळत असेल, तर ती बाजारपेठ जास्त प्रॉफिट मार्जिनच्या ऑफर्सना मदत करणारी ठरते. जर उद्योगांना त्यांचा खर्च कमी करण्याची आवश्यकता असेल, तर ते सर्वांत कमी मार्जिन असणाऱ्या ऑफर्स काढून टाकण्यापासून सुरू करतात.

तुम्ही ज्या वेळी एखाद्या उद्योगाचे परीक्षण कराल, त्या वेळी प्रॉफिट मार्जिनकडे बारीक लक्ष द्या. जितके अधिक मार्जिन, तितका अधिक भक्कम उद्योग असे तुम्हाला आढळून येईल.

हे संकल्पना शेअर करा : http://book.personalmba.com/profit-margin/

मूल्य घेणे

(Value Capture)

जर तुम्ही इतर लोकांना त्यांना जे हवे ते मिळण्यास मदत कराल, तर
तुम्हाला या जगात जे हवे ते मिळेल.
– झिग झिग्लर, सेल्स गुरू

प्रत्येक उद्योग जी मूल्यनिर्मिती करतो, त्यापैकी काही टक्के मूल्य उत्पन्नाच्या रूपात त्यांचा ***नफा*** म्हणून ठेवून घेतले पाहिजे. जर तसा नफा तो घेत नसेल, तर कालांतराने उद्योगांना चालू राहण्यासाठी पुरेशी साधनसंपत्ती निर्माण करणे अवघड होईल.

मूल्य घेणे ही प्रत्येक ***व्यवहारातून*** दिलेल्या मूल्यातील काही टक्के मूल्य ठेवून घेण्याची प्रक्रिया आहे. जर तुम्ही इतर उद्योगाला काही उत्पादन किंवा सेवा पुरवत असाल ज्यामुळे त्यांच्या उत्पन्नात दहा लाख डॉलर्स इतकी वाढ झाली असेल आणि तुम्ही एक लाख डॉलर्स इतके घेत असाल, तर तुम्ही त्या व्यवहारातून निर्माण झालेल्यांपैकी दहा टक्के मूल्य ठेवून घेत आहात.

अशा प्रकारे मूल्य आपल्याकडे राखून ठेवणे हे खूप कठीण आहे. यशस्वी होण्यासाठी, तुम्ही पुरेसे मूल्य राखून ठेवले पाहिजे जेणेकरून तुमच्या वेळेची आणि शक्तीची गुंतवणूक अर्थपूर्ण ठरेल. पण इतकेही मूल्य राखून ठेवणे चालणार नाही की, तुमच्या ग्राहकांना तुमच्याशी व्यवहार करण्यासाठी काही कारणच उरणार नाही. लोक खरेदी करतात, कारण त्यांचा विश्वास असतो की, त्यांना व्यवहारामध्ये ते खर्चत आहेत, त्यापेक्षा अधिक मूल्य परत मिळत आहे.

तुम्ही जितके अधिक मूल्य स्वतःकडे राखून ठेवाल, तुमची ऑफर अधिकाधिक अनाकर्षक होईल. तुमचे संभाव्य ग्राहक तुमच्याकडून खरेदी करणार नाहीत. सिनेमा महान कलाकृती असतात; पण म्हणून तुम्ही दोन तासांच्या मनोरंजनासाठी ५००० डॉलर्स खर्च कराल का?

मूल्य घेणे किंवा स्वतःकडे राखून ठेवणे याबाबत दोन प्रभावी तत्त्वज्ञाने आहेत : मॅक्झिमायझेशन आणि मिनिमायझेशन.

मॅक्झिमायझेशन (अनेक बिझनेस स्कूल्समध्ये शिकवली जाणारी पद्धत) म्हणजे उद्योगाने शक्य तितके जास्त मूल्य ठेवून घेतले पाहिजे. त्याप्रमाणे, त्या उद्योगाने प्रत्येक व्यवहारात शक्य तितके जास्त उत्पन्न घेण्याचा प्रयत्न केला पाहिजे. अधिक मूल्य राखून ठेवणे शक्य असताना, त्या रकमेपेक्षा कमी राखून ठेवणे चुकीचे आहे.

अल्प मुदतीसाठी, मॅक्सिमायझेशन आकर्षक वाटणे स्वाभाविक आहे. अधिक नफा ही कंपनीच्या मालकांसाठी चांगली गोष्ट आहे. दुर्दैवाने, मॅक्सिमायझेशनची पद्धत ग्राहक मुळात तुमच्याकडून खरेदी का करतील हे कारणच संपवून टाकेल.

तुम्ही दहा डॉलर्स कमावण्यासाठी ९९९,९९९ डॉलर्स खर्च कराल का? ते कदाचित योग्य असेलही (शेवटी तुम्ही एक डॉलरने पुढे असाल); पण बहुतेक लोक याबाबत

फिकीर करणार नाहीत. ग्राहक तुमच्याकडून खरेदी करतात, कारण, खरेदी करताना त्यांना खर्च करीत असलेल्या मूल्यापेक्षा अधिक मूल्य परत मिळत आहे. जर त्यांना खर्च करीत असलेल्या मूल्यापेक्षा कमी मिळाले, तर त्यांना तुमच्याकडून खरेदी करावेसे वाटणार नाही. म्हणजेच दिलेल्या किमतीपेक्षा कमी दर्जाची व मोलाची वस्तू किंवा सेवा मिळत असेल, तर कोणते ग्राहक पैसा खर्च करण्यास तयार होतील?

मिनिमायझेशनची पद्धत म्हणजे उद्योगाने जोवर ***पर्याप्त*** (नंतर चर्चिले आहे) आहे तोवर, शक्य तितके कमी मूल्य ठेवून घेतले पाहिजे. ही पद्धत मॅक्झिमायझेशन इतके उत्पन्न अल्पकाळात आणणार नाही; पण या पद्धतीमुळे व्यवहार करताना ग्राहकांचे महत्त्व जपते, जे दीर्घकालीन यशासाठी आवश्यक असते.

जेव्हा ग्राहकाला त्याने दिलेल्या पैशांइतकेच किंवा अधिक मूल्य त्याबदल्यात मिळते, त्याच्या दृष्टीने तो व्यवहार 'चांगला' असतो. जेव्हा असा 'चांगला व्यवहार' होतो, ग्राहक त्या उद्योगाला चांगला प्रतिसाद देऊ लागतात आणि इतर संभाव्य ग्राहकांमध्ये त्याबद्दल चांगले उद्‌गार काढतात. जेव्हा एखादा उद्योग मॅक्झिमाइज करताना त्यांच्या 'ग्राहकांची पै पै काढून घेण्याचा प्रयत्न करतात,' किंवा खूप जास्त मूल्य ठेवून घेण्याचा प्रयत्न करतात, तेव्हा ग्राहक पळून जातात.

तुमचा व्यवहार चालू ठेवण्यासाठी जोवर तुम्ही पर्याप्त उत्पन्न आणत आहात, तोवर पै पै करण्याची काही आवश्यकता नाही. तुम्हाला शक्य आहे तितके मूल्य निर्माण करा आणि नंतर जितके उद्योग चालू ठेवण्यासाठी गरजेचे आहे, तितके पुरेसे मूल्य ठेवून घ्या.

ही संकल्पना शेअर करा : http://book.personalmba.com/value-capture/

पर्याप्तता

(Sufficiency)

समाधान जाणून घ्या आणि तुम्हाला मानहानीला सामोरे जावे लागणार नाही; कधी थांबायचे ते जाणून घ्या आणि तुम्हाला कधी धोका होणार नाही. त्यानंतर तुमची सहनशक्ती वाढेल.

– लाओ त्सू, पुरातन चिनी तत्ववेत्ता

एकदा, एक प्रभावी एक्झिक्युटिव्ह सुट्टीवर गेला. पंधरा वर्षांतील त्याची पहिलीच सुट्टी होती. जेव्हा तो पाण्यातील मार्ग शोधत होता, त्याची बोट ट्युना मासे पकडणाऱ्या कोळ्याच्या एका बोटीला सामोरी आली. त्या एक्झिक्युटिव्हने माशांच्या आकारासाठी आणि दर्जासाठी त्या कोळ्याची खूप स्तुती केली.

''तुम्हाला हे मासे पकडायला किती वेळ लागला?'' त्या एक्झिक्युटिव्हने विचारले.

''थोडाच वेळ लागला,'' तो कोळी उत्तरला.

''तुम्ही थोडा वेळ थांबून अजून जास्त मासे का पकडत नाही?'' एक्झिक्युटिव्हने विचारले.

''माझ्याकडे माझ्या कुटुंबाला पोसण्यासाठी हे पुरेसे आहे,'' तो कोळी उत्तरला.

एक्झिक्युटिव्हने विचारले, ''पण, तुम्ही तुमच्या उर्वरित वेळात काय करता?''

तो कोळी म्हणाला, ''मी उशिरापर्यंत झोपतो, थोडे मासे पकडतो, माझ्या मुलांशी खेळतो, माझ्या पत्नीसोबत वामकुक्षी घेतो, संध्याकाळी गावात एक फेरफटका मारतो. तिथे मी माझ्या मित्रांबरोबर गिटार वाजवतो, वाईन पितो. माझे आयुष्य परिपूर्ण आणि व्यग्र आहे.''

एक्झिक्युटिव्ह आश्चर्यचकित झाला. ''मी हार्वर्डमधून एमबीए केले आहे आणि मी तुम्हाला मदत करू शकतो. तुम्ही अधिक वेळ मासे पकडले पाहिजे. त्यातून येणाऱ्या उत्पन्नातून तुम्ही एक मोठी बोट घेऊ शकता. मोठी बोट घेतल्यास तुम्ही अधिक मासे पकडू शकता, जे विकून तुम्ही खूप बोटी घेऊ शकाल. अखेरीस, तुम्ही अनेक बोटींच्या ताफ्याचे मालक असाल.''

''तुम्ही पकडलेले मासे मध्यस्थाला विकण्याऐवजी तुम्ही डायरेक्ट ते ग्राहकांना विकू शकता, ज्यामुळे तुमचा मार्जिन वाढेल. मग तुम्ही तुमचा कारखाना काढू शकता, त्यामुळे तुम्हाला उत्पादनावर, प्रक्रियेवर आणि वितरणावर नियंत्रण ठेवता येईल. अर्थातच, तुम्हाला हे गाव सोडून मोठ्या शहरात राहायला जावे लागेल म्हणजे मग तुम्हाला तुमचा वाढता उद्योग सांभाळता येईल.''

तो कोळी शांतपणे ऐकून घेत होता. मग त्याने विचारले, ''या सगळ्यासाठी साधारण किती वर्षं लागतील?''

''पंधरा, वीस वर्षं. पंचवीस खूप झाली.''

''मग काय?''

तो एक्झिक्युटिव्ह हसला. ''तो सर्वांत छान भाग असेल. जेव्हा योग्य वेळ येईल, तुम्ही तुमची कंपनी करा आणि तुमच्या कंपनीचे स्टॉक विका. तुम्ही कोट्यवधी रुपये मिळवाल.''

''कोट्यवधी? मग त्याने काय होईल?

त्या एक्झिक्युटिव्हने एक क्षण थांबून म्हटले, ''तुम्ही निवृत्त होऊ शकता, उशिरापर्यंत झोपू शकता, थोडेच मासे पकडू शकता, पत्नीबरोबर वामकुक्षी घेऊ शकता आणि दररोज संध्याकाळी गावात फेरफटका मारू शकता आणि तुमच्या मित्रांसोबत गिटार वाजवू शकता.''

त्यावर तो कोळी म्हणाला,'' आता मी तेच तर करत आहे.''

मान हलवून त्याला बाय करून एक्झिक्युटिव्ह निघाला. सुट्टीवरून परत आल्या आल्या त्याने राजीनामा दिला.

मला नक्की माहीत नाही या गोष्टीचा उगम कोठून झाला; पण त्यातून मिळणारा संदेश खूप उपयुक्त आहे : उद्योग हा नेहमी ***नफा*** दुप्पट करण्यासाठी नसतो. नफा होणे महत्त्वाचेच असते. पण त्यालाही काही मर्यादा आहेत : उद्योग-व्यवसायातून जो पैसा येतो त्यातून मूल्यनिर्मिती करणे, प्रत्यक्ष काम करून उद्योग चालवणाऱ्या तुमच्या कर्मचाऱ्यांना वेतन देणे, तसेच इतर खर्च भागवणे, आणि उत्पन्नातून स्वतःला आणि तुमच्या प्रियजनांना/कुटुंबाला आधार देणे, हे सर्व तुम्हाला करणे आवश्यक असते. पैसा म्हणजे सर्व काही नव्हे. ते एक साधन आहे; त्याची उपयुक्तता तुम्ही त्या साधनाचा वापर *कसा* करणार यावर अवलंबून असते.

यशस्वी होण्यासाठी तुमच्या उद्योगाने कोट्यवधी किंवा अब्जावधी डॉलर्स आणलेच पाहिजेत असे नाही. जर तुम्ही तुमचा उद्योग चालू ठेवण्यासाठी आवश्यक गोष्टी करण्यासाठी पुरेसा नफा मिळवत असाल आणि तुमच्या वेळाचा सदुपयोग करत असाल, तर तुम्ही यशस्वी आहात; तुम्ही किती उत्पन्न मिळवत आहात याच्याशी काही देणे-घेणे नाही.

पर्याप्तता हा एक बिंदू आहे जिथे उद्योग पुरेसा नफा कमावत आहे, ज्यामुळे उद्योग चालवणाऱ्या लोकांना तो भविष्यात चालू ठेवणे फायदेशीर वाटते. पॉल ग्रॅहम, व्हेन्चर कॅपिटॅलिस्टचे आणि वाय कॉम्बिनेटरचे (प्राथमिक अवस्थेतील व्हेंचर कॅपिटल कंपनी) संस्थापक, पर्यात्पतेच्या त्या बिंदूला 'रेमन प्रॉफिटेबल' म्हणतात. तुमचे भाडे देण्यासाठी, घर चालू राहण्यासाठी आणि रेमनसारख्या स्वस्त नूडल्स विकत घेता येण्याइतका पुरेसा नफा मिळत असणे. तुम्ही कदाचित कोट्यवधी डॉलर्स कमावत नसाल; पण तुमच्याकडे पुरेसे उत्पन्न आहे. त्यामुळे तुम्ही तुमचा उद्योग चढता ठेवू शकाल.

जर तुमचे प्राथमिक खर्चही भागत नसतील, तर तुम्ही मूल्यनिर्मिती करू शकणार नाही. जर तुम्ही खर्च भागवण्यासाठी पुरेसे उत्पन्न आणू शकत नसाल, तर ती मोठीच समस्या आहे. पुढे जात राहण्यासाठी तुम्ही तुमच्या कर्मचाऱ्यांना वेतन देऊ शकला पाहिजेत आणि मालकांना त्यांच्या उद्योगासाठी वेळ, लक्ष आणि परिश्रम दिल्याबद्दल मोबदला देऊ शकला पाहिजेत. जर या लोकांना त्यांची गुंतवणूक पुरेशी फायदेशीर वाटली नाही, तर ते आता जे करत असलेला उद्योग बंद करून अन्य काहीतरी करू लागतील.

तुम्ही 'टार्गेट मंथली रेव्हेन्यू' (टीएमआर)चा आकडा वापरून आर्थिक पर्याप्ततेचा मागोवा घेऊ शकता. कर्मचारी, कंत्राटदार आणि पुरवठादार यांना साधारणपणे, दरमहा पैसे दिले जातात. त्यामुळे, दरमहा तुम्हाला किती देणे द्यावे लागते याचा हिशोब ठेवणे त्यामानाने सोपे आहे. तुमचा टार्गेट मंथली रेव्हेन्यू (म्हणजे दरमहा उत्पन्नचे लक्ष्य) तुम्हाला तुम्ही पर्याप्तता बिंदूपर्यंत पोहोचला आहात का नाही ते ठरवण्यास मदत करतो : तुमच्या टीएमआरपेक्षा जोवर तुम्ही जास्त उत्पन्न आणत असता, तोवर ते पर्याप्त किंवा पुरेसे आहे. जर नसेल, तर तुम्हाला अजून काम करण्याची आवश्यकता आहे.

पर्याप्तता ही व्यक्तिनिष्ठ असते. तुम्ही जे करत आहात, ते पुरेसे आहे का नाही, हा तुमचा वैयक्तिक निर्णय असतो. जर तुमच्या आर्थिक गरजा कमी असतील, तर तुम्हाला जास्त उत्पन्नाची आवश्यकता नाही. जर तुम्ही कोट्यवधी रुपये वेतनावर, ऑफिसच्या जागेवर आणि महागड्या प्रणालींवर खर्च करत असाल, तर तुम्हाला पर्याप्तता टिकवून ठेवण्यासाठी अधिक उत्पन्नाची गरज पडेल.

तुम्ही जितक्या लवकर पर्याप्तता बिंदूला पोहोचाल, तितका तुमचा उद्योग टिकण्याची आणि त्याची भरभराट होण्याची शक्यता जास्त आहे. तुम्ही जितके अधिक उत्पन्न काढाल आणि खर्च कमी कराल, तितक्या लवकर तुम्ही पर्याप्तता बिंदूला पोहोचाल.

पर्याप्तता बिंदूला पोहोचल्यावर तुम्ही यशस्वी व्हाल. किती जास्त (किंवा किती कमी) पैसे कमवाल, त्याची फिकीर नाही.

ही संकल्पना शेअर करा : http://book.personalmba.com/sufficiency/

मूल्यनिर्धारण

(Valuation)

पैसा कसा खर्च करायचा हे माहिती असण्यातच त्याचे संपूर्ण मूल्य आहे.
– राल्फ वाल्डो इमर्सन निबंधकार आणि कवी

आपण ऑफरचे (म्हणजेच तुमच्या उत्पादनाचे/सेवेचे) मूल्य कसे करायचे हे पाहिले; पण तुम्ही कंपनीची किंमत कशी ठरवाल?

मूल्यनिर्धारण म्हणजे एखाद्या कंपनीची संपूर्ण किंमत किंवा संपूर्ण मूल्य. उद्योगाचे उत्पन्न जितके अधिक, कंपनीचे ***प्रॉफिट मार्जिन*** तितके अधिक, तितका अधिक बँक बॅलन्स आणि भवितव्य जितके उज्ज्वल, तितके अधिक मूल्यनिर्धारण.

अनेक कंपन्या त्यांचे आर्थिक निर्णय जी गोष्ट त्यांचे मूल्यनिर्धारण वाढवेल त्यावर अवलंबून ठेवतात. अधिक मूल्य असण्याचा अंदाज त्यांच्यासाठी अनेक कारणांमुळे फायदेशीर असतो. जर कंपनी खासगी असेल, तर जास्त मूल्यनिर्धारण असण्याने त्यांना कर्ज मिळणे सोपे जाते. जर कंपनी सार्वजनिक असेल, तर अधिक मूल्यनिर्धारणामुळे शेअर होल्डरना शेअर्सची किंमत चांगली मिळण्याची व नफ्याची संधी अधिक असते. जर एखादी अन्य कंपनी ही कंपनी विकत घेऊ इच्छित असेल, तर अधिक मूल्यानिर्धारणामुळे उद्योगाच्या मालकांना किंवा शेअरहोल्डर्सना खूप पैसे नफ्याच्या रूपात मिळू शकतात.

जर तुम्ही एखादा गुंतवणूकदार सामील करून घेऊ इच्छित असाल, तरी मूल्यनिर्धारण हे महत्त्वाचे असते. जितके ***भांडवल*** तुम्ही उभे कराल, आणि त्याबदल्यात जितकी मालकी तुम्ही तुमच्या गुंतवणूकदाराला द्याल, ते उद्योगाच्या सद्यःमुल्यावर अवलंबून असते. उद्योगाचे सद्यःमूल्यनिर्धारण जितके अधिक, तितकी अधिक रक्कम तुम्ही शेअरसाठी तुमच्या गुंतवणूकदाराकडे मागू शकता (जर तुम्हाला हे कसे होते हे जाणून घेण्यात रस असेल, तर मी तुम्हाला सुचवेन की, ब्रॅड फिल्ड आणि जेसन मेंडेलसन यांचे *Venture Deals* हे पुस्तक तुम्ही जरूर वाचा).

ओळखलेले मूल्य हे जितके वैयक्तिक उत्पादनांना लागू होते, तितकेच ते उद्योगांनाही लागू होते, हे लक्षात घेणे महत्त्वाचे आहे.एखाद्या कंपनीला उज्ज्वल भवितव्य आहे असा विश्वास जेव्हा लोकांना वाटतो, तेव्हा मूल्यनिर्धारण वाढते. कंपनी अडचणीत आहे असे लोकांना वाटले, तर मूल्यनिर्धारण कमी होते. ॲमेझॉन डॉट कॉमसारख्या कंपन्यांच्या शेअर्सचे भाव कंपनीच्या आताच्या उत्पन्नाच्या शंभर टक्क्यांपेक्षा जास्त भावाच्या बरोबरीने का आहेत, आणि अडचणीत असलेल्या कंपन्या कधीकधी त्यांच्या आताच्या संपत्तीच्या भावापेक्षा कमी भावाला का विकल्या जातात, हे यावरून लक्षात येते.

जर तुम्ही कंपनीचे शेअर्स गुंतवणूकदारांना विकू इच्छित असाल किंवा तुमच्या उद्योगाच्या भविष्यातील संपादनासाठी तयारी करत असाल, तर मूल्यनिर्धारण खूप महत्त्वाचे आहे. जर तुम्ही तुमच्या उद्योगाचे स्वतः मालक असाल, आणि कधीही तो विकू इच्छित

नसाल, तर मूल्यनिर्धारण लक्षात घेणे कमी महत्त्वाचे ठरते. जर तुम्ही एखाद्या पब्लिक कंपनीचे एक्झिक्युटिव्ह असाल आणि भविष्यात विकू शकता येईल असा उद्योग उभा करत असाल किंवा तुमचे भांडवल कोणत्या कंपनीमध्ये गुंतवत असाल, तर दररोज त्या कंपनीचे मूल्यनिर्धारण (म्हणजे बाजारातील एकूण किंमत) तुमच्या मनात घोळत असेल.

ही संकल्पना शेअर करा : http://book.personalmba.com/valuation/

रोख प्रवाह विधान

(Cash Flow Statement)

पैशांची कमतरता हेच सर्व वाइटाचे मूळ आहे.
– मार्क ट्वेन, अमेरिकन प्रख्यात लेखक

एखादी कंपनी किती चांगली चालू आहे हे समजण्यासाठी, कंपनीचे आर्थिक अहवाल पाहणे उपयुक्त ठरते. कारण, ते उद्योगाच्या कामगिरीचा मागोवा घेतात. मग तुम्ही कुठून सुरुवात करावी?

मी तुम्हाला *रोख प्रवाह विधानापासून* किंवा *कॅश फ्लो स्टेटमेंटपासून* सुरुवात करावी, असे सुचवेन. आपण इतर प्राथमिक फायनान्शियल स्टेटमेंट्स तपासून पाहू; पण सुरुवात कॅश फ्लो स्टेटमेंट तपासून पाहण्यापासून केली पाहिजे.

कॅश फ्लो स्टेटमेंट सरळसोपे असते. ती कंपनीच्या बँक अकाउंटची काही ठरावीक कालावधीसाठीची तपासणी असते. अकाउंट लेजर तपासत असल्याप्रमाणे त्याचा विचार करा : कॅश फ्लो म्हणजे अकाउंटला पैसे खात्यात जमा होणे आणि अकाउंटमधून काढणे. आदर्शपणे विचार करायचा झाल्यास, बाहेर जाणाऱ्या पैशापेक्षा अधिक पैसा आत येतो आणि टोटल शून्याच्या खाली कधीही जात नाही.

प्रत्येक कॅश फ्लो स्टेटमेंटमध्ये काही ठरावीक कालावधीचा अंतर्भाव केलेला असतो. उदाहरणार्थ, एक दिवस; एक आठवडा; महिना; वर्ष. त्या रिपोर्टचा काळ त्याच्या उद्देशावर अवलंबून असतो. कमी कालावधीचा जसे काही दिवसांचा/आठवड्याचा रिपोर्ट हे कंपनीकडील कॅश संपत नाही ना, याची खात्री करण्यासाठी उपयुक्त असतात. त्याहून जास्त काळ, जसे की महिने आणि वर्षे हे कंपनीच्या काळानुरूपच्या कामगिरीचा मागोवा घेण्यासाठी उपयोगी पडतात.

कॅश म्हणजे रोख रक्कम. ती तीन प्राथमिक भागांत येण्याची शक्यता असते : *ऑपरेशन्स*, (ऑफर्स विकणे आणि साधनांची खरेदी करणे), *गुंतवणूक* (डिव्हिडंट जमा करणे आणि भांडवल खर्च भागवणे) आणि वित्तपुरवठा (पैसे कर्जाऊ घेणे आणि परत करणे). कॅश फ्लो स्टेटमेंट्स सामान्यतः या साधनसंपत्तीचा वेगवेगळा मागोवा घेतात, कारण तसे करण्याने रोख रकमेचा प्रवाह कुठून येतो, हे पाहणे सोपे जाते.

रोख रक्कम नेहमी खरे बोलते, म्हणजे सत्यपरिस्थिती दर्शवते. काही लबाडी/फसवणूक झाली नसेल, तर रोख रक्कम बँकखात्यात असते किंवा खात्यातून गायब होते. कंपनीच्या खर्चापेक्षा आत येणारा पैसा म्हणजेच उत्पन्न जर कमी असेल, तर हळूहळू उद्योगाची स्थिती खालावेल. येथे याची सर्जनशील व्याख्या करण्यास मर्यादा आहेत.

अनेक गुंतवणूकदार कंपनीचे परीक्षण करण्यासाठी 'फ्री कॅश फ्लो' चाचणीचा वापर करतात. ही चाचणी कॅश फ्लो स्टेटमेंटमधून येते. ती म्हणजे उद्योग त्याच्या कामातून, कॅपिटल इक्विपमेंट आणि ॲसेट्स, जे कंपनी चालू ठेवण्यासाठी आवश्यक असतात, ते वजा जाता किती रोख रक्कम गोळा करतो, ती रक्कम असते. कंपनीचा कॅश फ्लो जितका जास्त, तितके चांगले असते. म्हणजे उद्योगासाठी पैसा आणण्याकरिता जास्त मोठ्या रकमांची गुंतवणूक करावी लागत नाही.

प्रत्येक उद्योगात, रोख रक्कम विविध पर्यायांचे प्रतिनिधित्व करते : नवीन उत्पादने/सेवा निर्माण करण्याचा पर्याय, मार्केटिंग आणि सेल्समध्ये गुंतवणूक करण्याचा पर्याय, कर्मचारी नेमणे, उपकरणे/साधनसामग्री खरेदी करणे, अन्य कंपनी विकत घेणे इत्यादी. एक सर्वसाधारण नियम म्हणून, जितकी अधिक रोख रक्कम तुमच्या कंपनीजवळ असेल, तितके अधिक पर्याय तुमच्याजवळ असतात आणि उद्योगात तितकी अधिक ***लवचीकता*** येते.

ही संकल्पना शेअर कराः http://book.personalmba.com/cash-flow-statement/

उत्पन्नाचे विवरण

(Income Statement)

> मी लहान असताना मला वाटायचे की, आयुष्यात पैसा सर्वांत महत्त्वाची गोष्ट आहे. आता मी मोठा झालो आहे, तेव्हा आता कळते आहे, हो... पैसा महत्त्वाचा आहे.
>
> – ऑस्कर वाइल्ड, आयरिश कवी

रोख रक्कम महत्त्वाची असते; पण तेच सर्वस्व नव्हे. रोख रक्कम म्हणजे ***नफा*** नव्हे, आणि आपण नफ्याच्याच मागे असतो. काही काळासाठी पैशाची छान आणि सोयीस्कर परिस्थिती असणे शक्य आहे; पण आपण प्रत्येक विक्रीसोबत पैसा गमावत असतो.

कल्पना करा, की एक ***पुनर्विक्रेता,*** जो एका उत्पादकाकडून उत्पादने क्रेडिटवर (उधारीवर)विकत घेतो. त्याला माल मिळतो; पण उत्पादकाला नव्वद दिवस पैसे नाही दिले तरी चालतात. तीन महिन्यांसाठी, विक्री होत राहते आणि पुर्नविक्रेत्याकडे रोख रक्कम वाढत राहते. सुरुवातीला अनुभव नसताना ही परिस्थिती आपल्याला एकदम उत्तम वाटते.

नव्वद दिवसांनंतर, उत्पादकाचे बिल द्यायची वेळ येते. तुम्ही जेव्हा उत्पादनांची किंमत आणि पुनर्विक्री करण्याचा खर्च याचा ताळमेळ करता, तेव्हा तुम्हाला सत्य लक्षात येते : जरी आधी तीन महिन्यांसाठी कॅश बॅलन्स उत्तम दिसत होता, तरी कंपनीने पैसा

गमावला आहे. जर त्या पुनर्विक्रेत्याने काही केले नाही, तर उद्योगाचे दिवाळे निघेल, उद्योग बंद पडेल. नफ्याशिवाय उद्योग फार काळ तग धरू शकत नाहीत.

पुनर्विक्रेत्याची चूक ही होती, की तो मर्यादा समजून न घेता कॅश अकाउंटिंगवर विसंबून राहिला. अनेक प्रकारच्या उद्योगांसाठी, कॅश अकाउंटिंग हे आदर्श असते. ते साधे आणि समजण्यास सोपे आहे. जोपर्यंत तुम्ही जितका खर्च करता, त्यापेक्षा जास्त रोख रक्कम आणत आहात, तुम्हाला पैशाची कमतरता भासत नाही, आयुष्य चांगले वाटते. मी माझे उद्योग कॅश अकाउंटिंग वापरून अनेक वर्षे चालवले आहेत. मी जेव्हा उत्पादने किंवा सेवा पुरवतो, तेव्हा लगेच पैसे मिळतात आणि मला इन्व्हेंटरी ठेवावी लागत नाही. माझा उद्योग गुंतागुंतीचा नाही. त्यामुळे, माझे अकाउंटिंग आणि आर्थिक मागोवा घेणे गुंतागुंतीचे असण्याची आवश्यकता नाही.

इतर उद्योगांकरता, ***कॅश फ्लो स्टेटमेंटवर*** विसंबून राहणे पुरेसे नाही. जर ते उद्योग मालाची आवक करतात किंवा ग्राहकांना उधार देतात, तर साधा कॅश फ्लो ॲनालिसीस (कॅश फ्लो विश्लेषण) हा दिशाभूल करणारा असू शकतो. तुम्हाला विक्रीमधून नफा होतो आहे का नाही हे ठरवण्यासाठी, तुम्हाला विक्रीशी संबंधित कोणते खर्च आहेत, हे पाहावे लागते. प्रत्येक विक्रीगणिक त्यासाठी आलेला खर्च यांचे गणित पाहिल्यास तुम्हाला तुम्ही नफा कमावत आहे का नाही हे कळेल.

प्रथम, कंपनी ज्या प्रकारे, खर्चासाठी पैसे देते, ती पद्धत बदलली पाहिजे. जेव्हा कॅश आत येते, तेव्हा उत्पन्नाची नोंद करण्याऐवजी आणि कॅश बाहेर जाते त्या वेळी खर्चाची नोंद करण्याऐवजी, कंपनी उत्पन्न आणि खर्च यांचा मागोवा *संचयाच्या* आधारावर घेणे सुरू करते.

अक्रुअल अकाउंटिंगमध्ये, जेव्हा विक्री होते, तेव्हा उत्पन्न लगेच ओळखले जाते (म्हणजे एखादे उत्पादन विकत घेतले, सेवा देणे इत्यादी) आणि त्या विक्रीशी संबंधित खर्च त्याच दरम्यान आलेला असतो.

अकाउंटंट याला 'मॅचिंग प्रिन्सिपल' असे म्हणतात आणि अकाउंटंटच्या प्राथमिक कामातील एक काम म्हणजे उत्पन्न आणि खर्च जितके शक्य आहे तितक्या अचूकपणे मॅच करणे. हे वाटते त्याहून अवघड आहे. प्रचंड सुज्ञता लागते आणि संदिग्ध भाग साधारण असतात. (जर तुम्हाला वाटत असेल की, अकाउंटंट दिवसभर काय करतात, तर हा त्यांच्या कामाचा मोठा भाग असतो!)

या सर्व परिश्रमाची निष्पत्ती म्हणजे ***इन्कम स्टेटमेंट,*** जे काही वेळा, 'प्रॉफिट आणि लॉस स्टेटमेंट' किंवा 'अर्निंग स्टेटमेंट' 'ऑपरेटिंग स्टेटमेंट' म्हणून ओळखले जाते. त्याला आपण काय नाव देतो यापेक्षा, इन्कम स्टेटमेंटमध्ये एकदा का उत्पन्न आणि खर्च त्यांचा ताळमेळ बसला की, ठरावीक काळासाठी उद्योगाच्या नफ्याचा अंदाज असतो.

इन्कम स्टेटमेंटचा साधारण ढाचा असा दिसतो :

उत्पन्न – विक्री केलेल्या मालाची किंमत – खर्च – कर = निव्वळ नफा

इन्कम स्टेटमेंट्स खूप उपयुक्त असतात : उद्योग ती बनवण्यासाठी इतके परिश्रम घेतात यामागे नक्कीच काही कारण आहे. उत्पन्न आणि खर्च यांचा ताळमेळ घातल्यामुळे कंपनीच्या

नफ्याकडे पाहणे सोपे होते. तसेच येणाऱ्या काही आठवड्यांत किंवा महिन्यांत कंपनीचे बँकखाते सुधारेल असे निर्णय घेता येतात.

म्हणूनच असे म्हटले जाते की, इन्कम स्टेटमेंटमध्ये स्वाभाविकपणे अनेक अंदाज आणि गृहीतके समाविष्ट असतात. उद्योगांना अनेकदा यंत्रखरेदीसारख्या खर्चांसाठी मोठ्या रकमेची आवश्यकता भासू शकते. त्यासाठी, इन्कम स्टेटमेंट प्रत्येक विक्रीतून लहान लहान रक्कम बाजूला काढत असते. या पद्धतीमुळे उत्पन्न आणि खर्च यांचा मेळ घालता येतो. परंतु, त्या कालावधीतील खूप मोठ्या नकारात्मक कॅश फ्लो स्टेटमेंटकडे पाहणे दिशाभूल करू शकते.

मॅचिंग प्रिन्सिपल, त्याच्या सर्व फायद्यांमुळे, इन्कम स्टेटमेंटमध्ये पूर्वग्रह येण्याचे अनेक मार्ग सोबत आणते. उत्पन्न आणि खर्च यांचा मेळ घालण्याच्या पद्धतीत बदल करून, तसेच काही गृहीतकांमध्ये आणि फॉर्म्युल्यांमध्ये बदल करून अकाउंटंट आणि फायनान्स प्रोफेशनल 'नफ्यात' खूप वाढ किंवा खूप घट करू शकतात.

केवळ इन्कम स्टेटमेंट पाहून पुढे काय पूर्वग्रह होऊ शकतील (संभाव्य पूर्वग्रह) व ते का किंवा कसे याचा शोध घेणे शक्य असते; पण ते इथे समजावून सांगणे या पुस्तकाच्या आवाक्याबाहेरचे आहे. जर तुम्हाला याचे अधिक तपशील जाणून घेण्याची इच्छा असेल, तर तुम्ही *फायनान्शियल इंटेलिजन्स फॉर ऑन्त्रप्रॉर्स* हे बर्मन, जो नाईट आणि जॉन केस यांचे पुस्तक जरूर वाचावे असे सुचवेन.

जर तुम्हाला वाटले की, तुमच्या उद्योगाला अचूक इन्कम स्टेटमेंट तयार करण्यासाठी अ‍ॅक्रुअल अकाउंटिंची आवश्यकता आहे, तर तुम्ही स्वतः ते करू नका. तुमच्या सीपीएशी किंवा सीएफएशी लवकरात लवकर संवाद साधा. तुमचे इन्कम स्टेटमेंट जितके अचूक आणि विश्वसनीय असते, तितक्या उत्तमरीत्या तुम्ही उद्योग सांभाळू शकता व तितक्या योग्य रीतीने खर्च होतो.

ही संकल्पना शेअर करा : http://book.personalmba.com/income-statement/

ताळेबंद

(Balance Sheet)

> तुम्हाला जर पैशाची किंमत जाणून घ्यायची असेल, तर उधार घेऊन पाहा.
>
> – बेंजामिन फ्रँकलिन, अमेरिकन राजकारणी, वैज्ञानिक आणि लेखक

ताळेबंद किंवा बॅलन्स शीट ही उद्योगाकडे त्या क्षणाला काय आहे आणि काय देणे आहे, याची एक झलक असते. कंपनीची निव्वळ किंमत किती आहे याचा अंदाज जेव्हा ताळेबंद केला जातो, तेव्हा तुम्हाला येऊ शकतो.

ताळेबंद नेहमी एका विशिष्ट दिवसाचा असतो आणि त्यासाठी हे गणित वापरले जाते :

मालमत्ता – देणी = मालकाची इक्विटी

असेट्स म्हणजे कंपनीच्या मालकीची मालमत्ता ज्याला किंमत आहे, मूल्य आहे : जसे की, उत्पादने, उपकरणे, स्टॉक, इत्यादी. *लाएबीलिटीज* म्हणजे कंपनीने अद्याप पार न पाडलेल्या जबाबदाऱ्या. कर्ज, अर्थपुरवठा, इत्यादी सर्व देणी देऊन झाल्यावर जे उरते ते म्हणजे *मालकाची इक्विटी* म्हणजे कंपनीचे 'निव्वळ मूल्य.'

लहान उद्योगांसाठी, ताळेबंद सरळ-साधा असतो. हातातील रोकड मोजा, तुमच्या स्वतःच्या मालमत्तेचे बाजारमूल्य त्यात मिळवा आणि सर्व कर्ज आणि आत्ता याक्षणी असलेली देणी त्यातून वजा करा. झाला प्राथमिक ताळेबंद तयार!

मोठ्या उद्योगांसाठी, ताळेबंद थोडा किचकट असतो आणि त्यात खूप नोंदी असतात. सामान्य मालमत्तेमध्ये रोख रक्कम, *येणी* (ग्राहकांना दिलेले उधार), इंव्हेन्टरी, उपकरणे आणि स्थावर मालमत्ता येते. सामान्य देण्यांमध्ये अल्प आणि दीर्घ मुदतीची कर्ज, *देणी* (तुम्हाला मिळालेली उधारी), आणि इतर जबाबदाऱ्या यांचा समावेश होतो. ओनरच्या इक्विटीमध्ये कंपनीच्या स्टॉकची किंमत, गुंतवणूकदारांचे भांडवल आणि राखीव मिळकत (कंपनीच्या भागधारकांना अद्याप न दिलेला नफा) यांचा समावेश होतो.

ताळेबंदाला जे 'बॅलन्स' करते ते दुसऱ्या प्रकारचे गणित आहे, ज्यामध्ये पहिल्या समीकरणाचीच दुसऱ्या प्रकारे मांडणी केली आहे :

मालमत्ता = देणी + मालकाची इक्विटी

हे गणित सुरुवातीला थोडे विचित्र वाटते. तुम्ही ओनर्स इक्विटीमध्ये देणी का मिळवाल?

जेव्हा एखादा उद्योग पैसे कर्जाऊ घेतो, त्याला रोख रक्कम कर्जाऊ मिळते. ती ***कॅश फ्लो स्टेटमेंट*** मध्ये जाते आणि जर तुम्ही ते कर्ज आहे हे लक्षात घेतले नाही, तर पैशांचा अंतःप्रवाह तुम्हाला असे भासवतो की, हा महिना खूपच चांगला गेला आहे. जेव्हा तुम्ही त्याबद्दल विचार करता, कंपनीचे 'आर्थिक चित्र' विशेष बदललेले दिसत नाही. उद्योगाकडे आता अधिक मालमत्ता (रोख रक्कम)आहे; पण आता त्याच्यावर एक नवीन जबाबदारी किंवा कर्जदेखील आहे. कंपनीची निव्वळ किंमत बिलकूल बदलली नाही.

हे दुसरे समीकरण जास्त उपयुक्त आहे, कारण ते हे संबंध दर्शवते. असे गृहीत धरू की, तुम्ही एक उद्योग सुरू करत आहात आणि त्यासाठी तुम्ही १०,००० डॉलर्स कर्जाऊ घेतले आहेत. तुम्ही हे कर्ज घेण्याच्या आधी तुमचा ताळेबंद असा दिसत होता:

$0 = $0 + $0 **(तुमच्याकडे मालमत्ता नाही, जबाबदाऱ्या नाहीत आणि इक्विटीही नाही)**

तुम्ही कर्ज घेतल्यानंतर, तुमचा ताळेबंद असा दिसतो:

$१०,००० = $१०,००० + $0 **(तुमच्याकडे $१०,००० ची मालमत्ता आहे, $१०,०००चे देणे आहे आणि इक्विटी नाही)**

ताळेबंदाच्या दोन्ही बाजू सारख्या आहेत. ताळेबंद नेहमी समतोल राखतो. जर तो तसा नसेल, तर तुमची चूक झाली आहे असे समजा.

ताळेबंद हा त्या क्षणाची एक झलक असते, म्हणून तसे अनेक ताळेबंद एकावेळी नजरेखालून घालणे ही सामान्य गोष्ट आहे. उदाहरणार्थ, कंपनी गेल्या दोन-तीन आर्थिक वर्षांच्या शेवटच्या दिवशी तयार केलेला ताळेबंदही समाविष्ट करू शकते. त्या ताळेबंदांची तुलना करून मालमत्ता, देणी आणि ओनरची इक्विटी काळासोबत कशी बदलली हे पाहणे सोपे होते.

ताळेबंद मौल्यवान असतात, कारण ते कंपनीच्या आर्थिक आरोग्याबाबतच्या अनेक महत्त्वाच्या प्रश्नांची उत्तरे देतात. जर कंपनीला आपले खर्च भागवणे जड जात असेल किंवा कंपनीचे मूल्य कसे बदलत गेले हे ठरवण्यासाठी कंपनीच्या ताळेबंदाचे परीक्षण करून, तुम्ही कंपनी दिवाळखोर नाही ना (म्हणजे तिचे असेट्स हे विश्वासार्हतेपेक्षा जास्त आहेत) हे ठरवू शकता;

ताळेबंद हे इन्कम स्टेटमेंटसारखे असतात, भरपूर गृहीतके आणि अंदाज जे आकडेवारीमध्ये पक्षपातीपणा आणू शकतात. कंपनीच्या ब्रँडनेमची किंवा प्रतिष्ठेची किंमत काय आहे? कंपनीची खरेच किती टक्के येणी येतील? उद्योगाच्या आताच्या इन्व्हेन्टरीची किंमत काय आहे? तळटिपांकडे दुर्लक्ष करू नका : ताळेबंदातील नोंदीमागील गृहीतके तपासली असता, तुमच्यासमोर उद्योगाचे जास्त प्रबळ चित्र उभे राहील.

ही संकल्पना शेअर करा : http://book.personalmba.com/balance-sheet/

आर्थिक गुणोत्तरे

(Financial Ratios)

प्रत्यक्ष जगामध्ये, सर्व चाचण्या या उघड्या पुस्तकासारख्या आहेत आणि
तुमचे यश तुम्ही मुक्त बाजारपेठेतून गोळा केलेल्या अनुभवावर ठरते.

– जोनाथन रोजेनबर्ग, गूगलचे प्रॉडक्ट मॅनेजमेंटचे माजी वरिष्ठ उपाध्यक्ष

तुम्ही तुमच्या कंपनीचे प्राथमिक आर्थिक अहवाल एकत्रित केल्यावर, तुम्ही त्यांना अनेकविध प्रकारे तपासू शकता. प्रभावी पद्धतींपैकी एक पद्धत ही आहे की, तुम्ही ***आर्थिक गुणोत्तर*** काढा म्हणजे; तुमच्या उद्योगातील दोन महत्त्वाच्या घटकांची तुलना करता येईल.

आर्थिक गुणोत्तरे फायदेशीर असतात, कारण ती तुम्हाला जलद तुलना करण्यास मदत करतात. आर्थिक अहवालाच्या प्रचंड माहितीच्या ढिगातून जाण्यापेक्षा, आर्थिक गुणोत्तर पाहिले तर तुम्हाला एका झटक्यात समजू शकते की, उद्योगाचे काही भाग निरोगी आहेत का नाहीत. ही गुणोत्तरे काळासोबत कशी बदलतात हे पाहिले, तर उद्योग कसा बदलत आहे हे कळते. या गुणोत्तरांची तुलना उद्योग-व्यवसायाच्या सरासरीशी केल्यास कंपनी

उद्योग-व्यवसायातील साधारण कंपनीसारखी कामगिरी करत आहे का नाही का काही विचित्र आहे, हे कळते.

नफ्याचे गुणोत्तर उद्योगाच्या नफा कमावण्याच्या क्षमतेकडे निर्देश करते. उत्पन्न जितके जास्त आणि खर्च जितका कमी, तितके तुमचे नफ्याचे गुणोत्तर जास्त. आपण यापूर्वीच ***प्रॉफिट मार्जिनबद्दल*** चर्चा केली आहे, जी नफ्याचे प्राथमिक गुणोत्तर असते. 'रिटर्न ऑन ॲसेट्स' जे निव्वळ नफ्याला एकूण मालमत्तेने भागल्यावर येते, ते तुम्हाला तुम्ही उद्योगात गुंतवलेल्या प्रत्येक डॉलरला किती टक्के नफा झाला, हे सांगते.

लाभाचे गुणोत्तर तुमची कंपनी कर्ज कसे वापरते याकडे निर्देश करते. 'कर्ज-ते-इक्विटी' गुणोत्तर हे सर्व जबाबदाऱ्यांना भागधारकांच्या इक्विटीने भागले असताना मिळते. ते तुम्हाला सांगते की, कंपनीने ओनरच्या इक्विटीतील प्रत्येक डॉलरमागे किती डॉलर्स कर्जाऊ घेतले आहेत. जर ते गुणोत्तर जास्त असेल, तर कंपनीचा फायदा जास्त आहे याकडे निर्देश करते. हे चांगले लक्षण नाही. इतर गुणोत्तरे, जसे की इंटरेस्ट कव्हरेज सांगतात की, कसा कंपनीचा नफा कंपनीच्या कर्जाचे व्याज देण्यासाठी वापरला जात आहे.

तरलतेचे गुणोत्तर उद्योगाच्या खर्च भागवण्याच्या क्षमतेकडे निर्देश करते. हातातील रोख रक्कम संपून जाणे ही गंभीर समस्या आहे, त्यामुळे 'वर्तमान गुणोत्तर' (वर्तमान मालमत्ता भागिले वर्तमान जबाबदाऱ्या) आणि 'जलद गुणोत्तर' (वर्तमान मालमत्ता वजा इन्व्हेन्टरी भागिले वर्तमान जबाबदाऱ्या) हे कंपनी कशी दिवाळखोरीच्या जवळ आहे किंवा जर उद्योग वाढण्याऐवजी किंवा सुधारण्याऐवजी केवळ रोखीवर बसून आहे का, हे पाहण्यास मदत करतात.

कार्यक्षमतेचे गुणोत्तर उद्योग कसे उत्तमरीत्या मालमत्ता आणि जबाबदाऱ्यांचे व्यवस्थापन करत आहे, ते दर्शवते. इन्व्हेन्टरी मॅनेजमेंट म्हणजे मालाची सूची ठेवणे. अगदी कमी माल जवळ असणे ही वाईट; पण अगदी जास्त असणेसुद्धा वाईटच. सरासरी किती दिवस एखादी वस्तू यादीमध्ये पडून आहे, वर्तमान सूचीतील मालाची विक्री होण्यास किती दिवस लागतील आणि दिवसाची किती विक्री बाकी आहे, हे यावरून आपल्याला कळू शकते. कंपनीच्या उत्पादनात बदल करताना, विक्रीमधून रोख रक्कम येण्यास किती वेळ लागतो हे पाहणे उपयुक्त ठरते. तसेच हातातील इन्व्हेन्टरीचे व्यवस्थापन करण्यासाठी आणि भविष्यातील भांडवली गुंतवणुकीसाठी उपयोगी पडते.

आर्थिक गुणोत्तरांचे हजारो प्रकार आहेत आणि सर्व गुणोत्तरांची माहिती देणे या पुस्तकाच्या आवाक्याबाहेरचे आहे. आर्थिक विशेषणतज्ज्ञ उद्योगधंद्याच्या प्रकारावर अवलंबून गुणोत्तरांचा एक लहान संच निवडतात. हजामतीच्या दुकानासाठी 'इन्व्हेन्टरी टर्न्स' काढणे याला काहीच अर्थ नाही. प्रत्येक उद्योगासाठी लक्षात घेण्यायोग्य एक महत्त्वाच्या गुणोत्तरांचा संच असतो; तुमच्या उद्योगासाठी कोणता गुणोत्तरांचा संच योग्य आहे, हे पाहणे फायदेशीर ठरते.

आपण इतर ***गुणोत्तरे*** दहाव्या प्रकरणामध्ये पाहू. हे तंत्र आर्थिक भागाच्या बाहेरही खूप उपयोगी आहे. आतासाठी, आर्थिक गुणोत्तरे ही नफा होतो का हे तपासण्यासाठी, कर्ज, रोख रक्कम आणि कार्यक्षमता तपासण्यासाठी उपयुक्त आहेत हे ध्यानात घ्या.

ही संकल्पना शेअर करा : http://book.personalmba.com/financial-ratios/

खर्च-लाभ विश्लेषण

(Cost- Benefit Analysis)

मी या बाबतीतल्या सरळ भौतिक बाबी जाणून घेतल्या पाहिजेत, काय शक्य आहे हे पाहिले पाहिजे आणि काय शहाणपणाचे आणि योग्य वाटते हे जाणले पाहिजे. हा विषय अवघड आहे आणि चांगली माणसे सहसा सहमत होत नाहीत.

– अब्राहम लिंकन, अमेरिकेचे सोळावे अध्यक्ष

आर्थिक विश्लेषणाचा हेतू हा नसतो की, तुम्ही चांगल्या दिसणाऱ्या स्प्रेडशीट्स तयार कराव्या तर तो हा असतो की, अधिक चांगले निर्णय घेता यावेत. जर तुम्ही तपासत असलेली माहिती तुमच्या उद्योगात सुधारणा करण्यासाठी काही बदल घडवत नसेल, तर तुम्ही तुमचा वेळ वाया घालवत असल्याचं ध्यानात घ्या. संभाव्य कृती तपासून पाहणे, तुमच्याकडे असलेल्या माहितीवर सल्लामसलत करणे आणि काय करायचे (जर असेल तर) ते ठरवणे हाच वित्तव्यवस्थेचा गाभा आहे.

सामान्यतः, ***कॉस्ट बेनिफिट ॲनालिसिस*** म्हणून ओळखले जाणारे खर्च-लाभ विश्लेषण म्हणजे तुमच्या उद्योगातील संभाव्य बदल खर्चापेक्षा अधिक मोलाचे ठरतात का, हे तपासून पाहण्याची प्रक्रिया आहे. तुम्हाला वाटता क्षणी एखाद्या बदलावर काम करण्याऐवजी, एक पाऊल मागे येऊन कृतीची खरी किंमत तपासून पाहून आणि तुम्हाला तुमच्याकडील मर्यादित वेळ, शक्ती आणि साधने यामुळे ती गोष्ट करणे सर्वांत योग्य वाटते का, हे पाहा आणि मगच करा.

जेव्हा कॉस्ट बेनिफिट ॲनालिसिस केला जातो, निव्वळ आर्थिक नसलेले खर्च आणि लाभ समाविष्ट करणे महत्त्वाचे आहे. नॉन इकॉनॉमिक कॉस्ट, जसे की एखादा प्रोजेक्ट केला पाहिजे का नाही यामध्ये मनोरंजनसुद्धा महत्त्वाची भूमिका बजावू शकते. गूगलच्या फेमस कॅफेटेरियाचे फायदे हे याचे चांगले उदाहरण आहे. कंपनी कर्मचाऱ्यांना उच्च दर्जाचे अन्न चोवीस तास मोफत पुरवते. या धोरणाचा फायदा लक्षात घेईपर्यंत हा खूप मोठा खर्च वाटतो. नाश्ता, दुपारचे आणि रात्रीचे जेवण आणि स्नॅक्स पुरवल्याने कर्मचाऱ्यांनी कामाच्या ठिकाणीच राहून शक्य तितके जास्त वेळ काम करावे यासाठी कंपनी त्यांना प्रवृत्त करते. कार्यक्षमतेमधील वाढीमुळे आणि टीममधील एकत्रितपणामुळे किंमत वसूल होते, हे महत्त्वाचे आहे.

जुनाट वैफल्य आणि लहान-लहान अकार्यक्षमता काढून टाकणे फायदेशीर असू शकते. मी नुकतेच माझ्या कॉम्प्युटरची हार्ड डिस्क अपग्रेड करण्यासाठी, त्यासाठी काही डॉलर्स खर्च केले ती आता सहापट जलद काम करत. माझे अप्लिकेशन आणि प्रोग्रॅम्स आता लगेच सुरू होतात; पण लहान सुधारणांचा ***संचय*** होत राहतो. ही गोष्ट फार मोठी वाटत नाही आणि खूप मोठा फरकही पडत नाही. मी अधिक आनंदी आहे आणि माझे अधिक काम होत आहे. त्यामुळे माझे पैसे योग्य ठिकाणी खर्च झाले असे वाटते.

एखादा निर्णय घेण्यापूर्वी, त्याचा संपूर्ण खर्च आणि फायदे यांचे परीक्षण करा. थोडे परीक्षण केल्याने तुम्ही तुमचे पैसे योग्य आणि अधिक प्रभावीपणे खर्चात आहात ना, याची खात्री होते.

ही संकल्पना शेअर करा : http://book.personalmba.com/cost-benefit-analysis/

उत्पन्न वाढवण्याच्या चार पद्धती

(Four Methods to Increase Revenue)

> ज्यांना पैसा कसा मिळवायचा याचे साधे नियम माहीत आहेत, त्यांच्याकडे तो रगड आहे.
>
> – जॉर्ज क्लासन, द *रिचेस्ट मॅन इन बॅबिलॉन* या पुस्तकाचे लेखक

विश्वास ठेवा अगर नका ठेवू, तुमच्या उद्योगाचे उत्पन्न वाढवण्याच्या केवळ चारच पद्धती आहेतः

- तुम्ही सेवा देत असलेल्या ग्राहकांची संख्या वाढवा.
- अधिक विक्री करून प्रत्येक *व्यवहाराचा* सरासरी आकार वाढवा.
- प्रत्येक ग्राहकामागे होणाऱ्या व्यवहारांची संख्या वाढवा.
- तुमच्या किमती वाढवा.

तुम्ही एक रेस्टॉरंट चालवत आहात, अशी कल्पना करा. तुम्हाला या रेस्टॉरंटमधून येणारे तुमचे उत्पन्न वाढवायचे आहे. त्यासाठी युक्ती कशी लागू करायची ते पाहू :

ग्राहकांची संख्या वाढवा म्हणजे तुम्ही अधिक लोक तुमच्याकडे यावे असा प्रयत्न करत आहात. ही युक्ती त्यामानाने सरळ आहे. अधिक लोक तुमच्या रेस्टॉरंटला आले, तर अधिक ऑर्डर्स, जे (सरासरी व्यवहाराचा आकार तोच राहील असे गृहीत धरले तर) अधिक पैसे आणतील.

सरासरी व्यवहाराचा आकार वाढवणे म्हणजे तुम्ही प्रत्येक ग्राहकाला अधिक खरेदी करण्यास प्रवृत्त करत आहात. हे साधारणपणे, अपसेलिंगच्या प्रक्रियेनुसार केले जाते. जेव्हा कोणताही ग्राहक तुमच्याकडे एक एन्ट्री विकत घेतो, तुम्ही त्याला अॅपेटायझर्स, ड्रिंक्स आणि डेझर्ट ऑफर करता. जितक्या अधिक वस्तू ग्राहक विकत घेतील, तितके ते अधिक पैसे खर्च करतील आणि तुम्हाला अधिक उत्पन्न मिळेल.

प्रत्येक ग्राहकामागे, व्यवहारांची संख्या वाढवा म्हणजे ग्राहकांना तुमच्याकडून अधिक वेळा खरेदी करण्यासाठी प्रवृत्त करा. जर तुमचे सरासरी ग्राहक तुमच्याकडे महिन्यातून एकदा येतात, तर त्यांना आठवड्यातून एकदा येण्यासाठी प्रवृत्त केल्याने तुमचा उद्योग वाढेल. ते जितके अधिक वेळा तुमच्याकडे येतील, तितके तुमच्या रेस्टॉरंटचे उत्पन्न वाढेल. इथे असे गृहीत धरू की, व्यवहाराचा आकार तेवढाच राहील.

वस्तूंच्या किंवा सेवांच्या किमती वाढवा म्हणजे ग्राहकाने केलेल्या प्रत्येक खरेदीमागे तुम्हाला जास्त पैसे मिळतील. तुमचा आकार, सरासरी व्यवहाराचे आकारमान आणि वारंवारता तीच राहील असे गृहीत धरून, तुम्ही किमती वाढवण्याने त्याच श्रमाच्या बदल्यात जास्त पैसे येतील.

योग्यतेचा धडा : प्रत्येक ग्राहक हा चांगला ग्राहक नसतो. काही ग्राहक तुम्हास अपेक्षित परिणाम न देता, तुमचा वेळ, उर्जा आणि साधने वाया घालवतील. ज्यांच्या व्यवहाराचा सरासरी आकार लहान आहे, जे तुमच्याबद्दल चांगले बोलत नाहीत आणि किमतीबद्दल तक्रार करतात, अशा अधिक वेळा न येणाऱ्या ग्राहकांवर जास्त वेळ घालवत असाल, तर अधिक ग्राहकांना आकर्षित करण्यात काही अर्थ नाही.

तुमच्या आदर्श ग्राहकांना सेवा देण्यावर लक्ष केंद्रित करा. तुमचे आदर्श ग्राहक लवकर खरेदी करतात, जास्त पैसे खर्च करतात. तुमच्याविषयी चांगले मत व्यक्त करतात आणि तुम्ही देत असलेल्या मूल्यासाठी अधिक किंमत देण्यास तयार असतात.

जितके अधिक आदर्श ग्राहक असतील, तितका तुमचा उद्योग–व्यवसाय अधिक चांगला चालेल.

ही संकल्पना शेअर करा : http://book.personalmba.com/4-methods-to-increase-revenue/

किंमत ठरवण्याचा अधिकार

(Pricing Power)

ज्या क्षणी तुम्ही किंमत ठरवण्यात चूक करता, तुम्ही तुमची प्रतिष्ठा किंवा नफा गमावत असता.

– कॅथरीन पेन, डेलहाये ग्रुपच्या संस्थापिका

तुमच्या आताच्या असलेल्या किमती दुप्पट करण्याची कल्पना करा. जर तुमच्या असलेल्या ग्राहकांपैकी अर्धे ग्राहक सोडून गेले, तर कदाचित ही चांगली युक्ती आहे.

किंमत ठरवण्याचे सामर्थ्य ही तुमची क्षमता असते, ज्याद्वारे तुम्ही आकारत असलेल्या किमती काळासोबत वाढवू शकता. जितके कमी मूल्य तुम्ही कैद राखून ठेवता, तुमचे किंमत ठरवण्याचे सामर्थ्य तितके अधिक असते. ग्राहकांना सेवा देण्यासाठी तुम्हाला जर वेळ, ऊर्जा आणि श्रम कमी लागले, तर ग्राहकांच्या संख्येत वाढ होऊन उत्पन्न वाढेल. तुमचा उद्योग अधिक चांगला चालेल. किमतींमध्ये बदल करण्याने तुम्हाला अंतिम परिणाम चांगला होण्यास मदत होईल, तर त्याच वेळी तुमचे श्रम आणि गुंतवणूक कमी होईल.

किंमत वाढवण्याचे सामर्थ्य ही संकल्पना अर्थशास्त्रातील 'प्राइस इलास्टिसिटी' या संकल्पनेशी संबंधित आहे. जर तुमच्या उत्पादनांच्या/सेवांच्या किमतीबाबत ग्राहक खूप

संवेदनशील असतील आणि तुम्ही थोडी जरी किंमत वाढवलीत, तर तुम्ही अनेक ग्राहक गमवाल. मागणी ही 'लवचीक' आहे, असा याचा अर्थ होतो. प्रस्थापित उत्पादनांच्या बाजारपेठेचे उदाहरण घेतले, जसे की टूथपेस्ट तर, ग्राहकांना प्रचंड हवेहवेसे असलेले काही नावीन्यपूर्ण व अद्वितीय काही तुम्ही जोपर्यंत निर्माण करत नाही, तोपर्यंत किमतीत वाढ करणे मूर्खपणाचे असेल. कारण त्यामुळे, ग्राहक तुमचे उत्पादन विकत घेण्याचे बंद करून इतर उत्पादन विकत घेतील. त्यांना अशा बाजारपेठेत खूप पर्याय उपलब्ध असतात.

जर तुमचे ग्राहक वस्तूंच्या किमतीबाबत इतके संवेदनशील नसतील, तर तुम्ही किंमत चौपट केली, तरी विक्रीत फारसा फरक पडणार नाही. आता चैनींच्या वस्तूंचे उदाहरण घ्या. ग्राहक चैनीच्या वस्तू महाग असल्या, तरी विकत घेतात. कारण, त्यातून ***सामाजिक संकेत*** (नंतर चर्चा केली आहे) जातात. अशी उत्पादने महाग असल्यामुळे ती विकत घेतल्यास ग्राहकाच्या प्रतिष्ठेत वाढ होते. डिझायनर हँडबॅग, कपडे, आणि घड्याळांच्या इत्यादी वस्तूंच्या किमतीत वाढ केली, तर त्या वस्तू *अधिकच* हव्याहव्याशा वाटण्याची शक्यता वाढते.

अर्थतज्ज्ञांना, ग्राफ काढणे आणि *प्राइस इलॅस्टिसिटी* काढणे यात रुची असते; पण त्याची आवश्यकता नसते. जोपर्यंत तुमच्याकडे आधीच ***अचूक नियम*** नाहीत, आणि जोवर तुम्ही किमतीमध्ये बदल करून काय होते ते पाहणार नाही, तोवर तुम्हाला तुमच्याकडे किमतीत बदल करायचे किती सामर्थ्य आहे, हे कळणार नाही. सुदैवाने, तुम्ही मोठ्या आणि कार्यक्षम बाजारपेठेतील स्वतःच्या नियमांनुसार काम करणारे मोठे स्पर्धक नसाल, तर किमतीची ढोबळ जाहिरात करून त्यात बदल केल्यास काय होते, हे पाहणार आहात. अशा परिस्थितीत काय 'चालते' हे पाहण्यासाठी ***प्रयोग करणे*** तुम्हाला शक्य आहे.

किमती ठरवण्याचे सामर्थ्य हे महत्त्वाचे आहे, कारण त्यामुळे तुम्हाला किमती वाढवून महागाईच्या विपरीत परिणामांवर आणि वाढलेल्या किमतींवर मात करण्याची संधी मिळते. ऐतिहासिकदृष्ट्या, कोणत्याही सरकारने दिलेल्या चलनाचे मूल्य काळासोबत कमी होते. सरकारी अधिकाऱ्यांना चलनाचा पुरवठा वाढवण्यासाठी अनेक बक्षिसे मिळतात. यामुळे चलनाची खरेदी करण्याची ताकद कमी होते.

परिणामी, उद्योगात टिकून राहण्यासाठी तेच उत्पादन आणि सेवा खरेदी करण्यासाठी अधिक चलनाची आवश्यकता पडते. त्यामुळे तुमच्या उद्योगाची ***पर्याप्ततेची*** गरज वाढते. किमती ठरवण्याचे पुरेसे सामर्थ्य नसताना व अधिक खर्च होत असताना, तुमचा उद्योग पर्याप्त राहू शकणार नाही.

तुम्ही जितक्या अधिक किमतीची मागणी करता, तितक्या अधिक विश्वसनीयपणे तुम्ही नफ्याची पर्याप्तता टिकवून ठेवू शकाल. जर तुमच्याकडे पर्याय असेल, तर ज्यामध्ये तुमच्याकडे किमती ठरवण्याचे सामर्थ्य असेल अशी बाजारपेठ निवडा. त्यामुळे तुम्हाला पर्याप्तता टिकवून ठेवणे सोपे जाईल.

आजीवन मूल्य

(Lifetime Value)

ग्राहकाचा हेतू विक्री मिळवणे हा नसतो. तर एक 'ग्राहक' मिळवावा, हा विक्रीचा हेतू असतो.

– बिल ग्लेझर, जाहिरात विशेषज्ञ

तुम्ही एका लोकप्रिय पर्यटनस्थळाच्या पदपथावर लिंबू सरबताची गाडी चालवत आहात, अशी कल्पना करा. लिंबू सरबताच्या एका ग्लासची किंमत एक डॉलर आहे. तुम्ही ग्राहकांना सरबत देण्यात मग्न आहात. पण, प्रत्येक ग्राहक म्हणजेच तिथून ये-ज़ा करणारे पर्यटक आहेत. त्यांना तुम्ही बघण्याची शक्यताही कमी आहे.

याचाच विरोधाभास म्हणजे विम्याचा व्यवसाय. असे गृहीत धरा की, साधारण एक ग्राहक दरमहा कारच्या विम्यासाठी २०० डॉलर्सचा हप्ता देतो. म्हणजे दरवर्षीच्या विम्याच्या हप्त्याची किंमत होते २४०० डॉलर्स. जर साधारण ग्राहक त्याच विमा एजन्सीबरोबर दहा वर्षे टिकून राहिला, तर कंपनीला/एजन्सीला या ग्राहककडून २४०० डॉलर्स प्रतिवर्ष असे कायम मिळत राहणार आहे. म्हणजेच त्या ग्राहकाचे आजीवन मूल्य २४०० डॉलर्स प्रतिवर्ष आहे.

आजीवन मूल्य म्हणजे तुमच्या कंपनीसोबतच्या ग्राहकाच्या संबंधांचे आजीवन व्यवहारांचे मूल्य. ग्राहक तुमच्याकडून जितकी अधिक खरेदी करेल आणि जितका अधिक काळ टिकून राहील, तितका तो तुमच्या उद्योगासाठी अधिक मौल्यवान असतो.

सभासदत्व फायदेशीर असण्याचे एक कारण हेदेखील आहे की, ते नैसर्गिकपणे आजीवन मूल्य वाढवतात. एका ग्राहकाला एकच विक्री करण्याऐवजी, सभासदत्वाचा व्यवसाय करणारे उद्योग मूल्य देण्यावर लक्ष केंद्रित करतात, आणि अधिकाधिक काळ वर्गणी गोळा करण्यावर भर देतात. जितका अधिक काळ सभासद वर्गणीदार राहतो आणि अधिक वर्गणी देतो, तितके त्या ग्राहकाचे आजीवन मूल्य अधिक असते.

जितके तुमच्या ग्राहकाचे आजीवन मूल्य अधिक, तितका तुमचा उद्योग अधिक चांगला! तुमचा साधारण ग्राहक किती खरेदी करतो आणि किती काळ तो तुमच्याकडून खरेदी करत आहे, हे समजून घेण्याने तुम्ही प्रत्येक नवीन ग्राहकाचे एक स्पष्ट व निश्चित किंमत मूल्य ठरवू शकता, यामुळे तुम्हाला चांगले निर्णय घेण्यास मदत होईल. लिंबू सरबताच्या स्टॉलवरील एक ग्राहक गमावणे ही काही मोठी गोष्ट असणार नाही; मात्र विम्याचा ग्राहक गमावणे ही निश्चितच मोठी गोष्ट असेल.

जिथे ग्राहकाचे आजीवन मूल्य जास्त आहे, अशा बाजारपेठेत व्यवसाय करणे कधीही चांगले. जितके तुमच्या ग्राहकाचे आजीवन मूल्य जास्त, तितके त्यांना अधिक आनंदी ठेवण्यासाठी तुम्ही प्रयत्न करू शकता आणि तितके तुम्ही त्यांना अधिक चांगली सेवा देण्यावर लक्ष केंद्रित करू शकता. तुम्हाला फायदा मिळवून देणाऱ्या ग्राहकांशी नातेसंबंध दीर्घकाळ जपून ठेवा; म्हणजे तुम्ही यशस्वी व्हाल.

ही संकल्पना शेअर करा : http://book.personalmba.com/lifetime-value/

स्वीकारार्ह अधिग्रहण किंमत

(Allowable Acquisition Cost - AAC)

कोणताही उद्योग नकारात्मक प्रॉफिट मार्जिनला विकत घेऊन युनिट विक्रीमध्ये वाढ करू शकतो; पण कोपऱ्यावर २० डॉलर्सच्या नोटा देत उभे राहणे हे तुमचे दिवाळे निघेपर्यंतच सोपे असेल.

– मॉरिस रोजेन्थल, *प्रिंट ऑन डिमांड बुक पब्लिशिंग* या पुस्तकाचे लेखक आणि फोनरबुक्स डॉट कॉमचे ब्लॉगर

लिंबू सरबताच्या गाडीचा विचार करा. पैसे देणारा एक ग्राहक आकर्षित करण्यासाठी तुम्ही किती पैसे खर्चू शकाल? जास्त नाही कारण तुम्हाला एका ग्लासला फक्त एक डॉलर मिळत आहे. त्यामुळे तुम्ही मार्केटिंग करण्यावर जास्त पैसे खर्चू शकत नाही.

आता याची विम्याच्या एजन्सीबरोबर तुलना करून पाहा. जर एका ग्राहकाचे ***आजीवन मूल्य*** २४००० डॉलर्स आहे, तर तुम्ही नवीन ग्राहकाला आकर्षित करण्यासाठी किती पैसे खर्चू शकता? खूप जास्त!

लोकांचे लक्ष वेधून घेणे आणि नवीन संभाव्य ग्राहक मिळवणे यासाठी साधारणपणे पैसे आणि साधने खर्च होतातच. तुम्हाला तुमच्या संभाव्य ग्राहकाचे आजीवन मूल्य समजले की, तुम्ही त्याला आकर्षित करण्यासाठी जास्तीतजास्त किती वेळ आणि साधने लागतील, याचा हिशेब करू शकता.

स्वीकारार्ह अधिग्रहण किंमत म्हणजेच (एएसी), हा आजीवन मूल्याचा मार्केटिंग घटक आहे. ग्राहकाचे आजीवन मूल्य जितके अधिक, तितक्या अधिक प्रकारे तुम्ही त्यांना आकर्षित करून घेण्यावर खर्च करू शकता. त्यामुळे तुमच्या उत्पादनाबाबत/सेवांबाबत अधिकाधिक लोकांना माहिती व्हावी, याकरता नवनवीन मार्गाने मदत करणे शक्य होते.

उच्च आजीवन मूल्य असलेल्या ग्राहकाबरोबर पहिल्या विक्री व्यवहारात थोडे पैसे गमावण्याने विशेष फरक पडत नाही. गुथी-रेन्कर एक विशिष्ट प्रकारचे प्रोॲक्टिव्ह नावाचे पिंपल्ससाठीचे क्रीम विकतात, त्यासाठी टेलिव्हिजनवरील मोठ्या जाहिरातींचा उपयोग करतात, ज्या महागड्या असतात. ते जाहिरातींमध्ये जेसिका सिम्पसनसारख्या तारकांना घेतात आणि त्या जाहिराती बनवण्यासाठी आणि दाखवण्यासाठी कोट्यवधी रुपये खर्च करतात. सकृतदर्शनी त्यात काही तथ्य वाटत नाही. पहिली विक्री २० डॉलर इतक्या 'अत्यंत कमी दराने' होते. हे त्यांना कसे परवडत आहे?

त्याचे उत्तर आहे '***सभासद.***' जेव्हा एक ग्राहक प्रोॲक्टिव्ह विकत घेतो, तेव्हा तो चेहऱ्यावर लावायच्या क्रीमची केवळ एक बाटली विकत घेत नसून त्याची एक-एक बाटली प्रत्येक महिन्याला पुन्हा पैसे देऊन मिळण्याच्या सभासदत्वाला होकार देत आहेत. या उत्पादनाच्या नवीन ग्राहकाचे आजीवन मूल्य खूप जास्त आहे त्यामुळे सुरुवातीच्या

विक्रीमध्ये गुथी–रेन्करला 'थोडे नुकसान झाले, तरी फरक पडत नाही.' कंपनी जास्तीतजास्त सभासद मिळवून खूप उत्पन्न मिळवते आणि म्हणूनच काही ग्राहकांनी सभासदत्व पुढे चालू ठेवले नाही, तरी कंपनीला विशेष फरक पडत नाही.

पहिली विक्री काही वेळा 'लॉस लीडर' म्हणून संबोधली जाते. लॉस लीडर म्हणजे मोहात पाडणारी ऑफर; जी नवीन ग्राहकाशी संबंध प्रस्थापित करण्याच्या उद्देशाने केली आहे. अनेक सभासदत्वाचे उद्योग लॉस लीडरचा उपयोग त्यांचा वर्गणीदारांचा पाया उभा करण्यासाठी करतात. *स्पोर्टस इलस्ट्रेटेडसारखी* मासिके फुटबॉल, फोन यांसारख्या युक्त्या वापरून प्रचंड खर्च करतात, जेणेकरून त्यांच्या वार्षिक स्विमसूट एडिशनसाठी नवीन ग्राहक आकर्षित होतील.

असे मोह निर्माण करण्याची किंमत एखाद्या सभासदाच्या वर्षभराच्या वर्गणी इतक्या मूल्याची असू शकते. पण तरीही कंपनीला प्रत्येक ग्राहकाचे आजीवन मूल्य लक्षात घेता फायदाच होतो. नवीन मिळणाऱ्या ग्राहकांमुळे *स्पोर्टस इलस्ट्रेटेड* जाहिरातदारांना अधिक किंमत घेतात किंवा घेऊ शकतात, कारण जाहिराती तितक्या अधिक लोकांपर्यंत पोहोचतात. यामुळे कंपनीच्या उत्पन्नात मोठी वाढ होते.

तुम्ही ज्या बाजारपेठेत उद्योग करत आहात, त्या बाजारपेठेची स्वीकारार्ह अधिग्रहण किंमत मोजण्यासाठी, तुमच्या साधारण ग्राहकाच्या आजीवन मूल्यापासून सुरुवात करा, नंतर तुमची ***मूल्य प्रवाह*** किंमत त्यातून वजा करा. मूल्य प्रवाह किंमत म्हणजे तुमच्या ग्राहकासोबतच्या संबंधांवर, ग्राहकाला वचन दिलेले मूल्य निर्माण करून त्याच्यापर्यंत पोहोचवण्यासाठी येणारा खर्च. नंतर त्यातून तुमचे ***वरकड खर्च*** (नंतर चर्चा केली आहे) त्यातून वजा करा व येणाऱ्या आकड्याला तुमच्या एकूण ग्राहकाच्या संख्येने भागा. येणारी संख्या ही तुमच्या ***स्थिर किमतीचे*** (नंतर चर्चा केली आहे) प्रतिनिधित्व करते आणि ती तुम्हाला उद्योगामध्ये टिकून राहण्यासाठी त्या काळासाठी द्यावीच लागते. येणाऱ्या संख्येला एक वजा तुमचे इच्छित ***प्रॉफिट मार्जिनने*** गुणा. (जर तुम्ही ६० टक्के मार्जिनसाठी प्रयत्न करत असाल, तर ते असेल १.०० –०.६० =०.४०) आणि तीच तुमची स्वीकारार्ह अधिग्रहण किंमत असेल.

एक उदाहरण पाहू या. जर तुमचे पाच वर्षांसाठी साधारण आजीवन मूल्य २००० डॉलर्स असेल तसेच ***मूल्यनिर्मितीचा खर्च*** आणि वितरणाचा खर्च ५०० डॉलर्स असेल, तर प्रत्येक सेवा दिलेल्या ग्राहकामागे १५०० डॉलर्स इतके उत्पन्न येते. तुमचे त्याच पाच वर्षांसाठी बाकीचे खर्च ५००,००० डॉलर्स इतके असतील असे गृहीत धरले, तुमचे ५०० ग्राहक आहेत, तुमची स्थिर किंमत १००० डॉलर्स प्रति ग्राहक असेल, जी तुम्हाला ५०० डॉलर्स इतके उत्पन्न मार्केटिंगच्या खर्चाअगोदर मिळवून देते. तुमचे प्रॉफिट मार्जिन किमान ६०% इतके धरून चालले, तर तुम्हाला एएसी २०० डॉलर्स प्रति ग्राहक मिळते. ते लक्षात आल्यावर, मार्केटिंगच्या विविध चाचण्या कशा प्रकारे काम करतात, हे पाहण्यासाठी तुम्ही ते करू शकता. जर तुमची गृहीतके बरोबर असतील, तर जो तुम्ही २०० डॉलर्ससाठी आकर्षित कराल, तो कोणताही ग्राहक योग्यच असेल.

तुमच्या ग्राहकांचे आजीवन मूल्य जितके जास्त, तितकी स्वीकारार्ह अधिग्रहण किंमत जास्त. जितके अधिक नवीन ग्राहक तुमच्या उद्योगासाठी योग्य, तितके तुम्ही नवीन ग्राहकांना आकर्षित करण्यासाठी खर्च करू शकता आणि त्यांना आनंदी ठेवू शकता.

ही संकल्पना शेअर करा : http://book.personalmba.com/allowable-acquisition-cost/

वरकड खर्च

(Overhead)

छोट्या खर्चापासून सावधान राहा, छोटेसे छिद्रही मोठ्या जहाजाला बुडवू शकते.

– बेंजामिन फ्रँकलिन, पूर्व अमेरिकन राजनैतिक नेते, शास्त्रज्ञ आणि व्यासंगी

तुमचे भाड्याचे किंवा कर्जाचे देणे जितके जास्त असेल, तितके अधिक पैसे ते खर्च भागवण्यासाठी तुम्हाला कमावले पाहिजेत. हेच साधारण तत्त्व उद्योगांनाही लागू होते.

वरकड खर्चउद्योग सुरू ठेवण्यासाठी आवश्यक असणाऱ्या, किमान लहान–लहान चालू साधनांचे प्रतिनिधित्व करतात. यात तुम्हाला ज्या सर्व गोष्टी उद्योग सुरू ठेवण्यासाठी दरमहा आवश्यक असतात, त्यांचा समावेश आहे. उदाहरणार्थ, तुम्ही सध्या काही विक्री करत आहात का नाही याच्याशी पगार, भाडे, युटिलिटी, उपकरणांची दुरुस्ती इत्यादींचा संबंध नसतो.

तुमचे वरकड खर्च जितके कमी, उद्योग चालू ठेवण्यासाठी तितके कमी उत्पन्न आणावे लागते आणि अधिक जलदपणे, तुम्ही तुमच्या आर्थिक ***पर्याप्ततेच्या*** बिंदूला पोहोचता. जर तुम्ही जास्त खर्च करत नसाल, तर तुम्हाला तुमचे खर्च भागवण्यासाठी जास्त कमावले नाही तरी चालेल.

जर तुम्ही तुमची कंपनी स्थिर स्वरूपाच्या ***भांडवलावर*** उभी करत असाल, तर वरकड खर्च अत्यंत महत्त्वाचा असतो. साहसी भांडवलदार आणि इतर प्रकारच्या गुंतवणुकी तुम्हाला 'सीड कॅपिटल' देऊ शकतात. 'सीड कॅपिटल' म्हणजे एक अशी ठरावीक रक्कम; जी तुम्ही उद्योग सुरू करण्यासाठी वापरू शकता. जे पैसे तुम्ही भांडवलाने उभे करता आणि जितके अधिक संथपणे ते खर्च करता, तितका अधिक काळ तुम्हाला उद्योग चालला पाहिजे, हे तुम्हाला पाहावे लागते.

तुमचे भांडवल तुम्ही जितक्या 'लवकर खर्च' करता, तितके अधिक पैसे तुम्हाला उभे करावे लागतात आणि तितक्या लवकर तुम्हाला उत्पन्न आणणे सुरू करावे लागते. जर तुम्ही तुमचे सुरुवातीचे भांडवल लवकर खर्चून टाकले आणि आता अधिक भांडवल उभे करता येत नसेल, तर खेळ संपला असे समजा. म्हणूनच गुंतवणूकदार आणि तज्ज्ञ उद्योजक उद्योगाच्या 'बर्न रेट'कडे म्हणजे भांडवल खर्चण्याच्या गतीकडे खूप बारीक लक्ष ठेवतात. जितका हळू खर्च होईल, तितका अधिक यशस्वी उद्योग उभा करता येईल.

तुमचा वरकड खर्च जितका कमी, तितकी अधिक लवचीकता तुमच्याकडे असेल आणि उद्योग सुरू ठेवणे तितकेच सोपे जाईल.

ही संकल्पना शेअर करा : http://book.personalmba.com/overhead/

परिव्यय : स्थिर परिव्यय आणि चल परिव्यय

(Costs: Fixed and Variable)

खर्चांकडे लक्ष ठेवा आणि नफा आपली काळजी आपणच घेईल.
– अँड्र्यु कार्नेगी, १९व्या शतकातील कारखानदार

व्यवसायासंबंधी एक जुनी म्हण आहे : पैसा मिळवण्यासाठी पैसा खर्चावा लागतो. यात नक्कीच काहीतरी तथ्य आहे; पण सर्वच खर्च समान निर्माण केलेले नसतात. Fixed Costs म्हणजेच ***स्थिर परिव्यय*** हे तुम्ही कितीही मूल्यनिर्मिती केली तरी येतातच. तुमचे ***वरकड खर्च*** हे स्थिर परीव्ययच असतात : तुम्ही ठरावीक महिन्यात काहीही केलेले असो वा नसो, तुम्हाला तुमच्या कर्मचाऱ्यांना पगार द्यावाच लागतो आणि तुमच्या ऑफिसच्या जागेचे भाडेही.

चल परिव्यय म्हणजेच व्हेरिएबल कॉस्ट हे तुम्ही किती मूल्यनिर्मिती करता याच्याशी प्रत्यक्ष संबंधित असते. जर तुमचा कॉटनचे टी-शर्ट्स तयार करण्याचा उद्योग असेल, तर जितके अधिक टी-शर्ट्स तुम्ही उत्पादित कराल, तितके अधिक कॉटनचे कापड तुम्हाला 'कच्चा माल' म्हणून लागेल. कच्चा माल, वापरावर आधारित उपयोगी वस्तू आणि ताशी कर्मचारी या सर्व चल परिव्यय; म्हणजे व्हेरिएबल कॉस्ट आहेत.

स्थिर परिव्यय/खर्च कमी केला की त्याचा ***संचय*** होतो, चल परिव्यय / खर्च कमी केले की, त्यांची ***वाढ*** होते. जर तुम्ही ५० डॉलर्स दरमहा तुमच्या फोनच्या बिलात बचत करू शकलात, तर ती बचत वर्षाअखेरीस ६०० डॉलर्स इतकी साठते. तसेच वरील टी-शर्टच्या उदाहरणात जर तुम्ही निर्माण केलेल्या प्रत्येक टी-शर्टवर ०.५० डॉलर्स वाचवलेत, तर तुम्ही वर्षाला १००० टी-शर्ट्सवर ५०० डॉलर्स वाचवू शकाल.

तुम्ही तुमचे खर्च जितके चांगल्या प्रकारे समजून घ्याल, मूल्य निर्माण करण्याचे तितके अधिक मार्ग, तुम्हाला सापडण्याची शक्यता असतेते देखील तुमची कमाई न घालवता.

ही संकल्पना शेअर करा : http://book.personalmba.com/costs-fixed-variable/

वाढीव अवनती

(Incremental Degradation)

दर्जाला अनन्यसाधारण महत्त्व आहे. तुम्हाला जेव्हा तुमच्या अस्तित्वाची चिंता वाटत असेल, तेव्हादेखील दर्जापासून फारकत घेऊ नका. दर्जाशी तडजोड केली, तर तुम्ही केवळ एक वस्तू उरता... उद्योगात टिकण्याची सर्व शक्यता नाहीशी होते.

– गॅरी हर्शबर्ग, स्टोनीफिल्ड फार्मचे संस्थापक

विश्वास ठेवा अगर ठेवू नका, अनेक चॉकलेट्सची उत्पादने; जी आपल्याला किराणा मालाच्या दुकानात कॅन्डीच्या बरण्यांमधून दिसतात, ती 'मिल्क चॉकलेट' नसतात, तर ती 'चॉकलेटचा स्वाद असलेल्या कॅन्डी' असतात.

उच्च दर्जाचे चॉकलेट तयार करण्यासाठी, तुम्हाला उच्च – दर्जाच्या कोको-बिया विकत घ्याव्या लागतात. त्या दळून घेतल्यावर कोको-बटर तयार होते. नंतर कोको-बटर हे साखर, पाणी आणि इमल्सीफायर्स यांच्यासोबत मिसळले जाते. ते घटक कोको-बटरमधील तेलाला साखर घातलेल्या पाण्याला 'चिकटण्यास' मदत करतात. लिक्विड चॉकलेट नंतर तापवले जाते, मोल्ड्समध्ये ओतले जाते आणि घट्ट चॉकलेट बनण्यासाठी थंड केले जाते.

अनेक वर्षांनंतर, मास मार्केट चॉकलेट उत्पादकांनी किमती कमी ठेवण्यासाठी आणि नफा वाढवण्यासाठी हलक्या दर्जाचे घटक वापरण्याचे ठरवले. उच्च दर्जाच्या कोको-बिया विकत घेण्याऐवजी, त्यांनी कमी प्रतीच्या कमी किमतीच्या बिया सामान्य स्रोतांकडून विकत घेतल्या. कोणाला लक्षात येतंय? नंतर त्यांनी कोको-बटर ऐवजी तेल वापरले; इतके की फूड रेग्युलेटरी बॉडीज त्यांना या चॉकलेटला 'मिल्क चॉकलेटही' म्हणू देणार नाहीत. त्यांनी अधिक इमल्सिफायर्स मिसळले, प्रीझर्वेटिव्ह मिसळले, आणि इतर केमिकल एडीटिव्हही मिसळले. जेणेकरून, ते चॉकलेट घट्ट राहील आणि बाजारात कायम टिकून राहील.

चॉकलेट खावेसे वाटते आहे, बरोबर?

उत्पादनाचा दर्जा राखला नाहीत, तर पैशांची बचत करण्याचा काही फायदा होत नाही. तर त्या वेळी, हे बचतीचे उपाय चॉकलेटच्या दर्जावर विशेष परिणाम करताना दिसले नाहीत. ते करण्यायोग्य ***ट्रेड ऑफ्स*** वाटले. काळानुरूप, तरीही ***संचय झालेले*** परिणाम चॉकलेटच्या चवीवर आणि दर्जावर दिसून येऊ लागले. लोकांच्या लक्षात आले आणि उत्पादकांनी काय केलेः तुम्ही आता प्रीमियम दर्जाचे चॉकलेट विकत घेऊ शकता ज्यात ओरिजनल उच्च दर्जाचे घटक आहेत! म्हणजेच उच्च दर्जाचे घटक वापरलेली चॉकलेट अधिक किमतीला उपलब्ध करून दिली.

फायनान्स आणि अकाउंटिंग एक्झिक्युटिव्हना 'बीन काउंटिंगची' प्रतिष्ठा प्राथमिकपणे किमती किंवा खर्च कमी करण्यामुळेच मिळते. उत्पादन किंवा उद्योग अधिक फायदेशीर करण्याच्या प्रयत्नात खर्चात कपात केली जाते. खर्चकपात करण्याने तुम्हाला ***नफ्याच्या टक्केवारीमध्ये*** वाढ करणे शक्य होते. पण त्यासाठी नेहमी जास्त किंमत मोजावी लागते.

जर नफा वाढवणे हे तुमचे उद्दिष्ट असेल, तर खर्चात कपात करण्याने तितकेच होईल. मूल्यनिर्मिती आणि वितरण यासाठी *नेहमी* काही किंमत मोजावी लागेल, किमान थोडी रोख रक्कम खर्चावी लागतेच. त्यामुळे तुमच्या उत्पादनाच्या दर्जामध्ये/गुणवत्तेमध्ये घसरण होण्यापूर्वी, तुम्ही खर्च करण्याला काही किमान मर्यादा आहे. निरुपयोगी खर्चांमध्ये कपात करणे किंवा अनावश्यक खर्चात कपात करणे ही चांगली कल्पना आहे; पण त्यामुळे ***घटते उत्पन्नफल*** (नंतर चर्चिले आहे) प्रत्यक्षात येते. काळजी घ्या कारण, सुक्याबरोबर ओलेही जळते.

पाया सुधारण्यासाठी अधिक मूल्याची निर्मिती आणि वितरण करणे हा अधिक चांगला मार्ग आहे. तुम्ही किमान मर्यादेपेक्षा कमी खर्च करू शकत नाही; पण तुम्ही जी मूल्यनिर्मिती आणि वितरण करता आणि उत्पन्न गोळा करता, त्याला कमाल मर्यादा नाही.

तुमच्या खर्चांवर नियंत्रण ठेवा; पण मुळात ग्राहकांच्या तुमच्याकडून वस्तू किंवा सेवा विकत घेण्याच्या उद्देशाला कमी लेखू नका.

ही संकल्पना शेअर करा : http://book.personalmba.com/incremental-degradation/

ब्रेकइव्हन

(Breakeven)

> एखाद्या नवीन सुरू झालेल्या उद्योगासाठी अस्तित्वात आल्यावर सुरुवातीच्या काही वर्षांत पैसे कमावणे हे असामान्य आणि खरोखर अस्वाभाविक आहे. सुरुवातीचे उत्पादन आणि सुरुवातीची संस्था कधीही बरोबर नसतात.
>
> – हार्वे एस. फायरस्टोन, फायरस्टोन टायर आणि रबर कंपनीचे संस्थापक

असे गृहीत धरा की, तुमच्या उद्योगातून दरमहा १,००,००० डॉलर्स कमाई होत आहे आणि तुमच्या उद्योग चालवण्यासाठी तुम्हाला ५०,००० डॉलर्स खर्च येत आहे. तर तुम्ही खरेच पैसे कमावत आहात का? हे ठरवणे अनेक गोष्टींवर अवलंबून आहे.

जेव्हा तुम्ही नवीन उद्योग निर्माण करता, तेव्हा साधारणपणे तुम्ही खर्च करता त्यापेक्षा जास्त पैसे कमावण्यासाठी तुम्हाला काही अधिक वेळ लागतो. ***प्रणाली*** निर्माण कराव्या लागतात, कर्मचारी नियुक्त करावे लागतात आणि प्रशिक्षण द्यावे लागते. उत्पन्न सुरू होण्याआधी मार्केटिंगसाठी श्रम घ्यावे लागतात. तुमच्या या सुरुवातीच्या काळादरम्यान, या खर्चामध्ये वाढ होत जाते.

आपल्या या काल्पनिक उद्योगातून आता आपल्याला महिना ५०००० डॉलर्स उत्पन्न मिळत आहे. म्हणजेच आपला गुंतवणूक खर्च वसूल होण्यासाठी महिना जितके उत्पन्न यायला हवे, त्याच्यापेक्षा अनेक पट अधिक उत्पन्न होत आहे. त्यामुळे, आपण सुरुवातीला केलेली ६००,००० डॉलर्सची गुंतवणूक परत मिळवणे आपल्याला शक्य आहे.

ब्रेकइव्हन म्हणजे असा बिंदू; जिथे तुम्ही व्यवसायासाठी केलेला खर्च आणि येणारे उत्पन्न यांचा आकडा समान असतो. म्हणजेच आजच्या तारखेचा एकूण खर्च आणि आजचे एकूण उत्पन्न समान असते. या बिंदूला, आता पुढे नफा होण्याची शक्यता सुरू होते. या बिंदूला तुमचा उद्योग आता पैसा खर्च करण्याऐवजी पैसा निर्माण करू लागतो. प्रत्येक महिन्याला उद्योग १,००,००० डॉलर्स आणतो आहे आणि खर्चदेखील तितकाच राहतो आहे, तर त्याला सुरुवातीची गुंतवणूक फेडण्यासाठी एक वर्ष लागेल. त्यानंतर, उद्योग *खरोखरी* पैसा कमवू लागेल. त्या आधी, मात्र *असे दिसते* की उद्योग नफ्यात सुरू आहे.

तुमचा ब्रेकइव्हन पॉइन्ट सतत बदलत राहील. जसे खर्च वर-खाली होतात तसेच उत्पन्न साधारणपणे वर-खाली होत असते. तुम्ही किती खर्च करता आणि उद्योग सुरू केल्यापासून किती उत्पन्न जमा होते, याचा साधारण धावता लेखाजोखा ठेवणे, हा तुम्ही प्रत्यक्षात पैसे कमावत आहात का नाही हे जाणून घेण्याचा एकमेव मार्ग आहे.

जितके अधिक उत्पन्न तुम्ही मिळवाल आणि सातत्याने कमी खर्च कराल, तितक्या लवकर तुम्ही तुमच्या ब्रेकइव्हनला पोहोचाल आणि तुमचा उद्योग खरोखरी दीर्घकाळ टिकेल.

ही संकल्पना शेअर करा : http://book.personalmba.com/breakeven/

ऋणमुक्तीची तरतूद

(Amortization)

> प्रत्येक कृतीपूर्वी, स्वतःला विचारा की, हे माझ्या पाठीवर अजून काही ओझे आणेल का? माझ्या कृतीचा परिणाम हा आशीर्वाद असणार आहे का ओझे?
>
> – आल्फ्रेड ए मोंटापर्ट, द *सुप्रीम फिलॉसॉफी ऑफ मॅन : द लॉज ऑफ लाइफ* या पुस्तकाचे लेखक

तुम्ही एक उत्तम खेळणे बनवले आहे : एक स्टफ टॉय (स्पंज भरलेला प्राणी) जो एखाद्या खऱ्या कुत्र्यासारखा दिसतो आणि वागतो; पण ते खरे कुत्रे नाही त्यामुळे त्याला खायला घालण्याची गरज नाही, पाणी देण्याची किंवा मध्यरात्री उठून बाहेर नेण्याची गरज नाही. तुमच्या या ***प्रतिकृतीसाठी*** लहान मुले अगदी वेडी होतात आणि पालक आधीच तो विकायला येताक्षणी मिळवण्यासाठी त्यांची क्रेडिट कार्ड्स घेऊन तयार आहेत. तुम्ही लाखोंची विक्री कराल हे तर यावरून नक्की कळेल.

पण एकच समस्या आहे. हा खोटा कुत्रा परवडेल अशा किमतीचा बनवण्यासाठी तुम्हाला एक मोठा कारखाना घालावा लागेल, त्यासाठी किमान १०० दशलक्ष डॉलर्स इतका खर्च येईल. तुमच्या बँकखात्यात १०० दशलक्षच्या आसपास रक्कम नाही. ती खूपच मोठी रक्कम आहे. तुमच्या उद्योगाला इतका महागडा कारखाना कसा परवडेल आणि तरीही कमाई कशी कराल?

ऋणमुक्तीची तरतूद ही एक प्रक्रिया आहे, ज्यात साधनांच्या गुंतवणुकीची किंमत त्या गुंतवणुकीच्या अंदाजे आयुष्याइतक्या वर्षांमध्ये विभागायची. आता हा खोटा कुत्रा कारखान्यात बनविण्याचे उदाहरण घेऊ. असे गृहीत धरू की, त्या कारखान्याची त्याच्या जीवनकाळात दहा दशलक्ष युनिट्स तयार करण्याची क्षमता आहे. प्रति युनिटप्रमाणे कारखान्याची किंमत दहा डॉलर्स कमी होते. जर तुम्ही एक युनिट १०० डॉलर्सला विकले, तर ते खूप चांगले ***प्रॉफिट मार्जिन*** आहे, असे म्हणू शकतो.

ऋणमुक्तीची तरतूद तुम्हाला हे ठरवण्यास मदत करते की, खूप मोठा खर्च करणे ही चांगली कल्पना आहे की नाही. जोपर्यंत तुमच्याकडे तुम्ही किती खर्च कराल आणि किती उत्पादन कराल याचा अंदाज आहे, तोपर्यंत ऋणमुक्तीची तरतूद तुम्हाला ***भांडवलात*** खूप मोठ्या रकमेची गुंतवणूक करायची का नाही, हे ठरवण्यास मदत करेल.

उदाहरणार्थ, एका पुस्तकाच्या डिझायनरने ॲडोब इनडिझाइनची कॉपी खरेदी करायची ठरवली. ॲडोब इनडिझाइन हे पुस्तके टाईपसेट करण्यासाठी सामान्यपणे वापरले जाणारे सॉफ्टवेअर आहे. इतर बहुतेक सॉफ्टवेअरशी तुलना केली, तर इनडिझाइन हे खर्चीक किंवा महागडे आहे. सिंगल युजर लायसन्सची किंमत ७०० डॉलर्स आहे. हे योग्य आहे का?

डिझायनर किती पुस्तके टाईपसेट करण्यासाठी त्याचा वापर करणार आहे यावर त्याचे उत्तर अवलंबून आहे. जर त्यांनी कधीच एक प्रोजेक्ट पूर्ण केला नाही, तर त्यांनी त्यांचे पैसे वाया घालवले आहेत असे समजा. जर त्यांनी प्रत्येकी १००० डॉलर्स किमतीची दहा पुस्तके टाईपसेट केली, तर त्यांनी ७०० डॉलर्सची गुंतवणूक करून १०००० डॉलर्सची कमाई केली आहे, असे म्हणता येईल. अजिबात वाईट नाही. दहा प्रोजेक्ट्सवर विभागले गेल्यावर त्या सॉफ्टवेअरचा खर्च केवळ ७० डॉलर्स प्रति प्रोजेक्ट इतकाच आहे किंवा प्रत्येक प्रोजेक्टमुळे आलेल्या उत्पन्नाच्या ७% इतकाच आहे. त्या डिझायनरच्या क्रेडिट कार्डला जेव्हा खरेदी केली, तेव्हा थोडासा धक्का बसला असेल, तर त्या साधनाची खूप अधिक पैसे कमावण्याची क्षमता आहे; जे अन्यथा मिळाले नसते.

ऋणमुक्तीची तरतूद हे एक भाकीत असते. ते उपयुक्त आयुष्याच्या अचूक परीक्षणावर अवलंबून असते. तुम्ही जर तुमचे उत्पादन विकत नसाल किंवा जर तुमचे उपकरण खराब झाले, तर ऋणमुक्तीची तरतूद काम करत नाही. जर तुम्ही तुमच्या अंदाजात चूक केली असेल, तर तुमची गुंतवणूक महागात पडू शकते. म्हणजेच तुम्हाला प्रति युनिट तुमच्या मूळ गृहीतकापेक्षा जास्त खर्च येऊ शकतो.

क्रॉक्स कंपनी हे थोडे विनोदी दिसणारे रबर शूज बनवते. अनपेक्षितपणे उत्पादन लोकप्रिय झाल्यावर, कंपनीने मोठ्या प्रमाणावर शूजची निर्मिती करण्याचे ठरवले. त्यांनी चीनमध्ये एक कारखाना उघडला आणि लक्षावधी शूजचे उत्पादन करण्यास सुरुवात केली. त्यांना अपेक्षा होती की, त्यांनी निर्माण केलेले प्रत्येक युनिट विकले जाईल. पण झाले असे, की क्रॉक्स हे एक फॅड होते. या शूजची विशेष विक्री झाली नाही. कंपनी प्रचंड मोठ्या उत्पादनक्षमतेमध्ये अडकून पडली आणि प्रचंड प्रमानावर माल तयार झाला, जो विकला जाऊ शकला नाही. ऋणमुक्तीची तरतूद कंपनीला दिवाळखोरीकडे जाण्यापासून वाचवू शकले नाही.

मोठी गुंतवणूक योग्य आहे का नाही हे ठरवण्यास ऋणमुक्तीच्या तरतूदीची तुम्हाला मदत होते. फक्त लक्षात ठेवा, तुम्ही केवळ एक अंदाज वर्तवत आहात, आणि त्याप्रमाणे पुढे जा.

ही संकल्पना शेअर करा : http://book.personalmba.com/amortization/

क्रयशक्ती

(Purchasing Power)

कंपनीकडील रोख रक्कम संपत नाही ना हे पाहणे उद्योजकाचे काम असते.

– बिल सालमन, हार्वर्ड बिझनेस स्कूलचे प्रोफेसर

बिझनेसबाबत एक जुनी म्हण आहे. तुम्ही कदाचित ऐकली असेल : 'पैसा राजा असतो.'

हे खरे आहे. तुमच्याकडे मागणीच्या स्वरूपात पुस्तकात कोट्यवधी डॉलर्स असतील; पण ते बँकखात्यात नसतील, तर काही उपयोग नाही. आयओयुमुळे खर्च भागत नाहीत. जर तुम्ही तुमच्या कर्मचाऱ्यांना पगार देऊ शकत नसाल किंवा वीजपुरवठा सुरू ठेवू शकत नसाल, तर तुमचा खेळ संपलेला आहे!

क्रयशक्ती ही तुमच्या सर्व तरल मालमत्तेची बेरीज असते; जी खर्च करण्यासाठी उद्योगाकडे उपलब्ध असते. यात रोख रक्कम, क्रेडिट आणि काही बाहेरील अर्थपुरवठा यांचा समावेश असतो. जोवर तुम्ही शहाणपणाने तिचा वापर करत आहात, तोवर अधिक क्रयशक्ती असणे कधीही चांगले असते.

क्रयशक्ती ही तुम्ही तुमचे ***वरकड खर्च*** भागवण्यासाठी आणि तुमच्या पुरवठादारांना त्यांचे पैसे देण्यासाठी वापरतात. जोपर्यंत तुम्ही त्यांना पैसे देत असता, तुम्ही उद्योगात टिकून असता. जेव्हा तुमची क्रयशक्ती संपते, तुम्हीही संपता. खेळ संपतो.

म्हणून, नेहमी तुमच्याकडे किती क्रयशक्ती आहे हे तपासून पाहणे गरजेचे आहे. तुमच्या बँक खात्यात किती रोख रक्कम आहे? तुमच्याकडे किती येणी बाकी आहेत? जितकी तुमची क्रयशक्ती अधिक, तितकी तुमची परिस्थिती चांगली असते.

उपलब्ध क्रयशक्तीचा मागोवा घेत राहिल्याने उद्योग चालवणे *खूप* सोपे जाते. सतत बिले भरण्याच्या काळजीने वैतागून जाण्याऐवजी, क्रयशक्ती तुम्हाला थोडा दिलासा देते. तुमच्याकडील पैसे संपलेले नाहीत किंवा संपून जाणार नाहीत याबाबत थोडी सुरक्षित माहितीही देते. यामुळे बऱ्यापैकी मानसिक आणि भावनिक शक्ती वाचते. जी तुम्ही अन्य चांगल्या गोष्टीसाठी वापरू शकता आणि तुमच्या उद्योगात कशी सुधारणा करता येईल यावर विचार करू शकता.

नेहमी, तुमच्याकडे किती क्रयशक्ती आहे याकडे बारीक लक्ष द्या. एखादा उद्योग बंद पडणे आणि सुरू राहणे यात हाच फरक आहे.

ही संकल्पना शेअर करा : http://book.personalmba.com/purchasing-power/

रोखीचे प्रवाहचक्र

(Cash Flow Cycle)

रोखीच्या खात्यात सर्व सत्य उघड होते.

– चार्ली बाहर, मॅनेजमेंट कन्सल्टंट

उद्योगामध्ये पैसा हा पुर्वानुमानाच्या मार्गाने प्रवाहित होत असतो. जर तुम्ही उत्पन्न, खर्च, येणी आणि देणी हे सर्व कार्य कसे चालते हे समजून घेतलेत, तर तुम्ही तुमच्याकडे उद्योग चालू ठेवण्यासाठी पुरेशी ***क्रयशक्ती*** उपलब्ध राहील, याची तरतूद करू शकता. त्यामुळे तुमच्याकडील उपलब्ध पर्यायांमध्ये वाढ होईल.

रोखीचे प्रवाह चक्र तुम्हाला हे सांगते की, उद्योगात रोख पैसा कसा ***प्रवाहित*** (नंतर चर्चिले आहे) होतो. तुमच्या उद्योगाचे बँकखाते एक बाथटब आहे अशी कल्पना करा. जर तुम्हाला टबमध्ये पाण्याची पातळी वाढायला हवी असेल, तर तुम्ही अधिक पाणी घाला आणि ड्रेनमधून लीक होऊ देऊ नका. जितके अधिक पाणी आत पडेल आणि कमी पाणी गळून जाईल, तितकी टबमधील पाण्याची पातळी वाढेल. उत्पन्न आणि खर्चदेखील अशाच प्रकारे काम करतात.

येणी म्हणजे जे पैसे तुम्हाला इतरांकडून येणे आहे. येणी आकर्षक असतात कारण त्यामुळे विक्री झाल्यासारखे वाटते. कोणीतरी तुम्हाला पैसे देण्याचे वचन दिले आहे, जे उत्तम आहे. तिथेच थोडी गुंतागुंत आहे. येणी जोवर ते वचन प्रत्यक्षात पूर्ण होत नाही, तोवर रोखीत परिवर्तित होत नाहीत. आयओयु म्हणजे रोख रक्कम नव्हे. निव्वळ वचन असलेले देण्यामध्ये परिवर्तित झाले की, तुमचा रोखीचा प्रवाह चांगला होतो. अनेक उद्योग यामुळेच बंद झालेले आहेत की, कोट्यवधी रुपयांची विक्री केवळ पुस्तकात झाली होती, प्रत्यक्षात नाही.

कर्ज म्हणजे तुम्ही कोणालातरी नंतरच्या तारखेला पैसे देण्याचे दिलेले वचन असते. कर्ज आकर्षक असते, कारण तुम्ही त्यातून फायदा घेऊन आता खरेदी करू शकता आणि तुमच्याकडील रोख रक्कम नंतर वापरण्यासाठी ठेवू शकता. कर्ज नंतर फेडायचे असल्याने आता तुमच्या हातात जास्त रोख रक्कम खर्चण्यासाठी उपलब्ध असते. कर्ज उपयुक्त असू शकते; पण त्यातही गुंतागुंत असते. कर्जाच्या बाबतीत मूळ रकमेपेक्षा अधिक पैसे व्याज म्हणून द्यावे लागतात. अनेकदा, जे तुम्हाला कालांतराने परत करावे लागते; ज्याला 'कर्ज सेवा' असे म्हणतात. हा खर्च तुमच्या इतर खर्च या प्रकारात मोडतो.. तुम्ही जर तुमची कर्जसेवा पूर्ण करू शकला नाहीत, तर तुम्ही अडचणीत येता.

तुमच्याकडील रोख रक्कम जास्तीत-जास्त वाढवल्याने तुम्ही अशी समस्या प्रत्यक्षात हाताळू शकता. उत्पन्नात वाढ करा आणि खर्च कमी करा. तुमच्या उत्पादनाचा मार्जिन वाढवा, अधिक विक्री करा आणि तुम्ही कमावलेल्यापैकी कमी पैसे खर्च करा. अशा प्रकारे, तुम्ही नेहमीच तुमचा रोखीचा प्रवाह म्हणजे कॅश फ्लो सुधारू शकता.

तुम्हाला कर्ज देणाऱ्याकडे मोठ्या परताव्याचा कालावधी वाढवून मागण्याने किंवा पुढे ढकलण्यामुळे तुम्हाला रोखीच्या टंचाईचे निर्मूलन करता येऊ शकते. जर तुमचे पुरवठादार, विक्रेते किंवा भागीदार जे तुम्हाला थोडे उशिरा पैसे परत केले तरी चालतील असे म्हणू शकतात, व त्याबदल्यात माल देऊ शकतात, त्या सर्वांमुळे आता तुम्हाला बँकखात्यात थोडी अधिक रोख रक्कम शिल्लक ठेवता येते. तुम्ही हे काळजीपूर्वक पाहिले पाहिजे. कर्जाची किती रक्कम तुम्ही देणे लागता आणि कधी ते देय होते याकडे जर तुम्ही लक्ष दिले नाहीत, तर ते सहज हाताबाहेर जाते. हे व्यवस्थितपणे केल्यास, घेणेदारांना नंतर पैसे देणे उपयोगी पडू शकते, विशेष करून मार्केटिंगच्या खर्चाबाबत. दहा डॉलर्स कमवण्यासाठी एक डॉलर उधार घेणे हा चांगला व्यापार आहे, तेदेखील जर तुम्ही पहिले बिल देय होईपर्यंत करू शकलात, तर अजून उत्तम.

उद्योगाकडे रोखीचा प्रवाह जलदपणे वाढवण्यासाठी, उधारी गोळा करण्याचा वेग वाढवणे आणि वाढीव मुदत कमी करणे उत्तम असते. तुम्हाला जितक्या जलदपणे पैसे मिळतात, तितकी रोखीच्या प्रवाहाची स्थिती चांगली राहते. आदर्श परिस्थिती म्हणाल तर तुम्हाला लगेचच पैसे मिळायला हवेत, अगदी तुम्ही कच्चा माल खरेदी करण्याच्या आणि मूल्यवितरण करण्याच्याही आधी.

अनेक उद्योगधंद्यांत ग्राहकांना उधारी देणे हे सामान्य आहे. पण त्याचा अर्थ असा नव्हे की, तुम्हीही ते केले पाहिजे. तुम्ही उद्योग-व्यवसाय करता आहात, बँक नाही आहात (तुमच्या उद्योगाचा कर्ज हा एक भाग नसेल तर) हे नेहमी लक्षात ठेवा. कोणतीही ***थकबाकी*** शक्य तितक्या लवकर गोळा करा.

जर आवश्यक असेल, तर तुम्ही तुमची क्रयशक्ती अधिक कर्ज काढून किंवा उधारीचे मार्ग निर्माण करून वाढवू शकता. तरीही तुम्हाला गरज नसेल, तर कर्ज किंवा उधारी हे न वापरणे उत्तम. पण असलेली उधारी तुमची क्रयशक्ती नक्कीच वाढवते. केवळ आणीबाणीच्या परिस्थितीत या हिशेबांचा आधार म्हणून विचार करा. त्याला आपण 'बॅकअप फंड्स' म्हणू शकतो.

तुमची क्रयशक्ती जितकी अधिक, तितका तुमचा उद्योग ***लवचीक*** असतो आणि तुम्ही अनपेक्षित गोष्टी हाताळण्यास समर्थ असता.

ही संकल्पना शेअर करा : http://book.personalmba.com/cash-flow-cycle/

संधीची किंमत

(Opportunity Cost)

इतर कोणत्याही व्यवसायापेक्षा उद्योग म्हणजे सतत भविष्याशी व्यवहार करणे; हा सतत चालणारा हिशेब आहे, दूरदृष्टीचा स्वाभाविक अभ्यास.

– हेन्री आर ल्युस, प्रकाशक आणि टाईम इन्कार्पोरेटचे संस्थापक

समजा, तुम्ही तुमची वार्षिक ५०,००० डॉलर्स पगाराची नोकरी सोडून, उद्योग सुरू करण्याचे ठरवले आहे. उद्योग सुरू करण्याचा काही खर्च असणारच; पण

तोदेखील तुम्हाला ५०,००० डॉलर्स इतका येणार आहे, जे तुम्ही नोकरी करत असता तर कमावले असते.

संधीची किंमत ही तुम्ही एखादा ***निर्णय*** घेऊन जी गोष्ट सोडून देत आहात त्याचे मूल्य असते. आपण सर्व काही एकाच वेळी करू शकत नाही. आपण एकाच वेळी एकाहून जास्त ठिकाणी असू शकत नाही किंवा तोच डॉलर दोन वेगळ्या गोष्टींवर एका वेळी खर्चू शकत नाही.

जेव्हा उद्योगामध्ये तुमचा वेळ, शक्ती किंवा साधनसंपत्ती यांची गुंतवणूक करता, तेव्हा तुम्ही पूर्णपणे तो वेळ, शक्ती आणि साधनसंपत्ती अन्य प्रकारे गुंतवणार नाही, असे सुचवत असता. तुमच्या पुढील उत्तम पर्यायानुसार जे मूल्य निर्माण होईल ती संधीची किंमत असते, त्या निर्णयाची किंमत.

संधीची किंमत महत्त्वाची असते, कारण इतर पर्याय नेहमी उपलब्ध असतात. जर तुम्ही अशा एखाद्या कंपनीसाठी काम करत आहात; जी तुम्हाला वर्षाला ३०००० डॉलर्स देते आणि तुमच्याकडे दुसऱ्या कंपनीमध्ये जाण्याची संधी आहे; जी तुम्हाला त्याच कामासाठी, वर्षाला २००,००० देऊ करत आहे, तर तुम्ही इथे का थांबाल? जर तुम्ही तुमच्या कर्मचाऱ्यांना किंवा कंत्राटदारांना, त्यांना याच कामासाठी इतरत्र जे पैसे मिळू शकतात, त्यापेक्षा कमी देत असाल, तर ते तुमच्यासाठी का काम करतील? जर तुमचे ग्राहक २० डॉलर्स खर्चून जी गोष्ट विकत घेऊ शकतात त्यासाठी तुम्ही २०० डॉलर्स आकारत असाल, तर ते तुमच्याकडून का घेतील?

संधीची किंमत महत्त्वाची असते, कारण ती छुपी असते. आपण ***अनुपस्थितीचे अंधत्व***मध्ये पुढे चर्चा करू, त्याप्रमाणे, माणसांना जे *नसते* त्याकडे लक्ष देण्यासाठी मोठे कठीण जाते. एखादा निर्णय घेतल्यामुळे तुम्ही जी गोष्ट सोडून देत आहात, त्याकडे लक्ष देण्यामुळे तुम्हाला तुमच्यासमोर असलेल्या सर्व पर्यायांचा निर्णय घेण्यापूर्वी अचूकपणे विचार करण्यास मदत होते.

तुमच्या संधीच्या किमतीबद्दल फार विचार करणे तुम्हाला त्रासदायक होऊ शकते. जास्तीतजास्त फायदा करून घेणे ही तुमची नैसर्गिक वृत्ती असू शकते, जशी माझी आहे. अशा वेळी, तुमचा निर्णय उपलब्ध असलेल्या उत्तम पर्यायांपैकी एक आहे ना हे जाणून घेण्यासाठी अतिरेकी विश्लेषण करण्याची इच्छा होणे स्वाभाविक आहे. हे ***घटत्या उत्पन्नफलाच्या*** (नंतर चर्चिले आहे) बिंदूपलीकडे सहज जाऊ शकते. उपलब्ध असलेल्या सर्व पर्यायांनी गोंधळून जाऊ नका. तुम्ही निर्णय घेण्याच्या वेळी जो पर्याय सर्वोत्तम वाटतो, त्याचा विचार करा.

जर तुम्ही तुमच्या निर्णयाच्या संधीच्या किमतीकडे लक्ष दिलेत, तर तुम्ही तुमच्याकडे असलेल्या साधनांचा अधिक चांगला वापर करू शकाल.

ही संकल्पना शेअर करा : http://book.personalmba.com/opportunity-cost/

पैशाचे योग्य मूल्य

(Time Value of Money)

ते नेहमी म्हणतात, काळानुसार गोष्टी बदलतात; पण तुम्हाला त्या स्वतःच बदलाव्या लागतात.

– अॅन्डी वारहोल, चित्रकार

तुम्ही दहा लाख डॉलर्स आज घ्याल का पाच वर्षांनंतर?

उत्तर स्वाभाविक आहे : वाट का पाहायची? आता पैसे हातात असणे म्हणजे तुम्ही ते आता खर्च करू शकता किंवा गुंतवू शकता. दहा लाख डॉलर्स ***चक्रवाढ पद्धतीमध्ये*** (नंतर चर्चिले आहे) गुंतवले, तर ५%ने वार्षिक चक्रवाढव्याज मिळाले तर, पाच वर्षांनी त्याचे १२,७६,२८१.५६ डॉलर्स होतील. मग जास्तीचे मिळणारे डॉलर्स का घालवावे?

आजचा एक डॉलर उद्या मिळणाऱ्या एक डॉलरपेक्षा मौल्यवान आहे. तुम्ही त्या डॉलरसोबत *काय* करण्याचे ठरवता, यावर खूप काही अवलंबून आहे. तो डॉलर गुंतवण्याचे जितके अधिक फायदेशीर पर्याय तुमच्याकडे असतील, तितका तो तुमच्यासाठी मौल्यवान असेल.

पैशाचे ***योग्य मूल्य ठरवणे*** हा ***संधीच्या किमतीच्या*** सोबत ***निर्णय*** घेण्याचा एक मार्ग आहे. तुमच्याकडे पैसे गुंतवण्याचे अनेकविध फायदे देणारे अनेक पर्याय उपलब्ध आहेत असे जर गृहीत धरले, तर पैशाचे योग्य मूल्य तुम्हाला कोणते पर्याय निवडायचे आणि तुम्ही किती खर्च करायचा हे ठरवण्यास मदत करते.

दहा लाख डॉलरच्या उदाहरणाकडे परत वळू या. असे गृहीत धरा की, कोणीतरी तुम्हाला गुंतवणुकीतून एका वर्षाकरता दहा लाख डॉलर जोखमीविना देण्याचा पर्याय दिला आहे. त्यासाठी आज तुम्ही जास्तीतजास्त किती रक्कम गुंतवली पाहिजे?

तुमचा ***पुढील उत्तम पर्याय*** ही अजून एक जोखीम नसलेली गुंतवणूक आहे. ज्यात ५% व्याज मिळणार आहे, तर तुम्ही ९,५२,३८० डॉलरपेक्षा जास्त गुंतवू नये. का? कारण, जर तुम्ही ती रक्कम घेतली आणि तुमच्या पुढील उत्तम पर्यायात गुंतवली, तर तुमच्याकडे १०,००,०००/१.०५ (५% व्याज/सवलतीचा दर) = ९,५२,३८० डॉलर राहतात. जर तुम्ही पहिली गुंतवणूक त्यापेक्षा कमी किमतीत विकत घेऊ शकलात, तर नक्कीच पुढे जा.

पैशाचे योग्य मूल्य ही खूप जुनी कल्पना आहे. ती सर्वप्रथम १६व्या शतकात स्पॅनिश वेदान्ती मार्टिन दे अजपिलक्यूटा यांनी मांडली. त्याचा मथितार्थ असा, की आज हातात असलेला डॉलर उद्याच्या डॉलरपेक्षा जास्त मौल्यवान आहे. हा अर्थ अनेक सामान्य आर्थिक परिस्थितींना लागू केला जाऊ शकतो.

उदाहरणार्थ, तुम्हाला तुम्ही प्रतिवर्ष २,००,००० डॉलर्स नफा देणाऱ्या उद्योगासाठी जास्तीतजास्त किती पैसे देण्यास तयार असले पाहिजे, ते ठरवण्यासाठी पैशाचे योग्य मूल्य

मदत करते. पाच टक्के व्याजाचा दर गृहीत धरून काही वाढ नाही. पुढील दहा वर्षांचे भविष्य दिसत असताना, भविष्यातील रोखीच्या प्रवाहाच्या मालिकेचे 'सद्यःमूल्य' १५,४४,३४७ डॉलर्स इतके असेल. जर तुम्ही त्याहून कमी रक्कम दिलीत, तर जोपर्यंत तुमची गृहीतके बरोबर आहेत, तोपर्यंत तुम्ही खूप पुढे याल. (टीपः ही 'सवलतीची कॅश फ्लो पद्धत' आहे जी ***किंमत ठरवण्याच्या चार पद्धतींमध्ये*** चर्चिली आहे.)

पैशाचे योग्य मूल्य ही अत्यंत अष्टपैलू कल्पना आहे आणि त्याचे पूर्ण विवेचन या पुस्तकाच्या व्याप्तीच्या बाहेर आहे. सखोल परीक्षणासाठी मी सुचवेन की, रॉबर्ट ए कुक यांचा पुढील कोर्स करावा *द मॅकग्रॉ-हिल ३६-आवर कोर्स इन फायनान्स मॅनेजर्स.*

चक्रवाढ

(Compounding)

दिवसाला १%ने सुधारणा करा आणि ७० दिवसांत दुप्पट झालेले असेल.
– ॲलन वाइज, मॅनेजमेन्ट कन्सल्टंट आणि गेटिंग स्टार्टेड इन कनसल्टिंग आणि मिलियन डॉलर कनसल्टिंग या पुस्तकांचे लेखक

लक्षाधीशहोण्याचा एक खात्रीशीर मार्ग म्हणजे दररोज दहा डॉलर्स असे ४० वर्षे, आठ टक्क्यांनी व्याज मिळेल अशा प्रकारे साठवा. दररोज दहा डॉलर्स साठवणे काही अवघड नाही. तुम्ही अनावश्यक खर्च कमी करून ३०० डॉलर्स एका महिन्याला साठवू शकता आणि आठ टक्के व्याजाने ते पैसे सोप्या पद्धतीने आणि पारंपरिकपणे गुंतवू शकता. (मी सुचवेन की, जर तुम्हाला युक्तिपूर्ण आणि कमी जोखमीच्या गुंतवणुकीबद्दल खेळी जाणून घेण्यात रस असेल, तर तुम्ही हॅरी ब्राऊन यांचे *फेल-सेफ इन्व्हेस्टिंग* आणि रमित सेठी यांचे *आय विल टीच यू बी रिच ही पुस्तके* जरूर वाचा.)

त्याहून चांगले काहीतरी असे आहेः तुम्ही ४० वर्षांत केवळ १,४६,११० डॉलर्स द्याल. मग तुम्ही लक्षाधीश कसे व्हाल?

चक्रवाढ हा मिळकतींचा ***संचय*** असतो. जेव्हाही तुम्हाला पुनर्गुंतवणूक करणे शक्य असते आणि तुम्ही ती कराल, तुमची गुंतवणूक प्रचंड प्रमाणात वाढेल – सकारात्मक ***फीडबॅक लूप*** (नंतर चर्चा केली आहे).

चक्रवाढीचे साधे उदाहरण घ्यायचे झाले, तर आपले बचतखाते पाहा. असे म्हणू, तुमच्या बचतखात्यात पाच टक्के व्याज मिळते. एका वर्षानंतर, तुमच्या खात्यातील एक डॉलरचे मूल्य १.०५ डॉलर झालेले असेल. दुसऱ्या वर्षी, तुम्ही एक डॉलरने सुरुवात करत नाही; तर तुम्ही १.०५ डॉलरने सुरुवात करता. तिसऱ्या वर्षी, तुमच्याकडे १.१० डॉलर असेल. चौथ्या वर्षी, तुमच्याकडे १.१५ डॉलर्स असतील. चौदा वर्षांनी तुमची प्राथमिक ठेव दोन डॉलर्स असेल.

जोवर तुम्ही हे संबंध ***प्रमाणात*** वापरत नाही, तोवर ही रक्कम विशेष वाटत नाही. जर तुम्ही दहा लाख डॉलर्सनी सुरुवात केली, तर १४ वर्षांनी तुमच्याकडे २० लाख डॉलर्स असतील, हे अजिबात वाईट नाही.

चक्रवाढ महत्त्वाची आहे, कारण ती अल्पकाळात (आश्चर्यकारकरीत्या) खूप मोठ्या प्राप्तीची शक्यता निर्माण करते. जर तुम्ही तुमच्या उद्योगातून मिळालेल्या उत्पन्नाची पुन्हा गुंतवणूक केली आणि तुमच्या उद्योगाची चांगली वाढ होत असेल, तर तुमची मूळ गुंतवणूक अनेक पटींनी वाढेल. चक्रवाढ हे एक गुपित आहे जे तुम्हाला सांगते की, लहान कंपन्या कसा त्यांचा नफा पुन्हा गुंतवून काही वर्षांतच मोठ्या होतात.

प्राप्तीचा संचय नेहमीच काळासोबत मोठी निष्पत्ती देतो. त्यासाठी शांतपणे बक्षिसाची वाट पाहणे जमवले पाहिजे.

ही संकल्पना शेअर करा : http://book.personalmba.com/compounding/

तरफ

(Leverage)

तरफ या शब्दाचा अर्थ न कळल्यामुळे आपल्यावर खूप टीका झाली आहे. आपल्याला तरफ म्हणजे काय हे माहीत आहे आणि बँकेत काही दशलक्ष डॉलर असणे हे खूप जास्त तरफ असण्यापेक्षा अधिक छान आहे.

– केनेथ एच. ओल्सन, डिजिटल इक्विपमेंट कार्पोरेशनचे संस्थापक, जे १९९८ मध्ये कॉम्पॅकने घेतले.

श्रीमंत होण्यासाठी 'इतर लोकांचा पैसा वापरणे' हे श्रीमंत होण्यासाठी ऐकायला छान वाटते. पैसे कर्जाऊ घ्या, नशीब काढा, देणे परत करा आणि उर्वरित ठेवून घ्या. याहून चांगले काय असेल?

जर तुम्हाला त्यातील धोके माहीत असतील, तर इतरांकडून पैसे घेऊन श्रीमंत होणे, हे तज्ज्ञांचे काम असू शकते.

तरफ ही उधार घेतलेले पैसे संभाव्य प्राप्तीसाठी वापरण्याची पद्धत आहे. एक उदाहरण घेऊ : असे गृहीत धरू की, २०,००० डॉलर्स तुमच्याकडे आहेत. ते तुम्ही स्थावर मिळकतीत गुंतवणार आहात. तुम्ही ते पैसे २० टक्के डाऊनपेमेंटने १,००,००० डॉलर्सच्या प्रॉपर्टीसाठी देऊ शकता आणि ८०,००० कर्जाऊ घेऊ शकता. पण त्यामुळे तुमचे सर्व पैसे एकाच गुंतवणुकीत अडकले जातात.

२०,००० डॉलर्स एकाच डाऊनपेमेंटच्या हप्त्यासाठी वापरण्याऐवजी, तुम्ही तेच पैसे प्रत्येकी ५००० डॉलर्स डाऊनपेमेंट देऊन चार १००,००० डॉलर्सच्या मिळकतीमध्ये गुंतवू शकता. या पद्धतीने तुम्हाला चार वेळा ९५,००० डॉलर्स कर्जाऊ घ्यावे लागतील. म्हणजेच एकूण ३,८०,००० डॉलर्सचे कर्ज.

इथेच जादू होते : असे गृहीत धरू की, सर्व मिळकतींची किंमत दुप्पट होते आणि तुम्ही त्या विकता. आधीच्या पर्यायाप्रमाणे तुम्हाला २०,००० डॉलरच्या गुंतवणुकीवर १,००,००० डॉलर्स मिळाले असते, म्हणजेच तुमच्या २०,०००च्या डाऊनपेमेंटवर पाचपट परतावा. तर दुसऱ्या पर्यायामध्ये तुम्ही त्याच २०,००० डाऊनपेमेंटच्या गुंतवणुकीवर, ४,००,००० डॉलर्स मिळवाल. म्हणजे २० पट परतावा! : आता तरफेची संकल्पना बिनडोकपणाची वाटते ना?

घाई करू नका. जर प्रत्येक मिळकतींची किंमत नाट्यमयरीत्या घसरली तर काय होईल आणि तुम्ही मिळतील तितके पैसे मिळावेत म्हणून त्या सर्व विकल्या तर? मिळकतींची किंमत ५०टक्क्यांनी घसरते असे गृहीत धरले तर, पहिल्या पर्यायामध्ये तुम्ही ५०,००० डॉलर्स गमवाल. तर दुसऱ्यामध्ये तरफेचा उपयोग तुमचे नुकसान २,००,००० डॉलर्स इतके वाढेल म्हणजे जवळजवळ चौपट!

तरफ हा आर्थिक ***विस्ताराचा*** एक प्रकार आहे. तो संभाव्य प्राप्ती आणि नुकसान दोन्ही गोष्टींची तीव्रता वाढवतो. जेव्हा तुमच्या गुंतवणुकीतून परतावा मिळतो, तरफ अधिक देण्यासाठी मदत करते. जेव्हा तुमची गुंतवणूक बुडीत जाते, तुम्ही अन्यथा गमावले असते, त्यापेक्षा जास्त पैसे गमावता.

२००८-०९च्या आर्थिक मंदीसाठी कारण असलेला एक घटक म्हणजे गुंतवणूकदार बँकांनी प्रचंड मोठ्या प्रमाणावर तरफेचा केलेला उपयोग होय. बँकांनी त्यांची गुंतवणूक ३०-४०च्या गुणकाने ठेवणे ही सामान्यबाब आहे. कोट्यवधी (किंवा अब्जावधी) डॉलर्स कमावले किंवा गमावले गेले, जेव्हा विशिष्ट शेअर्स एका पॉइंटने वर चढले किंवा खाली पडले. जेव्हा मार्केट कोसळले, बँकांचे नुकसान त्यांनी घेतलेल्या तरफेच्या प्रमाणात वाढले, नुकसान इतके होते की, त्यांचे अस्तित्वदेखील धोक्यात आले.

तरफेचा उपयोग करणे म्हणजे आगीशी खेळण्यासारखे आहे. जर व्यवस्थित वापर केला, तर ते उपयुक्त साधन आहे; पण व्यवस्थित वापर केला नाही तर तुम्हाला पूर्णपणे खाक करू शकते. तुम्हाला त्याच्या परिणामांची पूर्णपणे कल्पना असल्याशिवाय तरफेचा वापर करू नका आणि तसा वापर केला, तर ते परिणाम स्वीकारायची तयारी ठेवा. अन्यथा, तुम्ही तुमचा उद्योग आणि वैयक्तिक आर्थिक परिस्थिती धोक्यात घालत आहात असे समजा.

निधीचा पदक्रम

(Hierarchy of Funding)

पैसा नेहमी महागात पडतो.

– राल्फ वाल्डो इमर्सन, निबंधकार आणि कवी

कल्पना करा, तुम्ही एक असे गुरुत्वाकर्षणविरोधी उपकरण तयार केले आहे. ते जड वस्तू जास्त ताकद न लावता, अधांतरी उचलू शकते. तुमचा हेतू दळणवळण

आणि उत्पादनक्षेत्रात क्रांती घडवून आणेल, अनेक नवीन उत्पादने शक्य आहेत. तुमच्या उत्पादनाला मागणी आहे. तुम्हाला फक्त इतकेच करायचे आहे की, मागणी पुरवण्यासाठी पुरेशी उपकरणे तयार करायची.

तरीपण एक समस्या आहे. अंदाज निर्देश करतात की, उत्पादनाची तयारी करण्यासाठी तुम्हाला जी साधनसामग्री लागेल, त्यासाठी एक अब्ज डॉलर्स खर्च येईल. दुर्दैवाने, तुमच्याकडे एक अब्ज डॉलर्स नाहीत. तुमचे उपकरण नक्कीच मोठी समस्या दूर करते. पण त्यासाठी आवश्यक असणारे पुढचे पाऊल उचलणे तुमच्या कुवतीबाहेरचे आहे. आता तुम्ही काय कराल?

अन्यथा, तुम्हाला ज्या गोष्टी करणे तुमच्या आताच्या बजेटनुसार अशक्य आहे, त्या करण्यास ***निधी*** मदत करतो. जर तुमच्या उद्योगासाठी मूल्यनिर्मिती आणि वितरण करण्यासाठी महागडी उपकरणे किंवा जास्त कर्मचाऱ्यांची आवश्यकता असेल, तर तुम्हाला कदाचित बाहेरून निधी घेण्याची गरज पडेल. आपल्यापैकी काही जणांकडे बँकखात्यात खूप मोठ्या रकमा पडून आहेत आणि वापराची वाट पाहत आहेत. पण आश्चर्य हे की, ज्यांना गरज आहे, त्यांच्यापर्यंत ते पोहोचणे खूप सोपे आहे.

उद्योगाला निधी पुरवणे हा एखाद्या रॉकेटला इंधन पुरवण्यासारखा व्यवसाय आहे. जर तुमच्या उद्योगाला ज्यादा क्षमतेची आवश्यकता आहे आणि आधीच योग्य दिशेला निर्देशित केलेला आहे, निधीचा योग्य वापर तुम्हाला तुमच्या उद्योगाची वाढ करण्यासाठी मदत करेल. जर उद्योगाला अगोदरच काही रचनात्मक समस्या असतील, तर त्याचा स्फोट होईल आणि तो अर्थातच चांगला नसेल.

निधी मिळवण्यासाठी, उद्योगावरील नियंत्रण काही प्रमाणात देणे आवश्यक असते. व्यावसायिक लोक तुम्हाला पैसे असे उगाचच देणार नाहीत. ते त्या बदल्यात नेहमीच काहीतरी मागतात.

लक्षात ठेवा, ***भांडवल पुरवणे*** हा अनेक उद्योगांसाठी मूल्याचा प्रकार आहे. साधनांच्या मोबदल्यात, तुमचे वरिष्ठ किंवा गुंतवणूकदार काहीतरी मूल्याची अपेक्षा करत असतात. व्याज, भाडेपट्टी, किंवा तुमच्या कंपनीच्या नफ्याचा भाग. ते जर उद्योग बुडाला, तर सर्व काही गमावण्याची जोखीमही कमी करण्याचा मार्ग शोधत असतात. ही जोखीम कमी करण्यासाठी, ते नियंत्रणाची मागणी करतात म्हणजेच उद्योगाच्या कामावर प्रभाव टाकण्याची क्षमता. तुम्ही जितके अधिक पैसे मागाल, तितके अधिक नियंत्रण त्यांना हवे असते.

मला वाटते, उपलब्ध पर्यायांची शिडी म्हणजेच ***निधीच्या पदक्रमाची कल्पना*** करणे उपयुक्त ठरेल. प्रत्येक व्यावसायिक तळापासून सुरुवात करून आवश्यक तितके शिडीवर चढतो. जितके अधिक वर चढाल, तितका अधिक निधी मिळेल आणि तितके अधिक नियंत्रण त्याबदल्यात तुम्हाला द्यावे लागेल.

निधीच्या पदक्रमाचे परीक्षण करू या, तळापासून सुरुवात करू या.

वैयक्तिक रोख हा निधीचा सर्वांत उत्तम प्रकार असतो. तुमच्या मालकीची रोख रक्कम गुंतवणे हे जलद, सोपे आहे आणि कोणाची परवानगी लागत नाही किंवा कागदपत्रे लागत नाहीत. बहुतेक उद्योजक शक्य तितका स्वतःच स्वतःला निधी पुरवून सुरुवात करतात.

वैयक्तिक पत ही निधी पुरवण्याची अजून एक कमी खर्चाची पद्धत आहे. जोपर्यंत तुमच्या गरजा काही हजार डॉलर्स ओलांडत नाहीत, तोपर्यंत वैयक्तिक पत तुम्हाला तुमच्या खर्चांसाठी निधी उभा करून देईल. जर तुमची पत चांगली असेल, तर अशा वेळी परवानगी जलद मिळते. जर तुम्ही तुमचे देणे वेळेवर परत केले नाहीत, तर तुम्ही तुमची पत खराब करण्याची जोखीम स्वीकारता. (***प्रतिष्ठेचा*** एक प्रकार). पण अनेक उद्योजकांसाठी ती जोखीम घेण्यायोग्य आहे.

मी माझा स्वतःचा उद्योग पूर्णपणे स्वतःच्या रोखीतून आणि वैयक्तिक पत वापरून फायनान्स केला. जर तुमच्या गरजा कमी असतील व जर तुम्ही तुमच्या बजेटकडे लक्ष ठेवून असाल, तर तुमच्या सुरुवातीच्या खर्चाला वैयक्तिक क्रेडिट/पत वापरून पैसे उभे करणे हा चांगला पर्याय आहे.

वैयक्तिक कर्ज हे साधारणपणे, मित्रांकडून किंवा कुटुंबाकडून घेतले जाते. जर तुम्हाला अधिक पैशांची आवश्यकता असेल, ती तुम्ही वैयक्तिक कर्ज आणि वैयक्तिक क्रेडिटचा वापर करून भागवू शकता. मित्र किंवा कुटुंबाकडून कर्ज घेणे काही असाधारण नाही आहे. जागरूकता म्हणून हे लक्षात ठेवा की, तुम्ही त्यांना पैसे परत देऊ शकणार नाही, ही खरी जोखीम आहे आणि त्याचा वैयक्तिक नातेसंबंधांवर खूप वाईट परिणाम होऊ शकतो. त्या कारणास्तव, मी असा सल्ला देईन की तुमच्या आई-वडिलांना किंवा आजी-आजोबांना त्यांची आयुष्यभराची पुंजी तुमच्या कल्पनेवर लावण्यास सांगू नका. इतर अजून चांगले मार्ग आहेत.

असुरक्षित कर्ज ही सामान्यतः बँक आणि क्रेडिट युनियन्सकडून दिली जातात. तुम्ही एक अर्ज भरता, काही विशिष्ट रकमेची मागणी करता आणि बँक तुमची ते कर्ज परत फेडण्याच्या क्षमतेचे परीक्षण करून तुम्हाला काही ठरावीक काळासाठी व्याजावर कर्ज देते. ते कर्ज काही ठोक रक्कम असते किंवा छोट्या-छोट्या रकमांची मालिका असू शकते (काही हजार डॉलर्स), त्यामुळे त्यावरील व्याजाचा दर शक्यतो क्रेडिट कार्ड किंवा सुरक्षित कर्जापेक्षा जरा जास्त असतो.

सुरक्षित कर्जासाठी तारण आवश्यक असते. मॉर्गेज आणि ऑटोमोटिव्ह कर्जे ही याची चांगली उदाहरणे आहेत - जर तुम्ही पैसे फेडले नाहीत, तर कर्ज देणारा तुमची जी मिळकत तारण असेल, ती कायदेशीरपणे घेऊ शकतो. सुरक्षित कर्ज ही असुरक्षित कर्जांपेक्षा खूप मोठी असतात जसे दहा किंवा शेकडो हजारो डॉलर्स.

बॉन्ड्स हे वैयक्तिक उसने देणाऱ्याला विकलेले कर्ज असते. बँकेकडे डायरेक्ट कर्ज मागण्यापेक्षा उद्योग व्यक्तीला किंवा इतर कंपन्यांना कर्ज देण्यासाठी विचारणा करतो. बॉन्ड विकत घेणारे पैसे प्रत्यक्ष उद्योगाला देतात, जे काही ठरलेल्या दराने ठरावीक काळाने परत केले जातात. जेव्हा ती ठरावीक मुदत संपते (म्हणजेच 'बॉन्ड वटवण्यास योग्य होतो'), त्या कंपनीने मूळ रक्कम अधिक आधी दिलेले पेमेंट परत केले पाहिजे. बॉन्ड मार्केटच्या आजूबाजूला असलेली कायदेशीर आणि नियंत्रक प्रक्रिया किचकट असू शकते. त्यामुळे, बॉन्ड साधारणपणे गुंतवणूकदार बँकेच्या मार्फत दिले घेतले जातात.

स्वीकारण्याजोगा निधी हा एक विशिष्ट प्रकार आहे; ज्यात उद्योगांना सुरक्षितपणे पैसे दिले जातात. या प्रकारात लाखो-करोडो डॉलर्स क्रेडिटवर उपलब्ध होऊ शकतात; पण त्यासाठी काही किंमत मोजावी लागते. यासाठीचे तारण म्हणजे उद्योगाच्या येण्यांवर नियंत्रण ठेवणे. बँक उद्योगाच्या येण्यांवर नियंत्रण ठेवते त्यामुळे, ते त्यांचे कर्ज इतर काही खर्च होण्याआधी फेडले जाईल, याची खात्री करून घेतात. अगदी कर्मचाऱ्यांचा पगार देण्याआधी आणि विक्रेत्यांच्या क्रेडिटआधी. मोठ्या रकमांचा निधी सहज उपलब्ध असतो; पण त्यात तुम्ही तुमच्या उद्योगाचे बऱ्यापैकी नियंत्रण कर्ज देणाऱ्याला देत असता.

भांडवल म्हणजे एंजल कॅपिटल म्हणजे जिथे आपण लोन किंवा कर्जाकडून भांडवलाकडे वळतो. 'एंजल' हा एक वैयक्तिक खाजगी गुंतवणूकदार असतो. ज्यांच्याकडे अधिक मालमत्ता आहे; जी त्यांना खासगी उद्योगात गुंतवायला आवडेल अशा व्यक्ती. साधारणपणे १०,००० डॉलर्स ते एक दशलक्ष डॉलर्स. त्याबदल्यात, ते उद्योगातील १ ते १० टक्के मालक बनतात.

एंजल इन्व्हेस्टर घेणे म्हणजे एक मूक भागीदार घेण्यासारखे आहे. ते तुम्हाला भांडवल देतात, आणि त्या बदल्यात तुम्ही काही प्रमाणात उद्योगाची कायदेशीर मालकी देता. काही एंजल्स सल्लाही देऊ करतात आणि कन्सल्टिंगसाठीही उपलब्ध असतात; पण साधारणपणे त्यांना निर्णय घेण्याचा अधिकार नसतो.

साहसी भांडवल म्हणजे व्हेन्चर कॅपिटल. हे भांडवल जेव्हा एंजल्स सोडून जातात, तेव्हा प्रत्यक्षात येते. साहसी भांडवलदार हे प्रचंड श्रीमंत गुंतवणूकदार असतात (किंवा गुंतवणूकदारांचा समूह; जो त्यांचा निधी एकत्रित करतो) ज्यांच्याकडे खूप मोठ्या रकमेचे भांडवल उपलब्ध असते. दहा (किंवा शेकडो) दशलक्ष डॉलर्स एका गुंतवणुकीत ते देऊ करतात. त्यांच्याद्वारे निधी-पुरवठा टप्प्या-टप्प्याने होतो. लहान रकमेपासून सुरू होऊन जसजसे भांडवल लागेल, तसतसे ते दिले जाते. नंतर वर्तमान भागधारकांची मालकी कमी करू शकत असल्याने, त्यात साधारणपणे खूप मोठ्या प्रमाणावर वाटाघाटी असतात. साहसी भांडवलदारांना त्यांनी दिलेल्या मोठ्या गुंतवणुकीच्या बदल्यात मोठ्या प्रमाणावर नियंत्रणदेखील हवे असते. सहसा, त्यांना कंपनीच्या बोर्ड ऑफ डिरेक्टरमध्ये जागा दिली जाते.

पब्लिक स्टॉक ऑफरिंगमध्ये कंपनीची काही प्रमाणातील मालकी खुल्या बाजारपेठेत गुंतवणूकदारांना विकण्याचा समावेश होतो. हे साधारणपणे गुंतवणूकदार बँकांमार्फत केले जाते. ज्या कंपन्या उद्योगाला खूप मोठ्या रकमेचे भांडवल देऊ करतात, त्याबदली त्यांना त्या कंपनीचे शेअर्स दिले जातात, जे ती कंपनी पब्लिक स्टॉक मार्केटमध्ये विकते. गुंतवणूकदार बँका ते शेअर्स अधिक दराने वैयक्तिक गुंतवणूकदारांना खुल्या बाजारात विकतात. IPO म्हणजे इनिशियल पब्लिक ऑफरिंग हे अशा शेअर्सची प्रथम खुल्या बाजारात विक्री असते.

जो कोणीही गुंतवणूकदार शेअर्स विकत घेतो, तो कायदेशीरपणे कंपनीच्या काही भागाचा मालक असतो. त्याद्वारे त्याला संचालक म्हणून निवडून देऊन त्याद्वारे व्यवस्थापनाच्या निर्णयांमध्ये सहभागी होण्याचा हक्काचा समावेश असतो. ज्याच्याकडे सर्वांत जास्त शेअर्स असतात, तो कंपनी नियंत्रित करतो. त्यामुळे कंपनी सार्वजनिक (पब्लिक) करण्याने असुरक्षित टेक ओव्हर होण्याचा धोका असतो. कंपनीवर नियंत्रण घेण्यासाठी खूप मोठ्या प्रमाणावर शेअर्स विकत घेतले जाऊ शकतात.

साधारणपणे एंजल आणि व्हेन्चर कॅपिटल गुंतवणूकदार पैशाच्या बदली मालकी मिळण्यासाठी पब्लिक स्टॉक ऑफरिंग करतात. गुंतवणूकदार त्यांचा परतावा दोनपैकी कोणत्याही एक प्रकारे घेऊ शकतात. एकतर डिव्हिडन्ट घेऊन ते कंपनीचा ***नफा*** वितरित करतात किंवा त्यांचे शेअर्स अन्य कोणालातरी विकून. पब्लिक स्टॉक ऑफरिंग हे नेहमी गुंतवणूकदारांना त्यांचे शेअर्स अन्य कोणाला पैशाच्या मोबदल्यात विकण्यास परवानगी देतात. एंजल आणि व्हेन्चर कॅपिटल गुंतवणूकदार कंपनीला 'पब्लिक' करण्यासाठी आग्रह करतात किंवा अन्य कंपनीला विकण्यासाठी आग्रह करतात, जेणेकरून त्यांची गुंतवणूक फायदेशीर होईल. ही खूपच सामान्य गोष्ट आहे.

तुम्हाला फंडिंगच्या प्रत्येक डॉलरमागे जितके नियंत्रण द्यावे लागते, तितके ते फंडिंग अनाकर्षक वाटते. एखादा निर्णय घेण्यापूर्वी तुम्हाला जितक्या जास्त लोकांचा सल्ला घ्यावा लागतो, तितके तुमच्या कंपनीचे काम संथ चालू लागते. ***गुंतवणूकदार संपर्काचा खर्च*** (नंतर चर्चा केली आहे) वाढतो, जो तुमच्या त्वरित कामे करून घेण्याच्या क्षमतेवर विपरीत परिणाम करतो.

गुंतवणूकदारांचे कंपनीवर नियंत्रण असल्यामुळे जर कोणी वरिष्ठ अधिकारी चांगले काम करत नसेल, तर ते त्याला काढून टाकू शकतात; मग ती व्यक्ती कंपनीची संस्थापक का असेना. उच्च दर्जाचे अधिकारीही यातून वाचत नाहीत. जेव्हा १९९०च्या दशकात ॲपलची कामगिरी खूप खराब होती, बोर्ड ऑफ डायरेक्टर्सने स्टीव्ह जॉब्जला काढून टाकले. खरेतर या कंपनीचा सहसंस्थापक होता. शहाण्या लोकांसाठी एक सल्ला : तुम्ही खूप मोठ्या प्रमाणावर भांडवल घेण्याआधी तुमच्या बोर्ड ऑफ डायरेक्टरना किती ***अधिकार*** (नंतर चर्चा केली आहे) द्यावा लागेल आणि ते कंपनीच्या कामावर किती नियंत्रण ठेवतील, याबाबत जागरूक राहावे लागेल.

निधी-पुरवठा किंवा फंडिंग हे उपयोगी असते; पण तुमच्या उद्योगाचे नियंत्रण द्यावे लागते, त्याबद्दल जागरूक राहा. सहजासहजी किंवा आंधळेपणाने ते करू नका.

हो संकल्पना शेअर करा : http://book.personalmba.com/hierarchy-of-funding/

बूटस्ट्रॅपिंग

(Bootstrapping)

सुखी माणूस तोच असतो, जो काहीच देणे लागत नाही.

– रोमन म्हण

तुम्ही काय करायचा प्रयत्न करत आहात, त्यावर 'किती निधी लागेल' हे अवलंबून असते. जर तुम्ही पैसे कमावू इच्छित असाल व त्यासाठी तुम्हाला खूप मोठी पब्लिक कंपनी उभी करून प्रचंड श्रीमंत व्हायचे असेल, तर कदाचित तुम्हाला पैसा लागेल.

जर स्वावलंबी होणे आणि तुमचे निर्णय घेण्यासाठी मुक्त असावे हा तुमचा हेतू असेल, तर निधी टाळणे हे तुमच्या उद्योगावर नियंत्रण राखण्यासाठी फार उत्तम आहे.

बूटस्ट्रॅपिंग ही एखादा उद्योग ***निधीशिवाय*** उभा करून चालवण्याची कला आहे. असे गृहीत धरू नका की, एखादा यशस्वी उद्योग निर्माण करण्याचा एकमेव मार्ग ***धाडसी भांडवलाद्वारे*** कोट्यवधी डॉलर्स उभे करणे आहे. हे खरे नाही. स्वतःला ***वैयक्तिक रोख, वैयक्तिक उधार,*** उद्योगाचे उत्पन्न आणि थोडी कल्पकता यापुरते मर्यादित ठेवूनही तुम्ही प्रचंड यशस्वी उद्योग उभा करू शकता, ते ही कोणाकडूनही निधी न घेता. माझा उद्योग चेकिंग खात्याद्वारे चालतो. एक बचत खाते आणि एक बिझनेस क्रेडिट कार्ड आणि मला ते तसेच आवडते.

बूटस्ट्रॅपिंग म्हणजे कोणाकडूनही निधी न घेता, स्वबळावर उद्योग उभा करणे. बूटस्ट्रॅपिंगमुळे तुम्हाला तुमच्या उद्योगावर १०० टक्के नियंत्रण ठेवता येते व तो वाढविता येतो. तुम्हाला उत्तम वाटणारे निर्णय घेताना तुम्हाला अन्य कोणाची परवानगी मागावी लागत नाही. पण त्याचा एक तोटा आहे आणि तो म्हणजे उद्योगाची भरभराट होण्यासाठी वेळ लागू शकतो. शहाणपणाने वापर केला, तर तुम्हाला गोष्टी करण्यासाठी निधीची मदत होते. अन्यथा, ज्या गोष्टींना वेळ लागला असता, त्या गोष्टीदेखील खूप जलदपणे होतात.

जर तुम्ही निधी स्वीकारला, तर तुम्ही तो अशा गोष्टी करण्यासाठी वापरा ज्या अन्यथा तुम्ही करू शकला नसता. ***तीव्रता गुणक*** हे उपयुक्त असतात; पण ते महागडे असतात. महत्त्वाच्या क्षमता मिळवण्यासाठी निधी स्वीकारणे हे चातुर्य असू शकते. नाहीतर, शक्य तितके रोखीने आणि येणाऱ्या उत्पन्नातून काम चालवा.

उत्तम परिणामाकरता, शक्य तितके स्वबळावर भांडवल उभे करा. नंतर ***निधीच्या पदक्रमाकडे*** वळा, ते ही आवश्यकता असेल तर. उद्योगावर आपली १००% मालकी असणे आणि नियंत्रण असणे फायदेशीर असते. स्वतः टिकवलेला उद्योग ही फार चांगली गोष्ट आहे.

ही संकल्पना शेअर करा : http://book.personalmba.com/bootstrapping/

गुंतवणुकीवरील परतावा

(Return On Investment) (ROI)

नफ्याला नेहमी प्राधान्य नसते हे जो शिकतो, तो शहाणा.

– विलियम ए वार्ड, सुभाषितकार

जेव्हा तुम्ही काही गुंतवणूक करता, तेव्हा तुम्हाला अपेक्षा असते की, तुम्ही दिलेल्यापेक्षा जास्त मूल्य मिळावे. तुम्ही किती गुंतवले आहे आणि त्याबदल्यात किती परतावा मिळेल याचा हिशोब कसा करायचा याची जाणीव असणे, हे एक अत्यंत उपयुक्त कौशल्य आहे.

गुंतवणुकीवरील परतावा *(आरओआई)* म्हणजे वेळ किंवा साधनांच्या गुंतवणुकीतून निर्माण झालेले मूल्य होय. अनेक लोक आरओआई हा चलनाच्या स्वरूपात पाहतात : जर तुम्ही १००० डॉलर्सच्या आसपास गुंतवले असतील आणि तुम्ही १०० डॉलर्स नफा कमावता, तर तो तुमच्या गुंतवणुकीवर १० टक्के परतावा असतो : ($१००० + $१००)/ $१००० = १.१० किंवा १० टक्के. जर तुमचा आरओआई १०० टक्के असेल, तर तुमची मूळ गुंतवणूक आता दुप्पट झाली आहे.

गुंतवणुकीवरील परतावा तुम्हाला स्पर्धात्मक पर्यायांमधील निर्णय घ्यायला मदत करते. जर तुम्ही पैसे बचत खात्यात जमा केले, तर आरओआई बँकेच्या व्याजदराच्या बरोबरीने असेल आणि तुमच्या पैशावर नियंत्रणही राहील. तुमचे पैसे एक टक्का व्याज देणाऱ्या खात्यात का ठेवायचे? ते दोन टक्के व्याज देणाऱ्या खात्यात ठेवता येतील आणि फीमध्ये काहीही फरक नाही?

गुंतवणुकीवरील परतावा हा पैशाच्या पलीकडे जाणारा आहे, तुम्ही त्याला ***वैश्विक चलनासारखेदेखील*** वापरू शकता. 'गुंतवलेल्या वेळाचा परतावा' हा तुमच्या परिश्रमाच्या फायद्याचे विश्लेषण करण्यासाठी अत्यंत उपयुक्त असतो. जर तुम्हाला एक वर्ष न थांबता रोज २४ तास काम करायला लावले असते, तर तुम्ही कराल का? जेव्हा तुम्ही तुमच्या खर्ची पडलेल्या वेळेकडे आणि बुद्धीकडे पाहाल, तेव्हा हे योग्य नसल्याचे तुम्हाला जाणवते.

प्रत्येक गुंतवणुकीवरील परतावा हा तुम्हाला गुंतवणुकीची किंमत किती पडली, त्यावर अवलंबून असतो. तुम्ही जितका अधिक खर्च करता (पैसे आणि वेळ दोन्हीही), तितका कमी परतावा मिळतो – अगदी खात्रीशीर. जसे की, घरखरेदी किंवा कॉलेजमधून पदवी घेणे, यासाठी जर खूप पैसे मोजत असाल, तर ते शहाणपणाचे नाही. परताव्याचा प्रत्येक 'अंदाज' हा सिद्धान्तात्मक असतो. तुम्हाला माहीत नसते की नक्की काय होईल. परताव्याचा हिशोब करणे हा भविष्याचा अंदाज लावण्याचा एक अभ्यास आहे, जो मुळातच अशक्य आहे.

प्रत्येक भावी परताव्याचा अंदाज हा अर्धवट अंदाज असतो. तुम्ही गुंतवणूक केल्यावर आणि परतावा गोळा केल्यानंतर केवळ तुमचा आरओआई माहीत करून घेऊ शकता. या जगात खात्रीचे असे काहीच नाही. गुंतवणुकीच्या आधी काहीतरी चुकेल याची जोखीम गृहीत धरून चला, मग परतावा कितीही संभवनीय वाटला तरीही.

ही संकल्पना शेअर करा : http://book.personalmba.com/return-on-investment/

बुडीत खर्च

(Sunk Cost)

> प्रथम प्रयत्नात तुम्ही जर यशस्वी झाला नाहीत, तर पुन्हा प्रयत्न करा. तरीही यश मिळाले नाही, तर त्या गोष्टीच्या मागे लागणे बंद करा. निरर्थक प्रयत्न करण्यात काहीच अर्थ नाही.
>
> – डब्ल्यू सी फिल्ड्स, कॉमेडियन

दुसऱ्या विश्वयुद्धाहून परतल्यावर, माझ्या आजोबांनी कॉफमन कन्स्ट्रक्शन कंपनी काढली. अक्रोन, ओहियो येथे गोदाम, घरे, युनियन हॉल्स आणि अपार्टमेंट्स बांधली, इमारती बांधल्या. १९६५मध्ये, २५ वर्षे या व्यवसायात झाल्यानंतर, त्यांनी पोरटेज पाथवरील पाच मजली, २६ युनिटचे अपार्टमेंट यासारखे त्यांचे अनेक महत्त्वाकांक्षी प्रोजेक्ट्स सोडून दिले.

'बॅरानेल' दोन जुन्या घरांच्या प्लॉटवर बांधलेले होते; ज्यासाठी ती जुनी घरे विकत घेऊन पाडण्यात आली होती. स्टील रेबर आणि विटा ऑर्डर केल्या होत्या आणि ठरल्याप्रमाणे खोदकाम सुरू झाले होते. प्रोजेक्टची अंदाजे किंमत ३,००,००० डॉलर्स होती, २०१०मध्ये अंदाजे, २.४ मिलियन डॉलर्स.

जोपर्यंत खोदकाम करणाऱ्यांना बिल्डिंगचा पाया प्रचंड अस्थिर करणाऱ्या निळ्या क्ले चे म्हणजे चिकणमातीचे साठे मिळाले नाहीत, तोपर्यंत प्रोजेक्ट सुरळितपणे सुरू होता. प्रोजेक्ट सुरू ठेवण्यासाठी तळाशी कातळ लागेपर्यंत हजारो क्युबिक फूट क्ले आणि माती खोदून काढावी लागणार होती. जास्तीचे कॉन्क्रीट तो महाकाय खड्डा बुजवण्यासाठी ओतावे लागणार होते. ती इमारत पूर्ण करण्यासाठी मुळात अंदाज केल्यापेक्षा जास्त खर्च येणार होता; पण जास्त म्हणजे नेमके किती याचा अंदाज करणे अवघड होते.

त्यातून बाहेर पडून जाण्यापेक्षा, आजोबांनी तो प्रोजेक्ट पूर्ण करण्याचे ठरवले. त्यांनी आधीच जमिनीवर आणि खोदकामावर खूप पैसे ओतले होते. केलेल्या श्रमाच्या आणि गुंतवणुकीच्या बदल्यात काहीच केले नाही, तर ते पैसे वाया जाणार होते, ते त्यांना योग्य वाटले नाही. त्यांनी काही गुंतवणूकदार शोधले आणि अजून एक अपार्टमेंट त्याच वेळी बरोबर तारण म्हणून बांधायला घेतली आणि तो प्रोजेक्ट सुरू ठेवला.

ती इमारत पूर्ण होईपर्यंत, त्यांनी आधी अपेक्षा केल्याच्या तीन पट पैसे म्हणजे अंदाजे एक लाख डॉलर्स, (म्हणजेच आताच्या डॉलर मूल्याप्रमाणे अंदाजे आठ लाख डॉलर्स) खर्चून झाले होते. हे त्या इमारतीच्या किमतीपेक्षा खूपच जास्त होते. आजोबांनी त्यांची उर्वरित व्यावसायिक कारकीर्द रागावलेले गुंतवणूकदार आणि वकील यांना हाताळण्यात घालवली. ही खूप दुःखद गोष्ट होती; पण त्यातून खूप काही शिकण्यासारखे आहे.

बुडीत खर्च हे वेळाची, शक्तीची आणि पैशांची गुंतवणूक असतात, जे एकदा गुंतवल्यावर परत मिळवता येत नाहीत. तुम्ही काहीही करा, तुम्हाला तुमची साधनसंपत्ती

परत मिळत नाही. जिथून अशी साधनसंपत्ती परत मिळणार नाही, अशा प्रोजेक्टमध्ये गुंतवणूक करत राहण्यात काहीही अर्थ नाही. अजून किती साधनसंपत्ती आवश्यक आहे आणि त्यातून किती परतावा मिळण्याची अपेक्षा आहे, याला महत्त्व असते.

बुडीत खर्च ही 'संकल्पना' म्हणून समजण्यास सोपी आहे; पण प्रत्यक्ष अमलात आणणे खूप अवघड आहे. जेव्हा तुम्ही तुमच्या कारकिर्दीची अनेक वर्षे हे समजण्यात घालवता की, तुम्हाला काय नको आहे किंवा कोट्यवधी डॉलर्स अशा प्रोजेक्टमध्ये घालवता; ज्यात अचानक अजून काही कोटींची आवश्यकता आहे, अशा प्रोजेक्टमधून बाहेर पडणे अवघड असते. तुम्ही इतकी गुंतवणूक केलेली असते की, आता त्यातून असे निघून जाणे तुम्हाला चुकीचे वाटते. प्रत्यक्षात, तुम्ही तुमच्या भूतकाळातील गुंतवणुकीबाबत काहीही करू शकत नाही. वेळ निघून गेलेली असते. तुम्ही आता काय करू शकता, तर सध्या हातात असलेल्या माहितीवर आधारित कृती करू शकता.

चुका करणे अटळ आहे. कोणीही परिपूर्ण नसतो. तुम्ही काही निर्णय *घ्याल*, जे नंतर वळून पाहिले, तर तुम्ही घेतले नसते तर चांगले झाले असते, असे वाटेल. विश्वास ठेवा. जर तुम्ही गेलेली वेळ परत आणू शकाल, तर तुम्ही गोष्टी वेगळ्या प्रकारे केल्या असत्या. पण दुर्दैवाने, तुम्ही तसे करू शकत नाही. पुढे नक्कीच इतर प्रोजेक्ट्स असतील. पण झालेले नुकसान भरून काढण्यासाठी दुसरा जास्त जोखमीचा प्रोजेक्ट तुम्ही हाती घेणार नाही. 'एक खड्डा बुजवण्यासाठी दुसरा खोदणे' ही नक्कीच चांगली युक्ती असणार नाही.

तळच नसलेल्या खड्ड्यामध्ये कॉन्क्रीट ओतत बसू नका. अजून गुंतवणूक करणे योग्य ठरणार नसेल, तर त्यातून बाहेर पडा. पैसा तुम्ही जसा गमावला आहे, त्याच प्रकारे कमावला पाहिजे असे नसते. जर त्यातून मिळणारा फायदा त्या मोलाचा नसेल, तर त्यासाठी लागणारी गुंतवणूक किंवा जोखीम, योग्य नाही गुंतवू नका.

ही संकल्पना शेअर करा : http://book.personalmba.com/sunk-cost/

अंतर्गत नियंत्रण

(Internal Controls)

जर कोणतीही गोष्ट कायमस्वरूपी घडणार नसेल, तर ती थांबेल.

– हर्बर्ट स्टाईन, अर्थतज्ज्ञ

आर्थिक आणि कृतींच्या माहितीचा अधेमध्ये मागोवा घेण्याचा एक फायदा हा असतो की तुमची तुमच्या उत्पन्नातील, खर्चातील आणि ***मूल्य साखळीतील*** पॅटर्न्स लक्षात घेण्याची तुमची क्षमता सुधारते. हे पॅटर्न्स बजेट तयार करण्यासाठी, कामाचे निरीक्षण करण्यासाठी आणि कायदे आणि नियम यांचे पालन करण्यासाठी, चोरी आणि लबाडीचा प्रतिबंध करण्यासाठी अतिशय उपयुक्त ठरतात.

अंतर्गत नियंत्रण हे एका ***विशिष्ट मानक कार्यप्रणालीचे*** (नंतर चर्चिले आहे) संच असतात. उद्योग अचूक माहिती गोळा करण्यासाठी, उद्योग आरामशीरपणे सुरू ठेवण्यासाठी आणि शक्य तितक्या लवकर अडचणी ओळखण्यासाठी त्यांचा वापर केला जातो. कंपनीचे अंतर्गत नियंत्रण जेवढे चांगले, तितके त्यांचे आर्थिक अहवाल विश्वसनीय असतात आणि तुम्ही त्यांच्या कार्याच्या दर्जावर तितका अधिक विश्वास ठेवू शकता. अंतर्गत नियंत्रणे पुढील चार भागांत उपयोगी असतात.

आर्थिक नियोजन (*बजेटिंग*) म्हणजे भविष्यातील खर्चाचा अंदाज करून ते अंदाज अनावश्यकपणे ओलांडले जाणार नाहीत, अशा प्रकारे पावले टाकण्याची कृती. ***प्रॉफिट मार्जिन्स, कॅश फ्लो सायकल*** आणि ***तरफेचे*** नियंत्रण करण्यासाठी बजेट खूप महत्त्वाचे असते. जर तुमच्या उद्योगाच्या काही भागाने ठरावीक काळात बजेट मोडले, तर तुम्ही परिस्थिती सुधारण्यासाठी पावले उचलू शकता.

जिथे उद्योग त्यातील महत्त्वाच्या प्रक्रियांसाठी कर्मचाऱ्यांवर किंवा बाहेरील फर्म्सवर अवलंबून असतो, तिथे देखरेख खूप महत्त्वाची असते. वितरणाची वेळ, दर्जा, किंमत आणि प्रणालीचे अपयश यांसंदर्भात नियंत्रण आधीच तयार करून ठेवल्यामुळे, वेळोवेळी परीक्षण करणे आणि मूल्यमापन करणे तसेच आवश्यक असल्यास किंवा दर्जा घसरत असल्यास किंवा कामगिरीचे उद्दिष्ट साध्य होत नसल्यास, त्यात सुधार करणे शक्य होते.

जेव्हा एखादी कंपनी सरकारी नियमांनी प्रभावित असलेल्या उद्योगामध्ये कार्यरत असते, तेव्हा त्या नियमांची *पूर्तता करणे* आवश्यक असते. कंपनीला त्यांच्या कामगिरीच्या काही विशिष्ट भागाची माहिती गोळा करणे अनिवार्य असू शकते. अंतर्गत नियंत्रणामुळे ही माहिती पूर्ण आणि अचूक असेल याची खातरजमा केली जाते, यामुळे धोके ओळखून महत्त्वाचे नुकसान आणि संभाव्य कायदेशीर समस्या रोखल्या जातात.

अविवेकी वागणाऱ्यांमुळे निर्माण होणाऱ्या आर्थिक नुकसानाच्या जोखमीपासून संरक्षण करण्यासाठी *चोरी आणि लबाडीचा प्रतिबंध करणे* महत्त्वाचे असते. भक्कम अंतर्गत नियंत्रणामुळे, काही चोरी लबाडी होत असल्यास लक्षात येते. त्यासाठी जबाबदार पक्ष सिद्ध करून, ती परिस्थिती कमीतकमी गोंधळ होऊन नियंत्रणाखाली आणता येऊ शकते.

वरील सर्व परिस्थितींमध्ये, तुमच्या माहितीचे आणि नियंत्रणप्रक्रियांचे एखाद्या निःपक्षपाती त्रयस्थ पक्षाकडून ऑडिट करून घेणे उपयुक्त असते. चुका शोधून त्या दुरुस्त करणे, यासाठी लेखापरीक्षण (ऑडिट) आवश्यक असते; विशेष करून अनेक चलनशील भाग असणाऱ्या मोठ्या संस्थांमध्ये गरजेचे असते. लेखापरीक्षण केल्याने कंपनीच्या माहितीचा दर्जा राखला जातो आणि पैसे देणाऱ्यांचा, गुंतवणूकदारांचा, भागधारकांचा आणि नियामक मंडळांचा तुमच्या उद्योगातील प्रत्यक्ष कृतींवरील विश्वास वाढू शकतो. या सर्व बाबतींत, लेखापरीक्षण करणाऱ्या पक्षाचा त्याच्या निष्पत्तीमध्ये काहीही फायदा नसावा. 'सेपरेशन ऑफ कन्सर्न्स' किंवा आपुलकीपासून वेगळीक म्हणजे लेखापरिक्षण त्रयस्थाप्रमाणे करावे. असे केल्याने तुम्हाला खात्री होते की निष्पत्ती अचूक आहेत, विशेषकरून जेव्हा त्या मोठ्या असतात.

आर्थिक नियंत्रणामुळे तुम्ही तुमच्या कंपनीला इतर कंपन्यांच्या तुलनेत मार्केटमध्ये एका विशिष्ट स्थानी नेण्यास मदत होते. प्रत्येक वर्षी, रिस्क मॅनेजमेन्ट असोसिएशन (आरएमए) सर्व इंडस्ट्रीतील अनेक उद्योगांची खूप मोठ्या प्रमाणावर माहिती गोळा करते. आरएमएच्या या माहितीसंचामुळे दिवाळखोर न झालेल्या विविध आकारांच्या कंपन्या ठरावीक दिलेल्या काळात विपणन, विक्री, चलन आणि भांडवल यावर किती खर्च करतात, ते शोधण्यासाठी मदत होते.

बँका आणि गुंतवणूकदार या ते परीक्षण करत असलेला एखादा उद्योग सामान्य आहे का नाही हे पाहण्यासाठी या आरएमए डेटा वर विश्वास ठेवतात. जर त्या कंपनीचे खर्च त्यांच्या उत्पन्नाच्या तुलनेत योग्य असतील, तर बाह्य पक्ष असे गृहीत धरतात की, त्या उद्योगात जोखीम कमी आहे. जर ती कंपनी विक्री आणि विपणनावर उत्पन्नाच्या तीनपट खर्च करत असेल, तर तो अडचणीचा, अकार्यक्षमतेचा किंवा लबाडीच्या अकाउंटिंगचा संकेत असतो आणि तिथे जोखीम जास्त असते.

औद्योगिक समूह हेदेखील माहितीचे उपयुक्त स्रोत असू शकतात. अनेक बाजारपेठांमध्ये ट्रेड असोसिएशन्स असतात, ज्या यशस्वी उद्योगांबद्दल माहिती गोळा करतात आणि आवश्यकतेनुसार देऊ करतात. बाजारपेठेतील अन्य कंपन्यांच्या माहितीसोबत तुमच्या उद्योगाच्या माहितीची तुलना केली, तर तुम्हाला तुम्ही कितपत चांगली कामगिरी करत आहात आणि तुमचा उद्योग कुठे सुधारणा करू शकतो, याचे एक चांगले चित्र मिळू शकते.

ही संकल्पना शेअर करा : http://book.personalmba.com/internal-controls/

६

मानवी मन

या खेळाचा नव्वद टक्के भाग हा मानसिक आहे.
– योगी बेरा, माजी व्यावसायिक बेसबॉल खेळाडू आणि शब्दकोटीकार

आतापर्यंत आपण पाहिले की उद्योग कसे चालतात, आता या प्रकरणामध्ये आपण समजून घेऊ की, माणसे कशी काम करतात.

उद्योग हे *लोकांनी लोकांसाठी* उभारलेले असतात. आपण ***मूल्यनिर्मिती*** आणि ***मूल्यवितरण*** यामध्ये चर्चा केल्याप्रमाणे, जर लोकांना गरजा आणि इच्छा नसत्या, तर उद्योग अस्तित्वातच आले नसते. त्याचप्रमाणे, जर त्या गरजा आणि इच्छा कोणीही पूर्ण करण्यास सक्षम किंवा राजी नसेल, तर उद्योग चालणारच नाहीत.

जर आपल्याला यशस्वी उद्योगनिर्मिती करायची असेल आणि टिकून राहायचे असेल, तर आपण माहिती कशी स्वीकारतो, आपण निर्णय कसे घेतो आणि काय करायचे, काय नाही करायचे हे कसे ठरवतो, या गोष्टीला खूप महत्त्व आहे. एकदा का मानवी मन कसे काम करते हे तुम्हाला समजले की, मग काम करून घेण्याचे उत्तम मार्ग तुम्हाला उमजतील आणि तुम्ही अधिक परिणामकारकरीत्या इतरांबरोबर काम करू शकाल.

ही संकल्पना शेअर करा : http://book.personalmba.com/human-mind/

केव्हमन सिंड्रोम

(Caveman Syndrome)

प्रत्येक माणूस हा त्याच्या पूर्वजांची उत्पत्ती आहे.
– राल्फ वाल्डो इमर्सन, निबंधकार आणि कवी

एक क्षणासाठी कल्पना करा की, आपण १,००,००० वर्षांपूर्वी कसे राहत असू. तुम्ही नदीकाठी चालत असताना तुमची इंद्रिये पूर्णपणे सजग आहेत, तुम्ही अन्नाचा शोध

घेत आहात. प्रवाहामध्ये पोहणारे मासे, खाण्यालायक वनस्पती किंवा प्राणी पकडत आहात. सूर्य आता माथ्यावर आला आहे आणि आज तुम्ही आतापर्यंत सहा मैल चालत आलेले आहात आणि तुमच्या पायाला जरी घट्टे पडलेले असले, तरी तुमचे मजबूत पाय तुम्हाला दिवस संपण्याअगोदर अजून सहा मैल नेतील.

काही तासांतच, तुम्ही पाणी पिण्यासाठी थांबता, सावली शोधता. सूर्य माथ्यावर आला आहे आणि थोडी विश्रांती तुम्हाला तुमच्या ***ऊर्जेचे जतन*** (नंतर चर्चिले आहे) करायला मदत करेल.

चालता-चालता, तुमची नजर अंदाजे २० फुटांवर असलेल्या एका छोट्या झुडपावर जाते. तुम्हाला आनंद होतो. तुम्ही त्या पानांचा प्रकार ओळखता आणि तुम्हाला माहीत आहे की, याची पाने आणि मुळे दोन्ही खाण्याजोगी आहेत. ते पूर्ण झुडूप उखडून तुमच्या पाठीवरील टोपलीत टाकण्यासाठी, तुम्ही त्या झुडपाच्या मुळांशी खोदू लागता.

अचानक, डोळ्याच्या कोपऱ्यातून तुम्हाला काही हालचाल जाणवते. चार फुटांवर भलामोठा एक नाग फणा काढून तुम्हाला डसायच्या तयारीत आहे. विचार करायला वेळ नाही; ॲड्रेनलीनची पातळी वाढायला लागते; हृदयाचे ठोके जलदगतीने पडू लागतात आणि तुम्ही पटकन उडी मारून बाजूला होता आणि अन्न तिथेच टाकून शक्य तितक्या वेगाने लांब पळत जाता.

जोवर धोका टळला असे वाटत नाही, तोवर तुम्ही पळत राहता आणि तुम्ही पूर्वस्थितीला येण्यासाठी, ॲड्रेनलीनमुळे आलेला ताण कमी होईपर्यंत आणि थरथर कमी होईपर्यंत काही मिनिटे थांबता. अन्न हातचे गेल्यामुळे तुम्ही नाराज होता. पण जीव धोक्यात घालण्याइतके ते नक्कीच महत्त्वाचे नव्हते.

तुम्हाला थोडे बरे वाटल्यावर, भर दुपारच्या उन्हात तुम्ही पुन्हा अन्नाचा आणि सावलीचा शोध सुरू करता. तुम्हाला आज जे अन्न मिळेल, ते घेऊन रात्री तुमच्या जमातीत परतायचे आहे.

तुमच्या जमातीत साधारण चाळीस जणच आहेत, त्यामुळे तुम्ही सर्वांना ओळखता. तुम्ही मुळात जंगली श्वापदांपासून संरक्षण मिळावे आणि इतर टोळ्या ज्या तुमच्या टोळीची साधने लुटण्यासाठी कधीकधी धाड टाकत असतात त्यांच्यापासून संरक्षण मिळावे, म्हणून तुम्ही एकत्र आलेले आहात.

तुम्ही सगळे मिळून भाले तयार करता आणि मासे पकडण्यासाठी जाळी विणता, संरक्षणासाठी आणि शिकारीसाठी गारगोटीचे चाकू आणि कुऱ्हाडी तयार करता आणि अन्न ठेवण्यासाठी मातीची भांडी तयार करता. तिथे विस्तवावर एक हरीण भाजले जात आहे. तुमच्या जमातीतील काही शिकाऱ्यांनी त्याचा खूप पाठलाग करून ते मारले आहे. त्याला चिकाटीने केलेली शिकार असे म्हणतात.

अन्न शिजवण्यासाठी आणि श्वापदांना दूर ठेवण्यासाठी खास तयार केलेल्या विस्तवाजवळ बसून संध्याकाळी तुम्ही झोप येईपर्यंत गप्पागोष्टी करता, दिवसभरातील गोष्टी, किस्से सांगता. उद्या, तुम्ही हेच सर्व पुन्हा करणार आहात.

माणसाची शारीरिक रचना १,००,००० वर्षांपूर्वीच्या या परिस्थितीला अनुकूल आहे, आता आपण जे जीवन जगतो आहे, त्यासाठी नाही. अन्न सर्वत्र आहे, श्वापदे नाहीत. तुम्हाला आता सतत धावपळ करावी लागत नाही, उलट, तुम्ही जास्तीतजास्त काळ सुखासीन गोष्टींमध्ये वेळ घालवता. जसे की, कॉम्प्युटर-स्क्रीनसमोर बसणे. त्यामुळे, आपल्या मेंदूला आणि शरीराला स्थूलपणा, हृदयविकार, मधुमेह, स्मृतिभ्रंश आणि हळूहळू कमी होणारी ताकद असे नवीन धोके निर्माण झालेले आहेत.

तुमचे मन आणि मेंदू आताच्या आधुनिक जगासाठी अनुकूल नाहीत. आधुनिक जगात काम करण्याचे अर्धे आव्हान हे आहे की, आपला मेंदू आणि आपले शरीर शारीरिक आणि सामाजिकरीत्या तग धरून राहण्यासाठी बनलेले आहेत. दिवसाचे १६ तास काम करण्यासाठी नव्हे. उद्योग-व्यवसाय अस्तित्वात येऊन फार काळ झालेला नाही. आपण शरीरावर खूप ताण देत आहोत.

स्वतःबाबत कठोर होऊ नका. आता जबाबदारी असलेल्या कामांसाठी तुम्ही बनलेले नाही आहात. कोणीच नाही. आपण सगळे जुन्याच हार्डवेअरसाठी नवीन सॉफ्टवेअर मागत धावतो आहोत.

ही संकल्पना शेअर करा : http://book.personalmba.com/caveman-syndrome/

कृतीच्या आवश्यकता

(Performance Requirements)

> कोणताही आनंद मिळवताना त्रास किंवा थकवा किंवा काही दोष हे येणारच.
>
> – रॉबर्ट फ्रॉस्ट, कवी

रेडबुल पिणे आणि विश्रांती घेणे हेच तुम्हाला तारू शकते. जर तुम्हाला उत्तम काम करायचे असेल, तर स्वतःची काळजी घेणे अनिवार्य आहे. जर शरीराला कार्यरत ठेवण्यासाठी आवश्यक ते तुम्ही दिले नाहीत, तर तुमची गाडी ध्येयापर्यंत पोहोचण्याआधीच त्यातील इंधन संपून जाईल.

तुमचे मन ही पहिली आणि सर्वांत महत्त्वाची शारीरिक संस्था आहे. बऱ्याचदा आपल्याला मानसिक थकवा किंवा भावनिक दुःख जाणवते, तो आपल्या शरीराकडून आपल्याला संकेत असतो की, आपल्या शरीराला आवश्यक ते पोषण म्हणजे आहार, व्यायाम किंवा विश्रांती मिळत नाही.

जर तुम्हाला काम करून घ्यायचे असेल, तर तुम्ही 'रिकाम्या पोटी' धावू शकत नाही. मानवी शरीराला काही ***कृती आवश्यक*** असतात. जशी कार विना इंधन किंवा तुटलेल्या स्पार्क प्लगने चालत नाही, तसेच तुमचे शरीरही काही आवश्यक गोष्टींशिवाय फार काळ

चालू शकत नाही. जेव्हा तुम्हाला खूप काही काम करायचे असते, तेव्हा तुम्ही तुमची काळजी घेणे ही दुय्यम बाब बनते. जर तुम्हाला खूप महत्त्वाच्या गोष्टी थकून न जाता करायच्या असतील, तर स्वतःची काळजी घेणे ही तुमची *प्राथमिक* बाब असली पाहिजे.

आहार, व्यायाम आणि विश्रांती या तीन गोष्टींमुळे शरीरात उत्पादनक्षम उर्जा निर्माण होते. कमी (किंवा खूप थोड्या) गोष्टी अपरिहार्यपणे तुमच्या उत्पादनाचा दर्जा आणि परिणाम कमी करतात. दिवसभरात जास्तीतजास्त कमी कार्यक्षम राहता येईल, यासाठी काही मार्गदर्शक तत्त्वे खाली दिली आहेत.

उच्च दर्जाचा आहार घ्या : ***कचरा आत, कचरा बाहेर*** (नंतर चर्चिले आहे). तुमच्या शरीरात तुम्ही काय ढकलता आहात, त्याकडे लक्ष द्या. जर तुम्ही मांस, अंडी किंवा दुग्धजन्य पदार्थ खात असाल, तर ज्यात प्रतिजैविके किंवा हार्मोन्स असतात, असे पदार्थ टाळा. रीफ़ाइन्ड साखर आणि प्रक्रिया केलेले पदार्थही शक्य तितके टाळा. तुमचे पूर्वज ज्या गोष्टींना अन्न मानत नव्हते, अशा गोष्टी तुमच्या आहारात घेऊ नका.

दर अडीच तासांनी काहीतरी छोटी न्याहारी किंवा जेवण करावे, हे तुम्हाला तुमची रक्तातील साखर स्थिर ठेवायला मदत करते आणि त्यामुळे तुम्हाला दिवसभरात थकवा येत नाही. मी अशा प्रकारचा माणूस आहे, जो काही वेळा खायचेही विसरून जातो. त्यामुळे मी गोष्टी साध्या आणि सहज ठेवण्याचा प्रयत्न करतो. एक मूठभर बदाम किंवा एखादे फळ खाणे माझ्यासाठी उत्तम असते. कॅफिन माफक प्रमाणात घ्या. हर्बल टी हा सोड्याला उत्तम बदली पर्याय आहे आणि पाण्याची बाटली सोबत बाळगणे हे हायड्रेटेड राहण्यासाठी सोपे आहे.

नियमित व्यायाम करा. जॉन मेदिना यांच्या ब्रेन रुल्सनुसार, कमी तीव्रतेच्या शारीरिक हालचालीसुद्धा ऊर्जा वाढवतात, बौद्धिक कार्य सुधारतात आणि तुमची लक्ष केंद्रित करण्याची क्षमता वाढवतात. चालायला किंवा पळायला जाणे, दोरीच्या उड्या मारणे किंवा योगासने करणे हे तुमच्या मनावरील जळमटे दूर करण्यास मदत करते आणि दिवसभरासाठी अजून ऊर्जा देते. मी बऱ्याचदा व्यायाम म्हणून चौदा पौंडांचा हातोडा फिरवतो, त्यामुळे माझे रक्ताभिसरण चांगले होते. हे स्वस्त आणि परिणामकारक वेटलिफ्टिंग टूल आहे, जे जास्त जागाही व्यापत नाही. (कशाचाही विचार करू नका)

दररोज किमान सात ते आठ तासांची झोप घ्या. झोपेमुळे ***मानसिक प्रतिमा करणे*** व ***त्यांचे नमुने जुळवणे*** यांचे काम संघटित केले जाते, त्याचबरोबर ***इच्छाशक्तीच्या कमतरतेवर*** मात केली जाते. त्यामुळे विश्रांतीवर गदा आणू नका. *झोपायला जाण्यासाठी आठवण* म्हणून मी गजर लावतो. त्यामुळे झोपण्यापूर्वी सर्व काम आवरायला पुरेसा वेळ मिळतो. लवकर झोपल्यामुळे लवकर उठता येते, लवकर उठणे सर्जनशील काम करण्यासाठी चांगले असते. मला दिवस सुरू होण्यापूर्वी लेखन किंवा काही सर्जनशील काम करणे उत्तम वाटते. त्यामुळे तुमचे लक्ष विचलित होत नाही किंवा वेळ कमी पडत नाही.

सूर्यप्रकाश घ्या; पण खूप जास्तही नको. ड जीवनसत्त्व शरीरातील अनेक रासायनिक क्रियांचा एक महत्त्वाचा भाग असते आणि जर तुमची त्वचा प्रत्यक्ष सूर्यप्रकाश घेऊ शकत

असेल, तर तुमचे शरीर ते पृथक्करण करून घेऊ शकते. (खिडकीतून येणारा प्रकाश काही कामाचा नाही.) पण तो खूप जास्तही घेऊ नका. सन बर्न्स आणि त्वचेचा कर्करोग म्हणजे चेष्टा नव्हे.

प्रकाश तुमचा दिवसाचा म्हणजेच शरीराच्या आंतरिक घड्याळाचा ताल सेट करण्यासाठी मदत करतो, ज्यामुळे तुमच्या झोपेच्या पॅटर्न्सवर परिणाम होतो.म्हणून मी नियमितपणे प्रकाश-चिकित्सा उपकरणाचा वापर करतो, जेणेकरून मला पुरेसा प्रकाश मिळेल. विशेषकरून थंडीच्या महिन्यात कमीतकमी दहा मिनिटे तरी सकाळी सूर्यप्रकाश अंगावर घेणे हा तुमची झोप आणि मूड चांगला करण्याचा सोपा उपाय आहे.

मेंदू काम करण्यासाठी त्याला जो कच्चा माल खायला घालणे आवश्यक आहे, तो घाला. जर तुम्हाला कधी विनाकारण राग आला असेल, वाईट वाटले असेल, निरुत्साही किंवा आळस वाटला असेल, तर तुम्हाला चांगले वाटावे यासाठी आवश्यक न्युरोट्रान्समीटर्स तयार करण्यासाठी जे खाद्य आवश्यक आहे, ते तुमच्या शरीराला मिळत नाही असे म्हणता येईल. *द मूड क्युअर* या पुस्तकामध्ये ज्युलिया रॉस म्हणतात, 'डोपामाईन आणि सिरोटोनिनसारखी मूड बदलण्यासाठीची महत्त्वाची न्युरोट्रान्समीटर्स तयार करण्यासाठी, तुमच्या मेंदूला काही विशिष्ट संयोगांची गरज असते. त्या गोष्टींशिवाय ती मूड बदलणारी रसायने तयार करणे अशक्य असते. त्यांच्याशिवाय तुमच्या विश्वात सर्व काही आलबेल असेल, तरी तुम्हाला उदासीन वाटेल.'

आधुनिक आहारातील बदलांमुळे, त्यापैकी काही घटक सप्लिमेंट स्वरूपात घेणे आवश्यक आहे. चांगले मल्टिव्हिटॅमिन सप्लिमेंट, फिशऑइल, मॅग्नेशियम आणि आवश्यक अमिनो ॲसिड्स तुमच्या मेंदूने परिणामकारकरीत्या काम करावे यासाठीची काळजी घेतात. फक्त एक करा, तुम्ही जे खरेदी कराल, ते पचन होणारे असावे. जर सप्लिमेंट्स पचली नाहीत, तर त्यांचा उपयोग नसतो.

मी माझी ऊर्जा, कार्यक्षमता आणि मूड सुधारण्यासाठी सतत ***प्रयोग*** करत असतो. तुम्हीही ते करावे असे मी सुचवेन. ***मार्गदर्शक रचनेमुळे*** तुमच्या जीवनशैलीत बदल करणे सोपे होईल. माझ्या वातावरणात बदल केल्याने मला इतर बदल करण्यास अजिबात कष्ट लागले नाहीत, अगदी तीन वर्षे पूर्ण वेगन डाएटसुद्धा! (प्राणिजन्य पदार्थ न घेणे). तुम्हाला काही सुधारणा दिसत असेल, तर नवीन गोष्टी करून पाहायला घाबरू नका फक्त सुरक्षित राहा.

जेव्हा काही शंका उपस्थित होते, तेव्हा तुमच्या पूर्वजांची जीवनशैली लक्षात घ्या आणि त्याप्रमाणे वागा.

ही संकल्पना शेअर करा : http://book.personalmba.com/performance-requirements/

कांद्यासारखा मेंदू

(The Onion Brain)

इथे व्यक्त केलेले दृष्टिकोन एकमताने माझ्या मनाचे
प्रतिनिधित्व करत असतील असे नाही.
– माल्कम मॅकमोहन, नॉटिंगहँमचे बिशप

आपल्यापैकी बहुतेक जणांना आपल्या डोक्यातला आवाज ऐकू येत असतो, जो सतत आपल्या आजूबाजूच्या जगात घडणाऱ्या गोष्टींबाबत बोलत असतो. तो आवाज कधीकधी चैतन्याने सळसळता असतो; पण बऱ्याच वेळा अनिश्चित, काळजीने भरलेला किंवा घाबरलेला असतो.

सुदैवाने, 'तुम्ही' तो आवाज नाही आहात.

रेडिओमधून निवेदकाचा आवाज ज्याप्रमाणे फक्त ऐकू येतो, त्याचप्रमाणे तुम्हाला निरनिराळे आवाज ऐकू येतात. वास्तविक, तुमचा मेंदू आपोआप तुम्ही जे जे करत आहे, त्यावर कमेंट करत आहे. ते *तुम्ही* नाहीत. तुमचा मेंदू त्याला जे आपोआप स्वयंचलितपणे करता येत नाही, त्यासाठी तुमच्या सदसद्विवेकबुद्धीचा वापर करतो.

तुमच्या मानवी वर्तनाची मुळे ही तुमच्या मेंदूमध्ये असल्याने, तुमच्या मेंदूची रचना कशी आहे, हे समजून घेणे खूप महत्त्वाचे आहे. तुमचा मेंदू कसे काम करतो, ते इथे थोडक्यात सांगितले आहे (आणि खूप सोपे करून सांगितले आहे).

मेंदू म्हणजे कांदा आहे असे समजा. ज्याला अनेक थर आहेत, जे एकमेकांवर पसरले आहेत. त्याच्या गाभ्यात एक रचना आहे ज्याला *मागचा मेंदू* असे म्हणतात, तो तुम्हाला जिवंत ठेवण्यासाठी जबाबदार आहे. जगण्यासाठी हृदयाची धडधड, झोपणे, उठणे, प्रतिक्षिप्त क्रिया, स्नायूंची हालचाल इत्यादी. आवश्यक सर्व शारीरिक क्रियांसाठी मागचा मेंदू जबाबदार असतो.

मेंदूच्या तळाशी असलेल्या लहान मेंदूला काही वेळा 'लिझार्ड ब्रेन' असेही म्हणतात, कारण त्याची मूळ न्युरोलॉजिकल रचना चारही प्रकारच्या प्राण्यांमध्ये दिसून येते, त्यात सरपटणारे प्राणी आणि उभयचर प्राणी यांचाही समावेश आहे. लहान मेंदू तुमच्या पाठीच्या मणक्यामधून आणि नसांमधून शरीराच्या प्रत्येक भागात हालचालींसाठी आवश्यक संकेत पाठवण्यासाठी जबाबदार असतो.

तुमच्या लहान मेंदूच्या वर *मधला मेंदू* असतो, जो ज्ञानेंद्रियांची माहिती, भावना, स्मृती आणि ***पॅटर्न मॅचिंग*** (पुढे चर्चा केली आहे) यावर प्रक्रिया करण्यासाठी जबाबदार असतो. आपला मधला मेंदू सतत, आपोआप पुढे काय होईल याचे भाकीत वर्तवत असतो आणि नंतर ती माहिती लहान मेंदूला पाठवत असतो जो आपल्या शरीराला ताबडतोब त्याबरहुकूम हालचाल करण्यासाठी तयार करतो. मधला मेंदू हा तो रेडिओ अनाउन्सर आहे आणि लहान मेंदू हा रेडिओ आहे.

मधल्या मेंदूच्या वर टिश्यूचा पातळ, घड्या पडलेला एक थर असतो. त्याला *मोठा मेंदू* म्हणतात. हा लहान न्यूरल भागाचा थर आकलनविषयक क्षमतांसाठी जबाबदार असतो. त्यामुळे आपण मनुष्य आहोत. जसे स्व-जागरूकता, लॉजिक, मनन करणे, ***प्रतिबंध*** आणि ***निर्णय.***

विकसित होण्याच्या बाबतीत बोलायचे झाले, तर हा मोठा मेंदू तसा नवीन आहे आणि आपल्याला अनिश्चितता हाताळता यावी यासाठी तो मदत करण्याची शक्यता असते. बहुतेक वेळा, आपला मधला मेंदू आणि मागचा मेंदू हेच सर्व व्यवस्थापन करत असतात. आपण केवळ त्यांच्या हातातले बाहुले असतो. त्यामुळे, जेव्हा आपण काही अनपेक्षित किंवा अनोळखी घटनेस सामोरे जातो, तेव्हा मधला मेंदू 'आता पुढे काय होणार' याबाबत गोंधळून जातो. त्या वेळी, मोठा मेंदू परिस्थितीचा ताबा घेतो, माहिती जमा करतो आणि पर्यायांचा विचार करतो.

काही विचार आणि विश्लेषण करून, मग मोठा मेंदू त्या वेळेस जो उत्तम पर्याय असेल, त्याप्रमाणे कृती करण्याचा निर्णय घेतो. एकदा निर्णय झाला की, मधला मेंदू आणि मोठा मेंदू पूर्ववत कामाला लागतात आणि तो निर्णय प्रत्यक्षात आणतात.

न्युरोसायंटिस्ट कदाचित या मुद्द्यामुळे मला गोळी घालतील. पण हे मेंदूचे अगदी मूलभूत मॉडेल आहे आणि उपयोगी पडण्याइतके अचूक आहे. माझे 'माइंड हॅकिंग' मित्र आणि विश्वासू सल्लागार पी. जे. एबी, मनाच्या विविध भागांचा संबंध सांगण्यासाठी उत्तम तुल्यभाव वापरतातः 'तुमचे' मन घोडा आहे आणि 'तुम्ही' स्वार आहात. तुमचा 'घोडा' हुशार आहे तो आपला आपणच पुढे जातो, आव्हाने ओळखू शकतो आणि धोकादायक किंवा भीतिदायक गोष्टी घडू देत नाही. 'तुम्ही', त्याला दिशा दाखवण्यासाठी स्वार झाला आहात आणि 'घोड्याला' विश्वास देता की, पुढे जाणे सुरक्षित आहे.

जास्तीतजास्त काम करून घेण्यासाठी तुम्ही अजून एक उत्तम गोष्ट करू शकता. ती म्हणजे तुमच्या डोक्यातील आवाजापासून स्वतःला दूर ठेवा. त्या रेडिओ अनाउन्सरच्या तुमच्याकडे लक्ष देण्याचा काळ, एखाद्या दोन वर्षांच्या लहान मुलाने ट्रिपल एक्स्प्रेसो प्यायल्यावर जितका असेल, तितकाच असतो. त्याचे काम इतकेच आहे की, त्याने तुमच्या भोवतीच्या वातावरणातील अशा गोष्टी ठळक करायच्या, ज्याकडे लक्ष देण्यात कदाचित तुम्हाला रस असेल. अशा गोष्टी ज्या कदाचित तुमच्या ***मानवी इच्छांचा गाभा*** तृप्त करू शकतील किंवा काही धोका आणू शकतील. याचा अर्थ असा नव्हे की तो आवाज नेहमी खरा असतो, किंवा तुम्ही नेहमी त्याचे म्हणणे दैवेच्छा म्हणून मान्य केले पाहिजे.

ध्यानधारणा ही एक साधी-सोपी सवय आहे, जी तुम्हाला 'तुमच्या' डोक्यातील आवाजापासून वेगळे होण्यास मदत करू शकते. ध्यानाबाबत गूढ किंवा जादू काही नाही. तुम्ही केवळ श्वास घेता आणि तुम्ही स्वतः त्यापासून अलग न होता तुमच्या 'मनाच्या माकडचेष्टा' पाहता. थोड्या वेळाने, तो आवाज शांत होतो, स्वतः जे काम निवडता, त्याकडे लक्ष केंद्रित करण्याची तुमची क्षमता सुधारते.

दररोज केलेल्या ध्यानाचे काही शांत क्षण घाबरलेले असण्याच्या आणि तुमच्या नशिबाच्या ताब्यात असण्याच्या भावनेत फरक आणू शकतात. जर तुम्हाला ध्यानधारणा

शिकण्यात रस असेल, तर भन्ते हेनेपोला गुणरत्न यांचे *माइंडफुलनेस इन प्लेन इंग्लिश* आणि जॉन कबट-जिन यांचे *व्हेअरएव्हर यू गो, देअर यू आर* ही पुस्तके वाचा असे सुचवेन.

ही संकल्पना शेअर करा : http://book.personalmba.com/onion-brain/

आकलनाचे नियंत्रण

(Perceptual Control)

> एखाद्या जीवाची वर्तणूक म्हणजे नियंत्रण प्रणालीचा परिणाम असतो आणि ते इच्छित संदर्भानुसार ताबा ठेवणाऱ्या समजुतीनुसार केले जाते. वर्तणूक म्हणजे आकलनावरील नियंत्रण असते.
>
> – विल्यम टी. पॉवर्स, कंट्रोल सिस्टीम थिअरिस्ट आणि *मेकिंग सेन्स ऑफ बिहेव्हिअर : द मीनिंग ऑफ कंट्रोल*चे लेखक

बी. एफ. स्कीनर हे उद्योगजगताचे आणि बिझनेस स्कूल्सचे अनभिषिक्त सम्राट आहेत. स्कीनर मानसशास्त्राच्या व्यवहारवादी चळवळीमागील हुशार प्रेरणा होते. शारीरिक प्रणाली नेहमी विशिष्ट प्रेरणांना विशिष्ट प्रकारे प्रतिसाद देतात, अशी संकल्पना आहे. प्रेरणेवर ताबा ठेवल्याने तुम्हाला वर्तणूक नियंत्रित ठेवता येते. आपल्या मनाला बक्षीस मिळणे आणि त्रास होणे/शिक्षा मिळणे या दोन्हींची सवय असायला हवी. तसे झाल्यास, ते नक्की कसे वागायचे हे शिकेल.

काही दशकांमध्ये, मानसशास्त्रामध्ये व्यवहारवाद उरला नाही. संशोधनांतून असे सिद्ध झाले आहे की, माणूस गाजराचे *आमिष* दाखवले तरच प्रेरित होतो असे नाही. त्याच्या वागणुकीत इतर अनेक गोष्टी दडलेल्या आहेत, ज्यातून तो प्रेरणा घेतो. दुर्दैवाने, त्या अद्याप उद्योगात वापरात आणल्या गेलेल्या नाहीत. उद्योगविश्वामध्ये आणि बिझनेस स्कूल्सच्या वर्गांमध्ये अजूनही शोध सुरू आहे की, कोणती जादुई प्रेरणा दिली की माणूस कंपन्यांना जसा हवा तसा वागेल.

प्रत्यक्षात, मानवी वागणूक ही खूपशी एखाद्या थर्मोस्टॅटप्रमाणे असते. थर्मोस्टॅट ही एकदम साधी प्रणाली आहे. त्यात एक सेन्सर, एक सेट पॉइन्ट आणि एक स्विच असतो. सेन्सर आजूबाजूच्या वातावरणाचे तापमान मोजतो. जेव्हा ते तापमान ठरावीक रेंजमध्ये असते, थर्मोस्टॅट काहीही करत नाही. जेव्हा ते सेट पॉइन्टच्या खाली जाते, तो स्विच हीटर सुरू करतो. एकदा का पुन्हा तापमान सेट पॉइन्टच्या वर गेले, की स्विच हीटर बंद करतो.

या संबंधाला ***आकलनाचे नियंत्रण*** असे म्हणतात. थर्मोस्टॅट खोलीचे आकलन झालेले तापमान आणि सेट पॉइन्टची तुलना करून, खोलीचे तापमान नियंत्रित ठेवतो. त्यानंतर, 'जर आकलन झालेले तापमान नियंत्रणाबाहेर असेल तर आणि तरच कृती करतो.' एकदा का कृतीमुळे तापमान नियंत्रणात आले, की पुन्हा एकदा सेट पॉइन्टचे उल्लंघन होईपर्यंत कृती थांबवतो.

सर्व सजीवांमध्ये अतिशय गुंतागुंतीच्या आकलनाच्या नियंत्रण-प्रणाली असतात. आपण आपले जगाबद्दलचे आकलन स्वीकाराई मर्यादांमध्ये राहावे अशा प्रकारे वागतो. थंडी आपल्याला कोट घालायला *भाग पाडते* म्हणून आपण कोट घालत नाही. *आपल्याला थंडी वाजते* म्हणून आणि आपल्याला *थंडी वाजायला नको आहे* म्हणून आपण कोट घालतो. जर तुमच्या डोळ्यांवर प्रखर उजेड येत असेल, तर तुम्ही सावली शोधता, खिडकीचे पडदे लावता किंवा गॉगल घालता. आपली क्रिया आपल्या आकलनाला नियंत्रित करते आणि आपण अखेरीस जी कृती करतो, ती आपल्याला त्या क्षणी जे जाणवते, त्या ***वातावरणावर*** (नंतर चर्चिले आहे) अवलंबून असते.

माणसाच्या वागण्यातून कशा अनेक नियंत्रणप्रणाली दिसून येतात, हे सांगताना विलियम टी. पॉवर्स त्यांच्या *मेकिंग सेन्स ऑफ बिहेव्हिअर : द मीनिंग ऑफ कंट्रोल* या पुस्तकात पुढील उदाहरण देतात – भर समुद्रात एक जहाज प्रचंड वादळामध्ये अडकले आहे अशी कल्पना करा. लाटांच्या माऱ्याने ते जहाज ढवळून निघत आहे.

जहाजाच्या डेकवरील दगड ही नियंत्रणप्रणाली नाही आहे. त्या दगडाला *काही नको* आहे, त्यामुळे त्याला कशाचेही नियंत्रण करायचे नाही आहे. त्याला जसे भौतिक शक्ती जिथे नेतील, तसा तो लोळण घेत आहे. जहाजाच्या डेकवरील माणसाला मात्र ताठ उभे राहायची *इच्छा* आहे. त्यामुळेच तो उभे राहण्यासाठी अनेक विविध कृती करेल. भार बदलत राहील, इकडेतिकडे जाईल, कठड्याला धरून उभा राहील, इत्यादी. जर तो अडखळून पडला, तर परत उभे राहण्यासाठी तो काहीतरी कृती करेल.

आकलन नियंत्रणात आणण्यासाठी काय कृती शक्य आहेत, ते वातावरण ठरवते. नियंत्रण म्हणजे ठरवणे नव्हे. तर प्रत्यक्ष घडणाऱ्या वातावरणाशी जुळवून घेणे होय. वादळात सापडलेल्या माणसामध्ये आपल्या पायावर ताठ उभे राहण्यासाठी काय कृती आवश्यक आहेत, हे ठरवण्याची क्षमता नाही. जसे वातावरण बदलते, तशा त्याक्षणी उपलब्ध असणाऱ्या साधनांवर आणि पर्यायांवर अवलंबून त्याच्या प्रतिक्रिया बदलतात.

आकलनाचे नियंत्रण आपल्याला सांगते की, एकसारख्या प्रेरणादेखील वेगवेगळे प्रतिसाद किंवा प्रतिक्रिया का निर्माण करतात. एखाद्या समान प्रेरणेला सर्व कर्मचारी एकसारखी प्रतिक्रिया का देत नाहीत किंवा त्यांच्या प्रेरणांचे संपूर्ण चित्रच का आपल्यासमोर उभे राहत नाही हे समजावून घेण्यासाठी उत्तम उदाहरण म्हणजे अधिक वेळ काम करण्यासाठी दिले जाणारे अधिक पैसे, ज्यालाच आपण 'पेड ओव्हरटाइम' असे म्हणतो. जो कर्मचारी तासाच्या हिशोबाने काम करतो, त्याने जर अधिक तास काम करायला हवे असेल, तर त्याला अधिक ओव्हरटाइम दिला पाहिजे नाही का?

तसे आवश्यक नाही. जे कर्मचारी उत्पन्नाने नियंत्रित होतात (म्हणजे त्यांचे उत्पन्न कमी आहे आणि त्यांना जास्त उत्पन्न हवे आहे), असे कर्मचारी कदाचित अधिक ओव्हरटाइम मिळावा यासाठी काम करतील. पण ज्यांना पुरेसे उत्पन्न मिळत आहे किंवा जे कामापेक्षा दुसऱ्या एखाद्या गोष्टीला प्राधान्य देत असतील, तर त्यांच्यासारख्यांचे काय? त्यांच्यापैकी काही कर्मचारी तेवढ्याच ठरावीक काळासाठी काम करतील, तर काही जण कमी काम करतील. ते काही ठरावीक उत्पन्नासाठी नियंत्रण करत आहेत, ते नंतर त्यांचा वेळ त्यांना

महत्त्वाच्या वाटणाऱ्या इतर गोष्टीसाठी खर्च करतात. जसे की, त्यांच्या कुटुंबासोबत वेळ व्यतीत करतील किंवा एखादा साईड प्रोजेक्ट करतील. ओव्हरटाइमचा दर वाढवणे त्यांना त्यांच्या नियंत्रण बिंदूपर्यंत लवकर पोहोचवेल, त्यामुळे ते कामावर *कमी वेळ* व्यतीत करतील.

ओव्हरटाइमची प्रेरणा तीन वेगवेगळे परिणाम निर्माण करते, त्यांपैकी दोन तर पूर्णपणे विरुद्ध आहेत – अधिक काम करणे आणि कमी काम करणे यालाच व्यवहारवाद म्हणतात.

माणसे जे करतात, ते का करतात हे समजून घेण्यासाठी आकलनाचे नियंत्रण उपयोगी ठरते. एकदा का तुम्हाला समजले की, लोक त्यांचे *आकलन* कसे नियंत्रणात ठेवतात, मग त्यांच्या वागण्यावर प्रभाव पाडण्यासाठी तुम्ही सुसज्ज असाल.

हो संकल्पना शेअर करा : http://book.personalmba.com/perceptual-control/

संदर्भ पातळी

(Reference Level)

आपल्याला जे अनुभवायचे आहे आणि जो अनुभव येत आहे, त्यात जर तफावत असेल, तर आणि तरच कृती होते.

– फिलिप जे. रंकेल, मानसशास्त्र आणि शिक्षणशास्त्राचे प्राध्यापक, युनिव्हर्सिटी ऑफ ऑरेगॉन

प्रत्येक ***दृष्टिकोन नियंत्रण*** प्रणालीच्या मुळाशी एक ***संदर्भ पातळी*** असते. अनेक समज प्रणाली 'नियंत्रणात' आहे, असे दर्शवतात. जेव्हा समज हे प्रणालीच्या संदर्भ पातळीमध्ये असतात, तेव्हा काही घडत नाही. जेव्हा आकलन संदर्भ पातळी तोडून कमी किंवा जास्त होते, तेव्हा प्रणाली त्याला पुन्हा नियंत्रणात आणण्यासाठी कृती करते.

संदर्भ पातळ्या तीन प्रकारच्या असतात – सेट पॉईंट(निश्चित बिंदू), रेंजेस(पल्ला), आणि एरर्स(चुका) *सेट पॉईंट* म्हणजे कमीतकमी किंवा जास्तीतजास्त मूल्य. थर्मोस्टॅट हे सेट पॉईंटचे उदाहरण आहे. जेव्हा-जेव्हा तापमान एका विशिष्ट मूल्याच्या खाली जाते, तेव्हा हीटर सुरू होतो. आपल्या शरीरातील मेलॅटोनिनची निर्मिती हे अजून एक सेट पॉईंट आहे. एकदा ते विशिष्ट पातळीला पोहोचले की, आपल्याला झोप येऊ लागते.

उद्योगाचे आर्थिक नियंत्रकांचे सेट पॉईंटप्रमाणे व्यवस्थापन केले जातेः जोपर्यंत तुमचे उत्पन्न हे विशिष्ट सेट पॉईंटच्या वर आहे आणि तुमचे खर्च त्याच्यापेक्षा कमी आहेत, तुमची स्थिती ठीक आहे. जर तुम्ही अचानक नेहमीपेक्षा तीनपट जास्त खर्च केलात, किंवा तुमचे उत्पन्न ***पर्याप्तता*** बिंदूपेक्षा कमी आले, तर ते कृतीला प्रेरित करते. तुम्हाला तुम्ही प्रमाणाबाहेर खर्च का केलात आणि आता खर्च आटोक्यात कसे आणायचे, हे शोधावेसे वाटते.

रेंज म्हणजे विशिष्ट ठरवलेला बिंदू आणि रेंज म्हणजे स्वीकारार्ह मूल्यांची मालिका, यांच्यात काय फरक असतो, तर त्या दोहोंमध्ये आकलन नियंत्रित करण्यासाठी कमीतकमी

आणि जास्तीतजास्त मूल्य अस्तित्वात असते. सेट पॉइंट नुसार आकलन नियंत्रित करण्यासाठी ते त्या बिंदूच्या वर किंवा खाली असावे लागते. तर, रेंजबाबत आकलन नियंत्रित करण्यासाठी ते अशा प्रकारच्या दोन सेट पॉइंटच्या मध्ये असावे लागते. रेंजबाबत, आकलन नियंत्रणाखाली असण्यासाठी *दोन* सेट पॉईंटच्या मध्ये असावे लागते.

उदाहरणार्थ, आपल्या शरीरात रक्तातील ग्लुकोजची पातळी नियंत्रणाखाली ठेवण्यासाठी एक प्रणाली कार्यरत असते, जिचा वापर ऊर्जा निर्माण करण्यासाठी केला जातो. शरिरात ग्लुकोजचे प्रमाण अति जास्त किंवा अति कमी होणे जीवाला धोकादायक ठरू शकते. म्हणून, आपले शरीर ती पातळी विशिष्ट स्वीकारार्ह रेंजमध्ये ठेवण्यासाठी इन्सुलिन सोडत असते, ज्यामुळे शरीरातील पेशींमधील जास्तीचे ग्लुकोज बाहेर फेकले जाते. जोपर्यंत तुमचे ब्लडमधील ग्लुकोज आटोक्यात आहे, तोपर्यंत काही घडत नाही. जेव्हा त्या संदर्भ रेंजचे उल्लंघन होते, आपले शरीर परिस्थिती नियंत्रणाखाली आणण्यासाठी प्रयत्न करू लागते.

एरर म्हणजे जिथे सेट पॉईंटची व्याख्या शून्य असते. कोणतेही आकलन ज्याचे मूल्य शून्य नाही, ते नियंत्रणाबाहेर आहे. तुमच्या त्वचेतील पेन रिसेप्टर म्हणजे वेदना जाणवणाऱ्या संवेदी चेतातंतूंच्या टोकांची कल्पना करा. बहुतांश काळ ते काहीही करत नाहीत. म्हणजे सर्व काही नियंत्रणाखाली आहे. जेव्हा तुम्हाला कापते किंवा भाजते, तेव्हा ते रीसेप्टर्स संकेत देतात की, काहीतरी बिघडले आहे आणि तुम्ही त्यावर उपाय करता. उद्योगातील उदाहरण म्हणजे ग्राहक सेवा तक्रारी. जर तुमच्याकडे काहीही तक्रार आली नाही, म्हणजे सर्व काही नियंत्रणाखाली आहे. जर, तुमचा इनबॉक्स तक्रारींनी भरू लागला असेल, तर तुम्हाला काहीतरी करणे आवश्यक आहे.

तुम्हाला जर एखाद्या वागणुकीत बदल करायचा असेल, तर तुम्ही त्या प्रणालीची संदर्भ पातळी बदलली पाहिजे किंवा ज्या ***वातावरणात*** ती प्रणाली काम करते, ते बदलले पाहिजे. थर्मोस्टॅट आठवा. जर तुम्हाला हीटर बंद करायचा असेल, तर तुम्ही सेट पॉइंट कमी तापमानावर ठेवू शकता. तुम्ही खूप मोठी मार्केटिंग कॅम्पेन लाँच करत आहात आणि त्यामुळे तुमचा खर्च गेल्या महिन्यापेक्षा तीन पट जास्त असणार आहे याची जर तुम्हाला कल्पना असेल, तर तुमची आर्थिक परिस्थिती नियंत्रणाबाहेर नाही. जर तुम्ही टॅटू काढून घेत असाल, तर तो काढत असताना तुमच्या शरीरातील वेदना समजणाऱ्या संवेदना आग ओकत असतील. तेव्हाच तुम्हाला आपल्याला दुखत आहे हे कळेल.

समजा, आपोआप बदलले नाहीत; पण ते *आधीच नियंत्रणाखाली आहेत*, म्हणून तुम्ही आता काही कृती करणार नाही. संदर्भ पातळीची रेंज बदलली की प्रणालीची वागणूक बदलते.

जाणीवपूर्वकपणे संदर्भ पातळीची परिभाषा, पुनर्परिभाषा करणे तुम्हाला तुमच्या वागण्यात बदल करण्यास मदत करते. जर तुम्हाला तुमचे खर्च नियंत्रणाबाहेर जाण्याची काळजी वाटते, तर तुम्ही एक बजेट तयार करू शकता, जे तुम्हाला ***पुरेसे*** असण्यासाठी, महिन्याच्या किती टार्गेट उत्पन्नाची गरज आहे याबद्दल माहिती देऊ शकेल. जर तुम्हाला तुमचे वजन खूप जास्त किंवा कमी आहे अशी काळजी वाटत असेल, तर जवळच्या डॉक्टरकडे

जाण्याने तुम्हाला वैद्यकीय माहितीसोबत स्वतःची अपेक्षा आणि स्वतःचे आकलन मोजता येईल. जर तुम्ही सतत बारा तास काम करत असाल आणि तुम्ही आता ठरवता की, आठ तास हे स्वीकारार्ह आहे. तुमच्या काम करण्याच्या सवयी बदलतील.

तुम्ही संदर्भ पातळीमध्ये बदल करा, तुमचे वागणे आपोआप बदलेल.

ही संकल्पना शेअर करा : http://book.personalmba.com/reference-level/

ऊर्जेचे जतन

(Conservation of Energy)

मानवी कृतीचे मूलभूत तत्त्व आहे की, माणसे त्यांच्या इच्छा पूर्ण करण्यासाठी कमीतकमी मेहनत घेतात.

– हेन्री जॉर्ज, द *सायन्स ऑफ पॉलिटिकल इकॉनॉमी*
या पुस्तकाचे लेखक, १८९८

हे मानवी स्वभावाचे वैश्विक सत्य आहे. माणसे साधारणपणे आळशी असतात. महत्त्वाची गोष्ट ही आहे की, आळशी असणे हे विशिष्ट लक्षण आहे, दोष नव्हे.

कल्पना करा की, आपल्या पूर्वजांपैकी कोणी जोवर थकून पडत नाहीत, तोवर दिवसभर कारणाशिवाय पळत असतील आणि जर कोणी श्वापद किंवा शत्रू समोर आला व त्यांच्याजवळ त्या धोक्याला प्रतिसाद देण्यासाठी ऊर्जा शिल्लक नसेल, तर अत्यंत बिकट परिस्थिती उद्‌भवेल. परिणामी, आपण हळूहळू ऊर्जा खर्च करणे टाळण्याचा शोध लावला, ज्याला ***ऊर्जेचे जतन*** असे म्हणतात.

गेल्या काही दशकांत, शास्त्रज्ञांनी शरीर वेदनेला कसे प्रतिसाद देते हे जाणून घेण्यासाठी मॅरेथॉन आणि अल्ट्रा मॅरेथॉनला पळणाऱ्या खेळाडूंचा (जे सतत ५० किंवा १०० मैल एका वेळेस पळतात) अभ्यास केला. त्यांना काय निदर्शनास आले ते पाहू. जेव्हा तुम्ही खूप दमलेले असता व आता तुम्ही पडाल असे वाटते; पण शारीरिकदृष्ट्या, *तुम्ही मृत्यूच्या जवळपास कुठेही नसता.* तुमचा मेंदू जे संकेत पाठवत आहे ती चेतावणी आहे. जी तुम्हाला सांगत आहे की, जर नंतर गरज पडली, तर त्यासाठी काही ऊर्जा शिल्लक ठेवा.

संदर्भ पातळी जोवर ओलांडली जात नाही, तोवर लोक साधारणपणे ऊर्जेचे संवर्धन करतात. स्वच्छतेच्या वेगवेगळ्या पातळ्या असणाऱ्या दोन रूममेट्सची कल्पना करा. एकाला सिंकमधील खरकट्या प्लेट्स आवडत नाहीत. त्याच्या मनात, तिथे ताटल्या असणे हेच 'नियंत्रणाबाहेर असणे' होय. जे त्याला कृती करण्यासाठी सांगते. दुसऱ्या रूममेटला, जोपर्यंत सिंक भरून वाहत नाही, तोपर्यंत परिस्थिती नियंत्रणाबाहेर आहे असे वाटत नाही. जेव्हा सिंक भरेल, तेव्हा तो ताटल्या धुण्यासाठी काही ऊर्जा खर्च करेल. वेगवेगळ्या संदर्भ पातळी, वेगवेगळ्या कृती दर्शवितात.

जर तुम्हाला तुमचे वजन, आरोग्य आणि शरीर हे चांगले आहे असे वाटत असेल, तर तुम्ही बहुधा तुमचा आहार बदलणार नाही किंवा व्यायाम करणे सुरू करणार नाही. जर तुम्ही तुमच्या सामाजिक वर्तुळात समाधानी असाल आणि तुमच्यात आत्मविश्वास असेल, तर तुमचे सोशल स्किल्स सुधारण्यासाठी किंवा तुमच्या ओळखीपाळखी वाढवण्यासाठी विशेष काही करणार नाही. जर तुम्ही असा विचार करत असाल की, तुम्ही पुरेसा पैसा मिळवत आहात, तर अधिक मिळवण्यासाठी तुम्ही जास्त काही करणार नाही.

ऊर्जेचे जतन आपल्याला सांगते की, काही लोक एकाच नोकरीत त्यांचे पद विशेष नाही हे कळूनही वर्षांनुवर्षे का राहतात? जर काम ठीक असेल, येणाऱ्या पगारातून घर चालत असेल आणि नोकरीमध्ये ताण किंवा नैराश्य इतकेही नसेल की अपेक्षा भंग होतील, तर लोक त्यांना बढती मिळावी यासाठी विशेष असे काही करत नाहीत, दुसरी नोकरी शोधत नाहीत किंवा नवीन उद्योग सुरू करत नाहीत. जर कोणत्याही प्रकारे त्यांच्या संदर्भ पातळीचा भंग झाला, तरच लोक त्यांचे प्रयत्न वाढवतात. जर त्यांच्या अपेक्षा भंग नाही झाल्या, तर ते काही कृती करत नाहीत.

माहिती मिळवण्याचे जे स्रोत आहेत, ते तुमच्या संदर्भ पातळी बदलतात, आणि तुम्हाला कृती करायला सांगतात. ते फार महत्त्वाचे आहेत. मला कोर्स तयार करण्यासाठी आणि सल्ला देण्यासाठी ज्या गोष्टीने प्रेरित केले, ती म्हणजे काही उद्योगाविषयी लिहिणारे आणि प्रशिक्षक दिवसभर शिकवत होते आणि इतरांना मदत करण्यासाठी प्रयत्न करत होते. त्यांना त्यांच्या अनुभवासाठी चांगले पैसे ही मिळत होते. त्या वेळी माझ्या कामाबद्दलच्या संदर्भ पातळीचा भंग होण्यासारख्या गोष्टी होत होत्या. जर तुमच्या आवडीच्या गोष्टी करण्यासाठी पैसे मिळत असतील, तर जी नोकरी फक्त 'ठीक आहे' त्यासाठी मी माझा संपूर्ण दिवस का कष्टात घालवू? जस जसे मला कळत गेले की, असे वागणे लोकांना कसे शक्य झाले, तसे तसे हे प्रत्यक्षात उतरवण्यासाठी मी प्रयत्न करू लागलो.

१९५४मध्ये रॉगर बँनिस्टर यांच्या रेकॉर्ड ब्रेकिंग कामगिरी आधी, चार मिनिटापेक्षा कमी वेळात एक मैल पळणे हे मनुष्य शरीराच्या कुवतीबाहेरचे मानले जात असे. बॅनिस्टर यांनी ते सिद्ध केल्यानंतर, हा मानसिक अडसर मोडला गेला. १९५७च्या अखेरीस, १६ धावपटूंनी तो पराक्रम केला होता. ज्यामुळे संदर्भ पातळीमध्ये बदल झाला, ती एकच गोष्ट होती. या खेळाडूंना माहीत होते हे शक्य आहे आणि म्हणूनच त्यांनी केले.

काय करणे शक्य आहे याबद्दलच्या अपेक्षा भंग करत असतील, तर चांगली पुस्तके, मासिके, ब्लॉग्ज, डॉक्युमेंटरीज आणि अगदी स्पर्धकसुद्धा मौल्यवान असतात. जेव्हा तुम्हाला कळते की, तुम्हाला अगोदर जे अशक्य वाटत होते किंवा अवास्तव वाटत होते, ते इतर लोक प्रत्यक्षात करत आहेत, तेव्हा तुमच्या संदर्भ पातळीमध्ये उपयुक्तरीत्या बदल होतात. तुम्हाला फक्त हे माहीत हवे, की जे तुम्हाला हवे आहे ते शक्य आहे आणि तुम्ही ते मिळवण्यासाठी मार्ग शोधाल.

ही संकल्पना शेअर करा : http://book.personalmba.com/conservaton-of-energy/

मार्गदर्शक रचना

(Guiding Structure)

तुमचे वातावरण तुमच्या उद्दिष्टांना आणि योजनांना लक्षणीयरीत्या प्रभावित करेल.

– स्टीव्ह पावलीना, *पर्सनल डेव्हलपमेंट फॉर स्मार्ट पीपल* या पुस्तकाचे लेखक आणि स्टीव्हपावलीना डॉट कॉमचे ब्लॉगर

तीन वर्षे, मी आणि केल्सीने वेगन डाएटचा प्रयोग केला. ज्यानुसार कोणतेही प्राणिजन्य उत्पादन खायचे नाही, मास, अंडी, चीज, दूध वर्ज्य करायचे असे आम्ही ठरविले.

आमच्या मित्रमंडळींच्या आणि परिवारातील लोकांच्या दोन प्रतिक्रिया होत्या. 'तुम्ही वेडे आहात का?', 'ते खूप अवघड असेल, मी कधी करू शकलो नसतो.' जीवनशैलीमध्ये हा खूपच मोठा बदल होता आणि लोकांना आमच्या इच्छाशक्तीचे कौतुक वाटले.

मला एक गोष्ट कबूल करायची आहे. ती पुढीलप्रमाणे आहे. स्टीक बनवण्याच्या किंवा पेपरोनी पिझ्झा ऑर्डर करण्याच्या इच्छेवर मात करण्यासाठी आमच्या इच्छाशक्तीवर विसंबण्यापेक्षा, आम्ही आमच्या पर्यायांना मदत होईल अशा प्रकारे आमच्या आजूबाजूच्या ***वातावरणात*** बदल केला. हे अजिबात अवघड नव्हतं. त्यासाठी अगदी थोड्या परिश्रमांची आणि इच्छाशक्तीची गरज पडली.

जे पदार्थ आम्हाला खायचे नाहीत, ते सर्व पदार्थ आम्ही फेकून दिले आणि त्याऐवजी आरोग्यपूर्ण पर्याय जे चवीलाही चांगले लागतात, ते पदार्थ आणले.आम्ही आमच्या खरेदीत बदल केले. सुपर मार्केटला जाण्याऐवजी आम्ही एका छोट्या नैसर्गिक फूड स्टोअरमध्ये जाऊ लागलो. आम्ही स्टीक हाउसला जाणे बंद केले आणि अशा रेस्टॉरंट्समध्ये जाऊ लागलो, जी शाकाहारी म्हणजे वेगन फूडसाठी ओळखली जातात.

परिणामी, आम्हाला आमच्या पर्यायांनुसार वागण्यासाठी खूप जास्त इच्छाशक्तीची गरज पडली नाही. मला जेव्हा भूक लागली, तेव्हा मी सफरचंद खाल्ले किंवा गाजर आणि हम्मस खाल्ले कारण फ्रीजमध्ये तेच होते. पिझ्झा ऑर्डर करणे किंवा स्टीक विकत आणणे आणि शिजवणे यासाठी जास्त कष्ट पडले असते म्हणून मी ते केले नाही. आम्ही आमच्या वातावरणाची रचना बदलल्यामुळे, आम्हाला आमचे डाएट पाळणे खूपच सोपे गेले.

मार्गदर्शक रचना म्हणजे तुमच्या वातावरणाची रचना. ती रचना तुम्ही कसे वागाल हे मोठ्या प्रमाणावर ठरवत असते. जर तुम्हाला आपल्या वागण्यात यशस्वीरीत्या बदल करायचे असतील, तर *प्रत्यक्ष वागणे बदलण्याचा प्रयत्न करू नका.* वागणुकीला प्रभावित किंवा पोषक असे वातावरण तयार करा आणि मग बघा तुमचे वागणे आपोआप बदलेल. जर तुम्हाला आइसक्रीम खायचे नाही, तर प्रथमतः ते विकतच घेऊ नका.

होमरच्या *ओडिसीमध्ये* ओडिसियस आणि त्याचा नोकरवर्ग सिरेनच्या पक्षीवाल्या स्त्री ची भूमी ओलांडून समुद्रातून पुढे जाण्याची तयारी करतात. ओडिसीयसला माहीत

असते की, ती पक्षीवाली स्त्री इतके सुंदर गाणे गाईल की तिच्या गाण्याने भारावून गेलेले सर्व खलाशी पुढे जाण्याचे विसरतील आणि जहाजातून उड्या मारून बाहेर पडतील. खलाशांचा मोह आवरण्यासाठी इच्छाशक्तीवर अवलंबून राहण्यापेक्षा, ओडिसियसने त्याच्या वातावरणाची रचना बदलली. त्याने त्याच्या नोकरांचे कान मेण घालून बंद केले आणि स्वतः जहाज हाकायचे ठरवले. अशा रीतीने मोह आवरला गेला आणि जहाज तिथून पुढे जाऊ शकले.

तुमच्या वातावरणाच्या रचनेत बदल करा, आणि तुमचे वागणे आपोआप बदलेल. त्यामध्ये थोडेसे ***घर्षण*** (नंतर चर्चिले आहे) येऊ द्या किंवा काही विशिष्ट पर्याय काढून टाका आणि पाहा की, तुम्ही जे सध्या करण्यासाठी प्रयत्न करत आहात, ते तुम्हाला खूप सोपे वाटू लागेल.

मार्गदर्शक रचनेचे उत्तम उदाहरण म्हणजे 'स्टराईल कॉकपीट रूल', जो फेडरल एव्हिएशन ॲडमिनिस्ट्रेशन (एफएए)ने १९८१मध्ये लागू केला. बहुतेक विमानकंपन्यांचे दहा हजार फुटाखाली, म्हणजे जिथे लक्ष विचलित होणे अतिशय धोकादायक आहे, तिथे खूप अपघात होत असत. पण दहा हजार फुटांच्या वर, पायलट त्यांना जे बोलावेसे वाटेल ते बोलू शकत; पण दहा हजार फुटांखाली फक्त विमान चालवण्यासंबंधीची चर्चा करण्याची परवानगी होती. स्टराईल कॉकपिट रूलने धोके काढून टाकले गेले त्यामुळे आता चुका आणि अपघात कमी होतात.

तुमच्या वातावरणाच्या रचनेत बदल करा, आणि त्याला प्रतिसाद म्हणून तुमचे वागणे आश्चर्यकारकरीत्या बदलेल.

ही संकल्पना शेअर करा : http://book.personalmba.com/guiding-structure/

पुनर्संघटन

(Reorganization)

सर्वच भटके वाट चुकलेले नसतात.

– जे. आर. आर. टॉल्किन, *द लॉर्ड ऑफ द रिंग* या कादंबरीचे लेखक

जेव्हा एखादी समजूत प्रणालीच्या ***संदर्भ पातळीचा*** भंग करते, ती समजूत पुन्हा नियंत्रणाखाली आणण्यासाठी कृती केली जाते. कधीकधी त्या प्रतिसादाची किंवा उत्तराची व्यवस्थित परिभाषा केलेली असते. आपण आधी चर्चा केल्याप्रमाणे, तुमच्या शरीराला रक्तातील ग्लुकोज वाढवण्यासाठी नक्की काय केले पाहिजे हे माहीत असते. तरीही, अनेकदा, तुम्हाला नक्की काय बिनसले आहे, हे कळत नाही किंवा ते कसे दुरुस्त करायचे ते कळत नाही.

एखाद्या 'जॉब सॅटिस्फॅक्शन'सारख्या अप्रत्यक्ष समजुतीची कल्पना करा. 'मी कामावर किती आनंदी असू शकतो' याबाबत तुमच्या मनामध्ये एक सेट पॉइंट असू शकतो आणि

तुमची जॉब सॅटिस्फॅक्शनबद्दलची समजूत ही तुमच्या कामाच्या ठिकाणच्या प्रत्यक्ष अनुभवांची सरासरी असते. सुखकारक अनुभव ही सरासरी उंचावतात आणि दुःखकारक अनुभव ती सरासरी खाली नेतात.

तुमच्या अपेक्षेपेक्षा जर 'जॉब सॅटिस्फॅक्शनची' पातळी खाली असेल, तर तुमचा मेंदू काहीतरी कृती करेल. तुमच्या मनात विचार येईल की, ' मी असायला हवा तितका आनंदी नाही आहे. म्हणून *काहीतरी* बदलले पाहिजे.'

खरी समस्या ही आहे की, काहीतरी बदलले पाहिजे; पण नक्की काय हेच तुम्हाला माहीत नाही. तुमचे काम बदलले, तर तुम्हाला अधिक आनंद होईल का, वरिष्ठांसोबत कमी काम केले, कंपनी सोडली किंवा तुमचे तुम्हीच काही काम सुरू केले तर? कोणाला माहीत? तिथेच ***पुनर्संघटन*** अस्तित्वात येते.

पुनर्संघटन ही एक सहजगत्या घडणारी कृती आहे, जेव्हा संदर्भ पातळीचा भंग होतो; म्हणजेच आवश्यक परिणाम त्या पातळीच्या वर/खाली जातो. पण तुम्हाला ते आकलन पुन्हा नियंत्रणात आणण्यासाठी काय करायचे हे माहीत नसते, तेव्हा पुनर्संघटन घडते. उदाहरणार्थ, लोकांना जेव्हा 'आयुष्याच्या मध्यावर अडचणींचा' सामना करावा लागतो (ज्याला मिडलाइफ क्रायसिस असेही म्हणतात), तेव्हा काहीशी अशीच परिस्थिती असते. तुम्हाला जो त्रास होतो आहे, तो दूर करण्यासाठी नक्की काय करायचे हे तुम्हाला माहीत नसते, म्हणून तुम्ही तुमच्यासाठी असाधारण असलेल्या गोष्टी करू लागता. जसे की, तुमची नोकरी सोडून युरोपवारी करणे किंवा एखादा टॅटू काढणे किंवा मोटारसायकल खरेदी करणे.

पुनर्संघटनादरम्यान तुम्ही हरले आहात, निराश आहात किंवा वेडे आहात अशी भावना येऊ शकते. असे वाटणे अगदी साधारण आहे. परिस्थिती सुधारण्याच्या प्रयत्नात, मेंदू तुमच्या डोक्यातील सर्व असंबद्ध गोष्टींवर फुली मारू लागतो. कधीकधी मी खरोखर खूप तणावाखाली असतो, तेव्हा मी असा विचार करतो की, डोअरकीपर असणे हे वाटते तितके अवघड काम नाही. त्या कामात तुम्हाला विशेष विचार करण्याची गरज नसते आणि तरीही तुम्हाला पगार मिळतो. त्याचा अर्थ असा नव्हे की, ही चांगली कल्पना आहे. माझा मेंदू विशिष्ट प्रणाली नियंत्रणात येण्यासाठी केवळ सहजगत्या येणाऱ्या कल्पनांवर विचार करत असतो.

पुनर्संघटन हे शिकण्याचा मानसिक पाया आहे. आपण ***पॅटर्न मॅचिंगमध्ये*** चर्चा करू की, आपले मन हे शिकण्याचे यंत्र आहे. ते विशिष्ट कारणांशी विशिष्ट परिणाम जोडते. जर तुमच्या मनाने विशिष्ट परिस्थितीमध्ये काय करायचे हे शिकले नसेल, तर त्यावर मार्ग काढायचा उत्तम उपाय म्हणजे 'माहिती गोळा करण्यासाठी नवनवीन गोष्टी करा'. पुनर्संघटन त्यासाठीच आहे. आवश्यक गोष्टी शोधून त्या करणे, काय उपयोगी पडते हे पाहण्यासाठी, नवीन गोष्टी करून पाहणे अशी इच्छा म्हणजेच पुनर्संघटन होय.

पुनर्संघटनाबद्दल समजून घेताना सर्वांत महत्त्वाची गोष्ट म्हणजे त्याला विरोध करू नये. जरी काही वेळा स्वतःची समजून घालण्याचा मोह झाला, तरी ठीक आहे. पण अन्य काही नवीन करून पाहण्यासाठी विरोध करणे किंवा ती इच्छा दडपून टाकणे, यामुळे तुमच्या शिकण्याचा वेग मंदावतो.

'रितेपण असण्यात काही विचित्र किंवा असाधारण नाही.' ते तुमच्या आयुष्यातील काही आकलन नियंत्रणाबाहेर गेले आहेत याचे संकेत असतात. यातून मार्ग काढण्यासाठी काय केले पाहिजे याबाबतची माहिती गोळा करण्यासाठी पुनर्संघटन आवश्यक आहे. एकदा का तुम्हाला कळले की, आकलन नियंत्रणात कसे आणायचे, पुनर्संघटन नैसर्गिकरीत्या थांबते.

ज्या वेळी तुम्हाला हरवल्यासारखे वाटते, तत्क्षणी तुमचा मेंदू चांगला निर्णय घेण्यासाठीची आवश्यक माहिती गोळा करत आहे, हे लक्षात घ्या. काहीतरी नवीन करण्याच्या इच्छेला वाव दिल्याने तुम्हाला पुनर्संघटनातून लवकर बाहेर पडता येईल.

ही संकल्पना शेअर करा : http://book.personalmba.com/reorganization/

संघर्ष

(Conflict)

महत्त्वाच्या समस्या ज्या वैचारिक पातळीवर निर्माण होतात, त्याच
पातळीवर राहून त्या सोडवता येत नाहीत.

– अल्बर्ट आइनस्टाईन, प्रसिद्ध भौतिकशास्त्रज्ञ

आपला सर्वांचा आवडता दोष म्हणजे दिरंगाई करणे, एक क्षण थांबून जरा त्याचे निरीक्षण करू या.

प्रत्येक जण निर्णय घेण्यात एका ठरावीक पातळीपर्यंत दिरंगाई करतो. खूप गोष्टी करायच्या असतात. पण जोपर्यंत ते खूप निकडीचे वाटत नाही, तोवर बाजूला सारून ठेवणे, ही आपली नैसर्गिक प्रतिक्रिया असते. वर्तमानकाळात करण्यायोग्य अनेक गोष्टी समोर असताना भविष्यकाळात काय केले पाहिजे, यावर तुम्ही कसे लक्ष देऊ शकाल?

जेव्हा आपल्याला काहीतरी करण्यासाठी आगाऊ वेळ मिळालेला तर असतो; पण आपल्याला ते आत्ता करावेसेच वाटत नाही, याचा सर्वांत जास्त त्रास होतो. आपले एक मन म्हणते काम कर, एक म्हणते काम करू नको. जर तुम्ही स्वतःला काम करण्यासाठी जबरदस्ती केली, तर तुमचे लक्ष सहज विचलित होते आणि काही विशेष कामही होत नाही. जर तुम्ही आराम करण्याचा प्रयत्न केलात, तर तुमच्या मनाला वाईट वाटते की तुम्ही काम करत नाही आहात, याचा अर्थ तुम्ही खरोखर विश्रांतीही घेत नाही आहात अशी द्विधा निर्माण होते.

तुम्ही कामही करत नाही आणि विश्रांतीही घेत नाही, असे सगळे दिवस निघून जातील. पण तरीही तुम्हाला काही न केल्याच्या भावनेने थकवा वाटेल. यामुळे काय साध्य होईल? काहीच नाही.

दोन वेगळ्या प्रणाली जेव्हा तेच आकलन म्हणजेच त्या परिस्थितीची समज बदलण्याचा प्रयत्न करतात, तेव्हा ***संघर्ष*** होतो. ज्या वेळी तुम्ही दिरंगाई करत आहात, त्या

वेळी मेंदूच्या प्रणालीपैकी 'एक प्रणाली काम करून घेण्यावर नियंत्रण ठेवायचा प्रयत्न करत असते,' तर दुसरी 'पुरेशी विश्रांती घेण्यावर नियंत्रण करण्याचा प्रयत्न करत असते.' दोनही प्रणाली एकाच आकलनाला नियंत्रित करण्याचा प्रयत्न करत असल्याने, शारीरिक क्रिया त्या प्रणालींना परिस्थिती ज्या बाजूला वळवण्याची इच्छा असते, तिकडे वळवण्यासाठी संघर्ष करत असतात.

खोलीचे तापमान नियंत्रित करण्यासाठी एकाच खोलीत हीटर आणि एअर कंडिशनर हे दोन्ही सुरू केले, तर खोलीचे तापमान नियंत्रित करण्यासाठी या दोघांमध्ये ज्याप्रमाणे झगडणे होईल, त्या परिस्थितीसारखी ही परिस्थिती आहे. जोवर दोन प्रणालींच्या संदर्भ पातळी वेगळ्या आहेत, तोवर कोणतीही प्रणाली नियंत्रणाखाली येणार नाही. त्या नियंत्रण करत असलेल्या दिशेने प्रयत्न करत राहतील. जरी एक प्रणाली त्यांचे आकलन अल्पकाळासाठी नियंत्रणाखाली आणेल, तरी दुसरी प्रणाली ते नियंत्रणाबाहेर जाईल हे बघेल, त्यामुळे ती फार काळ टिकणार नाही.

दिरंगाई करणे हे अंतर्गत संघर्षाचे उदाहरण आहे. पण संघर्ष दोन माणसांच्या *मध्येही* होतो. लोक जेव्हा त्यांना हवे असलेले वेगवेगळे परिणाम मिळवण्यासाठी नियंत्रण करत असतात आणि त्यासाठी एकाच इनपुटची आवश्यकता असते, तेव्हा वाद निर्माण होतात. एकाच खेळण्यासाठी भांडणाऱ्या दोन लहान मुलांची कल्पना करा. इथे तापमानाचे युद्ध आहे, फक्त नियंत्रणप्रणाली माणसे आहेत. जोपर्यंत एका लहान मुलाकडे खेळणे आहे, तोपर्यंत दुसरे मूल उदास असेल. परिणामी, ते खेळणे या हातून त्या हाती जात राहील आणि दोन्ही मुले उदास राहतील.

एखाद्या मोठ्या कंपनीतील वरिष्ठ अधिकाऱ्यांमध्ये सीमित बजेट कसे दिले जाईल यावरून खटके उडत असतील, तर याची कल्पना केल्यास तुम्हाला वाद कुठून उत्पन्न होतो आहे, हे कळेल. जर एका व्हाइस प्रेसिडेंटला एक कोटी दिले, तर त्याचा अर्थ ते सर्व पैसे दुसरे व्हाइस प्रेसिडेंट वापरू शकणार नाहीत. म्हणून, ते विरोध करतात, हे झाले कॉर्पोरेटमधील राजकारण.

आपण दुसऱ्या व्यक्तीच्या कृतीवर कधीही ताबा ठेवू शकत नाही, ही गोष्ट आपापसांतील संघर्षाला आव्हानात्मक बनवते. आपण समोरच्या व्यक्तीला प्रभावीत करू शकतो, मन वळवण्याचा प्रयत्न करू शकतो, प्रेरित करू शकतो किंवा वाटाघाटी करू शकतो; पण आपण दुसऱ्याच्या आकलनावर/समजुतीवर प्रत्यक्ष कृती करू शकत नाही किंवा त्यांच्या आकलनाची ***संदर्भ पातळी*** बदलू शकत नाही.

वादात सामील असलेल्या पक्षांसाठी यशाची व्याख्या काय आहे याबाबतच्या संदर्भ पातळीमध्ये बदल करूनच संघर्ष/वाद सोडवले जाऊ शकतात. वाद मिटवण्याचा एकमेव मार्ग म्हणजे, प्रत्येक पक्षाच्या संदर्भ पातळीमध्ये बदल करणे, जे परिस्थितीची रचना बदलल्यास शक्य होऊ शकते.

मनोबळाच्या साहाय्याने जशी वर्तणूक प्रत्यक्षात बदलता येत नाही, त्याचप्रमाणे केवळ अस्वीकारार्थ वर्तणुकीकडे लक्ष वेधून घेऊन वाद मिटवण्याचा प्रयत्न करणे अप्रभावी ठरते. असे करणे म्हणजे वादाच्या मूळ कारणाकडे लक्ष देणे होत नाही.

दिरंगाईच्या बाबतीत, काम आणि विश्रांती याबाबत ठरावीक वेळा निश्चित करून, दोन्हीही पुरेसे मिळेल याची खात्री करावी. *द नाउ हॅबिट* या पुस्तकात नील फिओर वेळापत्रकातील कामापेक्षा विश्रांतीला प्राधान्य देण्याचे सुचवतात. जेव्हा तुमच्या मेंदूला खात्री होईल की तुम्हाला सर्व प्रकारे विश्रांती मिळत आहे, आवश्यक मनोरंजन मिळत आहे आणि तुमच्याकडे काही कामे करून घेण्यासाठी काही ठरावीकच वेळ आहे, तेव्हा उत्पादनक्षम काम करण्यावर लक्ष केंद्रित करणे खूप सोपे असते.

हीटर आणि एअर कंडिशनरच्या स्पर्धेच्या बाबतीत, ती परिस्थिती तुम्ही थर्मोस्टॅटला विरोधी तापमान जोवर सेट केले आहे, तोवर राहिला. संदर्भ पातळी बदला; म्हणजे तुम्ही संघर्ष संपुष्टात आणाल.

बाचाबाची करणाऱ्या लहान मुलांच्या बाबतीत (किंवा व्हाइस प्रेसिडेंटच्या बाबतीत), प्रत्येक झगडणाऱ्याला सारखे खेळणे मिळावे किंवा कोणालाच मिळू नये असे करून परिस्थितीत बदल करू शकता किंवा त्यांच्या यशाची व्याख्या तुम्हाला हवी अशा प्रकारे बदलून आपण 'एकत्र काम करू' असे सुचवू शकता.

प्रत्येक व्यक्तीची/पक्षाची यशाची व्याख्या वेगळी असते व त्यानुसार त्यांची संदर्भ पातळी बदलत असते. तुम्ही त्या परिस्थितीत बदल करा, म्हणजे तुम्हाला संघर्ष कमी/नाहीसा करण्यास मदत होईल.

ही संकल्पना शेअर करा : http://book.personalmba.com/conflict/

पॅटर्न मॅचिंग

(Pattern Matching)

> तुमची स्मृती एखाद्या राक्षसासमान असते. एखादी गोष्ट तुम्ही विसरता पण, ती विसरत नाही. ती केवळ गोष्टी तुमच्यापासून दूर नेते. त्या गोष्टी तुमच्यासाठी सांभाळून आठवणीत ठेवते किंवा तुमच्यापासून काही गोष्टी लपवते आणि तिच्या मर्जीनुसार त्या गोष्टी तुमच्यासमोर आणते. तुम्हाला वाटतं तुम्हाला स्मृती आहे, पण खरंतर स्मृतीमध्ये तुम्ही असता.
>
> – जॉन इरविंग, कादंबरीकार आणि ॲकॅडमी अवॉर्ड–विजेते पटकथाकार

तुम्हाला गुरुत्वाकर्षण काय असते, हे कळण्यापूर्वी तुम्हाला माहीत होते की, बॉल हातातून सोडला, तर जमिनीच्या दिशेने जातो. पहिले काही वेळा तुम्ही बॉल सोडल्यावर तो जमिनीकडेच जातो. कोणतीही वस्तू सोडली की ती जमिनीकडेच जाते, हे कळायला तुम्हाला फार अनुभव घ्यावे लागले नाहीत. तुमचा मेंदू जी गोष्ट आधीच शिकला होता, त्यासाठी गुरुत्वाकर्षण हे केवळ एक नाव आहे.

मेंदूच्या बाबतीत एक मजेशीर गोष्ट आहे. ती म्हणजे त्याची आपोआप शिकण्याची आणि पॅटर्न्स ओळखण्याची क्षमता. पावलोच्या प्रसिद्ध कुत्र्यांच्या सिद्धांताचा विचार करा :

बेल वाजवा आणि कुत्रे लगेच लाळ गाळू लागतील. पावलोने त्यांना एक पॅटर्न शिकवला: प्रत्येक वेळी बेल वाजली की, जेवण येते. त्या कुत्र्यांना हा पॅटर्न शिकण्यास जास्त वेळ लागला नाही. त्यामुळे, ते जेवण येऊन पोहोचण्याआधीच केवळ बेल वाजताच प्रतिसाद देत असत.

आपले मेंदू हे निसर्गतःच ***पॅटर्न मॅचिंग*** मशिन्स असतात. मेंदू सतत आपल्याला जे समजले आहे, त्यामध्ये पॅटर्न शोधण्यात व्यग्र असतो. नंतर, स्मृतीमध्ये साठवलेल्या पॅटर्नशी नवीन पॅटर्न जुळवण्याचा प्रयत्न करतो. ही पॅटर्न मॅचिंग प्रक्रिया काही विशेष परिश्रम न करता आपोआप होत असते. तुम्ही तुमच्या आजूबाजूंच्या जगातील गोष्टींकडे पाहत असता, तेव्हा तुमचा मेंदू नवीन पॅटर्न गोळा करत असतो आणि तुमच्या स्मृतीमध्ये साठवत असतो.

मनुष्य ***प्रयोग*** करण्याद्वारे मूलतः पॅटर्न्स शिकत असतो. एखाद्या लहान मुलाला; त्याच्या आईने त्याला उचलून घ्यावे असे जर वाटत असेल, तर तो त्यासाठी अनेक प्रयोग करून पाहत असतो की, यातील कोणत्या गोष्टीमुळे त्याला जे पाहिजे – ते होईल. साधारणतः, 'जर मी रडलो, तर आई मला उचलून कवटाळेल.' त्यानंतर पुढे, त्याला जेव्हा हा परिणाम हवा अशी इच्छा होईल, तेव्हा तो याच पॅटर्नवर अवलंबून राहतो.

तुमची स्मृती म्हणजे तुम्ही भूतकाळात शिकलेल्या पॅटर्न्सच्या माहितीचा साठा आहे, असे समजा. पॅटर्न तुमच्या दीर्घकालीन स्मृतीमध्ये साठवले गेले आहेत आणि नवीन किंवा असामान्य परिस्थितीस कसा प्रतिसाद द्यायचा हे ठरवण्याची वाट पाहत आहेत. आठवण वेगाने येते, ती अचूक असेल असे नाही. मेंदू काही संदर्भाने माहिती साठवतो, जे तुम्हाला हवे असलेले पॅटर्न जलद आठवण्यासाठी मदत करतो. म्हणूनच आपण हरवलेल्या किल्ल्या, वस्तू शोधण्यासाठी तुम्ही इतक्यात जिथे-जिथे गेलेला असाल, तिथे मनाने फिरून यायचे. संदर्भ आपल्याला नेहमी हवी ती माहिती शोधायला मदत करतात आणि त्याचाच परिणाम म्हणजे त्या वस्तू सापडतात.

जितके अचूक पॅटर्न्स तुम्ही शिकले आहात, समस्या सोडवण्यासाठी तितके अधिक पर्याय तुम्हाला उपलब्ध असतात. पॅटर्न मॅचिंग हे मूलभूत कारण आहे की, अननुभवी लोकांपेक्षा अनुभवी लोक निर्णय अधिक चांगल्या प्रकारे घेतात. त्यांनी अनुभवातून जास्त अचूक पॅटर्न्स शिकले आहेत. विशेषज्ञांना मानसिक माहितीच्या साठ्यातून हवे तेव्हा अचूक पॅटर्न काढता येतात आणि हेच त्यांना विशेषत्व देते.

पॅटर्न मॅचिंग ही आपल्या मनाच्या मूलभूत क्षमतांपैकी एक आहे की, ते कसे काम करते. जितके अचूक पॅटर्न तुम्ही तुमच्या स्मृतीमध्ये साठवून ठेवले आहेत, तितके जलद आणि अचूकपणे तुम्ही आयुष्य तुमच्या समोरील परिस्थितीला प्रतिसाद देऊ शकता.

ही संकल्पना शेअर करा : http://book.personalmba.com/pattern-matching/

मनातल्यामनात केलेली नक्कल

(Mental Simulation)

मी संगमरवरातील दूत पहिला आणि त्याला मुक्त करेपर्यंत संगमरवर कोरत राहिलो.

– माइकल एंजेलो, मूर्तिकार आणि कलाकार

तुम्ही जागृत ज्वालामुखीमध्ये उडी मारली आहे, अशी कल्पना करा. ही चांगली कल्पना आहे का?

जरी तुम्ही स्वतः कधी ज्वालामुखीमध्ये उडी मारली नसेल किंवा अन्य कोणाला मारताना पाहिले नसेल, तरीही या प्रश्नाचे उत्तर द्यायला तुम्हाला सेकंदाचे काही मिलिसेकंद लागले. जे तुम्ही केले, ते असामान्य आहे. ज्याचा तुम्ही यापूर्वी कधी विचार केला नाहीये, त्या प्रश्नाचे इतक्या तत्परतेने उत्तर देणे कसे शक्य आहे?

मेन्टल सिम्युलेशन म्हणजेच मनातल्यामनात केलेली नक्कल. म्हणजेच एखादी विशिष्ट कृती करण्यापूर्वी मनात त्याची कल्पनात्मक नक्कल करून, संभाव्य परिणाम काय होईल हे पाहण्याची क्षमता. आपले मन आपल्याभोवती काय घडते आहे आणि आपण कोणत्या कृतींचा विचार करतो आहोत हे लक्षात घेऊन, सतत भविष्यात काय होईल, हे वर्तवण्यात व्यग्र असते. आपल्या कृतींच्या परिणामाचा अंदाज लावणे फायदेशीर ठरते. असे करण्याने नवनवीन समस्या सोडवण्याची आपली क्षमता नाट्यमयरीत्या वाढते.

हे मेन्टल सिम्युलेशन आपल्या स्मृतीवर अवलंबून असते. ***पॅटर्नच्या*** माहितीचा साठा आपण आकलन आणि अनुभव यातून शिकलो आहे. जेव्हा तुम्ही ज्वालामुखीत उडी मारायची कल्पना करता, तुमच्या मेंदूला स्वानुभव सापडत नाही. पण त्याला त्याच्याशी संबंधित ***सहयोग*** सापडतो. लाव्हा गरम असतो, गरम वस्तूंनी भाजते, भाजणे खूप वेदनामय आणि धोकादायक असते. धोकादायक, वेदनामय गोष्टी वाईट असतात. या संबंधित गोष्टींचा गट एका क्षणार्धात; म्हणजेच डोळ्याचे पाते लवताक्षणी संभाव्य परिणाम ओळखण्यासाठी वापरला जातो. परिणामी निकाल येतो : ही **खूप वाईट कल्पना** आहे.

मनातल्यामनात केलेली नक्कल ही खूप प्रभावी आणि अष्टपैलू असते. काही अत्यंत अहेतुक कृतीही जोखमीशिवाय तपासून पाहण्यासाठी वापरली जाऊ शकते. एखादे उद्दिष्ट किंवा परिस्थिती दिली असता, मनातल्यामनात केलेली नक्कल अ बिंदूला ब बिंदूशी जोडण्यासाठी उपयोगात आणते, जिथे अ बिंदूपाशी तुम्ही आहात आणि तुम्हाला ब बिंदूपाशी तुम्हाला जायचं आहे अशी कल्पना करत आहात. तुम्ही जे सिम्युलेट करता, त्यावर एकच मर्यादा आहे. ती म्हणजे तुमची कल्पना.

उदाहरणार्थ, तुम्ही अंटार्क्टिकाला फिरायला कसे जाल? हा सहज प्रश्न आहे, पण त्याचा ***अंतिम परिणाम*** मनात काही सेकंद धरून, आणि तुम्ही शिकलेल्या पॅटर्नवर आधारित, तुमचा मेंदू आपोआप डॉटस् जोडायला सुरुवात करतो. 'मी 'ट्रॅव्हल एजंटला'

फोन करू शकतो... अंटार्टिकाला नेहमी क्रुझ जातात...मला अर्जेन्टिनाला विमानाने जावे लागेल... मला एखादा गरम कोट विकत घ्यावा लागेल, इत्यादी.' असे सगळे विचार फारसे कष्ट न घ्यायला लागता मनात येतात. हे करण्यासाठीच तुमच्या मेंदूची रचना केली आहे.

कृती किंवा उद्दिष्ट हे जरी पूर्णपणे अहेतुक असेल, तरी, जर तुम्ही 'ब बिंदू' दिलात, तरच मनातल्यामनात केलेली नक्कल काम करते. तुम्ही पूर्णपणे अवास्तव आणि हास्यास्पद अशा ठिकाणच्या रस्त्याचीही नक्कल करू शकता. गुगल मॅप्स किंवा वाहनाची जीपीएस सिस्टीम वापरण्याची कल्पना करा. ती सिस्टीम तुम्हाला अचूक दिशा दाखवते; पण तुमच्याकडे पोहोचण्याचे निश्चित ठिकाण असल्याशिवाय ती काम करू शकत नाही. मग ते ठिकाण तुमच्या खास मित्राचे घर असो किंवा अन्य कोणतेही ठिकाण असो जसे की, अल्बुकर्क, न्यू मेक्सिको. कसेही केले, तरी एक **उद्दिष्ट** (नंतर चर्चिले आहे) दिल्याशिवाय, ती सिस्टीम काम करू शकत नाही. तोच नियम मनातल्यामनात केलेल्या नकलेस लागू होतो. ठिकाण नाही तर नक्कल होऊ शकत नाही.

विशेषतः तुम्ही मनाला कसे कामाला लावायचे हे शिकलात, तरच मेन्टल सिम्युलेशन प्रभावी ठरते, जे आपण ***परिस्थितीच्या विरुद्ध नक्कल*** या प्रकरणामध्ये पाहू.

ही संकल्पना शेअर करा : http://book.personalmba.com/mental-simulation/

स्पष्टीकरण आणि पुनर्स्पष्टीकरण

(Interpretation and Reinterpretation)

आपण गोष्टी जशा आहेत, तशा न पाहता आपण जसे आहोत,
तशा पाहतो.

– अनाइस निन, लेखक आणि दैनंदिनीकार

तुम्हाला आजवर कोणाकडून अशी ई-मेल आली आहे का की, जी वाचून तुम्हाला राग आला व तुम्हाला नंतर लक्षात आले की, ई-मेलचा एकूण टोन आणि उद्देश यांबाबत तुमचा गैरसमज झाला आहे? तुमच्या विचारांना अनुसरून तुमचे मन अशा एका निष्कर्षाला पोहोचले, जो खरा नव्हता आणि तुम्हाला लक्षात आले की, त्यातील संदेशाचा अन्य प्रकारेही अर्थ लावला जाऊ शकतो.

आपले मन हे नेहमी विविध कृतींची नक्कल करत असते. परंतु काही वेळा ***पॅटर्न*** अचूक आहे याची खात्री करण्यासाठी पुरेशी माहिती उपलब्ध नसते. तुम्ही सर्वज्ञ नसल्याकारणाने, तुमच्या मनाकडे पुरेशी माहिती कधीच नसते. त्यामुळे ते स्मृतीमध्ये साठवलेल्या पॅटर्नच्या मदतीने त्यातील गाळलेल्या जागा भरून काढते. याउलट, इतर माहिती उपलब्ध नसताना, तुमच्या मनाने जो अर्थ लावला आहे त्यावरून तुम्ही निष्कर्ष काढता.

ही रिकामी जागा भरून काढण्याची क्षमता शारीरिक पातळीवरदेखील लागू होते. आपल्या दृष्टिक्षेपात दोन ब्लाइन्ड स्पॉट असतात. जिथे आपल्या ऑप्टिक नर्व्हज आपल्या डोळ्यांना मिळतात, तेच हे बिंदू. आपण त्या स्पॉटमध्ये अक्षरशः काहीही बघू शकत नाही. पण आपला मेंदू आपोआप आजूबाजूची सर्व माहिती मिळवतो आणि गाळलेल्या जागा भरतो. म्हणूनच, आपल्याला जे दिसते, ते मेंदूने त्याच्या अर्थ लावण्याच्या क्षमतेने निर्माण केलेले मायाजाल असेल.

मानवी मेंदू जेव्हा माहिती उपलब्ध नसते, तेव्हा आधीच्या पॅटर्नच्या आणि माहितीच्या ***आधारे अर्थ लावतो.*** तुमच्या ई-मेल अकाउंटमधील स्पॅम फोल्डर आठवा बरं - ते आधीच्या स्पॅम मेसेजेसची माहिती वापरून, बायेसिअन इन्फरन्स प्रक्रियेच्या मदतीने, येणाऱ्या नवीन मेसेजमधील कोणते मेसेज स्पॅम असू शकतात, त्याची शक्यता वर्तवते. मेसेजेस स्वतःची ओळख 'स्पॅम' अशी देत नाहीत; पण कॉम्प्युटरचे बायेसियन स्पॅम फिल्टर त्यांना तरीही ओळखतो.

जेव्हा तुम्ही कोणाला भेटता व ते तुम्हाला आवडतात, याच पद्धतीनुसार तुमचा मेंदू साधारण तसेच काहीसे करतो. आधी भेटलेल्या व्यक्तींच्या अनुभवावरून आणि पॅटर्नवरून तुमचा मेंदू क्षणात निष्कर्ष देतो.

हे क्षणात दिलेले निकाल किंवा निष्कर्ष बदललेही जाऊ शकतात. त्या प्रक्रियेला ***पुनर्स्पष्टीकरण*** असे म्हणतात. असा विचार करा की, तुम्ही एखाद्या अतिशय आकर्षक व्यक्तीला भेटला आहात, जी नेहमी तुम्ही आजूबाजूला असताना अत्यंत शांत आणि एकाकी असते. पहिल्या नजरेत त्यांचे वागणे तुम्हाला असे दाखवते की, ती व्यक्ती लाजाळू आहे किंवा तुम्ही तिला विशेष आवडत नाही. पण जर तुमच्या एखाद्या मित्राने सांगितले की, ती व्यक्ती तुमच्यावर प्रेम करते, तर त्या व्यक्तीबद्दल तुमच्या मेंदूने भूतकाळात लावलेला अर्थ आता ताबडतोब बदलू शकतो.

एखाद्या गोष्टीचे पुनर्स्पष्टीकरण देणे शक्य आहे. कारण, तुमची स्मृती मुळातच अस्थायी आहे. आपल्या आठवणी कॉम्प्युटर डिस्कप्रमाणे असतात. प्रत्येक वेळी जेव्हा आपण एखादी आठवण काढतो, ती पुन्हा त्याच जागी त्याचप्रमाणे सेव्ह केली जातेच असे नाही. प्रत्येक वेळी जेव्हा आपण काही आठवतो, ती स्मृती त्यात बदल करून वेगवेगळ्या ठिकाणी साठवली जाते : *नवीन स्मृतीमध्ये आपण जर काही बदल केला असेल, तर तोही असतो व साठवला जातो.*

तुमचा विश्वास आणि ***मनातल्यामनातली नक्कल*** हे मुद्दाम आठवून आणि भूतकाळातील घटनांचा पुन्हा अर्थ लावून बदलता येते. मनातील नक्कल आणि स्पष्टीकरण हे स्मृतीमध्ये साठवलेल्या पॅटर्नवर अवलंबून असते. त्यामुळे, जर तुमच्या मेंदूने नक्कल केलेल्या परिणामांमध्ये बदल करायचा असेल, तर त्या नकलेची माहिती असणारा साठा बदलून टाकला पाहिजे. पुनर्स्पष्टीकरण करून तुम्ही तो साठा बदलू शकता.

रिक्रिएट युअर लाइफ या पुस्तकाचे लेखक मॉर्टी लेफ्को या पुस्तकात भूतकाळातील घटनांचा अर्थ लावण्याचा सोपा आणि उपयुक्त मार्ग सांगतात :

१. नको असलेला पॅटर्न ओळखा.

२. त्यामागे कोणता विश्वास कारणीभूत आहे हे पाहा.

३. शक्य तितक्या बारकाव्यांसह त्या विश्वासाचे आठवणींतील स्रोत ओळखा.

४. स्मृतीतील शक्य तितकी पर्यायी स्पष्टीकरणे विशद करा.

५. तुमचा मूळ विश्वास हेदेखील असेच एक स्पष्टीकरण आहे, हे लक्षात घ्या.

६. मूळ विश्वास मुद्दाम 'खोटा' आहे असे सांगून रद्द करा.

७. मुद्दाम नवीन दिलेले स्पष्टीकरण 'खरे' आहे असे मनाला सांगा.

लेफ्कोची प्रक्रिया मी कशी वापरली याचे उदाहरण देतो. माझे पी अँण्ड जी मधील ब्रॅन्ड मॅनेजमेंटच्या करिअरचे एक शक्य स्पष्टीकरण हे आहे की, मी अत्यंत अपयशी होतो. मी गतिमान व्यवस्थापनात काम करत होतो. 'मी त्या गतीशी जुळवून घेऊ शकलो नाही' आणि 'त्यामुळे मी बाहेर फेकलो गेलो.' काही काळासाठी, मला ते खरे आहे असे वाटले. पण ते मला फारसे पटले नाही. जेव्हा मी इतर मार्ग चोखाळायचे ठरवले, तेव्हा माझ्या मनाने मला सांगितले की माझे अपयश इतर मार्गांवरदेखील माझ्या मागे येणार. जोवर माझे मन या स्पष्टीकरणावर विसंबत होते, मी स्वतःला अपयशी करण्याच्या चक्रात सापडलो होतो.

माझ्या पी अँण्ड जीमधील करिअरचा अजून एका प्रकारे अर्थ लावला जाऊ शकतो. माझ्या अनुभवाने मला खूप शिकवले की, मोठ्या कंपन्या कशा चालतात आणि मी कोणत्या गोष्टीत चांगला आहे हे मी ओळखले. मला विशेषतः काय करायला आवडते आणि मला माझा वेळ कसा गुंतवायला आवडेल हे शिकलो. पी अँण्ड जीमध्ये काम करण्यामुळे मला ज्या मार्गावर चालणं जमणार नाही, तो मार्ग मला कळला आणि म्हणून त्यावर चालणे बंद केले. जोवर मला आवडेल असा मार्ग मिळत नाही, तोवर ज्या गोष्टी माझ्या सामर्थ्यांना आणि आवडीला रुचतात त्या करण्याचा प्रयत्न केला. तो खूप मोठा विजय होता आणि माझ्या आयुष्याला कलाटणी देणारासुद्धा होता.

कोणती स्पष्टीकरणे 'खरी' आहेत? दोन्ही स्वीकारण्याजोगी आहेत. प्रथम स्पष्टीकरण दिले, तेव्हा माझे मन चुकीचे काम करत नव्हते; पण ते मला फारसे रुचले नाही. परिस्थितीचे स्पष्टीकरण पुन्हा दिल्याने मला दुसरे 'खरे' आणि अधिक उपयुक्त वाटले. अन्यथा, तुम्ही हे पुस्तक वाचत नसता.

तुमच्या भूतकाळाचे पुन्हा स्पष्टीकरण दिल्यास वर्तमानात उत्तम गोष्टी घडवण्याची तुमची क्षमता तुम्ही नक्कीच वाढवू शकाल.

ही संकल्पना शेअर करा : http://book.personalmba.com/interpretation/

प्रेरणा

(Motivation)

पण मला नको आहे!!!

– दोन वर्षांच्या मुलांच्या तोंडचे सर्वत्र ऐकू येणारे वाक्य

मोटिव्हेशन म्हणजे प्रेरणा किंवा प्रेरक हेतू, ज्याबद्दल तुम्ही बहुधा सतत विचार करत असता. मला खरेच हे करण्यासाठी प्रेरणा मिळाली आहे किंवा मला आता हे करण्यासाठी फार काही प्रेरणा वाटत नाही असे वाक्प्रचार तुम्ही वापरत असता. आपल्यातील अनेक जण या शब्दावर रोजचे अनुभव सांगण्यासाठी विसंबतात, म्हणून ते प्रत्यक्षात समजून घेणे फायदेशीर ठरेल.

प्रेरणा ही एक भावनिक स्थिती आहे, जी आपल्या मेंदूच्या भागांना, जे भाग कृती करण्यासाठी जबाबदार असतात, त्यांच्याशी जोडते. ***कांद्यासारख्या मेंदू*** हे उदाहरण मूलभूत मॉडेल आहे असे समजल्यास, प्रेरणा ही मधला मेंदू (जो जगाचे आकलन करतो) आणि मोठा मेंदू (जो शरीरात कृती करण्यासाठी संकेत पाठवतो) त्यांच्यामधील सेतू आहे. अनेकदा असे दिसून येते की, प्रेरणा ही आपोआप येते. गोष्टी जशा आहेत आणि जशा आपल्याला त्या हव्या आहेत, यातील फरक आपले मन समजून घेते आणि शरीर तो फरक मिटवण्यासाठी कृती करते.

प्रेरणेचा अनुभव तुम्ही दोन प्रकारच्या इच्छांमध्ये विभागू शकता. हव्या असलेल्या गोष्टींच्या *दिशेने जाणे* आणि नको असलेल्या गोष्टींपासून *दूर जाणे*. ज्या गोष्टी आपल्या ***मानवी इच्छांचा गाभा*** पूर्ण करतात, त्या हव्या असतात. जेणेकरून आपल्याला त्यांच्या दिशेने ओढ वाटते. ज्या गोष्टी धोकादायक किंवा भीतिदायक वाटतात, त्या नकोशा असतात. त्यामुळे आपल्याला नैसर्गिकपणेच त्यांच्यापासून दूर जाण्याची इच्छा होते.

साधारणपणे, पुढे जाण्यापेक्षा 'त्यापासून दूर जाणे' याला प्राधान्य दिले जाते. मनुष्य ***केव्हमन सिंड्रोमकडे*** परत येतो. अन्न शिजवण्याच्या इच्छेपेक्षा सिंहापासून दूर पळण्याच्या इच्छेला प्राधान्य दिले जाते.

असे समजू या की, तुम्हाला नवीन उद्योग सुरू करण्याची चांगली संधी आहे. उत्साहाच्या भरात तुम्ही त्या संधीकडे चालू लागता. त्याच वेळी, तुम्हाला त्या संधीमुळे जर तुमची चांगल्या पगाराची नोकरी सोडावी लागणार असेल, ते थोडेसे जोखमीचे आहे. तुम्हाला त्या संधीपासून जबरदस्ती दूर जावे लागेल आणि त्यामुळे संघर्ष निर्माण होईल. जोवर ती जोखीम उत्साहापेक्षा जास्त आहे, तुम्हाला थोडा संकोच वाटेल. जरी तुम्ही नवीन उद्योगात उडी मारलीत, तरी तरीही अगदी थोडा का होईना धोका आहे. ही आपल्या मनातील सुरक्षा रचना चांगल्यासाठीच आहे. पण आज, आपण जे अधिकतर निर्णय घेतो, त्याचे जन्म अथवा मृत्यू असे थेट परिणाम नसतात.

प्रेरणा ही एक भावना आहे. तर्कशुद्ध किंवा योग्य कारणाने केलेली कृती नव्हे. मोठ्या मेंदूला *वाटते* की तुम्ही अमुक एक गोष्ट केली पाहिजे. याचा अर्थ असा नव्हे की,

तुम्ही ती करण्यासाठी आपोआप प्रेरित होता. (जर ते इतके सोपे असते तर, बरोबर?) अनेकदा, *मनातल्यामनात केलेली नक्कल, नमुने, संघर्ष, आणि स्पष्टीकरण* जे मधल्या मेंदूमध्ये लपलेले असते, ते मार्ग काढून जे आपल्याला करायचे आहे तिकडे जाण्याची प्रगती करते. जोपर्यंत, 'दूर जा' असे संकेत येत असतील, तोपर्यंत तुम्हाला जे करायचे आहे, त्या दिशेने जाण्यासाठी प्रेरित होणे खूप जड जाईल.

त्याचप्रमाणे, तुम्ही इतर लोकांना लवकर काम करा असे त्यांच्यावर ओरडून 'प्रेरित' करू शकत नाही. अशा प्रकारे हातात छडी घेऊन काम करवल्यास लोक तुमच्यापासून दूर जाऊ लागतील. जर त्यांना काही धोका वाटला, तर ते तात्पुरते तुमचे ऐकतील. पण, जर तसे नसेल, तर पहिली संधी मिळताक्षणी, तसे ते दूर निघून जातील.

अंतर्मनातील संघर्ष जो तुम्हाला संभाव्य धोक्यांपासून दूर जायला सांगतो, तो निपटून टाका म्हणजे मग तुम्हाला जी गोष्ट हवी आहे त्या गोष्टीच्या दिशेने जाण्यासाठी प्रेरित झाल्याचा अनुभव येईल.

ही संकल्पना शेअर करा : http://book.personalmba.com/motivation/

प्रतिबंध

(Inhibition)

प्रतिबंध म्हणजे थांबण्याची क्षमता : म्हणजेच जोवर एखादे काम करण्याची आपली पूर्ण तयारी झालेली नसते, तोवर आपल्या प्रतिसादास दिरंगाई करणे.

– मायकल जेल्ब, *बॉडी लर्निंग : ॲन इन्ट्रोडक्शन टु द ॲलेक्झंडर टेक्निक* आणि *हाउ टू थिंक लाइक लिओनार्दो द विंची* या पुस्तकांचे लेखक

विश्वास ठेवा अगर नका ठेवू, तुमच्या दैनंदिन कृतींसाठी थोडा जाणीवपूर्वक विचार करणे आवश्यक असते.

बहुतांश वेळा, आपले शरीर आणि मन हे ऑटोपायलट असतात. आपले मन आजूबाजूचे जग जाणून घेते आणि आपल्या ***वातावरणाशी*** आणि आंतर ***संदर्भ पातळी*** विरुद्ध तुलना करते आणि त्याप्रमाणे कृती करते. एखादी कार चालवण्याची कल्पना करा. सवयीने तुमचे शरीर कार रस्त्यावर ठेवण्यासाठी आवश्यक ते सर्व काही करते, यासाठी जास्त जाणीवपूर्वक विचारही करावा लागत नाही.

कधीकधी, तरीही ते ऑटोपायलटकडे दुर्लक्ष करते आणि काहीतरी वेगळेच करते. जर तुम्ही जंगलात एखाद्या अस्वलापाशी अडखळलात, तर जरी तुमचे मन तुम्हाला पळायला सांगत असेल, तरी तर पळणे हा शेवटचा पर्याय असेल. जर तुम्ही पळालात, तर अस्वलाला कदाचित तुम्ही त्याच्यासाठी मेजवानीच आहे असे वाटून ते तुमचा अजूनच पाठलाग करेल.

पळण्यापेक्षा, एकाजागी ठाम उभे राहून शक्य तितके मोठे दिसून जोरजोरात ओरडून अस्वलाला घाबरवता येईल अथवा जरब दाखवता येईल तेवढे चांगले. तुम्ही त्याच्यासाठी धोका आहात असे वाटण्यासाठी तुम्हाला तुमच्या नैसर्गिक प्रतिसादाला (म्हणजे दूर पळून जाण्याला) प्रतिबंध घालायला लागेल. पण त्यामुळे त्या अस्वलाला *तुमचा* धोका वाटून ते तुम्हाला सोडून देण्याचा निर्णय घेईल.

प्रतिबंध म्हणजे आपल्या नैसर्गिक प्रवृत्तीकडे दुर्लक्ष करण्याची क्षमता. जर कधी तुम्ही तुमच्या धाकट्या भावंडाला (किंवा सहकाऱ्याला) अपरिपक्वपणे, किळसवाणेपणाने किंवा राग येईल अशा प्रकारे वागताना पाहिले असेल, तर केवळ प्रतिबंधामुळेच तुम्ही नंतर तुम्हाला पश्चात्ताप झाला असता असे काही कृत्य केले नाही.

इच्छाशक्ती प्रतिबंधासाठी इंधनाचे काम करते. आपण ***कांद्यासारखा मेंदू*** या भागात चर्चा केल्याप्रमाणे, मोठ्या मेंदूचे काम – गोंधळ दूर करणे, निर्णय घेणे आणि प्रतिबंध करणे हे आहे. जेव्हा कधी आपण आपल्या वातावरणाच्या नैसर्गिक प्रतिसादाला प्रतिबंध करतो, तेव्हा मोठा मेंदू पायमल्ली करतो. त्या अर्थाने, 'मुक्त इच्छा' हे थोडेसे दिशाभूल करणारे आहे. 'मुक्त नाही' हे जास्त अचूक वर्णन आहे.

काही विशिष्ट निर्णयांना प्रतिबंध करणे फायदेशीर असू शकते. पण आपल्या प्रतिबंध करण्याच्या क्षमतेला मर्यादा आहेत ज्या आपण पुढे चर्चा करू.

ही संकल्पना शेअर करा : http://book.personalmba.com/inhibition/

इच्छाशक्तीची कमतरता

(Willpower Depletion)

तुम्हाला पडायचे नसेल, तर जिथे निसरडे आहे तिथे जाऊ नका.

– दारुड्यांची अनामिक म्हण

कोलंबिया विद्यापीठातील डॉ.वॉल्टर मिशेल या संशोधकांनी १९६०मध्ये एका प्रयोगादरम्यान लहान मुलांना पद्धतशीरपणे त्रास दिला.

त्यांनी काय केले ते पाहू : डॉ. मिशेल यांनी त्या लहान मुलांना एका लहान खोलीत ठेवले, जिथे फक्त एक टेबल व एक खुर्ची होती. टेबलाच्या मध्यावर डॉ. मिशेल एका मोठा, फुगीर मार्शमेलो ठेवत आणि त्या मुलाला सांगत, ''मी येईपर्यंत तू थांबलास, तर तुला दोन मार्शमेलो मिळू शकतील'' आणि ते निघून जात.

मग काय झाले ते पाहू : काही मुले संशोधक गेल्या-गेल्या त्या मार्शमेलोवर झडप घालत. इतर त्याच्या मोहापासून स्वतःला दूर ठेवण्यासाठी काही क्लृप्त्या लढवत. त्यापेक्षा काही काळ थांबून अजून मोठे बक्षीस मिळवण्याच्या प्रयत्नात, स्वतःचे लक्ष दुसरीकडे विचलित करून मार्शमेलोवरील लक्ष हटवत.

डॉ. मिशेल यांना आढळून आले की, ***इच्छाशक्ती*** आणि यश यामध्ये परस्परसंबंध आहे. ज्या मुलांमध्ये 'आनंद पुढे ढकलण्याची' क्षमता होती, ती मुले शाळेतही यशस्वी होती आणि आयुष्यातही. आपल्या मनातील इच्छांकडे दुर्लक्ष करण्यामुळे बऱ्याचदा आपल्याला नंतर मोठी बक्षिसे मिळवणे शक्य होते. खर्च करणे सोपे आहे; पण बचत करणे नाही जरी अगदी बचत करणे नंतर खूप फायदेशीर असू असते.

इच्छाशक्ती म्हणजे अंतःप्रेरणेची पायमल्ली असा विचार केला, तर काही घडण्याठी आपोआप प्रक्रिया होत असताना त्यात व्यत्यय आणणे. आपल्याला जेव्हा असा अनुभव येतो की, आपल्या नैसर्गिक प्रवृत्तीला प्रतिबंध घातला जातो आहे, अशा वेळी प्रतिसाद न देण्यासाठी तुम्हाला इच्छाशक्तीचीच गरज असते. तसेही इच्छाशक्ती हे एक उपयुक्त साधन आहे; पण त्यालाही काही मर्यादा आहेत.

आपला इच्छाशक्तीचा साठा खूप मर्यादित आहे आणि तो वापराने ***कमी*** होतो. डॉ. रॉय बाऊमिस्टर, या फ्लॉरिडा स्टेट युनिव्हर्सिटीच्या संशोधकाला आढळून आले की, आपली स्व-नियंत्रित कामे यशस्वीरीत्या व्हावीत हे एका शारीरिक इंधनावर अवलंबून आहे आणि ते म्हणजे इच्छाशक्ती. इच्छाशक्ती वापरल्याने खूप मोठ्या प्रमाणावर रक्तातील साखर कमी होते आणि जेव्हा रक्तशर्करेचा साठा कमी असतो, आपल्या वागण्याला प्रतिबंध करण्यासाठी इच्छाशक्ती वापरणे खूप कठीण जाते. म्हणूनच जेव्हा तुम्ही डाएटवर असता, तेव्हा रात्री साडेआठ वाजता तुम्हाला आइसक्रीम नाकारणे खूप अवघड जाते. कारण, तोपर्यंत तुमच्या इच्छाशक्तीचा साठा संपून गेलेला असतो.

तुमच्या इच्छाशक्तीचा मर्यादित साठा वापरण्याचा उत्तम मार्ग म्हणजे ***मार्गदर्शक रचनेचा*** वापर करून तुमच्या वागणुकीत बदल करण्यापेक्षा तुमच्या ***वातावरणात*** बदल करणे. उदाहरणार्थ, जर तुम्ही आइसक्रीम खाणे सोडण्याचा निर्णय घेतला असेल, तर तुमच्या फ्रीजमध्ये आइसक्रीम ठेवायचे आणि नंतर ते खाण्याचे प्रलोभन टाळण्यासाठी तुमच्या इच्छाशक्तीवर विसंबून राहायचे, याला काहीच अर्थ नाही. यामुळे अपेक्षाभंग होतो. नंतर जेव्हा तुमची इच्छाशक्ती हरेल, तेव्हा त्याला तुमचा स्वभावदोष म्हणून चुकीचा अर्थ काढायचा. हे ***दोषारोपाची चूक*** याचे उदाहरण आहे (नंतर चर्चिले आहे).

याऐवजी, तुमच्या फ्रीजमधून आइसक्रीम काढून टाकण्यासाठी थोड्या इच्छाशक्तीचा वापर करणे जास्त प्रभावी ठरेल. कोणालातरी ते देऊन टाका किंवा ते फेकून द्या. तुमच्या वातावरणातून आइसक्रीम काढून टाकल्यामुळे, आता इच्छाशक्तीची गरज भासणार नाही. तुम्हाला प्रत्यक्षात ते खाण्यासाठी दूर कुठेतरी जावे लागेल, ज्यासाठी जास्त कष्ट पडतील. कमीतकमी प्रतिकाराचा मार्ग अशा प्रकारे बदलतो, म्हणून जर तुम्हाला भूक लागली असेल, तर तुम्ही अन्य काही खा - सफरचंदही चालेल.

इंटरनेट हे माझ्यासाठी प्रचंड मोठे प्रलोभन आहे. मला नवीन गोष्टी शिकायला आवडते आणि वेबवर मला कायम व्यग्र ठेवण्याएवढी आकर्षक माहिती असते. मला लिखाणापेक्षा वाचनाला वेळ देणे सोपे जाते. परंतु मी कॉम्प्युटरवर लेखन करतो. फ्रीजमध्ये आइसक्रीम ठेवण्याइतकेच हे प्रलोभन आहे. इंटरनेट कनेक्शन कायमच सुरू असते, जे मला लेखनापासून दूर नेण्यास नेहमी मोहात पाडते.

हे पुस्तक लिहून पूर्ण करण्यासाठी सतत माझ्या इच्छाशक्तीवर विसंबून राहण्यापेक्षा, मी थोडीशी इच्छाशक्ती वापरून माझ्या मॅकबुकवर एक फ्रीडम नावाचे ॲप इनस्टॉल केले. त्या प्रोग्रॅममुळे माझ्या लॅपटॉपवरून इंटरनेट तात्पुरते बंद होत होते आणि मला काही तास इंटरनेट कनेक्टिव्हिटी अशक्य होत असे. (विंडोज वापरणारे हाच फायदा लीचब्लॉक नावाच्या प्रोग्रॅमने मिळवू शकतात.) अशा प्रकारे मोहाची काहीही खूण मागे राहू न देता मी पुस्तक लिहिले. असे म्हटले तर वावगे ठरणार नाही की, फ्रीडम ॲपशिवाय तुम्ही आत्ता हे पुस्तक वाचत नसता!

तुमच्या इच्छाशक्तीचे जतन करा. ती तुमच्या आजूबाजूचे वातावरण बदलण्यासाठी वापरा, आणि तुम्हाला मग जेव्हा ***प्रतिबंध*** आवश्यक असेल तेव्हा इच्छाशक्ती खूप शिल्लक असेल.

ही संकल्पना शेअर करा : http://book.personalmba.com/willpower-depletion/

नुकसानाबद्दल नावड

(Loss Aversion)

> आपल्या शंका आत्मघातकी असतात आणि आपण ज्या गोष्टीत अनेक वेळा विजयी होऊ शकतो. त्यासाठी प्रयत्न करण्यास घाबरवून त्या शंका आपल्याला पराभूत होण्यास भाग पाडतात.
>
> – विल्यम शेक्सपिअर, *मेजर फॉर मेजर*

माझी पत्नी केल्सी हिने नुकतेच ठरवले की, गुंतवणुकीतून काही रक्कम काढायची. जेव्हा ब्रोकरने तिच्या खात्यात पैसे जमा केले, त्यांनी चुकीने १०,००० डॉलर्स अधिक जमा केले.

खरे तर, ही काही विशेष मोठी बाब नव्हती. ही साधी चूक होती जी सहज दुरुस्त केली गेली. भावनिकरीत्या, जरी ते केल्सीचे नव्हते, तरीही तिला असे वाटत होते की, ते अधिक पैसे ती गमावत आहे.

नुकसानाबद्दल नावड ही अशी कल्पना आहे, की लोकांना काही गोष्टी मिळवण्यापेक्षा त्या गमावणे या गोष्टीची नावड असते. मानसशास्त्रामध्ये काहीच अशा संकल्पना आहेत, ज्यांचे मोजमाप करणे शक्य आहे, ही त्यांपैकी एक आहे. लोकांना काही मिळवण्याची संधी दिली, तर त्यापेक्षा त्या गमावण्याच्या संभाव्य शक्यतेला दुप्पट ठोस प्रतिसाद देतात. जर तुम्ही तुमच्या गुंतवणुकीच्या पोर्टफ़ोलिओमध्ये पाहिलेत आणि तुमच्या लक्षात आले की, तुमचा पोर्टफोलिओ १००टक्क्यांनी वाढला आहे, तर तुम्हाला छान वाटते, जर तुम्हाला दिसले की तो १००टक्क्यांनी खाली गेला आहे, तर तुम्हाला *अतिशय वाईट* वाटते.

नुकसानाबद्दल नावड आपल्याला सांगते की, आपण जेव्हा ***प्रेरणेबद्दल*** बोलतो, तेव्हा संधीपेक्षा कशा प्रकारे धोके जास्त महत्त्व प्राप्त करतात. नुकसानीच्या धोक्याकडे तातडीने

लक्ष दिले पाहिजे, कारण, नुकसान अत्यंत महाग पडते. अगदी जीवावरदेखील बेतते. एखाद्या प्रिय व्यक्तीला किंवा लाडक्या पाळीव प्राण्याला तीव्र आजाराचा सामना करावा लागणे किंवा गमावणे, किंवा भूकबळी हे वैश्विकरीत्या वाईट अनुभव आहेत. त्यामुळे आपण ते घडू नये, म्हणून आपण आपल्या बाजूने सर्व काही करण्याचा प्रयत्न करतो. आपल्याला होणारे संभाव्य नुकसानही क्वचितच गंभीर असते. पण आपले मन त्याला आपोआपच प्राधान्य देते.

नुकसानाबद्दल नावड आपल्याला हेही सांगते की, आपल्याला अनिश्चिततेची जोखीम वाटते. ज्या अभ्यासाकडे तुम्ही पाहाल, त्यावरून ८० ते ९० टक्के सज्ञान लोकांना वाटते की, त्यांचा स्वतःचा बिझनेस असावा आणि त्यांनी स्वतःसाठी काम करावे. जर ते खरे असेल, तर अजून जास्त लोक उद्योग का सुरू करत नाहीत? कारण नुकसानाबद्दल नावड त्यांना स्वतःचा उद्योग करण्यापासून रोखते. काहीशी स्थिर (आणि काहीशी अपेक्षित) नोकरी स्वतःच्या व स्वतः चालवायच्या उद्योगाच्या संधीपेक्षा त्यांचे ***लक्ष*** जास्त वेधून घेते. एक उद्योग सुरू करणे म्हणजे संभाव्य नुकसानांची चिंता, जी लोकांना सुरुवात करण्याआधीपासूनच रोखते.

नुकसानाबद्दल नावडीचा उल्लेख विशेषकरून मंदी आणि डिप्रेशनच्या काळात होतो. नोकरी गमावणे किंवा तुमच्या रिटायरमेंट फंडमधील बऱ्यापैकी पैसे गमावणे म्हणजे काही जीवाला धोका नाही. पण त्या वेळी ते तितकेच भयानक वाटते. परिणामी, लोक जास्त पुराणमतवादी वागतात, हातचे राखून वागतात, गोष्टी अजूनच बिघडतील अशा जोखमी घेण्याचे टाळतात. दुर्दैवाने, त्यांपैकी काही जोखमी जसे की नवीन उद्योग सुरू करणे, प्रत्यक्षात परिस्थिती सुधारण्याच्या अधिक संधी सादर करतात. पण त्यांच्याकडे दुर्लक्ष केले जाते.

नुकसानाबद्दल नावडीवर मात करण्याचा उत्तम मार्ग म्हणजे नुकसानाच्या जोखमीचे ***पुनर्स्पष्टीकरण*** देते. ही काही 'फारशी मोठी बाब नाही'. कॅसिनोना दररोज नुकसान होतच असते; पण तरीही ते नुकसानाबद्दल असणाऱ्या नावडीवर मात करतात. एका अर्थी, लास वेगासमधील दिमाखदार इमारती म्हणजे मानवी मूर्खपणाची मूर्तिमंत स्मारके आहेत. जर नुकसानाबद्दल नावड ही इतकी मोठी बाब असती, तर ज्यामध्ये *गणितीयदृष्ट्या काही पैसा हरणे* निश्चित असतानाही कॅसिनो कसे काय लोकांना इतके डाव खेळण्यासाठी प्रेरित करतात?

कॅसिनो अप्रत्यक्षरीत्या नुकसान होऊनदेखील जिंकतात. खेळणाऱ्यांना प्रत्यक्ष असणारे चलन, वापरून खेळायला देण्याऐवजी कॅसिनो त्यांना ते चलन चिप्स किंवा डेबिट कार्डमध्ये रूपांतरित करून देतात. जे तितकेसे मौल्यवान वाटत नाही. खेळता-खेळता खेळणारा जेव्हा हे खोटे पैसे हरतो, कॅसिनो त्यांना फ्री ड्रिंक्स, टी-शर्ट्स, रूम अपग्रेड किंवा इतर फायदे अशा प्रकारची बक्षिसे देतात, जेणेकरून पैसे हरण्याचे काही तारतम्य राहिले असेल, तेही निघून जावे. त्यामुळे, मग पैसे हरणे ही मोठी बाब उरत नाही. म्हणून खेळणारे खेळत राहतात आणि रात्र रात्र पैसे हरत जाणे सुरू राहते.

नुकसानाच्या नावडीमुळेच ***जोखमीचा परतावा*** इतके महत्त्वाचा आहे. जेव्हा तुम्ही एखाद्या ग्राहकाला ऑफर सादर करत असता, तेव्हा लोकांना काही गमावणे आवडत नाही.

कारण त्यामुळे त्यांना ते मूर्ख असल्याची आणि त्यांचा गैरफायदा घेतला गेल्याची भावना येते. त्यामुळे ते खूप प्रयत्न करतात की, त्यांनी काही गमावू नये आणि त्यासाठीचा उत्तम खात्रीशीर उपाय म्हणजे मुळात त्यांनी तुमची ऑफर स्वीकारू नये. जर तुम्ही विक्रीच्या उद्योगात असाल, तर ही एक मोठीच समस्या असते. पैसे परत देण्याची हमी किंवा तत्सम जोखीम परताव्याची ऑफर देऊन जोखमीबद्दलचा हा समज दूर करा. जेणेकरून लोकांना त्यांचा निर्णय कमी जोखमीचा वाटेल आणि विक्रीमध्ये वाढ होईल.

ही संकल्पना शेअर करा : http://book.personalmba.com/loss-aversion/

थ्रेट लॉकडाऊन

(Threat Lockdown)

भीतीच्या सावटाखाली असे किती काम करणार?

– फ्लोरेन्स नाईटिंगेल, व्यावसायिक नर्सिंगच्या जनक

तुम्ही गाढ झोपलेले असताना काहीतरी धडाम् असा आवाज होतो. लगेचच तुम्ही सावध होता, तुमच्या हृदयाची धडधड वाढते, अंधारात दिसण्यासाठी डोळ्यांच्या बाहुल्या ताणल्या जातात, अॅड्रेलीन आणि कॉर्टिसोल तुमच्या रक्तातून वाहू लागते. तुमचं मन आपोआप तो आवाज कुठून आला, सुटकेचा मार्ग आणि संभाव्य बचावाची शस्त्रे कुठे असतील, याची चाचपणी करू लागते.धोका काहीही असो; पण पापणी लवताक्षणी तुम्ही स्वतःचा बचाव करण्यासाठी आता तयार असता.

जेव्हा तुमचे मन एखादा संभाव्य किंवा खरा धोका जाणते, तुमचे शरीर ताबडतोब त्याच्यापासून बचाव करण्यासाठी सज्ज होते. आपोआप आलेला शारीरिक प्रतिसाद तुम्हाला धोका दूर करण्यासाठी तीनपैकी कोणतीही एक गोष्ट करायला मदत करतो : लढा, पळून जा किंवा गोठून गेल्यासारखे स्तब्ध राहा. जोपर्यंत तुम्ही 'बचावाच्या पवित्र्यात' आहात, तोपर्यंत धोक्यावर नजर खिळवून ठेवण्याव्यतिरिक्त तुम्ही दुसरे काहीही करणे अवघड आहे. जोवर तुम्ही घरभर काय धोका आहे याचा शोध घेत नाही, तोवर तुम्हाला पुन्हा झोप लागणे कठीण आहे. काही धोका नाही असे जेव्हा कळेल, तेव्हाच तुम्ही संरक्षणाच्या पवित्र्यातून बाहेर याल.

लढणे, पळून जाणे किंवा गोठून जाणे असे सुप्त मनातून आलेले पर्याय हे तुमच्या मेंदूच्या आपोआप होणाऱ्या ***मेन्टल सिम्युलेशनवर*** अवलंबून असतात. जर तुमचा मेंदू तुम्हाला तुम्ही लढाल तर 'जिंकाल' हे सांगत असेल, तर तुम्ही लढणार. तुमच्या मेंदूने तुम्हाला सुचविले की तुम्ही इथून पळून गेलात तर जिंकाल, तर तुम्ही पळून जाणार. जर मेंदू असे सांगत असेल की तुम्ही जाऊ शकत नाही, तर धोका निघून जाईल या आशेवर तुम्ही गोठून राहाल. गोठून जाणे म्हणजे स्तब्ध होणे. तुमच्या मेंदूला ***थ्रेट लॉकडाऊन*** स्थितीत नेतो, असा संरक्षक पवित्रा जो धोक्यावर केवळ नजर खिळवून ठेवणे याव्यतिरिक्त इतर काहीही करण्यास असमर्थ करतो.

थ्रेट लॉकडाऊन हा एक विधायक किंवा व्यवहार्य प्रतिसाद तुम्हाला स्वतःचा बचाव करता यावा यासाठी मदत म्हणून डिझाईन केलेला आहे. पण इतर अनेक पूर्वजांच्या इच्छांप्रमाणे हा आताच्या आधुनिक वातावरणात अपयशी होतो. आज ज्या धोक्यांना तुम्ही सामोरे जाता, ते फार लहान आहेत; पण ते अनेक वेळा जुनाटच असतात.

पूर्वीच्या काळी, जेव्हा धोका म्हणजे एखादे श्वापद असे किंवा एखादा संतापलेला आदिवासी प्रमुख धोकादायक वाटत असे, तेव्हा थ्रेट लॉकडाऊन प्रतिसाद बऱ्यापैकी विधायक होता. कारण, तो आपली शक्ती जिवंत राहण्यासाठी अथवा जमातीचा भाग बनून राहण्यासाठी केंद्रित करत होता. आपल्या पूर्वजांच्या मनात येणारे दैनंदिन विचार आणि आपले दैनंदिन विचार यांमध्ये फारसे साम्य नसले, तरी ज्या हार्डवेअरवर हे विचारचक्र चालते, ते म्हणजे आपला मेंदू. अद्याप बऱ्यापैकी तसेच आहे आणि सतत नवीन वातावरणात आपला मेंदू जुन्याच धोक्यांचा शोध घेत असतो. त्यामुळे, आपण खूप खातो आणि कमी व्यायाम करतो. ज्या लढण्याच्या, गोठून जाण्याच्या किंवा पळून जाण्याच्या आंतरिक सुप्त इच्छा आहेत, त्या जेव्हा आपण चिडलेला बॉस किंवा थकलेले कर्जाचे हप्ते यांचा सामना करत असतो, तेव्हा फारशा उपयुक्त नसतात. तिथे संकटाला सामोरे जाणे हाच पर्याय असतो.

नुकतीच झालेली शेअर मार्केटमधील घसरण हे थ्रेट लॉकडाऊनचे उत्तम उदाहरण आहे. २००८च्या शेवटी-शेवटी शेअर मार्केट घसरले आणि ज्या लोकांना त्यांची घरे किंवा नोकऱ्या जाण्याचा धोका नव्हता, त्या लोकांमध्येही भीतीची आणि काळजीची लाट उठली. काही वाईट घडण्याची निव्वळ *शक्यतासुद्धा* उद्योगांना नेमकी तेव्हाच खीळ घालते, जेव्हा खरे तर सुस्थितीत राहण्यासाठी त्यांना उत्पादकता वाढवण्याची गरज असते. तेव्हाच नेमके चांगले काम करण्यावर लक्ष द्यायचे सोडून कर्मचारी भविष्यात काय होईल आणि पुढचा बळी कोणाचा जाणार, त्यामुळे निर्माण झालेले मूल्य कसे शून्याकडे जाणार आणि आपल्या फर्मचे भवितव्य कसे धोक्यात येणार, यासारखी चर्चा करण्यात वेळ वाया घालवतात.

थ्रेट लॉकडाऊन सहजपणे एक दुष्टचक्र बनू शकते. जर तुम्हाला कधी कर्मचाऱ्यांची कपात वगैरेंसारखी दुर्दैवी गोष्ट करावी लागली असेल, तर ती जलद, स्वच्छपणे आणि एकदाच करणे उत्तम असते. कपात ही सहजपणे करणे चांगले. तद्नंतर, ज्यांची कपात केली जाणार नाही अशा उर्वरित कर्मचाऱ्यांची संख्या मोजा. कर्मचारी कपातीच्या अफवांमुळे कर्मचारी सतत विचार करत राहतात - 'मी तर पुढचा बळी नाही ना' आणि यामुळे थ्रेट लॉकडाऊन होऊ शकतो.

जर तुम्हाला थ्रेट लॉकडाऊनचा अनुभव येत असेल, तर *धोक्याचे संकेत दडपण्याचा प्रयत्न करू नका.* अनेक अभ्यासातून सिद्ध झाले आहे की, प्रत्यक्ष दडपून टाकल्याने धोका जात नाही उलट, त्याचे संकेत अधिक प्रबळ होत जातात. एखादे लहान मूल तुमचे लक्ष वेधून घ्यायचा प्रयत्न करत असते आणि तुम्ही त्याकडे दुर्लक्ष करता, त्या वेळी ते काय करते विचार करा. ते लहान मूल अधिकाधिक मोठ्याने गोंधळ करत राहते, जोवर तुमचे लक्ष त्याच्याकडे जात नाही. तुमचा मेंदूही अशीच कृती करतो. दडपून टाकल्याने धोक्याचे

संकेत अजूनच प्रबळ होतात. 'संदेश पोहोचला, पुढे जाणे सुरक्षित आहे' असा मानसिक संकेत तुमच्या मेंदूला पाठवणे हा त्या धोक्याच्या गोष्टीत गोठून जाण्यापेक्षा त्यावर योग्य प्रतिसाद देण्यासाठी सोपा आणि आश्चर्यकारकरीत्या प्रभावी उपाय आहे.

थ्रेट लॉकडाऊनवर मात करण्यासाठी महत्त्वाचा उपाय म्हणजे आता धोका टळला आहे, अशी तुमच्या मनाची समजूत घालणे. हे तुम्ही दोन प्रकारे करू शकता : (१) तुम्ही मनाची समजूत घालू शकता की धोका नव्हताच किंवा (२) तुम्ही मनाची समजूत घाला की आता धोका टळला आहे. धोका कधीच नव्हता हे मनाला समजावणे; म्हणजे मध्यरात्री घर शोधण्याच्या समान आहे. म्हणून, आता संरक्षक पवित्रा सोडणे सुरक्षित आहे. आता धोका टळला आहे असे मनाला समजावण्यानेही तेच साध्य होते. धोका गेला आहे आणि आता तुम्हाला काही इजा होणार नाही, म्हणून आता पुढे जाणे सुरक्षित आहे.

काही वेळा, विशेषकरून जर तुम्ही त्या स्थितीत खूप काळ राहिला असाल तर, थ्रेट लॉकडाऊनमधून बाहेर येणे किंवा त्यावर मात करणे अवघड जाते. कारण, संरक्षक पवित्रा हा शारीरिक असतो, त्यामुळे तुम्ही स्वतःला शांत करण्यासाठी शारीरिक गोष्टींचाच वापर केला पाहिजे. व्यायाम, झोप आणि ध्यानधारणा तुम्हाला मन शांत करण्यासाठी मदत करू शकते. त्यामुळे तुमच्या शरीरात जे तणावनिर्मिती करणारे हार्मोन्स वाहत होते, त्यांना विरोध करून त्यांना निष्प्रभ केले जाते. ज्या वेळी तुम्हाला भारावून गेल्यासारखे वाटते, त्या वेळी लगेच पळायला जाणे किंवा वेटलिफ्टिंग करणे हे तुमच्या मनःस्थितीसाठी खूप चमत्कार करू शकते.

धोक्याच्या संकेताकडे लक्ष द्या आणि नंतर धोका नाही आहे असे मनाला सांगण्यासाठी जे आवश्यक आहे, ते करा आणि तुम्ही स्वतःला या थ्रेट लॉकडाऊनमधून बाहेर काढू शकाल.

ही संकल्पना शेअर करा : http://book.personalmba.com/threat -lockdown/

आकलनाच्या व्याप्तीची मर्यादा

(Cognitive Scope Limitation)

> एक मृत्यू म्हणजे शोकांतिका. लाखो मृत्यू म्हणजे आकड्यांचा खेळ असतो.
>
> – कर्ट टुकॉल्स्की, जर्मन उपहासकार

जर तुम्ही कधी पर्यटनकाळात न्यू यॉर्कच्या टाइम्स स्क्वेअरच्या मध्यावर उभे राहिले असाल, तर तुम्हाला लगेच समजून येईल की, तुमच्या दिशेने येणाऱ्या लोकांसाठी, *तुम्ही एक व्यक्ती नाही आहात.* तुम्ही 'माणूस' असण्याऐवजी एक 'वस्तू' आहात त्यांच्या आणि त्यांच्या इच्छित स्थळातील एक अडथळा! त्यामुळे, ते बेफिकिरपणे तुमच्या अंगावरून निघून जातील.

एखादी व्यक्ती कितीही हुशार असो, तिचे मन किती माहितीवर प्रक्रिया करेल, ती साठवेल आणि काय प्रतिक्रिया देईल, याला काही मर्यादा आहे. त्या मर्यादेपलीकडील, माहिती मेंदूत अप्रत्यक्ष संज्ञांमध्ये साठवली जाईल. परंतु त्या व्यक्तीच्या स्वानुभवाशी किंवा काळजीशी निगडित माहिती मेंदूत वेगळ्या रीतीने साठवली जाईल.

मनुष्य एकावेळी किती स्थिर सामाजिक नातेसंबंध जपू शकतो, याबाबत 'डनबारचे नंबर' ही एक ***सिद्धांतीय आकलनविषयक मर्यादा*** आहे. ब्रिटिश मानववंशशास्त्रज्ञ, रॉबिन डनबार यांच्या मते, अंदाजे १५० वैयक्तिक नातेसंबंधांचा मागोवा ठेवण्याची माणसाची क्षमता असते. या मर्यादित वर्तुळापलीकडे, आपण लोकांना व्यक्ती कमी आणि वस्तू जास्त अशा प्रकारे वागवू लागतो. कालांतराने लोकांच्या गटांचे या मर्यादेपलीकडे अनेक उपगटांत विभाजन होते.

तुम्हाला जर कधी आश्चर्य वाटले की, तुम्ही प्राथमिक शाळेतील मित्रांना पत्र का लिहीत नाही, तर डनबारचे नंबर हे एक सभ्य गृहीतक आहे. तुम्ही तुमच्या आत्ता असलेल्या सामाजिक वर्तुळातील लोकांशी नातेसंबंध जपण्यामध्ये खूप व्यग्र आहात. म्हणूनच प्राथमिक शाळेतील मित्रांशी संपर्क कमी झाला आहे.

जिथे ***आकलनाच्या व्याप्तीची मर्यादा*** अस्तित्वात येते, त्या प्रत्यक्ष संख्येबाबत काही तीव्र मतभेद आहेत (द बर्नार्ड - किल्वर्थ मेडिअन, स्पर्धात्मक अंदाज आहे २३१). पण अशी काही मर्यादा अस्तित्वात आहे, याबाबत थोडी शंकाच आहे. जेव्हा जगात कोठेतरी आपत्ती येते आणि त्याने लाखो लोक प्रभावित होतात, तेव्हा आपल्याला वाईट वाटते. पण जर त्या आपत्तीमुळे आपल्या जवळच्या मित्राला किंवा परिवारातील व्यक्तीला त्रास झाला असेल, तर ती भावना आपल्याला *लाखो वेळा* येत नाही. जितके लांबचे संबंध असतात, ती घटना आपल्याला वैयक्तिकरीत्या तितके कमी प्रभावित करते.

आपण पाहिलेल्या उदाहरणातील टाइम्स स्केअरमधील पर्यटक वाईट नाहीत. ते भारावले गेले आहेत. दररोज ३,६४,०००पेक्षा जास्त लोक टाइम्स स्केअरमधून ये-जा करतात आणि तेवढी माहिती हाताळायची आपल्या मनाची कुवत नाही. त्या लोकांना तरीही जाणवेल की तुम्ही मनुष्यप्राणी आहात; पण त्या चौकामध्ये इतके काही घडत असते की, त्यांना तुम्हाला मनुष्यप्राण्याप्रमाणे वागणूक देणे कठीण जाईल. मनाच्या भारावलेल्या स्थितीमुळे ते वास्तव परिस्थिती सुलभ करण्याचा प्रयत्न करते.

मोठ्या कंपन्यांच्या एक्झिक्युटिव्हजसोबतही तेच होते. त्यांना तर्कशुद्ध जाणीव असते की, ते हजारो लाखो कर्मचाऱ्यांसाठी आणि लाखो शेअरहोल्डर्ससाठी जबाबदार आहेत. परंतु ते कितीही बुद्धिमान असले, तरीही त्यांचे मेंदू प्रत्यक्षात तितक्या मोठ्या आकाराची प्रक्रिया करण्यास असमर्थ असतात. मोठ्या कंपन्यांमध्ये कर्मचारी कपात केली जाते, तेव्हा कंपनीचे सीईओ त्या कर्मचाऱ्यांची काळजी करणार नाहीत. कारण, ते त्या कपात केलेल्या कोणा कर्मचाऱ्यांना वैयक्तिकरीत्या ओळखत असण्याची शक्यताच नसते.

अनेकदा, मोठ्या कंपन्यांच्या एक्झिक्युटिव्हजना सामान्य लोकांना हेकेखोरपणाचे वाटतील असे निर्णय घ्यावे लागतात. जसे की, पिण्यायोग्य पाणी असलेल्या नद्यांमध्ये विषारी द्रव्य सोडणे, किंवा एकाच वेळी नोकरकपातीच्या नावाखाली हजारो कर्मचाऱ्यांना

कामावरून काढणे आणि त्याच वेळी कोट्यवधी डॉलर्सचे बोनस देणे. अशा वेळी ते एक्झिक्युटिव्ह तसे निर्णय घेतात म्हणून ते वाईट स्वभावाचे असतात असे नाही. *ते तसे निर्णय घेतात, कारण त्यांनी त्या गोष्टींबद्दल तितका विचार केलेलाच नसतो.* हे ऐकायला थोडेसे धाडसी किंवा भीतिदायक वाटेल. ते एक्झिक्युटिव्ह्ज जितक्या मोठ्या प्रमाणावरील गोष्टींचे व्यवस्थापन करतात, ते हाताळायला तितकेच किचकट आणि गुंतागुंतीचे असते. म्हणून, त्यांचे मन तितक्या खोलवर जाऊन विचार न करता, वरवर निर्णय घेते.

एखाद्या प्रश्नाला वैयक्तिकृत करणे हा वैश्विक मर्यादांना आळा घालण्याचा उत्तम मार्ग आहे. डोक्याला ताण दिल्याशिवाय, माहितीवर प्रक्रिया करण्याची मनाची क्षमता वाढवणे शक्य नाही. या मर्यादेवर मात करण्यासाठी, काही निर्णय वैयक्तिकृत केल्याने आणि आपल्या जवळच्या कोणाला ते प्रभावित करत आहेत का, असा विचार केल्याने मदत होते.

एखाद्या हेकेखोर एक्झिक्युटिव्हच्या बाबतीत त्यांच्या *स्वतःच्या घरातील* प्यायचे पाणी प्रदूषित झाले किंवा *मुलाची* नोकरी गेली, तर त्यांना खूप फरक पडेल. त्या समस्येवर प्रत्यक्ष विचार न करता, त्याला वैयक्तिकृत केल्याने त्या निर्णयाचा काय प्रभाव पडेल याची जाणीव होईल, ज्यामुळे निर्णय घेणे अधिक सोपे होईल.

डॅनियल इस्टी आणि ॲन्ड्रू विन्स्टन यांनी *ग्रीन टू गोल्ड* या पुस्तकामध्ये मोठ्या निर्णयांची आंतरिक भाषा जाणून घेणे सोपे करण्याचे अनेक मार्ग सांगितले आहेत. 'वर्तमानपत्राचा नियम' (न्यूजपेपर रुल) व 'नातवंडाचा नियम' (ग्रँडचाईल्ड रुल) हे तुमच्या निर्णयाला वैयक्तिकृत करण्याचे प्रभावी मार्ग आहेत. वर्तमानपत्राचा नियम म्हणजे खालील गोष्टीचे सिम्युलेशन आहे : असे गृहीत धरा की, तुमचा निर्णय उद्याच्या *न्यू यॉर्क टाइम्सच्या* पहिल्या पानावर छापून आला असेल, तर तुमच्या पालकांची किंवा इतर जे महत्त्वाचे लोक वाचतील, त्यांची प्रतिक्रिया काय असेल? ते काय विचार करतील? तुमच्या निर्णयाच्या अशा वैयक्तिक परिणामाची कल्पना केल्यामुळे तुमच्या अल्पकालीन निर्णयाचे परीक्षण करणे सोपे जाईल.

'नातवंडाचा नियम' (ग्रँडचाईल्ड रूल) हा निर्णयाच्या दीर्घकालीन परिणामाची चाचणी करण्याचा एक मार्ग आहे. कल्पना करा की, आतापासून ३०-४० वर्षांनंतर, तुमच्या निर्णयाच्या परिणामांबद्दल तुमचा नातू तुम्हाला फीडबॅक देणार असेल, तर तो तुमच्या हुशारीचे कौतुक करेल का तुमच्या मूर्खपणाला दोष देईल? तुमच्या निर्णयांचे भविष्यातील दीर्घकालीन परिणाम काय असू शकतील, याची तुम्हाला कल्पना येईल.

तुमच्या कृतीच्या आणि निर्णयांच्या परिणामांना वैयक्तिकृत करा आणि तुम्ही आकलनाच्या व्याप्तीच्या मर्यादेला बळी पडणार नाही.

ही संकल्पना शेअर करा : http://book.personalmba.com/cognitive-scope-limitation/

सहयोग

(Association)

आपण साधारणपणे आपले मन काय चांगले करू शकते याबद्दल अनभिज्ञ असतो.

– मार्विन मिन्स्की, एमआयटी येथे कॉग्निटिव्ह सायन्टिस्ट आणि आर्टिफिशियल इंटेलिजन्स रिसर्चर

टायगर वूड्स कोणते गोल्फ क्लब्ज वापरतो? कोण बघतो? मायकेल जॉर्डन कोणते शूज घालतो, कोणाला काळजी आहे? पॅरिस हिल्टन कोणती पर्स वापरते कोणी पाहिलंय?

तुमच्या मनाने!! लक्षात ठेवा, तुमचा मेंदू सतत सर्व माहिती नोंदून घेत असतो आणि ***पॅटर्न*** निर्माण करतो. ते तुम्हाला जग कसे चालते हे सांगतात. प्रत्यक्षात, या गोष्टींना फारसे महत्त्व नसेलही. तुम्हाला कदाचित माहीत आहे की, टायगर वूड्सने तेच गोल्फ क्लब्ज घातल्यामुळे तुमचे नशीब जादूने बदलणार नाही. पण जेव्हा गोल्फ क्लब्ज विकत घ्यायची वेळ येते, तेव्हा तुमचे मन कोणते गोल्फ क्लब्ज तुम्हाला चांगले वाटतात याकडे लक्ष देईल; पण त्यापेक्षाही टायगर वूड्स कोणते गोल्फ क्लब्ज घालतो, ते तुम्हाला जास्त आकर्षित करतील.

मनुष्याचे मन माहिती काही संदर्भाने साठवते, अगदी ***वातावरण*** आणि परस्पर-संबंधासह. कारण, मेंदू हे ***पॅटर्न मॅचिंग*** मशीन आहे आणि तो सतत कशाबरोबर कशाचा सहयोग आहे, हे शोधत असतो. परिणामी, तुमचे मन अगदी सहजपणे ***सहयोग*** निर्माण करते. अगदी ज्या गोष्टी तार्किकदृष्ट्या संबंधित नाहीत, त्यांच्यामध्येसुद्धा.

अनेक दशके, कोका-कोला कंपनी कोकबरोबर एकच भावना जोडत आली आहे. ती म्हणजे आनंद. युट्युबवरील कोकाकोलाच्या जाहिरातींचा ओझरता अभ्यास केला, तरी तुम्हाला नोकरकपात किंवा अंत्यसंस्कार यांचे चित्र दिसणार नाही. तुम्हाला काय दिसेल, तर आनंदाच्या क्षणांचे सामुदायिक चित्र : ॲड्रियन ब्रॉडी त्याच्या कारमधून जातो आहे, कोक वेंडिंग मशीनमधून मिळणारे कोक पिणे चित्रविचित्र लोक साजरे करत निघतात, आणि चार्ली ब्राऊन मॅसीच्या थँक्स गिव्हिंग परेडमध्ये कोक बॉटल बलूनसाठी रेस जिंकतो. अगदी सुट्ट्याही यातून सुटल्या नाहीत : कंपनीने हातात कोकची बॉटल घेतलेला सांताक्लॉज शोधून काढला.

सहयोगी सूचनांचा वापर करून वागणे प्रभावित करणे शक्य आहे, अगदी काही अर्थ नसलेले सहयोगही शक्य आहेत! कोका-कोलाच्या जाहिराती सोडा पिणाऱ्या ग्राहकांना समजवायचा प्रयत्न करत नाहीत की, कोक सोड्यापेक्षा चांगले आहे. (*आता ३७% अधिक साखरेसह!*) पण त्याऐवजी, लोक जेव्हा कोकबद्दल विचार करतात, तेव्हा त्यांना चांगले वाटेल असे काही करतात. जेव्हा एखादा ग्राहक सुपरमार्केटमध्ये कोणते शीतपेय विकत घ्यावे असा विचार करत उभा असतो, तेव्हा त्याला अंतिम पर्याय निवडण्यासाठी त्या भावनांमुळे खूप मोठा फरक पडतो.

बीअरच्या जाहिरातीचेच पाहा, ज्यात साधारणपणे आकर्षक युवती आणि आत्मविश्वासाने भारलेले पुरुष दाखवतात. तुमचे मन हे जाणते की, कोणतीही विशिष्ट प्रकारची बीअर प्यायल्यामुळे तुम्ही आकर्षक किंवा धीट दिसणार नाही. परंतु ***परस्परसंबंध*** खूप प्रबळ आहे तुमचा मेंदू सहयोग तसाही लावणारच. परिणामी, जरी त्यातील दृश्ये तुम्ही गंभीरपणे घेतली नाहीत, तरी बीअरच्या जाहिराती तुमच्या वागण्यावर प्रभाव पाडतात.

तुमच्या संभाव्य ग्राहकांना सकारात्मक सहयोग सादर करून प्रभावित करा की, ते तुमच्या ऑफरबद्दल कसा विचार करतात. सेलिब्रिटींनी उत्पादन वापरताना दाखवले की ते उत्पादन खपते. कारण लोकांचे अगोदरच त्यांच्याबरोबर प्रबळ सहयोगाचे नाते असते आणि सहयोग त्या उत्पादन किंवा सेवेला खोडून काढतात. सर्वांना माहीत आहे की, जेम्स बॉन्ड हे काल्पनिक पात्र आहे. पण जेव्हा डॅनियल क्रेग टक्सिडो घालून घड्याळाची जाहिरात करताना दिसतो, तेव्हा दर्शकांच्या मनात त्याबद्दल आणि घड्याळाबद्दल 'सभ्य आंतरराष्ट्रीय हेर' असा सहयोग निर्माण होतो.

योग्य तो सहयोग जोपासा आणि संभाव्य ग्राहकांना तुमच्याकडे असलेले अधिकच हवेसे वाटेल.

ही संकल्पना शेअर करा : http://book.personalmba.com/association/

अनुपस्थिती अंधत्व

(Absence Blindness)

गोष्टींकडे दुर्लक्ष केले म्हणून त्यांचे अस्तित्व पुसले जात नाही.

– आल्डस हक्सले, निबंधकार आणि *ब्रेव्ह न्यू वर्ल्ड* या पुस्तकाचे लेखक

मनुष्याच्या बाबतीत एक उत्कंठाजनक बाब आहे : आपल्यासाठी एखादी गोष्ट अस्तित्वात नाही हे त्याला समजायला खूप कठीण जाते.

मी जेव्हा पी ॲण्ड जीच्या होम केअर विभागात काम करत होतो, तेव्हा माझ्या पहिल्या प्रोजेक्टमध्ये ***उत्पादनाची*** व्यवहार्यता तपासून बघायची होती, *जी वस्तूंना घाण होण्यापासून रोखत असे.* तरीही तुम्हाला साफ करावेच लागत असे; पण पुन्हा घाण होण्यासाठी काही काळ जावा लागत असे, त्यामुळे उत्पादन ग्राहकाचा वेळ आणि श्रम दोन्ही बऱ्यापैकी वाचवत असे.

एकदा ते उत्पादन तपासणीसाठी गेले असता असे आढळून आले की, ती कल्पना फारशी व्यवहार्य नव्हती. ते उत्पादन प्रामाणिकपणे काम करू शकत होते; पण वापरणाऱ्यांना ते समजले नाही. त्यांना ते उत्पादन कसे चांगले काम करते हे समजायला खूप कष्ट पडले, कारण त्यांना प्रत्यक्षात काही घडताना दिसत नव्हते. तपासणी संपल्यावर, तो प्रोजेक्ट रद्द झाला.

अनुपस्थिती अंधत्वाचीम्हणजे आकलनाचा कल; जो आपल्याला आपण ज्या गोष्टींचे निरीक्षण करू शकत नाही, त्या गोष्टी ओळखण्यापासून रोखतो. ज्या गोष्टी ***वातावरणात*** आहेत, त्या गोष्टी शोधण्यासाठी आपल्या समजुती बनल्या आहेत. ज्या गोष्टी त्यात नाहीत, त्या पाहणे लोकांना अवघड जाते.

अनुपस्थिती अंधत्वाची उदाहरणे आपल्याला सर्वत्र दिसतात. एक नेहमीचे उदाहरण म्हणजे : उत्तम व्यवस्थापन कंटाळवाणे असते आणि त्याची प्रशंसाही होत नाही. प्रभावी मॅनेजरचे लक्षण म्हणजे काही अनुचित गोष्टी *उद्‌भवण्याआधीच* त्या ओळखून, त्या समस्या बनून समोर उभ्या ठाकण्याआधीच त्या सोडविणे. जगातील काही प्रभावी/उत्तम मॅनेजर्स काही करत नाहीत असे दिसले, तरी सर्व काही सुरळीतपणे आणि बजेटमध्ये पार पडते.

उत्तम मॅनेजर्स ज्या गोष्टी होण्यापासून *रोखतात,* ते अनेकदा प्रत्यक्षात दिसत नाही, ही समस्या आहे. पण त्यांच्यापेक्षा कमी कुशल मॅनेजर्स प्रत्यक्षात जास्त कौतुकास पात्र असतात, कारण प्रत्येक जण त्यांना 'गोष्टी प्रत्यक्षात करताना पाहतात' आणि 'समस्या सोडवण्यासाठी आकाश-पाताळ एक करताना पाहतात.' त्यादेखील त्यांनीच अत्यंत दुबळ्या व्यवस्थापनाने ओढवून घेतलेल्या समस्या!

तुम्ही स्वतःशी खूणगाठ बांधा की, जे शांतपणे आणि प्रभावीपणे कामे करवून घेतात, अशा अत्यंत कमी नाटक करणाऱ्या मॅनेजर्सचे तुम्ही कौतुक केले पाहिजे. त्यांचे काम फारसे अवघड आहे असे वाटत नाही; पण जर ते नसतील, तर तुम्हाला त्यांची उणीव जाणवेल.

अनुपस्थिती अंधत्वामुळे आळा घालणे या गोष्टीला 'अजिबात महत्त्व दिले जात नाही.' मी काम करत असलेल्या प्रॉडक्टच्या बाबतीत, *लोकांना जे खरोखर प्रभावी उत्पादन होते, ते काम करताना दिसेना, यावर विश्वास ठेवणे मला खूप जड गेले.* जर तुमचे उत्पादन एखाद्या गोष्टीला आळा घालणे किंवा ती रोखणे अशा प्रकारचे असेल, तर अशा उत्पादनाची विक्री करणे म्हणजे मोठी लढाई लढण्यासारखे आहे. कारण, त्या उत्पादनाच्या नसण्याने काय फरक पडतो हे ग्राहकांना पटवून देणे अवघड असते. विशेषकरून, एखाद्या गोष्टीला आळा घालण्यासाठी किंवा ती रोखण्यासाठी उपयुक्त असलेले उत्पादन किंवा सेवा जर तुम्ही विकत आहात, तर तुम्ही खरंच अवघड लढाई लढत आहात. कारण, त्या उत्पादनाच्या नसण्याने काय फरक पडणार आहे, हे ग्राहकांना पटवून देणे अवघड आहे, मग तुमचे उत्पादन/सेवा कितीही चांगली असू दे. नेहमी ग्राहकाला प्रत्यक्ष अनुभव मिळेल यावर लक्ष केंद्रित करा. तुमच्या प्रॉडक्टचे तात्काळ फायदे सकारात्मकपणे, भरीव आणि विशिष्ट शब्दांत मांडा.

ज्या वेळी काही वाईट घडते, त्या वेळी जरी 'काही न करणे' हाच उत्तम उपाय असतो, त्या वेळीही काहीही न करणे हे लोकांना गैरसोयीचे वाटते, यामागे अनुपस्थिती अंधत्व हे कारण असते. अनेक वेळा, 'काही न करणे' हाच उत्तम पर्याय असतो; पण लोकांना ते भावनिकदृष्ट्या स्वीकारणे जड जाते.

अनेक बाजारपेठा आर्थिक उतार-चढाव अनुभवतात, तोसुद्धा अनुपस्थिती अंधत्वाचा परिणाम असतो. लुडविंग वोन मायसेस त्यांच्या *ह्युमन ॲक्शन या* पुस्तकामध्ये म्हणतात, जेव्हा सरकार एखाद्या आर्थिक व्यवस्थेला व्याजाचे दर कमी करते, कर्ज घेणे सोपे करते व

अर्थव्यवस्था अनैसर्गिकपणे वाढण्यास प्रेरित करते, तेव्हा आर्थिक 'बुडबुडे' निर्माण होतात. ***भांडवल*** उभे करणे अति सोपे केल्यामुळे, गुंतवणूकदार अनुमानाने अत्यंत जास्त व्याजदराने अशा काही प्रकारच्या मालमत्तेमध्ये गुंतवणूक करतात, जे त्यांनी अन्यथा केले नसते. जसे की, ट्युलिप्स, उत्पन्न नसलेल्या डॉट कॉम कंपन्या आणि जोखमीचे तारण रोखे. अखेरीस, तो 'बुडबुडा फुटतो.' जेव्हा गुंतवणूकदारांना हे लक्षात येते की, ते ज्याबद्दल अनुमान लावत होते, ते मुळात तितके पैसे देण्याच्या योग्यतेचे नव्हते. यामुळे मूल्य अति वाढवलेल्या मालमत्तेची किंमत ढासळायला सुरू होते आणि नुकसान होते.

नुकसानाची नावड असल्याने, लोक कोसळणाऱ्या बाजारावर उपाययोजना शोधण्यासाठी आरडाओरडा करू लागतात. बहुतेक वेळेस, व्याजदर आणखी कमी करणे हाच यावर उपाय असतो, जेणेकरून अर्थव्यवस्थेला प्रेरणा देऊन ती पुन्हा वाढू लागेल. स्वतःच अमलात येणारे ***फीडबॅक लूप*** (नंतर चर्चिले आहे) शेवटी काहीच करत नाही. पण अशी काही परिस्थिती निर्माण करतात, ज्यामुळे पुढे जाऊन अजून मोठा बुडबुडा निर्माण होईल आणि असलेली समस्या अजूनच विकोपास जाते.

ही समस्या सोडवण्यासाठी; मुळात ज्यामुळे ही समस्या उद्‌भवली, ते व्याजदर कृत्रिमपणे हाताळणे थांबवले पाहिजे, हा 'सर्वोत्तम उपाय' आहे. दुर्दैवाने, ***अनुपस्थिती अंधत्वामुळे*** काहीही कृती न करणे गैरसोयीचे वाटू लागते. शेवटी, 'जगाला आग लागली असताना आपण इथे काहीही न करता बसणे शक्य नाही!'. परिणामी, लोक साधारणपणे सरकारने यावर काही कृती करावी अशी अपेक्षा करतात. प्रत्यक्षात सरकारने ती कृती केल्यावर परिस्थिती अजूनच *बिघडणार* असते.

अनुपस्थिती अंधत्व टाळणे हे अनुभवाने सोपे वाटते. अनुभव हा मुळातच मौल्यवान असतो. कारण, विशेषज्ञाकडे मेंदूत अशाप्रकारच्या ***पॅटर्नचा*** खूप मोठा साठा असतो आणि अशा प्रकारे त्यांना अनुपस्थिती लक्षात येईल याची खूप मोठी शक्यता असते. अपेक्षित पॅटर्नचा भंग झालेला दिसताच, अनुभवी लोकांना गोष्टी फारशा ठीक नाहीत आणि काहीतरी 'विचित्र असल्याची भावना' येण्याची खूप शक्यता असते. समस्या गंभीर होण्याआधी तिची दखल घ्या, हीच धोक्याची सूचना असते.

सोर्सेस ऑफ पॉवर : हाउ पीपल मेक डिसीजन्समध्ये संशोधक गॅरी क्लीन अग्निशमनदलाने एका घराच्या पहिल्या मजल्यावरील आग विझवल्याची गोष्ट सांगतात. जेव्हा आगीच्या मुळावर पाणी फवारले, तेव्हा आगीने अपेक्षितपणे काहीच प्रतिसाद दिला नाही – ती अजिबात कमी झाली नाही. त्यांच्या प्रमुखाने ते पाहिले आणि प्रत्येकाला घरातून बाहेर पडण्याचा आदेश दिला. त्यांना काहीतरी चुकते आहे असे वाटत होते. काही मिनिटांनी ते घर कोसळले. आग तळघरात लागली होती आणि बाहेर पडले नसते, तर ते सर्व जण मृत्यू पावले असते. अग्निशमनदलाच्या प्रमुखाच्या अनुभवी तर्कामुळे त्याच्या सहकाऱ्याचे प्राण वाचले. हीच अनुभवाची ताकद असते आणि फायदाही असतो.

मला अनुपस्थिती अंधत्वावर मात करण्याचा एकच विश्वसनीय मार्ग वाटतो आणि तो म्हणजे ***तपाससूची*** (नंतर चर्चा केली आहे). तुम्हाला एखादी गोष्ट कशी दिसायला हवी याचा आधीच विचार करून आणि त्याचे दृश्य रिमाइंडर तयार करावे, ज्यांचा तुम्हाला

निर्णय घेताना संदर्भ घेता येतो. ***तपाससूची*** तुम्हाला त्याक्षणी कौशल्यातील अनुपस्थितींचा शोध घेण्यासाठी मदत करते. (***तपाससूची*** तयार करणे याची आपण अकराव्या प्रकरणामध्ये तपशीलवार चर्चा करू)

ही संकल्पना शेअर करा : http://book.personalmba.com/absence-blindness/

तुलना

(Contrast)

जगात अशा अनेक गोष्टी आहेत ज्या स्पष्ट दिसतात; पण त्याकडे कोणी पाहील अशी शक्यता कमी आहे.

– सर आर्थर कॉनन डॉयल, द शेरलॉक होम्स या पुस्तकाचे लेखक

समजा, तुम्ही एखाद्या डिपार्टमेंटल स्टोअरमध्ये बिझनेस सूट घेण्यासाठी गेलात, तर सुरुवातीलाच तुम्हाला काही पर्याय दिसतील, जे अत्यंत महागडे असतील. स्टोअर क्वचितच तितके महागडे सूट विकते. तो त्यांचा हेतूच नसतो. सुरुवातीला दिसणाऱ्या ३,००० डॉलर्स किमतीच्या सूटशी तुलना केली, तर नंतर दाखवलेला ४०० डॉलर्सचा सूट विशेष महाग वाटत नाही. जरी तोच सूट दुसऱ्या स्टोअरमध्ये २०० डॉलर्सला विकत घेता येऊ शकतो.

विक्रेते ज्या क्रमाने उत्पादने सादर करतात, त्याला आता हेच तत्त्व लागू पडते. एक सूट निवडल्यानंतर, तुम्हाला शर्ट्स, शूज आणि इतर ॲक्सेसरीजकडे निर्देशित केले जाते. ४०० डॉलर्सच्या सूटच्या तुलनेत १०० डॉलर्स अजून शूजवर खर्चले, तर ८० डॉलर्स बेल्टसाठी, काही शर्ट्ससाठी ६० डॉलर्स, ४० डॉलर्सचे कपलिंग्ज? सूटशी तुलना केली, तर ॲक्सेसरीज स्वस्त वाटतात, मग का नको खरेदी करायला?

माझे एक क्लायंट जॉर्डन स्मार्ट, यांनी काय सांगितले पाहू :

मी गेल्या वर्षी ब्लॅक फ्रायडेला शॉपिंग करत होतो, काही फॉर्मल कपडे मिळतात का बघत होतो... मी दोन शर्ट्स आणि दोन ब्लेझर्स घेण्याच्या विचाराने गेलो होतो. मी त्याबरोबर दोन टाय घेण्याचा विचार केला आणि मग विचार केला की, माझ्याकडे असलेले एक किंवा दोन टाय पुरेसे आहेत.

मी दोन स्टोअर्समध्ये शॉपिंगला गेलो. पहिल्यामध्ये, मी दोन शर्ट्सचा सेट घेतला आणि मी निघतच होतो, तेव्हा सेल्समनने विचारले की, मला त्याबरोबर टाय हवे होते का. मी त्याला नम्रपणे नको असे सांगितले आणि माझ्या निश्चयावर ठाम राहिल्याबद्दल स्वतःचे अभिनंदन केले.

दुसऱ्या स्टोअरमध्ये, मी काही ब्लेझर घालून पाहिले आणि ते खरेदी करायचे ठरवले. पुन्हा मला सेल्समनने विचारले की, मला त्या ब्लेझरसोबत जातील असे टाय हवे होते का. त्याक्षणी, मी ब्लेझरच्या किमतीचा विचार

केला आणि स्वतःशी विचार केला की, मी तसेही इतके पैसे खर्चत आहेच म्हणून मग मी टायचा सेट विकत घेण्याकडे वळलो.

जोवर मला कॉन्ट्रास्टबद्दल काही माहीत नव्हते, तोवर या कशाचाच विचार केला नव्हता. पावतीकडे लक्ष गेल्यावर मला लक्षात आलं, मी ब्लेझरपेक्षा त्या दोन टायवर जास्त खर्च केला होता.

आपले समज हे आजूबाजूच्या वातावरणातून गोळा केलेल्या माहितीने प्रभावित होतात. १०,००० डॉलर्स हे खूप पैसे आहेत का? हे तुमच्या परिस्थितीवर ठरते. जर तुमच्या बँकखात्यात दहा डॉलर्स असतील, तर १०,००० डॉलर्स ही प्रचंड मोठी रक्कम आहे. पण जर तुमच्याकडे १०,००,००,००० डॉलर्स असतील, तर ती किरकोळ रक्कम आहे.

आपली आकलनाची कार्यक्षमता ***तफावत*** लक्षात घेण्यासाठी आहे. ज्या गोष्टी नाहीत, त्या आहेत अशी समजूत करून त्यांच्याशी तुलना करण्यासाठी नाही. हेच ***अनुपस्थिती अंधत्वाचे*** मूळ कारण आहे. आपण जे सर्व पाहतो आणि जे निर्णय घेतो हे आजूबाजूच्या वातावरणातून गोळा केलेल्या माहितीवर आधारित असतात. त्यामुळेच, ती गोष्ट झाकून टाकण्याची युक्ती उपयुक्त ठरते. त्यामुळे एखादी वस्तू आणि त्याच्या आजूबाजूचे ***वातावरण*** यातील तफावत कमी करते, जे आपल्याला लक्षात येणे कठीण होते.

कॉन्ट्रास्ट म्हणजे तफावत किंवा तुलना. तुलना ही नेहमी खरेदीबाबतचे निर्णय प्रभावित करण्यासाठी वापरली जाते. उद्योगजगतात, किमतींची फसवणूक करण्यासाठी तुलना नेहमी वापरली जाते. ६० डॉलर्सच्या शर्टच्या बाबतीत, अगदी तसाच शर्ट दुसऱ्या दुकानात विकत घेणे शक्य आहे. *जिथे तुलना होत असते, अशा सर्वच दुकानांत* कमी किमतीचा शर्ट *असत नाही.* तिथे काय असते, तर ४०० डॉलर्सचा सूट, जो ६० डॉलर्सचा शर्ट स्वस्त आहे असे आपल्याला भासवतो.

२००० डॉलर्स किमतीच्या कॉम्प्युटरशी तुलना केली असता, त्यामुळे एकूण खरेदी किंमत वाढत असेल, तरी ३०० डॉलर्सची वाढीव गॅरंटी स्वस्तच वाटते. ३०,००० डॉलर्स किमतीच्या कारसोबत तुलना केली असता, १००० डॉलर्सच्या लेदर सीट्स म्हणजे चांगला सौदा वाटतो. ४,००,००० डॉलर्स किमतीच्या घराशी तुलना केली असता, किचन रीमॉडेल करण्यासाठी अजून २०,००० डॉलर्स म्हणजे काही विशेष वाटत नाही.

फ्रेमिंग करणे हे तुलनेचे आकलन नियंत्रित करण्याचा मार्ग आहे. उदाहरणार्थ, मी माझ्या पुस्तकाची जाहिरात अशी करतो – 'प्रतिष्ठित एमबीए कोर्सपेक्षा १,४९,००० डॉलर्स स्वस्त.' पुस्तक विकत घेण्याच्या तुलनेत माझा कोर्स महाग वाटतो आणि एमबीए प्रोग्रॅमच्या खर्चाच्या तुलनेत तो एक चांगला सौदा वाटतो.

तुमची ऑफर सादर करताना तुलनेचा फायदा करून घ्या आणि तुम्ही थोडा विचित्रपणा वाढवा, ज्यामुळे तुमचे संभाव्य ग्राहक तुमच्या ऑफरकडे वारंवार पाहतील.

ही संकल्पना शेअर करा : http://book.personalmba.com/contrast/

तुटवडा

(Scarcity)

एखाद्या गोष्टीवर प्रेम करताना कधीतरी ती गोष्ट गहाळ होउ शकते हे लक्षात ठेवावे.

– जी. के. चेस्टरटन, इंग्रजी लेखक आणि ख्रिश्चन धर्मगुरू

ऊ ***र्जेचे जतन केल्यामुळे,*** लोकांची एक नैसर्गिक वृत्ती असते की, 'नंतर करू', जोवर काही कारणामुळे लगेच कृती करणे अपरिहार्य होते. उद्योजकाला मात्र नंतर ही एक मोठी समस्या आहे. कारण, जर हा ग्राहक तुमच्याबाबत विसरला, तर त्याच्या 'नंतर करू'चे 'कधीच नाही'मध्ये रूपांतर होते. तुम्ही तुमच्या ग्राहकांना लगेच कृती करण्यासाठी कसे प्रेरित कराल?

तुटवडा लोकांना लगेच निर्णय घेण्यासाठी प्रेरित करतो. तुटवडा ही अशी गोष्ट आहे की, जी आपल्या साठवण्याच्या किंवा जतन करण्याच्या नैसर्गिक वृत्तीवर मात करते. जर तुम्हाला ज्याचा तुडवडा आहे, अशी कोणती गोष्ट हवी असेल, तर ती गोष्ट मिळण्याची वाट पाहताना ती हरवण्याची जोखीम घ्यावीच लागते. ***हरवण्याच्या जोखमीमुळे*** तुम्ही *तात्काळ* कृती करण्यास प्रेरित होता.

त्यामुळे, तुमच्या ऑफरमध्ये ज्याचा तुटवडा आहे, अशी गोष्ट समाविष्ट करणे हा लोकांना त्वरित कृती करण्यासाठी प्रेरणा देण्याचा चांगला उपाय आहे. लोक जर वाट पाहत राहिले, तर त्यांना जे हवे आहे, ते कदाचित संपून जाईल असा समज तुडवड्यामुळे होतो आणि ते त्यांना हव्या असलेल्या गोष्टीसाठी लगेच कृती करतात.

एखाद्या गोष्टीबद्दल जितकी अधिक चणचण, तितकी अधिक त्याबद्दल इच्छा. १९९६मध्ये, टिकल मी इमो हे खेळणे ख्रिसमस काळात एकदम लोकप्रिय होते. इमो आधीच लोकप्रिय पात्र होते; पण मर्यादित संख्येमुळे पालक ते खरेदी करण्यासाठी वेडे झाले. साधारणपणे, शहाण्या लोकांनी इबेवर ते खेळणे विकत घेण्यासाठी शेकडो डॉलर्स खर्च करण्यास सुरुवात केली आणि नवीन स्टॉक उपलब्ध झाल्यावर दुकानांमध्ये गर्दी करायला सुरुवात केली.

तुमच्या ऑफरमध्ये तुम्ही हा तुटवड्याचा घटक कसा समाविष्ट करू शकता, याचे काही मार्ग पाहू:

१. *मर्यादित संख्या* : संभाव्य ग्राहकांना सूचित करा की, तुम्ही मर्यादित संख्येच्या युनिटची विक्री करत आहात.

२. *किंमत वाढणे* : संभाव्य ग्राहकांना सूचित करा की भविष्यात तुमच्या उत्पादनाच्या किमती वाढू शकतात.

३. *किंमत कमी करणे* : संभाव्य ग्राहकांना सांगा की, आताची किमतीमधील सवलत भविष्यात संपणार आहे.

४. *डेडलाइन* : संभाव्य ग्राहकांना सूचित करा की, ऑफर मर्यादित काळासाठी सीमित आहे.

उगाच निर्माण केलेली कृत्रिम चणचण तुमच्यावर उलटूही शकते. उदाहरणार्थ, ई–बुक्सच्या विक्रीवर उगाच कृत्रिम मर्यादा घालणे, डाऊनलोड करता येण्याजोगे सॉफ्टवेअर किंवा इलेक्ट्रॉनिक म्युझिक फाइल्स, याला काही अर्थ नाही. प्रत्येकाला माहीत आहे, की इलेक्ट्रॉनिक फाइल्सच्या अनेक ***डुप्लिकेट*** प्रती फुकट काढता येतात. म्हणून, त्याची चणचण कृत्रिम वाटते. असे केल्याने लोक ती गोष्ट तुमच्याकडून खरेदी करण्यापासून परावृत्त होतात. मर्यादित काळानंतर किमतीत वाढ करणे लागू पडते. काही ठरावीक संख्येनंतर किंवा ठरावीक काळानंतर किमतीत वाढ करणे हे रास्त धोरण आहे आणि त्याने अवाजवी किंवा हाताळायला कठीण असे ग्राहक येण्याची शक्यताही कमी होते.

तुटवड्याचा घटक तुमच्या ऑफरमध्ये समाविष्ट करा आणि तुम्ही लोकांना 'नंतर' ऐवजी आत्ता खरेदी करण्यास प्रवृत्त कराल.

ही संकल्पना शेअर करा : http://book.personalmba.com/scarcity/

नावीन्य

(Novelty)

मी देवाकडे दोन हात मागतो, तर तो त्यासोबत मेंदूही देतो, असे का होते?

– हेन्री फोर्ड फोर्ड मोटर कंपनीचे संस्थापक आणि असेंब्ली लाइनचे प्रायोजक

दुसऱ्या विश्वयुद्धाने शिखर गाठले असताना, नॉर्मन मॅकवर्थने रॉयल एअर फोर्सच्या रडार ऑपरेटर्सना त्यांच्या कामावरून बाजूला घेऊन एक खास मोहीम दिली. एका वेळी सलग दोन तास घड्याळाकडे पाहण्याची!

मॅकवर्थ मानसशास्त्रज्ञ होता. *एकाग्रतेबाबतचा* त्याचा विशेष अभ्यास होता. एकाच वस्तूवर खूप काळ उच्च दर्जाचे लक्ष ठेवणे. रडार ऑपरेटर्स हे त्याच्या नैसर्गिक चाचणीचे साधन होते. त्यांच्या कामात रडारच्या स्क्रीनवर अंधाऱ्या खोलीत अनेक तास पाहणे समाविष्ट होते.

बहुतेक वेळा, रडार स्क्रीनवर खूप कमी बदल होत असे. कधीकधी स्क्रीनवर शत्रूचे इनबाउंड बॉम्बिंगसाठीचे विमान दिसे ही खूप महत्त्वाची गोष्ट असे. रडार ऑपरेटर्सचे काम होते की, अशा गोष्टीं ताबडतोब लक्षात याव्यात म्हणून सावधान राहणे. पण हे काम अतिशय अवघड होते. बोअर झाल्यामुळे अनेक वेळा चुका होत व त्यामुळे अनेक जीव जात असत.

त्या आव्हानात्मक वातावरणाची नक्कल करण्यासाठी, मॅकवर्थने 'मॅकवर्थ क्लॉक' तयार केले. हे लोक घड्याळातील वेळावर किती चांगले लक्ष ठेवू शकतात, याची चाचणी करण्यासाठीचे एक यंत्र होते. या 'विशिष्ट घड्याळा'मधील सेकंद काटा इतर घड्याळासारखाच चालायचा, पण त्यात एक फरक होता. तो मध्येच कधीतरी एक सेकंद चुकवायचा, एकाऐवजी दोन घरे पुढे जायचा. चाचणी देणाऱ्याने तसे झाल्यावर प्रत्येक वेळा बटण दाबायचे होते.

मॅकवर्थला काय आढळले ते पाहू : घड्याळाकडे दहा मिनिटे टक लावून पाहिल्यावर, चाचणी देणाऱ्याची लक्ष देण्याची क्षमता नाट्यमयरीत्या कमी झाली. अगदी खूप प्रेरित झालेल्या ऑपरेटर्सचादेखील (ज्यांना उत्तम कामासाठी बोनसदेखील मिळाले होते) लक्ष देण्याचा जास्तीतजास्त काळ ३० मिनिटे होता. त्यानंतर अपरिहार्यपणे त्यांचे लक्ष उडत असे.

नावीन्य – ज्ञानेंद्रियांसाठी दुसरी नवीन माहिती. जर तुम्हाला खूप अधिक काळासाठी लक्ष वेधून आणि रोखून ठेवायचे असेल, तर हे खूप महत्त्वाचे आहे. लोक खूप जास्त वेळ खेळ खेळतात किंवा इन्टरनेटवर सर्च करतात याचे नावीन्य हे ही एक कारण आहे. प्रत्येक नवीन व्हायरल व्हिडिओ, फेसबुक अपडेट, ट्विटर पोस्ट आणि बातम्या हे तुमच्या लक्ष देण्याच्या क्षमतेला पुन्हा खिळवून ठेवतात.

ब्रेन रुल्समध्ये जॉन मेदिना सांगतात, की एक ते एक तासाहून जास्त काळ चालणाऱ्या क्लासेसमध्ये ते विद्यार्थ्यांचे लक्ष कसे खिळवून ठेवतात. ते त्यांचा तास दहा मिनिटांहून अधिक न चालणाऱ्या मोड्युलमध्ये विभागतात. प्रत्येक मोड्युल ***हूकने*** सुरू होते. सुरुवातीला एखादी मजेशीर गोष्ट किंवा किस्सा व त्यानंतर महत्त्वाच्या संकल्पनेचे थोडक्यात स्पष्टीकरण. हे स्वरूप वापरल्याने त्यांच्या प्रेक्षकांना जास्त माहिती मिळते आणि त्यांचे लक्ष विचलित होत नाही. (हे पुस्तक लहान-लहान सेक्शन्समध्ये विभागण्याचे हे मूळ कारण आहे. त्यामुळे एक सेक्शन वाचण्यासाठी दहा मिनिटांपेक्षा कमी वेळ लागतो.)

अगदी खूप ***लक्षणीय*** गोष्टदेखील काही काळाने कंटाळवाणी होते. माणसाचे चित्त टिकून राहण्यासाठी सतत नावीन्य आवश्यक असते. लोकांना सतत काहीतरी नवनवीन देऊ करत राहा. ते तुम्ही काय देऊ करत आहात, त्याकडे आपोआप लक्ष देतील.

ही संकल्पना शेअर करा : http://book.personalmba.com/novelty/

७

स्वत:सोबत काम करणे

विचार करणे सोपे असते. काम करणे अवघड असते. पण विचार करत असताना काम करणे सर्वांत कठीण असते.

– योहानन वॉल्फगँग वॉन गेटे, कवी, नाटककार आणि विविध विषयांचे व्यासंगी

तुमचे शरीर आणि मन ही तुम्ही काम करवून घेण्यासाठीची साधने आहेत. स्वतःसोबत अधिक प्रभावीपणे काम करायला शिकलात, तर तुम्हाला जे साध्य करायचे आहे ते सोपे होईल आणि अधिक आनंददायक वाटेल.

आजच्या व्यग्र औद्योगिक वातावरणामध्ये, जे काही काम करायचे, त्याचा ताण येणे साहजिक आहे. अधिक प्रभावीपणे व कार्यक्षमपणे काम कसे करावे हे शिकणे हाच आपली यशस्वी कारकीर्द घडवणे किंवा त्यात दमून जाणे यातील फरक आहे.

आपण काय करायचे हे कसे ठरवायचे, उद्दिष्टे कशी ठरवायची व ती कशी साध्य करायची, तुमच्या दैनंदिन कामाचा मागोवा कसा घ्यायचा, प्रतिकारावर कशी मात करायची आणि न थकता अधिक उत्पादक काम कसे करायचे, याबाबत या प्रकरणामध्ये चर्चा करू.

ही संकल्पना शेअर करा : http://book.personalmba.com/working-with-yourself/

मनाविरुद्ध काम करणे

(Akrasia)

तुमच्या मनातील शांत कप्प्यातच सर्वांत मोठी द्वंद्वे लढली जातात.

– एजरा टैफ्ट बेन्सन, अमेरिकेचे माजी कृषी सचिव

जेरी साईनफिल्ड त्यांच्या प्रसिद्ध रुटीन कॉमेडी शोमध्ये त्यांच्या झोप येण्याच्या तक्रारीबद्दल बोलत होते :

मला कधीच पुरेशी झोप मिळत नाही. मी रात्री खूप उशिरापर्यंत जागा असतो कारण, मी निशाचर आहे. निशाचराला रात्री उशिरापर्यंत जागे राहायचं असतं. पाच तासांच्या झोपेनंतर उठायचं काय? तो सकाळ आवडणाऱ्या माणसाचा प्रॉब्लेम आहे. तो माझा प्रॉब्लेम नाही. मी निशाचर आहे. मला पाहिजे असतं म्हणून मी जागा राहतो. त्यामुळे, तुम्ही सकाळी उठता, तर तुम्हाला दमल्यासारखं, अशक्त वाटतं...निशाचर लवकर उठणाऱ्याला नेहमी पेचात टाकतो. लवकर उठणारा काही करू शकत नाही. लवकर उठणारा एकच गोष्ट करू शकतो. ती म्हणजे अजून थोडा वेळ पुरेसे झोपणे, जेणेकरून दिनचराची नोकरी जाईल आणि निशाचराजवळ बाहेर जायला आता पैसेच उरणार नाहीत.

हे रुटीन गमतीशीर आहे; पण ते खूप ओळखीचे वाटते. आपल्या सर्वांना हे माहीत असण्याचा किंवा वाटण्याचा अनुभव आहे की, आपण काहीतरी केले पाहिजे किंवा ती कृती आपल्यासाठी उत्तम ठरेल; पण आपण ते करत नाही. 'आपल्याला कळतं; पण वळत नाही' या अनुभवाला ***Akrasia*** ('अह-क्रा-सि-आह' असा उच्चार केला जातो) 'दिरंगाई' असे म्हणतात.

अक्रासिया आणि दिरंगाई करणे किंवा चालढकल करणे हे दोन्ही संबंधित आहे. मात्र त्या दोन्ही गोष्टी एकच नाहीत. जेव्हा तुम्ही एखादी गोष्ट करायची ठरवली आहे; पण तुम्ही नंतर करू असे म्हणून तसे नंतर करण्याचा निश्चय न करता चालढकल करता, तेव्हा दिरंगाई होते. जर तुम्हाला तुमच्या टू-डू लिस्ट मध्ये एखाद्या 'ई-मेलला उत्तर द्यायचे असेल'; पण तुम्ही ई-मेलला उत्तर न देता अनेक तास इंटरनेट ब्राउज करत बसाल, तर ती दिरंगाई.

अक्रासिया हा त्याहून खोल विषय आहे. ती एक साधारण भावना आहे की, तुम्हाला तसे काही आवश्यकरीत्या न ठरवता काहीतरी 'केले पाहिजेच' असे वाटते. ती 'केले पाहिजेच' अशी जी भावना असते, ती तुम्हाला निर्णय किंवा कृती दोन्हीकडे नेत नाही, जरी ती कृती तुमच्या हिताची असेल तरीही. बहुतेक लोकांना त्यांच्या आता नकोशा असलेल्या ***सवयी*** बदलताना अक्रासियाचा अनुभव येतो ('मी सिगारेट ओढणे सोडले पाहिजे'), नवीन कृती करणे ('मी त्या विनानफा संस्थेला दान दिले पाहिजे'), किंवा असुखावह मुद्द्यावर मनन करणे ('मी जीवन विम्याकडे लक्ष दिले पाहिजे आणि वकिलाशी मृत्युपत्राबाबत बोलले पाहिजे'). ते 'पाहिजे' असे जे वाटते; पण कृती होत नाही, यालाच आपण 'कळतं; पण वळत नाही' असे म्हणतो. याच गोष्टीमुळे प्रचंड निराशा येते.

अक्रासिया ही खूप जुनी समस्या आहे. अक्रासियाबद्दलच्या चर्चा सॉक्रेटीस, प्लेटो आणि ॲरिस्टॉटलच्या काळात घेऊन जातात. ही संज्ञा ग्रीक भाषेतून आली आहे. अक्रासिया म्हणजे (स्वतःवर)'ताबा नसणे.' सॉक्रेटीस आणि प्लेटोच्या मते हा नैतिक दोष होता. तर ॲरिस्टॉटलचे म्हणणे होते, की तो एखाद्या माणसाने 'काय केले पाहिजे' याच्या चुकीच्या मतातून निर्माण होतो. जरी तत्त्ववेत्ते अनेक शतके याबाबत वादविवाद करत आहेत, तरी त्यावर काही उपाय मात्र सापडलेला नाही.

अक्रासिया हा काम करून घेण्यातला एक सर्वांत जास्त पसरलेला आणि चिवट अडथळा असतो. इच्छेच्या दोन्ही बाजूंच्या द्वंद्वामध्ये न जाता तुमचा वेळ प्रगतीसाठी खर्चला जावा, याकरता, अक्रासिया ओळखून त्याच्याशी सामना करणे हे जास्त उपयुक्त आहे.

माझ्या अनुभवानुसार, अक्रासियाचे साधारण पुढील चार भाग असतात – नेमलेले काम, इच्छा/ गरज, 'पाहिजे' आणि प्रतिकाराची भावना. या फ्रेमवर्कमध्ये, प्रतिकाराची अनेक संभवनीय मुळे दडलेली असू शकतात :

- तुम्हाला काय पाहिजे त्याची तुम्हाला व्याख्या करता येत नाही.
- तुम्हाला असा विश्वास आहे की, हे काम तुम्हाला नको असणाऱ्या गोष्टीच्या जवळ घेऊन जाईल.
- तुम्ही आता जिथे आहात तिथून तुम्हाला जिथे जायचे आहे, तिथवर कसे जाऊ शकाल हे तुम्हाला कळत नाहीये.
- तुम्हाला 'अंतिम परिणाम' साध्य होणार नाही असे मनाला वाटेपर्यंत त्याचा विचार करता. त्यामुळेच, मनात ***नुकसानाची नावड*** निर्माण होते.
- पाहिजे हे कोणी अन्य व्यक्तीने सांगितलेले असते, तुम्ही नाही. त्यामुळे मन वळवण्यास प्रतिकार केला जातो.
- ***सद्यःवातावरण*** स्पर्धात्मक कृतीसाठी ताबडतोब समाधानाचे वचन देते, तर जे काम नेमून दिले आहे, त्याचे बक्षीस खूप नंतर येईल. (मानसशास्त्रज्ञ याला 'हायपरबोलिक डिस्काउन्टिंग' असे म्हणतात)
- तुम्हाला जी कृती करायची असते, त्याचे फायदे अप्रत्यक्ष आणि दूरवर दिसतात, जेव्हा इतर संभाव्य कृती ठोस आणि तत्पर फायदे देतात (मानसशास्त्रज्ञ याला 'कंस्ट्रुअल लेव्हल थिअरी' किंवा 'जवळचा/दूरचा' विचार करणे असे म्हणतात).

अक्रेटिक म्हणजे इच्छाशक्तीचा अभाव असण्याच्या परिस्थितीचे अनेक प्रकारांत विभाजन होऊ शकते : कुकी खाणे विरुद्ध डाएटला घट्ट चिकटून राहून 'सुदृढ होणे', वेब ब्राउज करणे विरुद्ध व्यायाम करणे. दुःखद नातेसंबंधात राहणे विरुद्ध पुढे जाणे. एखाद्या नवीन उद्योगाच्या कल्पनेचे स्वप्न पाहणे विरुद्ध ते तपासून पाहणे. जेव्हाही तुम्ही काही 'केले पाहिजे' असे असते; पण ते करण्यास तुम्ही प्रतिकार करता, तुम्ही 'इच्छाशक्तीच्या अभावाचा' अनुभव घेत आहात.

अक्रासिया ही एक गुळगुळीत झालेली समस्या आहे आणि त्यावर काही सोपा अथवा सार्वत्रिक उपाय नाही. अक्रेटिक परिस्थितीचा प्रतिरोध करण्यासाठी आणि त्या सोडवण्यासाठी अनेक युक्त्या आणि तंत्रे आहेत. आपण त्यावर या प्रकरणामध्ये चर्चा करू.

ही संकल्पना शेअर करा : http://book.personalmba.com/akrasia/

एकध्येयवाद

(Monoidealism)

'जस्ट डू इट'
– नाइकी या कंपनीचे घोषवाक्य

गेल्या काही वर्षांत उत्पादकतेविषयी खूप काही लिहिले गेले आहे. जसे की, अधिक काम कसे करून घ्यावे. *गेटिंग थिंग्ज डन, द पॉवर ऑफ लेस ॲण्ड मास्टर युवर वर्कडे नाउ!* यांसारखी पुस्तके कामाचा प्रवाह सुरळीत होण्यासाठी अनेक मार्ग सुचवतात.

आपण जेव्हा 'उत्पादक होण्यासाठी' प्रयत्न करत असतो, तेव्हा आपण नक्की कशावर नेम साधत असतो? खरेतर तुम्हाला तुमच्या ऊर्जेच्या पूर्ण ताकदीवर लक्ष केंद्रित करण्यासाठी एका वेळी एका विषयावर लक्ष ***केंद्रित*** करायचे आहे.

एकध्येयवाद म्हणजे तुमची ऊर्जा आणि लक्ष एकाच गोष्टीवर केंद्रित करण्याची स्थिती. एकध्येयवादाला नेहमी 'ओघवती स्थिती'पण म्हणतात. ही संज्ञा मिहाली किझेत्मिहाली या मानसशास्त्रज्ञाने दिली. ही मानवी एकाग्रतेची सर्वांत जास्त उत्पादक स्थिती असते. अतिरिक्त काळासाठी स्पष्टपणा, केंद्रित लक्ष आणि एका (आणि एकाच) गोष्टीवर केंद्रित प्रयत्न.

पी. जे. इबे, माजी कॉम्प्युटर प्रोग्रॅमर, जे लोकांना त्यांच्या मनाचा अधिक उत्पादकरीत्या वापरण्यासाठी मदत करतात, ते एकध्येयवादाची व्याख्या करताना म्हणतात,

> *जेव्हा कोणी म्हणते, 'करून टाका, ते तुम्हाला सांगायचा प्रयत्न करत आहेत की तुम्ही अन्य काही करू नका'. अजून सोप्या भाषेत सांगायचे झाले तर, 'करा, इतर कशाचाही विचार न करता करा, अगदी काय करत आहात याचा विचारदेखील न करता.' खरे तर तेही करू नका, फक्त तुम्हाला ते करताना पाहा. पण प्रत्यक्षात काही करण्याचा प्रयत्न करू नका.*
>
> *खऱ्या अर्थाने, 'एकध्येयवाद' ही एक स्थिती आहे, ज्यात तुमच्या मनात वादाशिवाय एकच गोष्ट असते. ही एक स्थिती आहे, ज्यात त्याच्या तंत्राकडे जास्त लक्ष न देता, नैसर्गिकपणे त्या विचाराबाबत कृती केली जाते. एखाद्या विशिष्ट (उत्पादकतेच्या) तंत्राची उपयुक्तता काही विशिष्ट व्यक्तीसाठी त्यांना एकध्येयवाद साधण्यासाठी मध्ये येणाऱ्या अडथळ्यावर मात करते का, यावर बऱ्यापैकी अवलंबून असते.*

तुम्ही जेव्हा फक्त 'कृती करत असता' तेव्हा तुम्ही 'प्रवाहामध्ये' असता म्हणजेच एकध्येयवादाच्या स्थितीत असता. तिथे काहीही व्याप्ती नसतात, व्यत्यय नसतात, स्व-परीक्षा (सेल्फ जजमेंट) नसते, शंका नसतात. जेव्हा तुमचे मन १००% 'करण्याच्या' स्थितीत असते, तुम्ही अपरिहार्यपणे खूप काही करून घेता.

तुम्ही त्या एकध्येयवादाच्या स्थितीत नक्की कसे जाता?

प्रथम, संभाव्य व्याप्ती आणि व्यत्यय दूर करा. तुम्हाला तुमचे काम पूर्ण करण्यासाठी जितक्या आकलनक्रियेची आवश्यकता आहे, त्यावर अवलंबून तुम्ही जे करत आहात, त्यात तुमचे मन पूर्णपणे शोषले जाण्यासाठी साधारण दहा ते तीस मिनिटे लागतील. फोन-कॉल्स, सहकर्मचारी 'अधेमधे येऊन तुमचे डोके खातील' आणि इतर अनपेक्षित मागण्या तुमचे लक्ष वेधून तुमची एकध्येयवादाची स्थिती बिघडवतील. म्हणून, तुम्ही विचलित न होण्याला पहिले प्राधान्य द्या. याकरता मी नेहमी इअरप्लग वापरतो, किंवा वाद्यसंगीत ऐकतो जेणेकरून आजूबाजूचे आवाज दूर होतील आणि मला जेव्हा व्यत्यय नको असतो, तेव्हा फोन डिस्कनेक्ट करून ठेवतो.

मी लेखन करतो, तेव्हा इंटरनेटचे कनेक्शन बंद करण्याने, पाहा : (***इच्छाशक्ती कमी करणे***) एकध्येयवादाची स्थिती जपणे सोपे जाते. नाहीतर, जेव्हा लिहिणे थोडेसे अवघड जाते, तेव्हा मी इंटरनेटचा वापर करण्याची खूप दाट शक्यता असते. अशा प्रकारचे ***मार्गदर्शक रचनातंत्र*** वापरल्यास आपले लक्ष इकडे-तिकडे भटकण्यापासून आपण रोखू शकतो.

दुसरे, ***अंतर्गत वाद*** काढून टाका. कधीकधी सुरुवात करणेही अवघड जाते कारण तुम्ही आतील दोन सिस्टिम्समधील संघर्ष अनुभवत असता. हे संघर्ष किंवा वाद तुम्ही सुरुवात करायच्या आधीच काढून टाकल्याने, तुम्हाला एकध्येयवादाची स्थिती लवकरात लवकर साध्य करता येईल. तुम्हाला सुरुवात करण्यास प्रतिकार होत आहे असे वाटत असेल, तर सुरुवात *करण्याआधी* त्या संघर्षाच्या खोलीत शिरून पाहण्यासाठी काही वेळ आणि ऊर्जा खर्च केली, तर मदत होऊ शकेल.

हे पुस्तक लिहीत असताना, मला अशा निराशाजनक प्रतिकाराचे अनुभव खूप वेळा आले. तो प्रतिकार दुर्लक्षित करण्याऐवजी किंवा त्यातून तसेच पुढे जाण्याऐवजी (इच्छाशक्ती कमी होण्याचा एक दाहक अनुभव), तो प्रतिकार दुर्लक्षित करण्याऐवजी किंवा त्यावर मात करून पुढे जाण्याऐवजी (याला इच्छाशक्ती कमी होण्याचा दाहक अनुभव म्हणू शकतो), मी तो प्रतिकार नक्की काय आहे, याची ***मनातल्यामनात कल्पना करून*** शोध घेतला. मनाला ***पुन्हा स्पष्टीकरण देण्याऐवजी*** त्यातील सामायिक संघर्ष काय असेल, याचा शोध घेतला. मी माझे पुस्तकाचे काम जसे चालले होते, त्याबद्दल समाधानी नव्हतो आणि जे चालत नाहीये ते जास्त प्रमाणात करणे म्हणजे व्यर्थच. पुस्तकाच्या रचनेची पुन्हा उजळणी करण्यासाठी जास्त वेळ खर्च केल्याने तो संघर्ष संपुष्टात आला. त्याचबरोबर पुस्तक अधिक चांगले झाले आणि प्रतिकाराचा स्रोत नष्ट झाला.

तिसरे, 'धडक मारून' लक्ष देण्याची प्रक्रिया सुरू करा. त्या स्थितीत जाण्यासाठी दहा ते तीस मिनिटे लागू शकतात. त्यामुळे, ज्या कामावर लक्ष केंद्रित करायचे आहे, त्या कामाच्या तयारीसाठी दहा ते तीस मिनिटे राखून ठेवण्याने त्या *स्थितीत* जाणे अधिक सोपे होईल. धडक संपली, तरी जर तुम्ही प्रॉडक्टिव्ह झाला नसाल, तर थांबून दुसरे काहीतरी करण्याची तुम्हाला परवानगी आहे. अर्थात तसे क्वचितच होते : एकदा का सुरुवात केली की, पुढे जाणे सोपे होते.

मी नेहमी एक तंत्र वापरतो, ज्याला पोमोडोरो टेक्निक असे म्हणतात, हे नाव त्याचे निर्माते फ्रांसेस्को सिरील्लो यांनी छोट्या टोमॅटो (इटालियन भाषेमध्ये पोमोडोरो) सारख्या दिसणाऱ्या किचन टायमर वरून ठेवले. ते टेक्निक कसे काम करते हे पाहू या : '२५ मिनिटांकरता एक किचन टायमर लावा.' त्या वेळात पूर्णपणे एकाच कामावर लक्ष केंद्रित करणे हे तुमचे काम आहे. जर तुम्ही फसलात, तरी टायमर बंद होईपर्यंत त्याच कामावर लक्ष केंद्रित करण्याचा प्रयत्न करा. २५ मिनिटे काम झाल्यावर, तुम्ही पाच मिनिटांचा एक ब्रेक घेऊ शकता. अशा प्रकारे एकूण वेळ ३० मिनिटे होईल. इतका वेळ आपण आपल्या वेळापत्रकात कुठेही इथे-तिथे बसवू शकतो.

मला या पोमोडोरो टेक्निकबद्दल काय आवडते तर, ते एकाच वेळी दोन उद्दिष्ट साध्य करते. यामुळे सुरुवात करणे सोपे जाते आणि ते तुम्हाला व्यत्ययाकडे दुर्लक्ष करण्याची परवानगी देते. तुम्हाला जे करायचे आहे, त्याबाबत तुम्ही उत्साही नसाल तरी, 'फक्त २५ मिनिटेच तर आहेत' असे स्वतःशी म्हटल्यास सुरुवात करण्यासाठी होणाऱ्या मानसिक प्रतिकारावर मात करण्यात तुम्ही यशस्वी व्हाल. पोमोडोरो टेक्निक हे व्यत्ययाकडे दुर्लक्ष करण्यासाठी चांगले कारण आहे : जर फोन वाजला तर स्वतःला आठवण करा, 'पोमोडोरो अदृश्य' आहे असे सांगण्याने तुम्हाला व्यत्ययाकडे दुर्लक्ष करण्यास मुभा मिळते आणि तुमची एकध्येयाची स्थिती जपली जाते.

जर तुम्ही हे व्यत्यय दूर करू शकलात आणि सुरुवात करण्यापूर्वी संघर्ष शमवू शकलात, तर तुम्ही नैसर्गिकरीत्या कामाच्या वेळातील काही मिनिटे एकध्येयाच्या स्थितीत जाल.

ध्यानधारणा हा 'एकध्येयवादाच्या प्रतिकाराच्या प्रशिक्षणाचा' प्रकार आहे. ध्यानाचा साधा प्रकार आहे. त्यात तुम्ही आपल्या श्वासाकडे लक्ष केंद्रित करा. जेव्हा तुमचे चित्त भटकेल, तेव्हा जाणीवपूर्वक (ठरवून नव्हे) तुमचे लक्ष श्वासावर परत आणा. व्यत्यय आला तर त्याकडे दुर्लक्ष कसे करायचे, याचा सराव करण्याचा तो एक चांगला मार्ग आहे. अगदी केवळ दहा मिनिटे रोज ध्यानाचा सराव केल्यास तुम्ही तुमचे लक्ष केंद्रित करण्याच्या क्षमतेत सुधारणा करू शकता.

ही संकल्पना शेअर करा : http://book.personalmba.com/monoidealism/

प्रत्यक्ष बदलाची शिक्षा

(Cognitive Switching Penalty)

तुमच्या मनावर अंमल करा, अन्यथा ते तुमच्यावर अंमल करेल.

– होरेस, पहिल्या इ.स. पूर्व पहिल्या शतकातील कवी

तुम्ही हाती घेतलेला प्रत्येक प्रोजेक्ट, प्रत्येक काम ते करण्यासाठी ठरविक ***लक्ष***, ऊर्जा आणि फोकस घेणारच. प्रश्न आहे की, तुम्हाला जे करायचे आहे, ते जास्तीतजास्त परिणामकारकपणे कसे करणार?

अनेक लोक मल्टिटास्किंग करण्यावर भर देतात. मल्टिटास्किंग म्हणजे एकावेळी एकापेक्षा जास्त कामे करणे. अनेक जण तर असे केल्याने गृहीत धरतात की ते अधिक कार्यक्षम होतील. मोनोआयडियालिझम आणि मल्टिटास्किंग या दोन्ही परस्पर-विरुद्ध गोष्टी आहेत. न्युरॉलॉजिकली तुमच्या मेंदूला मल्टिटास्किंग करणे अशक्य आहे. जेव्हा तुम्ही एकापेक्षा जास्त गोष्टी करत असता, तेव्हा तुम्ही समांतर प्रक्रिया करत नसता, तर तुम्ही तुमचे लक्ष या गोष्टीवरून त्या गोष्टीवर अतिशय जलद गतीने वळवत असता. **अ** कामावर लक्ष देत असताना, तुम्ही **ब** कामाकडे दुर्लक्ष करत असता जोवर तुम्ही तिकडे पुन्हा ध्यान वळवत नाही.

परिणामी, एकाच वेळी अनेक कामे उत्पादकतेने करणे (प्रॉडक्टिव्ह मल्टिटास्किंग) ही एक दंतकथा आहे. नुकत्याच झालेल्या अनेक न्युरॉलॉजिकल संशोधन अभ्यासानुसार, एकावेळेस तुम्ही जितक्या जास्त गोष्टींवर लक्ष द्यायचा प्रयत्न कराल, तेवढा त्या सर्व गोष्टींमधील तुमच्या कामगिरीवर परिणाम होईल. म्हणूनच कार चालवत असताना सेलफोन वर बोलणे ही फारशी चांगली कल्पना नाहीये. एकाच वेळी दोन गोष्टींवर लक्ष केंद्रित करण्याचा प्रयत्न केल्याने, तुम्ही तुमचा प्रतिक्रियेचा वेळ त्याच पातळीवर कमी करता, जसे एखादा दारू प्यायलेला माणूस कार चालवत असेल.

प्रत्येक वेळी जेव्हा तुम्ही तुमचे लक्ष एका गोष्टीवरून दुसऱ्या गोष्टीकडे वळवता, तेव्हा तुम्ही ***प्रत्यक्ष बदलाची शिक्षा*** ओढवून घेत असता. कृती करण्यासाठी, तुमच्या मेंदूला तुमच्या स्मृतीला तुम्ही काय करत आहात याचा 'संदर्भ' द्यावा लागतो. जर तुम्ही सतत असे बदल करत राहिलात, तर तुम्ही तुमच्या मेंदूला त्याचा वेळ आणि शक्ती, संदर्भ पुन्हा-पुन्हा फटकारणे, संदर्भ देणे इत्यादींसाठी खर्च करण्यास भाग पाडत असता. म्हणूनच अखखा दिवस मल्टिटास्किंग करणे शक्य आहे; पण त्याने हाती काही लागत नाही आणि शेवटी निराशा पदरी येते. तुम्ही तुमची सगळी शक्ती काही प्रगती करण्याऐवजी मेंदूतील संदर्भ बदलण्यात खर्च केलेली असते.

प्रत्यक्ष बदलाची शिक्षा ही एक ***संघर्षाची किंमत*** (नंतर चर्चा केली आहे) आहे. जितके कमी बदल कराल, तितकी कमी किंमत. म्हणूनच एकध्येयवाद इतका कार्यक्षम आहे - तुमचे लक्ष/ध्यान *एकावेळी एकाच* गोष्टीवर केंद्रित करून, तुम्ही तुमच्या मेंदूला संदर्भ *एकदाच* काम करणाऱ्या स्मृतीमध्ये लोड करू देता, ज्याचा अर्थ हातात असलेले काम पूर्ण करण्यावर तुम्ही तुमची ऊर्जा केंद्रित करू शकता.

अनुत्पादक संदर्भात बदल करण्याचे टाळण्यासाठी, गट किंवा विभागणी करण्याची युक्ती सर्वोत्तम असते. व्याप्ती टाळल्याने अनावश्यक व्यत्यय दूर केले जातात. पण जरी तुम्हाला पूर्ण दिवस मोकळा असला, तरी अशा प्रकारे फटकारून पूर्ण दिवस वाया घालवणे शक्य आहे. असे प्रत्यक्ष बदल करणे टाळण्यासाठी, उत्तम मार्ग म्हणजे त्यासारख्याच इतर कामांचा गट करणे.

उदाहरणार्थ, मला क्लायंट कॉल्सच्यामध्ये सर्जनशील काम करत पुढे जाणे अवघड जाते (जसे की, लेखन किंवा ट्रेनिंगचे व्हिडीओ शूट करणे). दोन्ही जबाबदाऱ्या एकाच वेळी सांभाळण्यापेक्षा, मी त्यांचा एक गट तयार करतो. मी साधारणपणे सकाळी विनाव्यत्यय

लिखाणावर काही काळ केंद्रित करणे पसंत करतो. नंतर, दुपारी माझे फोन-कॉल्स आणि मीटिंग्ज यासाठी वेळ देतो. याचा परिणाम म्हणून मी दोन्ही जबाबदाऱ्यांवर माझे पूर्ण ध्यान केंद्रित करू शकतो.

मी अशीच युक्ती इतर कामे करताना वापरतो, आर्थिक रिपोर्ट अद्ययावत करणे किंवा इतर कामांसाठी बाहेर जाणे. मी ही कामे पूर्ण करण्यासाठी काही तास पूर्णपणे देतो. त्यामुळे, मला जे जे करायचे असते, ते मी अत्यंत कमी वेळात पूर्ण करतो.

पॉल ग्रॅहम, एक साहसी भांडवलदार, प्रोग्रॅमर आणि निबंधकार या गट करण्याच्या युक्तीला 'मेकर्स शेड्युल/मॅनेजर्स शेड्युल' असे म्हणतात. जर तुम्ही काही निर्माण करण्याच्या प्रयत्नात असाल, तर सगळ्यांत वाईट गोष्ट काय कराल, तर ती म्हणजे सर्जनशील कामे व्यवस्थापनाच्या कामांमध्ये बसवण्याचा प्रयत्न कराल. अशा वेळी सतत संदर्भ बदलणे हे तुमची उत्पादकता मारून टाकेल. 'मेकर्स शेड्युल'मध्ये विनाव्यत्यय वेळचे मोठे तुकडे असतात; तर 'मॅनेजर्स शेड्युल'मध्ये मीटिंग्जसाठी त्याचे छोटे-छोटे तुकडे केलेले असतात. दोन्ही शेड्युल्सचा उद्देश वेगवेगळा असतो. जर तुम्हाला काही उपयुक्त काम करायचे असेल, तर दोन्ही एकत्र करण्याचा प्रयत्न करू नका.

माझ्या दिवसाचे नियोजन करण्यासाठी मी एका साध्या नियमाचा वापर करतो. तो आहे; ३-१०-२० पद्धत. एका दिवसात, तीन मोठी कामे आणि दहा लहान कामे पूर्ण करण्याची माझ्यामध्ये कुवत आहे. एक मोठे काम म्हणजे अशी गोष्ट; ज्याला वीस मिनिटांहून जास्त काळ एकाग्रता केंद्रित करावी लागते, बाकी सगळी कामे त्याहून कमी महत्त्वाची किंवा लहानसहान आहेत. जर एका मोठ्या कामात व्यत्यय आला तर, ते पुन्हा सुरू करणे हे एक नवीन काम असते.

उदाहरणार्थ, एका दिवसाची मोठी कामे म्हणजे प्रस्ताव लिहिणे, क्लाएंटसोबत सल्लामसलत आणि पुस्तक परीक्षण करणे. दोन मोठ्या कामांमध्ये, मी एखादा छोटासा फोनकॉल करू शकतो, आलेल्या ई-मेल्स पाहून उत्तर देऊ शकतो, काही आर्टिकल्स वाचू शकतो, किचन आवरू शकतो आणि माझे ऑफिस साफ करू शकतो.

जोपर्यंत मी वेळाचा मोठा भाग मोठ्या कामासाठी ठेवतो आहे, मी सगळे एका दिवसात उरकू शकतो. जर मी मोठ्या कामात असताना विचलित झालो, तर ते काम त्या दिवशी करणे शक्य होणार नाही, किंवा इतर मोठे काम बाजूला ठेवावे लागेल. एका दिवसात मी काय काय पूर्ण करू शकतो याला मर्यादा आहे, हे मनात ठेवल्यास ***ताण आणि त्यातून बाहेर पडणे हे*** संतुलित ठेवणे सोपे आहे.

अनुत्पादक संदर्भ बदलणे टाळा आणि तुम्हाला कमी श्रमांत जास्त काही करता येईल.

ही संकल्पना शेअर करा : http://book.personalmba.com/cognitive-switching-penalty/

काम पूर्ण करण्याच्या चार पद्धती

(Four Methods of Completion)

> मी एकमेव आहे; पण मी एक आहे. मी सगळेच काम करू शकत नाही; पण मी काहीतरी करू शकतो. मी सगळे करू शकत नाही, म्हणून मी जे करू शकतो, ते मी नाकारू इच्छित नाही. मी काय करू शकतो ते मी केलेच पाहिजे आणि मी जे केले पाहिजे, ते दैवकृपेने मी करेन.
>
> – एडवर्ड एवरेट हेल, १९व्या शतकातील युनिटेरियन धर्मगुरू आणि लेखक

कोणतेही काम करण्याच्या केवळ चार पद्धती आहेत : पूर्ण करणे, रद्द करणे, सुपुर्द करणे आणि विलंब करणे.

पूर्ण करणे – काम करणे बहुतेक लोक याच पर्यायाचा विचार करतात. जर तुम्ही टू–डू लिस्ट ठेवत असाल, तर तुम्ही गृहीत धरले आहे की, त्यातील सर्व कामे करणे ही तुमची जबाबदारी आहे. ते काहीसे खरे नाही. पूर्णत्व हे खूप महत्त्वाच्या कामांबाबत उत्तम आहे, जे तुम्ही खूप चांगल्या रीतीने करू शकता. बाकी सगळे इतर पद्धतींनी हाताळले जाऊ शकते.

रद्द करणे – काम नष्ट करणे. जे अजिबात महत्त्वाचे नाही किंवा अनावश्यक आहे, त्या कामाच्या बाबतीत हे करता येईल. जर तुमच्या टास्क लिस्टमधील एखादे काम महत्त्वाचे नाहीये, तर ते न करण्याबाबत अजिबात वाईट वाटून घेऊ नका. जर ते करण्यालायक नसेल, तर ते चांगल्या रीतीने किंवा लवकर करण्यायोग्यही नाही. त्यापासून सुटका करून घेण्यात संकोच करू नका.

सुपुर्द करणे – ते काम अन्य कोणाला करण्यास देणे. जे अन्य व्यक्ती आणि तुम्हीही ८०% करू शकता, ते अन्य व्यक्तीस देणे परिणामकारक असते. अशा प्रकारे काम सुपुर्द करण्यासाठी, तुमच्याकडे अन्य कोणी व्यक्ती हवी. कर्मचारी, कंत्राटदार किंवा आउटसोर्सर तुमच्या वतीने काम पूर्ण करून देण्यात तुमची मदत करू शकतात.

माझे पर्सनल एमबीएचे ऑनलाइन बिझनेस कोर्स तयार करताना, केल्सी आणि मी आम्ही दोघांनी मिळून व्हिडीओ शूट केले; पण आम्ही केल्सीच्या आजीला म्हणजे जी खूप जलद टाईप करू शकत असे, तिला आमच्या प्रत्येक व्हिडीओचे ट्रान्स्क्रिप्ट करण्यासाठी मदतीला घेतले. त्यामुळे, तणाव न येता, आम्ही सर्व कोर्स अगदी वेळेत पूर्ण करू शकलो.

रोजची कामे सुपुर्द करण्यासाठी तुमच्याकडे कोणी नसेल, तर एखाद्या व्हर्च्युअल कंपनीसोबत काम करणे फायद्याचे ठरू शकते. दरमहा १०० डॉलर्सपेक्षा कमी रकमेत, तुम्ही व्यावसायिकांची एक टीम घेऊ शकता; जी तुम्हाला कामे करून देण्यात मदत करेल. जर तुम्हाला सुपुर्द करण्याचा थोडाफार अनुभव असेल, तर हा प्रयोग करून पाहणे योग्य.

विलंब – थोड्या काळासाठी कामे बाजूला ठेवून देणे. जी कामे महत्त्वाची किंवा वेळेवर अवलंबून नाहीत, त्यांच्या बाबतीत हे उत्तम ठरू शकते. काही काळ एखादे काम बाजूला ठेवण्याबद्दल वाईट वाटून घेऊ नका. खूप साऱ्या गोष्टी एकाच वेळी हाताळण्याचा

प्रयत्न करणे म्हणजे स्वतःला कामात गाडून टाकण्याचा उत्तम मार्ग आहे. तसे न करता, फारशी महत्त्वाची नसलेली कामे नंतर करण्यासाठी बाजूला ठेवणे, तुमचे लक्ष आणि शक्ती जे महत्त्वाचे आहे, त्यासाठी राखून ठेवण्याचा हा उत्तम मार्ग आहे.

गेटिंग थिंग्ज डन या पुस्तकामध्ये लेखक डेव्हिड ॲलेन 'एखादे दिवशी/बहुतेक'अशी लिस्ट करण्याचे सुचवतात. ज्या गोष्टी तुम्हाला कधीतरी करायच्या आहेत; पण आता तितक्या महत्त्वाच्या नाहीत, अशा कामांची वेगळी सूची करा. *मेकिंग आयडियाज हॅपन* या पुस्तकात सर्जनशीलता संशोधक स्कॉट बेल्स्की अशीच पद्धत सुचवतात : जी कामे तुम्हाला कधीतरी करून घ्यायची आहेत; पण आत्ता तितकी प्राधान्याची नाहीत, अशा कामांची 'बॅक बर्नर' लिस्ट करा. ठरावीक काळाने, जेव्हा तुम्ही एखादे नवीन काम किंवा उत्साहवर्धक काम करू इच्छित असता तेव्हा, या लिस्टची उजळणी करा.

तुमच्या टू-डू लिस्टवर काम करताना, चारही पर्याय वापरा आणि तुम्ही कल्पना केली नसेल, इतकी कामे करून घेऊ शकता.

ही संकल्पना शेअर करा : http://book.personalmba.com/4-methods-of-completion/

अत्यंत महत्त्वाची कामे

(Most Important Tasks)

तुम्ही छोट्या-छोट्या गोष्टी करत असतानाच तुम्हाला मोठ्या गोष्टींबाबतही विचार करावा लागतो, जेणेकरून त्या सर्व छोट्या-छोट्या गोष्टी योग्य दिशेने होत राहतील.

– एल्विन टॉफ्लर, तंत्रज्ञान संशोधक आणि भविष्यवेत्ता

सर्व कामे एकसमान निर्माण केलेली नसतात. काही इतरांपेक्षा अधिक महत्त्वाची असतात.

तुम्हाला ही सर्व कामे करण्यासाठी तेवढीच ताकद आणि हातात एकच दिवस असतो. आता तुमच्या टू-डू लिस्टमध्ये असणाऱ्या सर्व गोष्टींमध्ये, काही कामे खरोखरच महत्त्वाची असतात आणि काही अजिबात महत्त्वाची नसतात. जर तुमच्याकडे असलेल्या मर्यादित वेळेचा आणि ताकदीचा सदुपयोग करायचा असेल, तर छोट्या-छोट्या कामांवर वेळ आणि आपली ताकद खर्च करण्याआधी, ज्या कामांमुळे काही खरेच मोठा फरक पडेल अशी कामे आधी करून घ्या.

सर्वांत महत्त्वाचे काम (मोस्ट इंपॉर्टंट टास्क(एमआयटी)) हा अतिशय महत्त्वाचा असतो आणि तुम्हाला जे साध्य करायचे आहे, त्यामध्ये काही महत्त्वाचे परिणाम करतो. तुमच्या हातातील सर्वच गोष्टी महत्त्वाच्या नाहीत. त्यामुळे, सर्व गोष्टींना समान महत्त्व देऊ नका. कोणती कामे महत्त्वाची आहेत हे पाहण्यासाठी, काही मिनिटे खर्च केली, तर ती अगोदर उरकण्यासाठी लक्ष केंद्रित करणे तुम्हाला सोपे जाईल.

प्रत्येक दिवसाच्या सुरुवातीला, दोन किंवा तीन सर्वांत महत्त्वाच्या कामांची यादी करा, नंतर ती लवकरात लवकर संपवता येतील याकडे लक्ष द्या. तुमच्या जनरल टू-डू लिस्टपेक्षा ही लिस्ट वेगळी असू दे. मी शक्यतो तीन ते पाच इंडेक्स कार्ड्स किंवा डेव्हिड सीजचे 'इमर्जन्सी टास्क प्लॅनर' वापरतो, ते फ्री डाऊनलोड होणाऱ्या पीडीएफ असतात आणि तुमच्या दिवसाचे प्लॅनिंग करणे सोपे करतात.

जेव्हा तुम्ही सर्वांत महत्त्वाच्या कामांची लिस्ट तयार करता, ***स्वतःला एक प्रश्न विचारणे*** उपयुक्त असते, 'मी आज कोणती दोन किंवा तीन सर्वांत महत्त्वाची कामे करणे आवश्यक आहे? अशी कोणती कामे आहेत, जी आज केल्यामुळे खूप फरक पडेल?' केवळ त्याच गोष्टी एमआयटी लिस्टमध्ये लिहा आणि नंतर सकाळी प्रथम त्या करण्याचा प्रयत्न करा.

पार्किंसन्स लॉ (नंतर चर्चिले आहे) बरोबर हे टेक्निक वापरून कृत्रिम डेडलाइन तयार केली, तर अत्यंत परिणामकारक होते. जर तुम्ही सकाळी दहा वाजेपर्यंत सर्व अत्यंत महत्त्वाची कामे उरकण्याचे उद्दिष्ट ठेवले असेल, तर तुम्हाला आश्चर्य वाटेल की, दिवसातील सगळ्यांत महत्त्वाची कामे किती लवकर उरकली जातात.

दोन किंवा तीन सर्वांत महत्त्वाच्या कामांची लिस्ट केल्याने तुम्हाला ***एकध्येयाची*** स्थिती जपण्यास मदत होते, कारण जे महत्त्वाचे नाही, त्या कामाकडे दुर्लक्ष करण्याची परवानगी मिळते. जर तुम्ही तुमच्या महत्त्वाच्या कामांवर लक्ष देत असाल आणि तुम्हाला कोणी फोन केला, तर त्याकडे दुर्लक्ष करणे सोपे होते किंवा त्या व्यक्तीला सांगता येते की, ''मी आता डेडलाइन ठरवून काम करत आहे, मी नंतर फोन करतो.'' त्याच्या व्याख्येनुसार, जे जे या यादीत नाही, ते महत्त्वाचे नाही, म्हणून मग त्या महत्त्वाच्या नसलेल्या गोष्टींना नकार देणे सोपे होते.

तुमच्या सर्वांत महत्त्वाच्या कामांच्या यादीतील कामे शक्य तितकी लवकर साध्य करा आणि नंतर तुम्हाला उर्वरित दिवस इतर काही जे काम निघेल, ते करण्यासाठी शिल्लक राहील.

ही संकल्पना शेअर करा : http://book.personalmba.com/most-important-tasks/

उद्दिष्टे

(Goals)

अस्पष्ट उद्दिष्ट ठरवणे म्हणजे एखाद्या हॉटेलमध्ये जाऊन, 'मला भूक लागली आहे, काहीतरी खायला द्या,' असे म्हणण्यासारखे आहे. यामुळे काहीतरी ऑर्डर देईपर्यंत, तुम्ही उपाशीच राहाल.

– स्टीव पावलीना, *पर्सनल डेव्हलपमेंट फॉर स्मार्ट पीपलचे* लेखक आणि स्टीवपावलीना डॉट कॉम चे ब्लॉगर

उद्दिष्ट (गोल्स) याबद्दल बिझनेसबद्दलच्या साहित्यात खूप लिहिले गेले आहे. चांगल्या प्रकारे ठरवलेली उद्दिष्ट दोन गोष्टी पूर्ण करतात – ती तुम्हाला काय हवे आहे याची कल्पना करण्यास मदत करतात आणि ते साध्य करण्यासाठी तुमच्यामध्ये उत्साह निर्माण करतात. उद्दिष्ट म्हणजे एक विधान असते, जे तुम्हाला काय हवे आहे ते *थोडक्यात* स्पष्ट

करते, ज्यामुळे तुमच्या मेंदूला ***मनातल्यामनात नक्कल*** करून उद्दिष्ट साध्य केले तर कसे दिसेल याचे ***काल्पनिक चित्र उभे करणे*** सोपे जाते. जो ***अंतिम परिणाम*** तुम्ही पाहत आहात, तो जर अस्पष्ट किंवा अयोग्य असेल, तर तुम्ही मनाच्या स्वयंचलित योजना-प्रणालीला पाहिजे ते मिळवण्यासाठी मार्ग शोधणे कठीण करत आहात. चांगल्या प्रकारे ठरवलेले उद्दिष्ट तुम्हाला ***प्रेरित*** करण्यामध्ये महत्त्वाची भूमिका बजावते. जितक्या जास्त स्पष्टपणे तुम्ही उद्दिष्टाची परिभाषा कराल, तुम्हाला तुमचे ईप्सित आणि साध्य करण्यासाठी लागणारी कामे करण्यास प्रेरित होणे तितके सोपे.

अस्पष्ट उद्दिष्टे, जसे की : 'मला डोंगरावर चढायचे आहे.' यांची फारशी मदत होत नाही. कारण, ते तुमच्या मेंदूला काम करण्यासाठी काही माहिती देत नाही. कोणता डोंगर? कुठे? कधी? का? या प्रश्नांची उत्तरे मिळाल्याशिवाय तुम्ही कदाचित काहीच करणार नाही.

स्पष्ट परिभाषा केलेली उद्दिष्ट 'एव्हरेस्ट टेस्ट'मध्ये पास होतात. उपयुक्त उद्दिष्ट जसे की: 'मला माझ्या चाळिसाव्या वाढदिवसाच्या आधी माउंट एव्हरेस्ट समिटवर चढाई करायची आहे आणि एक पॅनोरामिक फोटो काढून माझ्या भिंतीवर ट्रॉफीप्रमाणे लावायचा आहे.' हे उद्दिष्ट तुमच्या मेंदूला नक्कल करता येण्यासारखे आहे. माउंट एव्हरेस्ट नेपाळमध्ये आहे, म्हणून तुम्हाला तुमच्या प्रवासाचे नियोजन करावे लागेल. तुम्हाला तुमची चढाई करण्याची तयारी करून सुधारणा करावी लागेल, गाईड शोधावा लागेल, चढाईसाठी लागणारी साधने खरेदी करावी लागतील, साजेसा पॅनोरामिक कॅमेरा विकत घ्यावा लागेल, इत्यादी. तुम्ही उद्दिष्ट साध्य करण्याचा जाणीवपूर्वक ***निर्णय*** एकदा घेतलात की, तुमचे मन आपोआप ते करण्यासाठी मार्ग शोधू लागते.

उद्दिष्ट जर सकारात्मक (**P**ositive), त्वरित (**I**mmediate), ठोस (**C**oncrete), आणि निश्चित (**S**pecific) (**PICS**) स्वरूपामध्ये ***फ्रेम*** केलेले असेल, तर उपयुक्त ठरते :

- *सकारात्मक* : मोटिव्हेशन संदर्भात तुमचा उद्देश *कशाकडे* तरी जाण्याचा असावा, कशापासून दूर नव्हे. 'मला अजून स्थूल व्हायचे नाही' यासारखे उद्दिष्ट हे ***थ्रेट लॉकडाऊनसाठी*** आमंत्रण असते. सुधारणा करण्यासाठी ***पुन्हा स्पष्टीकरण*** देऊन तुमच्या मनाचे भविष्य बदलून त्याला उत्साही करण्याऐवजी तुम्ही नकारात्मक गोष्ट अमलात आणत आहात. उत्तम परिणाम मिळण्यासाठी, प्रथम ***संघर्ष*** दूर करा. तदूनंतर जे साध्य करायचे आहे, त्याकडे वाटचाल करा.

- *त्वरित* काळाकडे निर्देश करते : तुमची उद्दिष्ट ही, तुम्ही आज आता ज्या गोष्टीमध्ये प्रगती करायची आहे अशा गोष्टी हव्यात, 'कधीतरी', 'अखेरीस' अशा नकोत. जर तुम्हाला आता एखाद्या विशिष्ट उद्दिष्टावर भर द्यायचा नाही आहे, तर ते कधीतरीच्या लिस्टमध्ये ठेवा आणि अन्य कशावर लक्ष केंद्रित करा.
- *ठोस :* तुम्हाला त्याचे परिणाम वास्तवात दिसत आहेत. उद्दिष्टे म्हणजे कामगिरी तुम्हाला हे माहीत हवे की तुम्हाला जे मिळवायचे होते, ते तुम्ही मिळवलेत. 'मला आनंदी राहायचे आहे' यासारखे उद्दिष्ट काही कामाचे नाही, कारण ते ठोस नाही. तुम्हाला कसे कळणार की तुम्ही आनंदी झाला आहात? जेव्हा

तुम्ही माउंट एव्हरेस्टच्या शिखरावर पोहोचाल, तेव्हा या जगात तुम्ही काहीतरी ठोस कामगिरी करून मिळवले आहे, असे म्हणता येईल.

- *निश्चित :* तुम्हाला तुमचे उद्दिष्ट नेमके काय, कधी, आणि कुठे साध्य करणार आहात, हे सांगता येणे. माउंट एव्हरेस्टवर भविष्यातील एका विशिष्ट दिवशी चढणे म्हणजे निश्चित, जे तुमच्या मनाला नक्की कसे तुम्ही ती कामगिरी करण्यास जाल, याची योजना बनवण्यास मदत करते.

उत्तम परिणामासाठी, तुमची उद्दिष्ट तुमच्या नियंत्रणाखाली हवीत. '२० पौंड वजन कमी करणे' यासारखी उद्दिष्टे ही क्लेशदायक असतात. कारण, ती तुमच्या नियंत्रणात *नसतात.* वजन कमी करणे हा परिणाम आहे, परिश्रम नव्हे. एखाद्या दिवशी जर तुमचे वजन दोन पौंडांनी वाढले, तर अपयशी वाटू शकते, त्याला काही इलाज नसतो. म्हणून उत्तम परिणाम येण्यासाठी, तुमच्या उद्दिष्ट कृती तुमच्या ***लोकस ऑफ कंट्रोल*** (नंतर चर्चा केली आहे) मध्ये ठेवा. जसे की, रोज कमीतकमी ३० मिनिटे व्यायाम करायचा आणि तुम्ही जे उष्मांक घेता, त्याचा आकडा नियंत्रणात ठेवायचा.

तुमच्या उद्दिष्टांचा मागोवा घेण्यासाठी, कोणतीही साधी नोटबुक किंवा रेफरन्स सिस्टीम चालू शकेल. वैयक्तिकरीत्या, मी माझी सर्व उद्दिष्टे एका साध्या टेक्स्ट फाईलमध्ये ठेवतो, जी मी प्रिंटआउट काढून माझ्या टू-डू नोट बुकमध्ये ठेवतो. जेव्हा कधी मी आता काय करायला पाहिजे याचा विचार करतो, माझ्याकडे माझी उद्दिष्टांची यादी संदर्भांसाठी तयार असते. ती यादी मला हे समजायला मदत करते की, कोणती कामे सर्वांत महत्त्वाची आहेत.

तुमची उद्दिष्टे बदलली तरी चालतील. तसे करणे ठीक आहे. कधीकधी आपल्याला वाटते की आपल्याला काहीतरी हवे आहे, आणि नंतर कळते की ते आता नको आहे. त्याबद्दल वाईट वाटून घेऊ नका, यालाच म्हणतात 'शिकणे'. जर तुम्हाला आता नको वाटत असलेल्या उद्दिष्टाच्या दिशेने तुम्ही प्रयत्न करत होतात, तर दुसऱ्या कशाबाबत प्रयत्न करा.

ही संकल्पना शेअर करा : http://book.personalmba.com/goals/

अस्तित्वाची अवस्था

(State of Being)

> मला जिथे जायचे होते तिथे मी कदाचित गेलो नसेन; पण मला वाटतं, मला जिथे पोहोचायचं होतं, तिथे मी पोहोचलो आहे.
>
> – डग्लस ॲडम्स, विनोदी लेखक आणि हिचहायकर्स गाईड सिरीजचे लेखक

लोक सातत्याने एक चूक करताना दिसतात आणि ती म्हणजे; ***उद्दिष्ट*** ठरवताना, सर्व काही कामगिरी केल्यासारखे आहे असे गृहीत धरतात.

'मला आनंदी व्हायचे आहे,' 'मला उत्साही वाटावे असे वाटते,' आणि 'मला यशस्वी व्हायचे आहे' यासारखी विधाने विचारात घ्या. तुम्हाला जे मिळवायचे आहे, ते

मिळाले हे तुम्हाला कसे समजणार? जर तुमचे दैनंदिन अनुभव बदलत असतील, तर तुम्ही खरेच आनंद, उत्साह किंवा यश असे मिळवू शकता?

अस्तित्वाची अवस्था म्हणजे वर्तमान अनुभवाचा दर्जा. भावनिक अनुभव म्हणजे कामगिरी नव्हे. कारण ते काळासोबत बदलत राहतात. तुम्ही आता आनंदी असता आणि आतापासून एक तासाने उदास. त्याप्रमाणे, आनंदी असणे ही कामगिरी नाही, तो तुमच्या वर्तमान अनुभवाचा दर्जा आहे.

अस्तित्वाच्या अवस्था या *निर्णयाची कसोटी* असतात, उद्दिष्टांची नाही. 'आनंदी असावे' किंवा 'यशस्वी असावे' हे वाटणे ठीक आहे. पण या इच्छांना उद्दिष्ट समजणे; म्हणजे निराशेकडे वाटचाल केल्यासारखेच आहे. या अवस्थांना कामगिरी समजण्याऐवजी, त्यांना निर्णयाची कसोटी समजा. तुमच्या कृती तुम्हाला इच्छित उद्दिष्टाच्या दिशेने नेत आहेत का नाही, हे जाणण्याचे मार्ग समजा.

अस्तित्वाच्या अवस्था तुम्हाला 'मी आता जे करत आहे, ते योग्य आहे का?' या प्रश्नाचे उत्तर देण्यास मदत करतात. उदाहरणार्थ, जर तुम्हाला आनंदी वाटायला हवे असेल, तर तुम्ही पाहाल की, तुमच्या जवळच्या मित्रांसोबत किंवा कुटुंबातील लोकांसोबत वेळ घालवला, तर तुम्हाला हवा असलेला अनुभव निर्माण करता येतो. त्यामुळे, या गोष्टींसाठी वेळ राखून ठेवणे खूप महत्त्वाचे आहे. जर तुम्हाला शांत वाटावे असे वाटत असेल; पण तुमचे काम तुम्हाला सतत तणावाखाली नेत असेल, तर परिस्थिती बदलली पाहिजे हे स्पष्ट आहे. तुम्ही जे करत आहात, त्याचा उपयोग होत नाही आहे.

गुंतागुंतीच्या अस्तित्वाच्या अवस्था या लहान-लहान तुकड्यांमध्ये विभागण्याने अधिक मदत होते. 'यश' आणि 'आनंद' यांसारख्या गुंतागुंतीच्या अवस्था निर्णयाच्या कसोट्या म्हणून वापरण्यापेक्षा, तुमच्यासाठी त्यांचे प्रत्यक्षात काय महत्त्व आहे हे जाणून घेतल्यास अधिक चांगले होईल. उदाहरणार्थ, 'मी यशस्वी होणे' याची व्याख्या 'मला आवडणाऱ्या लोकांसोबत काम करणे आवडते,' 'मी काय काम करावे हे निवडण्याचे स्वातंत्र्य आहे आणि आर्थिक ताण येऊ नये इतके पैसे असणे अशी करतो.' हे सर्व मिळून एकत्रित अशी यशाची व्याख्या देतात. जर मी ते तसं अनुभवत असेन, तर मी 'यशस्वी' आहे.

तेच 'आनंदाच्या' बाबतीतही खरे आहे. एकच अस्तित्वाची अवस्था असण्यापेक्षा 'आनंदी असणे' हे 'मजा करणे,' 'आपल्याला आवडणाऱ्या लोकांसोबत वेळ घालवणे आणि शांत वाटणे, मुक्त वाटणे' या सर्वांचे मिश्रण आहे. वर्तमानात जेव्हा या अवस्था माझा अनुभव व्यक्त करतात, तेव्हा 'मी आनंदी असतो.' 'आनंद' जेव्हा त्याच्या संयोगी तुकड्यांत मी विभागतो, तेव्हा मला असा अनुभव वारंवार येईल अशा कृती मी करतो, याची खातरजमा करण्यास मदत होते.

तुम्हाला अस्तित्वाची कोणती अवस्था अनुभवायची आहे हे ठरवा आणि मग तुमच्याकडे अशा प्रबळ निर्णयाच्या अशा कसोट्या असतील, ज्या तुमच्या कृतीचे परिणाम नवीन आणि उपयुक्त पद्धतीने तपासून पाहू शकतील.

ही संकल्पना शेअर करा : http://book.personalmba.com/states-of-being/

सवयी

(Habits)

आपण जे वारंवार करतो, तेच असतो. मग, सर्वोत्कृष्ट असणे, ही कृती नाही, तर सवय आहे.

– विल ड्युराँ, इतिहासकार, ॲरिस्टॉटलचे अनुवादक, पुरातन ग्रीक तत्त्ववेत्ते

तुम्हाला दररोज ज्या गोष्टी करायच्या आहेत, त्यांचे काय? उदाहरणार्थ, व्यायाम? ते ***उद्दिष्ट*** आहे का ***अस्तित्वाची अवस्था***? खरेतर, दोन्हीही नाही.

सवयी म्हणजे आपल्याला साहाय्य करणाऱ्या दैनंदिन कृती. व्यायाम करणे, दात घासणे, व्हिटॅमिन्स घेणे, विशिष्ट आहार घेणे, किंवा मित्रांशी आणि कुटुंबीयांशी संपर्कात राहणे, ही सर्व आपल्याला आनंद आणि आरोग्यदायी अशा सवयींची उदाहरणे आहेत. ***संचयात*** ताकद असते, म्हणून लहान-लहान सवयी मिळून खूप मोठा परिणाम साधतात.

बहुतेक सवयींमध्ये एक सामाजिक प्रकार असतो : ज्या गोष्टी तुम्हाला *सुरू* करायच्या आहेत, ज्या गोष्टी तुम्हाला *बंद* करायच्या आहेत, ज्या गोष्टी तुम्हाला अधिक करायच्या आहेत आणि ज्या तुम्हाला कमी करायच्या आहेत. उदाहरणार्थ, तुम्हाला दररोज व्यायाम करावा असे वाटत असेल, तर टीव्ही पाहणे बंद करा, पाणी जास्त प्या किंवा पैसे कमी खर्च करा.

सवयी लागण्यासाठी आपल्याला थोडी ***इच्छाशक्तीची*** गरज असते. म्हणून, आपण ***मार्गदर्शक रचना*** या भागात चर्चा केलेली तंत्रे अवलंबली, तर तुम्हाला ज्या सवयी लागाव्या असे वाटते, ते करणे सोपे जाते. जर सकाळी जिमला जावे असे वाटत असेल, तर आदल्या रात्रीच तुमची जिमची बॅग भरून ठेवल्याने सकाळी जाणे सोपे होते. कारण तुम्ही कृती करण्यास कमी श्रम लागावे अशी तुमच्या वातावरणाची रचना आधीच करून ठेवली आहे.

कृती करण्याच्या वेळी, जर तुम्ही त्याच्या इशाऱ्याला *ट्रिगर* केले, तर सवयी लावणे सोपे असते. उदा. जर तुम्हाला व्हिटॅमिन्स घ्यायचे असतील, तर त्यासाठी तुम्ही अन्य कोणतीतरी सवयीची गोष्ट ट्रिगर म्हणून वापरलीत, तर ते घ्यायचे लक्षात ठेवणे सोपे जाते. दिवसाच्या मध्यावर व्हिटॅमिन घेण्याचे लक्षात ठेवण्यासाठी तुमच्या मनावर विसंबून राहण्यापेक्षा, तुम्ही सकाळी किंवा रात्री दात घासणे हे 'आठवण' म्हणून ठेवू शकता.

उत्तम परिणाम मिळावे यासाठी, *एका वेळी एक* सवय लावण्यावर लक्ष केंद्रित करा. लक्षात ठेवा, तुमच्याकडे एका दिवशी वापरण्यासाठी तेवढीच इच्छाशक्ती असते आणि ती जास्त वापरली, तर लवकर कमी होते. एका वेळी जर तुम्ही खूप सवयी लावण्याचा प्रयत्न केलात, तर कदाचित त्यांपैकी एकही सवय लागणार नाही. जोपर्यंत आपोआप कृती होत नाही, तोपर्यंत एकच सवय लावा, नंतर दुसऱ्या सवयीकडे वळा.

ही संकल्पना शेअर करा : http://book.personalmba.com/habits/

प्रायमिंग

(Priming)

एखादी वस्तू बऱ्याचदा आपल्या दृष्टिक्षेपात असते. पण आपल्याला ती दिसत नाही. कारण, ती आपल्या बुद्धिक्षेपात येत नाही. म्हणजे आपण ती शोधत नसतो. त्यामुळे, ढोबळमानाने म्हणायचं झालं, तर आपण जे शोधत असतो, तेच आपल्याला सापडतं.

– हेन्री डेव्हिड थोरो, *जर्नल* १८३७– १८६१

तुम्हाला कधी एका विशिष्ट प्रकारच्या कारमध्ये रुची वाटली आहे का, आणि तुम्हाला त्याच कार *जिकडे–तिकडे* दिसू लागल्या? मला 'असं झालं आहे' असं वाटलं की, कोणीतरी त्याच प्रकारच्या आणि मॉडेलच्या शेकडो गाड्या हायवेवर सर्वत्र ओतल्या आहेत का काय!

अर्थात, ते खरं नाही. तुमच्याबरोबर कोणी चेष्टा करत नाहीये. त्या गाड्या तिथेच होत्या; तुम्ही केवळ आधी त्यांच्याकडे लक्ष दिलं नव्हतं. तुम्ही एका विशिष्ट प्रकारच्या कारमध्ये रुची घेण्याआधी, तुमच्या मेंदूने त्या कार तुमच्या जाणीवेतून गाळल्या होत्या.

एकदा का तुम्हाला त्याबद्दल कुतूहल वाटू लागले की, तुमचा मेंदू ती माहिती गाळायचे बंद करतो आणि तुम्हाला ती विशिष्ट कार प्रत्येक वेळी जवळून जाताना दिसू लागते. एका तऱ्हेने, तुम्ही तुमच्या मेंदूला तुमच्या भोवतालच्या ***वातावरणातील*** ठरावीक गोष्टी बघायच्या असे शिकवले आहे. तो फिल्टर काढून टाकण्यासाठी केवळ तुम्ही त्या गोष्टीत रुची घेण्याचाच अवकाश होता.

प्रायमिंग ही एक पद्धत आहे, ज्यात तुम्ही तुमच्या मेंदूला भोवतालच्या वातावरणात विशिष्ट माहिती उपलब्ध झाली की, तुम्हाला दक्ष करण्यासाठी शिकवता. आपल्या मेंदूच्या ***पॅटर्न मॅचिंग*** क्रियेच्या वर्गीकरणाची एक मोठी मोहक गोष्ट म्हणजे; आपण सतत उपयुक्त माहितीसाठी वातावरणाचे बारकाईने निरीक्षण करत असतो. जर तुम्ही मनाला तुम्ही काय शोधत आहात ते सांगितले, तर जेव्हाही त्याला ते दिसेल, तेव्हा ते तुम्हाला सावध करेल.

मेंदूच्या पॅटर्न मॅचिंगच्या क्षमतांना जाणीवपूर्वक प्रभावित करण्याची पद्धत म्हणजे प्रायमिंग. तुम्हाला कशात रुची आहे आणि तुम्ही काय शोधत आहात, हे जाणीवपूर्वक ठरवण्यासाठी काही क्षण वेळ दिला, तर तुम्ही तुमच्या मनाला जेव्हा ती गोष्ट किंवा त्या गोष्टीशी संबंधित काही दिसेल, तेव्हा तुम्हाला सावध करण्यासाठी प्रोग्रॅम कराल. काही लोक त्याला *अंतर्ज्ञान* म्हणतात. तुमचे अंतर्ज्ञान उत्पादकरीत्या कसे वापरायचे, हे जाणून घेणे म्हणजे प्रायमिंग.

मी प्रायमिंग कसे वापरतो याचे एक उदाहरण पाहू : *१० डेज टू फास्टर रीडिंग* या पुस्तकात ॲबी मार्क्स बील एक तंत्र सुचवतात. त्याला मी *परपझ सेटिंग* असे म्हणतो. तुम्ही

वाचायला सुरुवात करण्याआधी काही मिनिटे हे शोधण्यासाठी द्या की (१) तुम्ही हे साहित्य का वाचत आहात आणि (२) कोणत्या प्रकारची माहिती तुम्ही शोधत आहात? पुस्तक हातात घेण्यापूर्वी काही नोट्स लिहिल्यामुळे ते पुस्तक तुम्ही ज्याच्या शोधात आहात, तेच अमलात आणते.

तुमचा हेतू एकदा स्पष्ट केला की, मग तुम्ही ते पुस्तक हाती घ्या आणि पटकन चाळा. त्याच्या अनुक्रमणिकेकडे, विभागांच्या नावांकडे आणि सूचीकडे विशेष ***लक्ष*** द्या. पुस्तक नक्की कशाबद्दल आहे आणि कशा प्रकारे माहितीची मांडणी केली आहे, याचे हे लघुरूप असतात. विशेष वाटणाऱ्या संकल्पना आणि संज्ञा लिहून ठेवल्यामुळे तुमच्या मेंदूला त्या गोष्टी नंतर जेव्हा समोर येतात, तेव्हा टिपण्यासाठी मदत होते.

या सर्व प्रक्रियेला काही मिनिटे लागतात; पण त्याचा तुमच्या वाचनाच्या वेगावर सखोल प्रभाव पडतो. एकदा तुम्ही तुमच्या मेंदूला विशेष महत्त्वाच्या संकल्पनांकडे लक्ष देण्याचे शिकवले की, मग तुम्ही वायुवेगाने हातातील पुस्तक वाचून काढू शकता. जसजसे तुम्ही वाचत असता, तुमचा मेंदू आपोआप अनावश्यक माहिती गाळत असतो आणि तुम्हाला जे वाचायला आवडेल, ते ठेवत असतो.

त्यामुळे, वीस मिनिटांहून कमी वेळात कोणत्याही नॉन-फिक्शन प्रकारच्या पुस्तकातील उपयुक्त माहिती शोषून घेणे शक्य होते. मी जेव्हा लायब्ररीत किंवा पुस्तकांच्या दुकानात जातो, तेव्हा या टेक्निकमुळे मला एक तासापेक्षा कमी वेळात अनेक पुस्तके वाचणे शक्य होते. ही पद्धत वापरली नसती, तर मी आज या पुस्तकाची जी वाचन सूची तयार केली आहे, ती तयार करणे केवळ अशक्य होते आणि पुस्तक निर्मिती तर त्याहून अशक्य.

लोक जेव्हा त्यांच्या 'उद्दिष्टाकडे' वाटचाल करत असतात, तेव्हा त्यांचे 'नशीब फळफळते' ते प्रायमिंगमुळे. उद्दिष्ट निश्चित करणे उपयुक्त असते. कारण, ते तुम्हाला ज्या गोष्टी तुम्हाला हव्या आहेत, त्या मिळवायला मदत करण्यासाठी तुमच्या मेंदूला प्राईम करण्याचा सोपा मार्ग आहे. जर माउंट एव्हरेस्टवर चढाई करणे हे तुमचे उद्दिष्ट असेल, तर तुम्ही एखादी वेबसाइट पाहत असताना नेपाळला जाण्याच्या तिकिटांवर ७०% सूट आहे याकडे लक्ष जाण्याची दाट शक्यता असते. पण जर तुम्ही हीच माहिती उद्दिष्ट ठरवण्याच्या आधी वाचली असती, तर कदाचित ती गाळली गेली असती. त्या वेळी तुम्ही याकडे लक्ष देण्याचे काही कारण नव्हते.

ज्या गोष्टी तुमच्यासाठी महत्त्वाच्या आहेत, त्या जाणीवपूर्वक बघण्यासाठी तुमच्या मेंदूला प्रशिक्षण द्या आणि तुम्हाला त्या नक्की सापडतीलच.

ही संकल्पना शेअर करा : http://book.personalmba.com/priming/

निर्णय

(Decision)

> दिवसाच्या प्रत्येक क्षणी मी ठरवलेच पाहिजे की, पुढच्या क्षणी काय करायचे आहे आणि इतर कोणी माझ्यासाठी हा निर्णय घेऊ शकत नाही किंवा माझी जागा घेऊ शकत नाही.
>
> – जोस ओर्टेगा वाय गॅसेट, तत्त्ववेत्ता आणि निबंधकार

निर्णय म्हणजे विशिष्ट कृतीची योजना अमलात आणणे. निर्णय हा शब्द 'decide' या लॅटिन *decidere* पासून उत्पन्न झाला आहे, ज्याचा अर्थ आहे तोडून टाकणे. तुम्ही जेव्हा एखादा निर्णय घेता, तेव्हा तुम्ही इतर शक्य मार्ग जे तुम्ही चोखाळलेले असतात, ते तोडून टाकता. केवळ तुम्ही निवडलेला मार्ग शिल्लक ठेवता. जर तुम्ही इतर शक्य पर्याय तोडून टाकले नाहीत, तर तुम्ही खऱ्या अर्थाने निर्णय घेत नाही आहात.

तुमची वैयक्तिक उत्पादनप्रणाली कितीही चांगली असली, तरी ती तुमच्यासाठी निर्णय घेऊ शकत नाही. तुमची कामाचा मागोवा घेण्याची प्रणाली कितीही आधुनिक असो, ती त्याक्षणी तुमच्यासाठी 'काय चांगले – काय वाईट' हे तुम्हाला सांगू शकत नाही. तुमच्यासाठी निर्णय घेणारी प्रणाली निर्माण करणे हे एक दिवास्वप्नच आहे. प्रणाली तुमच्यासाठी काय करू शकतात, तर *चांगले* निर्णय घेण्यासाठी लागणारी सर्व माहिती तुम्हाला देऊ शकतात. निर्णय घेणे ही नेहमी तुमचीच जबाबदारी असेल.

कोणताही निर्णय, मोठा किंवा लहान असो, संपूर्ण माहिती असल्याशिवाय घेतला जाऊ शकत नाही. आपण भविष्य जाणू शकतो म्हणून, आपण निर्णय घेण्यास संदिग्ध असल्याचा संबध पुरेशी माहिती नसण्याशी लावतो. प्रत्यक्षात काय होत असते तर मेंदूला फटकारणे, संदिग्धता नाहीशी करून निर्णय घेणे हे तुमच्या मोठ्या मेंदूचे काम असते. म्हणून जोवर मोठा मेंदू त्याचे काम करत नाही, तोवर तुमचा मधला मेंदू सतत त्याला संकेत पाठवत राहील. एकदा निर्णय झाला की, ते काहीही असो; तो फटकारणे थांबवतो.

तुम्ही काही निर्णय घेण्यापूर्वी तुम्हाला सर्व काही माहीत असणे आवश्यक आहे, असे वाटून घेऊ नका. अचूक भविष्य वर्तवण्यासाठी जग खूप गुंतागुंतीचे आहे. रिटायर्ड जनरल कॉलिन पॉवेल हे उपलब्ध असलेली माहिती गोळा करून मग निर्णय घेण्यास पाठिंबा देण्यासाठी प्रसिद्ध आहेत, जरी मग ती माहिती अर्धवट का असेना. तुम्ही १०० टक्के खात्री होण्यापर्यंत पुरेशी माहिती मिळण्याची वाट पाहू नका, कारण तोवर नेहमी बऱ्यापैकी उशीर झालेला असतो... एकदा तुम्ही उपलब्ध असलेल्या माहितीपैकी ४० ते ७०% माहिती गोळा केलीत की, तुमच्या अंतर्मनाच्या सांगण्याप्रमाणे करा.

ही जर जन्म-मरणाच्या युद्धाच्या निर्णयांना लागू पडणारी पद्धत आहे, तर ती रोजच्या आयुष्यातील निर्णयांनादेखील लागू पडेल. माहितीपूर्ण निर्णय घेण्यासाठी आवश्यक तेवढी पुरेशी माहिती गोळा करा, नंतर निर्णय घ्या आणि पुढे जात राहा.

निर्णय घेण्यास अपयशी ठरणे, हाही एक निर्णय आहे. तुम्ही निवडण्यास नकार दिलात, तरी आयुष्य थांबत नाही. जग पुढे जातच राहील, आणि तुम्हाला कदाचित कृती करण्यासाठी भाग पाडेल. निर्णय घेण्यासाठी तुम्ही जबाबदारीचा त्याग केलात, तरी त्याचा अर्थ 'तुम्ही निर्णय घेत नाही आहात' असा होत नाही. तर तुम्ही केवळ स्वतःला परिस्थितीची शिकार होऊ देत आहात, असा त्याचा अर्थ होतो.

उत्तम रिझल्ट मिळावे, म्हणून स्पष्ट आणि जाणीवपूर्वक निर्णय घ्या. माझ्या अनुभवांप्रमाणे, अनेक लोकांना काय करायचे आहे हे समजायला खूप कठीण जाते, कारण त्यांना निर्णय घेण्यात संकोच वाटतो. ***नुकसानाची नावड*** त्यांना 'जर गरज पडली तर' म्हणून त्यांचे सर्व पर्याय उपलब्ध ठेवण्यास सुचवते. निर्णय घेतल्याशिवाय, त्यांचा मेंदू ***मेंटल सिम्युलेशन*** करून, ते जिथे आहेत, तिथून त्यांना जिथे जायचे आहे – ते कसे जायचे, हे सांगू शकत नाही. म्हणून त्यांचे मन अनुत्पादकरीत्या इकडे-तिकडे भटकत राहते.

'मी आता क्ष गोष्ट करायचे ठरवत आहे' असे स्वतःला सांगा, यामुळे पुढे जाणे सोपे होते. एकदा निर्णय घेतला की, तुमचा मेंदू मेंटल सिम्युलेशनची प्लॅनिंग सर्किट सुरू होतील आणि तुम्ही पुन्हा वाटचाल करू लागाल.

जर तुम्हाला निर्णय घेणे कठीण जात असेल, तर *पर्सनल डेव्हलपमेंट फॉर स्मार्ट पीपल* या पुस्तकाचे लेखक स्टीव पावलीना सुचवतात की, अशा वेळी 'टायब्रेकर' म्हणून पुढील प्रश्न विचारावा असे सुचवतात, 'उपलब्ध पर्यायांपैकी तुम्हाला कोणता अनुभव हवा आहे?' जर तुम्हाला विशिष्ट निर्णय घेणे अवघड जात असेल, तर ते कदाचित तुमच्या मेंदूला कोणता पर्याय उत्तम आहे, हे निवडणे कठीण जात असल्यामुळे असेल. ही परिस्थिती गैरसोयीची आहे; पण त्याचा खरा अर्थ असा आहे की, *तुम्ही काय निवडता यामुळे काहीच फरक पडत नाही.* जर ते खरे असेल, तुम्ही सरळ तुम्हाला आवडेल, त्या अनुभवाची निवड करू शकता.

जेव्हा केल्सीला न्यू यॉर्कमध्ये भुरळ पडणारी नोकरी मिळाली, आम्ही अनेक आठवडे सिनसिनाटीमध्ये राहायचे का न्यू यॉर्कला शिफ्ट व्हायचे या संघर्षात घालवले. न्यू यॉर्कला जाण्यामध्ये अनेक अनिश्चितता होत्या. जसे की, आम्ही कुठे राहू? आम्हाला ते परवडेल का? माझ्या नोकरीचे काय? ते आम्हाला ***थ्रेट लॉकडाऊन*** देण्यास पुरेसे होते.

अखेरीस, यांपैकी कोणीच यशस्वी नव्हते, त्यामुळे आम्ही कोणता पर्याय निवडू यामुळे काही फरक पडणार नव्हता. न्यू यॉर्कमध्ये राहण्याचा अनुभव आम्हाला घ्यायचा होता, म्हणून आम्ही शिफ्ट होण्याचे ठरवले. अगदी लगेचच, आम्हाला स्पष्टतेची आणि सुटकेची जाणीव झाली. विषय रेंगाळत ठेवण्यापेक्षा हवा तो निर्णय घेतल्यामुळे, आम्हाला ***अनिश्चिततेमध्येही*** पुढे जाता आले.

ही संकल्पना शेअर करा : http://book.personalmba.com/decision/

फाइव्ह फोल्ड व्हाय

(Five - Fold Why)

प्रश्न विचारा...एकामागोमाग पडणारे प्रश्न विचारा.
– थिओडोर स्टर्जन, *मोअर दॅन ह्युमन* या पुस्तकाचे लेखक

आपल्याला बऱ्याचदा हे माहीत नसते की आपल्याला जे हवे आहे, ते *का* हवे आहे. मूळ कारणाचा शोध घेणे हा आपल्या इच्छांच्या मागील हेतू जाणण्याचा उपयुक्त मार्ग आहे.

फाइव्ह फोल्ड व्हाय तुम्हाला *प्रत्यक्षात* काय हवे आहे हे शोधण्याचे तंत्र आहे. तुमच्या इच्छा वर-वर पूर्ण करण्यापेक्षा, काय हवे आहे याचे मूळ कारण शोधण्याने तुमच्या मूळ इच्छा परिभाषित होण्यासाठी मदत होईल.

फाइव्ह फोल्ड व्हाय लागू करणे सोपे आहे : तुम्ही जेव्हाही कधी एखादे ***उद्दिष्ट*** किंवा हेतू ठरवता, स्वतःला विचारा की, हे तुम्हाला *का* हवे आहे? जर तुम्हाला लक्षाधीश व्हायचे आहे, तर स्वतःला विचारा की, 'तुम्हाला *दहा लाख* डॉलर्स का हवे आहेत?'.

उत्तर देण्यासाठी म्हणून नव्हे; तर केवळ स्वतःला कुतूहल म्हणून प्रश्न विचारा आणि जोवर तुमचे मन आपणहून उत्तर देत नाही, तोवर वाट पहा. जेव्हा तुमचे मन उत्तर देईल, तेव्हा पुन्हा विचारा 'का?'. जोपर्यंत तुम्हाला 'कारण मला हवे आहे' असे उत्तर येत नाही, तोपर्यंत विचारत राहा. याचा अर्थ; तुम्ही तुमच्या मूळ उद्दिष्टाच्या मुळाशी पोहोचले आहात.

फाइव्ह फोल्ड व्हाय कसे लागू करायचे याचे उदाहरण पाहू : 'उत्तम उद्दिष्ट, मला लक्षाधीश व्हायचे आहे' :

१. *मला दहा लाख डॉलर्स का हवे आहेत?* कारण मला पैशाची काळजी नको आहे.
२. *तुम्हाला पैशाची काळजी का नको आहे?* त्यामुळे मला हुरहूर वाटणार नाही.
३. *तुम्हाला चिंताग्रस्त असू नये असे का वाटते?* मला त्यामुळे सुरक्षित वाटते.
४. *तुम्हाला सुरक्षित का वाटायला हवे आहे?* त्यामुळे मला मुक्त वाटेल.
५. *तुम्हाला मुक्त का वाटायला हवे आहे?* कारण मला मुक्त वाटायला हवे आहे.

मूळ इच्छा *दहा लाख* डॉलर्स हवे असणे ही नाहीच आहे. ती मुक्त वाटावे ही आहे. *दहा लाख* डॉलर्स नसतानाही मुक्त वाटणे शक्य आहे का? अगदी तसे मुक्त वाटण्याचे अनेक मार्ग आहेत, ज्यांचा पैशांशी अजिबात संबंध नाही. जो मूळ इच्छेकडे लक्ष देतो असा पर्यायी मार्ग घेता, मूळ इच्छा तुमच्या उद्दिष्टापेक्षा जास्त प्रभावी ठरते.

तुमच्या उद्दिष्टाची मूळ इच्छा शोधा आणि तुम्हाला प्रत्यक्षात ते मिळवण्याचे अनेक नवीन मार्ग सापडतील.

ही संकल्पना शेअर करा : http://book.personalmba.com/five-fold-why/

फाइव्ह फोल्ड हाऊ

(Five - Fold How)

जिथपर्यंतचे दिसत आहे तिथपर्यंत जा, जेव्हा तुम्ही तेथे जाल, तुम्हाला त्याहून पुढचे दिसू लागेल.

– थॉमस कार्लाइल, निबंधकार आणि इतिहासकार

फा***इव्ह-फोल्ड व्हाय*** लागू केल्यानंतर, तुम्हाला कदाचित प्रत्यक्षात काय हवे आहे, हे सापडेल. जे तुम्हाला जे हवे आहे असे वाटत होते, त्यापेक्षा ते खूपच वेगळे असेल. आता तुमच्या मूळ ***उद्दिष्टांचे*** कारण तुम्हाला समजले आहे, तर आता तुम्हाला जे पाहिजे आहे ते कसे मिळवायचे ते पाहू.

फाइव्ह-फोल्ड हाऊ हा तुमच्या मूळ इच्छांना शारीरिक कृतीशी जोडण्याचा मार्ग आहे. आपण मागील उदाहरणच पाहू : मूळ इच्छा मुक्त वाटणे ही आहे. ते कसे कराल?

१. बाकी असलेले कर्ज फेडून टाकण्याने

२. तुमचे कामाचे तास कमी करून, अन्य पद शोधून किंवा उद्योजक बनून

३. नवीन शहर किंवा देशात स्थलांतर करून

४. मर्यादा आणणारे एखादे वैयक्तिक नाते झुगारून

एकदा का तुम्हाला 'कसे'चे उत्तर सापडले की, पुन्हा विचारा 'कसे'. असे म्हणू की तुमची नोकरी सोडणे आणि नवीन उद्योग सुरू करणे यामुळे तुम्हाला खूप स्वातंत्र्याची भावना येईल. पण ते तुम्ही कसे कराल? गाळलेल्या जागा भरत गेल्यास तुम्हाला आधी अस्पष्ट असलेली कल्पना आता अधिक परिभाषित केल्यासारखी वाटू लागेल.

'कसे' हे विचारत राहा, जोवर तुम्ही तुमची योजना ***पुढील कृती*** (पुढे चर्चा केली आहे) पर्यंत केली नाहीत. तुमच्या मोठ्या कल्पनेपासून, *आता काय करू शकता* याची एक परिपूर्ण कृतींची शृंखला तयार करणे हा फाइव्ह-फोल्ड हाऊचा उद्देश आहे.

व्यवस्थित केल्यास, प्रत्येक कृती तुम्हाला जे तुम्हाला हवे आहे त्याचा अनुभव देईल. जर थकित कर्ज/बाकी चुकवल्याने तुम्हाला मुक्त वाटत असेल, तर जेव्हा *प्रत्येक वेळी तुम्ही पैसे द्याल,* तेव्हा तुम्हाला अधिकाधिक मुक्त वाटेल, ज्यामुळे पुढे जात राहणे सोपे होईल.

तुमची मोठी उद्दिष्टे छोट्या-छोट्या कृतींशी जोडा. ज्या तुम्ही आता करू शकता आणि तुम्हाला जे मिळवायचे आहे, ते तुम्ही नक्की मिळवाल/साध्य कराल.

ही संकल्पना शेअर करा : http://book.personalmba.com/five-fold-how/

पुढील कृती

(Next Action)

आपण ज्या छोट्या गोष्टी करू शकतो, त्या आपण लक्ष देऊन तत्परतेने केल्या, तर आपल्याला आश्चर्य वाटेल की, आता खूपच थोड्या गोष्टी अशा आहेत की, ज्या आपण करू शकत नाही.
– सॅम्युअल बटलर, एकोणीसाव्या शतकातील कादंबरीकार

खूपदा आपल्याला जे मिळवायचे असते, ते एका झटक्यात मिळत नाही. प्रोजेक्ट हे असे ***उद्दिष्ट*** असते की, जे पूर्ण करण्यासाठी एकाहून जास्त कृती कराव्या लागतात आणि जितका मोठा प्रोजेक्ट, तितके करावयाच्या सर्व कृतींचा अंदाज बांधणे अवघड.

माउंट एव्हरेस्टवर चढाई करणे हा एक गुंतागुंत आणि ***अनिश्चिततेने*** भरलेला प्रोजेक्ट आहे. तुम्हाला गिळंकृत करून टाकण्याची भीती घालणाऱ्या इतक्या मोठ्या प्रोजेक्टवर तुम्ही कसे काम करणार?

सोपे आहे : तुमच्या उद्दिष्टाकडे जाण्यासाठी आवश्यक असलेली पुढील कृती करण्याकडे लक्ष केंद्रित करा.

पुढील कृती ही पुढील विशिष्ट, ठोस गोष्ट आहे, जी तुम्ही प्रोजेक्ट पुढे नेण्यासाठी लगेच करू शकता. प्रोजेक्टची प्रगती व्हावी यासाठीची सगळी माहिती असणे आवश्यक नाही. तुम्हाला इतकेच माहीत पाहिजे की, प्रोजेक्ट पुढे नेण्यासाठी तुम्ही पुढील कृती काय केली पाहिजे.

गेटिंग थिंग्ज डन या पुस्तकाचे लेखक, डेव्हिड ॲलन यांनी त्यांच्या 'फंडामेंटल प्रोसेसच्या' मूळ पायऱ्या समजावून सांगताना, या संज्ञेची निर्मिती केली :

१. प्रोजेक्ट किंवा परिस्थिती जी सतत तुमच्या मनात असते, ती लिहून काढा.
२. आता एका वाक्यात तुम्हाला या प्रोजेक्ट किंवा समस्येबद्दल हवा असेल परिणाम लिहा. हे झाले असे म्हणण्यासाठी 'काय होणे गरजेचे आहे?'
३. प्रोजेक्ट पुढे नेण्यासाठी लागणारी आवश्यक शारीरिक कृती लिहा.
४. तुमचा विश्वास असलेल्या प्रणालीमध्ये ही उत्तरे घाला.

ॲलन यांच्या मते, हे प्रश्न तुम्हाला 'केले' आणि 'करत असणे' कसे असेल याबद्दल स्पष्टता आणतात. जर तुम्ही 'केले' आणि 'कसे दिसेल' याची व्याख्या केली, तर तुम्ही 'करत असणे' यावर तुमचे लक्ष आणि ऊर्जा केंद्रित कराल आणि तेच तुम्हाला 'केले' या गोष्टीकडे नेईल.

हे पुस्तक लिहिणे हे खूप मोठे काम होते. मला त्याबाबतचे संशोधन एकत्रित करायला जवळजवळ दोन वर्षे लागली आणि प्रत्यक्षात लिहिण्यासाठी अजून एक वर्ष लागले. 'पुस्तक लिहिणे' ही कृती नाहीये. तो प्रोजेक्ट आहे. हे इतके लेखन मी एका बैठकीत पूर्ण

करूच शकलो नसतो; पण पुस्तकातील लहान लहान सेक्शन एका तासाहून कमी वेळात लिहिणे शक्य होते. पुस्तकाची लहान सेक्शन्समध्ये व्यवस्थित विभागणी केल्यानंतर, प्रगती *करणे* सोपे होते कारण, प्रत्येक छोटे-छोटे काम त्यामानाने कमी दडपण आणणारे होते.

कामाच्या आकाराच्या आवाक्याचे दडपण येण्यापासून स्वतःला वाचवण्यासाठी, तुमचा प्रोजेक्ट आणि त्यातील कामे यांचा वेगवेगळा मागोवा घ्या. मी नेहमी ३x५ आकाराचे इंडेक्स कार्ड असलेले नोटबुक जवळ बाळगतो. त्या कार्डवर माझ्या चालू प्रोजेक्ट्सची लिस्ट असते. नोटबुकमध्ये टू-डू लिस्ट असते : पुढील कृती जी माझा प्रोजेक्ट पुढे सरकवेल, ती मी 'ऑटोफोकस' नावाच्या सिस्टीम मधून प्रोसेस करतो. ही सिस्टीम मार्क फॉर्स्टर यांनी निर्माण केली होती. ही सिस्टीम मला माझे अंतर्मनाच्या संदेशाद्वारे मी *आता या क्षणी* माझी प्रगती होण्यासाठी काय करू शकतो, हे ओळखायला मदत करते. जोपर्यंत माझे प्रोजेक्ट्स माझ्या उद्दिष्टांशी बांधले गेलेले आहेत आणि माझा आवडीच्या ***अस्तित्वाच्या अवस्थांशी*** संलग्न आहेत, मी ते पूर्ण करण्यासाठी काही काळाचाच अवकाश आहे.

पुढील कृती पूर्ण करण्याकडे लक्ष द्या आणि तुम्ही संपूर्ण प्रोजेक्ट नक्कीच पूर्ण कराल.

ही संकल्पना शेअर करा : http://book.personalmba.com/next-action/

बाह्यीकरण

(Externalization)

शब्द हे माणसाच्या मनावर लक्ष केंद्रित करण्यासाठीचे भिंग असतात.

– आयन रॅन्ड, तत्त्ववेत्ते, आणि *ॲटलस श्रग्ड* आणि *द फाउंटनहेड* या पुस्तकांचे लेखक

तुमचा मेंदू *बाहेरील* माहिती *आतल्या* विचारांच्या खळबळीपेक्षा जास्त चांगल्या प्रकारे कशी हाताळतो, हा एक उपहासच आहे.

जर तुम्ही कधी वैयक्तिक कोच किंवा प्रशिक्षकाबरोबर काम केले असेल, तर तुम्हाला मी काय म्हणतो आहे ते कळेल. जेव्हा तुम्ही आपला आपण व्यायाम करता, जरी तुम्हाला चांगल्या परिणामांसाठी व्यायाम सुरू ठेवायचा असतो, तरी तुमच्या मनातील आवाज सांगत असतो, 'हे खूप क्लेशकारक आहे, तू थांबायला हवेस' आणि तो ऐकणे सोपे असते.

पण अन्य कोणाबरोबर व्यायाम करताना, तो लहान आवाज कुठेतरी निघून जातो. कारण, तुमच्या ***वातावरणात*** एक व्यक्ती असते जी तुम्ही स्वतःला अजून थोडे पुश करावे म्हणून प्रेरणा देत असते. त्यामुळे तुम्ही अजून चांगला व्यायाम करता.

आपण आपल्या आतील विचारांपेक्षा आपल्या वातावरणातील प्रेरणेला सहज प्रतिसाद देतो, त्यामुळे आपण आपली उत्पादकता वाढवण्यासाठी एक साधी पद्धत वापरू शकतो. आपण आपले विचार बाह्यप्रकारात जर रूपांतरित करू शकलो, तर आपले मन जास्त प्रभावीपणे काम करेल.

बाह्यीकरण, आपल्या आकलनाच्या क्षमतेचा बौद्धिकदृष्ट्या उत्तम फायदा करून घेते. आपले अंतर्गत विचार बाह्यरूपात रुपांतरीत केल्यामुळे, बाह्यीकरण आपल्याला माहिति अन्य मार्गाने मनात रुजवण्याची क्षमता देते. ज्यामुळे आपल्याला अतिरिक्त आकलनाचे मार्ग खुले होतात, ज्यांच्या मदतीने आपण त्याच माहितीवर अन्य प्रकारे प्रक्रिया करू शकतो. ती जास्त प्रभावी ठरते.

तुमच्या विचारांचे बाह्यीकरण करण्यासाठी लिहिणे आणि बोलणे हे दोन प्राथमिक मार्ग आहेत. लिहिणे (किंवा चित्र काढणे जर तुम्हाला आवडत असेल तर) ही कल्पना, योजना आणि कामे उतरवण्याचा उत्तम मार्ग आहे. लिहिण्याने तुम्हाला केवळ तुम्हाला जिचा संदर्भ नंतर घेता येऊ शकतो, अशी माहिती साठवून ठेवण्याची क्षमता मिळत नाही, तर त्यामुळे तुमच्या मनाला तुम्हाला जे माहीत आहे ते वेगळ्या नजरेतून तपासून पाहण्याची संधीदेखील मिळते. जी आव्हाने आणि समस्या तुमच्या डोक्यावर सतत आदळत असतात व जी पार करणे अशक्य वाटते, ती बऱ्याच वेळा कागदावर लिहिल्यावर आश्चर्यकारकपणे चटकन सुटतात.

तुमच्या कल्पना कागदावर उतरवण्याने, त्या इतरांशी शेअर करणे खूप सोपे होते. तुमचे विचार लिहून ठेवल्याने तुम्हाला नंतर त्यांचा संदर्भ घेता येतो आणि पुनर्विचारदेखील करता येतो. असे म्हणतात, 'मनात ठेवण्यापेक्षा कागदावर उतरवलेले चांगले'. नोटबुक्स आणि जर्नल्स जर नेहमी वापरले, तर त्याचे मोल सोन्याइतकेच असते.

स्वतःशी बोलणे किंवा अन्य व्यक्तीशी बोलणे ही बाह्यीकरणाची प्रभावी पद्धत आहे. ही पद्धत आपल्याला सांगते की, आपल्यापैकी अनेकांना मित्राशी किंवा सहकार्याशी बोलता-बोलता आपल्या समस्येचे समाधान मिळाल्याचा अनुभव असेल. तुमचे बोलणे संपेपर्यंत, तुम्हाला तुमच्या समस्येबाबत अंतर्ज्ञान होण्याची शक्यता असते, जरी तुमचा श्रोता एकही शब्द बोलला नसेल तरीही.

बोलून बाह्यीकरण करण्यातील महत्त्वाचा भाग म्हणजे, जो तुमचे म्हणणे शांतपणे आणि तुम्ही बोलत असताना मध्ये-मध्ये व्यत्यय न आणता ऐकून घेईल असा श्रोता शोधणे. अगदी स्वतःशी किंवा निर्जीव वास्तूशी बोलण्यानेदेखील मदत होते. एखाद्या रबरी बदकाला, टेडीबेअरला किंवा तुमच्या डेस्कवरील निर्जीव वस्तूला तुमची समस्या समजावून सांगण्यानेदेखील फायदा होतो आणि तुमचा सुरुवातीचा चमत्कारिकपणा निघून जातो. बऱ्याचदा, समस्येचे 'रबरडकिंग' केल्यानेही (निर्जीव रबरी बदकाशी बोलण्यानेही) समस्या सोडवणे सोपे जाते.

जरी तुम्ही तुमच्या विचारांचे बाह्यीकरण करायचे ठरवले, तरी त्यांना डोक्यात बंद ठेवू नका. कोणती पद्धत उपयोगी पडेल हे पाहण्यासाठी ***प्रयोग*** करत राहा. डोक्यातील विचारांची गर्दी कमी व्हावी म्हणून बाह्यीकरण करण्यासाठी म्हणून दैनंदिन वेळापत्रकात थोडा वेळ त्याकरता राखून ठेवा.

हे तुम्ही कसेही करा; पण जितके जास्त बाह्यीकरण कराल, तितके तुमचे विचार स्पष्ट होत जातील आणि तुमच्या उद्दिष्टाच्या दिशेने तुम्हाला प्रवास करता येईल.

ही संकल्पना शेअर करा : http://book.personalmba.com/externalization/

सेल्फ एलिसिटेशन

(Self-Elicitation)

मी काय विचार करतो हे मी बोललेले ऐकल्याशिवाय मला कसे कळेल?

– ई. एम. फॉस्टर, कादंबरीकार आणि सामाजिक कार्यकर्ते

बाह्यीकरण हे तुमच्या योजना, उद्दिष्टे आणि कृती तपासून पाहण्याचे उत्तम साधन आहे. डायरीमध्ये दिवसभराच्या घटना लिहून ठेवणे नंतर त्याचा धांडोळा घेण्यासाठी उपयोगी पडते. पण समस्या सोडवण्यासाठी एखाद्या विश्वासू व्यक्तीची किंवा जर्नलची मदत घेणे हे त्याहून अधिक उपयुक्त असते.

सेल्फ एलीसिटेशन म्हणजे स्वतःला प्रश्न विचारण्याचा सराव. तो करा, आणि त्या प्रश्नांची उत्तरे शोधा. स्वतःला चांगले प्रश्न विचारून (किंवा जो चांगले प्रश्न विचारतो त्यांसोबत काम करून), तुम्हाला महत्त्वाचे दृष्टिकोन लवकर आत्मसात करता येतात किंवा नवीन कल्पना लवकर सुचतात.

फाइव्ह-फोल्ड हाऊ व ***फाइव्ह-फोल्ड व्हाय*** ही सेल्फ एलिसिटेशनची विशिष्ट उदाहरणे आहेत. केवळ स्वतःला प्रश्न विचारून, तुम्ही आधी लक्षात न घेतलेल्या पर्यायांचा आता शोध घेता आणि तुमच्या मेंदूला त्यासंबंधी माहितीवर लक्ष ठेवण्यास ***शिकवता.***

सेल्फ डायरेक्टेड बिहेविअर या पुस्तकात, डेव्हिड वॉटसन आणि रॉलंड थार्प एक अत्यंत उपयुक्त तंत्र सांगतात. ते तुम्ही तुम्हाला उपयोगी नसणाऱ्या वागणुकीमागील कारणे शोधण्यास वापरू शकता. ABC पद्धत (पूर्वगत गोष्ट – **A**ntecedent, वर्तन – **B**ehaviour, परिणाम – Consequences) हा एक प्रश्नसंच आहे, जो तुम्हाला ज्यात बदल करायचा आहे असे वर्तन दिसले, तर तुम्ही स्वतःला विचारू शकता.

खालील प्रश्नांची उत्तरे एका जर्नलमध्ये नोंदल्यास, जेव्हा असे वर्तन घडते, त्याची वारंवारता, किंवा किती काळ असे वर्तन घडले याची नोंद केली, तर तुमच्या वर्तणुकीतील किंवा विचारप्रक्रियेचा पॅटर्न शोधता येईल. एकदा तुम्ही पॅटर्न शोधलात की, ते वर्तन बदलणे तुम्हाला सोपे जाईल.

पूर्वगत गोष्ट

- *कधी घडले?*
- *तुम्ही कोणासोबत होतात?*
- *तुम्ही काय करत होतात?*
- *तुम्ही कुठे होतात?*
- *तुम्ही स्वतःला काय सांगत होतात?*
- *तुमच्या मनात काय विचार होते?*
- *तुमच्या मनात काय भावना होत्या?*

वर्तन

- *तुम्ही स्वत:ला काय सांगत होतात?*
- *तुमच्या मनात काय विचार होते?*
- *तुमच्या मनात काय भावना होत्या?*
- *तुम्ही काय कृती करत होता?*

परिणाम

- *त्याचा परिणाम म्हणून काय घडले?*
- *ते सुखद होते का दु:खद होते?*

कुठून सुरुवात करायची हे तुम्हाला जेव्हा समजत नाही, तेव्हा नक्की कोणते प्रश्न महत्त्वाचे आहेत, हे निश्चित कळत नाही. उपाय सोपा आहे. स्वत:ला विचारा, 'या परिस्थितीबद्दल मी स्वत:ला कोणते उत्तम प्रश्न विचारू शकतो?' हा प्रश्न प्रत्येक परिस्थितीला लागू पडतो आणि तुम्हाला संबंधित समस्या शोधण्यासाठी प्रश्नांची एक यादीच तयार करायला मदत करतो. एकदा ती यादी तयार झाली की, तुम्ही संबंधित प्रश्न विचारून मागोवा घेऊ शकता. जसे की, 'मी कोणाला विचारू शकतो?' 'मी काय वाचू शकतो?' 'मी काय प्रयत्न करू शकलो असतो?'

स्वत:ला चांगले प्रश्न विचारणे तुम्हाला चांगली उत्तरे शोधायला मदत करते. स्वत:ला सतत प्रश्न विचारण्याची ***सवय*** लावून घ्या आणि तुम्हाला आश्चर्य वाटेल की, आव्हानावर मात करणे किती सोपे आहे ते!

ही संकल्पना शेअर करा : http://book.personalmba.com/self-elicitation/

वस्तुस्थितीच्या विरुद्ध नक्कल

(Counterfactual Simulation)

प्रश्न विचारू शकणे हे उत्तर मिळण्याच्या दिशेने पाऊण रस्ता चालल्यासारखे आहे.

– जॉन रस्किन, एकोणिसाव्या शतकातील कलासमीक्षक आणि सोशल थिअरीस्ट

आपण ***मेंटल सिम्युलेशनच्या*** भागात चर्चा केल्याप्रमाणे, आपले मन हे सतत भवितव्य जाणून घेण्याचा प्रयत्न करत असते. आता आपण, संभाव्य कृतीची कशी *जाणीवपूर्वक* नक्कल करायची, हे शिकू.

परिस्थितीच्या विरुद्ध 'जर का' असे प्रश्न तुम्हाला तुमच्या मेंदूच्या नक्कल करण्याच्या क्षमतांमध्ये प्रत्यक्ष शिरकाव करण्याची संधी देतात. तुम्ही ***वस्तुस्थितीच्या विरुद्ध नक्कल***

म्हणजे 'प्रत्यक्षात आणलेली कल्पकता' असे म्हणू शकता. तुम्ही जाणीवपूर्वक स्वतःच्या मनाला 'जर का' आणि 'तर काय होईल' असे प्रश्न विचारत आहात. नंतर निवांत बसून तुमच्या मेंदूला त्याचे काम करू देत आहात.

पॅटर्न, सहयोग आणि अर्थ लावणे किंवा स्पष्टीकरण देणे यावर आधारित स्मृती तुम्ही जतन केल्या आहेत. त्यांचा बऱ्यापैकी शक्य असा परिणाम तुमचा मेंदू देईल. तुम्हाला फक्त त्याबद्दलचा निर्णय निलंबित करायचा आहे, प्रश्न विचारायचे आहेत, आणि उत्तर येईपर्यंत थांबायचे आहे.

परिस्थिती विरुद्ध नक्कल ही आपली सर्वांत प्रबळ (आणि कमी वापरली गेलेली) क्षमता आहे. तुमच्या मेंदूने भवितव्यातील कृतीची नक्कल करून दाखवेपर्यंत थांबण्यापेक्षा, परिस्थितीविरुद्ध नक्कल तुम्हाला तुमच्या मेंदूला जेव्हा तुम्हाला हवे असते, तेव्हा नक्कल करायला लावण्यास 'भरीस' पाडते.

परिस्थिती विरुद्ध नक्कल उपयुक्त असण्याचे एक कारण लवचीकता हे ही आहे. तुम्ही *तुम्हाला जे काही पाहिजे,* त्याची नक्कल करू शकता. तुमच्या नकलेचा विषय ऐच्छिक असू शकतो : तुम्ही कशाची नक्कल करू शकता, याला केवळ तुमच्या कल्पनेची मर्यादा आहे. जर तुम्ही सध्याची नोकरी सोडून ताहितीला गेलात, तर काय होईल अशा विचाराची नक्कल करू इच्छिता, तर काही तुम्हाला अडवत नाही. तुम्ही तर याही कल्पनेची नक्कल करू शकता की, तुम्ही दहा हजार वर्षे जगलात आणि गुरू ग्रहावर दुकान थाटले आहे.

परिस्थिती विरुद्ध नक्कल तुम्हाला तुम्ही यापूर्वी अशक्य म्हणून गृहीत धरलेल्या छुप्या संधी शोधण्यास मदत करते. मी जेव्हा पी ॲण्ड जीमध्ये नोकरी करत होतो, मी नेहमी स्वप्न पाहायचो की, मी स्वतःसाठी काम करत आहे आणि पर्सनल एमबीए पूर्णवेळ विकसित करत आहे. पण मी नेहमी ते 'एक-दोन वर्षे लांब आहे' असे गृहीत धरले. एक वर्षानंतरही मी 'एक-दोन वर्षे लांब होतो.' स्वतःसाठी काम करणे हे एक सुखद स्वप्न होते; पण मी असे गृहीत धरले की, शक्यता तपासून पाहिल्याशिवाय ते खरे नाही.

जेव्हा मी परिस्थितीविरुद्ध नक्कल करण्याचे शोधून काढले, तेव्हा ते चित्र लवकरच बदलले. २००८मध्ये व्यवसायानिमित्त प्रवास करताना, मी एक कपना करून पाहिली की, जर मी पी ॲण्ड जीमधील माझी नोकरी माझ्या वाढदिवसापर्यंत (तो नोव्हेंबरच्या सुरुवातीला असतो) सोडली, तर काय होईल? मला हा प्रश्न काही वास्तवाला धरून वाटला नाही. पण तो कुतूहल जागे करण्याइतका मजेशीर नक्की होता. म्हणून मी माझा निर्णय दडपून/रोखून धरला आणि प्रश्नाची ***नक्कल केली.***

जेव्हा तुम्ही परिस्थितीविरुद्ध नक्कल करता, तुम्ही गृहीत धरता की, ती घटना किंवा स्थिती *आधीच खरी आहे.* तुमच्या मनाला एखादे कृत्रिम ठिकाण दाखवले की ते आपोआप अ आणि ब या बिंदूंमधील गाळलेल्या जागा भरू लागते. मी पी ॲण्ड जी सोडण्याच्या विचाराची नक्कल केली असता, मी गृहीत धरले की, *हे नक्की घडणार आहे.* नंतर विचार केला की, हे कसे शक्य आहे.

मी जसे नक्कल केली, तसे इतर प्रश्न नैसर्गिकपणे उभे ठाकले. किती उत्पन्न येत होते? मला किती क्लायंट्स आवश्यक होते? इतर कोणत्या प्रोजेक्टवर मी काम करू शकतो आणि

मला ***पुरेसे*** होण्यासाठी मी किती पैसे मिळवले पाहिजेत? जसजसे हे प्रश्न येत गेले, मी मला शक्य तितक्या चांगल्या प्रकारे त्यांची उत्तरे दिली, जी मी नोटबुकमध्ये खरडून ठेवली.

माझी नक्कल करून होता होता, मला लक्षात आले की 'एक-दोन वर्षांपेक्षा,' मला पी ॲण्ड जीमधील नोकरी *ताबडतोब* सोडणे शक्य होते. मी पुढील सोमवारी जेव्हा कामावर परतलो, तेव्हा मी राजीनामा दिला. माझ्या अठ्ठाविसाव्या वाढदिवसानंतर चार दिवसांनी माझा या नोकरीचा शेवटचा दिवस होता.

माझ्या अनुभवानुसार, परिस्थितीविरुद्धच्या बाबी पडताळण्यात घालवलेला वेळ वाया जात नाही. तुम्हाला काय पाहिजे हे प्रत्यक्षात शक्य नाही असे निव्वळ गृहीत धरण्यापेक्षा, परिस्थितीविरुद्ध नक्कल करण्याने ते प्रत्यक्षात खरे करण्यासाठी तुम्ही काय केले पाहिजे, याचा विचार करण्याची मुभा मिळते. नक्कल करून झाल्यावर, काही करण्यासाठी काय प्रयत्न लागतात किंवा काही प्रत्यक्षात घडवून आणण्यासाठी काय खरे असावे लागते, याबद्दल अधिक समज येते.

परिस्थितीविरुद्ध नक्कल करण्यासाठी मनाचा उपयोग करा आणि तुम्हाला लक्षात येईल की, काही गोष्टी ज्या केवळ स्वप्न होत्या, त्या साध्य करणे किती सोपे आहे.

ही संकल्पना शेअर करा : http://book.personalmba.com/counterfactual-simulation/

पार्किन्सन्स लॉ

(Parkinson's Law)

काम संपवण्यासाठी असलेला वेळ भरून काढण्यासाठी काम विस्तारते.

– सिरील नॉर्थकोट पार्किन्सन, नेव्हल इतिहासकार
आणि मॅनेजमेंट थिअरिस्ट

१९५५ मध्ये नॉर्थकॉट पार्किन्सन यांनी *इकॉनॉमिस्ट* मध्ये त्यांच्या ब्रिटिश सिव्हिल सर्व्हिसच्या अनुभवावर आधारित एक विनोदी निबंध लिहिला. त्या निबंधामध्ये, पार्किन्सन यांनी काही प्रस्ताव ठेवला, जो पुढे त्यांच्या नावाने 'नियम' म्हणून ओळखला जाऊ लागला. काम संपवण्यासाठी असलेला वेळ भरून काढण्यासाठी काम विस्तारते.

जर काही काम एका वर्षात करायचे असेल, तर ते एका वर्षातच होईल. जर काही काम पुढच्या आठवड्यात करून व्हायला हवे असेल, तर ते पुढच्या आठवड्यातच होईल. जर काही उद्या करायचे असेल, तर ते उद्या केले जाईल. आपण आपल्याकडे किती वेळ आहे, त्यावर योजना करतो आणि जेव्हा डेडलाइन जवळ येते, आपण डेडलाइनपर्यंत काम संपवण्यासाठी ***पर्याय*** आणि ***ट्रेड ऑफर्सचा*** वापर करू लागतो.

पार्किंसन्स लॉ म्हणजे काम पूर्ण करण्यासाठी वेळेची काही अवास्तव अट आहे, असे समजले जाऊ नये. मोठ्या कामांना पूर्ण करण्यासाठी वेळ हा लागतोच; जसे की

एखादी गगनचुंबी इमारत एका रात्रीत बांधून पूर्ण करता येणार नाही किंवा एखादा कारखाना एका आठवड्यात बांधता येणार नाही. साधारणपणे, प्रोजेक्ट जेवढा मोठा, तेवढा तो पूर्ण करण्यासाठी वेळही लागणार.

पार्किन्सन'स लॉ हा ***परिस्थितीविरुद्ध नकलेचा*** उत्तम प्रश्न म्हणून वापरला जातो. जर तुम्ही प्रोजेक्ट आक्रमकपणे संपवला, तर कसा वाटेल? जर तुम्हाला गगनचुंबी इमारत एका दिवसात बांधायची असेल, तर तुम्ही ते कसे कराल? या प्रश्नांचे परिस्थितीविरुद्ध नक्कल केल्याप्रमाणेच उत्तर द्या आणि तुम्हाला कमी वेळात काम करून घेण्याचे तंत्र किंवा पद्धती लक्षात येतील.

आयकियाचे संस्थापक, इंगवार काम्प्राड एकदा म्हणाले, 'जर तुम्ही दिवसाचे दहा-दहा मिनिटांचे भाग केलेत, आणि दहा मिनिटांचे त्यातील काही भाग शक्य तसे वाया घालवलेत, तर तुम्हाला आश्चर्य वाटेल की, तुम्ही काय करू शकता.' लहान कामांसाठी, इंगवारचा कायदा तो लागू करा. गृहीत धरा की, प्रत्येक काम पूर्ण करण्यासाठी दहा मिनिटे लागतील आणि सुरू करा. यामध्ये मीटिंग्ज, फोन-कॉल्स यांचाही समावेश आहे. काही कारणास्तव, मीटिंग्जना लागणारा वेळ हा एक तासच असतो. तुम्हाला तितका लागो अथवा नाही. अनेक वेळा जास्त नाही पण कमीतकमी मीटिंग्जसाठी लागणारा वेळ हा दहा मिनिटेच असेल असे गृहीत धरा. इंगवारचा कायदा हा परिस्थितीविरुद्ध आहे. तुमच्याकडे काही काम करण्यासाठी दहाच मिनिटे असतील, तर तुम्ही काय कराल? त्याप्रमाणे कृती करा.

ही संकल्पना शेअर करा : http://book.personalmba.com/parkinsons-law/

डूम्सडेसारखी परिस्थिती

(Doomsday Scenario)

> काही अंतरावरून जे भव्य दिसते, ते जवळ जाऊन पाहिले, तर तेवढे मोठे नसते.
>
> – बॉब डिलन, गीतकार आणि संगीतकार

जर तुम्ही ***थ्रेट लॉकडाऊनमध्ये*** असाल, तर काहीही काम करणे कठीण आहे. तुमचे मन त्या भीतीने ग्रासलेले आहे, हॉरर सिनेमातील दृश्याप्रमाणे कल्पना मनात येत आहेत.

असे म्हणू की, तुम्ही एखादा व्यवसाय सुरू करायच्या विचारात आहात; पण तुमच्या स्वतःच्या बळावर सुरुवात करायचा विचार केला की, तुम्हाला चिंता वाटते. तुम्ही तुमची नोकरी सोडायचा विचार करता आणि तुमचे मन लगेच कल्पना करते की, तुम्ही खूप मोठी रक्कम अशा काही कामात गुंतवता आहात, जे ठीक चालणार नाही, तुमचे दिवाळे निघेल, लोक तुमचा तिरस्कार करतील आणि तुम्ही उर्वरित आयुष्य नदीजवळील एका खोपटात घालवाल.

तुम्ही जर अवास्तव प्रतिक्रिया देत असाल, तर तुमचा त्यापासून बचाव करण्यासाठी मेंदूला कसे प्रेरित कराल?

डूम्सडे म्हणजे जगाचा शेवटचा दिवस. डूम्सडेसारखी परिस्थिती ही ***परिस्थितीविरुद्धची नक्कल*** असते, जिथे तुम्ही असे गृहीत धरता की, सर्व काही वाईटच घडणार आहे, तर वाईटच घडेल. जर तुम्ही प्रोजेक्ट वेळेवर पूर्ण केला नाही, तर काय होईल? जर तुमची योजना फसली तर? जर तुम्ही सर्व काही गमावून बसलात तर? जर सर्व जण तुम्हाला हसले तर?

डूम्सडेची परिस्थिती ही निराशावादी असते. ती तुम्हाला हे लक्षात घ्यायला मदत करते की, बहुतेक परिस्थितीत तुम्ही ठीक असणार आहात. ***केव्हमन सिंड्रोम*** आपल्या पुरातन मेंदूला अति नाटकीय बनवतो. आपल्याला खूपच ताण येतो, त्याचे कारण म्हणजे; आपला मेंदू ***स्पष्टीकरण देतो*** की, आपण साधने गमावत आहोत, आपली पत घसरत चालली आहे किंवा अस्तित्वाला धोका म्हणून नाकारले जातो आहोत. हे कदाचित पूर्वी खरे ठरले असते; पण आता ठरणार नाही. आता तुम्ही पैसा गमावू शकता, पेचात पडू शकता किंवा दिवसाला शंभर वेळा नाकारले जाऊ शकता आणि तरीही ही गोष्ट सांगण्यासाठी जिवंत राहू शकता.

तुम्ही जेव्हा तुमच्या मनातील सर्वांत वाईट भीती तपासून पाहता, तुम्हाला लक्षात येईल की, तुम्हाला वाटते तितक्या गोष्टी वाईट नाहीत. डूम्सडेची परिस्थिती निर्माण करणे म्हणजे एखाद्या लहान मुलाला त्याच्या पलंगाखाली राक्षस लपले आहेत अशी भीती घालण्यासारखे आहे. थोडा उजेडाचा झोत मारून पाहिले, तर त्यांना लक्षात येईल की, पलंगाखाली राक्षस नाहीत आणि भिण्यासारखे काहीही नाही.

जाणीवपूर्वक ***बाह्यीकरण*** करण्याने आणि तुमच्या मनातील अत्यंत भीतिदायक गोष्टीचीही व्याख्या केल्याने, तुम्ही त्यांचे खरे स्वरूप उघड करत असता. ज्यांच्यामुळे तुम्हाला काहीही फरक पडत नाही, अशा गोष्टींना तुम्ही घाबरत होतात, हे तुमच्या लक्षात येईल. जरी काही वाईट झालेच, तरी तुम्हाला जितके वाईट वाटते आहे, तितके ते नसेल. तुम्ही मरणार नाही आहात याची जाणीव झाल्या-झाल्या, तुम्ही आधी जितके काम करण्याची हिंमत केली असती, त्यापेक्षा जास्त काम करण्यास आता मोकळे आहात.

एकदा का तुम्ही डूम्सडेची कल्पना केलीत की, तुम्ही वाईट परिस्थिती सुधारण्यासाठी प्रयत्न करू लागाल. जर तुम्ही उद्योग सुरू करत असाल, तर तुम्ही त्यातील जोखमीची परिभाषा करून ती जोखीम कमी करण्यासाठी योजना कराल. तुमच्या भीतीचा बळी ठरण्यापेक्षा, तुम्ही त्या भीतीचा रचनात्मक वापर करू शकता.

तुमच्या डूम्सडेची रचना करा आणि तुमच्या अतिरंजित प्रतिक्रिया देणाऱ्या मेंदूला तुमच्या विरोधी नव्हे; तर तुमच्यासोबत कामाला लावू शकता.

ही संकल्पना शेअर करा : http://book.personalmba.com/doomsday-scenario/

स्वतःचा अति आदर करण्याची प्रवृत्ती

(Excessive Self - Regard Tendency)

मी १९६१ पासून कधीही चुकलो नाही, मग मी विचार केला, माझ्याकडून एक चूक झाली आहे.

– बॉब हडसन, राजनीतिज्ञ

दर काही महिन्यांनी, *अमेरिकन आयडॉल* शोमधील स्पर्धक ते किती वाईट गाऊ शकतात ते दाखवत असताना, टीव्हीचे जगभरातील प्रेक्षक त्यांची री ओढत असतात.

या दृश्याचा अजून गमतीदार भाग म्हणजे; हा सुरांच्या बहिरेपणाचा भव्य दिखावा नसून काही लोक स्वतःला *गुणी गायक* समजतात म्हणून ऑडिशन देतात हा आहे. हा परस्परविरोध अत्यंत आश्चर्यकारक आहे कोणी कसे काय इतक्या उघड गोष्टीबाबत इतका चुकीचा असू शकतो?

स्वतःचा अति आदर करण्याची प्रवृत्ती ही तुमच्या स्वतःच्या क्षमतांची जास्त किंमत करण्याची नैसर्गिक प्रवृत्ती आहे, विशेषकरून तुम्हाला त्याबाबत थोडासा अनुभव असतो. स्वतःच्या क्षमतांबद्दल सकारात्मक असण्याचे काही फायदे असतात. आपण नवीन काहीतरी करून पाहण्याची शक्यता वाढते. अशाच प्रकारे नवशिके कधीकधी मोठ्या गोष्टीही साध्य करतात. त्यांचे उद्दिष्ट किती जोखमीचे किंवा अवघड होते याची जाणीव होण्याआधीच ते ती कामगिरी करतात.

स्टीव वोज्नियाक, ज्यांनी स्टीव्ह जॉब्सबरोबर ॲपल कॉम्प्युटरची स्थापना केली, त्यांनी जगातील पहिला पर्सनल कॉम्प्युटर तयार केला. त्या अनुभवाबद्दल ते सांगतात, 'मी अशा प्रकारचे काही काम कधी केले नव्हते, मी कधीही कॉम्प्युटर तयार केला नव्हता. मी कधी कंपनीही उभी केली नव्हती, मी काय करतो आहे, याची मला कल्पनाही नव्हती. पण मी ते करणार होतो आणि म्हणून मी ते केलं.' वोझ यांना ते काय करत आहेत हे माहीतही नव्हतं; पण त्यांना वाटलं की ते करू शकतील, म्हणून त्यांनी केलं.'

दुर्दैवाने, आपल्या नैसर्गिक आत्मविश्वासासाठीदेखील काही किंमत मोजावी लागते आणि ती म्हणजे 'स्वतःबद्दलचा संभवनीय गैरसमज.'

जर तुम्हाला तुमच्या हातातील विषयाबद्दल काही माहीत नसेल, तर स्वतःचा अति आदर करण्याची प्रवृत्ती ही त्याहून अधिक निश्चित आहे. एखादी व्यक्ती जितकी अधिक अकार्यक्षम आहे, तितकी *त्यांना स्वतःच्या अकार्यक्षम असण्याची जाणीव असते.* एखाद्याला जितके ते माहीत असते, तितकी त्यांची स्वतःच्या क्षमता तपासून पाहण्याची कुवत असते आणि जोपर्यंत त्यांना त्या विषयावर प्रभुत्व किंवा पुरेसा अनुभव मिळत नाही, ते स्वतःच्या क्षमतांवर शंका घेण्याची शंका असते.

कॉर्नेल युनिव्हर्सिटीच्या डेव्हिड डनिंग आणि जस्टीन क्रुगर यांच्या मते, चार्ल्स डार्विनचे उपरोधक 'बोल ज्ञानाचा अभाव नेहमी ज्ञान असतानापेक्षा जास्त आत्मविश्वास उत्पन्न करतो आणि हे शब्दशः खरे आहे.' ते 'डनिंग–क्रुगर इफेक्ट' खालीलप्रमाणे विशद करतात :

१. अकार्यक्षम व्यक्ती स्वतःच्या कौशल्यांच्या पातळीला अति किंमत देतात.

२. अकार्यक्षम व्यक्ती इतरांमधील खरी कौशल्ये ओळखण्यात अपयशी ठरतात.

३. अकार्यक्षम व्यक्ती त्यांच्या अपुरेपणाची परमावधी ओळखण्यात अपयशी ठरतात.

४. जर त्यांना स्वतःच्या कौशल्यांमध्ये भरीव सुधारणा करण्याचे प्रशिक्षण दिले, तर या व्यक्ती त्यांच्या कौशल्यांमधील कमतरता ओळखू शकतात.

जे लोक 'नकळत अकार्यक्षम' असतात, त्यांना ते अकार्यक्षम आहेत हे माहीत नसते. त्यांना त्या विषयाबद्दल अत्यंत थोडे माहीत असते आणि त्यांना खूप कमी माहीत आहे, हे समजून घेण्यातही ते कमी पडतात. म्हणूनच तुम्हाला भेटणारा प्रत्येक न्हावी आणि टॅक्सी-चालक हा अर्थव्यवस्था आणि आंतरराष्ट्रीय राजनीतीबाबत तज्ज्ञ असतो.

एकदा तुम्हाला तुमच्या विषयाबद्दल थोडे अधिक कळले, तुम्ही 'जाणीवपूर्वक अकार्यक्षम' होता. *तुम्हाला काय माहीत नाही हे तुम्हाला माहीत आहे,* जे तुम्ही करत आहात. परिणामी, त्या विषयाबद्दल अधिक समजून घेताच, त्या व्यक्तींचा त्यांच्या कौशल्यांवरचा अति आत्मविश्वास कमी होतो. अधिक ज्ञान हे त्यांच्या ज्ञानाच्या आणि क्षमतांच्या मर्यादेची जाणीव करून देण्यास मदत करते.

जाणीव असलेल्या क्षमता विकसित करणे. तुम्ही जे करत आहात, ते माहीत असणे. अनुभव घेणे, ज्ञान मिळवणे आणि सराव करणे ही अवस्था असते. जेव्हा तुम्ही जाणीवपूर्वक सक्षम असता, तुम्हाला तुमचा आत्मविश्वास परत मिळतो. तुम्हाला तुमच्या ज्ञानाच्या मर्यादा माहीत असतात आणि त्यामुळे तुम्ही तुमच्या क्षमता अचूकपणे वापरू शकता.

आपल्यात थोडी मानवता असणे, हा स्वतःला दुरुस्त करण्याचा खूप चांगला गुण आहे. अतिआत्मविश्वास कधीकधी मोठेपणा निर्माण करतो. पण ती मोठ्या जोखमीची पैज आहे. मार्गदर्शनाशिवाय तुम्ही अडचणीत सापडण्याची खूप दाट शक्यता आहे. तुम्हाला सर्व काही माहीत आहे असे गृहीत धरण्यापासून मानवता विकसित करणे तुम्हाला दूर ठेवेल, अन्यथा ते समजणे क्लेशदायक असते.

स्वतःचा अति आदर करण्याची प्रवृत्ती ही वैश्विक बाब आहे (तुम्हाला याचा काही फरक पडत नाही, असा विचार येण्यापासून सावध व्हा), त्यामुळे तुम्ही चूक करत असाल, तर तुम्हाला ते बिनधास्तपणे सांगणारे कोणी विश्वासू लोक तुमच्या आजूबाजूला असणे हे फार महत्त्वाचे आहे. स्वतःचा अति आदर करण्याच्या प्रवृत्तीमुळे स्वतःला अडचणीत आणण्याचा सोपा मार्ग म्हणजे; डेडलाइनचा अंदाज घेणे. अतिआत्मविश्वास हे ***योजनेची चुकीची कल्पना*** (नंतर चर्चिले आहे) याचे एक महत्त्वाचे कारण आहे. मी जेव्हा हे पुस्तक लिहायचे कबूल केले, तेव्हा मला वाटले की यासाठी सहा महिने लागतील; पण मी यापूर्वी कधी पुस्तक लिहिले नव्हते त्यामुळे मला काहीच कल्पना नव्हती. माझ्या अनेक अनुभवी मित्रांनी आणि सल्लागारांनी मला समजावले की, मला त्यासाठी एक वर्ष लागेल आणि मी त्यांचे ऐकले हे बरे झाले, ते बरोबरच सांगत होते.

आपण सर्वच जण आपल्या क्षमतांना अति महत्त्व देण्याची शक्यता असते. तुमचे समर्थन करणाऱ्या लोकांचा तुमच्या टीममध्ये भरणा करणे हे धोक्याचे आहे. कारण, जे लोक सतत तुमच्याशी सहमत होतात, ते तुम्हाला तुमची प्रवृत्ती बदलण्यासाठी मदत करू शकत नाहीत. जे लोक नेहमी तुमच्या निर्णयाला पाठिंबा देतात, ते तुम्हाला मोठ्या चुका करण्यापासून रोखू शकणार नाहीत.

जेव्हा तुम्ही काही अविश्वसनीय गृहीतके करत असाल किंवा चुकीच्या मार्गावर जात असाल, त्या वेळी तुम्हाला ते तसे स्पष्ट सांगण्यास घाबरणार नाहीत अशा लोकांशी संबंध जोपासा, ते खूप मौल्यवान मित्र असतात. म्हणतात ना, 'निंदकाचे घर असावे शेजारी.'

ही संकल्पना शेअर करा : http://book.personalmba.com/excessive-self-regard-tendency/

पुष्टीचा पूर्वग्रह

(Confirmation Bias)

> माहीत नसलेली गोष्ट तुम्हाला अडचणीत आणत नाही, परंतु ती गोष्ट मात्र तुम्हाला अडचणीत आणू शकते, जी तुम्हाला पक्की माहीत असते पण प्रत्यक्षात मात्र चुकीची असते.
>
> – मार्क ट्वेन, अमेरिकन प्रख्यात लेखक

विरोधाभासात्मकरीत्या, तुम्ही बरोबर आहात का चूक हे माहीत करून घेण्याचा उत्तम मार्ग म्हणजे; *तुम्हाला चूक ठरवेल* अशी माहिती शोधा.

पुष्टीचा पूर्वग्रह म्हणजे त्यांच्या निष्कर्षाला पुष्टी देतील अशा गोष्टींकडे ***लक्ष देणे*** आणि न देणाऱ्या माहितीकडे दुर्लक्ष करणे ही लोकांची साधारण प्रवृत्ती असते. आपण एखादा चुकीचा निर्णय घेतला आहे असे ऐकणे कोणालाही आवडत नाही; म्हणून आपण ज्या माहितीकडे लक्ष देतो ती गाळून घेण्याकडे आपला कल असतो.

आपले मत किंवा श्रद्धा जितकी ठाम असते, तितके आपण त्याला आव्हान देणाऱ्या माहितीच्या स्रोतांकडे दुर्लक्ष करतो. त्यामुळेच तुम्हाला उदारमतवाद्यांच्या बातम्यांचे स्रोत वाचताना दिसत नाहीत आणि तसेच त्याउलटही – त्यांना आधीच माहीत असते की ते सहमत नाहीत, मग कशाला त्रास घ्या? दुर्दैवाने, यामुळे दोन्ही पक्षांची बाजू अगदी जहाल होते, कारण ते दोघेही त्यांच्या मताला आव्हान देईल, अशी माहिती घेत नाहीत.

तुमच्या सद्यःगृहितकाला किंवा श्रद्धेला आव्हान देईल अशी माहिती मुद्दाम जाणून घेणे, हा पुष्टीच्या पूर्वग्रहाला निष्फळ करण्याचा उत्तम मार्ग आहे. जेव्हा केल्सीने आणि मी वेगन आहार काही वर्षे पाळला होता, आम्हाला ती मनोवृत्ती अवलंबणे खूप सोपे गेले की, आम्ही आमच्या प्रकृतीसाठी, आमच्या प्राणिमित्रांसाठी आणि ग्रहांसाठी हा चांगला पर्याय स्पष्टपणे निवडत आहोत. अशा वैश्विक विचाराने आम्हाला नैसर्गिकरीत्या त्याविरुद्ध मत मांडणाऱ्या इतर माहितीकडे दुर्लक्ष करणे अवघड करून टाकले.

अखेरीस, आम्ही आमचे मन बदलले आणि त्याला पुष्टी न देणारे पुरावे शोधायला सुरुवात केली. *द वेजेटेरियन मिथ* हे लिअरे कीथ यांचे पुस्तक वाचल्यावर, आम्हाला समजले की, आधी आम्ही समजत होतो त्याप्रमाणे शाकाहारी असणे, हे आरोग्यपूर्ण किंवा पर्यावरणपूरक नाही. *प्रोटिन पॉवर* या मिशेल आर आणि मेरी डॅन एडीस यांच्या पुस्तकाने शिकवले की, आपले शरीर आपण जे अन्न ग्रहण करता, त्या अन्नावर जैवरासायनिकरीत्या प्रक्रिया करते आणि ***फीडबॅक लूप्स*** (नंतर चर्चा केली आहे) जे आपल्या मेटॅबोलिझममध्ये अस्तित्वात असतात, त्यावर कसे काम करतात. परिणामी, आम्हाला समजले की आम्ही तब्येतीच्या ज्या काही तक्रारी अनुभवत होतो (जसे की, ऊर्जेचे कमी, मंद पचन इत्यादी.) ते आमच्या वेगन डाएटचे परिणाम होते.

या दोन्ही पुस्तकांनी पुरावा दिला, जो आमच्या मूळ स्थितीच्या विरोधात होता आणि त्यांनी आमचे मत परिवर्तन करून टाकले. आम्ही अनुभवातून खूप शिकलो, डाएटबद्दल आणि पुष्टी न देणाऱ्या पुराव्यांकडे लक्ष देण्याबद्दलही!

पुष्टी न देणाऱ्या पुराव्यांकडे लक्ष देणे हे नैसर्गिकपणे अवघड आहे. तुम्ही चूक असू शकता याबाबत पुरावे मुद्दाम शोधणे आणि स्वतःला चूक ठरवणे मुळातच आवडत नाही. तुम्ही अनुभवातून शिकेपर्यंत निर्णय घेणे लांबणीवर टाकाल. असे पुरावे तुम्हाला तुमच्या मार्गातील चुका दाखवतील किंवा तुम्ही कसे बरोबर आहात याबाबत अधिक पुरावा देतील.

पुष्टी न देणारी माहिती शोधणे हे त्रासदायक व गैरसोयीचे असते. पण अखेरीस तुम्ही काहीही निर्णय घ्या, ते उपयोगी पडते.

ही संकल्पना शेअर करा : http://book.personalmba.com/confirmation-bias/

पश्चातबुद्धीचा पूर्वग्रह

(Hindsight Bias)

> प्रत्येक दिवसाचा शेवट केलाच पाहिजे. हे काम लगेच करा. कारण, आज जे करू शकत होतात, ते तुम्ही केले आहे. पण ज्या चुका झाल्या असतील किंवा कोणत्या गोष्टीचे आश्चर्य वाटले असेल, तर लवकरात लवकर त्याबाबत विसरून जा. उद्याचा दिवस नवीन दिवस असणार आहे, म्हणून त्याची सुरुवात प्रसन्नपणे आणि चैतन्याने करा.
>
> – राल्फ वाल्डो इमर्सन, निबंधकार आणि कवी

तुम्ही चूक केली आहे, हे लक्षात आल्यावर कसे वाटते?

पश्चातबुद्धीचा पूर्वग्रह ही एक नैसर्गिक प्रवृत्ती आहे. त्यामुळे आपल्याला 'ज्या गोष्टी माहीत असायला हव्या होत्या' व त्या माहीत नाहीत त्याबद्दल स्वतःला दोष देतो. उदाहरणार्थ, जर नोकरी गेली, तर संकट येते आहे हे तुम्हाला माहीत असायला हवे

होते. तुमच्या काही स्टॉकची किंमत एका रात्रीत ८० टक्क्यांनी घसरली, तर 'तुम्ही ते विकायला हवे होते.' जर तुम्ही एखादे उत्पादन सादर केले आणि कोणीही ते विकत घेत नाही, 'तर ते चालणार नाही, हे तुम्हाला माहीत असायला हवे होते.'

जर तुम्हाला हे आधीच माहीत असते, तर तुम्ही जे केलेत ते केलेच नसते, असे बोलणे मूर्खपणाचे आहे.

तुम्ही घेतलेला प्रत्येक निर्णय जर अर्धवट माहितीवर आधारित असेल – तर आपल्याला ***स्पष्टीकरण*** देण्याचा उपयोग रिकाम्या जागा भरण्यासाठी केला पाहिजे. तुम्ही सर्वज्ञ नसल्यामुळे, तुम्ही निर्णय घेतल्यानंतर तुमच्या कृतीबद्दल अजून काही माहिती मिळणारच.

परिणामी, जर तुमच्या अपेक्षेप्रमाणे गोष्टी घडल्या नाहीत, तर मूर्खपणाची भावना येणे साहजिकच आहे. या भावना असमंजसपणाच्या असतात हे समजणे खूप महत्त्वाचे आहे. कारण तुमचे निर्णय त्या वेळी तुम्हाला असलेल्या उत्कृष्ट माहितीच्या आधारावर घेतलेले असतात आणि आता ते बदलण्यासाठी तुम्ही काही करू शकत नाही.

तुम्हाला ज्या गोष्टी दिसायला हव्या होत्या किंवा तुम्ही त्या करायला हव्या होत्या त्यांच्याबद्दल आता वाईट वाटून घेऊ नका. तुमचा भूतकाळ बदलणे हे तुमच्या ***लोकस ऑफ कंट्रोलच्या*** (नंतर चर्चिले आहे) बाहेर आहे. म्हणून, स्वतःवर शंका घेण्यात, किंवा काय केले जाऊ शकले असते, यावर शक्ती वाया घालवण्यात काहीच अर्थ नाही. जर तुम्ही स्वतःला किंवा इतरांना माहीत नसलेल्या गोष्टी 'माहीत नसण्यासाठी' नकारात्मकदृष्ट्या तुलना केलीत तर, पश्चातबुद्धीचा पूर्वग्रह हा घातक ठरू शकतो.

असे म्हणतात ना, 'पश्चातबुद्धी २०-२०' असते. भूतकाळातील तुमच्या चुकांचा आता रचनात्मकपणे अर्थ लावा आणि तुम्ही आता सकारात्मक दिशेने जाण्यासाठी काय करू शकता यावर तुम्ही शक्ती केंद्रित करा.

ही संकल्पना शेअर करा : http://book.personalmba.com/hindsight-bias/

कामगिरीचे ओझे

(Performance Load)

> जर नियंत्रित केले नाही, तर काम सक्षम माणसालादेखील तो बुडेपर्यंत वाहून नेईल.
>
> – चार्ल्स बॉयल, अमेरिकेन काँग्रेसचे माजी नासा संपर्क अधिकारी

कंटाळा येण्यापेक्षा कामात व्यग्र असणे चांगले असते. पण आपल्याच भल्यासाठी खूप व्यग्र असणेही शक्य असते.

कामगिरीचे ओझे ही संकल्पना म्हणजे तुम्हाला अनेक गोष्टी करायच्या असतात, तेव्हा काय होते हे सांगते. एका विशिष्ट मर्यादेनंतर, एखादा माणूस एकाच वेळी जितके जास्त काम करेल, तेवढी त्याची कामगिरी खालावत जाते.

जग्लिंगच्या पिनांची कल्पना करा. जर तुमच्याकडे ते कौशल्य असेल, तर तुम्ही एका वेळी तीन किंवा चार पिना अचूकपणे जगल करू शकता. जितक्या जास्त पिना एका वेळी जगल करायच्या असतील, तितकी तुमच्याकडून चूक होण्याची जास्त शक्यता असते आणि सगळ्या पिना खाली पडू शकतात.

जर तुम्हाला उत्पादक काम करायचे असेल, तर *तुम्ही मर्यादा आखून घेतली पाहिजे.* एकाच वेळी अनेक प्रोजेक्ट्सची शेकडो कामे करण्याने तुमचा टिकाव लागणार नाही : तुम्ही अपयशाची, सरासरीच्या खाली जाण्याची आणि थकून जाण्याची जोखीम घेताय. ***पार्किन्सन'स लॉ*** आठवा. तुम्ही जर तुमच्याकडे उपलब्ध वेळाची मर्यादा आखली नाहीत, तर तुमचे काम तो वेळ व्यापून टाकण्यासाठी विस्तारत जाईल. तुम्ही जर कुठेतरी लक्ष्मणरेषा आखली नाहीत, तर काम तुमची सगळी ऊर्जा खर्चून टाकेल आणि तुम्ही नक्कीच थकून जाल.

मर्यादांचे परिणाम असतातच. जर तुम्ही ते परिणाम हाताळण्यासाठी सज्ज नसाल, तर त्या मर्यादा 'मर्यादा' उरणार नाहीत. जर तुम्ही आठवड्याचे सातही दिवस दररोज वीस तास काम करावे अशी अपेक्षा करणाऱ्या एखाद्या मॅनेजरला तुम्ही मर्यादित कामाचे तास सांगितले तर तुमची नोकरी जाऊ शकते. त्या गतीने काम करणे हे अवास्तव आहे. पण तुम्हाला नोकरी जाण्याची शक्यता नाकारता येत नाहीये, तर मग तुम्ही नक्कीच मर्यादा आखली नाहीये.

अनपेक्षित गोष्टींना सामोरे जाण्यासाठी, नवीन गोष्टींना प्रतिसाद देण्यासाठी तुमच्याकडे जास्तीचा वेळ असायला हवा. अनेक आधुनिक उद्योजकांची मानसिकता आहे की, 'रिकामा वेळ' म्हणजे अकार्यक्षम असणे किंवा वेळ वाया घालवणे. कामगार सतत व्यग्र असले पाहिजेत. दुर्दैवाने, हे तत्त्वज्ञान नेहमी घडणाऱ्या अनपेक्षित घटना हाताळण्याकडे दुर्लक्ष करते. प्रत्येकाला दिवसभरात अनेक तास हातात असतात आणि तुम्ही जर सतत व्यग्र असाल, तर नवीन आणि अनपेक्षित गोष्टींना तोंड देण्यासाठी तुमचा वेळ आणि ऊर्जा खर्चणे तुम्हाला कठीण जाईल.

तुमच्या क्षमतेच्या ११० टक्के काम करणे तुम्हाला शक्य नाही. काम पूर्ण करण्याच्या ***चार पद्धतींचा काम अवलंबणे***, विलंब करणे किंवा काम सुपुर्द करण्यासाठी वापर करा. त्यामुळे तुमचे कामाचे ओझे कमी होईल. थोडी क्षमता हाताशी राखून ठेवल्याने ***अति महत्त्वाची कामे*** त्वरित करता येतात.

ही संकल्पना शेअर करा : http://book.personalmba.com/performance-load/

ऊर्जाचक्र

(Energy Cycles)

असा एक काळ असतो, जेव्हा आपण अत्यंत उत्पादकरीत्या विचार करतो
आणि असाही काळ असतो जेव्हा आपण बिलकूल विचार करू नये.
– डॅनियल कोहेन, लहान मुलांचे लेखक

'टाइम मॅनेजमेंट' म्हणजेच वेळेचे व्यवस्थापन करण्याच्या बाबतीत एक समस्या आहे आणि ती म्हणजे आपल्याला वेळाचे व्यवस्थापन करायचे नसते, तर त्यात करण्याच्या कामाचे व्यवस्थापन करायचे आहे. तुम्ही काहीही करायचे ठरवले, तरी वेळ निसटून जातोच.

टाइम मॅनेजमेंटच्या बाबतीत एक सूचित गृहीतक आहे की, वेळेचा विनिमय करता येतो. प्रत्येक तास हा इतर कोणत्याही तासाबरोबर विनिमय करता येण्याजोगा असतो. हे १००% सत्य आहे की, सर्व लोकांची उत्पत्ती एकसमान झाली आहे. मात्र सर्व तासांबाबत ते खरे नाही.

दिवसभरात, आपले उर्जाचक्र वर-खाली होत असते. आपल्या शरीराचा एक नैसर्गिक ताल असतो, ज्याला मी ***ऊर्जाचक्र*** असे म्हणतो आहे. बहुतेक लोकांना दिवसभरातील सर्काडीअन रिदम माहीत आहे, जो आपल्याला सकाळी झोपेतून उठवतो आणि रात्री दमल्याची भावना आणतो. अल्ट्राडीअन रिदम हा लोकांना कमी माहीत आहे, जो जिम लोएर आणि टोनी श्वार्ट्ज यांच्या *द पॉवर ऑफ फुल एंगेजमेंट* या पुस्तकात चर्चिला आहे.

अल्ट्राडिअन रिदम शरीरातील हार्मोनचे प्रवाह नियंत्रित करून शरीरातील सिस्टिम्सना प्रभावित करतो. जेव्हा तुमच्यातील ऊर्जेची पातळी वाढलेली असते, तुम्ही खूप बारकाईने लक्ष केंद्रित करू शकता आणि खूप काम पूर्ण करू शकता. जेव्हा तुमच्या ऊर्जेची पातळी खाली असते, तेव्हा तुमचे मन आणि शरीर दोन्हींना आराम करावासा वाटतो. दिवसभरातील या ऊर्जेतील बदलांमध्ये अनैसर्गिक काहीही नाही. पण, बरेच वेळा आपल्याला असे समजतो की, ऊर्जेची पातळी खाली आहे म्हणजे काहीतरी मोठी समस्या आहे आणि तिचे निराकरण केलेच पाहिजे.

आजकाल आराम करण्यापेक्षा या ऊर्जाचक्राला 'चकवा देणे' जास्त लोकप्रिय झाले आहे. अत्यंत स्पर्धात्मक कामाच्या ठिकाणी, आठ ते दहा तास विनाब्रेक काम करणे ही आता सामान्य बाब झाली आहे. आपल्यातील बहुतेक जण आपल्या मेंदूला साखर आणि कॅफिनचे मोठे डोस देऊन घड्याळ विसरायला लावतात. काही लोक तर जास्त वेळ काम करता यावे म्हणून ऊर्जा वाढवण्याची काही बेकायदा औषधेदेखील घेतात.

इतर सर्व जैविक प्रणालींप्रमाणे, माणसाने विश्रांती घेतलीच पाहिजे आणि पुढील उच्च कामगिरीसाठी स्वत:ला तयार केले पाहिजे. ब्रेक घेणे हे आळशीपणाचे किंवा थकव्याचे

लक्षण नसून माणसाची मूलभूत गरज ओळखणे आहे. तुमच्या नैसर्गिक ऊर्जाचक्राकडे लक्ष देण्याने तुम्हाला खूप अधिक काळ उत्तम कामगिरी करता येईल.

तुमच्या शरीराविरुद्ध नव्हे; तर शरीरासोबत काम करण्याचे काही सोपे मार्ग आहेत, ते याप्रमाणे :

१. *तुमचे पॅटर्न ओळखा* : तुम्ही दिवसभरात किती खाणे-पिणे घेत आहात आणि दिवसाच्या विविध वेळी तुमची ऊर्जा किती आहे याची नोटबुक अथवा कॅलेंडरमध्ये नोंद करा. तुम्ही हे काही दिवस केलेत, तर तुम्हाला तुमची ऊर्जा कधी जास्त असते आणि कधी कमी, हे लक्षात येईल आणि तुम्हाला त्याप्रमाणे कामाची योजना करता येईल.

२. *ऊर्जाचक्राच्या उच्च बिंदूचा जास्तीतजास्त उपयोग करून घ्या* : जेव्हा तुम्ही चक्राच्या वरील बाजूस असता, तुम्ही खूप काही काम करून घेणे शक्य असते, त्यामुळे त्या ऊर्जेचा फायदा करून घेण्यासाठी योजना करा. जर तुमच्या कामामध्ये अनेक मीटिंग्जचा समावेश असेल, तर ऊर्जा जास्त असते त्या वेळी मीटिंग्ज घेण्याची योजना करा.

३. *ब्रेक घ्या* : जेव्हा तुम्ही चक्राच्या खालील बाजूस असता, म्हणजे ऊर्जा कमी असते, तेव्हा थोडी विश्रांती घेऊन, ऊर्जा वाढवणे कधीही चांगले. विश्रांती आणि पुनर्लाभ (रिकव्हरी) ऐच्छिक नाहीत. जर तुम्ही आता विश्रांती घेतली नाहीत, तर तुमचे शरीर तुम्हाला नंतर विश्रांती घेण्यास भाग पाडेल. ऊर्जा कमी असते त्या वेळी फिरायला जा, ध्यान करा, किंवा पंधरा-वीस मिनिटांची वामकुक्षी घ्या. ऊर्जा कमी असताना आराम केल्याने तुम्ही पुन्हा ऊर्जा मिळवू शकता. त्यामुळे तुम्हाला ऊर्जा वाढवता येईल आणि त्याचा फायदा घेता येईल.

४. *पुरेशी झोप घ्या* : पुरेशी झोप न झाल्यास ऊर्जाचक्राची पातळी खूप जास्त झाल्याचा अनुभव येऊ शकतो, जो तुमच्या कामात अडसर बनू शकतो. दररोज रात्री पुरेशी झोप व्हावी यासाठी तुमच्या झोपेच्या वेळेआधी एक तास गजर लावा. जेव्हा गजर होईल, तेव्हा कॉम्प्युटर, टीव्ही बंद करा आणि तुमच्या रात्रीच्या रुटीनमध्ये जा, कॅफिन नसलेला चहा घ्या आणि आवडते पुस्तक वाचा. जेव्हा वाचनाचे आकलन कमी होऊ लागेल, तेव्हा झोपण्याची वेळ झाली असे समजा.

दिवसभरात, तुमच्या ऊर्जाचक्राकडे लक्ष दिल्याने तुम्हाला जो वेळ उपलब्ध आहे, त्याचा जास्तीतजास्त फायदा करून घेता येईल. तुमच्या ऊर्जाचक्राच्या उच्च बिंदूचा जास्तीतजास्त फायदा करून घ्या आणि जेव्हा ऊर्जा कमी असेल, तेव्हा विश्रांती घ्या. तुम्ही दिवसभरात किती काम करू शकता, याचे तुम्हाला आश्चर्य वाटेल.

ही संकल्पना शेअर करा : http://book.personalmba.com/energy-cycles/

ताण आणि पुनर्प्राप्ती

(Stress and Recovery)

जे खूप लांब जाण्याची जोखीम घेतील, तेच कदाचित आपण किती लांबवर जाऊ शकतो, हे जाणू शकतात.

– टी. एस. इलिएट, कवी आणि कथाकार

माझ्या कॉलेजच्या शेवटच्या सत्रामध्ये आणि मी द पर्सनल एमबीएची निर्मिती केली, तेव्हा मी स्वतःला ब्रेकिंग पॉईंटकडे ढकललं.

मी दिवसाला २२ तास बिझनेस इन्फॉर्मेशन सिस्टिम्स, रिअल इस्टेट आणि फिलॉसॉफी या तीन विषयांचे क्लास घेत होतो. माझा प्रत्येक क्लास हा अंतिम परीक्षेच्या वर अजून एक बोजा होता. त्यांपैकी दोन क्लास हे पदवीचे होते आणि प्रत्येकाला पास होण्यासाठी अत्यंत कठीण टॉपिकवर बावीस पानी पेपर द्यावा लागे. माझ्याकडे उपलब्ध असलेल्या वेळात मला खूप सारे काम करायचे होते.

सत्राच्या शेवटच्या दोन आठवड्यांत, मी पूर्णपणे कोलमोडून गेलो होतो. झोप पुरेशी होत नव्हती, दमलो होतो आणि विश्वास बसणार नाही, इतका तणाव होता. सगळे वेळेवर झाले; पण त्या कामाच्या ताणाने आपले परिणामही दाखवले. मला त्यामुळे पदवी परीक्षा झाल्यावर काही दिवस अजिबात काहीही न करता घालवावे लागले.

हे काही विशेष आनंददायी नव्हते, तरीही मला माझा ब्रेकिंग पॉईंट सापडला याचा मला आनंद आहे. तुमच्या मनात आता असा प्रश्न आला असेल? मला माझी क्षमता किती आहे, ते कळले आणि किती जास्त काम करू शकतो, हे कळले. माझे मन आणि शरीर तणावाला कसे सामोरे जाते, कसा प्रतिसाद देते हे मला कळले आणि आता मला अति काम घेऊन गोष्टी हाताबाहेर जाण्यापूर्वी शरीराचे संकेत कळतात.

परिणामी, मी आता स्वतःला ९० टक्के क्षमतेने धावायला शिकवले आहे, जे पूर्ण थकण्याआधी काम करण्यासाठी पुरेसे आहे. कधीही मी लिहीत असतो, सल्ला देत असतो आणि काही मजेशीर साइड प्रोजेक्टवर काम करत असतो. ***ताण आणि पुनर्प्राप्तीकडे*** लक्ष दिल्याने, मी हाताळू शकणार नाही इतके काम घेत नाही. माझा ब्रेकिंग पॉईंट समजल्यामुळे, मला कधी स्वतःला पुश करायचे आणि कधी वेग कमी करायचा, हे समजणे सोपे झाले.

तुम्ही तुमच्या मर्यादेपर्यंत काम केले नाही, तर तुम्ही किती जास्तीतजास्त काम करू शकता, ते तुम्हाला कळत नाही. तुम्हाला कायमची हानी पोहोचेल किंवा मरण ओढवेल, इतके जर स्वतःला पुश केले नाही आणि सुरक्षित मर्यादेत काम केले तर तुम्हाला समजेल की, ***मर्यादेचा उच्च बिंदू*** येईपर्यंत तुम्ही किती जास्त काम करू शकता. यातून तुमच्या मर्यादांबद्दल जे ज्ञान मिळेल, त्यामुळे तुमच्या भविष्यात कोणते प्रोजेक्ट्स घ्यायचे याबद्दल उत्तम पर्याय निवडण्यासाठी आणि खूप जास्त म्हणजे किती जास्त हे समजण्यासाठी त्याचा उपयोग होईल.

आपले शरीर म्हणजे काही मशीन नव्हे की ते त्याच्या कमाल मर्यादेपर्यंत वापरावं. तुम्हाला वाटत असेल की, रोम एका रात्रीत बांधले किंवा चीनची भिंत एका रात्रीत बांधली गेली असेल, त्याप्रमाणे तुमचीही कामगिरी व्हावी. पण तुमची वर्तमान कामगिरी तशी भरीव आहे का हे पाहण्यासाठी असे आदर्श आणि वास्तव यांची तुलना करण्याचा मोह होणे स्वाभाविक आहे. अशी कामगिरी करणे हे तुमच्या वैयक्तिक प्रभावीपणाचे ध्येय आहे. पण इतकी मोठी कामगिरी अत्यंत कमी वेळात करण्यास तुम्ही नेहमीच पुरे पडाल असे होत नाही.

तुम्ही मशीन नाही आहात आदर्श उत्पादकता म्हणजे रोबोप्रमाणे काम करणे नव्हे. मनुष्याला प्रभावीपणे काम करण्यासाठी विश्रांतीची, झोपेची आणि खेळण्याची गरज असते. यातील कोणतीही गोष्ट खूप कमी झाली, तर तुमची चांगले काम करण्याची क्षमता कमी होत जाते आणि त्याचा आयुष्यातील आनंदावर परिणाम होतो.

तर मग तुम्ही विश्रांती कशी घेता आणि पुनर्प्राप्ती कशी करता? सोपे आहे : तुम्ही रोज साधारण गोष्टी करण्यापेक्षा आणि जबाबदारीपेक्षा अत्यंत वेगळे काही करा. तुमच्या आवडी आणि तुमचे काम यामध्ये जितके कमी एकमेकांत गुंतले जातील तितके चांगले.

दुसऱ्या महायुद्धादरम्यान, विन्स्टन चर्चिल प्रचंड तणावाखाली होते. इंग्लंडचे पंतप्रधान म्हणून ते १९४० ते १९४५ पर्यंत; म्हणजे युद्ध संपेपर्यंत देशाचे नेतृत्व करत होते. तब्बल पाच वर्षे त्यांच्या धैर्यावर आणि चिकाटीवर त्यांच्या जनतेचे स्वातंत्र्य अवलंबून होते.

इतक्या ओझ्याखाली चर्चिल दबून कसे गेले नाहीत? *वेळ घालवण्यासाठी पेंटिंग* करणारे चर्चिल सांगतात की, पेंटिंगमुळे त्यांना युद्ध आणि राजकारण यांच्या ताणापासून पुनर्प्राप्ती करण्यास मदत झाली.

> *ज्या व्यक्तीला खूप काळासाठी अतिरिक्त जबाबदारी आणि खूप मोठ्या प्रमाणावर कर्तव्य बजावायला लागते, त्याची चिंता आणि अति ताण यांच्यापासून सुटका व्हावी म्हणून अनेक उपाय सुचवले गेले आहेत. काही लोक प्रवास करण्याचा सल्ला देतात, तर काही आराम करण्याचा सल्ला देतात. काही लोक एकांत चांगला असतो म्हणतात आणि कोणी म्हणते मौजमजा चांगली. वैयक्तिक स्वभावानुसार या सर्वांचा काही न काही वाटा असतो. पण एक घटक सर्वांमध्ये उपस्थित आहे आणि सामायिक आहे आणि तो म्हणजे बदल!*
>
> *बदल ही गुरुकिल्ली आहे. माणसाच्या मनाचा एक विशिष्ट भाग सतत वापरल्यामुळे आणि दमवला गेल्यामुळे झिजून जाऊ शकतो. निर्जीव गोष्टी आणि मेंदूच्या पेशींमध्ये हाच फरक असतो एकदा झिजलेले कापड दुरुस्त करता येत नाही; पण अन्य अवयवांना काम देऊन, थकलेल्या अवयवांना मात्र आराम देता येतो आणि पुन्हा बळकट करता येते. साधारण आवडीच्या विषयावर केवळ पडदा टाकून भागत नाही, तर नवीन विषयात आवड निर्माण करावी लागते.*
>
> *थकलेल्या मेंदूच्या स्नायूंना हे सांगणे पुरेसे नाही की 'मी तुम्हाला चांगला आराम देतो,' 'मी आता लांबवर फेरफटका मारायला जातो किंवा मी पडून*

राहतो आणि काही विचार करणार नाही.' मन तितकेच व्यग्र असते. जर ते मोजमाप, वजन करत असेल, तर ते मोजमाप, वजनच करत राहणार. जर ते चिंता करत असेल, तर ते चिंता करतच राहणार. जेव्हा नवीन पेशी क्रियाशील होतात, तेव्हा जुन्यांना आराम मिळतो व त्यांच्या विश्रांतीची, उत्साहवर्धनाची व्यवस्था होऊ शकते.

जर चर्चिलना महायुद्ध सुरू असताना पेंटिंगसाठी वेळ मिळाला, तर तुम्हीही तुमच्या व्यग्र वेळापत्रकातून आराम करण्यासाठी आणि पुनर्प्राप्तीसाठी व जे आवडते, ते करण्यासाठी वेळ काढू शकता. अपराधी न वाटून घेता काही वेळ आराम आणि पुनर्प्राप्तीसाठी दिल्याने तुमचे आयुष्य अधिक आनंददायी आणि अधिक उत्पादक होईल.

ही संकल्पना शेअर करा : http://book.personalmba.com/stress-recovery/

चाचणी

(Testing)

अनेक वेळा सूचना न पाळताही शोध लागतात, (मुख्य रस्ता सोडून) वेगळ्या वाटेवर चालून आणि आजवर जे केले नाही ते करून.

– फ्रँक टायगर, पॉलिटिकल कार्टुनिस्ट आणि स्तंभलेखक

मी आठ तासांच्या झोपेनंतर पहाटे खूप चांगले लिहितो. उठल्यावर मी दोन कप कॉफी पितो, त्यात एक-एक टेबलस्पून बिनमिठाचे, ग्रास-फेड लोणी घालून आणि एमसीटी (रिफाईन्ड कोकोनट)तेल घालतो आणि सकाळच्या सूर्यप्रकाशाचा आभास निर्माण करणारा ब्राईट ब्लू लेड दिवा लावतो. झोपेतून उठून, नाश्ता करून ताजातवाना झाल्यावर मी माझा कॉम्प्युटर सुरू करतो, माझे इंटरनेट कनेक्शन बंद करतो आणि लिहायला लागतो. एकदा का मी सुरुवात केली की, जर मला कोणी डिस्टर्ब केले नाही, तर मी सहा तास, न थांबता लिहिण्यावर लक्ष केंद्रित करू शकतो.

लिखाण माझ्यासाठी महत्त्वाचे आहे, म्हणून मी ते रोज करतो. मी इतर *अनेक* पद्धती अवलंबून पाहिल्या, अनेक घटकांची चाचणी केली. पण माझ्यासाठी हेच करणे उत्तम ठरले, म्हणून मी त्याची ***सवय*** केली.

माझी कायम हीच पद्धत असणार आहे का? मला शंका आहे. मी नंतर कदाचित दुसरी पद्धत शोधेन, जी याहून अधिक चांगली असेल. मी सतत ***प्रयोग*** करत राहतो.

चाचणी करणे ही नवीन काही करून पाहण्याची क्रिया आहे. शास्त्रीय पद्धत वापरून पाहण्याचा आणि तुमच्या स्वतःच्या आयुष्याला ***पुनरावृत्ती चक्र*** लागू करून पाहण्याचा मार्ग. मला माहीत असलेल्या आनंदी आणि उत्पादक लोकांमध्ये एक साम्य आहे, ते सतत काहीतरी नवीन गोष्टी करून काय उत्तम लागू होते, ते पाहतात. तुम्ही नवीन गोष्ट जर कधी करून पाहिली नाहीत, तर तुम्ही ***सकारात्मक शोध*** कधी लावू शकत नाही.

चाचणी करणे हे काही क्लिष्ट असायला हवे, असे नाही. तुमच्या आयुष्याच्या काही भागावर लक्ष केंद्रित करण्यासाठी निवडणे आणि मग तुम्हाला जे हवे आहे, ते मिळवण्यासाठी ***नवीन मार्गांची चाचणी करणे,*** इतकेच करायचे आहे. तुम्ही काही पद्धतींची सहजगत्या चाचणी करून पाहू शकता किंवा इतरांसाठी काय लागू पडले आहे याबाबत वाचू शकता. नंतर त्या पद्धतींची स्वतःसाठी चाचणी करून पाहू शकता. तुमचे निष्कर्ष एका वहीत नोंदवून ठेवण्यामुळे तुम्हाला तुम्ही काय काय करून पाहिले आहे आणि नक्की काय लागू पडले आणि काय नाही याचा मागोवा घेऊ शकता.

एका साधा आराखडा आहे, जो तुम्हाला योजना करायला आणि तुमच्या प्रयोगांचा मागोवा घ्यायला मदत करेल-

- *निरीक्षणे* – तुमच्या आयुष्यात आणि व्यवसायात तुम्ही कशाचे निरीक्षण करत आहात, ज्यात तुम्हाला सुधार करायचा आहे?
- *माहिती असलेले* – तुम्ही मागील प्रयोगातून काय शिकलात, जे तुमच्या निरीक्षणांशी संबंधित आहे?
- *गृहीतके* – तुम्ही जे निरीक्षण केले आहे त्यावर आधारित कोणती परिस्थिती किंवा घटक तुमच्या निरीक्षणांसाठी जबाबदार आहेत?
- *चाचण्या* – परीस्थितीत सुधार करण्यासाठी तुम्ही काय करून पाहाल किंवा बदलाल? या प्रयोगात कोणत्या गृहीतकाची चाचणी कराल?
- *निकाल* – प्रत्येक चाचणी नंतर काय झाले? प्रत्येक चाचणीनंतर निकाल काय आला? चाचणीने गृहीतक सिद्ध झाले का सिद्ध झाले नाही?

खालील काही प्रश्न तुम्हाला गोष्टी चाचणी करण्यालायक आहेत का, हे शोधण्यासाठी मदत करतील :

- आपण आराम केला आहे आणि आता जागृत आहात असे वाटण्यासाठी किती झोप आवश्यक आहे?
- कोणते अन्नपदार्थ खाल्ल्यावर तुम्हाला ताकदवान वाटते? कोणते अन्नपदार्थ खाल्ल्यावर तुम्हाला आळस किंवा सुस्ती आल्यासारखे वाटते?
- तुम्ही तुमचे सर्वांत जास्त उत्पादक काम कधी करता? तुमच्या उत्पादकतेमध्ये काही पॅटर्न्स आहेत का?
- तुम्हाला सर्वांत उत्तम कल्पना कधी येतात? तुम्हाला तशा कल्पना येतात तेव्हा तुम्ही काय करता?
- तुमची सर्वांत मोठी तणाव येणारी किंवा काळजीची गोष्ट कोणती आहे? तुम्ही काळजी कधी करू लागता आणि का?

एकदा तुम्हाला यांपैकी कोणत्या एका गोष्टीचा ***पॅटर्न*** लक्षात आला, की प्रयोग सुरू करा. आयुष्याच्या या भागाकडे बघण्याचा तुमचा दृष्टिकोन बदला आणि निकालाचे बाह्यीकरण

करा. जर तुम्हाला हा बदल उपयुक्त वाटला, तर तो सुरू ठेवा. जर नसेल, तर ते थांबवून अन्य काही करा.

चाचणी करत राहण्याने तुमचे आयुष्य काही कालांतराने उत्तम होत जाते. सतत नवीन गोष्टी करत राहिल्याने, तुम्ही तुमच्यासाठी काय लागू पडते आणि काय नाही हे शिकत असता. हळूहळू, तुम्हाला पॅटर्न, म्हणजेच ज्या गोष्टींमुळे तुमचे आयुष्य चांगले बनते आहे, अशा गोष्टी सापडू लागतील. जोपर्यंत तुम्ही तुम्हाला हवे असलेले रिझल्ट मिळत नाहीत, तोपर्यंत तुमच्या प्रयोगांचे निकाल साचत जातात.

जोपर्यंत तुम्ही करून पाहत नाही, तोपर्यंत तुम्हाला कळणार नाही.

ही संकल्पना शेअर करा : http://book.personalmba.com/testing/

गूढतेचे वलय

(Mystique)

आपल्याला जर भावनिक अनुभव कसे हस्तांतरित करायचे हे माहीत असते, तर आपण जशी संपत्ती आणि शास्त्रीय ज्ञान पुढील पिढीकडे हस्तांतरित करतो, तसे कोणते दुःख टाळायचे हेही करू शकलो असतो.

– अलेन द बॉटन, तत्त्ववेत्ता आणि निबंधकार

एखादी गोष्ट आपल्याजवळ असण्याची किंवा ती गोष्ट करण्याची कल्पना आवडणे आणि *ती गोष्ट प्रत्यक्षात असणे किंवा आवडणे* यात फरक आहे.

तुम्ही एका मोठ्या *फोर्च्युन* 500 कंपनीचे सीइओ आहात अशी कल्पना करणे खूप सोपे आहे. पण प्रत्यक्षात कामाचे तास, जबाबदारी आणि अशा उच्च पदावर काम करताना येणारे ताणतणाव आवडणे हे अवघड आहे.

मॅनेजर असण्याची कल्पना चांगली वाटते. पण वरिष्ठ अधिकाऱ्याच्या मागण्या, तुमच्या हाताखालील लोकांकडून मिळणारे आश्चर्याचे धक्के आणि राजकारणमय वातावरणात तुमची स्वतःची खिंड लढवण्याची आवश्यकता, हे सारे आवडणे थोडे कठीण आहे.

प्रतिष्ठित कॉलेजमधून एमबीए किंवा कायद्याची पदवी असणे हे आवडणे सोपे आहे. परंतु सहा आकडी कर्ज आणि ही गुंतवणूक योग्य ठरवण्यासाठी तणावपूर्ण ६० तासांची नोकरी मिळवणे हे 'अवघड' आहे.

स्वतःचा व्यवसाय असण्याची कल्पना चांगली आहे. पण केवळ तुमच्या प्रयत्नांनीच १००% उत्पन्न येते आणि जर तुम्ही काही घोळ केलात, तर त्याचे परिणाम तुम्हालाच भोगायला लागतील, ही सत्यस्थिती पचवणे अवघड आहे.

करोडो डॉलर्सचे भांडवल उभे करण्याची कल्पना सोपी आहे, ज्यात तुम्ही तुमचे आयुष्य गुंतवत आहात, त्याचे नियंत्रण इतरांना देऊन टाकण्याची कल्पना अवघड आहे.

लेखक असण्याची कल्पना करणे सोपे आहे. एकांत, स्व-शंका आणि सतत लेखन करण्यासाठी 'खुर्चीला खिळून बोटे कीबोर्डला चिकटवणे' ही कल्पना थोडी कठीण आहे.

एखादी सेलेब्रेटी असण्याची कल्पना सोपी आहे. पण, आपली सतत तपासणी होणे, आयुष्यात खासगीपणा न उरणे आणि अन्य कोणत्या मोठ्या गोष्टींसाठी लोक तुमच्यावरून लक्ष हटवतील, ही भीती असतेच. ते अवघडच आहे.

गूढतेच्या वलयाची ताकद खूप प्रबळ असते. थोडीशी गूढता अनेक गोष्टींना त्या वास्तवात असतात, त्यापेक्षा जास्त आकर्षक बनवते. सुदैवाने, गूढतेच्या या लाल चष्म्याला प्रतिकार करण्याचा एक सोपा मार्ग आहे. तो म्हणजे तुम्हाला जे करण्याची इच्छा आहे, ते प्रत्यक्षात ज्यांनी केले आहे, अशा खऱ्याखुऱ्या माणसाशी संवाद साधा.

काय विचारायचे तर, 'तुम्ही जे करत आहात, त्याबद्दल मला खूप आदर आहे. पण माझी अशी कल्पना आहे की, त्यात काही चढउतार आहेत. तुम्ही त्याबद्दल मला सांगाल का? तुम्हाला जे माहीत आहे, ते मी माहीत करून घेतले तर मी ते प्रयत्न करण्याजोगे आहे का हे मला कळेल?'

या संवादाला केवळ काही मिनिटे लागतील. ते सकारात्मक असो वा नकारात्मक. पण, तुम्हाला त्यातून जे कळेल, ते आश्चर्यचकित करणारे असेल.

कोणतेही प्रोजेक्ट किंवा पद निर्दोष नसते. प्रत्येक कृतीला ***ट्रेडऑफ्स*** असतात. ते काय आहेत हे आधी समजून घेण्याने तुम्हाला मोठा फायदा असतो. तुम्ही एक पर्याय आदर्श मानण्याआधी तपासून पाहता आणि मग *सुरुवात करण्याआधी* तुम्हाला तो खरंच करण्यालायक आहे असे वाटत असेल, तरच त्याची निवड करता. असे ज्ञान अमूल्य आहे.

ही संकल्पना शेअर करा : http://book.personalmba.com/mystique/

विलासी नित्यक्रम

(Hedonic Treadmill)

> तुम्हाला जर कोणाला आनंद द्यायचा असेल किंवा आनंदी पाहायचे असेल, तर त्याच्या श्रीमंतीत भर घालू नका. त्याच्या मनातील इच्छा कशा कमी होतील, ते पाहा.
>
> – इपिक्युरस, प्राचीन ग्रीक तत्त्ववेत्ता

असे गृहीत धरू की, तुम्ही एखादी फॅन्सी कार विकत घेतलीत, तर तुम्ही आनंदी व्हाल असा तुम्हाला विश्वास वाटतो. अल्पकाळासाठी ते होईलही. पहिल्या आठवड्यात तुम्ही कार चालवाल. तो अनुभव कदाचित तुम्हाला आनंद देईल. काही काळाने, तुमचा आनंद फिका पडू लागेल, ज्याला मानसशास्त्रज्ञ 'हेडोनिक ॲडॉप्टेशन म्हणजेच विलासाचा नित्यक्रम' असे म्हणतात. काही काळातच, नवीन कार तुमच्या वातावरणात समावून जाईल आणि तुमचे मन आनंदाच्या शोधात अन्य कोणत्या गोष्टीवर स्थिरावेल.

या चक्राला ***विलासाचा नित्यक्रम*** म्हणतात. आपण आनंद देतील असे वाटणाऱ्या गोष्टींचा पाठलाग करतो, कारण त्या आनंद देतील असे वाटते. जेव्हा आपण त्या मिळवतो किंवा जे शोधत आहोत ते मिळते, आपल्या या यशाचा आपण काही काळातच अंगीकार करतो आणि आपले यश आता आपल्याला आनंद देत नाही. परिणामी, आपण अन्य कोणतीतरी नवीन गोष्ट शोधू लागतो आणि चक्र सुरू राहते.

विलासाचा नित्यक्रम आपल्याला सांगतो की, जे लोक संपत्ती, पत आणि प्रसिद्धी मिळवतात, ते त्या गोष्टी अधिकाधिक मिळवण्यासाठी प्रयत्न का करतात? आपण आपल्याकडे जे आहे, त्यात फार काळ समाधानी राहत नसल्यामुळे, काही वेळ जाण्याचाच अवकाश असतो आणि आपण अन्य काही मिळवण्यावर किंवा बाळगण्यावर लक्ष केंद्रित करतो.

जर तुम्हाला खूप काळ यशाचा किंवा कामगिरीचा आनंद अनुभवायचा असेल, तर विलासाचा अंगीकार करणे ही एक मोठी समस्या आहे. कष्ट, गुंतवणूक, त्याग करणे आणि तुमच्या क्षेत्रात तुमचा मार्ग तयार करणे यांसारख्या ज्या गोष्टींवर तुम्ही विसंबून आहात, त्या अवघड आहेत. हे जेव्हा तुम्हाला जाणवते, तेव्हा तुम्ही अस्वस्थ होता. अनेक 'यशस्वी लोक त्यांनी जे ठरवले होते, ते सर्व काही मिळाल्यानंतरही त्यांच्या आयुष्याबद्दल समाधानी नसतात, ते पाहून तुम्हाला आश्चर्य वाटेल.

विलासाचा नित्यक्रम तोडणे अवघड आहे. हा ***केव्हमन सिंड्रोमचा*** साइड इफेक्ट आहे. तरीही काही अशा गोष्टी आहेत, ज्या आपल्याला आयुष्यात चिरकालीन समाधान देऊ शकतात, त्यांच्यावर आपण लक्ष केंद्रित करू शकतो. उपलब्ध संशोधनावर आधारित ही पाच प्राधान्ये आहेत, जी तुमच्या दीर्घकालीन आनंदासाठी हातभार लावतील आणि एक प्रकारे विलासाचा अंगीकार कमी करतील.

१. *'पुरेसे' पैसे मिळवण्यासाठी काम करा* : पैसा आनंद मिळवण्यासाठी हातभार लावतो; पण एका ठरावीक क्षमतेपर्यंतच. २०१०च्या डॅनिअल काहनमन आणि अँगस डीटन यांच्या अभ्यासानुसार, पैशाचा अंदाजे घरगुती ७५००० डॉलर्सच्या उत्पन्नाशी सकारात्मक परस्परसंबध आहे, जो अमेरिकेतील २००८-०९ या अभ्यासवर्षातील घरटी उत्पन्नाचे प्रतिनिधित्व करतो. या उत्पन्नापर्यंत पोहोचण्यासाठी श्रम घ्यावे लागतात. पण ते शक्य आहे. २००८-०९मधील अमेरिकेतील सरासरी घरटी उत्पन्न ७१,५०० डॉलर्स होते.

एकदा का तुम्हाला गरजा आणि काही चैनीच्या गोष्टी मिळण्याइतके पैसे मिळाले की, तुम्ही ***घटते उत्पन्नफलाच्या*** (नंतर चर्चिले आहे) बिंदूला पोहोचता. मिळवलेला प्रत्येक ऐहिक डॉलर तुम्हाला समान उपयुक्तता देत नाही. घटत्या उत्पन्नफलाच्या बिंदूच्या पलीकडे, अधिक जास्त पैसे असल्याने आनंद वाढत नाही. उलट, तो असल्यामुळे ताण आणि चिंता वाढतात. (उदाहरणार्थ, पैसा आनंद कमी कसा करतो यासाठी *फेबल्स ऑफ फॉर्च्युन : व्हॉट रिच पीपल हॅव दॅट यू डोन्ट वॉन्ट* हे रिचर्ड वॅट्स यांचे पुस्तक वाचा.)

तुमचा घटत्या उत्पन्नफलाचा आर्थिक बिंदू तुम्हाला माहीत असणे उपयुक्त असते. तुमचा उपभोग एका ठरावीक बिंदूला मर्यादित करून आणि दीर्घकालीन बचत उभी करून, तुम्ही आर्थिक स्थिरतेचे आणि ***लवचीकपणाचे*** (नंतर चर्चिले आहे) फायदे घेऊ शकता. हेदेखील त्या आनंदाच्या क्षणांसाठी काम करावे न लागता, ज्यांचा पुढील महिन्यात तुम्ही उपभोग घेणार असता.

साधारण नियम म्हणून भौतिक वस्तूंपेक्षा अनुभव आनंदात अधिक हातभार लावतात. तुमच्या गरजा भागल्यानंतर, तुम्हाला एखादी महागडी चैनीची वस्तू विकत घेण्यापेक्षा, तुमच्या आवडत्या व्यक्तींसोबत प्रवास केल्याने प्रत्येक डॉलरसाठी भावनिक परतावा अधिक मिळतो.

२. *तुमचे आरोग्य आणि ऊर्जा सुधारण्याकडे लक्ष द्या* : आरोग्य हा तुमच्या आनंदात हातभार लावणारा महत्त्वाचा घटक असतो. जेव्हा तुम्हाला छान वाटत असते, तेव्हा तुम्ही आनंदी होण्याची शक्यता अधिक आहे. या उलटदेखील खरे आहे. जेव्हा तुम्हाला आजारी असल्यासारखे वाटते, तुम्हाला आनंद, मौज आणि आयुष्याबाबत समाधान कमी वाटते.

तुमच्या आरोग्याच्या आणि ऊर्जेच्या साधारण पातळीमध्ये सुधारणा केल्याने तुमच्या जीवनाच्या दर्जामध्ये खूप फरक पडतो. लक्षात ठेवा, मनुष्याच्या शरीराच्या काही ***गरजा*** असतात. अन्न, आराम आणि व्यायाम या गोष्टी ऐच्छिक नसतात. तुम्ही जर तुमच्या शरीराला काय हवे आहे त्यास प्राधान्य दिले, तर तुम्हाला भविष्यात चांगले फळे नक्कीच मिळतील.

३. *तुम्हाला ज्यांच्यासोबत आनंद वाटतो अशा व्यक्तींबरोबर वेळ व्यतीत करा* : तुम्हाला आवडणाऱ्या व्यक्तींसोबत वेळ व्यतीत करणे हे आनंदाचे सर्वांत मोठे भाकीत आहे. कुटुंब, मित्रमैत्रिणी आणि तुमच्यासारखेच ओळखीचे लोक. तुम्ही कोणासोबत वेळ घालवत आहात यापेक्षा संदर्भ आणि आजूबाजूचे वातावरण हे कमी महत्त्वाचे असते.

आनंदी वाटण्यासाठी विविध लोकांना विविध पातळींवरील सामाजिक संपर्काची आवश्यकता असते. बहिर्मुख व्यक्तींना अधिक सामाजिक संपर्कामुळे आणि त्यांच्यासोबत अधिक वेळ व्यतीत केल्याने ऊर्जा मिळते. अंतर्मुख लोक (माझ्यासारखे) खूप काळ अत्यंत कमी संपर्कासह राहू शकतात आणि साधारणपणे त्यांची ऊर्जा एकांतात राहूनच मिळवतात. तरीही, अंतर्मुख लोकांना त्यांच्या आवडत्या व्यक्तींसोबत वेळ व्यतीत करून फायदाच होतो. मित्रांसोबत नियमित वेळ देण्याचा त्यांच्या आयुष्यातील आनंदामध्ये मोठा भाग असतो. मित्रांसोबत जेवण करणे आणि फिरणे हा वेळेचा सदुपयोग असतो.

जॉर्ज वॅलेंट यांच्या मतानुसार, जे हार्वर्ड स्टडी ऑफ ॲडल्ट डेव्हलपमेंटचे (सर्वाधिक काळ चालणारा मानसिक आरोग्याबद्दलचा रेखांशाचा अभ्यास) प्रोजेक्ट डायरेक्टर होते, त्या अभ्यासाचा निष्कर्ष असा होता – आयुष्यात काय महत्त्वाचे असेल, तर तुमचे इतर माणसांबरोबर असलेले नातेसंबंध.

४. *जुनाट उपद्रव दूर करा* : जीवनात अशा अनेक गोष्टी असतात, ज्यांचा तुम्हाला त्रास होतो. असे जुनाट ताणताणाव आणि उपद्रव कमी किंवा दूर करण्यासाठी मार्ग शोधा. त्यामुळे तुमच्या आयुष्यातील समाधानात खूप मोठी सुधारणा होऊ शकते.

तुम्हाला जर रहदारीच्या काळात गाडी चालवणे तणावपूर्ण वाटत असेल, तर तुमच्या कामाच्या ठिकाणच्या जवळ राहायला जाणे हा चांगला उपाय असू शकेल. जर तुम्हाला तुम्ही सध्या करत असलेली नोकरी आवडत नसेल, तर दुसरी नोकरी शोधायला सुरुवात करा. एखाद्या विशिष्ट क्लायंटसोबत काम करणे तणावपूर्ण वाटत असेल, तर त्यांना काढून टाका. प्रवास करताना तुम्ही नेहमीच लॅपटॉपची पॉवर केबल घ्यायला विसरत असाल, तर प्रवासासाठी न्यायच्या बॅगमध्ये ठेवण्यासाठी एक दुसरी केबल विकत घ्या. अनावश्यक ताण आणि नैराश्य दूर करण्याचे असे साधे-साधे उपाय शोधण्याने तुमचा वेळ आणि शक्ती वाईट वाटून घेण्यात कमी खर्च होईल आणि तुम्हाला अधिक काळ चांगले वाटेल.

५. *नवीन आव्हाने स्वीकारा* : बहुतेक लोकांना वाटते की, निवृत्त लोक अधिक आनंदी असतात; पण बऱ्याचदा ते खरे नसते. कामातून आनंद आणि काही उद्दिष्ट पूर्ण केल्याचे समाधान वाटणे हे अत्यंत साधारण असते. जेव्हा आता त्यांचे पूर्वीचे करियर हे 'प्राधान्य' म्हणून उरत नाही, तेव्हा निवृत्त लोकांना रिक्त आणि हरवल्यासारखे वाटते. यावर काही उपाय केला नाही, तर त्यांना सतत काहीतरी हरवल्यासारखे वाटत राहून नैराश्य येते.

यावर नवीन आव्हान स्वीकारणे हा उत्तम उपाय आहे. हे आव्हान काहीही असू शकते. जसे, नवीन कौशल्यावर प्रभुत्व मिळवणे, एखादा मोठा प्रोजेक्ट पूर्ण करणे किंवा काही मोठी कामगिरी करणे. नवीन भाषा शिकणे असू दे किंवा वाद्य वाजवणे, काही शून्यातून उभे करणे असू दे किंवा मॅरेथॉन पूर्ण करणे असू दे, नवीन कामगिरीसाठी प्रयत्न करणे हा आनंदाचा उत्तम अनुभव असतो आणि दीर्घकाळाने त्या आनंदात भरही पडत जाते.

भौतिक गोष्टींपेक्षा अनुभवांवर लक्ष केंद्रित केले, तर तुम्ही विलासी नित्यक्रमातून बाहेर पडू शकता. १९व्या शतकातील इतिहासकार आणि धर्मगुरू चार्ल्स किंग्सले यांच्या अजरामर शब्दांत सांगायचे झाले तर, 'आपण आराम आणि चैन या आयुष्याच्या महत्त्वाच्या गरजा असल्यासारखे वागतो, जेव्हा आपल्याला आनंदी होण्यासाठी कशासाठी तरी उत्साहित असणे आवश्यक असते.'

ही संकल्पना शेअर करा : http://book.personalmba.com/hedonic-treadmill/

तुलनेची चुकीची कल्पना

(Comparison Fallacy)

तुमच्या अंतरंगाची अन्य कोणाच्या बाह्यरंगाशी तुलना करू नका.

– ह्यू मॅक्लियॉड, *इग्नोर एव्हरीबडी* या पुस्तकाचे लेखक

आयुष्यात आणि बिझनेसमध्ये, आपल्या परिस्थितीची इतरांच्या परिस्थितीशी तुलना करणे स्वाभाविक आणि सोपेही असते. ***स्टेटस सीकिंगमुळे*** आपण आपली ऊर्जा आपल्या तुलनात्मक स्टेटसची आपल्या सहकार्यांच्या स्टेटसचा माग काढण्यात खर्च करतो आणि बहुतेक वेळा आपले निष्कर्ष विशेष अनुकूल नसतात.

अनेकदा आपण स्वतःचे ***उद्दिष्ट*** कसे साध्य करायचे हे पाहण्यापेक्षा इतरांनी काय साध्य केले, याकडे जास्त लक्ष देतो. जेव्हा आपल्या ओळखीतले लोक काही मोठ्या गोष्टी साध्य करतात, तेव्हा आपल्याला त्यांच्या कामगिरीबद्दल आनंद होण्याऐवजी स्वतः ती गोष्ट करू शकलो नाही, याचे दुःख होते. ते अत्यंत स्वाभाविक आणि सहज आहे. जसे काय त्यांच्या कामगिरीबद्दल तुम्हाला आनंद झाला, तर ***त्यांच्या आनंदावर परिणाम होणार आहे.*** अर्थातच, तसे होतही नसते. त्यांना काही फरक पडत नाही.

तुलनेची चुकीची कल्पना ही सोपी संकल्पना आहे. इतर लोक; म्हणजे तुम्ही नव्हे आणि तुम्ही म्हणजे इतर लोक नव्हे. तुमच्याकडे एकमेव कौशल्य आहेत आणि प्राधान्य आहेत. अखेरीस, तुमची इतरांसोबत तुलना करणे, हे मूर्खपणाचे आहे आणि त्यातून काही निष्पन्न होत नाही.

एक उदाहरण पाहू : माझा एक मित्र उद्योगात खूप यशस्वी आहे आणि मी दरवर्षी जितके कमावतो त्याच्या दहापट कमावतो. त्याच्या कामासाठी त्याला लोकांची खूप वाहवा मिळाली आहे. त्याच्या उत्पादनांचा खूप खप होतो आणि तो त्याच्या यशाचा आनंद घेतो. इतरांनी त्याचा हेवा करावा असे खूप काही आहे.

आता नाण्याची दुसरी बाजू बघू या – माझा मित्र दिवसाला बारा तास काम करतो, कधीकधी त्याहूनही जास्त! त्याला कुटुंब नाही. त्याच्याकडे मोठा कर्मचारीवर्ग आहे आणि त्याला सतत लक्ष द्यावे लागते आणि त्याच्या बिझनेसचा ***वरकड खर्च*** माझ्या बिझनेसच्या दहापट आहे. तो सततच्या इमेल्स, फोन–कॉल्स आणि मीटिंग्ज यांमध्ये भरडला जातो. तो सतत प्रचंड तणावाखाली असतो.

माझ्या मित्राच्या आयुष्यातील फायदे बघणे आणि त्यासाठी तो जी तडजोड करत आहे, त्याकडे दुर्लक्ष करणे सोपे आहे. तीच तर युक्ती आहे. तो काही गोष्टींत खूप यशस्वी आहे, कारण तो खूप काम करतो आणि तो त्याच्या यशाची किंमत मोजण्यास तयार आहे, असे म्हणता येईल.

मी जर माझ्या आणि त्याच्या आयुष्याची अदलाबदल केली, जे मी करणार नाही, कारण ते खूप दुःखकारक असेल. त्याचे आयुष्य माझ्या प्राधान्यांना मॅच होत नाही

किंवा मला कसे जगायचे आणि काम करायचे आहे, त्याच्याशी मिळतेजुळते नाही. त्याचे फायदे मला नक्कीच आकर्षित करतात; पण मी ते मिळवण्यासाठी त्याची किंमत मोजण्यास तयार नाही. तुलनेची चुकीची कल्पना लक्षात ठेवल्याने त्याला शुभेच्छा देणे आणि माझ्यासाठी महत्त्वाच्या असलेल्या ध्येयांच्या दिशेने प्रयत्न करणे मला सोपे जाते. मी त्याच्या यशात खरोखर आनंद मानू शकतो आणि माझी शक्ती निष्फळ हेवा करण्यात वाया घालवत नाही.

हीच युक्ती आपल्याला इतरही हेवा वाटेल अशा किंवा कमीपणा वाटेल अशा परिस्थितीमध्ये लागू पडते. तुमच्या ओळखीच्या, सहकार्याशी, वर्गमित्राशी किंवा कोणा सेलेब्रेटीशी तुलना करण्याचा जेव्हा कधी तुम्हाला मोह होईल, तुमचे उद्दिष्ट, आवडी आणि प्राधान्य लक्षात ठेवण्याने नेहमी मदतच होईल, ज्या मुळातच वेगळ्या आहेत. तुम्ही वेगळे आयुष्य जगला आहात आणि तुम्ही जे जे कमावले, त्यासाठी तुम्ही वेगळी किंमत मोजली आहे. कोणतीही तुलना वैध ठरत नाही, त्यामुळे तुम्ही निश्चिंत असता.

यशाची कोणती फुटपट्टी लागू पडत असेल, तर ती ही आहे. तुम्ही तुमचा वेळ तुम्हाला जे काम आवडते त्यासाठी खर्च करत आहात का, तुम्हाला आवडत्या व्यक्तींसोबत खर्च करत आहात का आणि तुम्हाला आर्थिकदृष्ट्या जे मिळते, ते ***पुरेसे*** मिळत आहे का? जर असेल, तर इतर लोक काय करत आहेत याची काळजी करू नका. जर नसेल, तर तुमच्या नियंत्रणाच्या बिंदुमार्गामध्ये जे शक्य आहे, ते बदलण्याचा प्रयत्न करा. यामुळे तुम्हाला हव्या त्या दिशेने प्रवास करणे शक्य होईल. तुलनेची चुकीची कल्पना लक्षात ठेवा आणि तुम्हाला जे हवे आहे, त्याच्याजवळ जाण्याचा प्रयत्न करा.

ही संकल्पना शेअर करा : http://book.personalmba.com/comparison-fallacy/

नियंत्रणाचा बिंदुमार्ग

(Locus of Control)

> मी ज्या गोष्टी बदलू शकत नाही, त्या मान्य करण्याची प्रसन्नता मला दे.
> ज्या गोष्टी मी बदलू शकतो, त्या बदलण्याचे धाडस मला दे आणि त्यातील फरक कळण्याचा शहाणपणा दे.
>
> – प्रसन्नतेची वैश्विक प्रार्थना

तुम्हाला एखादी नोकरी किती का हवी असेना, मुलाखत झाल्यावर, तुम्हाला नोकरी मिळेल की नाही यावर तुमचे नियंत्रण नसते. तुम्ही जे करू शकत होतात, ते तुम्ही केले आहे.

तुम्ही कितीही मनापासून शेअर मार्केटवर लक्ष ठेवत असाल, तरी तुम्ही एखाद्या कंपनीचे शेअर्स वर जावेत यासाठी काही करू शकत नाही.

तुम्हाला एखादा कर्मचारी कितीही तुमच्याकडे राहावासा वाटला किंवा एखादे वैयक्तिक नातेसंबंध टिकावेत असे वाटले, तरी तुम्ही जर त्यांना जायचे असेल, तर थांबवू शकत नाही.

तुमचा ***नियंत्रणाचा बिंदुमार्ग*** (लोकस ऑफ कंट्रोल) समजून घेणे म्हणजे तुम्ही काय बदलू शकता (किंवा किती जास्त प्रभावित करू शकता) आणि काय नाही, हे दोन्ही वेगवेगळे करणे होय. ज्या गोष्टी तुमच्या नियंत्रणाखाली नाहीत, त्या नियंत्रित करण्याचा प्रयत्न करणे म्हणजे नैराश्याच्या वाटेवर चालण्यासारखे आहे.

आपल्याला कितीही वाटले, तरी आपण आपल्यासोबत जे जे घडते, ते सर्व आपण नियंत्रित करू शकत नाही. नैसर्गिक आपत्ती हे त्याचे उत्तम उदाहरण आहे. एखाद्या वादळामुळे किंवा भूकंपामुळे तुमचे घर उद्ध्वस्त होते. त्याबाबत तुम्ही काहीही करू शकत नाही. याची कल्पना करणे जितके त्रासदायक आहे, त्याचप्रमाणे, ***वातावरणात*** अनेक गोष्टी असतात, ज्या आपण नियंत्रित करू शकत नाही. हा जीवनाचा मूलभूत पैलू आहे की, आपल्याला कितीही वाटले, तरी आपण काही गोष्टी बदलू शकत नाही.

तुम्ही शहाणे कसे व्हाल यावर लक्ष केंद्रित करा. तुम्ही ज्या गोष्टींमध्ये काही बदल करू शकत नाही, त्या गोष्टी करण्याचे ***उद्दिष्ट*** ठेवणे म्हणजे नैराश्य ओढवून घेण्यासारखेच आहे. लोकांना विविध प्रकारच्या डाएटस्‌चे इतके वेड लागते की, त्या डाएटच्या परिणामाचा; म्हणजे वजनावर नियंत्रणाचा जास्त विचार करतात. खरेतर, वजन या गोष्टीवर त्यांचे प्रत्यक्ष नियंत्रण नसते. जर तुम्ही तुमचे परिश्रम सकस आहार घेण्यावर, व्यायाम करण्यावर आणि तुमच्या तब्येतीच्या तक्रारींना सांभाळून जे काही करता येईल त्यावर केंद्रित केलेत, तर वजनच स्वतःला आपोआप नियंत्रित करेल.

तुम्ही ज्या गोष्टी नियंत्रित किंवा प्रभावित करू शकत नाही, त्याबाबत काळजी/चिंता करणे हे वेळ आणि शक्ती वाया घालवण्यासारखे आहे. मी केलेल्या उत्तम गोष्टींपैकी एक म्हणजे मी बातम्यांकडे ***लक्ष देणे*** थांबवले. वर्तमानपत्रात किंवा टीव्हीवर दिसणाऱ्या ९९.९% टक्के माहितीवर तुमचे नियंत्रण नसते. जगाचे काय होणार, कसे होणार याबाबत चिंता करत बसण्यापेक्षा, व बातम्यांकडे दुर्लक्ष केल्याने मी ज्या गोष्टींमध्ये मी खरंच सुधारणा करू शकतो किंवा बदलू शकतो, त्या गोष्टी करण्यासाठी मला अधिक जास्त वेळ मिळतो.

तुम्ही काय बदलू शकता आणि काय बदलू शकत नाही हे जर तुम्हाला वेगवेगळे करता आले, तर तुम्ही अधिक आनंदी होऊ शकाल व तुमची उत्पादकता वाढेल. ज्या गोष्टी तुम्ही प्रभावित करू शकता, त्यांवर तुमची जास्तीतजास्त उर्जा केंद्रित करा आणि इतर सर्व सोडून द्या. तुम्ही जे आयुष्य जगू इच्छिता, ते घडवण्यावर लक्ष केंद्रित केले, तर लवकरच तुम्ही तिथे पोहोचाल.

ही संकल्पना शेअर करा : http://book.personalmba.com/locus-of-control/

ओढ

(Attachment)

तुम्हाला जर कोणाला आनंद द्यायचा असेल किंवा आनंदी पाहायचे असेल, तर त्याच्या श्रीमंतीत भर घालू नका. त्याच्या मनातील इच्छा कशा कमी होतील ते पाहा.

– इपिक्युरस, प्राचीन ग्रीक तत्त्ववेत्ते

तुम्ही तुमचे उद्दिष्ट असलेल्या माउंट एव्हरेस्टच्या मार्गावर चालत आहात, अशी कल्पना करा. तुम्ही चढाई करण्याच्या आदल्या रात्री, काहीही पूर्वकल्पना न देता एक प्रचंड मोठे वादळ येते. दृश्यमानता शून्य असते, तापमान खाली घसरत असते आणि जर तुम्ही चढाई केलीत तर गोठून मराल, अशी परिस्थिती असते.

तुम्ही अपयशी झाला आहात का?

जेव्हा काहीतरी तुमच्या ***नियंत्रणाच्या बिंदुमार्गाच्या*** बाहेर असते आणि ते तुमच्या योजनांना आणि उद्दिष्टांना प्रभावित करते, ते वैयक्तिकरीत्या स्वतःवर ओढवून घेणे सोपे आहे. जर तुमचे मन *आज* माउंट एव्हरेस्टवर चढाई करण्यासाठी ठाम आहे, तर तुमचा अंत होण्याची शक्यता आहे. अन्य कोणत्या दिवशी चढाई करण्यासाठी तुम्ही जिवंत राहणे आणि म्हणून तुमच्या मूळ योजनेत थोडा बदल करणे हे जास्त चांगले होईल.

एखाद्या योजनेत किंवा कल्पनेत जितकी तुमची ***गुंतवणूक*** अधिक, तितका तुमचा लवचीकपणा मर्यादित होतो. तसेच तुम्हाला उत्तम पर्याय मिळण्याच्या शक्यताही पुसट होतात. तुमच्या उद्दिष्टांना समर्पित असणे हे चांगलेच आहे; पण एखाद्या बिंदूपर्यंत! जर तुम्हाला तुमच्या मनातील ध्येयासाठी खूप जास्त ओढ वाटत असेल, तर तुम्हाला आयुष्यात जे अपरिहार्य बदल आणि वळणे येतील, त्यांच्याशी जुळवून घ्यावे लागेल व ते खूप कठीण जाईल.

ही गोष्ट अंगवळणी पडण्यासाठी / मान्य होण्यासाठीची मान्यता येण्यासाठी तुम्हाला स्वतःला ***बुडीत खर्चाची*** संकल्पना लागू करणे आवश्यक आहे. स्टॉक मार्केटमध्ये अनेक अरब डॉलर्स हरण्याची कल्पना करा. ती खूपच भयानक परिस्थिती असेल. तुम्ही लोभी बँकर्सशी, भ्रष्टाचारी राजनीतिज्ञांशी किंवा आयुष्यातील अन्यायाशी कितीही भांडा अगर झगडा, तुमचे गेलेले पैसे परत येणार नाहीत. अज्ञानीपणामुळे एकाकी वाटणे किंवा 'स्वतःला सर्वज्ञ समजणे' यामुळे परिस्थिती बदलणार नसते.

या ओढीवर पर्याय हाच आहे की, तुमची कल्पना किंवा योजना आता शक्य किंवा उपयुक्त राहिली नाही आहे, हे मान्य करा. जितके तुम्ही तुमच्या योजनेला, उद्दिष्टांना, पत आणि पदाला कमी जोडले गेलेले असाल, तितके अपरिहार्य बदल करणे किंवा अनपेक्षित परिस्थितीला सामोरे जाणे तुम्हाला सोपे जाईल.

जर अचानक तुमची नोकरी गेली, तर तुम्हाला तुमच्या पूर्वपदाची ओढ वाटणे हा पुढे जाण्याच्या मार्गातील अडथळा आहे, मदत नव्हे. पैसे मिळण्यासाठी जे करायला पाहिजे, ते करण्यावर आपले प्रयत्न आणि श्रम केंद्रित करणे, हे जास्त चांगले ठरेल.

तुम्ही घडलेल्या गोष्टी जितक्या मान्य कराल आणि तुम्ही ज्या गोष्टी सुधारू शकता/अजून चांगल्या करू शकता, त्यांवर लक्ष केंद्रित कराल, तितके तुम्ही आनंदी व्हाल.

ही संकल्पना शेअर करा : http://book.personalmba.com/attachment/

वैयक्तिक संशोधन आणि विकास

(Personal Research and Development)

> एखाद्या माणसाने जर त्याची संपत्ती त्याच्या डोक्यात साठवली, तर ते कोणी त्याच्यापासून घेऊ शकत नाही. ज्ञानामध्ये गुंतवणूक केल्याने नेहमीच उच्च परतावा मिळतो.
>
> – बेंजामिन फ्रँकलिन, अमेरिकन वैज्ञानिक, पत्रकार, लेखक, राजकारणी

प्रत्येक यशस्वी उद्योग नवनवीन गोष्टी करून पाहण्यासाठी काही साधनसंपत्ती देत असतो. पुढे काय करायचे हे ठरवण्यासाठी जगभरातील अनेक बिझनेस लीडर्स ***रिसर्च आणि डेव्हलपमेंट*** (आरॲन्डडी) वर विसंबून असतात. मोठ्या कंपन्या प्रत्येक वर्षी सिद्धांतात्मक शोधावर, नवीन तंत्रे आणि प्रक्रिया यांवरील शोधावर त्यांच्या क्षमता अधिक चांगल्या करण्यावर करोडो (कधीकधी अब्जावधी) डॉलर्स खर्च करतात.

आरॲन्डडी अस्तित्वात आहे, कारण त्याची उपयुक्तता आहे. ज्या कंपन्या संशोधन आणि विकास यांना प्राधान्य देतात, त्या त्यांच्या ग्राहकांसाठी नवीन उत्पादने किंवा सुधारित प्रक्रिया देऊ करतात. अशा सुधारणांमुळे सामाजिक घटकांच्या विकासाला मदत होते. जर ते त्यांच्यासाठी उपयुक्त ठरते, तर ते तुमच्यासाठीही उपयुक्त ठरेल.

तुम्ही जर दर महिन्याला काही डॉलर्स वैयक्तिक संशोधनासाठी बाजूला ठेवलेत, तर कसे वाटेल? रमित सेठी यांच्या *आय विल टीच यू टू बी रिच* या पुस्तकात एक पद्धत सांगितली आहे. या पद्धतीनुसार, तुमच्या दरमहा कमाईतील काही विशिष्ट रक्कम तुमच्या ***वैयक्तिक संधोधन आणि विकासासाठी*** असलेल्या खात्यात जमा करायची. असे करणे सोपे आहे. ते पैसे मग मनात अपराधी भावना न आणता, पुस्तके खरेदी करण्यासाठी, कोर्सेस करण्यासाठी, उपकरणे घेण्यासाठी किंवा परिषदांना जाण्यासाठी वापरले जाऊ शकतात.

पर्सनल फायनान्स गुरू माझ्याशी या बाबतीत कदाचित असहमत असतील. पण मला वाटते की, मोठे वैयक्तिक संशोधन आणि विकास बजेट असणे हे तुमची शिल्लक वाढवण्यापेक्षा खूप जास्त महत्त्वाचे आहे. माझे एक इमर्जन्सी अकाउंट आहे, ज्यात बऱ्यापैकी पैसे आहेत आणि भविष्यातील गरजांसाठी पुरेशी बचत आहे; पण बचत तुम्हाला तितकेच देऊ शकते.

तुमची वैयक्तिक कौशल्ये आणि क्षमता सुधारण्यासाठी गुंतवणूक करण्यामुळे तुमचे आयुष्य वृद्धिंगत होते आणि अधिक उत्पन्नाच्या साधनांसाठी मार्ग खुले होतात. तुमची बचत करण्याची क्षमता मर्यादित असेल; पण कमवण्याची नाही.

साध्या-सोप्या योजनेचा हा एक अभ्यास आहे, जो तुम्हाला तुमचे वैयक्तिक संशोधन बजेट तयार करण्यासाठी मदत करेल. तुमचे दरमहा उत्पन्न तेवढेच राहील असे गृहीत धरून तुमच्या दरमहा उत्पन्नातील ५% तुमच्या वैयक्तिक विकासासाठी आणि ***प्रयोग*** करण्यासाठी वेगळे ठेवण्यासाठी तुम्हाला काय बदल करावा लागेल?

कोणतीही बचतीची टीप तुम्हाला पर्सनल फायनान्स बुक्समध्ये किंवा ब्लॉग्जवर सापडेल. ती तुमच्या वैयक्तिक आरॲन्डडी अकाउंटसाठी चांगली असेल. तपशिलासाठी मी सुचवेन की, तुम्ही *युअर मनी ऑर युअर लाइफ* हे विकी रॉबिन आणि जो डोमिनग्वेज यांचे पुस्तक आणि गेट रिच स्लोली (getrichslowly.org) आणि द सिंपल डॉलर (thesimpledollar.com) ही साइट बघा. थोडीशी कल्पकता आणि बजेटिंग केलेत, तर तुम्ही तुमच्या स्व-निर्देषित संशोधन आणि विकास यांच्या प्रयोगशाळेकडे जाण्याच्या मार्गावर वाटचाल करत असाल.

ही संकल्पना शेअर करा : http://book.personalmba.com/personal-research-and-development/

मर्यादित विश्वास

(Limiting Belief)

बौद्धिक असमाधान हे संस्कृती कार्यप्रवृत्त करणारी गोष्ट आहे.

–युजेन व्ही डेब्स, लेबर युनियन ॲक्टिव्हिस्ट

साधारणपणे, जगाकडे पाहण्याचे दोन दृष्टिकोन आहेत. दोन मनोवृत्ती ज्या तुमच्या नवीन अनुभवांना दिला जाणारा प्रतिसाद प्रभावित करतात.

पहिली प्राथमिक मनोवृत्ती ही आहे की, तुमची कौशल्ये आणि क्षमता या निश्चित असतात. जर तुम्ही काहीतरी प्रयोग केला आणि तो जर चालला नाही, तर तो करण्यात तुम्ही 'चांगले नाही' म्हणून असतो आणि तुम्ही ते कधीच असणार नाही. तुम्ही काही अंगभूत कौशल्ये आणि क्षमता घेऊन जन्माला आला आहात जी कधीही बदलणार नाहीत.

या मनोवृत्तीचा उपयोग करून, जर तुम्ही एखादे आव्हान किंवा अडचण अनुभवलीत, तर तुम्ही आहात तेथेच थांबण्याची शक्यता आहे. तुम्ही त्यामध्ये नक्कीच चांगले नाही आहात, मग का काळजी करता?

दुसरी प्राथमिक मनोवृत्ती ही आहे की, तुमची कौशल्ये आणि क्षमता या बदलता येण्यासारख्या असतात. जर तुम्ही काही करून पाहिले आणि ते जमले नाही, म्हणजेच

त्यावर तुम्ही पुरेसे श्रम घेतलेले नाही आहे. पण जर तुम्ही प्रयत्न करत राहिलात, तर नक्कीच याहून चांगले करू शकाल. तुमची कौशल्ये आणि क्षमता या स्नायूंसारख्या असतात. त्यांच्या वापरामुळे त्या मजबूत होतात. जर तुम्हाला काही आव्हाने किंवा अडचणी आल्या, तर तुम्ही पुढे जात राहण्याची शक्यता आहे. तुम्ही अद्याप त्यात फारसे चांगले निपुण नसाल; पण तुम्ही हळूहळू त्यात निपुण होत जाता.

जगात तुम्ही जे सर्व काही अनुभवता, त्यात या दोन मनोवृत्तीच रंग भरतात. *माईंडसेट : द न्यू सायकॉलॉजी ऑफ सक्सेस,* या डॉ. कॅरोल ड्वेक यांच्या पुस्तकात या मनोवृत्तींना ते बुद्धीचे 'निश्चित' आणि 'विकास' सिद्धांत असे म्हणतात. जर तुमची मनोवृत्ती निश्चित असेल, तर तुम्हाला येणारी आव्हानेही तुमच्या एक 'व्यक्ती' म्हणून असणाऱ्या मूल्यावर टीकाच आहे. तुम्ही प्रयत्न करता; पण काही हवे आहे असे आढळून आले की, ते तुम्हाला नवीन गोष्टी करण्यास घाबरवते. जर विकास ही तुमची मनोवृत्ती असेल, तर आव्हाने म्हणजे निव्वळ काही अडचणी असतात. तुम्ही अजून चांगले प्रयत्न करून त्यावर मात करू शकता. निश्चित मनोवृत्ती हे ***मर्यादित विश्वासाचे*** उदाहरण आहे. ते जगाच्या बाबतीत खरे आहे, ज्यावर तुम्ही विश्वास ठेवता आणि तुम्हाला महत्त्वाच्या वाटणारे **उद्दिष्ट** साध्य करण्यापासून रोखून धरते. निश्चित मनोवृत्ती खरी नाही. पण तुम्ही त्यावर विश्वास ठेवायचा ठरवला, तर ती मनोवृत्ती तुम्हाला रोखून धरण्याची क्षमता बाळगते.

काही मर्यादित विश्वास हे ***पॅटर्न मॅचिंगमधील*** चुकांचे परिणाम असतात. त्याचे एक साधारण उदाहरण पाहू : जर श्रीमंत लोक उथळ, भ्रष्टाचारी किंवा अनैतिक असतात यावर विश्वास ठेवत असाल, तर तुम्हाला पैसा कमावणे ही समस्या वाटेल. जर तुम्ही आता कमवत असल्यापेक्षा जास्त पैसे कमावलेत, तर तुम्ही त्या लोकांपैकी एक बनाल. आणि तो विचार तुम्हाला जेव्हा कधीही पैसा ही समस्या असेल, तेव्हा प्रचंड अस्वस्थ करेल.

जर तुम्ही ***संघर्ष*** ओळखून त्यावर उपाय केला नाहीत, तर पैशांसंबंधित गोष्टी तुम्हाला नेहमीच अस्वस्थ करतील. तुमचे मन हे वाईट काम करत नाहीये : तुमच्या मेंदूचा काही भाग भविष्याचा अंदाज बांधत आहे आणि तुम्हाला जे माहीत नाहीये, त्यापासून तुमचे संरक्षण करण्याचा प्रयत्न करत आहे. पण ते कामाच्या विरुद्ध दिशेने जात आहे. प्रगती करण्यासाठी, तुम्ही तुमचा विश्वास ओळखला पाहिजे आणि तुम्हाला रोखून धरणाऱ्या विश्वासाला दूर केले पाहिजे अथवा नष्ट केले पाहिजे.

प्रत्येकालाच काही ना काही असे मर्यादित विश्वास असतात. तुम्ही जेव्हाही 'मी नाही करू शकत', 'मला करावे लागेल', 'मला हे काम चांगले जमत नाही' असे शब्द उच्चारता, त्या वेळी तुम्ही तुमचा मर्यादित विश्वास शोधून काढला आहे, असे समजा. बहुतेक वेळा, तुम्हाला त्या विश्वासाला मोडून काढण्यासाठी जाणीवपूर्वक काही प्रश्न विचारले पाहिजेत व त्यासाठी एखादा क्षण वेळ घ्यावा लागतो. 'हे नक्की खरे आहे का?' आणि 'मला कसे माहीत होईल की ते खरे आहे' हे अतिशय प्रभावी आणि चतुरस्र *सेल्फ-एलिसिटेशन* करणारे प्रश्न आहेत.

तुम्हाला ज्या गोष्टी करताना सहजता वाटत नाही, त्या गोष्टी करताना वाटणारा विश्वासदेखील मर्यादित वाटतो; जसे की नवीन नोकरीसाठी अर्ज करणे किंवा नवीन संभाव्य

ग्राहकाला ऑफर विकणे. तुमच्या मनात नकाराची आणि नापसंतीची चित्रे तरळू लागतात आणि तुमची पहिली प्रतिक्रिया असा निष्कर्ष काढते की, 'हे जमणार नाही' ते ही आधी काही चाचणी केल्याशिवाय किंवा काही खरा फीडबॅक गोळा केल्याशिवायच.

अशा परिस्थितीमध्ये खात्रीशीर उपयोगी पडेल असा एक नियम आहे. तो म्हणजे; दुसऱ्या पक्षाने तुम्हाला नाही म्हणावे किंवा तुम्हाला नकार द्यावा असे काहीतरी करा. ही ***सवय*** अंगवळणी लावून घ्यावी अशी आहे. तुम्हाला असा विश्वास वाटतो की, तुम्ही विनंती किंवा प्रस्ताव दिला की तुम्हाला समोरून नकार येईल. पण, तुम्ही तो तसा दिला आहे असे गृहीत धरण्यापेक्षा त्यांना प्रत्यक्षात नकार दिला असे सांगायला लावा. तुम्हाला आश्चर्य वाटेल; पण तुम्हाला जे हवेसे वाटते, ते अनेक वेळा मिळते. अगदी जेव्हा अडचणी कमी वाटतात, तेव्हासुद्धा.

तुम्ही अडचणींना कसे सामोरे जाता, त्यावरून तुम्ही किती यशस्वी व्हाल हे ठरते. तुमच्यात काही मूळ दोष नाहीत हे लक्षात घ्या. ते खूप महत्त्वाचे आहे. तुम्ही मूलतः काही शिकू किंवा करू शकणार नाही, असे काहीही नसते. थोडा वेळ लागेल आणि परिश्रम घ्यावे लागतील; पण जर तुम्ही प्रयत्न करत राहिलात तर हळूहळू ते शिकाल.

तुमचे मन हे एक स्नायू आहे असे समजा. मनाचा विकास करण्याचा हा उत्तम मार्ग आहे.

ही संकल्पना शेअर करा : http://book.personalmba.com/limiting-belief/

८

इतरांबरोबर काम करताना

> जर तुम्ही माझ्या कर्मचाऱ्यांना काढून टाकले; पण कारखाने ठेवलेत तर, लवकर कारखान्यांच्या जमिनीवर गवत उगवलेले दिसेल. पण जर माझ्या कर्मचाऱ्यांना कामावर राहू दिले आणि कारखाने काढून घेतले, तर लवकरच आम्ही एक नवीन आणि अधिक चांगला कारखाना उभारू.
>
> – ॲण्ड्र्यू कार्नेगी, एकोणिसाव्या शतकातील कारखानदार

इतर लोकांसोबत काम करणे हा उद्योगाचा आणि आयुष्याचा एक अविभाज्य भाग आहे. त्याशिवाय पर्याय नसतो. ग्राहक, कर्मचारी, कंत्राटदार आणि भागीदार सर्व जणांना त्यांच्या एकमेवाद्वितीय प्रेरणा आणि इच्छा असतात. जर तुम्हाला या जगात चांगले काम करायचे आहे, तर इतरांकडून आणि त्यांच्याबरोबर काम कसे करून घ्यायचे, हे समजून घेतले पाहिजे.

या प्रकरणामध्ये, आपण इतरांबरोबर प्रभावीपणे काम कसे करायचे हे पाहू. प्रभावीपणे संवाद कसा साधायचा, इतरांचा आदर आणि विश्वास कसा संपादन करायचा, ग्रुपशी संवाद साधण्याच्या मर्यादा आणि फसण्याच्या जागा आणि लोकांच्या समूहाचे नेतृत्व किंवा व्यवस्थापन प्रभावीपणे कसे करायचे, हे समजून व शिकून घ्या.

ही संकल्पना शेअर करा : http://book.personalmba.com/working-with-others/

सामर्थ्य

(Power)

> ताकदीने सर्व जिंकून घेता येते; पण अशा प्रकारे मिळालेला विजय अल्पकाळ टिकतो. प्रतिकूल परिस्थितीमध्ये जवळजवळ सर्व जण प्रतिकूलतेत टिकून राहतात. पण, जर तुम्हाला माणसाचे चरित्र तपासून पाहायचे असेल, तर त्याला सामर्थ्य द्या.
>
> – अब्राहम लिंकन, अमेरिकेचे सोळावे अध्यक्ष

सर्व मानवी नातेसंबंध हे ***सामर्थ्यावर*** आधारित असतात. सामर्थ्य म्हणजे इतरांच्या कृतींना प्रभावित करण्याची क्षमता. आपण ***आकलनावरील नियंत्रणामध्ये*** चर्चा केल्याच्या संदर्भाने कोणाचीही वर्तणूक नियंत्रित करू शकत नाही. आपल्याला त्यांच्या अंतर्गत प्रक्रिया ज्या त्यांना त्या गोष्टी करायला लावतात, त्यामध्ये शिरकाव करता येत नाही. आपण जर काही करू शकतो, तर ते म्हणजे आपण अशा प्रकारे वागायचे, जेणेकरून त्यांना आपण सुचवल्याप्रमाणे वागण्याची प्रेरणा मिळेल.

सामर्थ्याचा उपयोग साधारणपणे दोन मूलभूत प्रकारांत केला जातो – प्रभाव किंवा सक्ती. प्रभाव ही अन्य कोणालातरी तुम्ही सुचविल्याप्रमाणे इच्छा करण्याची क्षमता होय. सक्ती म्हणजे तुम्ही सांगितल्याप्रमाणे करण्याची क्षमता होय.

एखाद्या कर्मचाऱ्याला थोडे 'अधिक काम करण्यासाठी' निष्ठेच्या भावनेतून किंवा कौशल्याच्या भावनेतून प्रेरित करणे म्हणजे प्रभाव. पण, आठवड्याच्या शेवटी सुटीच्या दिवशी काम करण्यासाठी जर 'नाही' म्हटले, तर कामावरून काढून टाकायची धमकी देऊन काम करण्यास भाग पाडणे, म्हणजे सक्ती. कर्मचारी ज्या कृती करतील त्या कदाचित अगदी सारख्याच असतील; पण त्यांना ती कृती करताना जी *भावना* येत असेल, ती खूप वेगळी असेल.

एकूणच, प्रभाव हा सक्तीपेक्षा अधिक प्रभावी असतो. खूप लोक सक्तीने त्यांच्या इच्छेविरुद्ध काही करायला लावण्यास नैसर्गिकपणे विरोध करतात. म्हणून नेहमी सक्तीने काम करायला लावणे ही अनुकंपनीय युक्ती आहे. लोकांवर रुबाब गाजवण्याने केवळ ते तुम्हाला नापसंत करतात आणि तुमच्याबरोबर काम करण्यातून सुटका होण्याची किंवा विरोध करण्याच्या संधी लवकरात लवकर शोधतात. दुसरीकडे, प्रभाव, टिकाऊ आहे तुम्हाला पाहिजे असलेला रिझल्ट देण्यासाठी त्यांना प्रेरित करणे, ते ही अनावश्यक वाईट इच्छा जागृत न करता.

तुम्हाला आवडो अथवा नाही, प्रत्येक जण काम करून घेण्यासाठी सामर्थ्यावर विसंबून असतो. *द ४८ लॉज ऑफ पॉवर* मध्ये रॉबर्ट ग्रीन म्हणतात, की इतरांबरोबर व्यवहार करण्यापासून कोणीही वगळले गेलेले नाही, ज्यात नेहमी सामर्थ्याचा समावेश असतोच.

सामर्थ्य हे नैसर्गिक साधन आहे. जे चांगल्यासाठी किंवा वाइटासाठी वापरले जाऊ शकते. सामर्थ्य तुमच्या इतरांकडून काम करून घेण्याच्या क्षमतेचे प्रतिनिधित्व करते. जितके सामर्थ्य अधिक, तितक्या अधिक गोष्टी तुम्ही करू शकता. त्याचप्रमाणे, जर तुम्ही इतरांच्या हक्कांचा आदर केलात, तर सतत जाणीवपूर्वक तुमचे सामर्थ्य वाढवत राहण्यात नैतिकदृष्ट्या गैर काहीच नाही. तुमचे सामर्थ्य जितके अधिक, तितके अधिक तुम्ही काम कराल; पण अधिक सामर्थ्याबरोबर अधिक मोठी जबाबदारीही येते.

सामर्थ्याच्या अस्तित्वामुळे लोकांच्या मोठ्या समूहामधील संवाद अपरिहार्यपणे राजनैतिक होतो. जर तुमच्याकडे योजना नसेल, तर तुमच्या कृती अन्य कोणाकडून ठरवल्या जातात. तुम्हाला जी उत्तम आणि योग्य वाटते, त्या दिशेने जाण्यास नकार देण्यामुळे, तुम्ही ज्यांच्याकडे योजना तयार *आहे,* त्यांना सामर्थ्य दिल्यासारखे होते. जर तुम्ही सामर्थ्याचे महत्त्व अमान्य केलेत तर, तुमच्यावर असलेला प्रभाव क्षणात नाहीसा होईल. जिंकण्याचा एकमेव मार्ग म्हणजे खेळण्याचा निर्णय घेणे, हा असतो.

तुमचे सामर्थ्य वाढवण्याचा उत्तम मार्ग म्हणजे, तुमचा प्रभाव आणि प्रतिष्ठा वाढवणे. लोकांना जशा तुमच्या क्षमता समजतील आणि तुमची ***प्रतिष्ठा*** लक्षात येईल, तसे तुमचे सामर्थ्य वाढीस लागेल.

ही संकल्पना शेअर करा : http://book.personalmba.com/power/

तुलनात्मक लाभ

(Comparative Advantage)

स्वतःच स्वतःची ओळख बनवा, कोणासारखे बनायचा प्रयत्न करू नका.
– ज्युडी गार्लंड, अभिनेत्री आणि गायिका

इतर लोकांसोबत काम करण्याची कल्पना केल्यास पडणारा प्राथमिक प्रश्न हा आहे की मुळात इतरांबरोबर का काम करा? जर तुम्ही त्यांना नियंत्रित करू शकत नाही आणि नेहमी तुम्हाला जे हवे तेच करून घेऊ शकत नाही, तर का त्रास घ्यायचा?

याचे उत्तर आहे ***तुलनात्मक लाभ.*** अर्थशास्त्रांमधील 'निराशाजनक विज्ञान' मधून उत्पन्न झालेली ही एक संकल्पना आहे. डेव्हिड रिकार्डोच्या १८१७ मधील *ऑन द प्रिन्सिपल ऑफ पॉलिटिकल इकॉनॉमी ॲण्ड टॅक्सेशन* या पुस्तकात आंतरराष्ट्रीय राजनीतीसंबंधी एका प्रश्नाचे उत्तर दिले आहे. देशांच्या अर्थव्यवस्थेला स्वावलंबी होणे आणि स्वतःला जे जे लागते, ते सर्व आपणच उत्पादन करणे योग्य आहे का काही ठरावीक उत्पादन करून त्याचा इतर देशांबरोबर व्यवहार करणे योग्य आहे?

पोर्तुगाल आणि इंग्लंड यांचे उदाहरण घेऊन रिकार्डोने हिशोब केला की, दोन्ही देश जरी कापडाचे आणि वाईनचे उत्पादन करण्यास सक्षम होते, तरी इंग्लंडला कापड कमी श्रमात तयार करता येत असे आणि पोर्तुगाल वाईन जास्त चांगली तयार करत

असे. परिणामी, जे चांगले जमत नाही, त्यासाठी प्रयत्न करण्यात वेळ आणि पैसा वाया घालवण्यापेक्षा पोर्तुगाल आणि इंग्लंड यांना ते ज्यात निष्णात आहेत ते करून, मग त्यांनी एकमेकांशी व्यवहार करणे जास्त चांगले झाले असते.

तुलनात्मक लाभ म्हणजे तुमच्या दुर्बलता दूर करण्यासाठी प्रयत्न करण्याऐवजी सामर्थ्यस्थळावर जोर देणे. मार्कस बंकिंगहॅम आणि कर्ट कॉफमन यांच्या *फर्स्ट, ब्रेक ऑल द रुल्स* आणि टॉम रॅथ यांच्या *स्ट्रेन्थ्स फाइंडर २.०* या पुस्तकांत गॅलॉप संस्थेच्या ह्युमन ॲक्टिव्हिटीवरील संशोधनाचे निष्कर्ष नमूद केले आहेत. त्यानुसार, तुलनात्मक लाभ हे देशाइतकेच व्यक्तींनाही लागू होतात. ज्या व्यक्ती उद्योग चालवतात, त्यांनी जर इतर निष्णात लोकांबरोबर काम करताना, त्यांना जे उत्तम येते, त्यावर लक्ष केंद्रित केले, तर उद्योग अधिक चांगले चालतात. तुलनात्मक लाभ यासाठी दुसरी संज्ञा आहे – 'सामर्थ्यावर आधारित व्यवस्थापन'

तुलनात्मक लाभ आपल्याला सर्व कामे स्वतः करण्यापेक्षा कंत्राटदार, आउटसोर्सर यांच्याबरोबर काम करण्यात का तथ्य आहे, हे सांगतो. जर तुम्हाला घर बांधायचे आहे, तर एखादा कंत्राटदार आणि विशेषज्ञ जो रोजची छोटी-छोटी कामे करून घेऊ शकेल, त्यांची नियुक्ती करणे जास्त कार्यक्षम असेल. तुम्ही सर्व कामे आपली आपण करण्याचा प्रयत्न करू शकता. पण तुम्ही काय करत आहात हे तुम्हाला माहीत नसेल, तर तुम्हाला एकतर वेळ खूप लागेल आणि परिणाम काही विशेष चांगले नसतील.

तुलनात्मक लाभ आपल्याला हे ही सांगतो की, भिन्न समूह सातत्याने एकाच प्रकारच्या समूहापेक्षा जास्त चांगले काम का करतात. भिन्न समूहात वेगवेगळी कौशल्ये आणि पार्श्वभूमी असलेले अनेक सदस्य असणे, हा त्यांचा ठेवा असतो. यामुळे ही शक्यता वाढते की, तुमच्या समूहातील एका तरी सदस्याला दिलेल्या परिस्थितीत काय करायचे, हे नक्की माहीत असेल. जर प्रत्येक सदस्याकडे सारखीच कौशल्ये असतील आणि सारखीच पार्श्वभूमी असेल, तर अशी दाट शक्यता आहे की, एखादी रोखता येण्यासारखी चूकही होईल किंवा एखाद्या समस्येवर समूह खोळंबून राहील.

आत्मविश्वासामुळे काळाबरोबर तुमच्या लवचीकपणामध्ये आणि ज्ञानामध्ये वाढ होते. पण स्वतःवर खूप विश्वास असणेही चुकीचे आहे. मी स्व-शिक्षण आणि आपल्या गोष्टी आपण कराव्यात, याचा खंदा पुरस्कर्ता आहे. पण सर्व काही मी स्वतःच करणार या भूमिकेच्या अतिरेकामुळे नुकसान होऊ शकते. इतरांबरोबर काम करण्याने तुम्हाला अधिक काम होण्यास मदत होते, जलद काम होते आणि अंतिम परिणामाचा दर्जा सुधारतो. अगदी, थोरोसुद्धा कधीकधी वाल्डन पॉन्ड सोडून गावात सामान आणायला जात असे.

स्व-शिक्षणाचा मोठा फायदा म्हणजे; आपण जेव्हा इतरांबरोबर काम करतो त्या वेळी आपले कौशल्य कसे दिसते, हे कळते. तुम्ही जगाच्या दुसऱ्या कोपऱ्यातून इलान्स डॉट कॉम किंवा ओडेस्क डॉट कॉम वरून एखाद्या प्रोग्रॅमरची मदत घेऊ शकता. पण तुम्ही कधीही प्रोग्रॅमिंग केलेले नसेल, तर त्यांचे काम चांगले आहे का नाही, हे ठरवणे तुम्हाला जड जाईल. म्हणून थोडेसे प्रोग्रॅमिंग शिकलात, तर चांगले प्रोग्रॅमर, कुशल सहकारी आणि पार्टनर ओळखण्याची तुमची क्षमता सुधारेल.

जॉन डन यांच्या अजरामर शब्दांत सांगायचे झाले तर, 'जगात कोणीही सर्वज्ञ नसतो. आपण काय चांगले कर्म करत आहोत, त्यावर लक्ष केंद्रित करणे आणि उर्वरित गोष्टी परिपूर्ण होण्यासाठी इतरांबरोबर काम करणे हेच योग्य ठरते.'

हीं संकल्पना शेअर करा : http://book.personalmba.com/comparative-advantage/

संपर्काचा खर्च

(Communication Overhead)

मनुष्याला काय साध्य करायचे होते, तो ते का करू शकला नाही आणि कधीही का करू शकणार नाही, हे जर एका शब्दात सांगायचे झाले, तर ते म्हणजे 'मीटिंग.'

– डेव बॅरी, कॉमेडिअन आणि न्यूजपेपर स्तंभलेखक

उत्तम कामगिरी करणाऱ्या सर्जिकल टीम्स, मिलिटरी युनिट्स आणि स्पोर्ट्स टीम्स लहान आणि केंद्रित का असतात, यामागे नक्कीच काही कारण आहे. संपर्क करण्यात आणि समन्वय साधण्यात खूप वेळ वाया घालवण्याने टीमच्या कामाचा प्रभाव कमी होतो.

संपर्काचा खर्च म्हणजे तुम्ही उत्पादक काम करून घेण्यासाठी टीममधील सदस्यांशी संपर्क साधण्यात जो वेळ खर्च करता, त्याचे ते काम करून घेण्याशी असलेले प्रमाण. सर्वांना सर्व गोष्टींची माहिती असावी यासाठी संवाद खूप आवश्यक आहे. टीममध्ये जितके अधिक सदस्य असतील, तितका अधिक संवाद तुम्हाला संवाद साधावा लागतो आणि त्यांच्या कामामध्ये समन्वय ठेवावा लागतो.

तुमच्याबरोबर काम करणाऱ्यांची संख्या जसजशी वाढते, संपर्काचा खर्च तसतसा भौमितीयदृष्ट्या वाढत जातो. जोवर प्रत्येक सदस्याने समूहातील संवादासाठी देण्याचा वेळ १००% होत नाही, तोवर हा खर्च वाढतच जातो. एका विशिष्ट पातळीनंतर, टीममध्ये येणाऱ्या प्रत्येक सदस्य समूहाची अन्य काही काम करण्याची क्षमता कमी-कमी करत जातो.

मोठमोठ्या कंपन्यांचे काम मंद गतीने सुरू असते. कारण, संपर्काच्या खर्चामुळेच त्यांचा वेग मंदावतो. जर तुमच्यावर पाच ते आठ सदस्य असलेल्या समूहाबरोबर काम करण्याची जबाबदारी असेल, तर तुम्ही काम करत असलेल्या लोकांशी संपर्क किंवा संवाद साधण्यात तुमचा ८०% वेळ जातो. कारण जोपर्यंत प्रत्येक जण कृती चांगल्या रीतीने समजून घेत नाही, तोपर्यंत चांगले काम होणार नाही.

मी पी ॲण्ड जीमध्ये दररोज याचा अनुभव घेत होतो. एकदा मला माझ्या प्रोजेक्टमध्ये विशिष्ट मार्केटिंगच्या पद्धतींचे मापन करून कंपनीसाठी एक कूटनीती तयार करायची होती. हा ग्लोबल प्रोजेक्ट असल्याकारणाने, माझ्या सूचना अमलात आणण्यापूर्वी मला कंपनीबद्दल व्यवस्थित माहिती असणे आवश्यक होते, त्याशिवाय वरिष्ठांशी सल्ला-मसलत करून त्यांची परवानगी घेणे गरजेचे होते.

साहजिकच, सामील असलेल्या प्रत्येक सदस्याच्या कल्पना वेगवेगळ्या होत्या. ते त्यांच्या विविध पद्धतींवर वाद घालत असत आणि कामाची आणि खर्चाची काही विशेष बांधिलकी न घेता निव्वळ श्रेय मिळावे म्हणून धडपडत असत. सर्वसंमत प्रस्ताव तयार करण्यासाठी मला संपूर्ण तीन महिन्यांचा कालावधी लागला. दरम्यानच्या काळात, माझा ९९% वेळ वरिष्ठांपासून कर्मचाऱ्यांपर्यंत चर्चा करण्यात तसेच संवाद साधण्यात गेला. या सगळ्या गडबडीत माझे काम मागेच राहिले. यालाच ***संपर्काचा खर्च*** म्हणतात.

बीयाँन्ड ब्युरॉक्रसी या पुस्तकात डेरेक शीन यांनी 'ब्युरोक्रॅटिक ब्रेकडाऊनची आठ लक्षणे' सांगितली आहेत, जी संपर्काच्या खर्चाचा त्रास होणाऱ्या टीम्समध्ये दिसून येतात :

१. *अदृश्य निर्णय* : कोणालाही निर्णय कोठे घेतले जातात हे कळत नाही अथवा दिसत नाही आणि निर्णयप्रक्रियेमध्ये पारदर्शकता नसते.

२. *न संपलेले काम* : खूप कामे सुरू केली जातात; पण त्यांपैकी अत्यंत कमी कामे पूर्णत्वाला जातात.

३. *समन्वयामधील निर्बलता* : परस्परांशी जोडलेल्या अनेक युनिट्सची परवानगी घेतल्याशिवाय काहीही करू शकत नाही.

४. *नवीन काही नाही* : नवीन कल्पना, शोध नाही किंवा कोणतीही गोष्ट करण्यापूर्वी त्याच्या पार्श्वभूमीबद्दलचा विचार केला जात नाही आणि साधारण पुढाकाराचा अभाव असतो.

५. *दिखाऊ समस्या* : छोट्या गोष्टी आवाक्याबाहेर होऊन त्या छोट्या समस्यांचे रूपांतर मोठ्या समस्येत होणे.

६. *लढाईसाठी सज्ज केंद्र* : केंद्र सातत्य आणि नियंत्रण यासाठी स्थानिक युनिटशी लढत राहते.

७. *नकारात्मक डेडलाइन्स* : कामाच्या दर्जापेक्षा किंवा काम करण्यापेक्षा त्याच्या डेडलाइन्स जास्त महत्त्वाच्या ठरतात.

८. *माहिती पुरवण्याचे वर्चस्व* : व्यक्ती माहितीला प्रतिक्रिया देतात; म्हणजे त्यांच्याजवळ काहीही माहिती आली, त्यांचा पुढाकार त्या माहितीचा वापर करण्यापेक्षा त्यावर प्रतिक्रिया देण्याकडे असतो. स्वतः पुढाकार घेऊन माहिती घेण्यापेक्षा जी उपलब्ध माहिती असते, त्यावर प्रतिक्रिया देतात.

जर तुमच्या दैनंदिन कामात तुम्हाला यांपैकी काहीही आढळले, तर तुमची टीम संपर्काच्या खर्चाने त्रस्त आहे, असे समजा.

यासाठी खूप साधा उपाय आहे; पण तो सोपा नाही. तुमच्या टीमचा आकार जितका लहान करता येईल, तितका लहान करा. तुम्हाला काही लोकांना वगळावे लागेल; पण तोच मुद्दा महत्त्वाचा आहे. त्यांना टीममध्ये सामावून घेण्याने फायदा होण्याऐवजी काम वाढत आहे. अनावश्यक लोकांना टीममधून काढून टाकल्याने प्रत्येकाचा वेळ वाचेल आणि जास्त उत्पादक काम होईल.

प्रभावी टीमवर्कबाबतचा अभ्यास नेहमी हेच सांगतो की, तीन ते आठ लोकांच्या ग्रुपमध्ये काम करावे. *पीपलवेअर* या पुस्तकामध्ये, प्रोजेक्ट मॅनेजर्स टॉम डी मार्को आणि टिमोथी लीस्टर सुचवतात की, टीम्स 'सर्वोत्कृष्ट' आणि 'सुस्पष्ट' ठेवाव्यात. मोठ्या समूहापेक्षा लहान समूह जास्त परिणामकारक असतात. कारण त्यांचा संपर्काचा खर्च कमी असतो. प्रत्येक सदस्य गरजेपेक्षा अधिक परिणामकारक असण्यासाठी नेटवर्किंगची क्षमता टीममध्ये आणतो. सदस्यांची संख्या आठपेक्षा जास्त झाली आणि आकार मोठा झाला की, वाढलेल्या प्रत्येक सदस्याशी संपर्क करण्याच्या वेळात वाढ होते व ती त्याच्या उत्पादक क्षमतेपेक्षा जास्त असते.

जर तुम्हाला तुमच्या टीमने उत्तम काम करायला हवे असेल, तर तुमची टीम शक्य तितकी लहान आणि स्वायत्त करा.

ही संकल्पना शेअर करा : http://book.personalmba.com/communication-overhead/

महत्त्व

(Importance)

मानवी स्वभावाचे गहन तत्त्व म्हणजे कौतुकाची भूक होय.

– विल्यम जेम्स, डॉक्टर आणि आद्य मानसशास्त्रज्ञ

प्रत्येकालाच आपल्याला ***महत्त्व*** मिळावे असे वाटत असते. तुम्ही एखाद्या ग्राहकाशी व्यवहार करत आहात किंवा कर्मचाऱ्यांशी किंवा ओळखीच्या व्यक्तीशी किंवा मित्राशी व्यवहार करत आहात याने काही फरक पडत नाही. तुम्ही त्यांना जितके अधिक महत्त्व द्याल, तितके ते त्यांचे तुमच्याबरोबरचे संबंध महत्त्वाचे समजतील.

कोणाला लहान अथवा कमी महत्त्वाची वागणूक दिली, तर तुम्ही त्याचे शत्रुत्व ओढवून घ्याल. तुम्ही बोलत असताना समोरची व्यक्ती मात्र स्वत:च्या ब्लॅकबेरी फोनमध्ये गुंतली असेल किंवा तुम्ही ज्याच्याबरोबर बोलत आहात, त्या व्यक्तीने मध्येच बोलणे सोडून आलेला कॉल घेऊन फोनवरचे संभाषण चालू ठेवले, तर तुम्हाला काय वाटेल?

तुम्ही इतरांमध्ये जितका अधिक रस घ्याल, तितके त्यांना महत्त्वाचे असल्याचे वाटेल. तुम्हाला एखाद्या गबाळ्या कारविक्रेत्याने जर 'तुम्ही कसे आहात?' असा प्रश्न विचारला, तर तुम्हाला विशेष महत्त्वाचे वाटत नाही, कारण तुम्हाला हे माहीत असते की, तो प्रश्न मनापासून विचारलेला नाहीये. तो प्रश्न केवळ 'व्यवहाराचा एक भाग' या उद्देशाने विचारला गेलेला आहे. जेव्हा ग्राहक तुमच्याकडून काही खरेदी करणार नसतात, तेव्हाही त्यांना ते महत्त्वाचे आहेत असे वाटते. अशा ठिकाणी मात्र विक्रीसाठीची ठरावीक संभाषणे अपयशी ठरतात.

समोरच्या व्यक्तीच्या कृतीमध्ये तुम्ही थोडीशी जरी उत्सुकता, आदर दाखवलात, तर समोरील व्यक्ती आपली दखल घेतली गेली या भावनेने सुखावेल. संभाषणामध्ये थोडीशी दखल, बोलण्याकडे लक्ष, मध्येच शंका विचारणे यांसारख्या छोट्या-छोट्या गोष्टीसुद्धा परिणामकारक ठरतात.

सुदैवाने, जेव्हा तुम्ही समोरच्या व्यक्तीचा जितका आदर कराल, त्यांचे म्हणणे समजून घ्याल, तितके ते तुमच्या दीर्घकालीन फायद्याचे ठरते. आजूबाजूला असताना तुम्ही इतरांना त्यांचे महत्त्व जितके जाणवून द्याल, तितके तुम्ही सर्वांचे आवडते व्हाल आणि ते तुमच्या आजूबाजूला असणे पसंत करतील.

ही संकल्पना शेअर करा : http://book.personalmba.com/importance/

सुरक्षा

(Safety)

> तुम्ही घाबरून किंवा भीतीपोटी एखादी कंपनी चालवू शकत नाही. कारण, भीती घालवण्याचा मार्ग म्हणजे टीका टाळणे आणि टीका टाळण्याचा मार्ग म्हणजे काहीही न करणे.
>
> – स्टीव्ह रॉस, टाइम वॉर्नरचे माजी सीईओ

मी आजपर्यंत ऐकलेल्या गोष्टींपैकी ही खूपच मूर्खपणाची गोष्ट आहे! खरेच! तुम्ही तोंड उघडण्यापूर्वी विचार तरी केला होतात का?

अशा कोणाला भेटला आहात का? मी भेटलो आहे!

दुर्दैवाने, अशा प्रकारचे संवाद नेहमी होत राहतात. *व्हॉट गॉट यू हियर वोन्ट गेट यू देअर* या पुस्तकामध्ये अनुभवी एक्झिक्युटिव्ह कोच मार्शल गोल्डस्मिथ विशद करतात की, उच्च पातळीचे एक्झिक्युटिव्हज बऱ्याचदा स्वतःला स्मार्ट किंवा ***महत्त्वाचे*** दाखवण्यासाठी, सूक्ष्मपणे (आणि काही वेळा निर्लज्जपणे) त्यांच्या सहकारी किंवा हाताखालच्या लोकांना कमी लेखतात. यामुळे प्रभावी संवाद बंद होतो.

परिणामकारक संवाद तेव्हाच होऊ शकतो, जेव्हा दोघांनाही एकमेकांबाबत आदर वाटेल. संवादामध्ये लोकांना आपल्याला कमी महत्त्वाचे समजले जात आहे असा जरासा जरी संशय आला, तर ते 'स्टोनवॉलिंग' करू लागतात; म्हणजेच संवाद थांबवू शकतात. कदाचित ते संवादात सामील असतील; परंतु मानसिकदृष्ट्या आणि भावनिकदृष्ट्या त्यांनी संवादातून अंग काढून घेतलेले असते.

संवादात अशी भिंत उभी राहू नये यासाठी उत्तम उपाय म्हणजे दोघांनाही एकमेकांप्रति आस्था, आदर वाटला पाहिजे. यावर एकच उपाय आहे. तो म्हणजे; तुम्ही ज्यांच्याशी संवाद साधत आहात, त्यांना बोलताना मोकळेपणा जाणवू द्या. लोक जेव्हा त्यांच्या मनात

काय आहे ते तुम्हाला सांगत असतात, तेव्हा त्यांचे बोलणे तुम्ही ऐकत आहात, हे त्यांना जाणवू द्या. ज्या क्षणी त्यांना असे वाटते की, त्यांची परीक्षा घेतली जात आहे किंवा त्यांचे मूल्यांकन केले जात आहे, त्यांनी मांडलेल्या मतानुसार, कल्पनेवरून किंवा पदामुळे, त्याच्याबद्दल मत तयार केले जाते आहे, ते संवाद थांबवतील.

सुरक्षा कशी टिकवून ठेवावी या बाबतीतील *क्रुशल कॉन्व्हर्सेशन्स* या पुस्तकात, लेखक केरी पॅटरसन, जोसेफ ग्रेनी, रॉन मॅकमिलन आणि अल स्वीट्जलर, सहकारी किंवा प्रिय व्यक्तींशी महत्त्वाच्या गोष्टी बोलताना, राग किंवा बचावात्मक पवित्रा उद्भवू न देता संवाद साधण्यासाठी पुढील मॉडेल वापरतात :

१. *तुमची माहिती शेअर करा* – माहिती/गोष्टी कमी वादात्मक, अधिक खात्री पटवू शकणाऱ्या आणि निष्कर्षांपेक्षा कमी अपमानकारक असतात म्हणून त्यापासून सुरुवात करा.

२. *तुमची बाजू सांगा* – तुमच्या दृष्टिकोनातून परिस्थिती मांडा. अपमान करणे किंवा परीक्षा घेणे टाळा, ज्यामुळे अन्य व्यक्तीला कमी सुरक्षित वाटते.

३. *समोरच्यांच्या मार्गांबद्दल विचारणा करा* – इतरांच्या परिस्थितीची बाजू विचारात घ्या, त्यांना काय म्हणायचे होते आणि त्यांना काय हवे आहे.

४. *संयमाने व विनम्रतेने बोला* - निष्कर्ष टाळा, निर्णय आणि निर्वाणीचे बोलणे टाळा.

५. *चिकित्सा करण्यासाठी प्रोत्साहन द्या* – सूचना करा, माहिती घ्या आणि तुम्ही आणि उत्पादक, दोघांना समाधानकारक अशा कृतीपर्यंत पोहोचत नाही तोवर चर्चा करा.

काही लोक इतरांपेक्षा जास्त संवेदनशील असतात. प्रत्येक व्यक्ती त्याच्या विचारशक्तीनुसार बोलण्याचा अर्थ काढत असते. त्यामुळे तुमच्या शब्दांबाबत आणि कृतीबाबत अधिक जागरूक राहा. एवढे केले, तरी तुम्ही अर्धी लढाई जिंकल्यासारखीच आहे. जर तुम्हाला दोघांनाही फायदा होण्याच्या दृष्टीने संवाद साधायचा असेल, तर दोघांनाही एकमेकांबद्दल आदर, मोकळेपणा वाटला पाहिजे. ते होण्याचा उत्तम मार्ग म्हणजे, काही निष्कर्ष बोलून दाखवणे टाळा आणि समोरच्याला तो महत्त्वाचा आहे असे वाटण्यासाठी प्रयत्न करा. डेल कार्नेगी यांचे *क्रुशल कॉन्व्हर्सेशन्स, हाउ टू विन फ्रेंड्स अ‍ॅण्ड इन्फ्लुएन्स पीपल* आणि डॅनिअल गोलमन यांचे *इमोशनल इन्टेलिजन्स* या पुस्तकांसारखी पुस्तके तुम्हाला ते कसे करायचे याबाबत मार्गदर्शन करतील.

ही संकल्पना शेअर करा : http://book.personalmba.com/safety/

सुवर्ण त्रिसूत्री

(Golden Trifecta)

सामान्यतः कोणताही मूर्ख माणूस हा टीका, निर्भर्त्सना आणि तक्रार करतच असतो.

– डेल कार्नेगी, *हाउ टू विन फ्रेंड्स अ‍ॅण्ड इन्फ्लुएन्स पीपल* या पुस्तकाचे लेखक

जर लोकांना ***महत्त्वाचे*** वाटण्याची आणि ***सुरक्षित*** वाटण्याची मूलभूत गरज आहे, तर ते तुम्ही कसे घडवून आणाल? *हाउ टू विन फ्रेंड्स अ‍ॅण्ड इन्फ्लुएन्स पीपल* या पुस्तकाचा माझ्या दृष्टीने तीन शब्दात सारांश म्हणजे ***गोल्डन ट्रीफेक्टा.*** जर तुम्हाला समोरच्याला तुम्ही महत्त्व देत आहात, तुम्हाला त्याच्याप्रति आस्था वाटत आहे असे हवे असेल, तर नेहमी लक्षात ठेवा की, नेहमी लोकांशी चांगले बोला, त्यांचे कौतुक करा, त्यांच्याशी सभ्यतेने आणि आदराने वागा.

कौतुक म्हणजे ते तुमच्यासाठी जे करत आहेत, जरी ते अगदी उत्कृष्ट नसेल तरीही त्याबद्दल कृतज्ञता व्यक्त करणे. कल्पना करा की, तुम्ही एखादे उत्पादन डिझाईन करत आहात आणि तुमचे मुख्य डिझायनर तुम्हाला अजून काही कल्पना देतात; परंतु ती कल्पना चालणार नाही असे तुम्हाला वाटते. बेधडकपणे त्याला, 'हे पूर्णतः चूक आहे. मी सांगितले आहे तसेच करा' अशी प्रतिक्रिया देण्याऐवजी आपणहून एखादी कल्पक गोष्ट सांगितल्याबद्दल त्याप्रति कृतज्ञता व्यक्त करा. कौतुक करा : 'धन्यवाद. यावरून, तुम्ही यावर किती मनापासून परिश्रम घेत आहात, हे स्पष्ट होत आहे आणि त्याबद्दल मला मनापासून आनंद होत आहे. मला नक्की माहीत नाही की, आपण तिथेपर्यंत पोहोचलो आहोत का नाही. म्हणून आत्ता पुढील काही विचारानुसार काम केले, तर कदाचित मदत होऊ शकेल.' आशय तोच आहे, फक्त जरा वेगळ्या भाषेमध्ये सांगितला आहे.

सभ्यता म्हणजे विनम्रता, स्पष्ट आणि सोपे. मी एकदा सभ्यतेची व्याख्या अशी केलेली ऐकली, 'एखाद्या व्यक्तीकरिता छोट्या-छोट्या गैरसोयींचा स्वीकार करणे' आणि मला वाटते की ही खूप उपयुक्त व्याख्या आहे. दुसऱ्या व्यक्तीसाठी दरवाजा उघडून देणे ही छोटीशी गैरसोय आहे. पण यामुळे ते तुमच्या बाबतीत काय विचार करतात, यावर त्याचा मोठा प्रभाव पडू शकतो. प्रत्येक छोट्या गोष्टीचा मोठा इश्यू करण्याची काही गरज नसते. राईचा पर्वत करण्याची काही आवश्यकता नसते.

आदर म्हणजे अन्य व्यक्तीच्या पदाचा, मानाचा आदर करणे होय. तुम्ही ज्या माणसाशी संवाद साधत आहात, त्याच्याशी कसे संबंधित असता माहीत नाही. पण जर तुम्हाला त्यांना महत्त्वाचे आणि सुरक्षित वाटायला हवे असेल, तर त्यांचा आदर करणे हे अतिशय महत्त्वाचे आहे, मग त्यांची सामाजिक पत कमी असो वा जास्त.

केवळ तुम्हाला विशिष्ट आणि महत्त्वाच्या वाटणाऱ्या नव्हे; तर तुमच्या इतर लोकांशी होणाऱ्या सर्व संवादांना ही सुवर्ण त्रिसूत्री लागू करणे महत्त्वाचे आहे. जर तुम्ही कधी

तुमच्याशी सौजन्याने; पण हॉटेलच्या स्टाफशी उद्धटपणे वागणाऱ्या माणसासोबत कधी जेवला असाल, तर तुम्हाला मी काय म्हणतो आहे ते कळेल. तुमच्या लोकांशी अशा वागवण्याने, सर्वांना एक स्पष्ट संकेत जातो की, तुमच्यावर विश्वास ठेवता येणार नाही.

जर तुम्ही लोकांना सर्व परिस्थितींत कृतज्ञतेने, कौतुकाने, सभ्यतेने आणि आदराने वागवणे ही तुमची पद्धत अंगी बाणवलीत, तर इतरांना तुमच्या उपस्थितीत महत्त्वाचे आणि सुरक्षित वाटेल.

ही संकल्पना शेअर करा : http://book.personalmba.com/golden-trifecta/

'का'चे कारण

(Reason Why)

ज्या कृती करण्यासाठी विशेष विचार करण्याची आवश्यकता नसते,
त्या कृतींचा विस्तार केल्याने संस्कृती प्रगत होते.
– आल्फ्रेड नॉर्थ व्हाइटहेड, गणितज्ञ आणि तत्त्वज्ञानी

लोकांना जर काही काम करायला सांगायचे असेल, तर फक्त एकच गोष्ट करा. तुम्ही त्यांना जे काम करायला सांगत आहात, त्याचे कारण समजावून सांगा. मग ते तुमची विनंती नक्की पूर्ण करायची शक्यता आहे. *इन्फ्लुएन्स : द सायकॉलॉजी ऑफ परसुएशन* या पुस्तकात डॉ. रॉबर्ट सियाल्दिनी एक कल्पक प्रयोग मांडतात. तो प्रयोग हे तत्त्व सिद्ध करतो.

हार्वर्ड विद्यापीठाचे मानसशास्त्रज्ञ एलन लैंगर यांनी १९७०च्या दशकामध्ये, कामाच्या पूर्ततेबाबत एक प्रसिद्ध प्रयोग केला. लोक काम करण्याची विनंती का मान्य करतात? हा प्रयोग हार्वर्डच्या एका व्यग्र कॉपी मशीनच्या भोवती केंद्रित होता.

त्यांच्या विद्यार्थ्यांनी कॉपी मशीन वापरण्यासाठीच्या लाइनमध्ये तिष्ठत असलेल्या लोकांना ते लाइनच्या पुढील बाजूस जाऊ शकतात का, यासाठी विविध पद्धतींनी विचारले. सरळ-साधी विनंती ६०% लोकांनी मान्य केली. पण लैंगरना आढळले की, त्या विनंतीचे *कारण* सांगितल्यावर विनंती मान्य करण्याचा दर ९५%पर्यंत वाढला. अत्यंत आश्चर्यकारक सुधारणा झाली. हे तंत्र कारण अगदी साधे क्षुल्लक असले, तरी हे तंत्र लागू पडले. कारण 'मला कॉपी करायच्या आहेत' 'मला क्लाससाठी उशीर होत आहे' किंवा 'मी घाईत आहे.' इत्यादी सर्व कारणांमधून केवळ एक 'कारण' पुरवायचे होते आणि लोकांना ते विनंती मान्य करण्यासाठी पुरेसे होते.

मानवाला वागणुकीमागील कारणाकडे ओढ उत्पन्न होते. जर तुम्ही कारण देऊ कराल, तर लोक एखादी विनंती स्वीकारण्याची अधिक शक्यता असते. कोणतेही कारण चालेल.

ही संकल्पना शेअर करा : http://book.personalmba.com/reason-why/

सेनापतीच्या आदेशामागील हेतू

(Commander's Intent)

लोकांना गोष्टी कशा कराव्या हे कधीही सांगू नका. त्यांना काय करायचे ते सांगा, ते त्यांच्या हुशारीने तुम्हास चकित करतील.

– जनरल जॉर्ज एस.पॅटन, दुसऱ्या महायुद्धात थर्ड यु. एस. आर्मीचे कमांडर

बहुतेक ठिकाणी, लोकांना नक्की काय करायचे हे सांगितलेले आवडत नाही. 'सूक्ष्मव्यवस्थापन' (मायक्रोमॅनेजमेंट) ही प्रत्येक कर्मचाऱ्याची व्यथा आहे. तुम्ही एक सक्षम व्यावसायिक आहात, आणि कोणी अन्य व्यक्तीने तुमच्या कामाची अतिशय खोलात जाऊन अगदी छोट्यात छोट्या तपशिलाचीही काळजीपूर्वक छाननी केली, तर तुम्हाला ते कमीपणाचे वाटेल. सूक्ष्मव्यवस्थापन हे केवळ त्रासदायक नाही. तर ते प्रचंड अकार्यक्षम असते. तपशिलात जाऊन सतत चुका सांगण्यामुळे लोकांना ***कमीपणाचे*** वाटते. इतकेच नव्हे; तर त्यांची परिणामकारकता कमी होते. प्रत्येक आकस्मिकतेला पुरा पडेल असा कोणताही सूचना-संच नाही. जेव्हा काही तरी अपरिहार्यपणे बदलते, तेव्हा सूक्ष्मव्यवस्थापन फोल ठरते.

एखादा सीइओ जो सूक्ष्मव्यवस्थापनासाठी आग्रह धरतो, तो अपरिहार्यपणे किती दडपणाखाली येईल, याची कल्पना करा. लक्षात ठेवा, माणसांना ***फूटपट्टीवर*** मोजता येत नाही. जितके अधिक लोक कंपनीसाठी काम करत असतील, सीइओला काम सुरळीत चालू राहण्यासाठी तितक्या अधिक लोकांना अधिक सूचना द्याव्या लागतील. जर तुमच्याकडे दहा कर्मचारी असतील, तर सूक्ष्मव्यवस्थापन करणे तुमच्यासाठी अडचणीचे ठरेल. जर तुमच्याकडे शेकडो किंवा हजारो कर्मचारी आहेत, तर ते एक दुःस्वप्न असेल.

सेनापतीच्या आदेशामागील हेतू ही कामे विभागून देण्याची एक उत्तम पद्धत आहे. जेव्हा तुम्ही कुणाला एखादे काम देता, तेव्हा त्यांनी ते *का* केले पाहिजे, हे त्यांना सांगा. तुमच्या कृतीमागील हेतू जितका चांगल्या पद्धतीने तुमच्या प्रतिनिधींना व्यवस्थितपणे समजेल, तितक्या अधिक चांगल्या पद्धतीने ते परिस्थितीमध्ये काही बदल झाल्यासही उत्तमरीत्या हाताळू शकतील.

सेनापतीच्या आदेशामागील हेतू म्हणजे जर आर्मीतील जनरल पदाच्या अधिकाऱ्याने त्याच्या हाताखालील फिल्ड कमांडर अधिकाऱ्याला युद्धामध्ये शत्रूच्या ताब्यातील टेकडी कशी ताब्यात घ्यायची, हे संक्षिप्त स्वरूपात सांगितले आणि नंतर जर प्रत्यक्ष युद्धाच्या ठिकाणी परिस्थितीत काही बदल झाला, तर नव्याने सूचना घेण्यासाठी त्या फिल्ड कमांडरला जनरलकडे जावे लागेल. असे केल्याने वेळ वाया जाईल, कामाची गती मंदावेल आणि ते अकार्यक्षमही ठरेल. जर जनरलनी त्यांच्या या रणनीतीमागील हेतू फिल्ड कमांडरला सांगून ती विशिष्ट टेकडी का महत्त्वाची आहे आणि ती एकूणच या खेळीला कशी साहाय्यपूर्ण ठरेल हे समजावून सांगितले; तर फिल्ड कमांडर त्याच्या ***उद्दिष्टाचे*** ज्ञान वापरायला मोकळा असेल आणि मूळ हेतूला धरून बदलत्या परिस्थितीतही तो स्वतःची बुद्धिमत्ता वापरून योग्य कृती करण्याचा निर्णय घेऊ शकेल.

सेनापती किंवा टीमच्या लीडरने अशा प्रकारे हेतू समजावून सांगितला, तर ***संपर्काचा खर्च*** म्हणजे संपर्कासाठी लागणारा वेळ व पैसा दोन्ही वाचते. एखाद्या विशिष्ट योजनेमागील हेतू स्पष्ट केल्याने, टीम लीडरला संपूर्ण टीमच्या यशासाठी सातत्याने संपर्क साधावा लागत नाही. जर प्रत्येक सदस्याने हेतू समजून घेतला, तर प्रत्येक जण लीडरचे ध्यान वेधून न घेता आपल्या हेतूच्या दिशेने कृती करेल.

तुम्ही जेव्हा तुमच्या आदेशामागील किंवा कृतीमगील हेतू सांगता, तुमच्याबरोबर काम करणाऱ्या लोकांना परिस्थितीत बदल झाले, तरी आपले चातुर्य वापरून काम करण्यास मुभा मिळेल.

ही संकल्पना शेअर करा : http://book.personalmba.com/commanders-intent/

बघ्याचे औदासीन्य

(Bystander Apathy)

> जबाबदारी ही एका व्यक्तीने जबाबदारी घेण्याची गोष्ट आहे. जर दोन व्यक्ती एकाच निर्णयासाठी जबाबदार असतील, तर खरे म्हणजे कोणीच जबाबदार नसते.
>
> – ग्लिन होल्टन, इन्व्हेस्टमेंट रिस्क मॅनेजमेंट कन्सल्टंट

शाळेत असताना मी बॉय स्काउट्समध्ये खूप सक्रिय होतो. स्टॅन्डर्ड स्काउट प्रोग्रॅममध्ये प्रथमोपचार, सीपीआर आणि आपत्ती व्यवस्थापन समाविष्ट असते. प्राथमिक प्रशिक्षण तुम्हाला ज्या सामान्य आपत्तींना तोंड द्यावे लागू शकते, त्या हाताळायला शिकवते.

विशिष्ट तंत्राव्यतिरिक्त, त्या प्रशिक्षणातील पुढील दोन मूलभूत तत्त्वे आठवतात (१) जोवर अनुभवी व्यावसायिक येऊन तुम्हाला मुक्त करत नाही, तोवर नेहमी स्वतः पुढाकार आणि जबाबदारी घ्या. (२) नेहमी *एका वेळी एका व्यक्तीला एक विशिष्ट सूचना द्या.*

समजा, एखाद्या गजबजलेल्या स्टोअरमध्ये कोणाला हार्ट ॲटॅक आला व त्याला कोणी मदत करत असेल, तर तुम्ही सांगा, 'कोणीतरी ९११ला फोन करा,' आणि प्रत्यक्षात कोणीच फोन न करण्याची शक्यता आहे. जितके अधिक लोक आजूबाजूला असतील, तितके अधिक ते असे गृहीत धरण्याची शक्यता आहे की, अन्य कोणीतरी कृती करत आहे. जर तुम्ही एखाद्या व्यक्तीला डोळ्यांत पाहून स्पष्टपणे सांगितलेत, 'तुम्ही ९११ कॉल करा' तर ते खूप परिणामकारक असेल. ती व्यक्ती नक्की फोन करेल.

माणसांची एकूण संख्या आणि कृतीचा पर्याय निवडणाऱ्या माणसांची संख्या यांचे व्यस्त प्रमाण; म्हणजे बघ्यांचे औदासीन्य. जितके अधिक लोक तिथे उपस्थित आहेत, तितके अधिक गर्दीतील प्रत्येक सदस्य परिस्थितीबाबत औदासीन्य दाखवेल आणि त्यामुळे स्वतः जबाबदारी घेण्याचे प्रमाण कमी असते.

१९६४ मधील किटी जीनोवेस यांचा खून आणि २००९ मधील पेट्रू बारलाडीनूमधील गोळीबार असो, ही बघ्याच्या औदासीन्याची प्रसिद्ध उदाहरणे आहेत. दोन्ही प्रसंगांमध्ये, बळी पडलेल्या व्यक्तींवर अनेक बघ्यांच्या उपस्थितीत हल्ला झाला होता. पण त्यांपैकी कोणीही साहाय्य करण्यास पुढे आले नाहीत. जीनोवेस यांचा खून होताना नक्की किती लोकांनी पाहिला, याबाबतच्या आकड्यांबद्दल विवाद आहे. पण बारलाडीनू केसमध्ये मात्र शंका नाही. ही घटना व्हिडीओमध्ये कैद करण्यात आली होती. जेव्हा बारलाडीनू बंदुकीच्या गोळीमुळे झालेल्या रक्तस्रावामुळे मेट्रो स्टेशनच्या फरशीवर मेला, अनेक लोकांना स्पष्ट दिसत होते की काय चालले आहे, ते तसेच निघून गेले. कोणी काहीच केले नाही.

बघ्याचे औदासीन्य आपल्याला सांगते की, एखादी गोष्ट एखाद्या कमिटीला सांगितली तर ती का होत नाही. जर तुम्ही कधीही एखाद्या टीमसोबत/ग्रुपसोबत काम केले असेल, ज्यातील सदस्यांचा एकमेकांवर काही ***प्रभाव*** नाही, तर तुम्हाला मी काय बोलत आहे, ते कळेल. जोवर कोणीतरी पुढे येऊन प्रत्यक्षात कृती करण्यासाठी वैयक्तिकरीत्या जबाबदारी घेत नाही, आणि लोकांना प्रगतीसाठी जबाबदार धरत नाही, तोवर कमिटी अनेक वर्षे काहीही न करता चालढकल करत राहू शकते. कमिटीचा प्रत्येक सदस्य नुसते गृहीत धरतो की, अन्य कोणीतरी काम करत आहे.

प्रोजेक्ट मॅनेजमेंटमध्ये बघ्याचे औदासीन्य दूर करण्यासाठी, प्रत्येक सदस्याला वैयक्तिक कामाची जबाबदारी व विशिष्ट डेडलाइन स्पष्ट सांगितली असल्याची खात्री करा. तुमच्या टीममधील प्रत्येक व्यक्तीला जोपर्यंत ते नक्की कशासाठी जबाबदार आहेत हे माहीत नसेल, आणि ते काम केलेच पाहिजे हे माहीत नसेल, तोपर्यंत त्यांनी प्रत्यक्षात ते काम करण्याची शक्यता खूप कमी आहे.

जबाबदाऱ्या सोपवताना, *नेहमी एक काम एका व्यक्तीला स्पष्ट मार्गदर्शनासह आणि स्पष्ट डेडलाइनसह द्या.* तेव्हाच लोकांना काही काम करण्यासाठी जबाबदारीची जाणीव होईल.

ही संकल्पना शेअर करा : http://book.personalmba.com/bystander-apathy/

योजनेची चुकीची कल्पना

(Planning Fallacy)

> हॉफस्टाटर्स लॉ : तुम्ही हॉफस्टाटर्स लॉ लक्षात घेतलात, तरीही जेव्हा तुम्ही अपेक्षा करता, तेव्हा नेहमी जास्त वेळ लागतो.
>
> – डग्लस हॉफ स्टॅडटर, कॉग्निटिव्ह सायंटिस्ट आणि पुलित्झर पारितोषिक विजेते, गॉडेल, एशर, बाख : ॲन इटर्नल गोल्डन ब्रेड या पुस्तकाचे लेखक

अनेक लोकांच्या योजना आखण्याच्या सवयी विचित्र आणि भयावह असतात. हे थोडे विचित्र वाटेल; पण एखाद्या हुशार, कुशल आणि अनुभवी प्रोजेक्ट मॅनेजरने किंवा सीईओने तयार केलेल्या योजनेतही गंभीर चुका असू शकतात.

रिवर्क या आपल्या पुस्तकात जेसन फ्राईड आणि डेव्हिड हाईनमियर हॅन्सन म्हणतात, 'योजना करणे म्हणजे अंदाज बांधणे.' आपण योजना करण्याच्या बाबतीत खूप वाईट आहोत, कारण आपण सर्वज्ञ नाही. अगदी तपशीलवार केलेल्या योजनांवर सुद्धा अनपेक्षित घटना किंवा परिस्थिती नाट्यमयरीत्या परिणाम करते. जेव्हा आपण योजना तयार करतो, आपण निव्वळ ***अंदाज*** बांधत असतो आणि स्पष्टीकरण देऊन गाळलेल्या जागा भरत असतो. मग आपल्याला कागदावर उतरवण्यासाठी कितीही कार्यालयीन भाषा आणि काल्पनिक चार्ट्स वगैरे का वापरायला का लागेनात!

योजनेची चुकीची कल्पना म्हणजे लोकांची काम संपण्याची वेळ माहीत करून घ्यायची एक वृत्ती. जितके गुंतागुंतीचे प्रोजेक्ट, तितके अधिक ***परस्परावलंबित्व*** (नंतर चर्चिले आहे) त्या प्रोजेक्टमध्ये असते. परस्परावलंबित्व जितके जास्त, तितके काही गोष्टी योजनेप्रमाणे न होण्याची शक्यता जास्त असते.

योजना बनवताना आपण अशा परिस्थितीची कल्पना करतो की, त्या परिस्थितीत सर्व काही सुरळीत होईल. असे केल्याने, ज्या गोष्टी आकस्मिकपणे घडून परिस्थितीमध्ये बदल घडवू शकतात, त्यांचा आपल्याला विसर पडतो, आणि त्यांना अत्यंत कमी महत्त्व दिले जाते. एखाद्या योजनेत आपल्याला असे क्वचितच आढळेल की, 'प्रोजेक्ट मॅनेजरच्या डोळ्याला इजा झाली आहे, त्यामुळे त्याला एक महिना सुट्टी द्या.' योजनांमध्ये अशा अकस्मात गोष्टींचा अंतर्भाव नसतो.

बहुतेक योजना ***मंदीला*** (नंतर चर्चिले आहे) खूप कमी लेखतात, प्रत्यक्षात मंदीचे परिस्थिती लक्षात घेणे योजना अचूक होण्यासाठी खूप आवश्यक आहे. जर तुमच्यावर एखादा गुंतागुंतीचा प्रोजेक्ट पूर्णत्वाला नेण्याची जबाबदारी असेल, तर काही महिन्यांचा मंदीचा काळ त्यात समाविष्ट करणे योग्य ठरेल. अनपेक्षित दिरंगाई, सुट्ट्या, आजार आणि इतर अनपेक्षित घटना या सगळ्यांमुळे काम थोडा जास्त काळ घेऊ शकते आणि प्रोजेक्ट पूर्ण होण्यास वेळ लागू शकतो.

अशा वेळी आव्हान हे असते की, महत्त्वाचा मंदीचा काळ समाविष्ट कसा करायचा याकडे कधी स्वीकारार्ह दृष्टीने किंवा योग्यतेने पाहिलेच जात नाही. तुम्ही जर एखाद्या सीइओकडे किंवा भागीदाराकडे एखादी योजना घेऊन गेलात, ज्यात तीन महिन्यांचा मंदीचा काळ समाविष्ट केलेला आहे, तर त्यावर प्रतिक्रिया एकच असेल, 'हे मान्य नाही. यापेक्षा लवकर काम करा.' मग तो मंदीचा काळ काढून टाकला जातो आणि बहुतेक सर्व प्रोजेक्ट हे पूर्णपणे चूकण्याची शक्यता असते.

योजनेतील चुकांमुळे योजना बिनकामाची ठरत नाही. योजना तुम्हाला अचूक अंदाज बांधायला मदत करतात म्हणून त्या महत्त्वाच्या नसतात. तुम्ही सुरुवात करता, त्या वेळी आपल्याला कोणत्या गोष्टी आवश्यक आहेत, आपण कशावर अवलंबून असू आणि काय जोखीम आहे या गोष्टी समजून घ्यायला योजना मदत करतात. ड्वाईट डी. आयजनहॉवर यांच्या अजरामर शब्दांत सांगायचे झाले तर, 'कोणतेही युद्ध योजनेनुसार कधीही जिंकले गेले नाही आहे; पण त्याशिवायही जिंकले गेले नाही आहे...' योजना बिनकामाच्या असतात;

पण योजना करणे अपरिहार्य असते. योजना करण्याचे महत्त्व ***मनातल्यामनात केलेली नक्कल*** मध्ये आहे. विचार करण्याची प्रक्रिया योजना तयार करण्यासाठी आवश्यक असते.

योजनांचा वापर करा; पण त्यांच्यावर विसंबून राहू नका – तुम्ही जोपर्यंत शक्य तितक्या लवकर आणि प्रभावीपणे काम करत आहात, तोपर्यंत प्रोजेक्ट शक्य तितक्या लवकर शक्य वाटेल.

ही संकल्पना शेअर करा : http://book.personalmba.com/planning-fallacy/

रेफरल्स

(Referrals)

जगात शिरकाव करण्याचा एकमेव मार्ग म्हणजे लोकांना विश्वास वाटला पाहिजे की, तुम्हाला मदत करणे त्यांच्या फायद्याचे आहे.

– जीन डे ला ब्रूअर, सतराव्या शतकातील निबंधकार आणि नीतिज्ञ

जेव्हा तुमची कार बिघडते, तेव्हा तुम्ही ती कोणाकडे घेऊन जाल? तुमच्या मित्राचा मित्र असलेल्या मेकॅनिककडे का फोन डिरेक्टरीमध्ये सापडलेल्या एखाद्या अनोळखी मेकॅनिककडे?

पर्याय दिला तर, लोक नेहमी त्यांना माहीत असलेल्या लोकांशी बोलणे करणे पसंत करतात. ***रेफरल्स*** त्यांना माहीत नसलेल्या लोकांबरोबर काम करण्याचा ***विचार करणे*** सोपे करतात.

रेफरल्स प्रभावी असतात, कारण ते माहीत असणे आणि आवडीचा असणे हे दोन गुणधर्म देतात. तुम्ही तुमच्या मित्राने सुचवलेल्या मेकॅनिककडे जाणे पसंत करता कारण, तुमच्या मित्राला काय आवडते हे तुम्हाला माहीत आहे आणि तुमच्या मित्राला तुमची आवड आणि तो मेकॅनिक माहीत आहे. जरी फोन डिरेक्टरीमधला मेकॅनिक सक्षम आणि उच्चशिक्षित असला, तरी माहीत असणे आणि आवडीचा असणे या दोन्हींवर त्या गोष्टीमुळे फरक पडत नाही. माहीत असण्याचा आणि आवडीचा असण्याचा परिणाम रेफरल्स प्राप्तकर्त्याला देतात. माहीत नसलेल्या जोखमीपेक्षा, रेफरल्स अचानक मित्र होतात.

कोल्ड कॉलिंगचा विशेष फायदा होत नाही कारण जो कॉल करतो, तो अनोळखी असतो. लक्षात ठेवा, आपले मन अनोळखी लोकांना आणि परिस्थितीला संभाव्य धोका समजते, ज्यामुळे नैसर्गिक बचाव पवित्रा जागृत होतो. जर कोणी आधीपासून तुम्हाला ओळखत किंवा आवडत नसेल, तर तुम्हाला काय करून पाहिजे आहे हे त्यांना पटवून देणे तुम्हाला अवघड जाते.

अगदी छोटीशी सामायिकतासुद्धा एखादे अनोळखी नाते ओळखीत बदलू शकते. जर कोणी सांगितले की, ते तुमच्याच गावातील आहेत किंवा ते तुमच्याच कॉलेजमध्ये गेले होते

किंवा तुमच्या एखाद्या ओळखीच्या व्यक्तीला ओळखतात, तर जरी ते संबंध अगदी सूक्ष्म असतील, तरी तुम्हाला ते आपोआप जास्त आवडू लागतील.

गेल्या वर्षी केल्सीने मॅनहॅटनमध्ये जे वेडिंग गाऊन विकले, त्यांपैकी ७० टक्क्यांहून अधिक विक्री रेफरल्समधून झाली. तुम्ही जेव्हा डिझायनर ड्रेसवर १०,००० किंवा अधिक डॉलर्स खर्चणार असता, तुम्हाला माहिती असणाऱ्या आणि आवडीच्या व्यक्तीबरोबर व्यवहार करावासा वाटतो. त्याचमुळे केल्सीच्या आधीच्या ग्राहकांना तिच्यासोबत काम करणे *खरेच* आवडले होते. सलोनमध्ये येण्याआधीच तिच्या बहुतेक संभाव्य ग्राहकांना केल्सी माहीत असायची आणि आवडलेली असायची. म्हणूनच, तिने अधिक विक्री केलेली असे.

लोक जितके तुम्हाला ओळखतात आणि तुम्ही त्यांना आवडता आणि ते तुमच्यावर विश्वास ठेवतात, तितके तुमच्यासाठी चांगले आहे. रेफरल्स हा तुमच्या वैयक्तिक ओळखींचे नेटवर्क वाढवण्याचा उत्तम मार्ग आहे.

ही संकल्पना शेअर करा : http://book.personalmba.com/referrals/

क्लॅनिंग

(Clanning)

''मरा, नीच दुष्टांनो'' ही युद्धघोषणा म्हणून जास्त प्रेरक आहे.

– एलिझर युकोवस्की, आर्टिफिशियल इंटेलिजन्स संशोधक आणि लेसरॉंग डॉट कॉमचे संस्थापक

१९५४ मध्ये, बारा वर्षांच्या बावीस मुलांची रॉबर्स केव्ह स्टेट पार्क, ओक्लाहोमा येथे एका विशेष समर कॅम्पसाठी निवड केली होती. त्या समर कॅम्पचे वैशिष्ट्य हे होते की, डॉ. मुजाफर आणि कॅरोलिन शेरिफ यांच्या मार्गदर्शनाखाली येथे प्रत्यक्षात एक मानसिक प्रयोग केला जाणार होता.

प्रत्येक मुलाला अत्यंत जाणीवपूर्वक निवडले होते, जेणेकरून ते शक्य तितके बाकीच्या निवडलेल्या इतर मुलांच्यासारखेच असतील. मानसशास्त्रज्ञांनी खात्री केली की सर्व मुलांची बुद्धीमत्तेची पातळी कौटुंबिक पार्श्वभूमी, आणि लहानपणीचे अनुभव एकसारखेच असतील. प्रयोग सुरू होण्यापूर्वी, बावीस मुलांच्या समूहाला दोन गटांत विभागण्यात आले. दोन्ही गटांना पार्कच्या विरुद्ध दिशांना ठेवण्यात आले. गटांची रचना अशा पद्धतीने केली होती की, त्या मुलांना इथे दुसरा गट अस्तित्वात आहे, हे माहीत नव्हते.

मूळ योजना अशी होती की, प्रत्येक गटाला काही काळासाठी एकत्र येऊ द्यायचे आणि नंतर त्यांना दुसऱ्या गटाच्या अस्तित्वाची जाणीव करून द्यायची आणि काय होते पाहायचे. कॅम्पचे काउन्सिलर हे मानसशास्त्रज्ञ आणि पदवीधर विद्यार्थी होते. ते ही घटना कशी घडते हे जवळून नकळत पाहणार होते.

आता प्रत्यक्षात काय झाले ते पाहू - गटांना दुसऱ्या गटाच्या अस्तित्वाची जाणीव अपेक्षेपेक्षा लवकरच झाली आणि लगेच विरोधी हालचाली सुरू झाल्या. जसे मुलांना दुसरा गट 'त्यांच्या कॅम्पमध्ये' आहे याची माहिती झाली, त्यांनी तयारी आणि बचाव सुरू केला.

माणसांची भिन्न गट निर्माण करण्याची वृत्ती असते, ज्या प्रक्रियेला ***क्लॅनिंग*** असे म्हणतात. मुलांच्या एका गटाने स्वतःला 'द ईगल्स' असे म्हणायला सुरुवात केली, तर दुसऱ्या गटाने स्वतःला 'द रॅटलर्स' अशी ओळख दिली. भिन्न गटाची ओळख असल्याने त्यांना 'आतले' आणि 'बाहेरचे' ओळखता येऊ लागले. ईगल्सनी त्यांच्या गटाची 'शूर मुले' अशी प्रतिमा तयार केली; तर रॅटलर्सनी 'मिस्फिट आणि बंडखोर' अशी प्रतिमा निर्माण केली.

सर्व हालचालींना खूप आश्चर्यकारकरीत्या वेग आला. छोट्या-छोट्या गोष्टींमध्ये एकमेकांना डिवचणे सुरू झाले. जसे की, एकमेकांना खाली पाडणे आणि दुसऱ्या गटाचा झेंडा चोरून आणणे, या गोष्टींचे रूपांतर गोंधळात झाले. कॅम्पसाइटवर धाडी आणि डायनिंग हॉलमध्ये ठोशांची मारामारी खेळासारख्या क्रियांमध्ये तर अनर्थ झाला. कॅम्पर्सच्या सुरक्षिततेसाठी, संशोधकांनी वाद मिटवण्याचा मार्ग तत्परतेने शोधून काढला.

मानसशास्त्रज्ञांनी दोन्ही समूहांनी एकत्रित काम करण्यासाठी आवश्यक असलेल्या आव्हानांचा व उद्दिष्टांचा परिचय करून दिला - पाण्याच्या कमतरतेवर तोडगा काढणे, कोणता सिनेमा/चित्रपट पाहायचा ते ठरवणे आणि बंद पडलेला ट्रक ढकलत कॅम्पवर परत आणणे. जेव्हा कॅम्पर्सना आपण एका मोठ्या समूहाचा भाग आहोत असे वाटू लागले, तेव्हा त्यांच्यातील वाद कमी झाले.

क्लॅनिंग ही माणसाची नैसर्गिक प्रवृत्ती आहे. आपण आपोआपच आपल्या आजूबाजूच्या माणसांच्या नितांत प्रभावाखाली असतो. आपल्याला एका मोठ्या समूहाचा एक भाग म्हणून ओळखणे आणि आपल्याला इतर गटांपेक्षा वेगळे आहोत असे ओळखणे ही एक इच्छा असते, जी सुरू असलेल्या अनेक युद्धांचे आणि कलहांचे कारण आहे. हे आपण दररोज बातम्यांमध्ये पाहतोच.

खेळाच्या चाहत्यांची कल्पना करा. खेळाडू, प्रशिक्षक आणि अगदी स्टेडीयम्स आणि युनिफॉर्म्सदेखील इतक्या वेळा बदलतात की, काही वेळा चाहते कोणासाठी ओरडत आहेत हेदेखील कळणे मुश्कील होते. पण न्यू यॉर्क यांकीजचे कट्टर चाहते मात्र बदलणार नाहीत, अगदी त्यांची टीम जिंकू दे अथवा हरू दे. ते खरे असेलही; पण त्या वेळी ते तसे त्यांच्या चाहत्यांना वाटत नाही. जेव्हा यांकीज जिंकतात, तेव्हा चाहत्यांनाही विजयी झाल्याची भावना येते.

खेळातील शत्रुत्व याच कारणाने निर्माण होते. मी उत्तर ओहिओमध्ये लहानाचा मोठा झालो, जिथे ओहिओ स्टेट व मिशिगन स्टेटमधील शत्रुत्व जिवंत आहे. मी जिथून आलो आहे, तिथे वर्षाचा काही काळ मिशिगन टीम ओहिओ स्टेटच्या चाहत्यांच्या नजरेत वाईट असते. जर तुम्ही परिस्थिती दुरून पाहिली तर हा तद्दन मूर्खपणा वाटेल. लंबगोल तपकिरी बॉलने खेळणारी कॉलेजची मुले दिसली, तरी शेकडो हजारो लोक मोठ्याने किंचाळू लागतात. एका क्षणात, त्या दोन गटांना शत्रुत्व हेच सर्व काही असे भासू लागते.

नैसर्गिकरीत्या महत्त्वाच्या समस्यांमुळे, पदांमुळे किंवा घटनांमुळे गटांची निर्मिती होते. ग्रुप डायनामिक्स समजून घ्या; नाहीतर तुम्ही त्यात सापडण्याची शक्यता आहे.

ही संकल्पना शेअर करा : http://book.personalmba.com/clanning/

एककेंद्रभिमुखता आणि तफावत

(Convergence and Divergence)

माणूस नेहमी समाजाच्या प्रभावाने भारावून जातो. तसे प्रभावित होऊ नये म्हणून त्याला प्रयत्न करावा लागतो. तुम्ही जर स्वतःला प्रभावित होऊ दिले नाहीत, तर तुम्ही एकटे पडाल आणि भयही वाटेल. जर तुम्ही तसे करायचा प्रयत्न केलात, तर तुम्ही एकटे पडाल आणि कधीकधी तुम्हाला भीतीही वाटेल. पण त्यासाठी मोजावी लागणारी किंमत स्वतःचे स्वामित्व राखण्यापेक्षा कधीच मोठी नसते.

– फ्रेडरिक नित्शे, तत्वज्ञानी आणि *द विल टू पॉवर* तसेच *दस स्पोक झरथुष्ट्र* या पुस्तकांचे लेखक

इतर समूहांतील लोकांसारखे होण्यापेक्षा, हळूहळू तुम्ही ज्यांच्यासोबत जास्त काळ व्यतीत करता, त्यांच्यासारखे बनता.

एककेंद्राभिमुखता म्हणजे समूहातील लोकांची कालांतराने एकसारखे होण्याची वृत्ती असते. व्यवसायात, याला कधीकधी कंपनीचे 'कल्चर' असेही म्हणतात; जे लोक एकत्र काम करतात त्यांचे गुणधर्म, वागणूक आणि तत्त्वज्ञान एकसारखे असते.

एककेंद्राभिमुखतेचा अजून एक अर्थ म्हणजे त्यांना ताब्यात ठेवण्याची वृत्ती. ***समूहाचे नियम*** (नंतर चर्चिले आहे) गुरुत्वाकर्षणासारखे काम करतात. जर त्यांचे उल्लंघन झाले, तर इतर लोक बंडखोरांवर प्रभाव पाडून त्यांना पुन्हा वळणावर आणतात. एक म्हण आहे – 'द टॉलेस्ट ग्रास गेट्स कट फर्स्ट.'

जर तुम्ही कधी कामसू वृत्तीच्या कंपनीमध्ये काम केले असेल, तर तुम्हाला कल्पना असेल की एककेंद्राभिमुखता किती प्रबळ असू शकते. जर कामगारांसाठी सकाळी सहा वाजता येऊन रात्री साडेदहापर्यंत थांबणे सामान्य बाब असेल, तर तिथे कोणी कामाचा वेळ कमी करणे कठीण आहे. कारण, नियमांचे उल्लंघन करणे हा एक ***सामाजिक संकेत*** आहे, आणि तो हे दर्शवतो की, तुम्ही त्या समूहाचा भाग नाही. माझे एक क्लायंट, एका मोठ्या मेडिकल रिसर्च इन्स्टिट्यूटसाठी काम करतात. त्यांचे त्यांच्या सहकाऱ्यांबरोबर अनेकदा वाद होतात. त्यांच्या, सहकाऱ्यांना वाटते, ते 'त्यांची जबाबदारी नीट पार पाडत नाहीत.' कारण ते संध्याकाळी साडेसातऐवजी पाचलाच घरी जातात, ते खूप महत्त्वाचे काम करतात आणि सर्व काही व्यवस्थित पार पाडतात. तरीदेखील 'स्मार्टपणे काम करून' वेळेवर घरी जाणे याकडे विश्वासघात म्हणून पाहिले जाते. दुःखद आहे; पण ही खूप साधारण बाब आहे.

तफावत म्हणजे कालांतराने इतर समूहाप्रमाणे नसण्याची वृत्ती. समूहाच्या वागणुकीमुळे एका समूहाचे काही सदस्य दुसऱ्या समूहापेक्षा वेगळे दिसतात. इतर समूहांपासून वेगळे दिसावे आणि नक्कल करणाऱ्यांमुळे गफलत होऊ नये म्हणून बहुतेक समूहांचे नियम सतत बदलत असतात.

एककेंद्राभिमुखता आपल्याला सांगते की, न्यू यॉर्कमध्ये सोशलाइट क्लासमध्ये फॅशन एकसारखी आणि नाट्यमयरीत्या का बदलत असते. काही सोशल सर्कलमध्ये, कपडे हा तुमची संपत्ती किंवा सामाजिक पत दाखवण्याचा संकेत असतो. जेव्हा फॅशन कॉमन होऊ लागते आणि लोक तिची नक्कल करणे सुरू करतात, त्याची भरपाई म्हणून लगेच फॅशन बदलते. ही सततची तफावत समूहाच्या संलग्नीकरणाचा इशारा वैध ठेवते.

ज्या समूहासोबत तुम्ही काम करता, ते हळूहळू आणि शांतपणे तुमचे वागणे प्रभावित करत असतात. *द आर्ट ऑफ एक्सेप्शनल लिविंग* या पुस्तकाचे लेखक जिम रॉन यांच्या मते, 'तुम्ही ज्यांच्यासोबत जास्त वेळ व्यतीत करता, त्या पाच लोकांची तुम्ही सरासरी असता.' तुम्ही दररोज ज्यांच्यासोबत संवाद साधता, त्यांची वागणूक आणि तत्त्वे, तुम्ही त्यांचाच अवलंब करावा म्हणून तुमच्यावर सतत प्रभाव पाडत असतात.

जर तुम्ही तुम्हाला कालांतराने ज्यांच्या वागण्याचे अनुकरण करायचे आहे त्यांच्याबरोबर जाणीवपूर्वक जास्त काळ घालवाल, तर एककेंद्रीकरण उपयुक्त आहे. जर तुम्हाला कमी लाजाळू आणि जास्त बहिर्मुखी व्हायचे आहे, तर लोकांमध्ये मिसळण्याची आवड असणाऱ्या लोकांबरोबर सामाजिक परिस्थितीमध्ये वेळ घालावण्याने विशेष मदत होणार नाही. पण तुमच्या वागण्यावर प्रभाव नक्की पडेल. तुम्ही एका रात्रीत बहिर्मुखी होणार नाही; पण तुम्ही नैसर्गिकपणे त्यांचे वागणे आणि तुम्ही ज्यांच्यासोबत वेळ व्यतीत करता, त्यांच्या नियमांचे अनुकरण करू लागता.

ही पद्धत कशालाही लागू पडते. जर तुम्हाला आहारात कच्च्या अन्नाचा सामावेश करून पाहायचे आहे, तर जे लोक कच्च्या अन्नाचा आहार घेतात त्यांच्याबरोबर वेळ घालवा. एककेंद्रीकरणाचा जाणीवपूर्वक वापर केल्यास , तुम्ही तुमच्या एखाद्या सवयीमध्ये बदल घडवून आणू शकता.

काही समूहांमध्ये असण्याचा तुम्हाला फायदा होत नाही. त्यांना सोडून देणे दुःखद असले तरी, तुमची प्रगती होण्यासाठी ते आवश्यक आहे. ज्यांना धूम्रपान करणे किंवा दारू पिणे सोडायचे आहे, त्यांना ते सोडणे अवघड जाते कारण, त्यांच्या सोशल सर्कलचा मोठा भाग असणारे लोक सिगारेट ओढणारे किंवा दारू पिणारेच असतात. दुपारी तीन वाजता एखादा सिगारेटचा झुरका मारणे किंवा संध्याकाळी सहा वाजता आनंदाचा वेळ साजरा करणे, हा एक खूप महत्त्वाचा सामाजिक सोहळा असतो. जर तुमचे मित्र तुम्ही त्यांच्यासोबत यावे ही अपेक्षा करत असतील, तर त्या इच्छेवर ताबा ठेवणे अजूनच कठीण असते. महत्त्वाचे बदल करण्यासाठी, बऱ्याचदा एक समूह सोडून अधिक साहाय्य करणाऱ्या दुसऱ्या समूहात जाणे आवश्यक असते. म्हणूनच अनेकदा सपोर्ट ग्रुप्समध्ये जाणे हे खूप प्रभावी ठरते. सपोर्ट ग्रुप्स तुम्हाला विशेष वागणुकीचा अवलंब करण्यासाठी साहाय्य करतात.

एकदा का तुम्हाला समजले की, एककेंद्रीकरण आणि तफावत कशी प्रबल आहे, तुम्ही तुमच्या फायद्यासाठी त्याचा वापर करू शकता. जर तुमचे सोशल सर्कल त्यासाठी साहाय्य करत नसेल, तर तुमचे सोशल सर्कल बदला.

ही संकल्पना शेअर करा : http://book.personalmba.com/convergence-divergence/

सामाजिक संकेत

(Social Signals)

एकच नियम आहे की कंटाळवाणे होऊ नका आणि जिथेही जाल, छान
कपडे घालून जा. त्यांच्यात मिसळून जाण्यासाठी
आयुष्य फार लहान आहे.
– पॅरिस हिल्टन, प्रसिद्ध व्यक्तिमत्त्व

टायमेक्सपेक्षा रोलेक्सचे घड्याळ काही वेगळी वेळ दाखवत नाही. मुळात वेळ दाखवणे हा मुद्दा नाहीच. लोक सामाजिक संकेत पाठवण्यासाठी प्रचंड मोठ्या प्रमाणावर पैसा खर्च करतात. गुच्ची कंपनीची हँडबॅग जॅन्स्पोर्ट कंपनीच्या बॅकपॅकपेक्षा जास्त गोष्टी वाहू शकत नाही आणि पोर्श ९११ तुम्हाला (कायदेशीरपणे) अ बिंदूकडून ब बिंदूकडे होंडा सिविकपेक्षा जास्त वेगात नेऊ शकत नाही. 'चैनीच्या' गोष्टींना त्यांच्यासारख्या दिसणाऱ्या आणि चालू शकणाऱ्या गोष्टींपेक्षा खूप जास्त पैसा मोजावा लागू शकतो. पण त्यांचे काम हा त्या वस्तू वापरण्यामागचा उद्देश नाही. इतर लोकांना त्यातून काय संदेश जातो याला महत्त्व असते, म्हणून त्या वापरल्या जातात.

सामाजिक संकेत हे काही अमूर्त गुणधर्मांचा मूर्त संकेत असतात. हे संकेत जे व्यक्तीच्या सामाजिक प्रतिष्ठेशी किंवा समूहाशी असलेल्या संलग्नीकरणामध्ये वाढ करतात. स्पोर्ट्स जर्सी स्टायलिश असतात, म्हणून लोक त्या घालत नाहीत. कारण, त्या दिसायला काही विशेष खास नसतात. पण, त्या घातल्यावर आपल्या आवडत्या स्पोर्ट्स टीमबरोबर संलग्नीकरण मिळते, म्हणून लोक त्या घालतात आणि त्या जर्सीमुळे ते त्यांना मिळते. ते त्यांच्या व्यक्तित्वाची ओळख असते.

काही वेळा प्रत्यक्षात त्या इशाऱ्याने काय संकेत द्यायचा आहे, याच्याशी काही संबंध नसतो किंवा अगदी कमी संबंध असतो. *द मिलेनिअर नेक्स्ट डोअर* या पुस्तकामध्ये लेखक थॉमस स्टॅन्ले आणि विल्यम डेन्को, ज्या लोकांची संपत्ती एक कोटी डॉलर्सपेक्षा जास्त आहे अशा लोकांची राहणी आणि सवयी यांबाबत सविस्तर सांगतात. असे श्रीमंत लोक बहुतेक साध्या घरात राहतात, सेकंडहँड कारचाच उपयोग करतात आणि तुलनेने कमी महाग कपडे खरेदी करतात. तुम्ही याबद्दल जर विचार कराल, तर तुम्हाला त्यात तथ्य आहे, असे वाटेल. संपत्ती उभी करण्याचा उत्तम मार्ग म्हणजे खूप पैसे कमावणे व ते *खर्च न करणे.*

दुसरीकडे, ज्या लोकांना ते खूप श्रीमंत आहेत असा संकेत द्यायचा असतो, ते त्यांचा पैसा ज्या वस्तू त्यांची श्रीमंती दर्शवतील अशा चैनीच्या वस्तूंवर खर्च करतात. जसे की मोठी घरे, महागड्या आलिशान गाड्या, डिझायनर कपडे, महागड्या व्हेकेशन. ही महागडी खरेदी अनेक वेळा कर्ज काढून केलेली असते. जर तुम्ही अशा सुखवस्तू लोकांचे बँक स्टेटमेंट पाहाल, तर तुम्हाला लक्षात येईल की, त्यांची आर्थिक परिस्थिती अगदी डळमळीत आहे.

सामाजिक संकेतांना ***आर्थिक मोल*** असते, त्यामुळे तुमच्या ऑफरमध्ये ते समाविष्ट करणे फायद्याचे असते. लोकांना कशाचे संकेत द्यायचे असतात हे समजून घेऊन ते संकेत देणारे मूल्य तुमच्या उत्पादनांमध्ये निर्माण करा. असे संकेत आपल्याला ***मानवी इच्छांच्या गाभ्याकडे*** नेतात. (संपादन, बंध, शिकणे, प्रतिकार करणे आणि भावना), ज्या लोकांना दाखवायच्या असते की ते श्रीमंत, आकर्षक, हुशार, उच्च प्रतिष्ठावान, त्यांच्यामध्ये रुचि घ्यावी असे आणि खूप आत्मविश्वास असलेले आहेत. तुमची ऑफर ***सहयोगातून*** या गोष्टींशी जोडून लोकांना तुमची ऑफर ***हवीशी*** वाटेल, असे नक्की करता येईल.

सामाजिक संकेतांचा वापर तुमच्या फायद्यासाठी करून घ्या आणि लोकांना तुमची ऑफर हवीहवीशी वाटेल.

ही संकल्पना शेअर करा : http://book.personalmba.com/social-signals/

सामाजिक पुरावा

(Social Proof)

> पन्नास लाख लोकांनी एखादी मूर्खपणाची गोष्ट सांगितली, तरी ती मूर्खपणाचीच असते.
>
> – अनतोले फ्रांस, नोबेल पारितोषिक विजेते कादंबरीकार व कवी

तुम्ही कधी ट्रॅफिक सिग्नलपाशी रस्ता ओलांडण्यापूर्वी सिग्नल बदलायची वाट बघत उभे राहिला आहात का? असाल, तर तुमच्या बाजूला उभा असलेला माणूस अचानक चालू लागतो, शक्यता आहे की तुम्हीही नकळत चालू लागता. तसे न करण्यासाठी तुम्ही एकतर तुमची ***इच्छाशक्ती*** वापरली असेल नाहीतर जाणीवपूर्वक ती ***प्रतिक्रिया*** रोखली असेल.

बहुतेक परिस्थितीमध्ये, इतर लोकांच्या कृती या ठाम संकेत देतात की असे विशिष्ट पद्धतीने वागणे हे ठीक आहे. जर तुम्हाला रोममध्ये कसे वागायचे हे माहीत नसेल, तर रोमन लोक जे करतात त्याचे अनुकरण करणे हे सुरक्षित आहे.

सामाजिक पुराव्याचे आयुष्य त्या पुराव्यावरच अवलंबून असते. एखादी व्यक्ती जेव्हा एखादी कृती करते, त्या गोष्टीचे वेड निर्माण होते आणि ते ***सामाजिक संकेत*** म्हणून ग्राह्य धरले जाते. त्याचप्रमाणे ***फीडबॅक लूप*** (नंतर चर्चिले आहे) देखील काम करते. पेट रॉक्स कंपनीचे, लान्स आर्मस्ट्राँगचे 'लिव्ह स्ट्राँग' ब्रेसलेट, चटकन व्हायरल होणारे व्हिडीओज्

आणि शेअर मार्केटमधील उतार चढाव या गोष्टी अशा सामाजिक पुराव्यांमुळे प्रबळ होतात. जे इतके लोक करत आहेत, ते आपण का करू नये असे वाटणे स्वाभाविक आणि साहजिक असते. म्हणजे इतके लोक जे करत आहेत, ते तुम्हीही केले पाहिजे अशा निष्कर्षावर पोहोचणे फार सोपे आहे.

उद्योग–व्यवसायामध्ये ग्राहकांचे प्रमाणपत्र विक्रीमध्ये वाढ होण्यासाठी सर्रास वापरले जाते. प्रशंसापत्र हा सामाजिक पुराव्याचा एक प्रभावी उपाय आहे, ॲमेझॉन डॉट कॉम आणि इतर ऑनलाइन कंपन्या त्यांच्या ग्राहकांची मते वेबसाइटवर ठळकपणे छापतात : खरेदीमुळे खूश झालेल्या ग्राहकांची मते पाहून एक स्पष्ट संकेत जातो की, ती वस्तू विकत घेण्यास सुरक्षित आहे. त्यामुळे अधिक लोक ती विकत घेतात आणि विक्रीत वाढ होते.

उत्तम प्रशंसापत्रात अनावश्यकपणे कौतुकास्पद शब्द असायलाच पाहिजेत असे नाही. जसे, *कमाल, उत्तम, आयुष्य बदलून टाकणारे* आणि *क्रांतिकारी* या शब्दांचा इतका अतिवापर झाला आहे की, लोक आता त्या विशेषणांची अपेक्षा करतात आणि त्यांच्या अपेक्षा त्याप्रमाणे उंचावतात. सर्वांत जास्त परिणामकारक प्रशंसापत्र काहीशी अशा पद्धतीचीच असतात, '*मला ही ऑफर खरेदी करण्यात रस होता. पण, मी थोडा साशंक होतो. तरीही मी ती विकत घ्यायचा निर्णय घेतला आणि आता मी अंतिम निर्णयाबाबत अत्यंत समाधानी आहे.*'

खूप लोकांनी तुमच्या ऑफरबद्दल सांगण्यापेक्षा ही पद्धत जास्त प्रभावी असते. त्याचे कारण म्हणजे; तुमच्या संभाव्य ग्राहकांना जे वाटत आहे, तेच इथे जवळून दिसते. घेण्यात रस आहे; पण अनिश्चितता आहे. तो निर्णय चांगला होता असा संकेत देऊन, प्रशंसापत्र तुमच्या संभाव्य ग्राहकांना सांगते की, ती वस्तू तुम्ही विकत घेणे सुरक्षित आहे.

तुमच्या ऑफर्समध्ये थोडे सामाजिक संकेत समाविष्ट करा आणि तुमची विक्री खूप वाढेल.

ही संकल्पना शेअर करा : http://book.personalmba.com/social-proof/

अधिकार

(Authority)

> सर्वांचा आदर करा; पण कोणाच्या आहारी जाऊ नका/कोणामुळे अतिप्रभावित होऊ नका.
>
> – तेकुमसे, शॉनी जमातीचे अठराव्या शतकातील नेते

१९७० च्या काळात, सांकाने (लोकप्रिय मास मार्केट कॉफी ब्रँड) रॉबर्ट यंग यांना त्यांच्या कॅफिन नसलेल्या कॉफीचे आरोग्यास असणारे फायदे सांगण्यासाठी नेमले. यंग हे त्यांच्या *मार्कस वेल्बी, एम.डी.* या टेलिव्हिजनवरील मालिकेतील प्रमुख पात्र म्हणून जनतेला माहीत होते.

जरी यंग हे कॅफिनच्या आरोग्यावरील औषधीय परिणामाबाबत निष्णात नव्हते, तरी लोकांनी त्यांना कॉफीबाबत निष्णात मानले आणि सांका खरेदी केली. ही पद्धत इतकी लागू पडली की, सांकाने 'डॉ. वेल्बी'ला पुढील काही दशके त्यांच्या उत्पादनाचा प्रसार करण्यासाठी नेमले.

लोकांची एक जन्मजात प्रवृत्ती असते. ती म्हणजे ***अधिकाराच्या*** व्यक्तीची गोष्ट मान्य करणे. ही वृत्ती लहानपणापासूनच सुरू होते. आपण आपल्या पालकांचे ऐकले नाही, तर आपण जास्त काळ जगूच शकणार नाही. आपण जेव्हा मोठे होतो, आपण समाजात मिसळतो आणि इतर अधिकाराच्या व्यक्तींचे ऐकू लागतो; जसे शिक्षक, पोलीस ऑफिसर्स, सरकारी अधिकारी आणि धर्मगुरू. यामुळे परिणाम म्हणून, जेव्हा त्या-त्या क्षेत्रातील अधिकारी व्यक्ती काहीतरी करते, जरी ती गोष्ट योग्य नसेल किंवा त्यात काही अर्थ नसेल, तरीही आपण त्यांचे ऐकण्याची शक्यता असते.

लोक तीच क्रिया साधारण परिस्थितीमध्ये करणार नाहीत. तरीही लोकांची त्या अधिकारी व्यक्तीचे ऐकण्याची प्रवृत्ती असते. एका प्रसिद्ध सामाजिक मानसशास्त्राच्या विचलित करणाऱ्या प्रयोगात, स्टॅनली मिलग्रॅम यांनी सिद्ध केले की, बहुतेक व्यक्ती अधिकारी व्यक्तीचे आश्चर्यकारक पातळीपर्यंत ऐकतील अगदी ती विनंती नैतिकदृष्ट्या अयोग्य वाटली तरीही.

मिलग्रॅम या शास्त्रज्ञाने १९६१ साली वरील गोष्ट तपासून पाहण्यासाठी अनेक प्रयोग सुरू केले. या प्रयोगांच्या मालिकेदरम्यान त्यांनी काही चाचण्या घेतल्या. त्यात ज्या व्यक्तीवर प्रयोग केला गेला, त्या व्यक्तीला (सब्जेक्टला) एका पांढरा कोट घातलेल्या 'शास्त्रज्ञाबरोबर' ठेवले. या प्रयोगात अजून दोन व्यक्ती होत्या, ज्या मुळात अभिनेत्या होत्या. सब्जेक्टला' शिक्षेचा शिकण्यावरील परिणामांचा' अभ्यास करायला सांगितले गेले. प्रयोगात सहभागी अन्य दोन व्यक्तींपैकी एकाला 'शिक्षा भोगणारी व्यक्ती' बनवले आणि त्याला शास्त्रज्ञाबरोबर दुसऱ्या खोलीत नेऊन त्याला खुर्चीला बांधून इलेक्ट्रोड जोडले. अशा प्रकारे प्रयोगाची तयारी करण्यात आली.

सब्जेक्टचे काम होते की, 'शिक्षकाने' (शिक्षकाची भूमिका करणाऱ्या व्यक्तीने) 'प्रश्न' वाचून दाखवले आणि जर शिकाणाऱ्याने चुकीचे उत्तर दिले, तर त्या खुर्चीत बांधलेल्या व्यक्तीला 'शॉक' देणे. हे 'शॉक' खरे नव्हते; पण खुर्चीत बसलेली व्यक्ती अभिनेता असल्याने खोटा शॉक दिला, तरी खरा शॉक दिल्याप्रमाणे रडत असे, ओरडत असे आणि अभ्यासातून सुटका करावी म्हणून विनंती करत असे. दर काही मिनिटांनी 'शास्त्रज्ञ' सब्जेक्टला शॉकची तीव्रता वाढवण्यास सांगत असे. या अभ्यासाचा हेतू असा होता की ज्या व्यक्तीची चाचणी घेतली जात होती, तो सब्जेक्ट किती वेळ शास्त्रज्ञाचे ऐकेल आणि कधी प्रयोग पुढे सुरू ठेवण्यास नकार देईल हे पाहणे.

या प्रयोगमालिकेचे परिणाम अतिशय विचलित करणारे होते. ८०% लोकांनी जेव्हा खुर्चीतील व्यक्तीने शॉक देऊ नका अशी रडत-ओरडत विनंती केली, तिथूनच प्रयोग पुढे सुरू ठेवण्यास नकार दिला. ६५% लोकांनी (खोट्या) शॉकचे व्होल्टेज ४५०पर्यंत वाढवेपर्यंत प्रयोग सुरू ठेवला व पुढे नकार दिला. ४५० हे व्होल्टेज खूप घातक मानले

जाते. संपूर्ण प्रयोगादरम्यान 'सब्जेक्ट' अस्वस्थ दिसत होते. पण तरीही शास्त्रज्ञांनी सांगितले म्हणून त्यांनी प्रयोग सुरू ठेवला होता.

अधिकारी व्यक्ती या आपोआपच खात्रीने समोरच्याचे मन वळवू शकतात. अशा त्या क्षेत्रात अधिकार/नैपुण्य असलेल्या व्यक्तीच्या प्रभावामुळे लोक अशा काही काही गोष्टी करतात, ज्या त्यांनी कधी केल्या नसत्या किंवा त्या करण्याचा विचारही केला नसता. लोकांच्या या प्रवृत्तीमुळे अनेक प्रसिद्ध आणि प्रबळ लोकांचे फावते आणि ते याचाच फायदा घेऊन मोठमोठे घोटाळे करतात.

जर तुम्ही अधिकाराच्या पदावर आहात, इतर लोक तुमच्याशी कसे वागतात त्यानुसार तुमचा अधिकार बदलतो. तुम्ही त्या अधिकाराच्या पदावर असताना मत व्यक्त केल्यामुळे तुमच्या हाताखालील लोक तुमच्या मताला सत्य मानून चालण्याची किंवा आज्ञा मानून चालण्याची दाट शक्यता आहे. परिणामी, तुम्हाला जे ऐकायचे आहे, त्याची चाचपणी करून, इतर माहिती गाळून तेच तुमच्यापर्यंत पोहोचण्याची खबरदारी घेतली जाईल. जी गोष्ट/माहिती तुम्ही तेच माहितीस्वरूप तुमच्यापर्यंत येईल असे नाही. अशा वागणुकीतील गाळणीमुळेच अधिकारी व्यक्ती 'भ्रमाच्या भोपळ्यात जगू लागतात'. त्यांचा अधिकार आणि ***पुष्टीचा पूर्वग्रह*** त्यांना त्यांच्या मताशी विरोधी असणाऱ्या माहितीपासून दूर ठेवतो. त्यामुळे, अधिकारी व्यक्तींना ***स्वतःचा अति आदर करण्याच्या वृत्तीची*** भरपाई करणे अवघड जाते.

एखाद्या क्षेत्रात भक्कम ***प्रतिष्ठा*** उभी करण्याने अधिकारी व्यक्तींना त्याचा फायदा होतो. अधिकाराचे सर्वच भागांमध्ये कावेबाजपणा नसतो. जर लोक तुमच्या ज्ञानाचा आणि अनुभवाचा आदर करत असतील, तर ते तुम्ही सुचवाल त्याप्रमाणे कृती करण्याची जास्त शक्यता असते. त्यामुळे, स्पष्ट नैपुण्य विकसित करणे आणि भक्कम प्रतिष्ठा निर्माण करणे फायद्याचे असते, त्याने तुमचाच प्रभाव वाढेल. तुम्ही देऊ करत असलेल्या गोष्टींबाबत एक अधिकारी व्यक्ती म्हणून ओळखले जाण्यासाठी कृती करा आणि लोक तुमची ऑफर स्वीकारतील.

हीं संकल्पना शेअर करा : http://book.personalmba.com/authority/

वचनबद्धता आणि सुसंगती

(Commitment and Consistency)

मूर्खपणातील सातत्य म्हणजे संकुचित मनाचे पिशाच होय.

– राल्फ वाल्डो इमर्सन, निबंधकार आणि कवी

काही महिन्यांपूर्वी, केल्सीला आमच्या विद्यापीठातून डोनेशन मागण्यासाठी एक फोन आला. यात एक अवघड काम होते. त्यांनी डोनेशनसाठी प्रत्यक्ष सरळ सरळ विचारणा केली. त्याऐवजी, त्यांनी तिला विचारले की, 'भविष्यात ती विद्यापीठासाठी काही रक्कम देऊ इच्छिते का.' त्यावर काही विचार न करता तिने संमती दाखवली आणि काही वेळातच ती लगेच त्या फोन-कॉलबद्दल विसरून गेली.

त्यानंतर काही काळातच आम्ही न्यू यॉर्कहून कोलोराडोला शिफ्ट झालो आणि ऑफिशियल वाटणारे असे एक १५० डॉलर्सचे विद्यापीठाकडून आलेले 'इन्व्हॉइस' मेल मध्ये दिसले. त्यात म्हटले होते, 'तुमची १५० डॉलर्सची बांधिलकी आहे. तुम्ही तुमचा चेकसोबत दिलेल्या पाकिटातून पाठवू शकता.'

त्या वेळी पैशाची थोडी तंगी होती. कारण नुकताच आम्हाला शिफ्टिंगसाठी बऱ्यापैकी खर्च आला होता, कार विकत घ्यायच्या होत्या आणि फर्निचर विकत घ्यायचे होते. पण, केल्सीने तरीही चेक पाठवला. कारण, तिने वचन दिले होते, बरोबर?

कोणालाही 'शब्दाला न जागणारा' अशी स्वतःची ओळख आवडत नाही. इतिहासात ***वचनबद्धतेचा*** वापर समूहांना एकत्र बांधून ठेवण्यासाठी केला गेलेला आहे. एखादे वचन किंवा बांधिलकी मोडणे अनेकदा सामाजिक पत आणि ***प्रतिष्ठेवर*** नकारात्मक प्रभाव पाडू शकते. म्हणून बहुतेक सगळे लोक त्यांच्या आधीच्या पदाला आणि वचनाला ***सुसंगत*** असेल, असे साजेसे वागतात.

अगदी छोट्या वचनबद्धतादेखील तुम्हाला भविष्यात त्याला साजेशा सुसंगत कृती करण्यास भाग पाडतात. मला आवडणाऱ्या गोष्टींपैकी एक म्हणजे मास्टरसनची कहाणी, जी *रेडी, फायर, एम याच्या* लेखकाची आहे. भारतात आले असता, मास्टरसन यांनी एका गालिचा-विक्रेत्याला भेट दिली. खरेदी करण्याचा काही उद्देश नव्हता. पण त्यांना केवळ अनुभव घ्यायचा होता.

गालिचा विकणारा माणूस एक उत्तम विक्रेता होता. दोन प्राथमिक युक्त्यांचा तो वापर करत होता. मास्टरसननी टीका केली, तर ती मोडून काढण्यासाठी त्याने त्याच्या अगोदरच्या विक्रीच्या गोष्टी ***(नॅरेटिव्ह)*** सांगण्याचा वापर केला; ज्यामुळे मास्टरसन थोडे प्रेरित होतील आणि त्याला पसंत करू लागतील. त्यांच्यावर विक्रीपूर्वी ***विश्वास*** निर्माण होईल. मग त्याने वचनबद्धतेचा वापर केला. मास्टरसन जेव्हा एखाद्या गालिचा-विक्रेत्याकडे विशेष लक्ष देऊन पाहात, तेव्हा त्याने त्याच्या माणसांना तो गालिचा जवळून पाहण्यासाठी पूर्ण उलगडून दाखवण्यास सांगितला. गालिचे जड होते आणि त्यामुळे विक्रेता कर्मचारीवर्ग मालकाच्या वतीने खूप मेहनत घेत होता हे स्पष्ट होते. एक छोटीशी वचनबद्धता असल्याने, विशिष्ट गालिचामध्ये आवड दर्शवल्याने मास्टरसन यांनी अचानक कृतींचा एक ओघ निर्माण केला.

जसजसा वेळ जात होता, तसतसे मास्टरसन यांना त्या दुकानातून गालिचा न घेता जाण्याची कल्पना देखील करवेना. खरेदी न करता जाणे त्यांनी दाखवलेल्या आवडीशी आणि विक्रेत्याचा कर्मचारी वर्ग त्यांच्यासाठी जे करत होता, त्याच्याशी ***प्रतिसादादाखल*** सुसंगत वाटले नसते. कमीतकमी ते काय करू शकत होते, तर ते त्यांना नाही कसे म्हणू शकले असते?

अखेरीस, त्यांनी ८,२०० डॉलर्सना एक गालिचा विकत घेतला आणि ते एक समाधानी ग्राहक म्हणून तेथून बाहेर पडले.

छोट्या वचनबद्धता मिळवण्याने लोक पुढे त्यांच्याशी सुसंगत असे वागण्याची शक्यता असते. विक्रेत्यांना अनेकदा शिकवलेले असते की, त्यांच्या ग्राहकांना प्रेरित करण्यासाठी जे

करणे शक्य आहे, ते त्यांनी केले पाहिजे म्हणजे मग त्यांचे ग्राहक लवकरात लवकर होकार देण्यास सुरुवात करतात. 'दुकानाच्या दरवाजात पाऊल ठेवल्यापासून' ते त्यांची संभाव्य पुढील कृती करतील, याची शक्यता वाढवतात.

म्हणूनच, म्हणूनच अनेकदा चळवळीमधील कार्यकर्ते जेव्हा टेलीमार्केटिंग करतात किंवा एखाद्या याचिकेवर सह्या घेतात, तेव्हा ते खुले प्रश्न विचारतात. जसे की, 'तुम्हाला लहान मुलांच्या सुरक्षेविषयी काळजी वाटते का?' किंवा 'तुम्हाला पर्यावरणाविषयी आस्था आहे का?' बहुतांश लोक या गोष्टींबाबत काळजी *करतात* म्हणूनच त्यांचे उत्तर आपोआप आणि सहज येते. एकदा का तुम्ही एखाद्या गोष्टीबाबत काळजी करता असे म्हणालात, तर मग नंतर त्यांची विनंती नाकारणे हे तुम्हाला तुमच्या आधीच्या बोलण्याशी सुसंगत वाटत नाही.

छोटी वचनबद्धता पाळा; म्हणजे इतर लोक तुमच्या विनंतीला मान देतील याची शक्यता वाढते.

ही संकल्पना शेअर करा : http://book.personalmba.com/commitment-consistency/

प्रेरित करणाऱ्या गोष्टीमुळे येणारा पूर्वग्रह

(Incentive-Caused Bias)

> एखाद्या माणसाला काही समजावणे अवघड आहे जेव्हा त्याचा पगार त्याच्या ते न समजण्यावर आधारित असतो.
>
> – अपटन सिंक्लेअर, पुलित्झर पारितोषिक विजेते द *जंगल* या कादंबरीचे लेखक

जर तुम्ही एखाद्या रिअल इस्टेट एजंटबरोबर किंवा मॉर्गेज ब्रोकरसोबत काम करत असाल, तर प्रथमतः तुम्हाला घर विकत घेण्यासाठी राजी करण्यात त्यांना रस असतो. त्याप्रमाणे, बहुतेक एजंट ते घर तुमच्या भाड्याच्या दृष्टीने उत्तम आहे हे जरी ते खरे असले, तरीही तुम्हाला सांगणार नाही.

प्रेरित करणाऱ्या गोष्टीमुळे येणारा पूर्वग्रह एखाद्या गोष्टीत काही फायदा असणारे लोक तुम्ही ती करावी यादृष्टीने त्या दिशेने तुम्हाला मार्गदर्शन करतात. आपण ***बफरबद्दल*** बोलताना या विषयाला स्पर्श केला आहे. जर तुम्ही एखाद्या कमिशन घेऊन काम करणाऱ्या एजंटसोबत काम करत आहात, तर तुम्हाला ती गोष्ट खरेदी करणे हिताचे नाही हे त्याने सांगितले पाहिजे, हे आवश्यक नाही. कारण तसे सांगणे त्यांच्या फायद्याचे नाही. असे म्हणतात ना, 'तुमचे केस कापण्याएवढे वाढले आहेत का' हे न्हाव्याला विचारू नका. (कारण, तो कधी 'नाही' म्हणणारच नाही!)

इन्सेन्टिव्ह्ज लोकांना आपोआपच काम करण्यासाठी प्रेरित करतात. परिणामी, लोकांना दिल्या जाणाऱ्या इन्सेन्टिव्ह्जच्या रचनेचा त्यांच्या वागणुकीवर लक्षणीय प्रभाव पडतो. लोक ज्या गोष्टी आहे त्या तशाच राहाव्यात म्हणून त्यावर नियंत्रण ठेवत असतात,

त्या वेळी इन्सेन्टिव्ह्जच्या रचनेत बदल केल्याने लोकांच्या वागण्यात बदल होण्याची शक्यता असते.

द नॅक या पुस्तकामध्ये नॉर्म ब्रॉड्स्की आणि बो बर्लिंगहॅम त्यांच्या विक्रेत्यांना ते कसे वेतन देतात, याबद्दल सांगतात. बहुतांश कंपन्या विक्रेत्यांना कमिशन बेसिसवर पगार देतात. 'जितकी विक्री अधिक तितके अधिक पैसे' या रचनेनुसार, त्यांचे विक्रेते विक्रीचा व्यवहार पूर्ण करण्यावर खूप जास्त लक्ष केंद्रित करतात. जरी ती विक्री कंपनीसाठी दीर्घकालीन फायद्याची नसेल तरीही. ब्रॉडस्की आणि बर्लिंगहॅम यांनी त्यांच्या विक्री कर्मचाऱ्यांना दीर्घकालीन कामगिरीसाठी दरमहा वेतन आणि घसघशीत बोनस देऊ केला आणि त्यांना नुसते विक्री व्यवहार पूर्ण करण्याऐवजी *नफेशीर* विक्री करण्यासाठी लक्ष केंद्रित करण्यासाठी प्रेरित केले.

कधीकधी इन्सेन्टिव्ह्ज अनैच्छिक ***दुसऱ्या क्रमाचे परिणाम*** (नंतर चर्चिले आहे) निर्माण करतात. उदाहरणार्थ, स्टॉक ऑप्शन अशासाठी निर्माण केले गेले होते की, ज्या अधिकाऱ्यांना कंपनीच्या स्टॉकच्या किमतीमध्ये रुची असेल, त्यांना शेअर्स दिले तर ते ती किंमत वर चढत राहावी यासाठी चांगले काम करतील. हे कंपनीच्या शेअरहोल्डर्सच्या हिताचेच होते. ते खरेच आहे; पण एक मुद्दा आहे, त्या अधिकाऱ्यांचा खरा हेतू हा होता की, त्यांनी त्यांचे *स्टॉक विकेपर्यंत चांगली किंमत टिकवून ठेवणे.* त्यांचे स्टॉक ऑप्शन विकले गेले की, ते जास्त काळ काळजी करत नसत, त्यामुळे अल्पकाळाच्या फायद्यासाठी दीर्घकालीन फायद्याकडे दुर्लक्ष करण्याची पद्धत रूढ झाली.

इन्सेन्टिव्ह्ज देण्यामध्ये जोखीम असते. कारण ते अपरिहार्यपणे आपल्या ***आकलनावरील नियंत्रणाशी*** छेडछाड करतात. उदाहरणार्थ, कर्मचाऱ्यांना बोनस देणे किंवा चांगले काही केल्याबद्दल पगारवाढ देणे यामुळे त्याच्या मनात उत्कंठा निर्माण होते. पण याचा उलट परिणाम होऊ शकतो की, ज्या गोष्टीसाठी बक्षीस मिळाले, ती गोष्ट करण्याचे ते सोडून देतात.

जोपर्यंत कर्मचाऱ्यांना या गोष्टीची जाणीव होत नाही की, काम केले की त्यांना बक्षीस म्हणजेच इंसेन्टिव्ह मिळणारच आहे. पण, ते जे काम करत, ते त्यांच्या मनाच्या इच्छेनेच केले होते. त्यांनी ते आपल्या मनाने करावे म्हणूनच त्यात बक्षीस अंतर्भूत होते हे जोवर त्यांना समजत नाही, तोवर त्यात काही अर्थ नाही. बक्षीस देऊ केल्याने त्यांची काम करण्याची कृती नोकरीचाच एक भाग होऊन जाते आणि त्यामुळे कर्मचाऱ्यांची ***स्पर्धा*** करण्याची अंतर्गत इच्छा कमी होते. वादाच्या परिस्थितीत आकलनाचे नियंत्रण अशा बक्षिसावर सरस ठरते.

इंसेन्टिव्ह्ज हे योग्य प्रकारे वापरले, तर उपयुक्त ठरू शकतात. पण सावध राहा. जर तुमच्या कर्मचाऱ्यांना दिले जाणारे इंसेन्टिव्ह्ज तुम्हाला त्यांच्याकडून अपेक्षित असणाऱ्या कृतीशी सुसंगत नसतील, तर तुम्हाला नक्कीच समस्या येतील.

ही संकल्पना शेअर करा : http://book.personalmba.com/incentive-casued-bias/

सामान्य पूर्वग्रह

(Modal Bias)

> आपल्याला नेहमी आपल्याशी सहमत होणारे लोक आजूबाजूला असणे आवडते. परंतु आपल्याशी असहमत असणाऱ्या लोकांच्या संगतीमुळे प्रगती होते.
>
> – फ्रँक ए. क्लार्क, मंत्री आणि न्यूजपेपर कॉलमिस्ट

काही वर्षांपूर्वी, मी व्यवसायानिमित्त माझ्या सहकाऱ्याबरोबर प्रवास करत होतो. त्याला आश्चर्य वाटत होते की, मी रोलिंग सूटकेस ऐवजी हँडबॅग घेतली होती. आमची ट्रीप केवळ एक दिवसाची होती, म्हणून मला जास्त काही सामान नको होते. फक्त काही कपडे, माझा कॉम्प्युटर आणि एक पुस्तक इतकेच मला पुरेसे होते. मला जे लागेल, ते सर्व त्यात होते आणि बॅग जास्त जडदेखील नव्हती, त्यामुळे माझी युक्ती कामी आली.

माझ्या सहकाऱ्याला मात्र हे विचित्र वाटले आणि पुढील दहा मिनिटे त्याने मला हे सांगण्यात खर्च केली की, 'रोलिंग सुटकेस नेणे सोपे असते! ते जास्त सोयीचे असेल आणि त्याचे वजन कमी असेल. प्रवासात *नेहमी* रोलिंग सुटकेसच न्यायला पाहिजे...' इत्यादी.

सामान्य पूर्वग्रह हे स्वतःच केलेले गृहीतक असते की, *आपली* कल्पनाच उत्तम आहे. आपल्यातील बहुतेकांना असे गृहीत धरायला आवडते की, आपण सर्व गोष्टी एकत्र करतो. आपल्याला आपण काय बोलतो ते माहीत असते, आपण काय करतो ते माहीत असते आणि आपला ते करण्याचा मार्ग एकदम बरोबर असतो. अनेकदा, आपण चुकतो. काही करण्याचे नेहमीच एकापेक्षा जास्त मार्ग असतात आणि चांगली कल्पना कुठूनही येऊ शकते, हे आपण लक्षात घेत नाही.

अविनाश कौशिक यांनी त्यांच्या *वेब ॲनलिटिक्स : ॲन आवर अ डे* मध्ये व्यावसायिक प्रस्ताव आणि निर्णय हे माहितीच्या आधारावर का केलेले असावेत हे समजावण्यासाठी 'हायेस्ट पेड पर्सन्स ओपिनिअन' या संज्ञेचा वापर केला. योग्य माहिती तुमच्या हातात नसेल, तर तुम्ही अखेरीस जे तुमचे वरिष्ठ म्हणतील, तेच कराल. सामन्य पूर्वग्रहामुळे जोपर्यंत त्यांचे म्हणणे खोडून काढत नाही, तोपर्यंत तुमच्या वरिष्ठांना वाटते की, त्यांचेच बरोबर आहे. या द्वंद्वामध्ये हिप्पोचाच विजय होतो.

आपल्या मनात काही गोष्टींबाबत तात्पुरती मते तयार होतात व त्यामुळेच सामान्य पूर्वग्रह निर्माण होतो. त्यावर मात करण्यासाठी आपण प्रतिबंधाचा वापर केला पाहिजे. आकलनविषयक पूर्वग्रहाचे मूल्य समजून घेण्याचा एक भाग म्हणजे त्या गोष्टी आहेत आणि तुम्हाला त्या माहीत नाहीत, हे लक्षात येणे. त्या गोष्टी अस्तित्वात आहेत हे निव्वळ माहीत झाल्याने त्या कमी प्रभावी ठरत नाहीत. सामान्य पूर्वग्रह हा आपोआप तयार होतो – त्यावर ***इच्छाशक्तीनेच*** मात करता येऊ शकते.

जर तुम्ही लीडर असाल किंवा मॅनेजर असाल, तर तुमच्यासोबत काम करत असलेल्या लोकांचा दृष्टिकोन आणि त्यांच्या सूचना समजून घेण्यासाठी तुम्हाला स्वतःची

मते जाणीवपूर्वक रद्द करावी लागतील. तुमचा सामान्य पूर्वग्रह तुम्ही जाणीवपूर्वक काढून टाकला नाही, तर काही महत्त्वाची माहिती तुमच्याकडून दुर्लक्षित केली जाण्याची शक्यता आहे. जर आपण आपल्या मनाची दारे उघडली, तर आपली योग्य निर्णय घ्यायची क्षमता नक्कीच सुधारेल.

ही संकल्पना शेअर करा : http://book.personalmba.com/modal-bias/

पिग्मॅलिअन इफेक्ट

(Pygmalion Effect)

उच्च कामगिरी नेहमी उच्च अपेक्षांच्या चौकटीतच होते.

– चार्ल्स केटरिंग, प्रोलिफिक इंव्हेन्टर आणि जनरल मोटर्सच्या संशोधन विभागाचे माजी प्रमुख

व्यक्ती इतर लोकांच्या त्यांच्याकडून असलेल्या अपेक्षांच्या पातळीपर्यंत पोहोचण्याचा प्रयत्न करतात. साधारणपणे, लोकांची इतर लोक त्यांच्याकडून जितकी अपेक्षा करतात, तेवढे काम करण्याची वृत्ती असते. तुम्ही ज्यांच्यासोबत काम करता, त्यांच्याकडून जास्त अपेक्षा केली नाही, तर तुम्ही त्यांना त्यांच्या क्षमतेच्या परिसीमेइतके काम करण्यास प्रवृत्त करण्याची शक्यता कमी असते. त्यांना हे समजू द्या की, तुम्ही त्यांच्याकडून खूप मोठी अपेक्षा करता. तसे केल्यास बहुतेक वेळा, तुम्हाला आढळेल की ते उत्तम कामगिरी करतात.

पिग्मॅलिअन इफेक्ट ही एक वृत्ती आहे, जिचे नाव ग्रीक दंतकथांमधील एका प्रमुख पात्रावरून ठेवले आहे. पिग्मॅलिअन हा एक दैवी शिल्पकार होता. त्याने स्त्रीचा एक परिपूर्ण पुतळा तयार केला आणि तो स्वतःच्याच निर्मितीच्या प्रेमात पडला. त्याने आफ्रोडाईट, या प्रेमाच्या देवीची खूप तळमळीने प्रार्थना केली. देवीला त्याच्यावर दया आली आणि तिने त्या पुतळ्याला जिवंत केले.

पिग्मॅलिअन इफेक्ट आपल्याला सांगतो की, आपले नातेसंबंध, म्हणजे खऱ्या अर्थाने आपोआप पूर्ण होणारी भाकिते असतात. त्याचा परिणाम शिक्षक आणि विद्यार्थी यांच्यामधील नातेसंबंधांच्या बाबतीत केलेल्या एका अभ्यासात तपासला गेला. जर शिक्षकाला वाटले की विद्यार्थी 'हुशार' आहे, तर विद्यार्थ्याने त्या अपेक्षेची पूर्तता करावी अशा प्रकारे शिक्षक त्याला प्रेरित करतात. जर शिक्षकाला वाटले की, हा विद्यार्थी आपल्यासाठी एक 'आव्हान' आहे, तर त्याला तितकेसे साहाय्य मिळणार नाही आणि तो चांगली कामगिरी करणार नाही. हेच ते आपोआप पूर्ण होणारे भाकीत!

हाउ टू विन फ्रेंड्स अ‍ॅण्ड इन्फ्लुएन्स पीपल या पुस्तकात डेल कार्नेगी सुचवतात की, 'दुसऱ्यांना चांगली प्रतिष्ठा द्या, ज्यामुळे त्यांना जगताना आनंद वाटेल.' ते अत्यंत हुशार होते. तुमच्या इतरांबद्दलच्या अपेक्षा उंचावा, आणि ते नैसर्गिकपणे त्या अपेक्षा पूर्ण करण्यासाठी प्रयत्न करतील.

पिग्मॅलिअन इफेक्ट म्हणजे कोणत्याही गोष्टीबद्दल अवास्तव अपेक्षा ठेवणे नव्हे. जगातील अगदी उत्तम वास्तुकारदेखील इजिप्तच्या पिरॅमिड्सची एका दिवसात नक्कल करू शकला नाही. त्यामुळे, त्या उंचीच्या कामगिरीची कोणाकडूनही ***अपेक्षा करणे*** म्हणजे अपेक्षाभंग आणि नैराश्य ओढवून घेण्यासारखे आहे. दर्जाची आणि कामगिरीची अपेक्षा करणे ही वेगळी गोष्ट आहे; पण चमत्काराची अपेक्षा करणे अवास्तव झाले.

पिग्मॅलिअन इफेक्टमध्ये एक विरोधाभासयुक्त विधानही आहे, 'लोकांकडून उच्च अपेक्षा ठेवल्याने उच्च कामगिरी होईल; पण त्यामुळे तुमचा अपेक्षाभंग होण्याची शक्यताही वाढेल. ***अपेक्षेचा परिणाम*** म्हणजे एखाद्याच्या कामगिरीच्या दर्जाबाबतचे आपले आकलन किंवा समज हे आपल्या मूळ अपेक्षांचे काम असते. आपल्या अपेक्षा सुरुवातीपासून जितक्या उच्च असतात, तितकी त्यांची कामगिरी उच्च होते. पण त्यात आपला अपेक्षाभंग होण्याची जोखीमही जास्त असते. जर तुम्ही कोणाच्या कामगिरीची परीक्षा करत असाल, तर त्यांची कामगिरी वस्तुनिष्ठपणे आणि प्रमाणात्मकपणे करण्याचे लक्षात ठेवा.

इतरांना कळू द्या की, तुम्ही त्यांच्याकडून खूप अपेक्षा करता आणि ते तुमच्या अपेक्षेला खरे उतरण्यासाठी उत्तम कामगिरी करतील.

ही संकल्पना शेअर करा : http://book.personalmba.com/pygmalion-effect/

दोषारोपाची चूक

(Attribution Error)

असा माणूस विरळाच जो दुसऱ्यांच्या चुकांचे मापन करताना स्वतःच्या बाजूने पक्षपात करत नाही.

– बायरन जे. लँजनफेल्ड, पहिल्या महायुद्धातील वैमानिक

असे गृहीत धरू या की, घर बांधण्यासाठी तुम्ही एक कंत्राटदार नेमला आहे आणि त्याला त्याचे काम संपवण्यासाठी ठरावीक मुदत दिली आहे. ती मुदतीची तारीख येते आणि जाते आणि तरीही काम संपलेले नाही. घर बांधून होण्यासाठी तीन महिने जातात.

जर तुम्ही मनाने फारच दयाळू नसाल, तर तुम्हाला तो कंत्राटदार अव्यावसायिक आळशी किंवा अननुभवी आहे असे वाटण्याची शक्यता आहे. तुम्ही तुमच्या सर्व घर बांधू इच्छिणाऱ्या मित्रांना या कंत्राटदाराला नेमू नका, असे सांगता. कारण, तो जे वचन देतो, त्याप्रमाणे काम करत नाही.

आता त्या कंत्राटदाराच्या नजरेतून परिस्थितीची कल्पना करा. मूळ योजनेनुसार त्याने या कामासाठी आवश्यक लाकूड एका विश्वासू असलेल्या विशिष्ट पुरवठादाराकडून घ्यायचे ठरले होते. पण त्या पुरवठादाराच्या ट्रकपैकी एक ट्रक खराब झाला आणि माल यायला उशीर झाला. आता परिस्थितीच्या मागणीनुसार कंत्राटदाराला दुसरा पुरवठादार शोधणे भाग होते, तेही इतक्या कमी मुदतीत, जे अवघड होते, कारण मालाचे पुरवठादार कमी

होते. कंत्राटदाराने तरीही आकाश-पाताळ एक करून काम शक्य तितक्या लवकर पूर्ण केले. कंत्राटदाराने मध्य मार्ग काढला नसता, तर कामाला तीनऐवजी अजून सहा महिने लागले असते.

दोषारोपाची चूक म्हणजे जेव्हा इतर लोक घोळ घालतात, आपण त्यांच्या चारित्र्यावर दोषारोप करतो; जेव्हा *आपल्याकडून* चूक होते, तेव्हा आपण परिस्थितीला किंवा आजूबाजूच्या गोष्टींना दोष देतो. कंत्राटदाराचे काम हा त्याच्या चारित्र्याचा दोष असे गृहीत धरून तुम्ही त्याच्याबाबत चुकीचे मत तयार केले. खरेतर तो त्या परिस्थितीतही त्याच्या जबाबदारीच्या दोन पावले पुढे गेला होता. तुम्हाला ती परिस्थिती पूर्णपणे माहिती नसल्याने, तुम्ही त्याच्या चारित्र्यावर दोष ठेवलात.

दोषारोपाची चूक टाळण्याने लोकांशी चांगले संबंध ठेवून काम करणे सोपे जाते. जर तुम्ही जो नेहमीच अपयशी होतो किंवा अपेक्षाभंग करतो किंवा ठरलेले काम करत नाही अशा व्यक्तीबरोबर काम करत आहात, तर मात्र जी वैध समस्या आहे, ती सोडवली पाहिजे. अन्यथा, जेव्हा असे वर्तन एक ***पॅटर्न*** बनते, तेव्हा लोकांना मग संशयाला जागा करून दिल्यासारखे आहे. जेव्हा तुम्हाला एखाद्याच्या वागण्यामागील कारण समजते, तेव्हा तुम्हाला त्यांचे वागणे एका वेगळ्या दृष्टिकोनातून पाहण्यास भाग पाडते.

एखादी गोष्ट अपेक्षेप्रमाणे होत नसेल तर, तुम्हाला जी वर्तणूक दिसत आहे, त्याच्या आजूबाजूच्या परिस्थितीबद्दल लवकरात लवकर माहिती करून घ्या. अनेकदा, तुम्हाला लक्षात येईल की हा परिस्थितीचा दोष आहे, चारित्र्याचा दोष नाही.

ही संकल्पना शेअर करा : http://book.personalmba.com/attribution-error/

पर्यायाभिमुखता

(Option Orientation)

जगाला पुढे नेण्याचे महत्त्वाचे काम परिपूर्ण माणसांकडून केले जावे
याची जग वाट पाहत नाही.

– जॉर्ज इलिएट, एकोणिसाव्या शतकातील कादंबरीकार

काहीतरी बिनसते, तेव्हा तुम्ही ती परिस्थिती *कशी* हाताळता? चुका आणि समस्या नेहमी येणारच, त्यामुळे तुमची प्रतिक्रिया आधीच तयार ठेवल्यास अनपेक्षितपणे होणाऱ्या चुका कमी करण्यासाठी त्याचा फायदा होतो.

जेव्हा काहीतरी बिनसते, चूक होते त्या वेळी ती समस्या सोडवणे हे सर्वांत कमी उत्पादकतेचे काम आहे. तुम्हाला त्या समस्येची जाणीव होईपर्यंत, ती रोखणे हे तुमच्या ***नियंत्रणाच्या बिंदुमार्गाबाहेर*** गेलेले असते. समस्या तर आलेलीच आहे, आता त्याला कसे तोंड द्यायचे हा एकमेव प्रश्न आहे.

कल्पना करा, की तुम्ही एका मायक्रोवेव्ह बनवणाऱ्या कंपनीच्या सीईओला रिपोर्ट करत आहात; आणि तुम्हाला नुकतेच असे रिपोर्ट मिळाले आहेत की तुमच्या कंपनीच्या काही मायक्रोवेव्हचा स्फोट होऊन अनेक घरे जाळून खाक झाली आहेत. ही खूप मोठीच समस्या आहे. या घटनेबाबत जर तुम्ही, 'बॉस, एक समस्या आहे. आपण काय करायचे? आम्हाला काय करायचे ते सांगा?'. असा पवित्रा घेत असाल, तर तुमच्या सीईओची प्रतिक्रिया काय असेल?

तुमचे सीईओ अतिशय संयमी असतील, त्यांची प्रतिक्रिया काहीशी अशी असेल, 'आपल्यापुढे गंभीर समस्या आलेली आहे. आपण सर्व जण मिळून यावर तोडगा नक्की शोधून काढू. पण तुम्ही जर फक्त हातावर हात धरून बसलात, तर मात्र तुम्हास नोकरीस मुकावे लागेल.'

समस्येवर डोकेफोड करण्यापेक्षा, तुमच्या हातातील ***पर्यायांवर*** लक्ष केंद्रित करा. समस्येचे चर्वीकरण करून ती सुटत नाही. तुम्ही त्याबाबत काय *करणार* आहात हे महत्त्वाचे असते. तुमची ऊर्जा संभाव्य प्रतिसादावर केंद्रित करून, तुम्हाला परिस्थिती पूर्ववत करण्यासाठी मार्ग सापडण्याची शक्यता आहे.

तुमच्या कल्पनेतील सीईओ या बाबतीत काय पवित्रा घेतील, याचाही एक पर्याय पाहू:

आपल्याला मायक्रोवेव्हमुळे लागलेल्या आगींचे खूप रिपोर्ट मिळाले आहेत. आपले पर्याय असे आहेत–आपण काही जबाब देण्याआधी आणि जोखीम अजून वाढण्याआधी आपल्या अभियंत्याला मायक्रोव्हेव्हची पूर्ण तपासणी करण्यास सांगू किंवा आपण ताबडतोब सर्व उत्पादने परत मागवून घेऊ. आत्ता आपल्याकडे असलेल्या माहितीनुसार, असे वाटते की, मायक्रोवेव्हमध्येच दोष आहे आणि आपल्या ग्राहकांना खूप जास्त धोका संभवतो. आपल्याकडे असलेल्या उपलब्ध पर्यायानुसार मी असे सुचवेन की, ते सर्व मायक्रोवेव्ह परत मागवून घ्या, ज्याचा साधारण चार लाख डॉलर्स इतका खर्च येईल.

संभाव्य पर्यायांवर लक्ष केंद्रित करणे हे खूप रचनात्मक असते. तुम्ही अनेक प्रस्ताव त्यांना येणाऱ्या प्रत्येकी खर्चासह आणि त्यांच्या फायद्यांसह प्रस्तावित करत आहात आणि नंतर उपलब्ध माहितीवर आधारित पर्यायी उपाय सुचवत आहात. सीईओ (किंवा क्लायंट) त्यानंतर तुमच्या सूचना आणि तुम्ही प्रस्तावित केलेले पर्याय यांचा आढावा घेऊन, त्याबद्दल शंकानिरसन करून मग उत्तम ***निर्णय*** घेतील. हे नेहमी करा. चांगले करा त्यामुळे अडचणीतही डोके जागेवर ठेवून काम करता अशी तुमची ***प्रतिष्ठा*** विकसित होईल.

पर्यायांवर लक्ष केंद्रित करा, समस्यांवर नको जेणेकरून तुम्हाला आयुष्य ज्या परिस्थितीस सामोरे नेईल, ती परिस्थिती हाताळता येईल.

ही संकल्पना शेअर करा : http://book.personalmba.com/option-orientation/

व्यवस्थापन

(Management)

व्यवस्थापन म्हणजे गोष्टी योग्य प्रकारे करणे आणि नेतृत्व म्हणजे योग्य गोष्टी करणे.

– पीटर ड्रकर, फादर ऑफ मॉडर्न मॅनेजमेंट थिअरी

'सायंटिफिक मॅनेजमेंट'च्या बिझनेस स्कूल्समध्ये मॅनेजमेंटसंदर्भात खूप अभ्यास झाला आहे व कामही केले गेले आहे. त्याचबरोबर उच्चशिक्षित, व्यावसायिक प्रशिक्षण घेतलेल्या मॅनेजर्सची आवश्यकता आहे. प्रत्यक्षात, तुम्ही क्लासरूममध्ये शिकून एक सक्षम मॅनेजर होऊ शकत नाही. काही साध्या तत्त्वांच्या पुढे जाऊन हे कौशल्य केवळ अनुभवातून शिकता येते.

व्यवस्थापन साधे असते; पण ते साधारण नव्हे. मुळात, मॅनेजमेंट ही लोकांच्या एका समूहाचा, एक विशिष्ट ***उद्दिष्ट*** साधण्यासाठी, सतत ***बदल*** आणि ***अनिश्चितता*** (नंतर चर्चिले आहे) असताना, समन्वय साधण्याची कला आहे. हे म्हणजे एखाद्या वादळामध्ये जहाजाचे सुकाणू हाती घेण्यासारखे आहे. तुम्ही काय करू शकता, तर केवळ ते सुकाणूचे चाक मागेपुढे फिरवू शकता. हे सोपे आहे; पण त्यासाठी तुमच्याकडे अनुभव आणि कौशल्य दोन्हीही असावे लागते.

आपण आतापर्यंत जे शिकलो आहे, त्यावर आधारित वास्तवात प्रभावी मॅनेजमेंट करता येण्यासाठी सहा साधी तत्त्वे आहेत :

१. शीघ्रतेने किंवा जलदगतीने करण्याची कामे करता येतील व तीदेखील उच्च दर्जा राखून करतील, अशा लोकांचा लहान समूह नियुक्त करा. ***तुलनात्मक लाभ*** म्हणजे काही लोक इतरांपेक्षा काही कामे चांगली करत असतील. त्यामुळे कामासाठी उत्तम टीम नेमण्याचा खर्च आणि साधने यांची किंमत मोजावीच लागते. तुमची टीम खूप मोठी करू नका. कारण त्यामुळे ***संपर्काचा खर्च*** जास्त होतो. तीन ते आठच्या पुढे प्रत्येक वाढीव सदस्य टीमसाठी भार होतो. लहान आणि विशेष टीम्स उत्तम असतात.

२. इच्छित ***अंतिम परिणाम*** टीमच्या सदस्यांना स्पष्टपणे सांगा. कोण कशासाठी जबाबदार आहे आणि सध्याची स्थिती काय आहे, ही माहिती त्यांना द्या. टीममधील प्रत्येक सदस्याला प्रोजेक्ट ***लीडरचा हेतू*** माहीत हवा. तो तसा महत्त्वाचा ***का आहे चे कारण*** आणि प्रत्येक जण वैयक्तिकरीत्या जबाबदार असलेले प्रोजेक्टचे विविध भागही काम पूर्णत्वास नेण्यासाठी स्पष्टपणे माहीत असावेत. नाहीतर, तुम्ही ***बघ्याच्या औदासिन्याची जोखीम*** पत्करत आहात.

३. लोकांना आदराने वागवा. ***सुवर्ण त्रिसूत्रीचा*** सातत्याने वापरा. कौतुक, कृतज्ञता, विनम्रता आणि आदर तुमच्या टीममधील लोकांना ते ***महत्त्वाचे*** आहेत असे

वाटण्यासाठी हा उत्तम मार्ग आहे. तसेच त्यांनी तुमचा एक 'लीडर आणि मॅनेजर' म्हणून आदर करावा यासाठीही उत्तम मार्ग आहे. जितकी तुमची टीम परस्पर–साहाय्याने काम करेल, तितके ***क्लॅनिंग*** अधिक नैसर्गिकपणे घडेल आणि टीम अधिक संलग्न होईल.

४. असे ***वातावरण*** तयार करा की, प्रत्येक जण शक्य तितक्या जास्त उत्पादकतेने काम करेल. कामासाठीचे उत्तम वातावरण ***मार्गदर्शक रचनेचा*** पूर्ण फायदा घेते. तुमच्या टीममधील सदस्यांना उत्तम उपकरणे आणि साधने पुरवा. वातावरणामुळे ते करत असलेल्या उत्तम कामाला अधिक बळकटी मिळत असल्याची खात्री करा. ***प्रत्यक्ष बलाच्या शिक्षेमध्ये*** तुमची शक्ती खर्च होणे टाळण्यासाठी, तुमच्या टीमला व्यवधानांपासून शक्य तितके दूर ठेवा. त्यात अनावश्यक नोकरशाही आणि मीटिंग्जचाही समावेश आहे.

५. निश्चितता आणि भाकिताचे अंदाज याबाबत अवाजवी अपेक्षा ठेवण्याचे टाळा. काम पूर्णत्वास नेण्यासाठी एक आक्रमक योजना तयार करा. पण ***अनिश्चितता*** आणि ***योजनेबाबत चुकीची समजूत*** यांबाबत सुरुवातीपासून जागरूक राहा; म्हणजे तुमची मूळ योजना काही महत्त्वाच्या बाबतीत तरी अर्धवट किंवा चुकीची राहणार नाही. तुमची योजना पुढे जाता–जाता तुम्ही जे शिकता, त्याचा वापर करून त्यात दुरुस्ती अथवा सुधारणा करत राहा. ***पार्किन्सन लॉ*** पुन्हा लागू करा, जेणेकरून तुम्हाला काम पूर्ण करण्यासाठी आवश्यक ***ट्रेड ऑफ्स*** करता येतील आणि काम पूर्णत्वास नेण्याचा जवळचा मार्ग सापडेल.

६. तुमचे काम योग्य रीतीने सुरू आहे ना हे पाहण्यासाठी ***मापन*** करा – जर कामाचे नाही केले, तर इतर काही पद्धत वापरा. शिकणे अनावश्यक असते ही प्रभावी व्यवस्थापनाच्या मूळ चुकीच्या समजुतींपैकी एक आहे. ही मनःस्थिती गृहीत धरते की तुमची मूळ योजना १००% बरोबर आहे आणि तुम्ही अगदी त्याचप्रमाणे कृती करता. सत्य त्याच्या अगदी उलट असते. प्रभावी व्यवस्थापन म्हणजे शिकण्याची योजना तयार करणे, ज्यामध्ये सतत फेरबदल करावे लागतात.तुमची कामगिरी ***कार्यप्रदर्शनाचा मुख्य निर्देशांक*** (नंतर चर्चिले आहे) वर सतत मोजत राहा. जर तुमची कृती कामामध्ये दिसून येत नाही, तर दुसऱ्या पद्धतीचा ***प्रयोग*** करून पाहा.

वरील सर्व केलेत, तर तुमची टीम खूप उत्पादक होईल. परंतु तसे न केल्यास तुमच्याकडून काही उत्पादक कामगिरी होईल का नाही, हे माहीत नाही.

व्यवस्थापनाची ही पद्धत कमांड आणि कंट्रोल स्टाईल *नव्हे,* जरी ती लोकांना नाव ऐकताक्षणी तशी वाटते. टीव्हीवर आणि व्यवस्थापनाविषयीच्या बहुतेक साहित्यात, मॅनेजर म्हणजे उच्च प्रतिष्ठेचे अधिकारी असतात, जे त्यांचा बहुतांश वेळ लोकांना काय करायचे हे सांगत आणि निर्णय घेत घालवतात असे दाखवले जाते. प्रत्यक्षात, तसे वागणे हे चुकीच्या व्यवस्थापनाचे लक्षण आहे.

उत्तम मॅनेजर्स मोठ्या अधिकाऱ्यांसारखे वागत नाहीत. ते अधिक कौशल्यपूर्ण साहाय्यकासारखे असतात, ज्यांचा प्राथमिक हेतू लोकांची ***आर्थिकदृष्ट्या व्यवहार्य कौशल्ये*** केंद्रित ठेवणे आणि प्रत्येक ***उद्योगाचे पाच भाग*** सुधारणे हा असतो. तो प्राथमिक हेतू असा असतो की, कंपनीच्या म्हणजेच उद्योगाच्या निष्पत्तीसाठी प्रत्यक्ष सहभाग असणारी कामे करणे. ज्यांना या क्षेत्राचा वा विभागाचा प्रत्यक्ष अनुभव आहे, अशा व्यक्तींकडून महत्त्वाचे निर्णय घेतले जातात.

अलीकडील एका निबंधात, सॉफ्टवेअर उद्योजक जोएल स्पॉल्स्की मॅनेजरनी अधिकार गाजवण्यापेक्षा त्यांचे त्यांना काम करू द्यावे याबाबत सांगतात :

> *मॅनेजमेंट टीम ही संस्थेच्या अग्रभागी आहे, असा विचार करणे थांबवा. सॉफ्टवेअर डेव्हलपर्स, डिझायनर्स, प्रॉडक्ट मॅनेजर्स आणि सेल्स टीममधील लोक हे संस्थेच्या अग्रभागी आहेत असे समजा.*
>
> *मॅनेजमेंट टीम म्हणजे 'निर्णय घेणारी टीम' नव्हे. ते साहाय्यकारी काम आहे. तुम्ही त्यांना मॅनेजमेंट ऐवजी ॲडमिनिस्ट्रेशन म्हटले तरी चालेल, ज्यामुळे त्यांना त्यांच्या वर येण्यासाठी फार मोठे काही आहे, असे वाटण्यापासून दूर ठेवेल.*
>
> *व्यवस्थापनाने खूप कठीण निर्णय घ्यायचे नसतात. त्यांना त्याबाबत पुरेसे माहीत नसते... वरिष्ठ स्तरावरील लोकांना कठीण निर्णय घेता यावेत म्हणून आजूबाजूची कामे करण्यासाठी व्यवस्थापन (मॅनेजमेंट) अस्तित्वात असते...*
>
> *नॉलेज ऑर्गनायझेशनमध्ये असेच काम झाले पाहिजे. अग्रभागी मोठा मेंदू आणि खाली अनेक लहान मेंदू त्यांच्या आज्ञा पाळतील अशी रचना केल्यास कंपन्या अस्तित्वात येत नाहीत. तुम्ही सर्वांना त्यांनी त्यांच्या क्षेत्रात भरीव कामगिरी करावी यासाठी प्रयत्न करता आणि त्यासाठी काही किमान व्यवस्थापकीय साहाय्य करता. त्यामुळे त्यांना जलदगतीने हालचाली करता येतात.*

व्यवस्थापन हे एक एकमेवाद्वितीय कौशल्य आहे, ज्यामध्ये लोकांना अनावश्यकपणे विचलित होण्यापासून थांबवून, काम करण्यासाठी एकत्र बांधून ठेवण्यासाठी शिस्त, संयम, स्पष्ट संभाषण आणि वचनबद्धता लागते. चांगली टीम भरती करून, आणि ***संघर्ष*** (नंतर चर्चिले आहे) शक्य तितका टाळून, तुम्हाला अपेक्षित असलेले परिणाम प्राप्त करणे शक्य होते.

हो संकल्पना शेअर करा : http://book.personalmba.com/management/

कामगिरीवर आधारित नियुक्ती

(Performance-Based Hiring)

बोलणे आणि प्रत्यक्ष कृती करणे याबाबतीत बोलले अधिक जाते व कृती कमी केली जाते.

– लाऊ होल्टज, व्यावसायिक अमेरिकन फुटबॉल प्रशिक्षक आणि क्रीडासमीक्षक

तुम्हाला जर टीम उभारण्याची गरज असेल तर? तुमची कंपनी वाढत असताना जर तुम्ही भरतीसाठी जबाबदार असाल तर? उत्तम कर्मचारी कसे आकर्षित करायचे आणि राखून ठेवायचे?

नियुक्ती करणे हे सोपे काम नाही आणि उत्तम कर्मचारी तसेच कंत्राटदार शोधण्यासाठी, आकर्षित करण्यासाठी आणि त्यांना धरून ठेवण्यासाठी काही बिनधोक पद्धत नाही. नियुक्तीतील चुका नेहमीच महागात पडतात आणि एखादी चुकीची नियुक्ती तुमचा मौल्यवान वेळ, पैसा आणि तुमच्या टीमची शक्ती आणि सहनशक्ती या सर्व बाबतींत नुकसान करू शकते.

चांगले कर्मचारी आणि कंत्राटदार यांचा बायोडेटा नेहमीच चांगला असेल किंवा ते फोन स्क्रीनिंग वा मुलाखती यांमध्ये उत्तम ठरतील असे नाही. उत्तम नियुक्ती झालेले लोक चांगल्या प्रकारे काम करून घेऊ शकतात आणि तुमच्या टीममधील इतर लोकांबरोबर चांगले काम करू शकतात. तुम्ही अशा व्यक्तीच्या शोधात असता, जी मौल्यवान काम करेल, नवीन संधींबाबत उत्साही असेल आणि जी दैनंदिन काम करताना आनंदी असेल.

नियुक्तीचे सुवर्णनियम पुढीलप्रमाणे आहेत – *भविष्यातील वागणुकीचा उत्तम अंदाज म्हणजे त्यांचे काम.* जर तुम्हाला येणाऱ्या काही महिन्यांत आणि वर्षांत चांगले काम करतील, असे लोक नियुक्त करायचे असतील, तर तुम्ही ज्यांनी गेल्या काही महिन्यांत आणि वर्षांत उत्तम काम केले आहे, असे लोक शोधले पाहिजेत. त्याचा अर्थ, तुम्ही उमेदवाराच्या भूतकाळात थोडे वाकून पाहिले पाहिजे की, त्यांनी यापूर्वी काय काय साध्य केले आहे. शिवाय तुमच्याबरोबर खरोखर काम करू इच्छिणाऱ्या उमेदवाराला जोखमीचे काम देण्यापूर्वी, आधी तुलनेने छोटे काम देऊन, त्याची परीक्षा घ्या.

नियुक्तीची पहिली पायरी म्हणजे तुम्ही साहाय्यक शोधत आहात, याची जाहिरात करा. बहुतेक कंपन्यांसाठी त्यांच्याकडील नोकऱ्या जाहीर करण्याचा साधारण मार्ग म्हणजे कामाचे वर्णन (जॉब डिस्क्रिप्शन) लिहिणे. जॉब डिस्क्रिप्शन जाहीर करून तुम्ही चांगले उमेदवार शोधू शकता किंवा रिक्रुटर्स त्यांच्या वैयक्तिक ओळखींचा वापर करून उमेदवार शोधण्याचे काम करतात. जॉब डिस्क्रिप्शन हे जाहिरातीसारखे कसेही लिहू नका. उमेदवाराला जर तुम्ही सिलेक्ट केले, तर त्याने दररोज काय काम करायचे, हे तुम्हाला लिहायचे आहे. त्यात शक्य तितके बारीकसारीक अनाकर्षक तपशीलही लिहा. जोवर तुम्ही बारीकसारीक कामाचे तपशील लिहीत नाही, तोवर या नोकरीकडे आकर्षित झालेल्या उमेदवारांना त्यांना तुमच्याकडे काम करणे जमेल अथवा नाही, हे समजणे कठीण होईल.

त्यानंतर उमेदवारांची त्यापुढील चाळणी करण्यासाठी प्राथमिक 'ॲसिड टेस्ट'चा वापर करा. ज्या वेळी नोकरीच्या बाजारपेठेत मंदी असते, त्या वेळी नोकरीविषयक जाहिरातींना खूप प्रतिसाद मिळतो; पण त्यांपैकी सर्वच उमेदवार चांगले नसतात. तुम्हाला लवकरात लवकर चांगले उमेदवार शोधायचे आहेत. पदवी किंवा जीपीएसनुसार निवड करणे प्रभावी ठरत नाही. कारण, त्यामुळे तुम्हाला उमेदवाराच्या वर्तमान कौशल्याबाबत काही कल्पना येत नाही. त्या अर्जांची छाननी करताना, काही प्राथमिक प्रश्न विचारा, ज्यांची उत्तरे देण्यासाठी त्यांना त्यांच्या क्षेत्रामधील ठरावीक विशेष ज्ञान असणे आवश्यक असेल. यामुळे तुम्हाला तुमचा भावी उमेदवार सहज ओळखणे शक्य होईल.

या प्रक्रियेतून काही उमेदवारांचे निवड केल्यानंतर प्रत्येकाला त्यांच्या आजवरच्या दोन किंवा तीन चांगल्या कामांची उदाहरणे द्यायला सांगा. उदाहरणादाखल दिलेले काम तुमच्या आताच्या नोकरीशी संबंधित असायलाच हवे असे नाही. पण ते सांगताना, तुम्हाला तुमच्या उच्च दर्जाच्या कौशल्याचा अभिमान वाटावा, असे असावेत. यामागील कल्पना अशी आहे की, उमेदवारांनी आजवर काय काम केले आहे याच्या उदाहरणातून त्यांच्या संबंधित ज्ञानाची, अनुभवाची आणि कामाच्या पद्धतीची कल्पना येईल. जर उमेदवार म्हणत असेल की, त्याला पाच वर्षांचा प्रोडक्ट डेव्हलपमेंटच्या कामाचा अनुभव आहे; पण त्याला जर केलेले काम दाखवता येत नसेल, तर पुढे जाण्यात अर्थ नाही.

या ठिकाणी, रेफरन्स तपासणे हे वेळेचा उत्तम सदुपयोग केल्यासारखे असते. उदाहरणासोबतच, त्यांनी ज्यांच्याबरोबर काम केले आहे, अशा लोकांचे संपर्क क्रमांक आणि पत्ते मागून घ्या. जेव्हा तुम्ही उमेदवाराच्या रेफरन्सला संपर्क करता, तुमचे प्रश्न एकदम साधे असावेत : उदाहरणार्थ, ते पुन्हा त्या उमेदवारासोबत काम करतील का? जर या प्रश्नाचे उत्तर देताना ते अडखळले, तर त्यांचा नकार आहे असे समजा. जर तुम्ही एखाद्या रेफरन्सपर्यंत पोहोचू शकत नसाल, तर त्यांच्यासाठी निरोप ठेवा आणि त्यांच्यासाठी तो उमेदवार असामान्य असेल, तर तुम्हाला संपर्क करायला सांगा. जर तो तसा असेल, तर तुम्हाला फोन येईल, जर नसेल, तर फोन येणार नाही.

अखेरीस, अशा भावी उमेदवारांना एखादा लहान प्रोजेक्ट किंवा परिस्थिती द्या, जेणेकरून तुम्हाला ते कसा विचार करतात, कसे काम करतात आणि संवाद कसा साधतात, हे लक्षात येईल. लहान प्रोजेक्ट हे तंत्रज्ञानात कुशल उमेदवारांसाठी उत्तम लागू पडतात, तर ज्यांना काही निर्मिती करायची आहे, मार्केटिंग, विक्री, व्यवसाय विकास, वित्त आणि व्यवस्थापनाचे काम करणाऱ्या उमेदवारांसाठी परिस्थितीसदृश प्रोजेक्ट यातून येणारा निष्कर्ष काही ठोस सांगणारा असावा : अहवाल, कामाची जागा/पोहोच, मिळकत किंवा प्रक्रिया.

उमेदवारांना कृत्रिम वातावरणात ठेवू नका : त्यांना कोणतीही साधने वापरायची मुभा असावी. जर त्यांना काही शंका/प्रश्न असतील, तर तुम्हाला संपर्क करण्याची मुभा असावी. प्रोजेक्ट पूर्ण झाल्यावर, त्या उमेदवारांना तुम्हाला भेटण्यास बोलवा आणि तुमचे निष्कर्ष सांगा. अशा प्रकारे घेतलेली प्रात्यक्षिक परीक्षा मुलाखतीऐवजी घेता येऊ शकते.

प्रोजेक्ट किंवा परिस्थितीचा उद्देश हा आहे की, खऱ्याखुऱ्या वातावरणात उमेदवारांच्या प्रत्यक्ष कामाची परीक्षा घेणे. उमेदवार सर्वप्रथम कशावर लक्ष केंद्रित करतात? त्याचे लक्ष

कशाकडे जाते आणि कशाकडे नाही? ते त्यांचे पर्याय आणि शिफारस कसे सांगतात? तुम्ही प्रश्न विचारता तेव्हा किंवा तुम्ही निष्कर्षाशी सहमत होत नाहीत, तेव्हा कशी प्रतिक्रिया देतात?

यासारखे लहान प्रात्यक्षिक घेण्यासाठी काही तास पुरेसे असतात. उमेदवारांचा आदर करा : तुमची निवड-प्रक्रिया ही मोफत सल्ला घेण्याची नसावी. जर तुम्हाला दीर्घकाळाच्या प्रोजेक्टनंतर त्यांना घ्यावे असे वाटत असेल, तर तुम्ही त्यांना अर्धवेळ सल्लागार म्हणून नेमू शकता आणि जर त्यांच्या कामावर तुम्ही खूश असाल, तर नंतर त्यांना पूर्णवेळ नोकरीवर घेऊ शकता.

चांगले कर्मचारी आणि कंत्राटदार शोधण्याची ही साधारण निवड-प्रक्रिया आहे आणि त्यांची परीक्षा घेण्याची स्पष्ट, प्रभावी पद्धत आहे. ही पद्धत बायोडाटा किंवा पारंपरिक मुलाखती यांवर विसंबत नाही, जे केवळ उमेदवार बायोडाटा कसा लिहितो आणि मुलाखत कशी देतो याचीच परीक्षा घेऊ शकतात. जर तुम्ही त्यांची भूतकाळातील कामगिरी पाहिली आणि त्यांच्या प्रत्यक्ष कामाची परीक्षा घेतलीत, तर तुम्ही अधिक चांगले उमेदवार निवडू शकाल.

ही संकल्पना शेअर करा : http://book.personalmba.com/performance-based-hiring/

९

प्रणाली समजून घेताना

तुम्हाला जे समजत नाही त्याची स्तुती करणे वाईट; पण त्याची निंदा करणे त्याहून वाईट.

– लिओनार्दो द विन्ची, संशोधक, कलाकार आणि व्यासंगी

उद्योग म्हणजे गुंतागुंतीची ***प्रणाली*** असते, जी त्याहून अधिक क्लिष्ट असणाऱ्या बाजारपेठ, समाज यांसारख्या प्रणालीमध्ये अस्तित्वात असते, किंचकट प्रणाली म्हणजे एकसंघ असणारी स्व-स्थायी आंतरजोडणीच्या भागांची व्यवस्था असते.

या भागात तुम्हाला सर्व प्रणालींचे सामायिक घटक कोणते असतात, ते शिकता येईल. ***पर्यावरणाचे*** घटक प्रणालींच्या कार्यावर कसा प्रभाव करतात तसेच ***अनिश्चितता*** आणि ***बदल*** यांचे अस्तित्व कसे कायम असते, हे ही शिकता येईल.

ही संकल्पना शेअर करा : http://book.personalmba.com/understanding-systems/

गॉल्स लॉ

(Gall's Law)

एखादी गुंतागुंतीची प्रणाली नेहमी एखाद्या साध्या प्रणालीतूनच जन्माला आलेली असते. याच्या उलटदेखील खरे वाटते. जी शून्यातून निर्माण केलेली गुंतागुंतीची प्रणाली आहे, ती कधीही काम करत नाही आणि कार्यरत करताही येत नाही. तुम्हाला पुन्हा साध्या प्रणालीपासूनच सुरुवात करावी लागते.

– जॉन गॉल, सिस्टीम थिअरिस्ट

तुमच्यासाठी एक वीक-एन्ड प्रोजेक्ट आहे. शून्यातून एक कार तयार करा. आधी तयार केलेले कोणतेही सुटे भाग वापरून चालणार नाहीत. तुमच्याकडे आहे केवळ एक धातूचा ठोकळा, काही साधी हत्यारे, तुमचे ज्ञान आणि कल्पकता! तुम्हाला तुमचा हा प्रोजेक्ट कसा होईल असे वाटते?

या प्रोजेक्टसाठी एक वर्ष लागले, तरी तो एक पूर्ण होईल असे वाटत नाही. जर तुमची कार चालली (ज्याची शक्यता कमीच वाटते). तरी ती व्यावसायिक उत्पादकाने तयार केलेल्या कारच्या तुलनेत खूप अकार्यक्षम आणि कमी विश्वसनीय असेल.

आता अशी कल्पना करा की, तुम्हाला एक आधुनिक संगणक तयार करायचा आहे किंवा कॅन्सरवर औषध शोधायचे आहे किंवा माणसाचा क्लोन निर्माण करायचा आहे– तेदेखील आधी कोणी जे शोधले किंवा निर्माण केले आहे, त्यावर अजिबात न विसंबता! तुम्हाला नक्कीच खर्चीक आणि मनोधैर्य खच्ची करणाऱ्या अपयशांना सामोरे जावे लागेल; आणि जरी तुम्हाला यश मिळाले, तरी त्याला खूप वर्षे लागतील.

गुंतागुंतीच्या ***प्रणाली*** शून्यातून निर्माण करणे का अवघड जाते? जॉन गॉल, हे महत्त्वाच्या गुंतागुंतीच्या प्रणाली विशेषज्ञांपैकी एक आहेत. त्यांनी या प्रश्नाचे उत्तर दिले.

गॉल्स लॉ पुढीलप्रमाणे आहे. गुंतागुंतीच्या कार्यरत होणाऱ्या प्रणाली साध्या प्रणालींपासून निर्माण झालेल्या असतात. गुंतागुंतीच्या प्रणालीमध्ये खूप चलने (व्हेरिएबल्स) आणि ***परस्परावलंबित्व*** (नंतर चर्चिले आहे) असते, जे कार्यरत होण्यासाठी योग्य अनुक्रमाने योजले पाहिजे. शून्यातून निर्माण केलेल्या गुंतागुंतीच्या प्रणाली वास्तव जगात काम करू शकत नाहीत, कारण त्यांची रचना करताना त्यांना आजूबाजूच्या वातावरणाच्या निवडीला सामोरे जावे लागले नसते.

अनिश्चिततेमुळे (नंतर चर्चिले आहे) तुम्हाला ही चलने किंवा परस्परावलंबित्व यांचा अगोदर अंदाज लावता येणार नाही. त्यामुळे, शून्यातून निर्माण केलेली गुंतागुंतीची प्रणाली नेहमीच अनपेक्षितपणे अपयशी होईल.

गॉल्स लॉ आजूबाजूच्या वातावरणातील ***निवड चाचण्या*** (नंतर चर्चिले आहे) सिस्टीम डिझाईनला मिळतात, तिथे असतो. जर तुम्हाला कार्यरत होईल अशी प्रणाली तयार करायची आहे, तर त्यासाठीची उत्तम पद्धत म्हणजे एक साधी प्रणाली तयार करा, जी आधी ***पर्यावरणाच्या*** सद्यःनिवड चाचणीतून जाईल आणि नंतर त्यात काळाबरोबर सुधारणा करा. हळूहळू तुम्ही गुंतागुंतीची प्रणाली तयार कराल, जी चांगल्या प्रकारे कार्यरत होईल.

गॉल्स लॉ आपल्याला सांगतो की, ***मूळ नमुना*** आणि ***पुनरावृत्ती*** हे दोन्ही ***मूल्यनिर्मितीच्या*** पद्धती म्हणून कशा काम करतात. शून्यातून प्रणाली निर्माण करण्याऐवजी मूळ नमुना तयार करणे खूप सोपे आहे. प्रणाली, महत्त्वाच्या निवड चाचण्या पार करेल का नाही हे पाहण्यासाठी ही सर्वांत सोपी व शक्य असलेली पद्धत आहे.

त्या मूळ नमुन्याला ***किमान टिकाऊ ऑफरमध्ये*** रूपांतरित वा विस्तारित केले, तर तुम्हाला अतिशय ***महत्त्वाची निर्णायक गृहीतके*** तपासून सिद्ध करता येतात, जिचे साध्या शक्य प्रणालीमध्ये रूपांतर झाले की, ती प्रत्यक्ष ग्राहकाला यशस्वीरीत्या वापरता येते. पुनरावृत्ती आणि वाढीव वृद्धीमुळे हळूहळू ***गुंतागुंतीची प्रणाली*** तयार होते आणि आजूबाजूच्या वातावरणात बदल झाले, तरीही कार्यरत होते.

जर तुम्हाला एखादी प्रणाली शून्यातून निर्माण करायची आहे, तर गॉल्स लॉचे उल्लंघन तुमच्या जोखमीवर करा.

ही संकल्पना शेअर करा : http://book.personalmba.com/galls-law/

ओघ

(Flow)

एखादी प्रक्रिया थांबवून ती समजून घेता येत नाही. समजण्याची क्रिया प्रक्रियेच्या ओघाबरोबर झाली पाहिजे, त्याबरोबर प्रवाहित झाली पाहिजे.

– फ्रँक हर्बर्ट, सायन्स फिक्शन नॉव्हेलिस्ट आणि ड्यूनचे लेखक

एखादी ***प्रणाली*** काहीही कार्य करत असेल, तरी त्याला एक ***ओघ*** असतो प्रणालीच्या आत आणि बाहेर साधनांची हालचाल होत असते. एका कार असेंब्ली लाइनची कल्पना करा. स्टील, प्लास्टिक, सिलिकॉन, रबर आणि काच यांसारखा कच्चा माल आत जातो आणि एक तयार कार बाहेर येते.

इन्फ्लो म्हणजे एखाद्या प्रणालीसाठी लागणारी साधने. जसे की, वॉश बेसिनमध्ये सोडलेले पाणी, बँकखात्यात असलेले पैसे, उत्पादनासाठी लागणारा कच्चा माल, कंपनीत नव्याने नियुक्ती झालेले लोक, इत्यादी. जसे पाणी नळातून सोडले की त्याखाली आपण हात धुतो, उत्पादन तयार होण्यासाठी असेंब्लीवर पुढील प्रक्रियेसाठी कच्चा माल पाठवला जातो, आणि नव्याने रुजू झालेले लोक कंपनीच्या प्रणालीत सामावून जाऊन काम करतात, त्यालाच 'आत येणारी साधने किंवा इन्फ्लो' असे म्हणू शकतो.

आउटफ्लो म्हणजे प्रणालीमधून प्रक्रिया होऊन बाहेर पडणाऱ्या गोष्टी. जसे की, वॉश बेसिनमधून बाहेर पडणारे पाणी, बँकखात्यातून खर्च होऊन बाहेर जाणारे पैसे, कारखान्यात असेंब्लीवरून बाहेर पडणारी तयार कार किंवा इतर उत्पादने, तसेच कंपनीतून निवृत्ती किंवा नोकर-कपातीमुळे बाहेर पडणारे कर्मचारी.

या ओघांचा माग काढल्यास तुम्हाला ती प्रणाली कसे काम करते हे कळेल.

ही संकल्पना शेअर करा : http://book.personalmba.com/flow/

स्टॉक

(Stock)

स्टोअर हाउसमध्ये ठेवलेला माल तो जिथे वापरण्यासाठी बनवला आहे, तिथे जोपर्यंत पाठवला जात नाही, तोपर्यंत तो निरुपयोगी असतो. माणूस आपल्या मेंदूत जे जे साठवतो, त्यालाही हे लागू होते.

– थॉमस जे. वॉटसन, आयबीएमचे माजी अध्यक्ष

प्रणालीच्या ***ओघाचा*** मागोवा घ्या आणि तुम्हाला लक्षात येईल की, साधने कोठे एकत्रित साठवली जातात.

इथे, ***साठा*** हे काही उद्योगाच्या मालकीचे सर्टिफिकेट नव्हे, तर साधनांचा संचय किंवा कोठार होय. बँकखाते हे याचे उत्तम उदाहरण आहे. बँकखाते म्हणजे वापरण्यासाठीच्या पैशांचा संचय असतो. इंव्हेन्टरी, ग्राहकांची रांग, प्रतीक्षा-याद्या हीसुद्धा साठ्याची उदाहरणे आहेत.

साठा वाढवण्याकरता, ***आत येणारा प्रवाह*** वाढवा आणि/किंवा ***बाहेर जाणारा प्रवाह*** कमी करा. जर तुम्हाला तुमच्या बँकखात्यात अधिक रक्कम साठवायची असेल, तर त्यात जास्त पैसे जमा करा आणि कमी पैसे काढा. जर तुम्ही कार तयार करत असाल आणि सातत्याने तुम्हाला इंजीन, कमी पडत असतील, तर असेंब्ली लाइनची गती कमी करा किंवा तुमच्या इंव्हेन्टरीमध्ये अधिक इंजीन ठेवा.

साठा कमी करण्यासाठी, आत येणारा प्रवाह कमी करावा आणि बाहेर जाणारा प्रवाह वाढवावा. जर तुमच्याकडे खूपच जास्त इंव्हेन्टरी असेल, तर ***थ्रूपुट*** वाढवा किंवा असेंब्ली लाइनवरील लोकांची संख्या कमी करा.

प्रणालीतील साठा शोधल्यास आणि तुम्हाला साधनांचा तो संचय सापडेल जो वापराच्या प्रतीक्षेत आहे.

हीसंकल्पना शेअर करा : http://book.personalmba.com/stock/

विपुलता

(Slack)

> ज्याच्याकडे गरजेपेक्षा अधिक आहे, तो परिस्थिती नियंत्रणात ठेवू शकतो. पण ज्याच्याकडे नाही, त्याच्यावर परिस्थिती नियंत्रण ठेवते आणि अनेकदा त्याला निर्णय घेण्याची संधी मिळत नाही.
>
> – हार्वे एस. फायरस्टोन, द फायरस्टोन टायर आणि रबर कंपनीचे संस्थापक

स्टॉक म्हणजे साधनांचा साठा किंवा संचय असतो, त्यामुळे तुम्हाला किती साधनांसह काम करायचे आहे, हे समजून घ्यावे लागते. ***विपुलता*** म्हणजे स्टॉकमध्ये असलेल्या साधनांची एकूण संख्या. स्टॉकमध्ये जितकी अधिक साधने, तितका अधिक स्लॅक असतो.

एखादी ***प्रणाली*** कार्यक्षमपणे चालण्याकरता, योग्य आकाराचा साठा असावा लागतो. खूप मोठा नाही आणि खूप लहानही नाही. आपल्या काल्पनिक वाहन/कार उत्पादनाचे उदाहरण घ्या : ते अनेक लहान लहान प्रणालींचे एकीकरण आहे, ज्यातील प्रत्येक प्रणाली, सुट्या भागांचा साठा निर्माण करण्यासाठी डिझाईन केली आहे.

कार जेव्हा असेंब्ली लाइनच्या जिथे इंजीन बसवतात त्या ठिकाणी पोहोचते, तेव्हा तिथे जर इंजिन्सचा साठा तयार नसेल, तर लाइनवरील मागच्या सर्व गोष्टी अडवल्या जातात. ही समस्या टाळण्यासाठी, म्हणून साठ्याचा तेथील बाहेर जाणारा प्रवाह प्रणाली

चालू राहण्यासाठी आवश्यक तितका मोठा असेल याची खात्री करून घेणे योग्य ठरते. जसजसा साठा कमी होतो, तसतसा आत येणारा प्रवाह साठा पुन्हा भरून काढतो.

मोठ्या साठ्यामध्ये नेहमी जास्त विपुलता असते. पण त्या लवचीकतेसाठी काही किंमत मोजावी लागते. जर तुमच्याकडे पाचशे इंजिन्स बसवली जाण्यासाठी प्रतीक्षेत आहेत, तर तुमचा खूप पैसा इंव्हेन्टरीमध्ये अडकून पडला आहे. यामुळे कॅश फ्लो कमी होतो. तुम्हाला इंजिन्स साठवण्यासाठी स्टोअरेजमध्ये जागा लागते व त्यासाठी पैसेदेखील मोजावे लागतात. म्हणजे इंजिन्स हरवत नाहीत किंवा त्यांना हानी पोहोचत नाही. परिणामी, तुमचा खर्च वाढतो आणि ***प्रॉफिट मार्जिन*** कमी होते.

लहान साठे जास्त कार्यक्षम असतात; पण त्यात कमी विपुलता असते. जर तुमच्याकडे दोन किंवा तीन इंजिन्सचा साठा असेल, तर तुमचे खूप जास्त पैसे इंव्हेन्टरीमध्ये अडकून पडणार नाहीत. परंतु, जर असेंब्ली लाइनचा वेग वाढला तर, किंवा इंजीन बनवणाऱ्या प्रणालींमध्ये बिघाड झाला, तर इंजीनसाठा लवकर संपण्याची शक्यता खूप जास्त आहे.

विपुलतेचे व्यवस्थापन करणे खूप कठीण असते : आवश्यकतेपेक्षा खूप जास्त झाल्यास, तुमचा वेळ आणि पैसा वाया जातो व खूप कमी झाल्यास, तुमच्या प्रणाली सुरू राहण्यासाठी आवश्यक असलेली साधने संपून जाण्याच्या जोखमीला तोंड द्यावे लागेल.

ही संकल्पना शेअर करा : http://book.personalmba.com/slack/

मर्यादा

(Constraint)

> एकदा का तुम्ही प्रथम क्रमांकाची समस्या दूर केली की, दुसऱ्या क्रमांकाची समस्या तिची जागा घेते.
>
> – जेराल्ड वाईनबर्ग, सल्लागार आणि द *सीक्रेटस ऑफ कन्सल्टिंग* या पुस्तकाचे लेखक

महत्त्वाच्या इनपुटमुळे प्रणालीच्या काम करण्यावर नेहमी मर्यादा येतात. त्या मर्यादा दूर करा आणि प्रणालीचे काम सुधारेल.

द गोल : अ प्रोसेस ऑफ ऑनगोइंग इम्प्रूव्हमेंटमध्ये एलियाहू गोल्डरॅट ज्याला ते 'थिअरी ऑफ कॉंस्ट्रंट' असे म्हणतात, त्याबद्दल सांगतात की : कोणतीही व्यवस्थापन करता येईल अशी प्रणाली नेहमी तिची ***उद्दिष्टे*** साध्य करण्यासाठी किमान एका मर्यादेमुळे सीमित असते. जर तुम्ही ती मर्यादा ओळखू शकलात आणि दूर करू शकलात, तर तुम्ही प्रणालीचा ***वेग*** वाढवू शकता.

मर्यादा असतानाही ***साठ्याचा*** आकार वाढवला, तर समस्या दूर होऊ शकते. जर तुम्हाला इंजीनचा तुटवडा सतत भासत असेल, तर इंजीनमधील विपुलता वाढवणे हा ती

मर्यादा दूर करण्याचा उत्तम मार्ग आहे. मर्यादा 'उपाशी' राहणार नाही याची खात्री करून घेऊन, तुम्ही पूर्ण प्रणालीच्या कार्यक्षमतेत वाढ करू शकता.

एखादी मर्यादा शोधण्यासाठी आणि दूर करण्यासाठी, गोल्डरॅट 'एकाग्रतेच्या पाच पायऱ्या' प्रस्तावित करतात, एक अशी पद्धत आहे की, ज्यामुळे तुम्ही कोणत्याही प्रणालीचा थ्रूपुट वाढवू शकता :

१. *ओळखणे* : मर्यादा घालणारा घटक शोधण्यासाठी प्रणालीचे परीक्षण करणे. तुमची असेम्ब्ली पुढे जाण्यासाठी जर सतत इंजीनसाठी प्रतीक्षा करत असेल, तर इंजीन ही तुमची मर्यादा आहे.

२. *पूर्ण वापर* : पूर्ण वापर केल्यास मर्यादेशी संबंधित साधने वाया जात नाहीत ना, हे पाहिले जाते. जर इंजीन बनवण्यासाठी जबाबदार कर्मचारी विंडशिल्डदेखील तयार करत असतील, किंवा जेवणाच्या सुट्टीदरम्यान इंजीन तयार करणे थांबवत असतील, तर त्या कर्मचाऱ्यांच्या उपलब्ध वेळांपैकी १००% वेळ आणि शक्ती वापरली जात नाही आहे, ही मर्यादा आहे आणि ती कमी करता येऊ शकते. कर्मचाऱ्यांना शिफ्टमध्ये काम करायला सांगून मग ब्रेकमध्ये उत्पादन मंदगतीने होते ते टाळता येईल.

३. *अधीनता* : तुमच्यावर असलेल्या मर्यादेवर मात करण्यासाठी पूर्ण प्रणालीची पुनर्रचना करा. असे गृहीत धरू की, तुम्ही इंजीन बनवणाऱ्या प्रणालीचा जास्तीतजास्त उपयोग करून घेण्यासाठी सर्व प्रयत्न केले आहेत. पण तरीही तुम्ही अद्याप मागे पडला आहात. सबऑर्डिनेशन म्हणजे कारखान्याची पुनर्रचना करणे ज्यामुळे इंजीनची बांधणी करण्यासाठी जे जे लागेल, ते सर्व हाताशी असेल. आवश्यक असणारी वस्तू कारखान्याच्या त्या टोकाला जाऊन आणण्यापेक्षा हे बरे. इतर उप-प्रणालीमध्येही थोडी फेररचना करावी लागेल. पण ती काही मोठी गोष्ट नाही, कारण आता मर्यादा नाहीशा होतील.

४. *बढती* : म्हणजेच मर्यादेची क्षमता कायमची वाढवणे. कारखान्याच्या बाबतीत, बढती करणे म्हणजे इंजीन तयार करणारे अजून एक मशीन मागवणे आणि ते मशीन चालवण्यासाठी अधिक कामगार भरती करणे. बढती ही अधिक प्रभावी असते; पण ती खर्चीक आहे. तुम्हाला अधिक उपकरणांसाठी अधिक पैसे खर्च करायचे नसल्यास, करू नका. म्हणूनच साधनांचा/प्रणालींचा पूर्ण वापर आणि अधीनतेचा विचार आधी केला जातो : तुम्ही एखाद्या मर्यादेची तीव्रता चटकन कमी करू शकता, ते ही अधिक पैसे न खर्च करता!

५. *पुनर्मूल्यांकन* : बदल केल्यानंतर, मर्यादा कुठे स्थित आहे हे पाहण्यासाठी प्रणालीचे पुनर्मूल्यांकन करणे आवश्यक असते. मानसिक शैथिल्य हा तुमचा शत्रू आहे असे गृहीत धरू नका. नेहमी इंजिन्स हीच मर्यादा असेल असे नाही. एकदा का तुम्ही काही बदल केलेत की, मर्यादित घटक आता विंडशील्ड्सदेखील असू शकतात. त्या बाबतीत, इंजीनचे उत्पादन वाढवण्यावर लक्ष केंद्रित करत

राहण्यामध्ये काही अर्थ उरत नाही. आता जोवर तुमच्या सुधारणेचे लक्ष्य विंडशील्ड असेल तोवर प्रणालीमध्ये सुधार होणार नाही.

'एकाग्रतेच्या पाच पायऱ्या' या ***पुनरावृत्तीच्या गतीशी*** मिळत्याजुळत्या आहेत. तुम्ही जितक्या चटकन या प्रक्रियेतून जाल, आणि अधिकाधिक चक्र पूर्ण कराल, तितका तुमच्या प्रणालीचा थ्रूपुट सुधारेल.

ही संकल्पना शेअर करा : http://book.personalmba.com/constraint/

फीडबॅक लूप

(Feedback Loop)

माहितीच्या प्रणाली – फीडबॅक कंट्रोल हे जीवन आणि मानवी प्रयत्नासाठी अत्यंत महत्त्वाचे आहे... आपण व्यक्ती, उद्योग, किंवा एक समाज म्हणून जे जे करतो, ते ते माहितीच्या आणि फीडबॅक प्रणालीच्या संदर्भाने केलेले असते.

– जे डब्ल्यू फॉरिस्टर, सिस्टीम थिअरिस्ट आणि एमआयटी येथे प्रोफेसर

कारण आणि परिणाम हे लक्षात घेण्यासाठी पुरेसे सोपे आहेत; पण जेव्हा परिणाम स्वतः कारणे बनतात, तेव्हा काय होते?

जेव्हा एखाद्या प्रणाली/सिस्टीमचा आउटपुट हा पुढील चक्राच्या इनपुटपैकी एक होतो, तेव्हा ***फीडबॅक लूप्स*** अस्तित्वात असतात. फीडबॅक म्हणजे ***प्रणाली*** कशा शिकतात – जर प्रणाली त्याचे आजूबाजूचे ***वातावरण*** समजून घेण्यास सक्षम असेल, तर तो फीडबॅक ती प्रणाली नियंत्रणाखाली आहे का आणि आवश्यक ***निवड–चाचण्यांचे*** समाधान करत आहे का, हे समजून घेण्यास मदत करतो.

समतोलतेचे लूप (बॅलन्सिंग लूप्स) प्रत्येक प्रणाली चक्राचा आउटपुट कमी करतात व त्यामुळे प्रणालीत समतोलपणा येतो आणि बदलाला प्रतिकार येतो. खांद्याच्या उंचीवरून टेनिस बॉल खाली टाकला, तर तो वर उसळी मारून वर खाली होत राहील. त्याची प्रत्येक उसळी आधीच्यापेक्षा कमी असेल. जोपर्यंत प्रणालीतील शक्ती समतोलपणाकडे जात नाही, तोपर्यंत बॉल जमिनीवर शांत बसत नाही. ***घर्षण*** आणि हवेचा प्रतिकार प्रत्येक चक्राला नाउमेद करतात.

समतोलतेचे लूप्स आवर्तनांना कमी करतात आणि प्रणालीला एका विशिष्ट स्थितीत ठेवत स्थिरतेकडे नेतात. ***आकलनाच्या नियंत्रणाच्या*** प्रणाली या नेहमी बॅलन्सिंग लूपसच्या बनलेल्या असतात. आपण थर्मोस्टॅटच्या उदाहरणाकडे पाहिले तर : जर खोलीचे तापमान ***संदर्भ पातळीपेक्षा*** जास्त असेल, तर कुलिंग सिस्टीम सुरू होऊन तापमान कमी होईल. जर तापमान संदर्भ पातळीपेक्षा कमी असेल, तर हीटर सुरू होऊन तापमान वाढवले जाईल.

परिणामी, ती प्रणाली स्थिर तापमान राखण्याचा प्रयत्न करेल. तोच त्या प्रणालीचा मूळ हेतू आहे.

प्रत्येक ***प्रणाली–चक्रामध्ये*** अधिक मजबूत करणारे लूप्स प्रणालीच्या आउटपुटची शक्ती वाढवतात. अधिक मजबूत करणाऱ्या लूप्समुळे कालांतराने जास्त वाढ होते किंवा ऱ्हास होतो. दोन कंपन्यांमधील किमतींच्या युद्धाची कल्पना करा, ज्यात प्रत्येक कंपनी किंमत कमी ठेवण्यासाठी स्पर्धा करत आहे. कंपनी अ ने किंमत कमी केली, नंतर कंपनी ब त्याचा बदला म्हणून किंमत अजून कमी करते. जोपर्यंत प्रत्येक कंपनीची संदर्भ पातळी 'आपल्या उत्पादनाची किंमत आपल्या स्पर्धकापेक्षा कमी असली पाहिजे' यावर असते. किमती कमी होत राहतील. जोवर दोन्ही कंपन्या त्यांचे त्या उत्पादनावरील आपले ***प्रॉफिट मार्जिन*** काढून टाकत नाहीत, तोवर किमती कमी होत राहतील.

कम्पाउन्डिंग लूप (चक्रवाढ) हे सकारात्मकपणे अधिक मजबुतीकरण करणाऱ्या लूप्सचे उदाहरण आहे. चक्रवाढ पद्धतीमध्ये कालचक्रानुसार मुद्दल वाढत जाते, आणि त्यामुळे अधिक व्याज मिळते. कालांतराने, केवळ जमा झालेले व्याजदेखील मोठ्या रकमेत रूपांतरित होऊ शकते. चक्रवाढ कालचक्राचा मूळ उद्देश तोच असतो.

बऱ्याचदा, प्रत्येक ***साठ्याचा*** आकार अनेक लूप्सनी प्रभावित झालेला असतो, जे त्याला सर्व बाजूंनी ओढत असतात. तुमच्या बँकखात्याची कल्पना करा : फीडबॅक लूप तुमचे उत्पन्न, भाडे/मॉर्गेज, खाण्यापिण्याचा खर्च आणि इतर खर्च नियंत्रित करत असतो. तुम्ही प्रत्येक कालचक्र हे खूप जास्त आहे का पुरेसे नाही हे तपासत असता, जे एका बॅलन्सिंग फीडबॅक लूपचे प्रतिनिधित्व करते. खूप जास्त किंवा पुरेसे नसलेला ***इन्फ्लो*** किंवा ***आउटफ्लो*** तुम्हाला कार्यरत करतो ज्याचा पुढील कालचक्रावर परिणाम होतो.

तुमच्या आजूबाजूला पाहा. *सर्वत्र* फीडबॅक लूप्स आहेत. तुम्हाला ते दिसू लागले की, सतत बदलणाऱ्या ज्या प्रणालीमध्ये आपण राहत आहोत, त्याबद्दल कृतज्ञता मानू लागाल.

ही संकल्पना शेअर करा : http://book.personalmba.com/feedback-loops/

स्व–उत्प्रेरणा

(Autocatalysis)

जी प्रणाली अतिशय जलद विकसित होते, तिच्यात गोंधळ होण्याची दाट शक्यता असते. पण तसे न होता, ती व्यवस्थित चालावी म्हणून त्यात काही ठिकाणी शिथिलता ठेवावी लागते. काही भागांत बदल आवश्यक झाल्यास ते करता यावेत यासाठी तशी तरतूद ठेवावी लागते.

– ई. ओ. विल्सन, सिस्टीम थिअरिस्ट

स्व ***–उत्प्रेरणा*** ही रसायनशास्त्रातील संकल्पना आहे. ही एक प्रतिक्रिया आहे, ज्याचा परिणाम तशाच प्रकारच्या प्रतिक्रियेसाठी आवश्यक असा कच्चा माल तयार करते.

स्व-उत्प्रेरणा करणारी ***प्रणाली*** पुढील कालचक्रासाठी आवश्यक असा कच्चा माल आधीच्या प्रतिक्रियेच्या उपजाच्या; म्हणजेच बायप्रॉडक्टच्या स्वरूपात तयार करते, आणि कालचक्राची ताकद वाढवते. ***स्व-उत्प्रेरणा*** हा ***चक्रवाढ***, सकारात्मक, स्वतः प्रबळ होणारा ***फीडबॅक लूप*** असतो. जोवर प्रणालीत बदल होऊन कच्चा माल तयार होणे कमी होत नाही, तोवर प्रणाली विकसित होतच राहते.

टीव्हीवरील १९५० ते १९९०च्या काळातील जाहिराती हे ***स्व-उत्प्रेरणेचे*** उत्तम उदाहरण आहे. वाढलेल्या उत्पादनाच्या मागणी आणि वितरणातून कंपन्या जाहिरातींसाठी एक डॉलर खर्च करू शकत आणि त्याबदल्यात दोन डॉलर्स मिळवत. ते दोन डॉलर्स पुन्हा जाहिरातीमध्ये गुंतवले की त्याचे चार डॉलर्स होत, त्याचे आठ डॉलर्स होत, मग सोळा डॉलर्स होत, इत्यादी. प्रॉक्टर ॲण्ड गॅम्बल, क्राफ्ट, जीई, नेस्टले यांसारख्या कंपन्यांनी या कालचक्राचा योग्य उपयोग करून घेतला आणि आज त्या महाकाय झाल्या आहेत.

आता, टेलिव्हिजनवरील जाहिरातीत एक डॉलर गुंतवला, जरी त्यातून १.२० डॉलर मिळाले, तरी भाग्यच म्हणावे लागेल. आता वाहिन्या अधिक संख्येने आहेत, जाहिरातीदेखील महागड्या झाल्या आहेत आणि लोकांना नको असलेल्या व्याप्ती दूर करण्याचे तंत्रज्ञान समजले आहे. तरीही काही परिस्थितींमध्ये लूप काम करते; पण आधीप्रमाणे नाही.

स्व-उत्प्रेरक नेहमी पैसाच असला पाहिजे असे नाही : 'नेटवर्कचा परिणाम' आणि 'व्हायरल लूप्स' हीदेखील त्याची उदाहरणे आहेत. प्रत्येक वेळी जेव्हा कोणी फेसबुकवर साइन इन करतात, ते अजून काही युजर्सना तिथे आमंत्रित करतात. प्रत्येक वेळी जेव्हा कोणी यु-ट्यूबवर विनोदी व्हिडीओ पाहतात, ते अजून अनेक मित्रांना तो पाठवतात. यालाच 'स्व-उत्प्रेरक' म्हणतात.

जर तुमच्या उद्योगात स्व-उत्प्रेरणाचे काही घटक समाविष्ट करता आले, तर उद्योग तुमच्या अपेक्षेपेक्षा लवकर मोठा होईल.

हो संकल्पना शेअर करा : http://book.personalmba.com/autocatalysis/

वातावरण

(Environment)

तुम्ही वास्तवावर विश्वास ठेवणे बंद केले तरी, ते बदलत नाही.
– फिलीप के. डिक, विज्ञानकथा आणि लघुकथा लिहिणारे लेखक

कोणतीही ***प्रणाली*** एकटी नसते. प्रत्येक प्रणाली ही अपरिहार्यपणे आजूबाजूला असलेल्या प्रणालींनी प्रभावित झालेली असते.

वातावरण म्हणजे एक रचना आहे. त्यात प्रणाली कार्यरत असते. हे आजूबाजूचे वातावरण प्राथमिकपणे प्रणालीच्या आत येणाऱ्या प्रवाहावर किंवा प्रक्रियांवर ***प्रभाव*** टाकते आणि त्यामुळे प्रणालीच्या बाहेर जाणाऱ्या प्रवाहात बदल होतो.

तुमचे शरीर जेव्हा अति उष्ण किंवा अति थंड असते, तेव्हा कसे प्रतिक्रिया देते याचा विचार करा. अति जास्त उष्णता किंवा अति कमी उष्णता हे घातक ठरू शकतात. तुमच्या शरीराने अशा बदलत्या वातावरणात कर्यरत राहण्यासाठी प्रतिक्रिया देणे आवश्यक आहे. मग अति उष्णता कमी करण्यासाठी घाम येणे किंवा संरक्षण होण्यासाठी शरीर झाकून घेणे आवश्यक आहे.

जेव्हा वातावरण बदलते, तेव्हा त्याबरोबरच प्रणालीमध्येही बदल झाला पाहिजे. अनेक महत्त्वाच्या सिद्धांतानुसार, पर्यावरणात बदल झाल्याने डायनासोर नामशेष झाले; आइस एजमुळे किंवा उल्कापातामुळे सूर्य झाकला जावा इतकी धूळ उडाली. थंड तापमान आणि कमी सूर्यप्रकाश यांमुळे अन्नाची मोठी कमतरता निर्माण होऊन प्राणी मोठ्या प्रमाणावर नामशेष झाले.

वातावरणात अस्तित्वात असलेल्या गोष्टींमुळे त्यात कार्यरत असणाऱ्या प्रणालींवर परिणाम होतो. २००५मध्ये, तेलाच्या किमती गगनाला भिडल्या आणि तेलावर अवलंबून असणारे अनेक प्लास्टिक निर्मितीचे किंवा वाहतुकीचे उद्योग अडचणीत आले. बदलणाऱ्या किमतीत झालेल्या वाढीमुळे अनेक उद्योगांना आधीसारखा नफा होत नव्हता आणि ती भाववाढ ज्यांना पचवता आली नाही, ते उद्योग बंद पडले.

तुम्हाला जर डायनॉसोरच्या मार्गावर जायचे नसेल, तर तुम्ही पर्यावरणातील किंवा आजूबाजूच्या वातावरणातील घटक तुमच्यावर कसा प्रभाव पाडू शकतात, याचा विचार केला पाहिजे.

ही संकल्पना शेअर करा : http://book.personalmba.com/environment/

निवड चाचणी

(Selection Test)

> तुम्ही विश्वाला दिलेली कोणतीही एक प्रतिक्रिया, ती कितीही प्रबळ असली, तरी काळानुसार आणि बदलांनुसार अयोग्य ठरते. जे एकाच गोष्टीवरील प्रभुत्वावर विसंबतात त्यांना भविष्याशी जुळवून घेणे शक्य होत नाही.
>
> – फ्रँक हर्बर्ट, विज्ञान कथा कादंबरीकार आणि *ड्यून* या पुस्तकाचे लेखक

स्व-स्थायी ***प्रणाली*** (बिझनेसप्रमाणे किंवा कंपन्याप्रमाणे) तोपर्यंतच चिरस्थायी होऊ शकतात, जोपर्यंत त्यांना अस्तित्वात राहण्यासाठी आवश्यक असलेल्या ***वातावरणातील*** स्थिती उपलब्ध होतात.

निवड चाचणी म्हणजे एक वातावरणातील मर्यादा असते, जी कोणती प्रणाली चिरस्थायी टिकेल आणि कोणती बंद पडेल, हे ठरवते. सस्तन प्राण्यांना जगण्यासाठी अनेक गोष्टींवर लक्ष देणे आवश्यक असते. जसे मनुष्याला जगण्यासाठी पुरेसा श्वास घेणे, पुरेसे अन्न खाणे, पुरेसे

पाणी पिणे आणि शरीरातील उष्णतेचे योग्य ते प्रमाण राखणे इत्यादी. उद्योगांनादेखील अशा निवड चाचण्या असतात : ग्राहकांना पुरेसे मूल्य देणे, खर्च भागवण्यासाठी पुरेसे उत्पन्न घेणे, आर्थिकदृष्ट्या सक्षम असण्यासाठी ***पुरेसा नफा*** कमावणे इत्यादी.

अनेक लोकांना या निवड चाचण्या म्हणजे 'सक्षम असेल तोच जगेल' हे ठरवण्याची युक्ती वाटते. पण त्याऐवजी, 'अक्षम असेल तो मरेल' हे जास्त सयुक्तिक वर्णन आहे. जर एखादी स्व-स्थायी प्रणाली या चाचणीमध्ये अपयशी ठरली, तर तिचे अस्तित्व संपून जाईल. जर तुम्हाला पुरेशी हवा मिळत नसेल, तर तुम्ही मराल. जर तुमचा उद्योग पुरेसा पुरवठा असण्यासाठी आवश्यक उत्पन्न आणत नसेल, तर तो बंद पडेल.

जसे वातावरण बदलते, तशा निवड चाचण्याही बदलतात. विशेषकरून तंत्रज्ञानाच्या बाजारपेठेत या चाचण्या पाहणे रोचक असते, कारण तिथे काय शक्य आहे याचे वातावरण सतत बदलत असते. जे उद्योग तंत्रज्ञानाच्या मोठ्या बदलांचा फायदा करून घेण्यात अपयशी होतात, त्यांना लगेचच लक्षात येते की, ते त्यांच्या उत्पादनांच्या बाबतीत ग्राहकांच्या नवीन मागण्या पुरवण्यास असमर्थ आहेत.

बदलते वातावरण आणि निवड-चाचण्या हे उद्योजकाचे चांगले मित्र असतात – ते लहान उद्योजकांचे त्यांच्या मोठ्या स्पर्धकांपासून ढालीसारखे संरक्षण करतात. जर तुम्ही बाजारपेठेतील निवड-चाचण्या नक्की कोणत्या आहेत हे शोधून काढलेत, तर तुम्ही अधिक परिणामकारकपणे त्या बाजारपेठेतील स्पर्धेत तग धरू शकता.

निवड चाचण्या या कठोर असतात : त्यांचे समाधान केलेत तर तुमची भरभराट होईल. मात्र बदलत्या परिस्थितीशी जुळवून घेण्यात अपयशी ठराल, तर अंत होईल.

हीसंकल्पना शेअर करा : http://book.personalmba.com/selection-tests/

अनिश्चितता

(Uncertainty)

> एक चांगला उद्योजक आर्थिक भाकितांवर खूप विसंबून असतो, त्यामुळे तो लवकरच कठीण अंदाज पचवण्यास शिकतो.
>
> – एडगर आर. फायडलर, अर्थशास्त्रज्ञ

आजपासून दहा वर्षांनी व्याजाचे दर कसे असतील? पुढच्या वर्षी तेलाचे दर काय असतील? त्या कंपनीच्या शेअरबद्दल काय – हे स्वस्त आहेत का महाग आहेत? कच्चा माल साठवणे योग्य आहे का काही महिने थांबावे? उद्योगधंद्यातील लोकांना असे प्रश्न रोज हाताळावे लागतात.

या सर्व प्रश्नांचे उत्तर आहे: *कोणालाही माहीत नाही.* आपले जग हे अनिश्चिततेने भरलेले आहे, अनिश्चितता हे वरदानही आहे आणि शापही आहे. कधीही काहीही होऊ शकते, चांगले किंवा वाईट उद्या काय वाढून ठेवले आहे, याबद्दल आपण कोणीही काहीही सांगू शकत नाही.

जोखीम आणि ***अनिश्चितता*** यामध्ये प्रचंड फरक आहे. अमेरिकेचे संरक्षण सचिव डोनाल्ड रम्सफेल्ड यांच्या अजरामर शब्दांत सांगायचे झाले तर :

काही ज्ञात असलेल्या ज्ञात गोष्टी असतात. आपल्याला माहीत असते की, या गोष्टी आपल्याला ज्ञात आहेत. काही गोष्टी ज्ञात-अज्ञात असतात. म्हणजे आपल्याला माहीत असते की, या गोष्टी आपल्याला माहीत नाहीत. पण काही अज्ञात गोष्टी अज्ञात असतात. या म्हणजे आपल्याला माहीतही नसते की, या आपल्याला ज्ञात नाहीत.

जोखमी ज्ञात-अज्ञात असतात. जर तुम्ही एखाद्या मित्राला एअरपोर्टवर आणायला जायची योजना करत असाल, तर त्यांचे विमान खूप तास उशिराने येईल ही झाली जोखीम. याचाच अर्थ, तुम्हाला आधीच माहीत आहे की, विमान येण्याची वेळ बदलू शकते, त्यामुळे तुम्ही त्याप्रमाणे योजना करता.

अनिश्चितता म्हणजे अज्ञात. तुम्ही तुमच्या मित्राला घेण्यासाठी खूप उशिरा एअरपोर्टवर पोहोचता. कारण, एअरपोर्टला जायला निघण्यापूर्वी एक तास उल्कापातामुळे तुमची कार जाळून खाक होते. याचा अंदाज कोणी वर्तवला होता?

तुम्ही अनिश्चिततेच्या बाबतीत भूतकाळातील घटनांवर आधारून विश्वसनीयरीत्या भविष्याचे भाकीत करू शकत नाही. अनपेक्षित किंवा सहजगत्या घडलेल्या घटना अचानक घडू शकतात, ज्यांचा आपल्या उद्दिष्टांवर आणि योजनांवर मोठा प्रभाव पडतो.

द ब्लॅक स्वॅन या पुस्तकामध्ये माजी हेज फंड मॅनेजर नसीम निकोलस तालेब अनिश्चिततेच्या धोक्याबद्दल सांगतात. गोष्टी कितीही स्थिर किंवा निश्चित वाटू दे, अनिश्चित घटना (ब्लॅक स्वॅन इव्हेन्ट्स) क्षणार्धात सर्व काही बदलून टाकू शकतात.

१६व्या शतकातील लंडनमध्ये, जे असंभव होते किंवा अस्तित्वात नव्हते त्याबद्दल 'ब्लॅक स्वॅन' ही एक साधारण अभिव्यक्ती होती. सर्वांना माहीत असते की, हंस (स्वॅन) हे पांढरेच असतात. १८व्या शतकातील तत्त्ववेत्ते डेव्हिड ह्यूम यांनी या संज्ञेबाबतच्या असलेल्या समस्येला 'प्रॉब्लेम ऑफ इंडक्शन' असे म्हटले. तुम्ही जोपर्यंत अस्तित्वात असलेला प्रत्येक हंस पाहिला नाही, तोपर्यंत तुम्ही सर्व हंस पांढरे असतात हे गृहीत धरू शकत नाही. हे गृहीतक चूक ठरवण्यासाठी केवळ एक काळा हंस पुरेसा आहे; जे झालेही! १६९७मध्ये, ऑस्ट्रेलियामध्ये डच सी कप्तान विलेम दे व्लैमिंग यांच्याद्वारे काळा हंस दिसल्याची नोंद करण्यात आली.

अनपेक्षित घटना घडण्यापूर्वी एक क्षण, त्या घडण्याची शक्यता शून्य असणे आवश्यक असते. तशी घटना घडल्यानंतर, त्याची शक्यता विवाद्य होते : त्या घटनेमुळे ज्या ***वातावरणात*** प्रणाली कार्यरत असतात, त्यात बदल होतो. काही वेळा काहीही पूर्वसूचना न मिळता ***निवड चाचण्यांमध्ये*** प्रचंड बदल होतो. तुम्हाला ब्लॅक स्वॅन घटना (जर असेल तर आणि कोणती) घडणार आहे, हे आधी माहीत असू शकत नाही. तुम्ही काय करू शकता, तर त्या घटना घडल्या तर योग्य रीतीने प्रतिक्रिया देण्यासाठी ***लवचीकता*** (नंतर चर्चा केली आहे) ठेवू शकता, तयारीत राहू शकता आणि पुरेसे संवेदनक्षम राहू शकता.

इतिहासाच्या नोंदींचे खूप तपशीलवार विश्लेषणही तुम्हाला अनिश्चिततेपासून वाचवू शकत नाही. बहुतेक एमबीए प्रोग्राम्समध्ये शिकवल्या जाणाऱ्या फायनान्शियल मॉडेल्सचा एक प्राथमिक तोटा आहे. तो म्हणजे अनिश्चितता : तुमचा प्रोफोर्मा, नेट प्रेझेन्ट व्हॅल्यू (एनपीव्ही) किंवा कॅपिटल ॲसेट प्रायसिंग मॉडेल (सीएपीएम) हे केवळ तुमच्या भाकितासारखेच आहे. अनेक उद्योग आर्थिक भाकिते चुकल्यामुळे नष्ट झाले आहेत. तुमचे दहा वर्षांचे आर्थिक प्रक्षेपण जे जे काही होऊ शकेल याचा १००% जो अंदाज बांधेल, त्याप्रमाणेच प्रत्यक्षात होईल याची किती शक्यता आहे? कोण म्हणते उद्याचा दिवसा आजच्यासारखाच असेल?

अनेक लोक अस्तित्वात नसलेल्या निश्चिततेच्या विक्रीचा उद्योग करतात. भविष्य, भाकीत आणि भविष्य वर्तवण्याचे इतर प्रकार लोकप्रिय आहेत. कारण, भविष्य ज्ञात होण्यासारखे आहे आणि नियंत्रित करण्यासारखे आहे, याची एक भ्रामक कल्पना ते आपल्यासमोर उभी करतात. भविष्यातील प्रयोग हे त्यांच्या किमतीच्या योग्यतेचे नसतात – जर गॅसच्या किमती, व्याजाचे दर, किंवा शेअर्सच्या किमतीचा अंदाज लावण्याचा अचूक मार्ग असता, तर लोक त्या जादुई ज्ञानाच्या बळावर खूप श्रीमंत झाले असते आणि त्यांनी काही विकण्याची गरजच उरली नसती.

अनिश्चिततेचे स्वरूप समजून घेणे हा जग जसे प्रत्यक्षात आहे, तसे समजून घेण्याचा एक अभ्यास आहे. ते जसे असायला हवे त्याचा नाही. साहजिकपणे, आपल्या सर्वांना भविष्यात काय होणार आहे, हे माहीत असावेसे वाटते, विशेषकरून ***नुकसानाची नावड*** आणि ***थ्रेट लॉकडाऊन*** यांबाबत आपण किती प्रवीण आहोत, हे माहीत आहे. अनिश्चितता चांगली वाटत नाही, कारण काय होणार आहे हे माहीत नसणे, हे आपल्याला धोक्यासमान वाटते. माहीत नसलेल्या गोष्टी आणि माहीत न होऊ शकणाऱ्या धोक्यांबाबत विचार करण्याऐवजी, तुमची ऊर्जाशक्ती वापरून तुम्ही अनपेक्षित गोष्टी हाताळण्यासाठीच्या क्षमता सुधारणे कधीही उत्तम.

अचूक भविष्य सांगण्यावर विसंबू नका – गोष्टी कधीही बदलू शकतात. अनिश्चिततेसाठी लवचीक राहून ***परिस्थितीचे नियोजन*** करणे हे भविष्यवेत्ता असल्याचे भासवण्यापेक्षा कधीही चांगले.

ही संकल्पना शेअर करा : http://book.personalmba.com/uncertainty/

बदल

(Change)

सर्वांत सामर्थ्यवान प्रजाती जिवंत राहते व सर्वांत बुद्धिमान प्रजाती टिकते
असे नसते. जी प्रजाती बदलाला उत्तम प्रतिसाद देते, ती टिकून राहते.
– चार्ल्स डार्विन, निसर्ग अभ्यासक आणि इव्होल्युशन थिअरीचे जनक

सर्व प्रणाली ***बदलतात.*** स्थिर ***प्रणाली*** असे काही नसते.

गुंतागुंतीच्या प्रणाली या सतत उलथापालथीतून जात असतात. कालानुरूप एखादी प्रणाली *कशी* बदलते, याबाबत खूप ***अनिश्चितता*** असते. पण तिच्यात *बदल होतील*, हे मात्र निश्चित असते. ज्या योजना बदल लक्षात घेत नाहीत, त्यांचे मूल्य सीमित असते.

बदल हे जीवनातील अंतिम सत्य आहे. काही गोष्टी सहजगत्या होत असतात हे मानसिकदृष्ट्या स्वीकारणे आपल्यासाठी खूप कठीण असते. जगात घडणाऱ्या अनेक गोष्टींना काही यमक किंवा कारण असत नाही. आपल्या नैसर्गिक ***पॅटर्न मॅचिंगमुळे,*** जिथे पॅटर्न अस्तित्वात नसतात, तिथे ते पाहण्याची आपली वृत्ती असते. आपण आपल्या कौशल्यांमध्ये सहजगत्या जे बदल करतो, ते बदल जर चांगले असतील, तर उत्तम किंवा नसतील तर दुर्दैव. परिणामी, आपण सहजपणे फसले जातो. *फूल्ड बाय रॅन्डमनेस* - नसीम निकोलस तालेब यांच्या पहिल्या पुस्तकाचे नाव.

सर्व काही परिपूर्ण आहे व बदलणार नाही अशा बिंदूपर्यंत तुमचा उद्योग कधीही विकसित होणार नाही. अनेक उद्योगांचे मालक आणि मॅनेजर्स असा विश्वास ठेवतात की, उद्योगाची 'चांगल्याकडून उत्तमाकडे' वाटचाल झाल्याने तो येत्या काही दशकांमध्ये 'स्पर्धेला तोंड देण्यासाठी कायमस्वरूपी टिकून राहील.' हे 'स्वप्न' म्हणून आनंददायक आहे. पण त्या फुटपट्टीवर स्वतःचे मापन करणे अवास्तव आहे, त्यासाठी मग कधीही बदलणार नाही असे जग अस्तित्वात असावे लागेल.

बदलाबाबत तुम्ही एकच गोष्ट करू शकता. ती म्हणजे, खूप वैविध्यपूर्ण अशा बदलत्या परिस्थिती हाताळण्यासाठी तुमच्या लवचीकतेत वाढ करू शकता. तुम्ही जितके अधिक लवचीक व्हाल, ज्या वेळी गोष्टी अपरिहार्यपणे बदलतील त्या वेळी तुम्ही तितके अधिक ***संवेदनक्षम*** (नंतर चर्चा केली आहे) बनाल.

ही संकल्पना शेअर करा : http://book.personalmba.com/change/

परस्परावलंबित्व

(Interdependence)

आपण जेव्हा एखादी गोष्ट आपली आपण काढून घ्यायचा प्रयत्न करतो,
तेव्हा ती विश्वातील इतर सर्व गोष्टींना बांधून ठेवल्याचे लक्षात येते.

– जॉन मूर, निसर्गप्रेमी

जगातील काहीही पूर्ण वेगळेपणाने अस्तित्वात नाही.

गुंतागुंतीच्या ***प्रणाली*** बहुतेक कार्यरत असण्यासाठी नेहमी इतर प्रणालींवर विसंबून असतात. तुमच्या रेफ्रिजरेटरला चालण्यासाठी वीज लागते. जेव्हा तुमचा स्थानिक पॉवरप्लांट बिघडतो, तुमचा रेफ्रिजरेटरही बंद पडतो. तेच ***परस्परावलंबित्व.***

अति परस्परावलंबी प्रणालींना कधीकधी 'टाइटली कपल्ड' असेही संबोधले जाते. एखाद्या प्रणालीतील प्रक्रिया जितक्या अधिक घट्टपणे बांधलेल्या असतात, तितके अधिक त्यांचे अपयश किंवा दिरंगाई प्रणालीच्या इतर भागांवर परिणाम करते.

अति परस्परावलंबी प्रणाली या साधारणपणे वेळेवर अवलंबून असणाऱ्या असतात. त्या कडक आदेश देतात आणि त्यांच्यात अत्यंत कमी *विपुलता* असते. यशस्वी परिणामाचा नेहमी एकच मार्ग असतो आणि प्रणालीतील कोणत्याही एका भागातील अपयश इतर पूर्ण प्रणाली कोसळवू शकते.

तुम्ही जर कधी लहान मुलांचा रुब गोल्डबर्ग पाहिला असेल किंवा लहान मुलांचा माउसट्रॅप हा खेळ खेळला असाल, तर तुम्हाला अति परस्परावलंबी प्रणालीची कल्पना असेल. डॉमिनोजचा खेळ माहीत असेल, तर त्यामध्ये, जेव्हा एक डॉमिनो दुसऱ्याला धक्का देण्यात अपयशी होतो, तेव्हा डॉमिनोज पडायचे थांबतात; म्हणजेच संपूर्ण प्रणाली थांबते.

जर तुम्ही प्रोजेक्ट मॅनेजमेन्टमधील 'क्रिटिकल पाथ' ही संज्ञा ऐकली असेल, तर तुम्हाला परस्परावलंबित्वाचे महत्त्व कळेल. क्रिटिकल पाथ; म्हणजे निर्णायक मार्ग. या मार्गावर फक्त अशी कामे असतात की, जी प्रोजेक्ट वेळेवर संपण्यासाठी ***योग्य अनुक्रमानेच*** पूर्ण करावी लागतात. जर त्या निर्णायक मार्गावर कोणत्याही गोष्टीमध्ये बदल झाला, तर तो ***बदल*** त्या मार्गावरील सर्व काही गोष्टींवर परिणाम करतो. एखाद्या कामात झालेल्या उशिरामुळे, पूर्ण प्रोजेक्ट संपायला उशीर होतो.

लूजली कपल्ड प्रणालीमध्ये परस्परावलंबित्वाचे प्रमाण कमी असते. अशा प्रणालींमध्ये प्रक्रियांना थोडा उशीर चालू शकतो. त्यांमध्ये वेळाचे गणित तितकेसे काटेकोर नसते. त्या साधारणपणे वेळेवर अवलंबून नसतात. तुम्ही एकाच वेळी अनेक कामे करून 'समांतर प्रक्रियांचा' वापर करू शकता. त्यात खूप विपुलता असते आणि तुमचे उद्दिष्ट पूर्ण करण्यासाठी तुम्ही वेगवेगळ्या पद्धतींचा वापर करू शकता.

एखाद्या ऑर्केस्ट्राची कल्पना करा. ऑर्केस्ट्रामध्ये एक संयोजक असतो आणि अनेक वादक असतात. जर पहिल्या व्हायोलीनने चुकीची नोट वाजवली, तर कार्यक्रमाच्या दर्जावर परिणाम होईल. पण त्या चुकीमुळे पूर्ण ऑर्केस्ट्राच्या कामगिरीवर वाईट परिणाम होईल असे नाही.

तुम्ही एखाद्या प्रणालीतील एकमेकांवर अवलंबून असणाऱ्या गोष्टी काढून टाकून *परावलंबित्व* कमी करू शकता. हा एक घटक आहे, जो प्रक्रिया घडण्यासाठी पुढील टप्प्यासाठी आवश्यक असलेला घटक म्हणजे अवलंबन. प्रणालीमध्ये जितक्या अधिक गोष्टी एकमेकांवर अवलंबून असतील, तितकी प्रणाली अपयशी होण्याची शक्यता जास्त असते.

अवलंबन काढून टाकल्यामुळे प्रणालीतील परस्परावलंबित्व कमी होते. कार असेंब्लीच्या उदाहरणाची आठवण करा. जर तुम्ही विंडशील्ड मशीन आधी बसवले, तर इंजीनबद्दलच्या समस्येमुळे पूर्ण असेंब्लीला उशीर होईल. कोणत्या क्रमाने सुट्ट्या भागांची जोडणी करायची हे महत्त्वाचे नसेल, तर एखाद्या वाहनाची अनेक प्रकारे पूर्ण जोडणी करता येईल.

द ४-आवर वर्कबुक, या पुस्तकात, लेखक टिमोथी फेरीस एक पद्धत सांगतात, ज्यामुळे त्यांचा उद्योग खूप कार्यक्षम झाला. सुरुवातीला, जेव्हा ग्राहकसेवा प्रतिनिधीला ग्राहकासोबत काही समस्या यायची, ती सोडवण्यापूर्वी त्यांना टिमोथींकडून परवानगी घ्यावी लागायची. पण नंतर त्यांनी या धोरणात बदल केला. ग्राहकसेवा प्रतिनिधी ४०० डॉलर्सपर्यंत खर्च येणाऱ्या समस्यांचे निवारण करण्यासाठी आता आवश्यक ते सर्व काही करू शकतात.

त्यासाठी टिमोथी यांची परवानगी घेण्याची आवश्यकता नाही, असा बदल केल्यामुळे, टिमोथी यांनी आपला उद्योग सुरू राहण्यासाठी त्यांच्या स्वतःवर जास्त अवलंबून राहणार नाही, याची तरतूद केली.

तुम्हीही अनावश्यक अवलंबित्व काढून टाकल्यास अपयशाची आणि तुम्ही जोखीम कमी करू शकाल.

हीं संकल्पना शेअर करा : http://book.personalmba.com/interdependece/

प्रतिपालकाची जोखीम

(Counterparty Risk)

जो मनुष्य आनंदी होण्यासाठी सर्वप्रयत्न करतो, तो इतरांवर नाही, तर स्वतःवर अवलंबून असतो. त्याने आनंदात जगण्यासाठी उत्तम पर्याय निवडला आहे.

– प्लेटो, ग्रीक पुरातन तत्त्ववेत्ता

जर तुमची ***प्रणाली*** काम करण्यासाठी इतर लोकांवर अवलंबून असेल, तर ती प्रणाली कार्यरत राहण्याला तो एक मोठा धोका आहे.

प्रतिपालकाची जोखीम ही एक शक्यता आहे की, इतर लोक त्यांनी दिलेले वचन पाळणार नाहीत. जर तुमचे घर जळून गेले, तर तुम्ही घरमालक म्हणून विम्यासाठी केवळ अर्ज करू शकता. ते ही ज्या कंपनीकडून विमा घेतला आहे ती अजून अस्तित्वात असेल तर. जर नसेल, तर मात्र तुम्ही अडचणीत याल.

जर तुमची उत्पादनप्रणाली ३० टक्के सुटे भाग पुरवण्यासाठी तिसऱ्याच विक्रेत्यावर अवलंबून राहत असेल आणि त्यांनी त्यांचे वचन न पाळल्यास तुमचे उत्पादन ठप्प होईल.

तुम्ही जर कंत्राटदाराला काम आउटसोर्स करत असाल आणि त्याने वचन दिल्याप्रमाणे काम केले नाही, तर तुमच्या प्रोजेक्टला उशीर होईल.

प्रतिपालकाची जोखीम खूप जास्त असेल, तर आपत्तीजनक अपयशाची जोखीम वाढते. २००८ साली वॉल स्ट्रीटवर आपत्ती आली (शेअरबाजार कोसळला) तेव्हा, जगातील सर्वांत मोठ्या गुंतवणूकदार, बँका दिवाळखोरीच्या उंबरठ्यावर उभ्या होत्या. कारण, काही वाईट घडल्यास त्या एकमेकांवर अवलंबून होत्या, त्यामुळे सर्वांचेच नुकसान झाले.

गुंतवणूकदार बँका आणि गोल्डमॅन सॅश, जेपी मॉर्गन चेस आणि लेहमन ब्रदर्स यांसारख्या फायनान्शियल कंपन्यांनी 'क्रेडिट डिफॉल्ट स्वॅप' विकत घेण्याची प्रथा पाडली. हा एक प्रकारचा अन्य मोठ्या कंपनीकडून घेतलेला आर्थिक ***विमा*** असतो. या गुंतवणूकदार बँकांना वाटत होते की, जर मोठ्या प्रमाणावर आर्थिक ***पत*** असलेला व्यवहार बिघडला,

तर या विम्यामुळे त्यांचे कोट्यवधी डॉलर्सच्या नुकसानापासून संरक्षण होईल. म्हणून, त्यांनी अधिकाधिक पत घेतली आणि स्वतःची जोखीम वाढवून ठेवली.

जेव्हा हाउसिंग मार्केट कोसळले आणि बँकांचे त्यांचे तारण असलेल्या मॉर्गेज सिक्युरिटीवरील पैसे बुडू लागले, त्यांनी क्रेडिट डिफॉल्ट स्वॅपला मदतीची हाक मारण्याचा प्रयत्न केला. त्यांनी ज्या बँकांकडून सिक्युरिटीसाठी तारण म्हणून खूप मोठ्या रकमा घेतल्या होत्या, त्यादेखील बुडू लागल्या आणि त्यांची जबाबदारी पूर्ण करू शकल्या नाहीत. प्रत्येक मोठी गुंतवणूक बँक त्या जोखमीमध्ये प्रतिपालक होती. कारण ते सगळे एकमेकांवर अवलंबून होते. जेव्हा एक बँक कोसळली, तेव्हा सर्वांनाच नुकसानास सामोरे जावे लागले.

प्रतिपालकाची जोखीम ही ***योजनेच्या चुकीच्या समजामुळे वाढते.*** तुमच्या भागीदारांना तुमच्यापेक्षा जास्त भविष्य समजत नसते आणि प्रत्येकाची योजना पूर्णत्वास नेण्याची याबाबतची आणि त्या पूर्णत्वास नेण्याच्या तारखांबाबतची सकारात्मक वृत्तीही सारखी नसते. संपवण्याची तारीख याबाबत सकारात्मक असण्याची वृत्ती सारखी नसते. योजना करा आणि वचने द्या. पण तुमची योजना जर ठरल्याप्रमाणे सिद्धीस जाणार नसेल, तर अजून एक योजना तयार करून ठेवा.

जेव्हा तुमची प्रणाली तुमच्या नियंत्रणाबाहेरील कोणाच्या कामगिरीवर अवलंबून असते, तर ते तुमच्या अपेक्षेप्रमाणे काम करणार नाहीत ही शक्यता नाकारता येत नाही.

ही संकल्पना शेअर करा : http://book.personalmba.com/counterparty-risk/

दुसऱ्या क्रमाचे परिणाम

(Second Order Effects)

> आपल्याला आपल्या कृती निवडण्याचे स्वातंत्र्य आहे, मात्र त्यांचे परिणाम निवडण्याचे स्वातंत्र्य नाही.
>
> – स्टीफन कवी, *द सेव्हन हॅबिट्स ऑफ हायली इफेक्टिव्ह पीपल* या पुस्तकाचे लेखक

काही वर्षांपूर्वी, केल्सीला आणि मला बहरीनला भेट देण्याची संधी मिळाली होती. बहरीन हे एक छोटे बेट आहे. तो सौदी अरेबियाच्या पूर्व तटावर काही मैलांच्या अंतरावर असलेला छोटा देश आहे. बहरीन आता त्यांच्या आंतरराष्ट्रीय बँकिंग कौशल्यासाठी, मोत्यांसाठी आणि आंतरराष्ट्रीय फॉर्म्युला वन रेसिंग ट्रॅकसाठी प्रसिद्ध आहे. काही वर्षांपूर्वीच बहरीन हे त्यांच्या एकमेवाद्वितीय पर्यावरणासाठी प्रसिद्ध होते.

काही दशकांपूर्वी, बहारीन नैसर्गिक हिरवाईने नटलेले होते. एक सुंदर बेट, जे 'गार्डन ऑफ इडनचे' मूळ स्थान होते. आता त्यात काय बदल झाला आहे? आता बेटाचा अंतर्भाग हा पूर्ण वाळवंट झाला आहे आणि स्थानिक झाडांचे आयुष्य कृत्रिम पाणीपुरवठ्याने जपले जात आहे.

बहरीन हे जमिनीखालील पाण्याच्या नैसर्गिक झऱ्यांनी वेढलेले आहे. या बेटावरील झाडांसाठी आणि उच्च दर्जाचे मोती बनवणाऱ्या स्थानिक शिंपल्यांसाठी हेच नैसर्गिक झरे जबाबदार आहेत. देशातील सर्वांत मोठे शहर मनामा विकसित आहे, शहरात जागेची कमतरता आहे. त्यामुळे विकसकांनी 'लँड रिक्लमेशन' प्रक्रिया सुरू केली. लँड रिक्लमेशन म्हणजे 'समुद्र हटवून तयार केलेली जमीन,' ज्यामध्ये बेटावरील माती किनाऱ्यावर टाकायची व समुद्र मागे हटवून जमीन तयार करायची.

ही पद्धत नवीन जमीन तयार करण्यासाठी यशस्वी ठरली. पण अपेक्षेपेक्षा खूप जास्त महागात पडली. बेटावरील नैसर्गिक झरे आटले आणि देशाचे एका वाळवंटात रूपांतर झाले.

प्रत्येक कृतीला एक परिणाम असतो आणि त्या परिणामांनाही काही निष्पत्ती असते, ज्यालाच ***दुसऱ्या क्रमाचे परिणाम*** असे म्हणतात. डॉमिनोजच्या एका रांगेचा विचार केला, तर एका धक्क्यामुळे घटनांची साखळी घडू शकते. एकदा ती साखळी सुरू झाली की, तिला थांबवणे अवघड (अशक्य नव्हे!) असते किंवा घडण्याचे कारण आणि परिणाम थांबवता येत नाहीत.

अनपेक्षित परिणामांचे अजून एक उदाहरण म्हणजे; दुसऱ्या महायुद्धानंतर न्यू यॉर्क शहरात झालेली जागांची भाडेवाढ. मूळ उद्देश लष्करातील परतलेल्या सैनिकांना परवडेल अशा किमतीत घरे देणे हा होता. त्या धोरणामुळे शहराच्या काही भागांतील घरांच्या किमती वाढल्या (आणि घरमालकांची त्या वाढवण्याची क्षमतादेखील). लष्करातील माजी सैनिकांना परवडणारी घरे देणे ही खूप उदात्त कल्पना होती, नाही का?

पण शहराचे नियोजन करणाऱ्यांनी या गोष्टींची मात्र कल्पना केली नव्हती. दर वर्षी, न्यू यॉर्क शहरात घरांची देखभाल करण्याच्या किमती वाढत होत्या; पण घरमालकांना तो खर्च भरून काढण्यासाठी भाडे मात्र वाढवता येत नव्हते. कायद्याप्रमाणे, जोवर मूळ भाडेकरू घर सोडून जात नाहीत किंवा नापसंती दर्शवत नाहीत, तोवर भाडेनियंत्रण काढूनही टाकता येत नव्हते. त्यामुळे, घरमालकांनी घरांची देखभाल करण्यास नकार दिला, कारण तो त्यांच्या पैशांचा अपव्यय होता. उर्वरित भाडेकरूंसह इमारत तशीच खराब होऊ देत राहणे, हे त्यांच्यासाठी आर्थिकदृष्ट्या जास्त सोयीचे होते.

या धोरणाचा परिणाम म्हणून कालांतराने घरांच्या दर्जामध्ये फार मोठी घसरण झाली आणि त्यांच्या पुरवठ्यातही. अनेक इमारती खराब झालेल्या होत्या, त्यामुळे जी चांगली घरे शिल्लक होती, ती अजून महाग झाली. धोरणाचा हेतू परवडण्यासारखी घरे देण्याचा होता; पण त्यामुळे प्रत्यक्षात घरांच्या पुरवठ्यावर वाईट परिणाम होऊन ती *अधिक* महाग झाली. मूळ हेतूच्या अगदी विरुद्ध!

गुंतागुंतीच्या प्रणालीमधील काही गोष्टींत बदल करणे हे *नेहमी* दुसऱ्या क्रमाच्या परिणामांना आमंत्रण देते, ज्यांमधील काही परिणाम मूळ बदलाच्या उद्देशाच्या विरोधी असतात. गुंतागुंतीच्या प्रणालीतील घटक हे लाखो वेगवेगळ्या पद्धतीने एकमेकांशी जोडलेले किंवा स्वतंत्र असू शकतात आणि ***अनिश्चितता*** तुम्हाला त्याची खात्री देते. प्रत्येक कृतीचे काही परिणाम असतात आणि त्या परिणामांचेसुद्धा *नेहमी* काही परिणाम असतात, मग तुम्हाला ते काय आहेत हे माहीत नसले किंवा ते होऊ नये असे वाटले, तरीही परिणाम होतातच.

क्लिष्ट प्रणालीमध्ये काही बदल करताना फार काळजीपूर्वक करा. कदाचित, तुमच्या अपेक्षेच्या बरोबर विरुद्ध असे परिणाम मिळू शकतात.

हीं संकल्पना शेअर करा : http://book.personalmba.com/second-order-effects/

सामान्य अपघात

(Normal Accidents)

समस्या ही नाही की समस्या आहेत. समस्या ही आहे की, अपेक्षा करणे आणि विचार करणे की समस्या असणे ही समस्या आहे.

– थियोडोर रुबिन, मानसशास्त्रज्ञ आणि स्तंभलेखक

अवकाशयान म्हणजे असे वाहन, जे मानवी प्रवासी घेऊन पृथ्वीच्या गुरुत्वाकर्षणाच्या कक्षा तोडून अवकाशात जाते. ही नक्कीच प्रचंड गुंतागुंतीची ***प्रणाली*** आहे.

प्रचंड यंत्रशास्त्राचा वापर असलेले विमान, जे तीन रॉकेट्सना बांधून ठेवलेले असते आणि कोट्यवधी क्युबिक फूट ज्वालाग्राही हायड्रोजन गॅस हा त्या ***परस्परावलंबी*** प्रणालीचा सारांश आहे. *कोणतीही* चूक झाल्यास अवकाशयान आपत्तीजनकरीत्या कोसळण्याची शक्यता असते आणि प्रत्येक वेळी उड्डाण करताना, लाखो गोष्टींमध्ये चुका होण्याची शक्यता असते.

१९८६ साली *चॅलेंजर* नावाच्या अवकाशयानावर संकट कोसळले. एका रॉकेटमधील सील गोठले आणि त्यामुळे ते अत्यंत ठिसूळ झाले. रॉकेट उडताना ते सील खूप उष्ण झाले व निकामी झाले. आकाशात उड्डाण केल्यानंतर ७३ सेकंदांनी *चॅलेंजरचा* स्फोट झाला आणि आतील सर्व प्रवाशांचा मृत्यू झाला.

ज्यात कधीही काही चूक होणार नाही, अशी प्रणाली निर्माण करता येऊ शकेल असा विश्वास ठेवावासा वाटणे स्वाभाविक आहे. विश्वास ठेवा, प्रत्यक्षातील प्रणाली नेहमी याच्या विरुद्ध घडताना दिसते.

सामान्य अपघातांचा सिद्धांत ही एक वैश्विक नीतिवचन सांगण्याची अधिक औपचारिक पद्धत आहे : चुका होतातच! टाइटली कपल्ड सिस्टममध्ये लहान लहान जोखमी अशा बिंदूपर्यंत साठत जातात की, ज्या बिंदूला चुका आणि अपघात होणे अपरिहार्य असते. प्रणाली जितकी मोठी आणि गुंतागुंतीची, तितकी काहीतरी फार मोठी चूक घडण्याची शक्यता जास्त असते.

सामान्य अपघातांना अतिरेकी प्रतिक्रिया देणे हे खरेतर हानिकारक असते. जेव्हा काहीतरी चुकीचे घडते, आपली तत्काळ प्रतिक्रिया ही असते की, आपण अतिसंवेदनशील होतो, गोष्टींवर जास्त बंधने घालतो. तसेच अशी घटना पुन्हा घडू नये म्हणून अधिक नियंत्रण ठेवतो. या प्रतिक्रियेमुळे प्रत्यक्षात गोष्टी अजून बिघडतात. जास्त बंधने घालणे

आणि नियंत्रण वाढवणे यामुळे प्रणाली अधिक परस्परवलंबी होते आणि भविष्यातील जोखीम वाढवते.

चॅलेन्जरच्या अपघाताबद्दल नासाची प्रतिक्रिया अतिशय सूचनात्मक होती. प्रणाली पूर्णपणे बंद करण्याने किंवा अधिक प्रणाली लागू केल्याने समस्या तीव्र झाली असती. नासाच्या अभियंत्यांनी ही जोखीम ओळखली आणि त्यावर मार्ग शोधण्यावर लक्ष केंद्रित केले, जेणेकरून पुन्हा अशी समस्या येण्याचा धोका कमी होईल. त्यांनी त्यामध्ये अपयशी होण्याचा संभव असलेल्या नवीन प्रणाली त्यात समाविष्ट केल्या नाहीत.

अपघात टाळण्याचा सामान्य उपाय म्हणजे एखादी गोष्ट जेव्हा नादुरुस्त होते, तेव्हाच त्याचे 'बारकाईने विश्लेषण' करायचे. काही ***थ्रेट लॉकडाऊन*** शोधण्यापेक्षा, अजून अशा काय छोट्या-छोट्या गोष्टी आहेत, किंवा काय छोट्या चुका झाल्या आहेत ज्या याहून मोठ्या समस्या निर्माण करू शकतील हे पाहिले, तर कोणती गोष्ट कशावर अवलंबून आहे हे कळते. आणि सुधारणा करता येतात.

२००३ साली, *कोलंबिया* या अवकाशयानाला वेगळ्या प्रकारचा अपघात झाला : यानाला सुरक्षा देणारे कार्बन फायबर हिट शिल्ड पृथ्वीच्या वातावरणात परत प्रवेश केल्यावर खराब झाले आणि अवकाशयानाचे तुकडे झाले. नासाने ही चूक किंवा असा अपघात पुन्हा होऊ नये या गोष्टीवर लक्ष केंद्रित केले, तेदेखील प्रणाली अजून परस्परावलंबी न करता! जेव्हा काही वर्षांनतर डिस्कव्हरी या अवकाशयानाच्या हिट शिल्डला उड्डाण केल्यावर नुकसान पोहोचले, नासाचे अभियंते या आपत्तीचा सामना करण्यासाठी तयार होते आणि अवकाशातील सर्व जण सुखरूप खाली उतरले.

तुम्ही ज्या प्रणालीवर विसंबून असता, त्या जितक्या सैल ठेवता येतील तितक्या ठेवणे याचे एक लक्षवेधक कारण म्हणजे, सामान्य अपघाताची शक्यता. प्रणालीबाबत बोलण्यासारख्या चांगल्या गोष्टी खूप आहेत; पण शून्य अपयशाची अपेक्षा करणे हे अवाजवी आहे. सैल प्रणाली कदाचित जास्त कार्यक्षम नसतील; पण त्या जास्त काळ टिकतात आणि नादुरुस्त होण्याची शक्यता कमी असते.

प्रणाली जितकी गुंतागुंतीची आणि जितकी जास्त काळ ती चालते, तितके अपयश येण्याची अधिक शक्यता असते. प्रश्न हा नाही की असे होईल का नाही तर प्रश्न हा आहे की, ते *कधी* होईल. तुमच्या प्रणालीच्या अपयशाकडे लक्ष ठेवा आणि तसे झाले, तर त्याला योग्य प्रतिक्रिया देण्यासाठी सुसज्ज राहा.

ही संकल्पना शेअर करा : http://book.personalmba.com/normal-accidents

१०

प्रणालींचे विश्लेषण

जे आपल्याला समजले नाही आहे, तर त्यात बदल कसा करणार?

– एरिक इवान्स, तंत्रज्ञ

प्र*णालीमध्ये* सुधारणा करण्यापूर्वी, तुम्ही हे समजून घेतले पाहिजे की, ती आता कसे काम करत आहे. दुर्दैवाने, हे अवघड काम आहे. तुम्ही ते समजून घेईपर्यंत जग थांबून राहू शकत नाही.

प्रणाली जेव्हा कार्यरत असतात, तेव्हाच त्यांचे विश्लेषण केले पाहिजे. चालू प्रणालीचे विश्लेषण करणे अवघड काम आहे. पण जर तुम्हाला हे माहीत असेल की कशाचे विश्लेषण करायचे आहे, तर ते नक्कीच शक्य आहे. या प्रकरणामध्ये तुम्ही हे शिकाल की, तुम्हाला समजू शकेल अशा लहान भागांत प्रणाली कशी ***विभाजित*** करायची; जे महत्त्वाचे आहे – त्याचे मापन कसे करायचे आणि भाग एकमेकांशी कसे संवाद साधतात आणि काम करण्यासाठी एकमेकांवर कसे विसंबून असतात, हे शोधून काढायचे.

ही संकल्पना शेअर करा : http://book.personalmba.com/analyzing-systems/

विभाजन

(Deconstruction)

परिपूर्णतेतून काही बनवले जाऊ शकत नाही. प्रत्येक प्रक्रियेमध्ये काहीतरी विभाजन समाविष्ट असते.

– जोसेफ कँपबेल, पौराणिक कथांचे अभ्यासक आणि *द हिरो विथ थाउजंड फेसेसचे* लेखक

आपण याआधी चर्चा केल्याप्रमाणे, गुंतागुंतीच्या ***प्रणाली,*** या अनेक ***परस्परावलंबी ओघ, साठा,*** प्रक्रिया आणि भागांच्या बनलेल्या असतात. एकत्रितपणे, ती प्रणाली

एकाच वेळी समजण्यास किचकट असू शकते. जर त्यात सात किंवा आठपेक्षा जास्त चलने किंवा अवलंबने असतील, तर ***आकलनाच्या व्याप्तीला मर्यादा*** येतात आणि गोंधळ उडतो.

जर ते खरे असेल, तर अत्यंत गुंतागुंतीच्या प्रणालींचे विश्लेषण कोणी कसे करू शकेल?

किचकट प्रणालीचे काम कसे चालते हे समजून घेण्यासाठी तिला शक्य तितक्या लहान उप-प्रणालींमध्ये विभागण्याची प्रक्रिया म्हणजे ***विभाजन*** करणे. पूर्ण प्रणाली एकदाच समजून घेण्याच्या ऐवजी, तुम्ही ती छोट्या भागांमध्ये किंवा उप-प्रणालींमध्ये विभागता आणि मग त्यांची एकमेकांशी परस्परक्रिया कशी चालते, हे समजून घेता.

डीकन्स्ट्रक्शन; म्हणजे ***गॉल्स लॉ चा*** रिव्हर्स इंजिनिअरिंगचा एक भाग आहे. लक्षात ठेवा, ज्या गुंतागुंतीच्या प्रणाली चालतात, त्या अपरिहार्यपणे साध्या प्रणालींपासून विकसित झालेल्या असतात. जर तुम्ही साध्या उप-प्रणाली ओळखू शकलात व त्या कसे काम करतात आणि त्या एकत्र कशा सांधल्या गेल्या आहेत हे समजून घेण्यावर लक्ष केंद्रित केलेत, तर अखेरीस संपूर्ण प्रणाली कशी काम करते, हे तुम्हाला समजू शकेल.

जर तुम्हाला कारचे काम कसे चालते याबद्दल काहीही माहीत नसेल, तर कारचे बॉनेट उघडून त्यातील भागांचे परीक्षण करणे ही गोंधळून टाकणारी कसरत असेल. त्यात इतके भाग असतात की 'कुठून सुरुवात करावी' हे समजत नाही. प्रणाली समजून घेणे अशक्य नाही, तरीही त्यातील महत्त्वाच्या उप-प्रणाली म्हणजे इंजीन, ट्रान्समिशन आणि रेडिएटर ओळखण्याने तुम्हाला संपूर्ण प्रणाली कशी काम करते, त्याबाबत उत्तम दृष्टिकोन मिळेल.

एकदा का तुम्ही महत्त्वाच्या उप-प्रणाली ओळखल्या आणि मनातल्यामनात त्यांना तात्पुरते अलग केले, तर तुम्हाला 'त्या कशा चालतात' हे समजण्यास मदत होईल. संपूर्ण कार कशी चालते यावर लक्ष देण्याऐवजी, तुम्ही काही काळ केवळ इंजीनकडे लक्ष देऊन पाहा. ही उप-प्रणाली कुठे सुरू होते? कोणते ***ओघ*** समाविष्ट आहेत? प्रणालीत कोणत्या प्रक्रिया होतात? ***फीडबॅक लूप्सचा*** समावेश आहे का? ***इन्फ्लो*** आले नाहीत तर काय होईल? प्रणाली कुठे संपते? ***आउटफ्लो*** काय आहेत?

जेव्हा प्रणालीचे विभाजन करून उप-प्रणाली वेगळ्या कराल, तेव्हा ***परस्परावलम्बित्वावरून*** लक्ष हटू देऊ नका. कारण, प्रत्येक उप-प्रणाली ही एका मोठ्या प्रणालीचा एक भाग असते. *सुरुवात* (ट्रिगर) आणि *शेवट* (एंड पॉइंट) ओळखणे. प्रणालीचे भाग; जे इतर उप-प्रणालींशी परस्परक्रिया कशा करतात हे तेवढेच महत्त्वाचे आहे. ट्रिगर तुम्हाला हे शिकवतात की उप-प्रणाली कशामुळे चालू होतात आणि एंड पॉइंट दाखवतात की प्रणाली कशी थांबते.

याशिवाय, हे समजून घेणे महत्त्वाचे आहे की, प्रणालीमध्ये असणाऱ्या अटींचा जर-तर याचा किंवा आधी-नंतरचा संबंध प्रणालींच्या कामावर प्रभाव टाकतो. उदाहरणार्थ, इंजीन चालण्यासाठी गॅसोलीनच्या वाफेचा इनफ्लो लागतो. जर तो इन्फ्लो असेल, स्पार्क प्लगमधून स्पार्क पडतो व त्याला प्रज्वलित करतो आणि ऊर्जा तयार करून पिस्टन ढकलले जाते, ज्यामुळे उर्वरित प्रणाली काम करू लागते. जर तो इन्फ्लो नसेल किंवा स्पार्क प्लगमधून स्पार्क पडला नाही, तर ऊर्जा येत नाही आणि प्रणाली बंद

पडते. यामध्ये गॅसोलीनची वाफ आणि स्पार्क प्लगमधून पडणारा स्पार्क या दोन्ही प्रणाली चालण्यासाठीच्या अटी असतात.

आकृत्या आणि फ्लोचार्ट तयार केल्याने तुम्हाला प्रत्येक इन्फ्लो, प्रक्रिया, ट्रिगर, अटी, एण्ड पॉईंट आणि आउटफ्लो एकत्र कसे येतात हे कळण्यास मदत होऊ शकेल. गुंतागुंतीच्या प्रणालींना केवळ शब्दांत समजावण्यास मर्यादा आहेत. ओघ, साठे, अटी आणि समाविष्ट असलेल्या प्रक्रियांच्या आकृत्या काढल्यास उत्तम परिणाम मिळेल. चांगल्या रीतीने तयार केलेले फ्लो-चार्ट्स तुम्हाला प्रणालीचा ती जसजशी कार्य करत असते, तसतसा तिचा ओघ समजून घेण्यास मदत करू शकतात. याचा दूरगामी परिणाम म्हणजे जेव्हा तिच्यात बिघाड होतो, तेव्हा तिची दुरुस्ती करण्यासाठी तुम्हाला मदत होते.

एखाद्या प्रणालीचे विश्लेषण करण्यासाठी, गुंतागुंतीच्या किचकट प्रणालीचे उप-प्रणालीमध्ये विभाजन केले तर समजण्यास सोपे होते. नंतर त्यावर आधारित तुमची प्रणालीबाबतची समजूत तयार करा.

ही संकल्पना शेअर करा : http://book.personalmba.com/deconstruction/

मापन

(Measurement)

अत्यंत काटेकोरपणे माहिती गोळा करून त्यानंतर घेतलेले निर्णयही बरोबर असतीलच असे नाही.

डब्ल्यू. एडवर्ड्स डेमिंग, प्रॉडक्शन मॅनेजमेंट विशेषज्ञ आणि स्टॅटिस्टिकल प्रोसेस कंट्रोलचे जनक

प्रणाली चालू असताना माहिती गोळा करण्याची प्रक्रिया म्हणजे मापन. प्रणालीच्या मूळ कामांशी संबंधित माहिती जमा केली, तर ती प्रणाली किती चांगल्या प्रकारे काम करत आहे, हे समजून घेणे सोपे जाते.

मापनामुळे दोन प्रणालींची एकमेकींशी तुलनादेखील करता येते. उदाहरणार्थ, एक संगणक तयार करण्यासाठी अनेकविध प्रकारच्या मायक्रोप्रोसेसर्सचा वापर करणे शक्य असते. त्यातील तुम्ही कोणता वापरावा? प्रत्येक प्रोसेसरचे गुणधर्म मापून म्हणजे कालचक्राचा वेळ, किती ऊर्जा घेतो, किती उष्णता निर्माण करतो, इत्यादींचे मापन करून तुमच्या संगणकासाठी उत्तम प्रोसेसर निवडणे तुम्हाला आता शक्य आहे. असे केल्याने उत्तम कामगिरी होईल.

आपण ज्या वेळी प्रणालीचे विश्लेषण करत असतो, त्या वेळी मापनामुळे ***अनुपस्थिती अंधत्वदेखील*** टाळता येते. लक्षात ठेवा : आपल्याला गोष्टी जशा नाहीत, तशा पाहणे खूप कठीण जाते. प्रणालीच्या चालू असलेल्या विविध भागांचे मापन केल्याने संभाव्य समस्या त्या उद्भवण्याआधीच ओळखता येतात.

उदाहरणार्थ, मधुमेह ही एक स्थिती आहे. ती ***फीडबॅक लूप*** (जे शरीरातील रक्तातील साखर नियंत्रित करते) त्यामधील बिघाड दर्शवते. खूप जास्त किंवा खूप कमी रक्तशर्करा ही जीवाला धोकादायक आहे. म्हणून, जर शरीर रक्तशर्करा स्थिर ठेवण्यासाठी खूप जास्त किंवा खूप कमी इन्सुलिन तयार करत असेल, तर ती मोठी समस्या आहे.

मधुमेही व्यक्तींसाठी शरीरातील इन्सुलिनची पातळी माहीत असणे महत्त्वाचे असते. पण त्यांच्याकडे निव्वळ पाहून तुम्हाला त्यांची इन्सुलिनची किंवा रक्तशर्करेची पातळी कळणार नाही. मापनाशिवाय, ***अनुपस्थिती अंधत्व*** हाच नियम असतो. म्हणजेच ती स्थिती आपल्याला कळण्याइतपत बिघडत नाही व त्या परिस्थितीत साधारणपणे माणसाला मृत्यू येतो किंवा तो शॉकमध्ये जातो, तेव्हाच ती स्थिती कळते.

ही परिस्थिती टाळण्यासाठी, मधुमेही लोक दिवसभरात रक्तशर्करा आणि इन्सुलिन पातळी मोजण्याची सवय लावून घेतात.

कशाचेही मापन करणे, हे त्या गोष्टीत सुधारणा करण्याची पहिली पायरी आहे. पीटर ड्रकर यांचे याबाबतचे मत प्रसिद्ध आहे, 'ज्याचे मापन केले जाते, त्याचे व्यवस्थापन केले जाते,' हे सत्य आहे. तुम्हाला जर तुमचा उद्योग किती पैसा जमा करत आहे आणि किती खर्च करत आहे हे माहीत नसेल, तर तुमच्या उद्योगात केलेला बदल म्हणजे सुधारणा आहे का नाही हे समजणे अवघड आहे. जर तुम्हाला वजन कमी करायचे असेल, तर तुमचे आता वजन किती आहे हे तुम्हाला माहीत पाहिजे आणि तरच तुम्ही त्यातील बदलांकडे लक्ष ठेवू शकाल.

माहितीशिवाय तुम्ही आंधळे असता. जर तुम्हाला कोणत्या गोष्टीत सुधारणा करायची आहे, तर तुम्ही प्रथम ती गोष्ट मोजली पाहिजे.

ही संकल्पना शेअर करा : http://book.personalmba.com/measurement/

कार्यप्रदर्शनाचा मुख्य निर्देशक

(Key Performance Indicator)

योग्य प्रश्नाचे अंदाजे उत्तर माहीत असणे, हे चुकीच्या प्रश्नाचे बरोबर उत्तर माहीत असण्यापेक्षा चांगले असते.

– जॉन ट्यूकी, संख्याशास्त्रज्ञ

मापनाबाबतची ही प्राथमिक समस्या आहे की, तुम्ही करोडो वेगवेगळ्या गोष्टींचे ***मापन*** करू शकता. अति मापन केल्यास तुम्हाला अपरिहार्यपणे ***आकलनाच्या व्याप्तीच्या मर्यादांचा*** त्रास होईल आणि तुम्ही अर्थहीन माहितीच्या पुरात वाहून जाल.

काही मोजण्या (मेजरमेंट्स) इतरांपेक्षा जास्त महत्त्वाच्या असतात. ***कार्यप्रदर्शनाचे मुख्य निर्देशक*** यालाच की परफॉर्मन्स इंडिकेटर/केपीआय (की परफॉर्मन्स इन्डीकेटर्स (केपीआय)) म्हणजे ***प्रणालीच्या*** महत्त्वाच्या भागांचे मापन म्हणतात. ज्या गोष्टी मोजणे

तुम्हाला सुधारणा करण्यासाठी उपयुक्त नसतात, त्यांना काही मोल नसते. त्यामुळे तुमचे मर्यादित ***लक्ष*** आणि ऊर्जा वाया जाते. तुम्ही ज्या प्रणालीचे परीक्षण करत आहात, तिच्यामध्ये जर तुम्हाला सुधारणा करायची असेल, तर तुम्ही सर्व गोष्टींकडे लक्ष न देता फक्त काही महत्त्वाच्या कार्यप्रदर्शनाच्या मुख्य निर्देशकांकडे (केपीआय) लक्ष दिले पाहिजे.

दुर्दैवाने, कोणती गोष्ट महत्त्वाची आहे, यापेक्षा जी गोष्ट मोजणे सोपी असते, त्याबाबतच्या समस्या सोडवणे सोपे असते. उदाहरणार्थ, उद्योगाचे उत्पन्न बऱ्यापैकी महत्त्वाचे वाटते नाही का? असतेच; पण एका बिंदूपर्यंतच. उत्पन्न हे महत्त्वाचे असते, कारण ते नफ्याचा मुख्य घटक आहे म्हणून. नाहीतर तुम्ही वीस लाख डॉलर्स खर्चून दहा लाख डॉलर्स उत्पन्न मिळवले तरी फरक पडत नाही. थिओ पाफितीस, एक मालिका उद्योजक आणि त्यांच्या *ड्रॅगन्स डेन* या बीबीसी वरील मालिकेच्या होस्ट आहेत. यांनी हे लक्षात राहील अशा पद्धतीने मांडले आहे. 'नफा म्हणजे शहाणपणा.' 'उलाढाल म्हणजे फुशारकी.' केवळ, उत्पन्न हा कार्यप्रदर्शनाचा मुख्य निर्देशांक (केपीआय) होऊ शकत नाही.

हीच गोष्ट सुरू असलेल्या मापन प्रक्रियेला लागू पडते. उदाहरणार्थ, जर तुम्ही प्रोग्रॅमर्सची टीम मॅनेज करत असाल, तर त्यांचे काम 'किती ओळींचा कोड लिहिला' यावरून मोजण्याचा मोह होऊ शकतो. हे झाले दृश्य आणि सहज मिळू शकणारे मापन. त्याबाबत समस्या अशी आहे की, कोडची अधिक संख्या असली, तरी ते आवश्यकपणे चांगले असतीलच असे नाही. एखादा बुद्धिमान प्रोग्रॅमर तोच जो प्रोग्रॅम *कमी* ओळीत पुन्हा लिहून दाखवू शकतो. जर तुम्ही दर्जावर ठाम असाल, तरी मोठी सुधारणा म्हणून, कोडच्या ओळींची संख्या मोठ्या प्रमाणात कमी करणे हे धक्कादायकच वाटते.

जर तुम्ही प्रोग्रॅमर्सना त्यांच्या कोडच्या ओळींच्या संख्येवर आधारित *बक्षीस* (इन्सेन्टिव्ह) द्यायचे ठरवलेत, तर परिस्थिती अजूनच बिघडेल. ***बक्षिसामुळे येणारा पूर्वग्रह*** तुम्हाला खात्री देतो की, तुमचा कोड मारुतीच्या शेपटासारखा लांब होत जाईल.

साधारणपणे, उद्योगाशी संबंधित कार्यप्रदर्शनाचे मुख्य निर्देशांक हे ***प्रत्येक उद्योगाच्या 'पाच भागांशी*** किंवा ***थ्रूपुटशी*** संबंधित असतात. उद्योगाच्या कार्यप्रदर्शनाचे मुख्य निर्देशांक ओळखण्यासाठी मी काही प्रश्न विचारतो, ते असे आहेत :

मूल्यनिर्मिती : प्रणाली किती जलदपणे मूल्यनिर्मिती करते आहे? 'आत जाणाऱ्या प्रवाहाची' ***(इन्फ्लो)*** आताची पातळी किती आहे?

विपणन : किती लोक तुमच्या ऑफरकडे लक्ष देत आहेत? किती संभाव्य ग्राहक तुम्हाला अधिक माहिती देण्यासाठी ***परवानगी*** देत आहेत?

विक्री : किती संभाव्य ग्राहक, पैसे देणारे ग्राहक बनत आहेत? सरासरी ***ग्राहकांचे आजीवन मूल्य*** (*लाइफ टाइम व्हॅल्यू*) किती आहे?

मूल्य वितरण : तुम्ही प्रत्येक ग्राहकाला किती जलदपणे सेवा देऊ शकता? तुमचा सध्या परतावा किती आहे किंवा तक्रारींचा दर काय आहे?

वित्त : तुमचे ***प्रॉफिट मार्जिन*** किती आहे? तुमची ***खरेदी करण्याची ताकद*** किती आहे? तुम्ही आर्थिकदृष्ट्या ***पुरेसे*** सक्षम आहात का?

या प्रश्नांशी संबंधित कोणतेही मापन हे बहुतेक केपीआय असतात. जे उद्योगाच्या मूळ गाभ्याच्या प्रक्रियांशी किंवा थ्रूपुटशी प्रत्यक्ष संबंधित नसतात, त्यांना आपण कार्यप्रदर्शनाचे मुख्य निर्देशक म्हणू शकत नाही.

प्रत्येक प्रणालीमध्ये 'KPI'ची संख्या तीन ते पाचपर्यंत सीमित ठेवा. मापन करताना तुम्हाला मोह होईल की, हवी लागणारी सर्व माहिती साठवण्यासाठी एक 'डॅशबोर्ड' तयार करावा. पण त्या मोहाला आवर घाला, अन्यथा तुमच्याकडे माहितीचा महापूर येईल आणि खरोखरीचे महत्त्वाचे असलेले ***बदल*** तुम्ही पाहण्याची शक्यता कमी होईल. आवश्यकता पडल्यास तुम्ही नक्कीच ती माहिती शोधून काढू शकता.

तुमच्या प्रणालीच्या कार्यप्रदर्शनाचे मुख्य निर्देशांक शोधलेत, तर माहितीच्या महापुरात वाहून न जाता तुमच्या प्रणालीचे व्यवस्थापन करणे तुम्हाला शक्य होईल.

ही संकल्पना शेअर करा : http://book.personalmba.com/key-performance-indicator/

कचरा आत, कचरा बाहेर

(Garbage In, Garbage Out)

आपण आपल्या कामाची सुरुवात करण्याकडे लक्ष देऊ या, परिणाम आपले व्यवस्थापन आपणच करतील.

– अलेक्झांडर क्लार्क, १९व्या शतकातील अमेरिकेचे राजदूत आणि नागरी हक्कांचे कार्यकर्ते

जर तुम्ही हलक्या दर्जाच्या माहितीचे विश्लेषण केले, तर परिणाम निरर्थक आणि दिशाभूल करणारे किंवा खूप नुकसान करणारे असतील.

तुम्ही ज्या दर्जाचा कच्चा माल वापरता, त्याचा उत्पादनाच्या दर्जावर परिणाम होत असतो. जर तुम्ही एखादी वस्तू हलक्या प्रतीच्या कच्च्या मालापासून बनवली, तर ती वस्तू अनाकर्षक आणि अविश्वसनीय असेल. जर तुम्ही खूप जंक फूड खात असाल, जास्त हालचाल करत नसाल आणि टीव्हीवरील बातम्या आणि रिॲलिटी शो यांच्याकडे जास्त लक्ष देत असाल, तर तुम्हाला उत्साहवर्धक वाटण्याऐवजी निरुत्साही वाटेल. जर प्रोजेक्टवर काम करणारे लोक कुशल किंवा उत्साही नसतील, तर त्याच्या अंतिम परिणामांचे नक्कीच नुकसान होईल.

कचरा आत, कचरा बाहेर, हे एक सरळ-सोपे तत्त्व आहे. एखाद्या ***प्रणालीमध्ये*** हलक्या दर्जाचा कच्चा माल घातला, तर तुम्हाला हलक्या दर्जाचाच पक्का माल मिळेल. प्रणाली समजून घेण्याची तुमची क्षमता, त्या प्रणालीमध्ये काय चालू आहे, याचे निरीक्षण करण्यावर अवलंबून आहे. तुम्ही गोळा करत असलेल्या त्या माहितीचा दर्जा आणि परिणाम यांवर तुम्ही ती प्रणाली सुरू असताना काय घडते, हे समजून घेणे अवलंबून असते.

जर तुम्हाला कचरा नको असेल, तर तुम्ही सुरुवात करता त्या वेळी कचरा वापरू नका. सुरुवात चांगली केली, तर अपेक्षित अंतिम परिणाम मिळण्यास मदत होऊ शकेल.

परिणामांमध्ये सुधारणा होण्यासाठी, दर्जाकडे सुरुवातीपासून लक्ष दिले पाहिजे.

ही संकल्पना शेअर करा : http://book.personalmba.com/garbage-in-garbage-out/

सहनशीलता

(Tolerance)

> शहाणपणाचा मार्ग? खूप सोपा आहे आणि व्यक्त होणेही सोपे आहे. चुका कळत–नकळत होतात; पण त्यातून शिका.
>
> – पाइट हाइन, गणितज्ञ आणि कवी

अनेक अननुभवी व्यावसायिक लोक परिपूर्णतेची अपेक्षा करतात. कोणत्याच प्रकारची चूक किंवा फरक, कितीही लहान असला तरी, तो काळजीचे कारण असतो.

उदाहरणार्थ, एखाद्या उद्योगाची वेबसाइट. बहुतेक व्यावसायिक लोक त्यांची वेबसाइट बंद पडते, तेव्हा चक्रावून जातात. ही घटना त्यांना सिस्टीमच्या व्यवस्थापकाला किंवा जबाबदार व्यक्तीला फोन करण्यास भाग पाडते. बऱ्याचदा 'आता आमची वेबसाइट पुन्हा बंद पडणार नाही ना?' असा प्रश्न विचारला जातो.

वास्तवामध्ये 'परिपूर्णता' अशक्य आहे. शंभर टक्के विश्वसनीयता हे दिवा स्वप्न असते. ***सामान्य अपघात*** हे आयुष्याचा एक भाग असतात. म्हणून, पैशाचे नियोजन करताना त्यांचा विचार करणे गरजेचे असते. जितकी जास्त विश्वसनीयता तुम्हाला हवी आहे, तुमच्या प्रणालीसाठी तितका जास्त खर्च येईल.

सहनशीलता म्हणजे प्रणालीतील 'साधारण' चुकीची स्वीकारार्ह पातळी. दिलेल्या मोजमापाच्या पल्ल्यामध्ये, ती प्रणाली अपेक्षित प्रकारे काम करत आहे. जोपर्यंत चुका एक ठरावीक पातळी ओलांडत नाहीत, तोपर्यंत तुम्ही तातडीने हस्तक्षेप करणे आवश्यक नसते.

सहनशीलता बऱ्याच वेळा 'घट्ट' किंवा 'शिथील' अशा प्रकारे संबोधली जाते. घट्ट सहनशीलता म्हणजे, ज्यामध्ये चुकीसाठी किंवा फरकासाठी फार कमी वाव असतो. जर त्या घटकाचे काम प्रणालीच्या कामासाठी खूप जास्त महत्त्वाचे असेल, तर जी साधारण आहे. 'शिथील सहनशीलता' बऱ्यापैकी चुका किंवा फरकाला वाव देते आणि विशेषत: जेव्हा लहान चुका काही विशेष मोठा परिणाम करत नाहीत, तेव्हा 'हे साधारण आहे' असे म्हणता येईल.

प्रणालीची विश्वसनीयता ही नेहमी टक्केवारीमध्ये मोजली जाते. जेव्हा एखादी प्रणाली दिलेल्या विषयात ९५% विश्वसनीय आहे, तेव्हा ती त्या सहनशीलतेच्या मर्यादेत वीसपैकी एकोणीस वेळा अपेक्षित परिणाम देईल. जितकी जास्त विश्वसनीयता, तितकी टक्केवारी जास्त असेल.

जेव्हा तुम्ही कोणाला 'फाइव्ह नाइन्स'बद्दल बोलताना ऐकता, त्याचा अर्थ असा असतो की, ती प्रणाली अपेक्षित परिणाम ९९.९९९९९% वेळा अपेक्षित परिणाम देते. विश्वसनीयतेची ही पातळी प्रचंड प्रभावी आहे आणि ती साध्य करणे तितकेच खर्चीक! बऱ्याचदा, प्रणाली बनवणाऱ्या कंपन्या 'सहनशीलता' हे विश्वसनीयतेचे मोजमाप म्हणून वापरतात आणि ते एक करार करतात. त्याला 'सर्व्हिस लेव्हल ॲग्रिमेंट' (एसएलए)म्हणतात. त्यानुसार जर चुका एका ठरावीक पातळीच्या वर गेल्या, तर ग्राहकांना नुकसानभरपाई देण्याचे वचन दिले जाते.

कडक सहनशीलता खूप उपयुक्त असतात आणि त्या दर्जाचे सकारात्मक दर्शक असतात. शेवटी, तुम्हाला चुका किंवा फरक नकोच असतो. त्यामुळे तुमच्या प्रणालीतील महत्त्वाच्या भागांसाठी, कडक सहनशीलतांचा वापर करा.

ही संकल्पना शेअर करा : http://book.personalmba.com/tolerance/

वैश्लेषकीय प्रामाणिकपणा

(Analytical Honesty)

जे सत्यामुळे विनाश पावू शकते, ते केले पाहिजे.

– पी. सी. हॉजेल, प्रोफेसर आणि द *गॉड स्टॉकर क्रॉनिकल्स* या पुस्तकाचे लेखक

प्रॉक्टर ॲण्ड गॅम्बल मधील शेवटच्या पदावर असताना, माझ्यावर ऑनलाइन मार्केटिंग ***मेजरमेंट*** पद्धती तयार करण्याची जबाबदारी होती. पी ॲण्ड जी कंपनीच्या वेबवरील जाहिरातींची परिणामकारकता मोजण्याचा मार्ग मला शोधून काढायचा होता. पी ॲण्ड जी बॅनरवरील जाहिराती, सर्च इंजीनवरील जाहिराती आणि ऑनलाइन व्हिडीओंवर दर वर्षी कोट्यवधी रुपये खर्च करते. ही गुंतवणूक योग्य आहे का ते पाहणेच माझे काम होते.

आम्ही सर्वांकडून शिफारसी गोळा केल्या. त्यामध्ये, माझ्या टीमला काही गोष्टी ध्यानात आल्या, ज्या खूप विचलित करणाऱ्या होत्या. आम्ही आमच्या वेबसाइट्सवर भेट देणाऱ्या विशिष्ट वेगळ्या लोकांचे मापन करण्यासाठी जी ***प्रणाली*** वापरत होतो, ती चुकीची होती. केवळ सरळपणे भेट देणाऱ्या माणसांऐवजी ती प्रणाली सर्च इंजीनमधून येणाऱ्या भेटीही त्यात मोजत होती, जरी त्या व्यक्ती नसल्या तरीही. कॉम्प्युटर प्रोग्रॅम्सना शाम्पू, कपडे धुण्याचे साबण याची फिकीर नव्हती; पण ती प्रणाली त्यांनाही संभाव्य ग्राहक म्हणून मोजत होती.

सर्च इंजीनच्या स्पायडर प्रोग्रॅम्ससाठी एखाद्या वेबसाइटला दिवसभरात अनेक वेळा भेट देऊन नवीन काही माहिती आली आहे का, हे पाहणे काही नवीन नाही. त्यामुळे, ती प्रणाली वेबसाइटला भेट देणाऱ्या माणसांचा आकडा लक्षणीयरीत्या जास्त दाखवत होती. स्पष्ट सांगायचे झाले तर, ***'कचरा आत, कचरा बाहेर'*** अशी परिस्थिती होती आणि त्यामुळे मापनाची उपयुक्तता कमी झाली.

नैसर्गिकपणे, आम्ही वेबसाइटला भेट देणाऱ्यांचा आकडा अचूकपणे मिळवण्यासाठी, त्याचा मागोवा घेणारी प्रणाली सुधारून घेण्याची शिफारस केली. अगदी एकमताने, सर्व टीम्सनी नकार दिला. त्यांना माहीत होते की त्यांना चुकीची माहिती मिळत आहे; पण त्यांना त्याची काळजी नसावी असे वाटत होते.

उपाय हा होता : मागोवा घेणारी नवीन प्रणाली वापरल्याने प्रत्येक वेबसाइटला भेट देणाऱ्या लोकांची मोजणी करता आली असती जी बहुतेक टीम्ससाठी ***कार्यप्रदर्शनाचा मुख्य निर्देशक*** होती. ती संख्या नाट्यमयरीत्या खालावली असती. जरी ती नवीन प्रणाली स्पष्टपणे अधिक अचूक होती, तरी त्यांनी 'असत्या'चा हात धरून पुढे जाण्याचे ठरवले. परिणामी, त्यांनी त्यांच्या वेबसाइटचे प्रत्यक्षातील काम सुधारण्यावर तडजोड केली.

वैश्लेषकीय प्रामाणिकपणा म्हणजे तुमच्याकडे असलेल्या माहितीचे शांतपणे मापन आणि विश्लेषण करणे. माणूस हा समाजप्रिय प्राणी असल्याने, आपण इतर लोक आपल्याबद्दल काय विचार करतात, किंवा त्यांचे आपल्याबद्दलचे मत काय याबद्दल विचार करण्याची आपली वृत्ती असते. त्यामुळे, आपल्याला गोष्टी आहेत त्यापेक्षा जास्त चांगल्या दिसतात. जर तुमचा हेतू गोष्टींमध्ये सुधारणा करणे हा असेल, तर ही वृत्ती माहिती गोळा करण्याच्या आणि योग्य विश्लेषण करण्याच्या मार्गात आड येते.

वैश्लेषकीय प्रामाणिकपणा जपण्याचा उत्तम मार्ग म्हणजे तुम्ही मापन केलेल्या माहितीचे विश्लेषण अशा अन्य कोणा व्यक्तीकडून करून घ्यायचे, ज्याने वैयक्तिकरीत्या तुमच्या प्रणालीमध्ये गुंतवणूक केलेली नाही. ***प्रोत्साहन प्रेरित पूर्वग्रह*** (इन्सेन्टीव्ह-कॉज्ड बायस) आणि ***पुष्टीचा पूर्वग्रह*** (कन्फर्मेशन बायस) यांना बळी पडणे खूप सोपे आहे. जर तुमची सामाजिक प्रतिष्ठा धोक्यात असेल, तर कोणा अनुभवी आणि तटस्थ व्यक्तीनेच तुमच्या मापनाची आणि विश्लेषणाची परीक्षा करणे योग्य ठरेल. त्रयस्थ व्यक्ती अत्यंत प्रामाणिकपणे सत्य तुमच्या समोर मांडेल. तुम्हाला ते ऐकायला कदाचित कटू वाटेल. पण त्यामुळे तुम्हाला संभाव्य समस्यांची कल्पना येईल.

तुमच्या हातातील माहितीतून तुम्ही हव्या त्या रंगाच्या चशम्यातून पाहू नका. नेहमी त्या माहितीतून तुम्ही काय सुधारणा केली पाहिजे, हे शोधा व त्याबाबत स्वतःशी प्रामाणिक राहायचा प्रयत्न करा.

ही संकल्पना शेअर करा : http://book.personalmba.com/analyatical-honesty/

संदर्भ

(Context)

जर तुम्हाला एखादी गोष्ट समजत नसेल, तर त्याचे कारण म्हणजे तुम्हाला त्या गोष्टीचा संदर्भ माहीत नाही.

– रिचर्ड रॅबकीन, मानसोपचारतज्ज्ञ

तुम्ही या महिन्यात २,००,००० डॉलर्सचे उत्पन्न मिळवले. हे चांगले का वाईट? सांगता येत नाही. जर तुम्ही मागील महिन्यात १,००,००० डॉलर्स मिळवले असतील, तर चांगले आहे. पण तुमचा या महिन्यातील खर्च ४,००,००० डॉलर्स झाला असेल, तर या महिन्यातील उत्पन्न 'वाईट' आहे.

संदर्भ म्हणजे संबंधित ***मापनाचा*** तुम्ही परीक्षण करत असलेल्या माहितीबाबत अधिक माहिती देण्यासाठीचा वापर होय. वरील उदाहरणात, अधिक माहितीशिवाय तुमचे उत्पन्न कळण्याने काही फायदा नाही. मागील महिन्याचे उत्पन्न माहीत असण्याने, या महिन्याच्या खर्चाचा आकडा आवश्यक संदर्भ पुरवतो आणि तुम्हाला परिस्थितीचे स्पष्ट चित्र दर्शवतो.

एकूण सरासरी मापनांमधून बहुतेक कधीच तुम्हाला काही उपयुक्त माहिती मिळेल असे नाही. जेव्हा तुम्हाला मूर्त स्वरूपाच्या सुधारणा करायच्या असतात, तेव्हा सरासरी मापने ही निरुपयोगी ठरतात. कारण, त्यात संदर्भ नसतो. या महिन्यात वीस लाख लोकांनी तुमच्या वेबसाइटला भेट दिली, यामधून तुम्हाला महत्त्वाचे आणि उपयुक्त असे काहीही कळत नाही. संदर्भाशिवाय, तुम्ही ***बदल*** किंवा परिणामकारकता याबद्दल काही ठरवू शकत नाही. ते तुमच्या ***प्रणालीमध्ये*** सुधारणा करण्याच्या क्षमतेला सीमित करते.

तुम्ही जेव्हा परिणामांचा मागोवा घेत असता, तेव्हा एकाच 'जादुई आकड्यावर' लक्ष केंद्रित करण्याचे टाळा. एकाच आकड्यावर विसंबणे हे ती गोष्ट सहज-सोपी करण्यासारखे आहे. पण ते तसे नसते – संदर्भ काढून टाकण्याने माहितीतील महत्त्वाचे बदल तुम्हाला दिसत नाहीत. तुमचा 'टोटल क्वालिटी स्कोअर' किंवा उत्पन्न वाढले आहे किंवा काही पॉइंटने घसरले आहे, याचे आकडे तुम्हाला ते तसे का घडले हे सांगणार नाहीत, ते महत्त्वाचे आहे किंवा नाही किंवा जर ते काही सहज झालेल्या चढउतारामुळे झाले आहे का, किंवा प्रणालीतील एखादा महत्त्वाचा बदल किंवा त्याचे ***वातावरण*** याबाबतदेखील सांगणार नाहीत.

एक साधारण नियम : कोणत्याही मापनाचे एकटे परीक्षण करू नका. नेहमी त्यांना इतर मापनांच्या संदर्भासह पाहा.

ही संकल्पना शेअर करा : http://book.personalmba.com/context/

सॅम्पलिंग

(Sampling)

जर तुम्ही सँपलिंग थिअरीवर विश्वास ठेवत नसाल, तर पुढच्या वेळी तुम्ही डॉक्टरकडे गेल्यावर जर त्यांनी रक्ततपासणी करायची म्हटली, तर सगळे रक्त काढून घ्यायला सांगा.

– जिआन फुल्गोनी, कॉम्स्कोअर, इंकचे संस्थापक आणि चेअरमन

प्रत्येक प्रक्रियेची माहिती गोळा करण्यासाठी तुमची ***प्रणाली*** जर खूप मोठी किंवा क्लिष्ट असेल, तर तुम्ही काय करता?

कधीकधी संपूर्ण प्रणालीचे ***ओघ*** मोजणे हे शक्य नसते. जर तुम्ही ***प्रमाणता प्रणालीचे*** व्यवस्थापन करत असाल, तर अनेकदा प्रत्येक युनिटची तपासणी करणे शक्य नसते किंवा प्रत्येक चूक शोधणे शक्य नसते. तुमची प्रणाली जर लाखो युनिट्स तयार करत असेल किंवा लाखो व्यवहार करत असेल, तर अशा वेळी तुम्ही संभाव्य समस्या जलदपणे कशा ओळखणार?

सँपलिंग ही सहजपणे संपूर्ण आउटपुटची एक लहान टक्केवारी घेण्याची प्रक्रिया आहे, नंतर जी संपूर्ण प्रणालीची प्रतिनिधी (रिप्रेझेन्टेटिव्ह) म्हणून वापरली जाते. जर डॉक्टरकडे तुमचे कधी रक्त घेतले असेल, तर तुम्हाला सॅम्पलिंगची चांगली कल्पना असेल. डॉक्टर किंवा नर्स थोडेसे रक्त घेतात, जे नंतर लॅबरेटरीला पृथक्करणासाठी पाठविले जाते. जर चाचणीमध्ये रक्तात काही विसंगती आढळली, तर तीच समस्या साधारणपणे संपूर्ण रक्तात असेल, अशी शक्यता वर्तवली जाते. हे शितावरून भाताची परीक्षा करण्यासारखेच असते.

सॅम्पलिंग तुम्हाला प्रणालीतील चुका जलद रीतीने आणि तेही सर्व आउटपुटची चाचणी न करता ओळखण्यासाठी मदत करते, अन्यथा ते खूप वेळखाऊ आणि खर्चीक काम असावे. जर तुम्ही मोबाईल हॅन्डसेट्सचे उत्पादन करत असाल, तर तुम्ही लाइनवरून बाहेर येणाऱ्या प्रत्येक हॅन्डसेटची चाचणी करण्याची आवश्यकता नसते. तुम्ही वीसपैकी एका हॅन्डसेटची चाचणी केली, तरी तुम्ही त्यातील चुका शोधू शकता आणि पूर्णपणे सगळे बिनसण्याआधीच ते दुरुस्त करू शकता. किती जलद आणि अचूकपणे तुम्ही चूक शोधली पाहिजे, यावर अवलंबून तुम्ही सॅम्पलिंगचा दर कमी किंवा जास्त करायचा हे ठरवू शकता.

सहज केलेले 'स्पॉट चेक' हेसुद्धा सॅम्पलिंगचाच एक प्रकार आहेत. अनेक रिटेल स्टोअर 'गुप्त खरेदीदारांची (सिक्रेट शॉपर्सची) नेमणूक करतात, जे ठरावीक काळाने जाऊन ग्राहक सेवा किंवा विक्रेत्या कर्मचाऱ्यांचे कौशल्य, इत्यादींची चाचणी करतात. हे खरेदीदार काही विशिष्ट वस्तूंमध्ये रस घेण्यासाठी, विशिष्ट प्रश्न विचारण्यासाठी, वस्तू परत करण्यासाठी किंवा असेच जाऊन त्रासदायक वागण्यासाठी नेमलेले असतात. स्टोअरमधील कर्मचाऱ्यांना कोणते ग्राहक खरे आणि कोणते नाही हे माहीत नसल्याने, हा स्टोअरच्या व्यवस्थापनासाठी त्यांच्या कर्मचाऱ्यांची प्रत्येक दिवशी, प्रत्येक क्षणी तपासणी करण्याचा हा एक प्रभावी मार्ग आहे.

जर सॅम्पल (नमुना) खरोखरीच सहजासहजी किंवा एकसारखे घेतले नसेल, तर सॅम्पलिंगमध्ये पूर्वग्रह येऊ शकतो. उदाहरणार्थ, अमेरिकेतील घरटी सरासरी उत्पन्न मोजण्यासाठी मॅनहॅटनमधील संपत्तिधारकांचा सर्व्हे केला, तर जमा झालेल्या माहितीमध्ये वेस्ट व्हर्जिनियाच्या संपत्तिधारकांच्या सर्व्हेतून येणाऱ्या माहितीपेक्षा खूप जास्त तफावत असेल. म्हणून सर्वोत्तम परिणामाकरता, जितके मोठे सॅम्पल घेणे शक्य आहे, तितके घ्यावे.

तुम्हाला उत्पादनाच्या दर्जासाठी चाचणी परीक्षा करायची असेल, तर सँपलिंग तुम्हाला जास्त खर्च न येता, चांगली माहिती मिळवण्यासाठी मदत करते. अर्थात, तुम्ही संभाव्य पूर्वग्रह येऊ नये म्हणून सतत लक्ष ठेवले पाहिजे.

ही संकल्पना शेअर करा : http://book.personalmba.com/sampling/

चुकांची शक्यता

(Margin of Error)

> प्रत्येक जण एका उदाहरणावरून सामान्य विधान करतो. किमान मी तरी करतो.
>
> – स्टीवन ब्रस्ट, विज्ञानकथा–लेखक

समजा, तुम्ही जादुगाराच्या दुकानातून जादूच्या युक्तीचे नाणे विकत घेतले. तुम्हाला खात्री करून घ्यायची आहे की, त्या नाण्याचा प्रत्यक्षात जमिनीवर पडताना बहुतेक वेळा 'छापा' पडण्याचा कल आहे.

तुम्ही निरुपयोगी वस्तू विकत घेतली नाही कशावरून? तुम्ही ते नाणे उडवण्यास सुरू करता.

असे गृहीत धरू की, पहिल्या पाच टॉसमध्ये, तुम्हाला तीन वेळा काटा आणि दोन वेळा छापा मिळतो. तुम्ही पैसे परत मागितले पाहिजेत का?

तुम्ही जादुगाराला नावे ठेवण्याआधी तुमचा निकाल अचूक आहे, हे पाहणे कदाचित योग्य ठरेल. दिलेल्या निरीक्षण केलेल्या ***सॅम्पलच्या*** संचातून काढलेल्या निष्कर्षावर तुम्ही किती विश्वास ठेवू शकता. याचा एक अंदाज म्हणजे ***चुकांची शक्यता.***

तुम्ही पाच वेळा नाणे उडवल्यामुळे, ते नाणे निरुपयोगी आहे असे ठामपणे सांगू शकत नाही. तुमच्या परीक्षणाच्या 'सॅम्पल'चा आकार फार लहान होता. प्रत्येक वेळा नाणे अजून एकदा उडवण्याने तुमच्या सॅम्पलचा आकार वाढतो.

जर तुम्ही नाणे एक हजार वेळा उडवले आणि दोन तृतीयांश वेळा काटा पडला, तर तुम्ही बऱ्यापैकी ठामपणे म्हणू शकता की नाण्याची प्रवृत्तीच तशी आहे. पण तुम्हाला वाटले होते तसे नाही. कारण, जितके वेळा नाणे उडवाल. त्याच्या अर्ध्यावेळेस छाप पडायला पाहिजे. म्हणूनच तुमच्या सॅम्पलच्या मोठ्या आकारामुळे हे शक्य वाटते की जादुगाराने तुम्हाला काटा असलेले नाणे चुकून दिले असावे.

तुम्ही घेत असलेले प्रत्येक अतिरिक्तसॅम्पल, तुमच्याकडे उपलब्ध असलेल्या माहितीत वाढ करत असते. ते तुम्हाला ही खात्री करायला मदत करते की निरीक्षण केलेले सॅम्पल हे तुम्ही अभ्यासत असलेल्या विशिष्ट लोकांच्या गटाचे प्रतिनिधित्व करत आहे. तुम्ही जितके अधिक सॅम्पल घेता, चुकीची शक्यता तितकी कमी होते आणि सर्व सॅम्पल मिळून जे परीक्षण तुम्ही करता, त्यातून निघणारे निष्कर्ष अधिक विश्वसनीय असतील. (चुकांची शक्यता लक्षात घेऊन तुम्ही सॅम्पलिंगमधील अपरिहार्य पूर्वग्रहांना जबाबदार धरू शकता.)

चुकीची शक्यता कशी काढायची हे गणित या पुस्तकाच्या मर्यादेबाहेरचे आहे. एकदा का तुम्हाला चुकीची शक्यता कशी काढायची याचा अंदाज आला, की मग ते सोपे वाटेल, विशेषकरून, जर तुम्ही विश्लेषणाकरता स्प्रेडशीट किंवा डेटाबेस वापरत असाल. तुम्हाला जर मार्जिन ऑफ एरर किंवा इतर काही संबंधित अंदाज जसे की, 'कॉन्फिडन्स इंटरव्हल्स' किंवा 'क्रेडिबिलिटी इन्टर्व्हल्स' काढायचे असतील, तर मी तुम्हाला सुचवेन की तुम्ही एम. जी. बामर यांच्या *प्रिन्सिपल ऑफ स्टॅटिस्टिक्स* पुस्तकाचे सखोल वाचन केले पाहिजे.

साधारणपणे, लहान तसेच प्रतिनिधित्व न करणाऱ्या सॅम्पलच्या आकारामुळे येणाऱ्या दिशाभूल करणाऱ्या निष्कर्षांपासून सावध राहा. जेव्हाही नेहमीच्या सरावातील नसलेल्या माहितीवर आधारित सरासरी किंवा प्रोबॅबिलिटी तुमच्या समोर येईल, ती माहिती कशी गोळा केली, सॅम्पलचा आकार किती होता, या गोष्टी थोड्या पडताळून पाहणे फायद्याचे ठरते. सॅम्पल संच जे खूप लहान असतात किंवा पूर्वग्रह असण्याची शक्यता असते, तेव्हा त्यांचा विश्लेषणावर लक्षणीय प्रभाव पडतो.

जर तुम्हाला विश्लेषणाबद्दल आत्मविश्वास वाटायला हवा असेल, तर अधिक माहीती गोळा करणे कधीही चांगले असते. म्हणूनच सॅम्पलिंग संचाचा आकार मोठ्यात मोठा ठेवा.

ही संकल्पना शेअर करा : http://book.personalmba.com/margin-of-error/

गुणोत्तर

(Ratio)

जो आकडेमोड करायला नाही म्हणतो, त्याच्या नशिबात मूर्खपणाने बोलणे असते.

– जॉन मॅकार्थी, कॉम्प्युटर आणि कॉग्निटिव्ह सायंटिस्ट, ज्यांनी 'आर्टिफिशियल इंटेलिजन्स' ही संज्ञा अस्तित्वात आणली.

गुणोत्तर ही दोन ***मापनांची*** एकमेकांविरुद्ध तुलना करण्याची पद्धत होय. तुमच्या निष्कर्षांना इनपुटने भागले, तर तुम्ही सर्व प्रकारच्या ***प्रणालीच्या*** विविध भागांतील उपयुक्त परस्परसंबंध मोजू शकता.

उदाहरणार्थ, असे गृहीत धरा की तुमच्या स्टोअरमध्ये येणाऱ्या प्रत्येक ३० ग्राहकांपैकी दहा जण खरेदी करतात. तुमचा 'क्लोजिंग शो' १० भागिले ३० म्हणजे ३३.३३ टक्के.

असे म्हणू, की तुम्ही तुमच्या विक्रेत्यांना कर्मचाऱ्यांना येणाऱ्या ३० ग्राहकांपैकी १५ ग्राहक 'पैसे देणारे ग्राहक' कसे होतील, याच्या तंत्राचे प्रशिक्षण देता. आता तुमचा नवीन 'क्लोजिंग रेशो' आहे १५ भागिले ३० म्हणजे ५० टक्के.

टक्केवारी हे केवळ १०० हा पाया असलेले साधे गुणोत्तर असते. तुमचा पहिला क्लोजिंग रेशो जर गुणोत्तरात बदलला, तर तो असेल ३३%. आणि तुमचा दुसरा क्लोजिंग रेशो असेल ५०%.

पुढे काही उपयुक्त गुणोत्तरे दिली आहेत –

- जाहिरातींवरील परतावा (रिटर्न ऑन प्रमोशन) : *जाहिरातीवर खर्च केलेल्या प्रत्येक एक डॉलरसाठी, तुम्ही किती उत्पन्न गोळा केले?*
- प्रत्येक कर्मचाऱ्यामागील नफा (प्रॉफिट पर एम्प्लॉइ) : *तुम्ही नेमलेल्या प्रत्येक व्यक्तीसाठी, तुमचा उद्योग किती नफा निर्माण करतो?*
- क्लोजिंग रेशो (क्लोजिंग रेशो) : *तुम्ही सेवा दिलेल्या प्रत्येक संभाव्य ग्राहकांच्यापैकी किती जण खरेदी करतात?*
- वस्तू परत येण्याचे/तक्रारींचे गुणोत्तर (रिटर्न्स/कम्प्लेंन्ट्स रेशो) : *तुम्ही केलेल्या प्रत्येक विक्रीमागे, किती जण तक्रार करतात किंवा वस्तू परत देतात?*

आर्थिक विवरण तपासताना ***आर्थिक गुणोत्तरांची*** नेहमी खूप मदत होते. गुणोत्तरे जसे की ***गुंतवणुकीवरील परतावा*** *(रिटर्न ऑन इन्व्हेस्टमेंट), मिळकतीवरील परतावा (रिटर्न ऑन ॲसेट्स*), *भांडवलावरील परतावा (रिटर्न ऑन कॅपिटल), इन्व्हेनटरी टर्न्स (इंव्हेंटरी टर्न्स)* आणि *दिवसभराच्या विक्रीतील येणे (डे सेल्स आउटस्टँडिंग)* ही गुणोत्तरे एखाद्या उद्योगाच्या आरोग्याची कल्पना येण्यासाठी खूप उपयुक्त असतात. आर्थिक गुणोत्तरांची पूर्ण ओळख होण्यासाठी मी तुम्हाला करेन बर्मन आणि जो नाईट, जॉन केस यांचे *फायनान्शियल इन्टेलिजन्स फॉर आंत्रप्रूनर्स* हे पुस्तक वाचण्यास सुचवेन.

गुणोत्तरांचा वेळोवेळी मागोवा घेतल्याने एखाद्या प्रणालीमध्ये कसे बदल होत आहेत, याबद्दल मार्गदर्शक संकेत मिळतो. जर बंद करतानाचे गुणोत्तर (क्लोजिंग रेशो) किंवा गुंतवणुकीवरील परतावा चढता असेल, तर ती चांगली गोष्ट आहे. पण जर तो घसरत असेल, तर त्याचे कारण शोधून काढणे उपयुक्त ठरेल.

सर्जनशील व्हा : प्रथम तुमच्या उद्योगाचा व्यवस्थित अभ्यास करा, नंतर तुमच्या प्रणालीच्या अतिशय महत्त्वाच्या भागांची गुणोत्तरे काढा.

ही संकल्पना शेअर करा : http://book.personalmba.com/ratio/

सरासरी

(Typicality)

तुम्हाला काय खुपते आहे ते तुम्हाला माहीत नाही. जे तुम्हाला माहीत आहे ते तसे नाही.

– विल रॉजर्स, अमेरिकन गुराखी आणि विनोदवीर

वॉ*ल स्ट्रीट जर्नल (डब्लूएसजे)* वाचणाऱ्या माणसांचे सरासरी उत्पन्न १.७ मिलियन डॉलर्स आहे. यावरून *डब्लूएसजे* वाचणारी माणसे खूप सधन आहेत असे वाटते, बरोबर?

हो; पण तुम्हाला वाटतात त्यापेक्षा कमी. बिल गेट्स आणि वॉरेन बफे *वॉल स्ट्रीट जरनल* वाचतात आणि त्यांची संपत्ती अरबो डॉलर्समध्ये आहे. अग्रगण्य असणाऱ्या ०.०१ टक्के उद्योजकांपेक्षाही लक्षणीयरीत्या जास्त. केवळ *डब्लूएसजेच्या* त्यांच्या यादीतील अस्तित्वाने, बिल गेट्स आणि बफे यांच्यासारखे श्रीमंत एक्झिक्युटिव्ह सरासरीत खूप वाढ करतात, जी अन्यथा तितकी नसती. जर तुम्ही साधारणपणे *वॉल स्ट्रीट जर्नल* वाचणाऱ्या व्यक्तींची नेट वर्थ काढण्यासाठी सरासरीवर विसंबत असाल, तर तुम्ही चूक करत आहात, असे लक्षात घ्या.

विश्लेषणाचे अनेक प्रकार ***सरासरीची*** व्याख्या करण्यावर विसंबून असतात : एक साधारण किंवा विशिष्ट मूल्य काही महत्त्वाच्या मापनासाठी ओळखणे. विशिष्ट मूल्य मोजण्याचे पुढील चार साधारण प्रकार आहेत : *मध्य, मध्यमा, बहुलक व श्रेणीचा मध्य* (मीन, मेडियन, मोड आणि मिडरेंज).

मध्य किंवा सरासरी (मीन) काढताना सर्व गोष्टींच्या मूल्यांची बेरीज करायची आणि नंतर त्याला एकूण गोष्टींच्या क्रमांकाने भागायचे. सरासरी काढणे सोपे असते; पण ते गेटस आणि बफे सिंड्रोमला बळी पडण्याची शक्यता असते. मूळ गोष्टीपासून दूर असणाऱ्या लोकांमुळे प्रातिनिधिक असण्यासाठी सरासरी खूप जास्त किंवा खूप कमी येते. पण जर अशा दूर असणाऱ्या लोकांना वगळले, तर सरासरी अधिक अचूक येईल.(उदाहरणार्थ, जर वॉरन बफे व बिल गेटस्ना *डब्लूएसजेच्या* वाचकांच्या यादीतून वगळले, तर वाचकांच्या नेट वर्थची सरासरी अचूक येईल.)

मध्यमा (*मेडियन*) लहान आणि मोठी मूल्ये वेगवेगळी करून त्यांच्या पल्ल्यातील (रेंज) मध्यभागी असलेल्या माहितीच्या बिंदूच्या संख्या शोधल्यास मध्यमा मिळते. मध्यमा म्हणजे प्रत्यक्षात विश्लेषणाचा एक प्रकार आहे, ज्याला 'पर्सेन्टाइल' असेही म्हणतात. मध्यमा ही एक मूल्य असते. जे पन्नासावे पर्सेन्टाइल व्यक्त करते. व्याख्येनुसार, संचातील ५०टक्के इतकी मूल्ये मध्यमेच्या खाली असतात. मध्य आणि मध्यमा काढून त्यांची तुलना केली असता, तुम्हाला कळते की सरासरीवर काही मोठ्या मूल्यांच्या संख्यांचा प्रभाव पडला आहे का नाही.

बहुलक (*मोड*) हे ते मूल्य असते, जे गोळा केलेल्या माहितीसंचात वारंवार येते. बहुलक हे गोळा केलेल्या माहितीचे समूह शोधण्यात बहुलकाची मदत होते. एका संचात

अनेक बहुलक असू शकतात, जे तुम्हाला ज्या प्रणालीने ही माहिती निर्माण केली आहे, त्या प्रणालीतील संभाव्य परस्परावलंबित्वाबाबत जागरूक करतात.

श्रेणीचा मध्य (*मिडरेंज*) हे सर्वांत जास्त आणि कमी मूल्याच्या संख्या श्रेणीच्या मूल्य संचातील मध्य मूल्य होय. हे मूल्य काढण्यासाठी, सर्वांत जास्त मूल्य असलेली संख्या आणि सर्वांत कमी मूल्य असलेली संख्या यांची बेरीज करून, त्याला दोन या संख्येने भागले असता श्रेणीचा मध्य मिळतो. पण, त्यापासून दूर किंवा लांब असलेल्या आकड्यांमुळे श्रेणीच्या मध्याला छेद दिला जाऊ शकतो; असे लांब असलेले आकडे बिल गेट्स यांच्या बँक बॅलन्ससारखे खूप मोठे तरी असतात किंवा अगदी कमी तरी. जर तुम्ही काळजीपूर्वक योग्य साधन योग्य कामासाठी वापरलेत, तर मध्य, मध्यमा, बहुलक आणि श्रेणीमध्य ही विश्लेषणासाठी खूप उपयुक्त साधने आहेत. ती विशिष्ट निष्कर्ष देतात.

ही संकल्पना शेअर करा : http://book.personalmba.com/typicality/

परस्परसंबंध आणि कार्यकारणभाव

(Correlation and Causation)

> परस्परसंबंध हा कार्यकारणभाव नाही; पण नक्कीच त्यासंबंधी अप्रत्यक्ष सूचना आहे.
>
> – एडवर्ड टफ्ट, संख्याशास्त्रतज्ज्ञ, इन्फर्मेशन डिझाईनतज्ज्ञ आणि येल विद्यापीठ येथे प्रोफेसर

बिलिअर्ड्स टेबलची कल्पना करा : तुम्हाला जर टेबलवर असलेल्या प्रत्येक बॉलची अचूक जागा माहीत असेल आणि क्यू बॉलला लावल्या जाणाऱ्या जोराचे तपशील माहीत असतील. प्रभाव-सदिश, प्रभाव-बल, प्रभावाचे स्थान, टेबलाचे घर्षण व वायुअवरोध (इम्पॅक्ट व्हेक्टर, इम्पॅक्ट फोर्स, लोकेशन ऑफ इम्पॅक्ट, टेबल फ्रीक्शन ॲण्ड एअर रेझिस्टंट), तर तुम्ही क्यू बॉल कसा प्रवास करेल आणि जाताना इतर बॉल्सना कसा धक्का देईल, याचा हिशोब करू शकता. व्यावसायिक बिलिअर्ड्स खेळाडूंना या गोष्टींच्या संबंधाची ***मानसिक नक्कल*** *(मेंटल स्टिम्युलेशन)* करण्याचे कौशल्य इतके चांगले अवगत असते की, ते पूर्ण टेबल जलदरीत्या रिकामे करू शकतात.

कार्यकारणभाव; म्हणजे कारण आणि परिणाम यांची एक पूर्ण साखळी. अशा साखळीचा हिशोब लावणे शक्य असल्याने, तुम्ही म्हणू शकता की, क्यू बॉलला धक्का दिल्यामुळे इतर बॉल कॉर्नर पॉकेटमध्ये गेला. जर तुम्ही क्यू बॉलला पुन्हा अगदी तशाच प्रकारे तशाच परिस्थितीत मारले, तर तुम्हाला प्रत्येक वेळी हाच परिणाम मिळेल. यालाच ***कार्यकारणभाव*** म्हणतात.

गृहीत माहिती वापरून, अजून एक वैचारिक प्रयोग करू या : ज्या लोकांना हृदयविकाराचा झटका येऊन गेलेला असतो, ते साधारणपणे दर वर्षी सरासरी ५७ बेकन

डबल चीज बर्गर खातात. बेकन डबल चीज बर्गर खाल्ल्याने हृदयविकाराचा झटका येतो का? जरुरी नाही. ज्या लोकांना हृदयविकाराचा झटका येतो, ते साधारणपणे वर्षाला ३६५ वेळा अंघोळ करतात आणि त्यांचे डोळे ५६ लाख वेळा मिचकावतात. मग अंघोळ करण्याने आणि डोळे मिचकावण्यामुळेही हृदयविकाराचा झटका येतो का?

परस्परसंबंध म्हणजे कार्यकारणभाव नव्हे. अगदी एक मापन हे दुसऱ्याबरोबर खूप मोठ्या प्रमाणावर जोडले गेलेले आहे असे निरीक्षण केले, तरीही त्यामुळे हे सिद्ध होत नाही की एका गोष्टीमुळे दुसरी गोष्ट घडली.

आता असे समजू की तुमचे पिझ्झा पार्लर आहे आणि तुम्ही स्थानिक टेलिव्हिजनसाठी तीस सेकंदांची एक जाहिरात तयार करता. ती जाहिरात दिसू लागल्यानंतर काही काळातच, तुमच्या विक्रीत ३० टक्के वाढ दिसून येते. त्या जाहिरातीने विक्रीत वाढ घडवून आणली, असे म्हणता येईल का?

तसे आवश्यक नाही. पिझ्झाच्या विक्रीतील वाढ अन्य कोणत्याही घटकांमुळे झालेली असू शकते. त्या दिवशी कदाचित तुमच्या गावामध्ये काही समारंभ आयोजित केलेला असू शकतो व गावात नेहमीपेक्षा जास्त लोक आल्यामुळे आणि त्यांना चटकन काही खाण्यासाठी एक जागा हवी असल्यामुळेही विक्री वाढलेली असू शकते. किंवा कदाचित तुम्ही नेमकी त्याच वेळी एका पिझ्झाच्या किमतीत दोन पिझ्झा अशी काही विशिष्ट ऑफर दिलेली असू शकते आणि त्यामुळे प्रत्यक्षात जास्त लोक तुमच्याकडे आलेले असू शकतात. अनेक गोष्टी एका वेळी घडलेल्या असतात, त्यामुळे विक्री कशामुळे वाढली याबाबत निश्चित काही सांगता येत नाही.

खरे तर, त्या जाहिरातीमुळे, कदाचित विक्रीत *घट* झाली असू शकते. लोकांना कदाचित ती जाहिरात अनाकर्षक किंवा त्रासदायक वाटली असू शकते. पण इतर काही गोष्टी अशा घडल्या, ज्यामुळे विक्रीत प्रचंड वाढ झाली आणि ही गोष्ट झाकोळून गेली.

परस्परसंबंधांपेक्षा कार्यकारणभाव सिद्ध करणे अवघड असते. जेव्हा गुंतागुंतीच्या ***प्रणाली*** अनेक अनित्य संख्या (व्हेरिएबल्स) आणि ***परस्परावलंबित्वाच्या सहप्रणालींचे*** विश्लेषण करतो, तेव्हा नेहमी कार्यकारणभाव शोधणे खूप अवघड होऊन बसते. काळाबरोबर प्रणालीमध्ये जितके बदल होत जातात, तितका एकापेक्षा जास्त बदलांचा तुम्ही विश्लेषण करत असलेल्या निकालावर प्रभाव पडलेला असण्याची शक्यता जास्त असते.

माहीत असलेल्या अनित्य संख्यांसाठी जुळवून घेण्यामुळे, तुम्हाला बदलाची संभाव्य कारणे वेगळी करणे शक्य होईल. उदाहरणार्थ, जर तुम्हाला हे माहीत आहे की, शाळेचा शेवटचा दिवस साजरा करण्यासाठी लोक बाहेर जेवायला जातात किंवा जेव्हा वार्षिक संमेलन होणार असते, तेव्हा उपलब्ध माहितीचा वापर करून त्या काळातील आकड्यांमध्ये संतुलन आणू शकता, त्याप्रमाणे तुमच्या विक्रीमध्ये आक्रमक होऊ शकता.

तुम्ही प्रणालीमध्ये केलेले बदल जितके इतर घटकांपासून वेगळे ठेवू शकता, तितका तुम्हाला आत्मविश्वास वाटेल की, तुम्ही केलेल्या बदलामुळेच परिणाम घडून आले आहेत.

ही संकल्पना शेअर करा : http://book.personalmba.com/correlation-causation/

सर्वसामान्य प्रमाण

(Norms)

ज्यांना भूतकाळ लक्षात राहत नाही, त्यांच्यावर त्याची पुनरावृत्ती लादली जाते.

– जॉर्ज संतायन, तत्त्वज्ञानी, निबंधकार आणि सुभाषितकार

जर तुम्हाला एखाद्या गोष्टीच्या परिणामकारकतेची वर्तमानात तुलना करायची असेल, तर अनेकदा भूतकाळातून धडा घेणे उपयुक्त असते.

सर्वसामान्य प्रमाण हे ऐतिहासिक किंवा भूतकाळातील माहितीचा संदर्भ देण्यासाठी वापरले जाणारे ***मापनाचे*** एक साधन आहे. उदाहरणार्थ, भूतकाळातील गोळा केलेल्या माहितीकडे पाहता, तुम्हाला तुमच्या विक्रीतील कल सापडतील. जे ज्या दिवशी विक्री केली, त्या दिवसाशी निगडित असतील, ज्याला *हंगामी (सीझनॅलिटी)* असे म्हणतात. हंगामी घटक हे प्रमाण नेहमी का उपयुक्त असतात, याचे एक चांगले उदाहरण आहे. जर तुम्ही नाताळच्या सजावटीच्या वस्तू विकण्याचा उद्योग करत असाल, तर वर्षाच्या शेवटच्या तिमाहीमधील (ऑक्टोबर ते डिसेंबर) Q4 विक्रीची तुलना तिसऱ्या तिमाहीमधील विक्रीशी (ऑगस्ट ते सप्टेंबर) Q3 करणे हे उपयुक्त ठरणार नाही. कारण, नाताळचे सामान ऑगस्टमध्ये कोणीही विकत घेत नाही. चांगली तुलना करता येण्यासाठी आणि तुम्ही मागील वर्षीपेक्षा या वर्षी चांगली कामगिरी केली आहे का, हे पाहण्यासाठी मागील वर्षीच्या चौथ्या तिमाहीतील विक्रीशी या वर्षीच्या चौथ्या तिमाहीच्या विक्रीची तुलना करणे जास्त योग्य ठरेल.

जेव्हा व्यवस्थापनपद्धतीमध्ये ***बदल*** होतो, पूर्वीच्या मापनांवर आधारित प्रमाण वैध उरत नाही. पी ॲण्ड जीमध्ये विशिष्ट प्रकारच्या जाहिरातींची परिणामकारकता तपासण्याची आमची एक पद्धत होती. मागील अनेक वर्षांची गोळा केलेली माहिती पाहता, नवीन जाहिरातींची जुन्या यशस्वी झालेल्या जाहिरातींशी तुलना करणे शक्य होते. जर नवीन जाहिरातींनी ते प्रमाण मोडीत काढले नाही, तर आम्ही त्या जाहिराती वापरत नसू.

जर कंपनीने अचानक ठरवले की, चाचणीच्या वेगळ्या पद्धती वापरायच्या, तर ते प्रमाण आता वैध उरत नाही. ते सफरचंदांची आणि संत्र्याची तुलना केल्यासारखे असेल. जर तुम्ही मापनाच्या पद्धती बदलल्या, तर त्यावर आधारित प्रमाण ताबडतोब बदलेल. जर तुम्हाला अजूनही प्रमाण वापरायचे असेल, तर तुम्ही तुमचा ऐतिहासिक माहितीचा साठा पुन्हा एकदा तयार केला पाहिजे.

भूतकाळातील कामगिरीवरून भविष्यातील कामगिरीसाठीची खात्री देता येत नाही. लक्षात ठेवा, आपण गुंतागुंतीच्या ***प्रणाली*** वापरत आहोत. काळासोबत गोष्टींमध्ये नेहमीच बदल होतो. भूतकाळात काहीतरी उपयोगी पडले म्हणून ते कायम तसेच उपयोगी पडेल असे नाही. उत्तम परिणामाकरिता, ठरावीक काळाने तुमच्या प्रमाणाची वैधता तपासून पाहात राहा.

ही संकल्पना शेअर करा : http://book.personalmba.com/norms/

प्रतिनिधी

(Proxy)

– जर शेपटीला पाय म्हटले, तर कुत्र्याला किती पाय असतात? चार. शेपटीला पाय म्हटल्याने ती पाय होत नाही.

– अब्राहम लिंकन

प्रत्यक्षात एखादी गोष्ट मोजणे तुम्हाला शक्य नसेल, तर तुम्ही काय कराल? ***प्रॉक्सी*** अन्य कोणत्यातरी घटकाचे मापन करून एक प्रमाण मोजते. उदाहरणार्थ, लोकशाहीतील राजनैतिक ***प्रणालीमध्ये*** 'लोकांचा कल' जाणून घेण्यासाठी मतदान ही प्रॉक्सीचे काम करतात. देशाच्या प्रत्येक नागरिकाच्या मेंदूची तपासणी करून त्याची तपशीलवार आवड पाहणे शक्य नाही, त्यामुळे मतदान यासाठी ***पुढील उत्तम पर्याय*** म्हणून वापरला जातो.

शास्त्रीय मापनांसाठी प्रॉक्सी नेहमी वापरले जातात. तुम्ही कधी विचार केला आहे का की शास्त्रज्ञांना कसे माहीत की सूर्य किती उष्ण आहे किंवा काही विशिष्ट दगड किती जुने आहेत? ते प्रॉक्सीच मोजतात. जसे की, विद्युतचुंबकीय किरणांच्या लहरींमधील अंतर किंवा किरणोत्सर्गी अणूंचा ऱ्हास वगैरे आणि मग सिद्ध झालेले संबंध आणि फॉर्म्युल्यांचा वापर उत्तर शोधण्यासाठी केला जातो.

उपयुक्त प्रॉक्सीज प्राथमिक गोष्टीशी जवळून संबंधित असतात. जितके जवळून संबंधित असतील, तितके चांगले. उदाहरणार्थ, तुमच्या कंपनीच्या वेबसाइटचे परिक्षण करा. तुम्हाला लोक वेबसाइटच्या विविध भागांकडे नक्की कुठे आणि किती वेळ ***लक्ष*** देतात हे माहीत करून घ्यायचे असेल; पण तुमच्या वेबसाइटला भेट देणाऱ्या प्रत्येकाचा मेंदू तपासणे शक्य नाही. म्हणून लक्ष कुठे जाते हे बघण्यासाठी माउस कर्सरच्या हालचालीचा मागोवा घेणे, ही एक उपयुक्त प्रॉक्सी होऊ शकते. कार्नेगी मेलॉन विद्यापीठाच्या संशोधकांनी केलेल्या एका अभ्यासानुसार :

> *...८४% वेळा माउस कर्सरने एका भागाला भेट दिली होती, त्याला वापरकर्त्यांच्या नजरेनेही भेट दिली होती. त्याशिवाय, ८८% भाग जे डोळ्यांनी पाहिले नव्हते, ते माउस कर्सरनेदेखील पाहिले नव्हते.*

माउसची हालचाल आणि डोळे रोखणे (म्हणजे लक्ष) यांचा खूप परस्परसंबंध आहे. माउसच्या हालचाली या वेबसाइटला भेट देणाऱ्याचे लक्ष जाणून घेण्यासाठी चांगल्या प्रॉक्सी आहेत. जितके त्यातील ***परस्परसंबंध*** चांगले, तितकी ती प्रॉक्सी अधिक चांगली.

सर्वोत्तम परिणामांकरता, प्रॉक्सी तुमच्या इच्छित विषयाशी संबंधित आहे ना, याची खात्री करून घ्या. प्रॉक्सी जर एक गोष्ट मापण्याऐवजी दुसरीच मापतील तर त्या अवघड किंवा दिशाभूल करणाऱ्या असू शकतात. ***कार्यप्रदर्शनाचे मुख्य निदर्शक*** *(केपीआय)* म्हणून

प्रोग्रॅमर्सची उत्पादकता त्यांनी केलेल्या कोडच्या ओळींवरून मोजण्याच्या उदाहरणाची आठवण करा. आपण आधी चर्चा केल्याप्रमाणे, 'कोडच्या ओळी' या प्रोग्रॅमच्या परिणामकारकतेसाठी नक्कीच एक प्रॉक्सी असू शकतात. पण खूप मोठा कोड हा कधीकधी उत्पादकतेच्या *विरुद्धचा* संकेत असू शकतो, त्यामुळे दिलेल्या उद्दिष्टासाठी ते निरुपयोगी असू शकते. लांबच लांब कोड हे चांगलेच असतील असे नाही.

काळजीपूर्वक वापर केला तर, प्रॉक्सीमुळे तुम्ही ज्या गोष्टींचे मापन करण्यायोग्य नाहीत, त्यादेखील मोजण्यास मदत होते. तुम्ही निवडलेली प्रॉक्सी तुमच्या विषयाशी परस्परसंबंधित आहे, याची फक्त खात्री करून घ्या.

ही संकल्पना शेअर करा : http://book.personalmba.com/proxy/

विभाजन

(Segmentation)

विश्लेषणाचा निर्वाण सिध्दान्त: कोणतेही मापन (अगदी देवाचे आवडते केपीआय असले तरीही) हे व्यवस्थित विभाजन केल्याशिवाय करू नका. एखाद्या बाबीच्या बाजूने असो किंवा विरूद्ध असो; विभाजन केल्यावरच केपीआय अधिक प्रभावशाली होतो.

– अविनाश कौशिक, *वेब ॲनालिटिक्स : ॲन आवर अ डे* या पुस्तकाचे लेखक

अनेकदा, एकूण माहितीच्या संचामध्ये सोन्याच्या मोहरांनी भरलेला हंडा पुरलेला असू शकतो, फक्त तुम्हला शोधता आला पाहिजे. म्हणजेच, अत्यंत मौल्यवान माहिती माहिती मिळू शकते. ***विभाजन*** हे एक तंत्र आहे, ज्यामध्ये अधिक ***संदर्भ*** देता यावा म्हणून माहितीचे संच परिभाषित उप-समूहामध्ये विभागले जातात. असे केल्यामुळे आधी माहीत नसलेले संबंध आता स्पष्टपणे समोर येतात. उदाहरणार्थ, या महिन्यात ऑर्डर्स ८७ टक्क्यांनी वाढल्या, हे माहीत होणे चांगलेच आहे. पण त्यांपैकी ९० टक्के ऑर्डर्स या सिॲटलमधील स्त्रियांकडून आल्या, हे माहीत होणे अधिक चांगले आहे. त्यांनी ऑर्डर्स कशामुळे दिल्या हे शोधून काढा आणि त्या माहितीचा उपयोग करून तुम्हाला भविष्यात अजून जास्त यश मिळवता येईल.

ग्राहकांच्या माहितीचे विभाजन करण्याचे अजून तीन साधारण मार्ग पुढील प्रमाणे आहेत: भूतकाळातील कामगिरी, लोकसंख्याशास्त्र (डेमोग्राफिक्स) आणि मनोविज्ञान (सायकोग्राफिक्स)

भूतकाळातील कामगिरी (*पास्ट परफॉर्मन्स*) ग्राहकांना भूतकाळातील कृतीप्रमाणे विभागतो. उदाहरणार्थ, मागील विक्रीची माहिती वापरून ग्राहकांच्या माहितीचे विभाजन करू शकता, नवीन ग्राहकांना केलेली विक्री आणि यापूर्वी खरेदी करून गेलेल्या ग्राहकांना

केलेली विक्री यांची तुलना करू शकता. ***आजीवन मूल्याचा*** (लाइफटाइम व्हॅल्यू) हिशोब करणे; म्हणजे पूर्वीच्या कामगिरीप्रमाणे विभाजन करण्याचा एक प्रकार आहे.

लोकसंख्याशास्त्र (डेमोग्राफिक्स) म्हणजे ग्राहकांच्या वैयक्तिक बाह्य गुणधर्मानुसार त्यांचे केलेले विभाजन. त्यांची वैयक्तिक खाजगी माहिती जसे की वय, लिंग, उत्पन्न, नागरिकत्व आणि ठिकाण यावरून तुम्हाला तुमचे ग्राहक हे तुमचे ***संभाव्य खरेदीदार*** आहेत का हे ठरवण्यास मदत होते. तुमचे सर्वोत्तम ग्राहक हे तेवीस ते बत्तीस वयोगटातील पुरुष आहेत, जे महत्त्वाच्या महानगरांमध्ये राहणारे आणि २००० डॉलर्स दरमहा खर्चू शकण्याइतके उत्पन्न असलेले आहेत. हे माहीत झाल्याने या महितीचा उपयोग करून तुम्ही असे गुणधर्म असलेल्या या भावी ग्राहकांवर तुमचे ***मार्केटिंगचे*** परिश्रम केंद्रित करू शकता.

मनोविज्ञान (सायकोग्राफिक्स) म्हणजे ग्राहकांच्या अंतर्गत मानसिक गुणधर्मांनुसार विभाजन. साधारणपणे सर्व्हे, निरीक्षण, किंवा फोकस ग्रुप्समधून असे दिसून आले आहे की, सायकोग्राफिक्स म्हणजे असे दृष्टिकोन किंवा जगाबद्दलची मते असतात, जी लोकांना त्यांच्याकडे आणि जगाकडे पाहताना प्रभावित करतात.

त्याचा नवीन ***मूल्यनिर्मिती, विपणन*** आणि ***विक्रीसंबंधी*** पद्धती ठरवताना खूप उपयोग होतो. उदाहरणार्थ, जर तुम्ही घरांसाठीच्या सुरक्षाप्रणाली विकत असाल, तर अशी शक्यता आहे की तुमचे भावी ग्राहक 'जग एक धोकादायक जागा आहे' अशा विधानांवर विश्वास ठेवतील, आणि त्यामुळे त्यांना त्याच्या घरातही काही धोका आहे असे वाटू शकेल. आपत्तीतून बचावलेले लोक, स्व-संरक्षण मासिके आणि वेब सिरीजमध्ये तुमच्या उत्पादनांचा प्रचार करणे ही अशी बाजारपेठ आहे, जिथे ग्राहकांचा अशा गोष्टींवर विश्वास बसेल. वाईट कल्पना नाही! तुमच्याकडील माहितीचे विभाजन करा आणि लपलेले अनेक संबंध जे शोधण्यायोग्य संबंध सापडतील.

हे संकल्पना शेअर करा : http://book.personalmba.com/segmentation/

मानवीकरण

(Humanization)

लोक विश्वाच्या केंद्रभागी असतात. वस्तू नव्हेत.
– स्टो बॉयड, सामाजिक तंत्रशास्त्रज्ञ

माहितीचे विश्लेषण करणे हे प्रमाणवादी मनोवृत्ती असलेल्यांना सुखकारक असते. पण माहितीचा खरा योग्य वापर करायचा असेल, तर आकड्यांशी खेळण्यापलीकडे जाऊन पाहा की, ते तुम्हाला काय सांगू इच्छित आहेत.

एखाद्या ***प्रणालीमधून*** जेव्हा माहितीचे विश्लेषण होते, तेव्हा ही माहिती मानवी कृतींशी संबंधितच आहे याचा विसर पडणे सोपे आहे. उदाहरणार्थ, अशा ग्राहक सेवा विभागाची कल्पना करा, जिथे ग्राहकांच्या तक्रारींना फोनवरून उत्तरे दिली जातात. आकड्यांमध्ये,

त्यांचा फोनकॉल होल्ड (प्रतीक्षा) करण्याचा वेळ दहा मिनिटांवरून आठ मिनिटांवर आला, तर ती चांगली गोष्ट आहे. ही २०% सुधारणा आहे, असे म्हणता येईल.

आता हा विचार थोडासा बाजूला ठेवा. माहितीवर केंद्रित असलेला दृष्टिकोन काय विसरतो आहे, तर तुमच्याकडे अजूनही असा असमाधानी ग्राहक आहे जो फोन-कॉलवर आठ मिनिटे वाट पाहतो आहे. त्याला आठ मिनिटांचा काळही *असह्य* होईल, इतका प्रदीर्घ वाटतो. प्रत्येक ग्राहक जेव्हा अशा प्रकारे काही काळ प्रतीक्षेत असतो, तेव्हा त्याला राग येतो व त्यामुळे त्यांचे आपल्या कंपनीबद्दल वाईट मत तयार होते. जेव्हा तुमचा ग्राहक प्रत्येक वेळी त्याच्या मित्रांना आणि सहकाऱ्यांना सांगतो की, तुमची कंपनी व्यवहार करण्यासाठी कशी भयानक आहे, तेव्हा ***प्रतिष्ठेला*** बसणाऱ्या धक्क्यापुढे ती २०% सुधारणा निष्प्रभ वाटते.

मानवीकरण ही एक प्रक्रिया आहे, ज्यात माहितीचा वापर खऱ्या व्यक्तीच्या अनुभवाची किंवा वागणुकीची ***गोष्ट*** (*नॅरेटिव्ह*) सांगण्यासाठी केला जातो. संख्यात्मक मापन एकूणच खूप मदत करणारे असतात. पण, प्रत्यक्षात नक्की काय होत आहे, हे समजण्यासाठी ते मापन खऱ्या वागणुकीमध्ये रीफ्रेम करण्याची आवश्यकता असते.

अनेक उद्योगांची, व्यक्तिमत्त्वांची मालिका विकसित करून उत्पादनांचे/सेवांचे मानवीकरण करतात. म्हणजे माहितीवर आधारित असलेले लोकांचे काल्पनिक चरित्र विकसित केले जाते. जेव्हा मी पी ॲन्ड जीसाठी, घराच्या सफाईची उत्पादने विकसित केली, मार्केट रिसर्चमध्ये गोळा केलेल्या माहितीने आम्हाला सांगितले की, दोन मोठे विभाग अस्तित्वात होते. ज्यांना नियमितपणे खूप स्वच्छता महत्त्वाची वाटत होती.

ज्यांना सफाई जास्त महत्त्वाची वाटत होती (त्यांना स्वतःच्या हातांनी ब्लीच वगैरे लावून सफाई करत नाही, तोवर सफाई केल्यासारखे वाटत नाही) आणि इतर लोक ज्यांना सफाई जलद आणि त्यांच्या सोईने व्हायला हवी होती (यांच्याकडे सफाई करण्यासाठी वेळ नसतो. जेवढे स्वच्छ होईल, त्यात खूश असतात.)

ही माहिती वापरून, एका काल्पनिक व्यक्तीचे चरित्र उभे करण्यासाठी, आम्ही हे गुणधर्म अन्य माहितीबरोबर एकत्रित केले, जसे की घरटी उत्पन्न, घरातील लोकांची संख्या आणि आवडीनिवडी. एकदा ते चरित्र विकसित केल्यावर, आमच्या हातात असलेल्या माहितीनुसार निर्णय घेणे आम्हाला सोपे गेले. संख्याशास्त्रावर विसंबून एखाद्या कल्पनेचे परीक्षण करण्याऐवजी, आम्ही केवळ आमच्या अंतर्ज्ञानावर विसंबलो आणि स्वतःला विचारले की आम्ही निर्माण केलेल्या 'काल्पनिक पात्राला' हे आवडेल का?

केवळ माहिती प्रदर्शित करू नका. जी लोकांना काय होते आहे हे समजून घेण्यासाठी गोष्ट सांगा, म्हणजे तुमचे विश्लेषणाचे परिश्रम अधिक फायदेशीर ठरतील.

ही संकल्पना शेअर करा : http://book.personalmba.com/humanization/

११

प्रणालीमध्ये सुधारणा

सिद्धांतानुसर सिद्धांत आणि वास्तव यात काही फरक नसतो. पण वास्तवामध्ये असतो.

– जोहन्स एल. ए. वॅन स्नेपशूट, कॉम्प्युटर सायंटिस्ट

प्र*णाली* निर्माण करणे आणि त्यात सुधारणा करणे हा यशस्वी उद्योगव्यवहारांचा आत्मा आहे. प्रणाली समजून घेणे आणि त्यांचे विश्लेषण करणे यामागील हेतू त्यांच्यात सुधारणा करणे हाच आहे, बहुतेक वेळा ते कठीण असते. बदलणाऱ्या प्रणाली बऱ्याचदा अहेतुक परिणाम देतात.

या प्रकरणामध्ये, तुम्ही ***ऑप्टिमायझेशनची*** गुपिते शिका की, कसे महत्त्वाच्या प्रक्रियांमधून अनावश्यक ***घर्षण*** कसे दूर करायचे आणि ***अनिश्चितता*** व ***बदल*** हाताळू शकतील अशा प्रणाली कशा तयार करायच्या.

ही संकल्पना शेअर करा : http://book.personalmba.com/improving-systems/

मध्यस्थीचा पूर्वग्रह

(Intervention Bias)

प्रत्येक क्लिष्ट समस्येला काही उपाय असतो; जो स्पष्ट, साधा आणि चुकीचा असतो.

– एच. एल. मेंकेन, निबंधकार

एखाद्या प्रणालीमध्ये काही बदल करण्यापूर्वी, हे समजून घेणे महत्त्वाचे आहे की, माणसे काहीच न करण्यापेक्षा काहीतरी करण्यासाठी अनुकूल असतात. आपण चर्चा केल्याप्रमाणे, ***अनुपस्थिती अंधत्वामुळे*** आपण ज्या गोष्टी पाहू शकत नाही, त्यांच्यापेक्षा ज्या गोष्टी पाहू शकतो त्यांना महत्त्व देतो. आपण प्रणालींवर कसे काम करतो, यावर

ही अनुकुलता परिणाम करते : ***मध्यस्थीचा पूर्वग्रह*** आपल्याला परिस्थिती नियंत्रणात आहे असे वाटावे, यासाठी काही बदल आणण्याची शक्यता निर्माण करतो, जे खरेतर अनावश्यक असतात.

उद्योग-व्यवसायातील अनेक धोरणांचे मूळ मध्यस्थीच्या पूर्वग्रहात आहे. जेव्हा काहीतरी वाईट घडते किंवा बिघडते, तेव्हा मर्यादांचे स्तर वाढवावे, रिपोर्टिंग आणि ऑडिटिंग यांची सुरुवात करावी व परिस्थितीत सुधारणा करावी अशी इच्छा होते. पण त्यामुळे ***थ्रूपुट*** किंवा कार्यक्षमतेमध्ये सुधारणा न होता, ***संपर्काचा खर्च*** वाढतो, नुकसान होते आणि नोकरशाही वाढते ज्यामुळे अनुत्पादकता वाढते.

मध्यस्थीच्या पूर्वग्रहामध्ये बदल करण्याचा उत्तम मार्ग म्हणजे 'नल हायपोथेसिस'चे (म्हणजेच शून्य कल्पनेचे) परीक्षण करणे हा आहे: जर तुम्ही काहीच केले नाही किंवा गृहीत धरले की, परिस्थिती एक अपघात किंवा चूक होती, तर काय होईल याचे परीक्षण केल्यास मध्यस्थीच्या पूर्वग्रहात बदल होऊ शकतो.

कल्पना करा की, एका कंपनीने त्यांच्या कर्मचाऱ्यांना त्यांना पाहिजे असलेले किंवा आवश्यक असलेले कोणतेही पुस्तक विकत घेण्याची परवानगी दिली आहे. तेदेखील काहीही प्रश्न न विचारता. पुस्तकांमुळे उत्तम दर्जाची माहिती स्वस्तात उपलब्ध होते. त्यामुळे कर्मचाऱ्यांना पुस्तके मिळणे सोपे करून देण्यात काही तथ्य आहे.

ही सवलत अत्यंत सुरळीत व छान सुरू होती; पण एका कर्मचाऱ्याने या सवलतीचा गैरफायदा घेऊन वैयक्तिक उपभोगासाठी शेकडो कादंबऱ्या मागवल्या. आता कंपनीने काय केले पाहिजे?

अशा परिस्थितीत अनेक कंपन्या ती सवलत बंद करण्याचा निर्णय घेतील आणि आता पुस्तक खरेदीसाठी मॅनेजरची परवानगी घेणे आवश्यक करतील. पण या बदलामुळे परिस्थिती सुधारणार नाही, मुळात ही तितकी फोफावलेली समस्या नव्हती. उलट, आता यामुळे जे कर्मचारी जबाबदारपणे ही सवलत वापरत होते, ते रागावतील. कारण, आता प्रत्येकाचा वेळ त्यासाठी आवश्यक त्या पूर्तता करण्यात आणि नोकरशाहीत (परवानग्या घेण्यात) वाया जाईल. जे कर्मचारी या प्रक्रियेमध्ये वाया जाणारा वेळ उद्योगात सुधारणा करण्यासाठी वापरू शकत होते, त्या कर्मचाऱ्यांचा वेळ गेल्याने पर्यायाने त्यांची उत्पादकता कमी होईल.

या परिस्थितीला योग्य प्रतिक्रिया म्हणजे *काहीही न करणे.* एका कर्मचाऱ्याने त्या सोयीसवलतीचा गैरफायदा घेतला आहे, म्हणून परिस्थितीत कोणताही मोठा बदल न करता एका केवळ चर्चा करून प्रश्न हाताळला गेला पाहिजे. झालेले नुकसान मर्यादित स्वरूपाचे आहे. म्हणून एका व्यक्तीच्या चुकीचा भुर्दंड प्रत्येकाला देण्याची गरज नाही. हा ***सामान्य अपघात*** आहे, म्हणून त्यावर अतिप्रतिक्रिया देणे अनुत्पादक ठरेल.

मध्यस्थी करण्यापूर्वी नल हायपोथेसिसचा अभ्यास करण्याने तुम्हाला मध्यस्थीचा पूर्वग्रह टाळण्यास मदत होईल आणि तुम्ही उत्तम निर्णय घेत आहात याची खात्री करून घेतली जाईल.

ही संकल्पना शेअर करा : http://book.personalmba.com/intervention-bias/

अनुकूलीकरण

(Optimization)

अकाली अनुकूलीकरण हे दुर्दैवाचे मूळ आहे.
– डोनाल्ड नुथ, कॉम्प्युटर शास्त्रज्ञ आणि स्टॅनफोर्ड विद्यापीठाचे माजी प्रोफेसर

अनुकूलीकरण म्हणजे ***प्रणालीचा*** आउटपुट कमाल संख्येप्रत नेणे किंवा एखादा विशिष्ट इनपुट कमी करणे, जो प्रणाली सुरू राहण्यासाठी आवश्यक असतो. अनुकूलीकरण हे साधारणपणे प्रणाली, प्रक्रिया यांच्याभोवती फिरते आणि जे कार्यप्रदर्शनाचे मुख्य निर्देशक ***Key Performance Indicators*** (केपीआय) जे प्रणालीचे महत्त्वाचे घटक मोजतात, त्यांच्या मागे असते. तुमच्या या कार्यप्रदर्शनाच्या मुख्य निर्देशांकामध्ये सुधारणा करा; म्हणजे तुमची प्रणाली अधिक चांगल्या प्रकारे काम करेल.

मॅक्झिमायझेशन म्हणजेच अधिकतम करणे हे प्रणालीच्या ***थ्रूपुटवर*** केंद्रित असते. जर तुम्हाला अधिक पैसा मिळवायचा आहे, अधिक युनिट्स तयार करून विकायची आहेत किंवा अधिक ग्राहकांना सेवा द्यायची आहे, तर तुम्ही थ्रूपुटसाठी जास्तीतजास्त श्रम घेतले पाहिजेत. प्रणालीचे थ्रुपुट वाढवतील अशा प्रकारचे ***बदल*** केले असता तुमची प्रणाली विशिष्ट आणि अर्थपूर्ण मार्गाने चांगले काम करेल.

मिनिमायझेशन म्हणजे कमी करणे हे साधारणपणे, प्रणाली सुरू ठेवण्यासाठीच्या घटकांवर केंद्रित असते. जर तुम्ही तुमचे ***प्रॉफिट मार्जिन*** वाढवण्यासाठी प्रयत्न करत आहात, तर खर्च हा एक महत्त्वाचा घटक आहे. तुमचे खर्च कमीतकमी करा, मार्जिन आपोआप वाढेल.

अनुकूलीकरणाच्या व्याख्येनुसार, जर तुम्ही एकापेक्षा जास्त गोष्टी वाढवत किंवा कमी करत असाल, तर तुम्ही अनुकूलीकरण करत नाही आहात; तर तुम्ही ***ट्रेड ऑफ्स*** करत आहात. अनेक लोक अनुकूलीकरण म्हणजे 'सर्व काही अधिक चांगले करणे' या अर्थाने वापरतात; पण ती व्याख्या तुम्हाला प्रत्यक्षात काही करण्यासाठी उपयोगी पडत नाही.

प्रत्यक्षात एकाच वेळी अनेक व्हेरीएबल्स, ज्यालाच आपण अनित्य संख्या असं म्हणतो, ती एकाच वेळी अनुकूल करता येत नाहीत. तुम्ही एका वेळी एकाच व्हेरिएबलवर लक्ष केंद्रित केले पाहिजे म्हणजे तुम्हाला समजेल की, तुमची प्रणाली बदलांमुळे कशी प्रभावित होते. तुम्ही तुमच्या बदलांमध्ये ***कार्यकारणभाव*** (परस्परसंबंध नव्हे) शोधायचा प्रयत्न करत आहात. कोणत्या बदलांमुळे कोणते परिणाम मिळाले हे शोधणे अदृश्य ***परस्परावलंबित्वामुळे*** समजणे अवघड होऊ शकते.

लक्षात ठेवा : तुम्ही प्रणालीचे कार्य विश्वसनीयरीत्या अनेक अनित्य संख्यांवर एकाच वेळी वाढवू शकत नाही. सर्वांत महत्त्वाच्या अनित्य संख्येची निवड करा, आणि तुमचे परिश्रम त्यानुसार केंद्रित करा.

ही संकल्पना शेअर करा : http://book.personalmba.com/optimization/

रिफॅक्टरिंग

(Refactoring)

एखादं उत्पादन अधिक सुंदर (लालित्यपूर्ण) करणं हे खर्चाच्या दृष्टीनं स्वाभाविक नसतं. तुम्ही एखादं उत्पादन केवळ निर्माण केलंत, तर त्यात लालित्य नसतं पण निर्मितीनंतर तुम्ही विचार केलात, 'या उत्पादनात आणखी काय लालित्यपूर्ण करता येईल?' आणि त्याची पुनःनिर्मिती करत गेलात तर तुमच्या हाती अशी एखादी निर्मिती लागेल जी खूपच लालित्यपूर्ण असेल.

– एरिक नैगम, कॉम्प्युटर प्रोग्रॅमर

प्रणालीमध्ये केलेले सर्वच बदल काही आउटपुटवर परिणाम करण्यासाठी केलेले नसतात. कधीकधी अंतिम परिणाम न बदलता, एखाद्या प्रक्रियेची पुनर्रचना (रिइंजिनिअरिंग) करणे अधिक परिणामकारक ठरते.

रिफॅक्टरिंग ही एक प्रक्रिया आहे, ज्यात प्रणालीमध्ये सुधारणा केली जाते पण प्रणालीच्या आउटपुटमध्ये बदल होत नाही. ही संज्ञा कॉम्प्युटर प्रोग्रॅमिंगमधून उत्पन्न झाली आहे. प्रोग्रॅमर्स एखादा प्रोग्रॅम पुन्हा लिहिण्यावर अनेक तास घालवतात. जर प्रोग्रॅम लिहून ठीक झाला असेल; पण तो *पुन्हा तेच काम करत असेल* तर त्यात काय अर्थ आहे? पुन्हा लिहिण्याने काही ब्दल झाला, तरच उपयोग असेल.

रिफॅक्टरिंगचा प्राथमिक फायदा हा आहे की, तो आउटपुट सुधारत नाही तो केवळ प्रणाली अधिक जलद किंवा अधिक कार्यक्षम बनवतो. प्रणाली ज्या प्रक्रिया वापरून अंतिम परिणाम देते, त्या प्रक्रियांची पुनर्रचना करून त्या प्रोग्रॅमला जलद काम करायला लावणे किंवा कमे साधने वापरून कार्यरत राहणे शक्य होते.

रिफॅक्टरिंगची सुरुवात प्रक्रिया किंवा प्रणालीचे ***विभाजन करण्याने*** होते. नंतर ***पॅटर्न्स*** पाहिले जातात. असे करण्यासाठी आपल्याला हे पाहावे लागेल की, इच्छित उद्दिष्ट साध्य करण्यासाठी योग्य अनुक्रमानेच केल्या पाहिजेत अशा प्रक्रिया आहेत? त्या प्रक्रिया काही विशिष्ट क्रमानेच पूर्ण केल्या पाहिजेत का? सध्या त्यांना काय ***मर्यादा*** आहेत? विशेष महत्त्वाचे काय वाटते? प्रणाली कशी काम करते याबाबत जितकी शक्य आहे, तितकी माहिती गोळा करा आणि त्यावर थोडा विचार करा.

अनेकदा तुम्हाला प्रणालीबाबतच्या विशेष अर्थ नसलेल्या काही गोष्टी लक्षात येऊ लागतील. काही गोष्टी तुम्ही एखाद्या विशिष्ट प्रकारे केल्या असतील कारण त्या वेळी ती चांगली कल्पना वाटली. पण आता ती पद्धत कामासाठी योग्य नाही आहे असे वाटेल.

एकदा पॅटर्न्स (नमुने) दिसू लागले की, तुम्ही प्रणालीची पुनर्रचना करून एकसारख्या असलेल्या प्रक्रिया किंवा इनपुट्स एकत्र करू शकता. असेंब्ली लाइनची पुनर्रचना करण्याची कल्पना करा. जर तुम्हाला करत असलेल्या कामात सतत मध्येमध्ये थांबावे लागत असेल आणि आवश्यक घटक घेण्यासाठी कारखान्याच्या दुसऱ्या टोकाला चालत जावे लागत

असेल, तर तो घटक हाताशी ठेवण्याची पुनर्रचना करणे ही चांगली कल्पना आहे. प्रणाली आताही तेच उत्पादन करेल; पण आता तुम्ही तुमच्या प्रणालीतून एक छोटीशी अकार्यक्षमता काढून टाकली आहे. येथे कामासाठी आवश्यक असणारे घटक कामाच्या ठिकाणापासून लांब आहेत, ही अकार्यक्षमता आहे, ज्यामुळे उत्पादकता कमी होत होती.

जर प्रणाली जलद किंवा अधिक कार्यक्षम करणे हे तुमचे ***उद्दिष्ट*** असेल, तर रिफॅक्टरिंग करण्याचा तुमचा निर्णय महत्त्वाचा ठरेल.

ही संकल्पना शेअर करा : http://book.personalmba.com/refactoring/

अल्प निर्णायक

(The Critical Few)

> साधारणपणे, कारणे, इनपुट्स किंवा परिश्रम पुढील दोन प्रकारांत विभागले जातात (१) बहुसंख्य, ज्यांचा कमी प्रभाव असतो आणि (२) अल्पसंख्य, ज्यांचा खूप मोठा आणि प्रबळ प्रभाव असतो.
>
> – रिचर्ड कोच, *द ८०/२० प्रिन्सिपल* या पुस्तकाचे लेखक

विल्फ्रेडो पॅरेतो हे १९व्या शतकातील अर्थतज्ज्ञ आणि समाजशास्त्रज्ञ होते. त्यांना जमिनीची मालकीचे आणि संपत्तीचे सामाजिक वितरण या विषयांमध्ये खूप रस होता. खूप माहिती गोळा करून त्याचे विश्लेषण केल्यावर, त्यांना एक कुतूहल वाटेल, असा ***नमुना*** आढळला. इटलीमधील ८०% जमीन ही २०%पेक्षा कमी लोकसंख्येच्या मालकीची होती. इटालियन अर्थव्यवस्थेचे वितरण समानपणे झालेले नव्हते किंवा बेल कर्व्हच्या आकाराचे वितरण लोकांनी गृहीत धरलेले होते. तुलनात्मक दृष्टीने लोकांच्या छोट्या समूहाकडे संपत्ती एकवटली होती.

पॅरेतो यांनी जीवनाच्या इतर अंगांचादेखील अभ्यास केला व त्यांना सातत्याने तोच पॅटर्न आढळून आला. उदाहरणार्थ, पारेतो यांच्या बागेमध्ये, उदाहरणार्थ, २०% मटारच्या वेलांनी ८०% शेंगाचे उत्पादन केले हे कसे घडले?

कोणत्याही गुंतागुंतीच्या ***प्रणालीमध्ये,*** अल्पसंख्य सामग्री बहुसंख्य उत्पादन करते. सामग्री व उत्पादन यांतील व्यस्त प्रमाण (नॉन लिनिॲरिटी) हा सातत्याचा नमुना आता पॅरेतो प्रिन्सिपल म्हणून ओळखला जातो, किंवा ८०-२० नियम (रुल) म्हणून ओळखला जातो. वैयक्तिकरीत्या, मला यास ***अल्प निर्णायक*** म्हणून संबोधणे आवडते.

एकदा तुम्हाला हा साधारण पॅटर्न समजला की, तुम्हाला तो जीवनाच्या अनेक भागांमध्ये आढळून येईल.

- अनेक उद्योगांमध्ये, २०% ग्राहक ८०% हून अधिक वार्षिक उत्पन्नास जबाबदार असतात.

- उद्योगातील २०% हून कमी कर्मचारी साधारणपणे ८०% किंवा अधिक खूप मौल्यवान काम करतात.
- तुमच्या कपाटातील २०% हून कमी कपडे तुम्ही ८०% हून कमी वेळा प्रत्यक्षात वापरता.
- तुम्ही तुमचा ८०% वेळ २०% हून कमी वैयक्तिक संबंधितांशी संपर्क साधण्यात व्यतीत करता.

अनेकदा अल्प निर्णायकांचे व्यस्त प्रमाण कमाल/खूप जास्त असू शकते. उदाहरणार्थ, जगातील ९७%पेक्षा जास्त संपत्ती जगातील ३%पेक्षा कमी लोकसंख्येच्या ताब्यात आहे. कालानुरूप, राजनैतिक ताकद (देशातील आणि कंपन्यांतील) सुद्धा काही मूठभर लोकांच्या ताब्यात एकवटलेली दिसते. ज्याचा परिणाम म्हणून मूठभर लोक हजारो करोडो लोकांच्या आयुष्यावर प्रत्यक्ष प्रभाव पाडणारे निर्णय घेतात. निर्मितीच्या १%हून खूप कमी सिनेमे ब्लॉकबर्स्टर झालेले आहेत आणि लिहिले गेलेल्या ०.१%हून कमी पुस्तके बेस्टसेलर झाली आहेत.

उत्तम परिणाम मिळवण्यासाठी, तुम्हाला अपेक्षित परिणाम देणाऱ्या निर्णायक घटकांवर लक्ष केंद्रित करा. द ४-आवर वर्कवीक या पुस्तकात, लेखक टिमोथी फेरीस यांनी 'अल्प निर्णायक' (घटक) या संकल्पनेचा वापर त्यांच्या व्यवसायातील 'उत्तम ग्राहक' कोण आहेत हे ओळखण्यासाठी केला. फेरीस सेवा देत असलेल्या १२० ग्राहकांपैकी पाच ग्राहकांमुळे त्यांच्या एकूण उत्पन्नाच्या ९५ टक्के उत्पन्न मिळत होते. टिमोथी यांनी १२० पैकी त्या 'उत्तम' पाच ग्राहकांना सेवा देण्यावर लक्ष केंद्रित केले आणि त्यांचे आठवड्याचे कामाचे तास ८० तासांवरून कमी होऊन १५ तासांवर आले.

अनेकदा, हीच पद्धत आपल्याला नको असलेले परिणाम काढून टाकण्यासाठी उपयोगी पडते. आपल्या उद्योगाचे विश्लेषण करताना, फेरीस यांना लक्षात आले की, दोन विशिष्ट ग्राहक त्यांच्या वैफल्याचे आणि समस्यांचे कारण होते. जरी त्या ग्राहकांकडून मिळणारे काम लक्षणीय होते, तरी अशा रक्त शोषून घेणाऱ्या ग्राहकांना काढून टाकल्यामुळे फेरीस यांचा वेळ आणि शक्ती वाचली. परिणामी, ते त्यांच्या तीन अधिक मोठ्या प्रमाणावर काम देणाऱ्या ग्राहकांवर लक्ष देऊ शकले. आणि त्यामुळे त्यांच्या उत्पन्नात वाढ झाली आणि डोकेदुखी कमी झाली.

निर्णायक नसलेली सामग्री ही महत्त्वाची ***संधीची किंमत*** असते. जर तुम्ही तुमचा अधिकतर वेळ अनुत्पादक मीटिंग्जवर खर्च करत असाल, तर तो वेळ वाचवून अन्य महत्त्वाचे काम करता येऊ शकते. तीच गोष्ट निर्णायक नसलेल्या खर्चाबाबत लागू होते. निर्णायक व महत्त्वाचे नसलेले खर्च टाळून तुम्ही तोच पैसा त्यापेक्षा अधिक महत्त्वाच्या कामांवर खर्च करू शकता. ते अधिक प्रभावी ठरेल.

अशी सामग्री शोधून काढा, जी तुम्हाला हवे असलेले परिणाम देते आणि नंतर त्यांच्यावर तुमचा अधिकतर वेळ आणि ऊर्जा खर्च करा. इतर गोष्टी कठोरपणे काढून टाका.

ही संकल्पना शेअर करा : http://book.personalmba.com/critical-few/

घटते उत्पन्नफल

(Diminishing Returns)

शेवटचे १०% कामगिरी १/३ खर्च आणि २/३ समस्या निर्माण करते.
– नॉर्मन आर. ऑगस्टीन, एरोस्पेस एक्झिक्युटिव्ह आणि अमेरिकी सेनादलाचे माजी प्रशासकीय सचिव

जर तुमच्या खात्यात दहा डॉलर्स असतील, तर नुकत्याच धुवून आलेल्या तुमच्या पॅन्टमध्ये पाच डॉलर्स सापडणे म्हणजे अतिशय आनंदाची गोष्ट असेल ना? जर तुमच्याकडे बँकखात्यात १०,०००,००० डॉलर्स असतील, आणि पँटमध्ये पाच डॉलर्स सापडले, तर ते विशेष वाटणार नाही.

तशाच प्रकारे, एक बिस्कीट खाणे छान. दोन खाणे त्याहून चांगले. १०० खाणे मात्र वाईट. कोणत्याही गोष्टीचा अतिरेक वाईटच. (हीच गोष्ट बियर पिण्याला आणि व्हिटॅमिन्स घेण्यालाही लागू होते!)

सर्व चांगल्या गोष्टींना ***घटत्या उत्पन्नफलाचा*** नियम लागू होतो. एक विशिष्ट बिंदूनंतर, कोणत्याही गोष्टीचे अधिक असणे प्रत्यक्षात हानिकारक असू शकते. मी जेव्हा पी अ‍ॅण्ड जीमध्ये मार्केटिंगला होतो, तेव्हा आम्ही आमचा खूप वेळ आणि श्रम आमच्या जाहिरातींच्या परिणामांचे विश्लेषण करण्यात घालवला. टेलीव्हिजनवर सुरुवातीचे काही आठवडे जाहिरात दाखवल्यानंतर, ती अपेक्षेप्रमाणे काम करते आहे का हे पाहणे सोपे असे. जर ती चांगली चालली, तर आम्हाला त्या जाहिरातीसाठी अधिक बजेट दिले जाई. पण ते तेवढ्यापुरतेच चाले.

जाहिरातीबाबत लोकांचा दृष्टिकोन कसाही असो; एक ठरावीक बिंदूनंतर ती जाहिरात 'काढून टाकली जाई.' कंपनीला आता ती जाहिरात दाखवण्यासाठी खर्चलेल्या प्रत्येक डॉलरवरून एक डॉलर अधिक उत्पन्न मिळत नसे. तो बिंदू म्हणजे घटत्या उत्पन्नफलाचा बिंदू. जर आम्ही तीच जाहिरात दाखवण्यासाठी अजून पैसे खर्च केले असते, तर कंपनीचे नुकसान झाले असते. तेच पैसे त्या उत्पादनाचे अन्य प्रकारे मार्केटिंग करण्यासाठी खर्चणे फार उत्तम.

काहीच न करता हातावर हात धरून बसण्यापेक्षा, यशस्वी व्हायचे असेल तर थोडा वेळ आणि शक्ती खर्चे करणे कधीही फायद्याचे असेल. *आय विल टीच यू टू बी रिच* या पुस्तकात लेखक रमित सेठी सुचवितात. '८५% उपाय' लागू करावा. अनेक लोक परिपूर्ण निर्णय घेण्याच्या प्रक्रियेत इतके गुरफटले जातात की, त्यांना त्याचेच दडपण येते आणि ते काहीच करत नाहीत. काही अशा साध्या-साध्या गोष्टी ज्या तुम्हाला अपेक्षित असलेले बहुतेक परिणाम उत्पन्न करतील, त्या करण्यावर लक्ष केंद्रित करा आणि मग काम थांबवा.

प्रत्येक गोष्ट परिपूर्ण असण्यासाठी जास्त प्रमाणात केली पाहिजे असे आवश्यक नसते. ***अनुकूलीकरण*** आणि ***रिफॅक्टरिंग*** यांच्यावर अल्प ***निर्णायक गोष्टींचासुद्धा प्रभाव***

असतो. काही लहान बदल प्रचंड मोठे परिणाम निर्माण करतात. तुम्ही झाडाच्या 'खालच्या बाजूस लटकत असलेले फळ तोडल्यावर' वरील बाजूस असलेले अजून चांगली फळे मिळवण्यासाठी जास्त कष्ट पडतात. हा बिंदू, आता थांबण्यासाठी चांगला असतो. ते न समजणाऱ्यांसाठी परिपूर्णता शक्य आहे असे वाटणे; म्हणजे एक सापळा असतो.

एका ठरावीक बिंदूपर्यंत जिथे तुम्हाला घटत्या उत्पन्नफलाचा अनुभव येऊ लागेल तिथपर्यंतच अनुकूलीकरण आणि रिफॅक्टर करा, आणि नंतर अन्य काही काम करण्यावर लक्ष द्या.

ही संकल्पना शेअर करा : http://book.personalmba.com/diminishing-returns /

क्लिष्टता

(Friction)

जग खूप मोठे आहे आणि मी माझे आयुष्य मतभेदांमध्ये वाया घालवू इच्छित नाही, त्याऐवजी ते गतिमान केले जाऊ शकते.

– फ्रान्सिस इ. विलार्ड, शिक्षक आणि मताधिकार समर्थक.स्त्रियांना मतदानाचा हक्क मिळवून देण्यासाठी अमेरिकन राज्यघटनेत अठराव्या आणि एकोणिसाव्या घटनेमध्ये दुरुस्ती करण्यात सक्रिय.

हॉकीच्या रबरी चेंडूची कल्पना करा. तुम्ही हॉकीसाठी हातात स्टिक घेऊन सज्ज आहात आणि तो चेंडू आता आहे तिथून एक मैलावर असलेल्या गोलपोस्टकडे सरकवत नेणे हे तुमचे उद्दिष्ट आहे.

प्रथम असे गृहीत धरा की, तो चेंडू वाऱ्यावर डुलणाऱ्या चकती उंच गवतामध्ये आहे. स्टिकच्या प्रत्येक फटकाऱ्याने तो चेंडू काही फूटच ढकलला जाईल. कारण उंच गवत त्या चेंडूची ताकद कमी करेल. अशा गतीने, तुम्हाला त्या चेंडूला गोलपोस्टला पोहोचेपर्यंत हजार वेळा ढकलावे लागेल आणि तुम्ही थकून जाल. परिणामी, गोल होण्यासाठी खूप तास लागतील व तुम्ही कंटाळून जाल.

आता असे गृहीत धरू की तुम्ही गवत बारीक छाटले आहे. प्रत्येक वेळी जेव्हा तुम्ही चेंडू ढकलता, तो वीस किंवा अधिक फूट पुढे जातो आहे. ही खूपच मोठी सुधारणा आहे. गवताशी संघर्ष कमी होणे म्हणजे चेंडू अधिक अंतर पुढे जाणे. तुम्हाला अद्यापही चेंडूला गोलपोस्टपर्यंत नेण्यासाठी परिश्रम घ्यावे लागतील; पण आता तुम्ही तुमचे उद्दिष्ट पहिल्यापेक्षा लवकर आणि कमी श्रमात गाठू शकाल.

अखेरीस, असे गृहीत धरू, की तुम्ही ग्राउंडमध्ये पाणी भरून गोठवता, आता त्याचा बर्फ तयार झाल्याने ती जागा बर्फाने गुळगुळीत होते. तुम्ही जेव्हा चेंडूला धक्का माराल, तेव्हा तो चेंडू शेकडो फूट अंतर कापेल. कारण, बर्फ त्याची ताकद कमी करत नाही. चेंडू आता गुळगुळीत पृष्ठभागावरून विनासायास सरकत जातो. अशा गतीने, उद्दिष्टापर्यंत

पोहोचण्यासाठी तुम्हाला आता चेंडूला थोडा धक्का द्यावा लागेल आणि जेव्हा उद्दिष्ट पूर्ण होईल, तेव्हा तुम्ही दमलेलेही नसाल. ***क्लिष्टता*** ही अशी प्रक्रिया आहे की ज्यामुळे ***प्रणालीमधील*** ताकद कमी होते. प्रणालीमध्ये जर क्लिष्टता असेल, तर ती त्याच वेगाने सुरू राहण्यासाठी त्यात वेळोवेळी ऊर्जेची भर घालावी लागेल. जर आपण अधिक ऊर्जेची भर घातली नाही, तर घर्षण त्या प्रणालीचा वेग कमी करेल आणि ती थांबेल. क्लिष्टता काढून टाकल्याने तुमच्या प्रणालीची कार्यक्षमता वाढेल.

प्रत्येक उद्योगप्रक्रियेत काही प्रमाणावर संघर्ष असतोच. तो प्रक्रियेच्या कोणत्या भागामध्ये अस्तित्वात आहे, हे शोधून काढणे महत्त्वाचे असते आणि नंतर छोट्या-छोट्या सुधारणा केल्यास प्रणालीतील संघर्ष कमी होतो. सातत्याने थोडी-थोडी क्लिष्टता काढून टाकण्याने दर्जा आणि कार्यक्षमता यात ***वाढ होत होत*** मोठ्या सुधारणा करता येतात.

तुमच्या ***विपणन, विक्री*** आणि ***मूल्यवितरण*** या तीन प्रक्रियांमधील क्लिष्टता थोड्या-थोड्या प्रमाणावर काढून टाकल्याने ***नफ्यामध्ये*** मोठ्या सुधारणा होऊ शकतात. उदाहरणार्थ, ॲमेझॉन डॉट कॉम सारखे किरकोळ विक्रेते त्यांच्या ग्राहकाला ऑर्डर नोंदवण्यासाठी कमीतकमी श्रम लागावेत म्हणून खूप प्रयत्नशील असतात. ग्राहकांना माउसच्या एका क्लिकने खरेदी करता यावी (जे आपोआप ग्राहकाच्या आधीच नोंदवलेल्या क्रेडिट कार्डने पैसे देऊन ऑर्डर ग्राहकाच्या ठरलेल्या पत्त्यावर पाठवून देते) यापासून ते आपोआप काही वस्तू घेण्यासाठी सुचवण्यापर्यंतच्या सुविधा ॲमेझॉन त्यांच्या ग्राहकांना ऑनलाइन खरेदी शक्य तितकी सोपी होते.

ॲमेझॉन प्राइम, ही सेवा ग्राहकाची प्रत्येक ऑर्डर आपोआप दोन दिवसांच्या शिपिंगसाठी अपग्रेड करते. हे एक क्लिष्टता कमी केल्याचे पुस्तकी उदाहरण आहे. अत्यंत कमी वार्षिक फीच्या मोबदल्यात प्राइम सेवेद्वारे ग्राहकांना त्यांची खरेदी केलेली वस्तू दोन किंवा कमी दिवसांतच मिळते, तेदेखील रिटेल स्टोअरमध्ये प्रत्यक्ष खरेदीमध्ये वेळ न घालवता.

जेव्हा एखादा ग्राहक ॲमेझॉन प्राइमची सेवा घेतो, ग्राहकाची वार्षिक ऑर्डर सरासरी १५०टक्क्यांनी वाढते आणि ॲमेझॉन प्राइमचे ८२% सदस्य काही वस्तू स्पर्धक रिटेलरकडे स्वस्त असल्या, तरी मग ॲमेझॉनवर घेणे पसंत करतात. परिणामी, कंपनीच्या अमेरिकेतील विक्रीमधील २०% ऑर्डर्स या ॲमेझॉन प्राइमच्या सदस्यांच्या आहेत. खरेदी प्रक्रियेतील क्लिष्टता कमी करण्याच्या नवीन उपायामुळे हे शक्य झाले.

प्रक्रियेमध्ये जाणीवपूर्वक क्लिष्टता आणण्यामुळे काही वेळा लोकांना विशिष्ट वागण्यासाठी किंवा काही विशिष्ट निर्णय घेण्यासाठी उत्तेजित केले जाऊ शकते. उदाहरणार्थ, तुमच्या उत्पादन परत करण्याच्या प्रक्रियेत थोडीसी क्लिष्टता आणल्याने, जसे की ग्राहकाला पावती आणणे बंधनकारक करणे किंवा परताव्याचे कारण द्यायला लावणे यामुळे उत्पादन परत करणाऱ्या ग्राहकांच्या संख्येत घट होऊ शकते. तुम्हाला खूप जास्त क्लिष्टता आणायची नाहीये, कारण त्यामुळे तुमच्या ***प्रतिष्ठेवर*** नकारात्मक (परतावा खूप अवघड केल्यास ग्राहक रागावू शकतात) परिणाम होऊ शकतो. पण, योग्य ठिकाणी थोडीशी क्लिष्टता आणल्याने खोटा परतावा करण्यास ग्राहकांमध्ये घट होण्यास मदत होईल.

योग्य त्या ठिकाणी तुमच्या उद्योगप्रणालीतील क्लिष्टता थोडी कमी करण्याचा प्रयत्न करा आणि तुम्हाला कमी श्रम करून अधिक चांगले परिणाम मिळवता येतील.

ही संकल्पना शेअर करा : http://book.personalmba.com/friction/

स्वयंचलन

(Automation)

> उद्योगधंद्यात वापरला जाणारा तंत्रज्ञानाचा पहिला नियम हा आहे की, तुम्ही जर कार्यक्षम असलेल्या कामाला जर स्वयंचलन लागू केले, तर त्याची कार्यक्षमता वाढते आणि दुसरा नियम आहे की अकार्यक्षम कामाला स्वयंचलन लागू केल्यास, त्याची अकार्यक्षमता वाढीस लागते.
>
> – बिल गेट्स, मायक्रोसॉफ्टचे संस्थापक आणि चेअरमन

प्रक्रियेतील ***क्लिष्टता*** कमी केल्यास लोकांना प्रक्रियेमध्ये गुंतून राहण्याची आवश्यकता उरणार नाही.

स्वयंचलन म्हणजे एक ***प्रक्रिया*** आहे, जी मानवी हस्तक्षेपाशिवाय काम करू शकते. यालाच आपण ऑटोमेशन असे म्हणतो. कारखान्यातील प्रॉडक्शन लाइन, युटिलिटी नेटवर्क आणि कॉम्प्युटर प्रोग्रॅम ऑटोमेशनचा वापर करतात जेणेकरून एखादे काम पूर्ण करण्यासाठीची मानवी गुंतवणूक कमी होते. प्रणाली चालवण्यासाठी जितके मानवी परिश्रम कमी लागतील, स्वयंचलन तितके अधिक कार्यक्षम असते.

स्पष्ट परिभाषा केलेल्या आणि पुनरुक्त (रिपिटेटिव्ह) कामाला स्वयंचलन लागू करणे उत्तम असते. उदाहरणार्थ, जर कोणाला मी सुचवलेल्या पुस्तकांची यादी वाचण्यासाठी मला आलेल्या प्रत्येक ई-मेलला मला हाती लिहून उत्तर द्यावे लागले असते, तर ते करता-करता मला वेडच लागले असते. सुदैवाने, मी ती यादी माझ्या वेबसाइटवर पोस्ट करू शकतो. प्रत्येक वेळी जेव्हा कोणी मला त्या यादीबद्दल विचारते, त्यांना ती आपोआप मिळते, मला काही श्रम पडत नाहीत. माझी वाचनसूची जगभरातून हजारो-लाखो वाचकांनी वाचली आहे. ते केवळ या स्वयंचलनामुळे ते शक्य झाले आहे.

तुमच्या प्रणालीचे स्वयंचलन करण्याचा मार्ग शोधत तुम्ही ***प्रतिरूप आणि बहुलीकरण याद्वारे*** मोठ्या प्रमाणावरील कामासाठी मार्ग सोपा कराल. त्यामुळे तुमची अधिक मूल्य निर्माण करण्याची आणि ते वितरित करण्याची क्षमता वाढेल.

ही संकल्पना शेअर करा : http://book.personalmba.com/automation/

स्वयंचलनाचे विरोधाभासी विधान

(The Paradox of Automation)

एक मशीन पन्नास सामान्य माणसांचे काम करू शकते. पण, एका असामान्य माणसाचे काम कोणतेही मशीन करू शकत नाही.

– अल्बर्ट हबार्ड, *अ मेसेज टू ग्राशिया* या पुस्तकाचे लेखक

स्वयंचलन चांगले असू शकते; पण त्याचे काही तोटेही आहेत. २०० डॉलर्स प्रति नग भावाने विकल्या जाणाऱ्या कॉम्प्युटर प्रोसेसर्सची निर्मिती करणाऱ्या पूर्णपणे स्वयंचलित प्रॉडक्शन लाइनची कल्पना करू या. यामध्ये माणसांना इतकेच काम आहे की एक बटण दाबायचे, म्हणजे ***प्रणाली*** आपोआप काम करू लागते आणि दर मिनिटाला २,४०० तयार प्रोसेसर्स बाहेर पडतात. चांगली गोष्ट आहे ना?

हो; पण एक *अत्यंत* महत्त्वाचा इशाराही आहे! कल्पना करा, सिलिकॉन वेफरला भोक पाडण्यासाठी जे ड्रिलिंग मशीन वापरले जाते, त्याची रांग किंचित बदलते आणि ते प्रोसेसरच्या मध्यावर अत्यंत छोटी छिद्रे पाडू लागते. छिद्राची जागा चुकल्याने चाळीस चीप्स वाया जातात.

प्रत्येक कॉम्प्युटर प्रोसेसरच्या निर्मितीसाठी लागणाऱ्या कच्च्या मालाची किंमत २० डॉलर्स आहे, असे गृहीत धरा. त्याचा अर्थ, जोवर निर्मितीमध्ये होणारी चूक लक्षात येत नाही, तोवर कंपनीला दर सेकंदाला ८०० डॉलर्स इतके नुकसान होते आहे. प्रत्येक मिनिटाला प्रणाली चालूच असल्याने, कंपनीला अशा प्रकारे ४८,००० डॉलर्सचे नुकसान होते. आणि ही तशी खूप मोठी रक्कम आहे. जर तुम्ही प्रत्येक प्रोसेसरची विक्री किंमत लक्षात घेतली, जी २०० डॉलर्स आहे, तर कंपनीला ५२८,००० डॉलर्स इतका तोटा दर मिनिटाला होतो आहे. (४८,००० डॉलर्स इतकी प्रत्यक्ष किंमत अधिक ४,८०,००० डॉलर्स संधीची किंमत असे दोन्ही मिळून ५२८,००० डॉलर्स)

वरील आकडे म्हणजे अतिशयोक्ती आहे वाटत असेल, तर दुसरे उदाहरण पाहू. २००९च्या अखेरीस, टोयोटा कंपनीने त्यांच्या अनेक वर्षे प्रचंड खप असलेल्या गाड्यांच्या मॉडेलमधील ॲक्सेलरेटर पेडलमध्ये एक मोठी समस्या शोधून काढली. टोयोटाने तयार केलेल्या प्रत्येक कारगणिक त्या चुकीची संख्या ***अधिकच*** होत गेली. वाहने परत मागवून घेण्याची किंमत *पाच अरब डॉलर्स* इतकी मोजावी लागली.

वाहने परत मागवून घेण्याच्या आधी, टोयोटा ही जगातील सर्वोत्तम स्वयंचलित उत्पादन करणारी कंपनी मानली जात होती. अद्यापही अनेक बाबतींत ती तशी मानली जाते; पण त्यांची ***प्रतिष्ठा*** आणि ***आर्थिक परिस्थिती*** दोन्हीला मोठा तडाखा बसला. जर चुकांची पुनरावृत्ती होऊ दिली, तर सर्वोत्तम कंपनीसुद्धा त्या पदावरून पायउतार होऊ शकते.

हा ***स्वयंचलनाचा विरोधाभास*** आहे. स्वयंचलन प्रणाली जितकी अधिक कार्यक्षम, ती चालवणाऱ्या कर्मचाऱ्यांचे म्हणजेच त्या ऑपरेटरचे योगदान तितके अधिक महत्त्वाचे

असते. जेव्हा एखादी चूक होते, ऑपरेटरने ती लवकर शोधून दुरुस्त करणे किंवा प्रणाली बंद करणे आवश्यक असते. नाहीतर, स्वयंचलित प्रणाली ती चूक अखंडपणे करतच राहते.

डॉ. लिसान बेनब्रीज, युनिव्हर्सिटी कॉलेज लंडन, येथील शाखोपशाखा असलेल्या कार्यक्षम आणि विश्वसनीय प्रणालींचा अत्यंत काटेकोर अभ्यास करणाऱ्या पहिल्याच मानसशास्त्रज्ञ होत्या. त्यांनी प्रथम स्वयंचलित प्रणालींमधील हा विरोधाभास ओळखून तो प्रथम जगासमोर मांडला. कार्यक्षम स्वयंचलित प्रणाली मानवी परिश्रमाची गरज कमी करतात; पण त्यामुळे मानवी गुंतवणूक *अधिक* महत्त्वाची होते.

कार्यक्षम स्वयंचलन माणसांना कमी नाही, तर अधिक महत्त्व देते.

ही संकल्पना शेअर करा : http://book.personalmba.com/paradox-of-automation/

स्वयंचलनाचा उपरोध

(The Irony of Automation)

> कधीकधी अशी अनपेक्षित परिस्थितीही उद्‌भवू शकते, जी हाताळण्यासाठी ते स्वयंचलन डिझाईन केलेले नव्हते किंवा त्याची कल्पना केली गेली नव्हती नाही. जशी प्रणाली अधिकाधिक विश्वसनीय होत जाते, त्यातील चूक शोधणे आणि ती दुरुस्त करणे, तितकेच अवघड होत जाते.
>
> – डॉ. राजा परशुरामन, जॉर्ज मॅसन विद्यापीठातील मानसशास्त्राचे प्रोफेसर

कार्यक्षम ***स्वयंचलित प्रणालीमध्ये*** चुकांचा ***विस्तार*** रोखण्यासाठी कुशल मानवी हस्तक्षेपाला खूप महत्त्व दिले जाते. त्यामुळे, नेहमी कुशल ऑपरेटर आपल्याबरोबर असणे उत्तम असते, बरोबर?

अर्थात, कृतीपेक्षा बोलणे सोपे असते. साधारणपणे, जोपर्यंत प्रणाली विश्वसनीय आहे, तोपर्यंत ऑपरेटर्स एका खोलीत दिवसभर काही न करता बसतील व तरीही काही न करता पगार दिला जाईल. त्यांनी केवळ बसण्यासाठी पगार दिला, तरी ते ऑपरेटर्स त्यांच्या कौशल्यांचा वापर करू न शकल्याने कंटाळून जातील.

इथेच तर ***स्वयंचलनाचा उपरोध*** आहे. प्रणाली जितकी विश्वसनीय, तितके ऑपरेटरना कमी काम करावे लागते, आणि ते प्रणालीकडे ती सुरू असताना कमी ***लक्ष*** देतात. मॅकवर्थ क्लॉकचे उदाहरण आठवा. आपण ***नावीन्याबाबत*** केलेल्या चर्चेनुसार दुसऱ्या जागतिक महायुद्धात ब्रिटिश रडार ऑपरेटरनी केलेला सावधानतेचा अभ्यास आठवला का? माणसे तशीच बसून राहिली, तर ती फार लवकर कंटाळून जातात आणि प्रणाली जितकी अधिक *विश्वसनीय, गोष्टी तितक्या अधिक प्रमाणात आहे तशाच राहतात.*

उपरोधिकपणे, विश्वसनीय प्रणालींमध्ये विशेष काम न करावे लागल्यामुळे ऑपरेटर लवकरच कंटाळतात. म्हणूनच, जेव्हा काही बिनसते, तेव्हा लक्ष देणे आवश्यक असले तरी देणे त्यांना अवघड जाते. परिणामी, प्रणाली जितकी अधिक विश्वसनीय असेल, तेव्हा

काही चूक झाल्यास मानवी ऑपरेटरने त्याकडे लक्ष देण्याची शक्यता तितकी कमी असेल. विशेषकरून, जेव्हा ती चूक खूप छोटी असेल.

चूक छोटी समजून तशीच सोडून दिली, तर काही काळाने छोटीशी चूक 'सवयीची' होते, जी टोयोटासारख्या कंपनीला पाच अरब डॉलर्स इतकी महागात पडू शकते. (दोषारोप करण्याची चूक करू नका आणि टोयाटोचे अभियंते मूर्ख किंवा निष्काळजी होते असे समजू नका. जर तुम्ही ***स्वयंचलित प्रणालींवर*** अवलंबून असाल, तर हे तुमच्याबरोबरही घडू शकते.)

मोठ्या स्वयंचलित चुका होण्याचे टाळण्याची उत्तम पद्धत म्हणजे, काटेकोरपणा आणि सतत ***सॅम्पलिंग*** आणि ***टेस्टिंग*** करणे. लक्षात ठेवा, ***सामान्य अपघात*** होऊ शकतात आणि होतील. जर तुम्ही चुका होतील असे गृहीत धरून चाललात, तर तुम्ही तुमच्या प्रणाली चालवणाऱ्या कर्मचाऱ्यांना प्रणालीमध्ये गुंतवून ठेवू शकता. अशा प्रकारे त्यांची महत्त्वाच्या चुका पटकन शोधून काढण्याची शक्यता वाढवू शकता.

तुमच्या स्वयंचलित प्रणालीच्या ऑपरेटर्सचे मेंदू त्यात गुंतवून ठेवा आणि तसे केल्याने काही अपरिहार्य चुका घडताक्षणी त्याच्या लक्षात येण्याची शक्यता वाढेल.

ही संकल्पना शेअर करा : http://book.personalmba.com/irony-of-automation/

मानक कार्यप्रणाली

(Standard Operating Procedure)

> तुमच्यासमोर हाताळण्यासाठी एखादी कठीण समस्या आहे का नाही, यावर यशाचे मोजमाप करता येत नाही; पण तुम्हाला हीच समस्या गेल्या वर्षीही आली होती का, यावरून करता येते.
>
> – जॉन फॉस्टर डलेस, अमेरिकेचे माजी राज्यसचिव

ग्राहक तक्रार करतो किंवा पैसे परत मागतो तेव्हा तुम्ही काय करता? तुमच्या लेसर प्रिंटरचा टोनर संपतो, तेव्हा तुम्ही काय करता? मॅनेजर गावात नसतो आणि काही आणीबाणी येते, तेव्हा कोण जबाबदारी घेते?

मानक कार्यप्रणाली (स्टॅन्डर्ड ऑपरेटिंग प्रोसिजर (एसओपी)) ही एक परिभाषित प्रक्रिया आहे, जी एखादे काम करण्यासाठी किंवा समस्या निवारण करण्यासाठी तयार केलेली असते. उद्योग ***प्रणालीमध्ये*** बऱ्याचदा पुनरुक्त (वारंवार करावी लागणारी) कामे समाविष्ट असतात. एखादी मानक प्रक्रिया असण्याने तुम्हाला ती पुनरुक्त कार्ये करण्यासाठी कमी वेळ लागतो आणि तुम्ही अधिक वेळ उत्पादक काम करू शकता.

व्यवस्थित परिभाषा केलेल्या मानक कार्यप्रणालीमुळे ***घर्षण*** कमी होते आणि ***इच्छाशक्ती*** कमी होण्याचे प्रमाण कमी होते. तुमचा मौल्यवान वेळ आणि ऊर्जा एखादी आधी सोडवलेलीच समस्या पुन्हा सोडवण्यात खर्ची घालण्यापेक्षा, एक परिभाषित मानक

कार्यप्रणाली तयार असल्याने आता तुमचा वेळ कमी खर्च होईल आणि अधिक मूल्यवाढ करण्यासाठी जास्त वेळ मिळेल.

नवीन कर्मचाऱ्यांच्या आणि भागीदाराच्या कामामध्ये जलद गती आणण्यासाठी मानक कार्यप्रणाली हा अत्यंत प्रभावी उपाय आहे. अनौपचारिक प्रशिक्षणापेक्षा नवीन कर्मचाऱ्यांना किंवा भागीदारांना त्यांचे काम अधिक प्रभावीपणे कसे करावे याचे प्रशिक्षण देण्यासाठी एसओपीची (मानक कार्यप्रणालीची) मदत होते. सेन्ट्रल इलेक्ट्रॉनिक डेटाबेसमध्ये एसओपी (मानक कार्यप्रणाली) साठवून ठेवणे उत्तम. त्यामुळे प्रत्येकाला अद्ययावत प्रक्रियांच्या माहितीचा तत्परतेने संदर्भ मिळू शकतो.

तुमच्या मानक कार्याप्रणालींना नोकरशाहीमध्ये फसू देऊ नका. लक्षात ठेवा, एसओपीचा उद्देश असतो की एखादे काम पूर्ण करण्यात किंवा समस्येचे परिणामकारकपणे निवारण करण्यात वेळ आणि श्रम यांची बचत व्हावी. जर एसओपीसाठी परिश्रम घ्यावे लागत असतील, तर ते घर्षण आहे. तर त्या प्रक्रियेत क्लिष्टता आहे, असे समजा.

उत्तम परिणाम मिळवण्याकरता, तुमच्या एसओपीचे ठरावीक काळाने पुनरावलोकन करत राहा. दोन किंवा तीन महिन्यांतून एकदा पुनरावलोकन करणे आदर्श मानले जाते. जर तुम्हाला तुमच्या मानक कार्यप्रणालीमध्ये कालबाह्य, खर्चीक किंवा अनावश्यक कामे आहेत असे वाटले, तर त्यात बदल करा. तुम्ही किंवा तुमचे ग्राहक दोघांनाही लाल फितीचा त्रास होऊ नये.

महत्त्वाच्या पुनरुक्त कामांसाठी मानक कार्यप्रणाली तयार करा आणि तुम्हाला उत्पादकतेमध्ये खूप वाढ झाली आहे, असे आढळून येईल.

ही संकल्पना शेअर करा : http://book.personalmba.com/standard-operating-procedure/

तपाससूची

(Checklist)

> तुम्ही कितीही तज्ज्ञ असलात तरी, उत्तम प्रकारे तयार केलेली तपाससूची अधिक चांगले परिणाम देऊ शकते.
>
> – स्टीवन लेविट, *फ्रीकॉनॉमिक्स* या पुस्तकाचे सहलेखक

कोणतेही महत्त्वाचे काम हे प्रत्येक वेळी अचूकपणे केले जाईल, याची खात्री करायची आहे? तर एक तपाससूची तयार करा.

तपाससूची (चेकलिस्ट) म्हणजे एखाद्या विशिष्ट कामाची पूर्तता करण्यासाठी, ***बाह्यीकरण*** केलेली, आधी ***व्याख्या केलेली मानक कार्यप्रणाली*** असते. चेकलिस्ट तयार करणे दोन कारणांमुळे महत्त्वाचे असते. पहिले म्हणजे त्यामुळे तुम्हाला जी प्रक्रिया अद्याप औपचारिक न केलेल्या एखाद्या प्रणालीची व्याख्या करण्यास मदत होते. एकदा का चेकलिस्ट तयार केली की, ***प्रणालीमध्ये*** सुधारणा कशी करायची किंवा ती ***स्वयंचलित***

कशी करायची हे पाहणे सोपे जाते. दुसरे कारण म्हणजे नेहमीच्या कामाचा एक भाग म्हणून चेकलिस्टचा वापर केल्यामुळे तुम्हाला ही खात्री असते की, तुम्ही एखादी सहज विसरली जाऊ शकते अशी कोणतीही महत्त्वाची पायरी विसरला नाहीत.

विमानाचे उड्डाण करण्यापूर्वी आणि जमिनीवर उतरण्यापूर्वी वैमानिकांनी एक अत्यंत तपशीलवार चेकलिस्ट पाहायची असते. यामागचे महत्त्वाचे कारण म्हणजे एखादी स्टेप चुकून जरी विसरली, तर त्याचे विमानात असलेल्या प्रत्येकासाठी खूप मोठे गंभीर परिणाम होऊ शकतात. अनेक दशकांचा उड्डाणाचा अनुभव असलेले पायलटसुद्धा अशा चेकलिस्टचा वापर करतात, जेणेकरून सर्व काम योग्य प्रकारे आणि योग्य क्रमाने केले जाईल. परिणामी, विमान अपघात कमी होतात. सांख्यिकरीत्या, विमान चालवण्यापेक्षा त्यातून प्रवास करणे जास्त सुरक्षित आहे.

अगदी साध्या-साध्या प्रक्रियांनासुद्धा ***प्रणालीकरणाने*** फायदा होतो. २००१ साली, चेकलिस्टचे परिणाम या विषयावर डॉ. पीटर प्रोनोवोस्ट यांनी एक अभ्यास केला, ज्यामध्ये अतुल गावंडे यांचे *द चेकलिस्ट मॅनिफेस्टो* आणि द न्यू यॉर्करमधील गावंडे यांच्या एका लेखाचे तपशीलवार वर्णन केले होते. हा अभ्यास डेट्रॉइटमधील एका हॉस्पिटलमध्ये करण्यात आला. त्यामध्ये दहा दिवसांच्या IV लाइनच्या संसर्गाचा (अतिशय नाजूक आणि जीवघेणी परिस्थिती) देशातील सर्वांत जास्त दर होता. प्रोनोवोस्ट यांचा उद्देश होता की, चेकलिस्टच्या वापराने या संसर्गाच्या दरात काही उतार येतो का नाही, हे पाहणे.

त्यांच्या या अभ्यासाबद्दल जेव्हाही कोणी डॉक्टरांनी रुग्णाला सलाईन लावले की, त्यांना पुढील चेकलिस्टची पूर्तता करण्यास सांगितली होती-

स्टेप १ : साबणाने हात धुवा.

स्टेप २ : पेशंटची त्वचा क्लोरोहेक्ज़ाडीनने साफ करा.

स्टेप ३ : पेशंटवर पूर्णपणे निर्जंतुक कपडा घाला.

स्टेप ४ : निर्जंतुक टोपी, मास्क, ग्लोव्हज आणि गाऊन घाला.

स्टेप ५ : सलाईन लावली की, त्या ठिकाणी निर्जंतुक पट्टी लावा.

यांपैकी कोणतीही स्टेप जास्त क्लिष्ट नव्हती. उलट, अनेक डॉक्टरांनी त्या अभ्यासाला विरोध केला. कारण, त्यांना वाटले की, इतक्या सोप्या प्रक्रिया असलेली चेकलिस्ट वापरायला लावणे म्हणजे त्यांच्या उच्चशिक्षणाचा आणि प्रशिक्षणाचा या दोहोंचा अपमान होता. त्याहून मोठा अपमान म्हणजे जर डॉक्टरांनी चेकलिस्टचा वापर केला नाही, तर हेड नर्स त्यांना अडवू शकत होती. नर्सच्या अधिकारात असा बदल केल्यामुळे सर्व डॉक्टर अधिकच रागावले.

असे असूनही, दोन वर्षे सुरू असलेल्या या अभ्यासाचे निकाल अतिशय आश्चर्यकारक होते. दहा-दिवसाच्या IV लाईन संसर्गाचा दर अकरा टक्क्यांवरून शून्य टक्क्यावर आला आणि हॉस्पिटलचा त्या संदर्भातील खर्च दोन मिलियन डॉलर कमी झाला. त्यावरून हे दिसते की, अगदी प्राथमिक आणि सामान्यज्ञानाची आवश्यकता असलेल्या प्रक्रिया व्यग्र आणि तणावपूर्ण वातावरणात सहजपणे विसरल्या जाऊ शकतात.

चेकलिस्टचा वापर केल्यामुळे तुमच्या दर्जेदार काम करण्याच्या क्षमतेमध्ये मोठ्या सुधारणा होतात. इतकेच नव्हे; तर तुमची काम सुपुर्द करण्याची क्षमतादेखील सुधारते. तुमच्या प्रगतीचे स्पष्टपणे वर्णन केल्याने आणि तिचा मागोवा घेण्यामुळे मोठ्या चुका होण्याची किंवा दुर्लक्ष होण्याची शक्यता कमी होते. तसेच तेच काम परत-परत कसे करण्याबाबतची ***इच्छाशक्ती कमी होणे*** थांबते. त्याशिवाय, चेकलिस्टची पूर्तता केली की, तुम्ही तुमच्या संपूर्ण किंवा अर्धवट स्वयंचलित प्रणालीसाठी ती पाया म्हणून वापरू शकता. त्यामुळे तुम्हाला त्यापेक्षा अधिक महत्त्वाच्या गोष्टी करण्यासाठी वेळ मिळू शकतो.

उत्तम परिणामांकरता, ***उद्योगाच्या पाच भागांसाठी*** अगदी स्पष्ट चेकलिस्टची निर्मिती करा आणि मग ती चेकलिस्ट प्रत्येक वेळेस पूर्ण केली जाते का, याची खात्री करा.

ही संकल्पना शेअर करा : http://book.personalmba.com/checklisting/

विराम

(Cessation)

> जी कार्यक्षमपणे केली जाते, ती अजिबात करू नये अशी कोणतीच बिनकामाची गोष्ट नाही.
>
> – पीटर ड्रकर, मॉडर्न मॅनेजमेंट थिअरीचे जनक

कधीकधी एखादी ***प्रणाली*** सुधारण्याचा उत्तम उपाय हा असतो की, खूप गोष्टी करणे थांबवा.

विराम म्हणजे जे अनुत्पादक असते, ते जाणीवपूर्वक न करण्याचा पर्याय असतो. ***अनुपस्थिती अंधत्वामुळे*** , आपला काही ना काहीतरी करून प्रणालीमध्ये सुधारणा करण्याकडे कल असतो 'काही न करणे चूक वाटते.' त्याचा अर्थ असा नव्हे की, काहीही न करणे ही वाईट गोष्ट आहे. ते कधीकधी जास्त प्रभावकारी असते.

द वन-स्ट्रॉ रेव्होल्युशन या पुस्तकामध्ये मसानोबू फुकुओका यांनी त्यांच्या नैसर्गिक शेतीच्या प्रयोगांबद्दल लिहिले आहे. त्याच्या मते, निसर्गाला त्याच्या वृत्तीप्रमाणे करू द्यावे आणि आपण कमीतकमी हस्तक्षेप करावा. जेव्हा बहुतेक लोक शेतांमध्ये रसायनाचा आणि यंत्रांचा वापर करू लागले होते, तेव्हा फुकुओका यांनी जाणीवपूर्वक काहीही केले नाही आणि अधिक पीक आणि वाढत जाणाऱ्या मातीच्या कसाचे फळ मिळवले. त्यांना त्यांच्या या विरामाच्या पुण्याबद्दल काय म्हणायचे आहे, ते पाहू.

> *माणसे त्यांच्या काहीतरी चुकीचे करण्याच्या लुडबुडीमुळे, झालेले नुकसान भरून काढतच नाहीत. जेव्हा प्रतिकूल परिणाम साचत जातात, तेव्हा त्यांची सर्व शक्ती पणाला लावून ते परिस्थिती दुरुस्त करण्याच्या मागे लागतात. जेव्हा दुरुस्ती योग्य आहे असे वाटते, तेव्हा ते त्यांनी केलेल्या उपायांकडे उत्तम कामगिरी म्हणून पाहू लागतात. लोक हे असे वारंवार करतात. जसे एखादा*

वेडा त्याच्याच छपराची कौले मोडेल, नंतर जेव्हा पाऊस पडून गळायला लागेल, तो झटकन छतावर चढून दुरुस्ती करायला लागेल आणि शेवटी खूप खूश होईल की कसे त्याने छत दुरुस्त केले.

खूप काहीतरी करण्यापेक्षा, फुकुओकांनी केवळ जे अत्यंत गरजेचे होते तेवढेच केले. त्यामुळे त्या भागातील शेतीमध्ये त्यांची शेती सर्वांत जास्त उत्पादक ठरली.

कोणत्याही गोष्टीला विराम देण्यासाठी हिंमत लागते. जरी प्रत्यक्षात काहीही न करणे हाच योग्य उपाय असला, तरी ते अनेकदा अप्रिय वाटतो, रुचत नाही. उदाहरणादाखल, बरेचदा काही बाजारपेठांमधील शासकीय हस्तक्षेपामुळे दरवाढ निर्माण होते.' काही गोष्टींचे दर मुद्दाम कमी केल्याने ***दुसऱ्या क्रमाचा परिणाम*** होऊन काही भरमसाठ तर्क केले जातात. जेव्हा वास्तव समोर येऊन तो महागाईचा फुगा 'फुटतो', जसा २००० साली डॉट कॉम कंपन्यांचा फुटला आणि २००८ साली हाउसिंग कंपन्यांचा फुटला. *काहीतरी करणे हेच त्या परिस्थितीचे मूळ कारण असले, तरी शासनाने काहीही न करणे या गोष्टीची टीका होते.* अनेकदा, शासन कृती करते, ज्यामुळे काही घडामोडी होतात आणि काही वर्षांनी त्याचा खूप मोठा भ्रमाचा भोपळा तयार होतो.

कर्मचाऱ्यांना काढून टाकणे, तुम्ही नोकरी सोडणे, एखादे उत्पादन बंद करणे किंवा जिथे तुम्ही तग धरू शकणार नाहीत अशा बाजारपेठेत प्रयत्न करत राहणे, हे सर्व निर्णय कठीण आहेत. पण त्यामुळे भविष्यात तुमची परिस्थिती चांगली शकते.

'कृती करणे' हा नेहमीच उत्तम उपाय नसतो. काही न करण्याचा विचार करून पाहा.

ही संकल्पना शेअर करा : http://book.personalmba.com/cessation/

लवचीकपणा

(Resilience)

> एखाद्या प्रणालीमध्ये सातत्य आणण्याच्या अट्टाहासामुळे ती कमकुवत होऊ शकते.
>
> – सी. एस. हॉलिंग, इकॉलॉजिस्ट

कासव हा सृष्टीतील सर्वांत आकर्षक किंवा मादक प्राणी नव्हे. ते जोरात धावू शकत नाही. उडू शकत नाही. त्यांना तीक्ष्ण दात किंवा नखे नसतात. ते त्याच्या शत्रूवर फुत्कार करू शकत नाही किंवा जहाल विष ओकू शकत नाही. वाघ किंवा ससाण्याच्या ताकदीपुढे, कासव अगदी पांगळे असते.

कासव काय *करते* तर अनेक संरक्षक पद्धती वापरते. ते जलद पोहू शकते, स्वतःला लपवू शकते, त्यांच्या जबड्यांनी फटकारु शकते आणि जर हे सर्व निष्प्रभ ठरले, तर त्यांच्या कवचामध्ये लपून बसते आणि धोका टळण्याची वाट पाहते.

प्राणिजगतातील इतर कोणत्याही प्राण्यावर जर त्यांच्या भक्षकाने हल्ला केला, तर संकट ओढवते. मात्र कासवांना लढण्याची संधी असते. ती जिंकतात कारण त्यांना निसर्गाने चिलखते दिली आहेत. कासव अनेक गोष्टी खाऊ शकतात आणि तरीही जेव्हा कठीण परिस्थिती येते, तेव्हा निष्क्रियतेमध्ये जाऊ शकतात. म्हणूनच ती इतके दीर्घ आयुष्य जगतात.

दुसरीकडे, वाघ त्यांच्या ताकदीवर, प्रबळतेवर आणि वेगावर विसंबून त्यांच्या भक्ष्याची शिकार करतात. अनुकूल काळात, वाघ जंगलाचा राजा असतो. पण जर भक्ष्य दुर्मीळ झाले किंवा वयामुळे अथवा दुखापतीमुळे त्यांची शिकारीची ताकद कमी झाली, तर त्यांना लवकर आणि निर्दयी मृत्यू येतो, दुसरी संधी मिळत नाही.

म्हणूनच उद्योगविश्वात, वाघांची कमी आणि कासवांची जास्त आवश्यकता आहे (कासवाच्या अंगी असणारी ध्येय, उद्दिष्ट गाठण्यासाठी जी चिकाटी असते, तशीच जिद्द, चिकाटी अंगी असणाऱ्या व्यक्तींनी उद्योग-व्यवसायात उतरणे कधीही तडकाफडकी निर्णय घेणाऱ्या व्यक्तींपेक्षा कधीही चांगले).

जग हे मुळात एक ***अनिश्चित*** ठिकाण आहे. इथे अनपेक्षित गोष्टी घडतात, काही चांगल्या, काही वाईट. निसर्गातील बदल, भाग्य किंवा एखादे भुकेले श्वापद तुम्हाला त्याचे भक्ष्य बनवेल का? याबद्दल काहीही भविष्य आपण वर्तवू शकत नाही.

लवचीकपणा या गुणधर्माला उद्योगात अत्यंत कमी महत्त्व दिले गेले आहे. जर तुमच्यामध्ये आयुष्य प्रत्यक्षात आणि रूपकात्मकरीत्या जे समोर आणेल त्याला तोंड देण्याचा खंबीरपणा आणि लवचीकता असेल, तर या गुणांमुळे तुमचा बचाव करता येतो. परिस्थितीतील बदलांनुसार तुम्ही तुमच्या क्लृप्त्या, पद्धत्ती ***बदलू*** शकता का यावर तुमचे यशापयश अवलंबून असते.

तुम्ही जर कोणत्याही ***प्रणालीची*** केवळ ***थ्रूपुटवर*** परीक्षा केलीत, तर लवचीकपणा कधीही चांगला नसतो. लवचीकपणाची नेहमी किंमत मोजावी लागते. कासवाचे कवच खूप जड असते. त्यामुळेच ते कधीही जलद चालू शकत नाही. पण जर कवचच काढून टाकले, तर कासवाला त्याची चाल मंद गती असल्याने एकदम असुरक्षित वाटेल. काही अजून डॉलर्स जलद मिळवण्याच्या प्रयत्नात, अनेक उद्योगपती जलद परिणामांसाठी त्यांचा लवचीकपणा घालवून बसतात आणि खूप मोठी किंमत मोजतात.

याचे उत्तम उदाहरण म्हणजे मोठी गुंतवणूक करणाऱ्या बँका. अनपेक्षित परिस्थितीला तोंड देता यावे म्हणून रोख शिल्लक बाळगावी, हे आजकाल प्रतिगामी आणि अकार्यक्षमही समजले जाते. आता शेवटच्या तिमाहीमध्ये अजून काही पैसे कमी करण्यासाठी संपूर्ण कंपनी ***तरफ*** *(लीव्हरेज)* करणे ही पद्धत उत्तम समजली जाऊ लागली आहे. त्यामुळे उत्पन्नातील छोट्याशा घटीमुळेही उद्योग प्रचंड असुरक्षित होतो.

एखादा उद्योग रोखीशिवाय चालवणे, उद्योगाचा विमा नसणे आणि खूप जास्त कर्ज असणे, यामुळे तुमच्या काही महिन्यांचे किंवा तिमाह्यांचे निकाल चांगले येतील. पण ज्या क्षणी तुमच्या उत्पन्नात थोडीशी घसरण होईल किंवा कोणी तुम्हाला कोर्टात खेचायचे ठरवेल,तेव्हा तुम्ही लयास जाल.

तरफ (लिव्हरेज) हे रॉकेटच्या इंधनासारखे काम करते. तुम्ही त्याचा कसा वापर करता यावर अवलंबून, ते तुमच्या उद्योगाला खूप उंचीवर तरी नेऊन ठेवेल नाहीतर सर्व कामाचा स्फोट तरी करेल. दुर्दैवाने, आर्थिक हातचलाखीच्या अनेक आधुनिक युक्त्या बिझनेस स्कूल्समध्ये शिकवल्या जातात. अशा युक्त्या कागदावर प्रभावी व फायदेशीर वाटतात. मात्र, प्रत्यक्षात कठीण परिस्थिती आल्यावर भल्या भल्या यशस्वी उद्योजकांनाही ही खूप मोठी झळ सोसावी लागते.

अनपेक्षित गोष्टींचा सामना करण्याची तयारी करण्यामुळे लवचीकता येते. वैयक्तिक पातळीवर, घरात निकडीचे प्रथमोपचार किट, कार किट आणि जास्तीचे अन्न आणि पाणी असणे म्हणजे विचित्रपणा नव्हे. यांसारख्या गोष्टी म्हणजे बुद्धिमान लोकांचा विमा असतो. तेच विमा करून घेण्यालाही लागू होते आणि अनपेक्षित घटनांसाठी पैसे शिल्लक टाकण्यासही लागू होते. तुम्हाला त्यांची कधी गरज पडेल असे नाही. पण जर गरज पडलीच, तर तुमच्याजवळ पुरेसे आहे याचे समाधान वाटेल.

एखादा उद्योग कसा लवचीक होऊ शकतो ते पाहू :

- *(म्हणजे शक्यतो शून्य) कर्ज थकबाकी*
- *कमी वरखर्च, स्थिर खर्च, आणि उद्योग चालवण्याचा खर्च*
- *अनपेक्षित आकस्मिकतेसाठी पुरेशी रोख शिल्लक ठेवणे*
- *विविध स्वतंत्र उत्पादने/कारखाने/उद्योग-व्यवसाय*
- *लवचीकता असलेले कर्मचारी/विविध जबाबदाऱ्या हाताळू शकतील असे कर्मचारी*
- *अपयश येण्याची शक्यता नसणे*
- *अपयश आले, तरी मुख्य प्रक्रियांना आधार देतील अशा प्रणाली* लवचीकपणासाठी नियोजन करणे आणि त्याप्रमाणे काम करणे, हे उत्तम व्यवस्थापनाचे लक्षण आहे. लवचीकपणा हा नक्कीच आकर्षक नाही. कारण, त्याच्या फायद्याबरोबरच ***अनुपस्थितीचे अंधत्वही*** येते. तरीदेखील, लवचीकपणामुळे कठीण परिस्थितीवर मात करण्यास मदत होते.

वाघासारखा विचार करण्यापेक्षा कासवासारखा विचार करा आणि पाहा; काहीही झाले, तरी तुमचा उद्योग तग धरून राहील.

ही संकल्पना शेअर करा : http://book.personalmba.com/resilience/

सुरक्षित अपयश

(Fail-safe)

'नेहमी' आणि 'कधीच नाही' हे शब्द तुम्ही कधीही वापरू नका.

– वेन्डेल जॉन्सन, मानसशास्त्रज्ञ आणि स्पीच पॅथॅलॉजीचे जनक

मी जिथे लहानाचा मोठा झालो, त्या घराबाहेर दर बुधवारी दुपारी जनरेटर सुरू होतो. जर सर्व काही सुरळीत असेल, तर तो दहा मिनिटे चालतो आणि नंतर पुढच्या चाचणीपर्यंत आपोआप बंद होतो. परत कधी वीज जाईल याची शांतपणे वाट पाहतो.

एके काळी माझ्या वडिलांनी अग्निसुरक्षादल कर्मचारी आणि आपत्कालीन वैद्यकीय तंत्रज्ञ म्हणून काम केले होते. त्यांनी 'सज्ज असणे' या गोष्टीची व्याख्या अत्यंत कलात्मकतेमध्ये बदलली. ज्या क्षणी घरातील वीज जाते, त्याक्षणी तो जनरेटर आपोआप सुरू होतो आणि घरातील विजेची मागणी पूर्ण करतो. त्याला गॅरेजमागे असलेल्या प्रोपेनच्या टाकीतून इंधन पुरवठा होतो. त्या टाकीमध्ये जनरेटर एक आठवडा सुरू ठेवता येईल, इतका इंधन–साठा आहे. जर एखादे वादळ आले आणि आमच्या भागातील वीज गेली, तरी माझे वडील ती परिस्थिती हाताळण्यासाठी सज्ज आहेत.

वडिलांच्या या सज्जतेच्या सवयीचा माझ्यावर मोठा प्रभाव आहे. आता आम्ही कोलोराडोच्या डोंगरांमध्ये राहतो आणि आम्हाला आमची कार कुठेतरी एकाकी आणि थंडीच्या जागी बंद पडली, तर काय यासाठी सज्ज राहावे लागते आणि आम्ही आमचा बचाव करण्यासाठी मोबाईल नेटवर्क कव्हरेजवर विसंबून राहू शकत नाही.

मी नेहमी कारमध्ये जास्तीचे कपडे, स्लीपिंग बॅग, स्नो शूज आणि सॅटेलाईटवर चालणारा पर्सनल लोकेटर ठेवतो म्हणून केल्सी माझी चेष्टा करते. काही झाले, तरी मला आम्ही सज्ज आहोत याचा आनंद वाटतो. अशा साधनांमधील गुंतवणूक म्हणजे खूप स्वस्त आणि टिकाऊ ***विमा*** पॉलिसी असते.

सुरक्षित अपयश (फेल–सेफ) ही एक बॅक–अप ***प्रणाली*** असते, जी प्रणालीच्या प्राथमिक अपयशाला रोखते किंवा त्यानंतर पुनर्प्राप्तीसाठी (म्हणजेच रिकव्हरीसाठी) मदत करते. जर प्राथमिक प्रणाली अयशस्वी झाली, तर चांगल्या प्रकारे रचना केलेले फेल–सेफ प्रणालीला अनपेक्षितपणे नादुरुस्त होण्यापासून वाचवतात. जिथे सातत्याने चांगले काम करणे महत्त्वाचे मानले जाते, तिथे तुम्हाला बॅक–अप प्रणाली नक्कीच सापडतील.

प्रतिष्ठित मानल्या जाणाऱ्या ब्रॉडवे शोमध्ये बदली कलाकार असत. जर 'शो मस्ट गो ऑन' अशी परिस्थिती आली, तर तुमच्याकडे नेहमीच एक बदली कलाकार तयार असेल, जो काम न करू शकणाऱ्या कलाकाराच्या जागी काम करू शकेल. अनेक शो मध्ये काही 'स्विंग' कलाकारही असतात, जे एका क्षणाच्या सूचनेवर *कोणत्याही* रोलमध्ये काम करू शकतात.

कॉम्प्युटरची एक्सटर्नल हार्ड डिस्क महत्त्वाच्या माहितीचा बॅक-अप घेते. जर तुमच्या कॉम्प्युटरची हार्ड डिस्क बिघडली, तर तुमच्या माहितीचे नुकसान होणार नाही. काही उद्योग आग लागली किंवा अन्य काही नैसर्गिक आपत्ती आल्यास नुकसान होऊ नये म्हणून हार्ड डिस्कची एक कॉपी अन्यत्र ठेवण्याची खबरदारी घेतात.

विमानात केबिन प्रेशरमध्ये कमी आल्यास आपोआप खाली येणारे फेस मास्क असतात, जे ऑक्सिजनच्या टाकीला जोडलेले असतात. जर चुकून विमानाच्या आतील हवेच्या दाबात बिघाड झालाच, तर प्रवासी बेशुद्ध पडू नयेत यासाठी ही सोय असते.

त्याचे कारण असे आहे : तुम्हाला जेव्हा अपयशाच्या प्रसंगी सुरक्षितता पाहिजे असेल, तेव्हा ती विकसित करण्यास फार उशीर झालेला असेल. आवश्यकता निर्माण *होण्यापूर्वीच* सज्ज राहणे कधीही चांगले. जर तुम्ही तहान लागल्यावर विहीर खोदायला सुरू कराल, तर तेव्हा फार उशीर झालेला असेल. जोवर तुमच्या घराला आग लागून खाक होत नाही, तोवर घराचा विमा काढणे म्हणजे पैशाचा अपव्यय वाटतो. जर तुम्ही काहीतरी अनपेक्षित घडेपर्यंत विमा विकत घेण्याची वाट पाहत बसाल, तर आधीच खूप उशीर झालेला आहे.

शक्य तितकी तुमची प्राथमिक प्रणाली आणि संकटकाळी वापरण्याची योजना यांना वेगळे करण्याचा प्रयत्न करा. लोक बँकेमध्ये सुरक्षा लॉकर का घेतात याचे हे ही एक कारण असते की, त्यांना त्यांच्या मौल्यवान चीजवस्तू चोरीला जातील किंवा आगीमुळे नष्ट होतील अशी भीती असते. घरावर काही आपत्ती आली, तरी त्या वस्तू सुरक्षा लॉकरमध्ये असणे कधीही चांगले. ऑफ साइट सेंटरला माहितीचा बॅक-अप घेऊन ठेवणे ही पद्धत त्याच कारणामुळे सुरू झाली. जर बिझनेसच्या मूळ कॉम्प्युटर्सना काही झाले, तर माहिती इतर कोणत्या तरी ठिकाणी सुरक्षित असेल, हे त्यामागील मुख्य कारण असते.

जर फेल-सेफ हे प्राथमिक प्रणालीवर प्रचंड ***परस्परावलंबी*** असेल, तर ते अधिक जोखमीचे असते. बॅक-अप प्रणालीला जर त्या प्राथमिक प्रणालीचाच एक भाग बनवाल, तर त्यासारखी वाईट गोष्ट नाही. उदाहरणार्थ, माझ्या वडिलांनी जर जनरेटर घराच्या प्राथमिक विद्युतप्रणालीला जोडला असता आणि तो वीज गेल्यावर अनपेक्षितपणे बंद पडला, तर त्याचा काही उपयोग नाही. जर तुम्ही भविष्यात तुमच्या मूळ फाईल्स डिलीट करू शकत असाल, तर ***स्वयंचलित*** कॉम्प्युटर बॅक-अप प्रणाली तुमच्या उपयोगी पडणार नाही.

शक्य असेल तितका , *कधीही अपयशाचा एकमेव बिंदू ठेवू नका.* जर तुमची प्रणाली महत्त्वाच्या इनपुट्सवर अवलंबून असते किंवा कार्यरत राहण्यासाठी काही प्रक्रियांवर अवलंबून असते, तर जिथे इनपुट उपलब्ध नाहीत किंवा त्या प्रक्रियांमध्ये अडथळा आला आहे, अशा परिस्थितीसाठी काही पर्यायी योजना करणे कधीही चांगले ठरते. तुमची प्राथमिक प्रणाली अपयशी झाली, तर पुढे तुम्ही काय कराल?

सर्व महत्त्वाच्या प्रणालींसाठी फेल-सेफ विकसित करण्याची आगाऊ योजना तयार करा आणि तुम्ही तुमची प्रणाली शक्य तितकी ***लवचीक*** करू शकाल.

ही संकल्पना शेअर करा : http://book.personalmba.com/fail-safe/

तणावाची चाचणी

(StressTesting)

चुका न करणे हे माणसाच्या हातात नाही; पण बुद्धिमान लोक त्यांच्या चुकांमधून शिकतात.

– प्लुटार्क, पुरातन ग्रीक इतिहासकार आणि निबंधकार

असे समजू की, तुम्ही काही महान, ***लवचीक प्रणाली*** विकसित केली आहे असा तुम्हाला विश्वास आहे. पण तुम्हाला तुमच्या तयारीची खात्री करायची आहे. तर तुम्ही त्याची ***चाचणी*** कशी कराल?

तणावाची चाचणी ही काही विशिष्ट ***वातावरणातील*** स्थिती निर्माण करून, प्रणालीच्या मर्यादा काय आहेत हे शोधून काढण्याची एक प्रक्रिया आहे. या प्रक्रियेमध्ये तुम्ही काही रचनात्मक करण्याच्या मनस्थितीत नसता, तर उलट तणाव चाचण्यांमुळे तुमची मानसिकता 'विनाशात्मक' होते. तुम्ही तयार केलेली गोष्ट तोडण्यासाठी काय काय लागेल?

पर्सनल एमबीएच्या सुरुवातीच्या दिवसांमध्ये, मी दरवेळी एक नवीन वाचन सूची तयार केली की, अनेक लोक ती पाहण्यासाठी वेबसाइटला भेट देत. साइटला भेट देण्याचा प्रयत्न करणाऱ्या सर्व लोकांसाठी ती प्रणाली कार्यरत राहू शकत नव्हती. मी अनेक वेगवेगळ्या वेळी अपग्रेड करण्याचा प्रयत्न केला; पण दरवेळी ते करणे पुरेसे होत नव्हते.

मी तणाव चाचणीचा विचार करेपर्यंत, मला सर्व्हरबाबतच्या समस्या येतच होत्या. लोकांचा लोंढा येऊन माझ्या साईटला समस्या निर्माण होईपर्यंत वाट पाहण्यापेक्षा, मी माझी प्रणाली जाणीवपूर्वक विभाजित करण्याचे ठरवले. नंतर विविध पद्धतींनी ती प्रणाली तणावाखाली अधिक लवचीक कशी राहील, यासाठी प्रयत्न केला.

स्वयंचलित साधन वापरून, मी माझ्या वेबसाइटला एकाच वेळी भेट देणाऱ्या लोकांचा एक खूप मोठा आकडा तयार केला. ते साधन सतत तो आकडा वाढवत होते आणि नंतर माझी वेबसाइट त्यांना प्रतिसाद देण्यासाठी किती वेळ घेते हे पाहिले. : जसजशी वेबसाइटला भेट देणाऱ्यांच्या संख्येत वाढ होत गेली, तसतशी माझ्या वेबसाइटची कामगिरी खालावत गेली आणि सर्व्हर डाऊन झाला.

तणाव चाचण्यांमुळे प्रणाली कशा काम करतात, हे तुम्ही अधिक शिकू शकता. जर तुमचा उत्पादनाचा व्यवसाय असेल, तर तुम्ही अचानक काही हजार युनिट्सची ऑर्डर आली तरी ती पूर्ण करू शकता का? जर तुम्ही ग्राहक सेवा उद्योगात असाल, तर तुम्ही प्रश्नांच्या किंवा तक्रारींच्या मोठ्या लोंढ्याची कल्पना करू शकता. तुम्ही त्या लोंढ्याला तोंड देऊ शकाल का? तुम्ही चाचणी करण्याची क्षमता तुमच्याकडे उपलब्ध असलेल्या वेळाने आणि कल्पनेने तुमची चाचणी क्षमता मर्यादित केलेली आहे. तुमच्या आतील राक्षसाला मुक्त करा आणि मग तुम्ही ग्राहकांवर परिणाम होण्याआधीच मोठ्या समस्यांचे निराकरण कराल.

हीं संकल्पना शेअर करा : http://book.personalmba.com/stress-testing/

परिस्थितीचे नियोजन

(Scenario Planning)

शहाणा माणूस धोक्यावर लक्ष केंद्रित करतो आणि खबरदारी घेतो. मूर्ख माणूस आंधळेपणाने पुढे जात राहतो आणि त्याचे परिणाम झेलतो.

– म्हणी २७:१२

आपण या पुस्तकात अनेक वेळा चर्चा केली आहे की, दहा वर्षांनंतर काय होईल याचे भाकीत वर्तवणे तर दूर; परंतु आपण उद्या काय होईल हेदेखील सांगू शकत नाही. जेव्हा तुम्ही नियोजन करता, आणि तुमची ***उद्दिष्टे*** तुमच्या ***नियंत्रण बिंदूच्या कक्षेबाहेर*** असलेल्या गोष्टींवर अवलंबून असतात, तीच समस्या असते. भविष्यातील ***अनिश्चिततेचे*** नियोजन करण्यासाठी तुम्ही काय करू शकता?

परिस्थिती नियोजन ही पद्धतशीरपणे गृहीत धरलेल्या परिस्थितींची एक मालिका तयार करण्याची प्रक्रिया आहे, नंतर ***मनातल्यामनात नक्कल*** करा की त्या परिस्थिती उद्‌भवल्यास तुम्ही काय कराल? तुम्ही कदाचित द्रष्टे नसाल; पण ***वस्तुस्थितीच्या विरुद्ध नक्कल*** करण्याने म्हणजेच ज्या गोष्टी होण्याचा *संभव नाही* त्यांची कल्पना करणे आणि नंतर त्या झाल्या तर काय करायचे हे ठरवण्याने तुमच्या क्षमता प्रबळ होतात. रूपरेखेचे नियोजन म्हणजे अत्यंत तपशीलवार, कसून आणि पद्धतशीर केलेल्या वस्तुस्थितीच्या विरुद्ध नक्कल असते, जी मोठ्या निर्णयांना लागू केली जाते.

परिस्थितीचे नियोजन नेहमी एका साध्या प्रश्नापासून सुरू होते. 'मी काय करू जर...?' 'काय जर' हा भाग वस्तुस्थितीच्या विरुद्ध आहे. तोच नियोजनासाठी तुमच्या मेंदूला चालना देतो आणि तुम्हाला अनेक शक्य प्रतिक्रियांची कल्पना करण्यास मदत करतो. तुमच्या त्या परिस्थितीतील सर्व संभाव्य कृती लिहून काढल्यास, तुम्ही कल्पना करत असलेल्या कोणत्याही परिस्थितीसाठी अनेक प्रतिक्रिया, पर्याय विकसित करणे शक्य आहे, हे तुमच्या लक्षात येईल.

परिस्थितीचे नियोजन हा प्रभावी रणनीतीचा एक भाग असतो. व्याजाचे दर, तेलाच्या किमती किंवा स्टॉकचे मूल्य इत्यादींवर विसंबून कृती करणे म्हणजे मूर्खपणा असतो. १०० टक्के अचूकपणे भविष्य जाणण्याचा प्रयत्न करण्याऐवजी, परिस्थितीचे नियोजन करण्याने तुम्हाला अनेक वेगवेगळ्या शक्यतांसाठी तयारी करण्यास मदत होईल. एकाच एक पर्यायावर लक्ष केंद्रित करण्याऐवजी, तुमचा उद्योग अधिक ***परिवर्तनशील*** आणि लवचीक होईल आणि तुम्ही बदलत्या जगाशी जुळवून घेताना तुमची ***बदल*** करण्याची क्षमताही सुधारेल.

अनेक मोठे उद्योग परिस्थितीचे नियोजन करण्याच्या कृतीला 'कुंपण घालण्याचा' पाया म्हणून वापरतात. ***विम्याचे*** विविध प्रकार विकत घेऊन भविष्यातील प्रतिकूल घटनांची ***जोखीम*** कमी करतात. उदाहरणार्थ, कार उत्पादकांना तेलाच्या किमतींची काळजी असते. कारण त्यामुळे कच्च्या मालांच्या किमती वाढतात, तयार माल ग्राहकांपर्यंत

ने-आण करण्याचा खर्च वाढतो आणि या दोन्हींमुळे त्यांचा ***प्रॉफिट मार्जिन*** अचानक आणि नाट्यमयरीत्या कमी होतो. 'फ्युचर्स' नावाचे आर्थिक दस्तावेज खरेदी करून, जर तेलाच्या किमती वाढल्या तर, उद्योग त्यातून पैसे कमावू शकतात. हे पैसे तेलाच्या किमती वाढल्यामुळे झालेले नुकसान भरून काढण्यास मदत करतात.

तुम्ही जर आधीच कामात गुंतले असाल, तर परिस्थितीच्या नियोजनाकडे दुर्लक्ष करणे शक्य आहे. परिस्थितीच्या नियोजनावर तुम्ही जितका वेळ खर्च करता, तो कदाचित तुमचा उद्योग उभा करण्याच्या वेळातील मौल्यवान वेळ असेल; पण, जर तुम्ही सतत डोकं पाण्याच्या वर ठेवण्यासाठी धडपडत असाल, तर त्याकडे दुर्लक्ष करणे सोपे आहे. नियमितपणे, काही तडजोड न करता काही वेळ राखून भविष्यासाठी नियोजन करण्यास वापरला, तर ते योग्य आहे. ते करण्याचे टाळू नका.

माहीत नसलेले भविष्य जाणून घेण्यात वेळ वाया घालवू नका. जास्तीतजास्त शक्य परिस्थितींची कल्पना करा आणि तसे झाल्यास तुम्ही काय कराल, याची योजना करा. त्यामुळे जर ते प्रत्यक्षात झालेच, तर तुम्ही त्यासाठी सज्ज असाल.

ही संकल्पना शेअर करा : http://book.personalmba.com/scenario-planning/

शाश्वत वाढीचे चक्र

(Sustainable Growth Cycle)

यश मिळाल्यानंतरच ते टिकवण्यासाठी सज्ज असले पाहिजे.

– तोकुगावा आयासू, सतराव्या शतकातील शोगन

एखाद्या प्रणालीचा अनिश्चित आणि अमर्यादित विकास होऊ शकतो, असे गृहीत धरणे चुकीचे आहे. प्रणालींना नैसर्गिक आकार असतो आणि त्या आकाराच्या बाहेर विकसित होणे अनेक समस्यांना कारणीभूत ठरू शकते. प्रणालीतील नियंत्रणाबाहेर गेलेले घटक काढून टाकले पाहिजेत.

पेशींच्या वाढींचे उदाहरण घ्या. तुमच्या शरीरातील पेशी एका ठरावीक आकारापर्यंत आणि एका ठरावीक दराने वाढतात, जेणेकरून नवीन पेशी जुन्या मृत पेशींची जागा घेतील. जेव्हा हे प्रमाण संतुलित असते, तुमचे शरीर उत्तम काम करते. जेव्हा पेशी नियंत्रणाबाहेर वाढतात, परिस्थिती प्रणालीला धोका निर्माण करू शकते (कर्करोग होऊ शकतो). अशा वेळी संपूर्ण शरीराच्या उत्तम आरोग्यासाठी, कर्करोगाच्या पेशी काढून टाकण्याची गरज असते.

उद्योग आणि जीवशास्त्रीय प्राणी यांच्यामध्ये अनेक गोष्टी सामायिक आहेत. ते अनेक आंतरसंबंधी भागांनी आणि प्रणालींनी बनलेले असतात, ज्या काळानुसार बदलतात आणि त्यांची वाढही होते. जर ***प्रत्येक उद्योगाचे पाच भाग*** नियंत्रणाबाहेर वाढले किंवा एकमेकांच्या प्रमाणाबाहेर वाढले, तर परिस्थिती उद्योगसंस्थेच्या आरोग्याला धोका निर्माण करू शकते.

शाश्वत वाढीचे चक्र हा एक नमुना आहे, जो मला उद्योगांमध्ये दिसून आला आणि तो वर्षानुवर्षे काही अडचण न येता वाढत आहे. या चक्राच्या तीन ठळक अवस्था पुढीलप्रमाणे आहेत – विस्तार, देखभाल आणि एकत्रिकरण.

विस्ताराच्या अवस्थेमध्ये, कंपनी विकसनावर लक्ष केंद्रित करते. नवीन ऑफर्सची निर्मिती आणि चाचणी केली जाते. नवीन बाजारपेठा शोधल्या जातात. नवीन कारखाने उभे केले जातात. कर्मचाऱ्यांची नियुक्ती केली जाते आणि भविष्यातील योजना तयार केल्या जातात. नंतर वापर करता यावा म्हणून भूतकाळातील माहिती पूर्णपणे गोळा केली जाते.

देखभालीच्या अवस्थेमध्ये कंपनी आताच्या योजना अमलात आणण्यावर लक्ष देते. ***विपणन, विक्री*** आणि ***मूल्यवितरण*** हे भाग पूर्ण जोमाने काम करत असतात आणि उद्योगाच्या सदस्य–रचनेचा पुरेपूर उपयोग करून घेण्यावर लक्ष केंद्रित केलेले असते. प्रणाली योग्य प्रकारे सुरू ठेवून अमलात आणल्या जातात.

एकत्रिकरणाच्या अवस्थेमध्ये, कंपनी विश्लेषणावर लक्ष केंद्रित करते. कामगिरीची माहिती खोलात जाऊन तपासली जाते आणि काय लागू होते, काय नाही, हे सर्व तपासले जाते. ज्या गोष्टी उपयुक्त नसतात, त्या काढून टाकल्या जातात आणि ज्या यशस्वीरीत्या कार्यरत असतात, त्यांना प्रमुख साधने दिली जातात.

बागकामातील कामांच्या क्रमवारीचा विचार करा. सर्वोत्तम माळी झाडांना वाढू देतात, त्यांना वाढीसाठी पुरेसे खाद्य आणि साधने आहेत, याची खात्री करतात आणि नंतर जी झाडे वाढत नाहीत, त्यांची छटाई करतात. ऋतुमागून ऋतू हे चक्र सुरू राहते. प्रत्येक चक्र महत्त्वाचे असते.

जेव्हा उद्योग एका अशा स्तरावर पोहोचतात, जिथे त्यांची वाढ खुंटल्यासारखी वाटू लागते, तेव्हा अनेक उद्योजकांना वैफल्य येते. उद्योगांच्या देखभालीवर आणि एकत्रिकरणावर वेळ घालवणे हे व्यर्थ वाटते किंवा उद्योगाच्या कल्पनेतच खोट आहे, असे वाटू लागते. अर्थात तसे अजिबात नसते. उद्योग यशस्वी होण्यासाठी सर्व अवस्था तितक्याच आवश्यक आहेत आणि त्यांना आवश्यक तितके महत्त्व दिलेच पाहिजे.

जो उद्योग केवळ विस्तारावर भर देतो, देखभाल आणि एकत्रिकरणावर लक्ष देत नाही, त्याला वाढत्या व्यावसायिक भस्मासुराला तोंड द्यावे लागेल. उद्योगाचे भाग प्रमाणाबाहेर वाढतील आणि खूप वेळ, शक्ती आणि साधने खर्चतील. असलेल्या संधींकडे दुर्लक्ष होईल किंवा त्यांचा विसर पडेल, तेव्हा नवीन संधी शोधल्या जातील.

देखभाल आणि एकत्रिकरण हे प्रणालीचा समतोल राखण्यासाठी आवश्यक आहे. एकदा का प्रणाली सुरू झाली की, वाढीचे चक्र आपोआप सुरू होते.

निरोगी उद्योग अनेकदा विस्तार, देखभाल आणि एकत्रिकरण या चक्रामध्ये फिरत असतो. तुम्ही चक्राच्या कोणत्या अवस्थेमध्ये आहात याला महत्त्व नाही; पण तुम्ही ती अवस्था ओळखणे आवश्यक आहे आणि ते उद्योगाच्या आरोग्यासाठीही गरजेचे आहे. प्रत्येक चक्राला योग्य तेवढा वेळ आणि लक्ष दिले, तर तुम्ही उद्योगाच्या दीर्घकालीन यशाबद्दल निश्चिंत व्हाल.

ही संकल्पना शेअर करा : http://book.personalmba.com/sustainable-growth-cycle/

मध्य मार्ग

(The Middle Path)

कोणत्याही कलेत पारंगत असलेल्या व्यक्ती अतिरेक करण्याचे टाळतात;
ते मध्यमार्गाचा शोध घेतात आणि त्याचीच निवड करतात.

– ॲरिस्टॉटल

उद्योग कधीही सोपा नसतो. ती एक कला आहे व त्याचबरोबर एक शास्त्रदेखील आहे. ***मध्य मार्ग*** हा नेहमी बदलत राहणारा अति जास्त आणि अति कमी यांच्या मध्ये पुरेसा समतोल साधणारा बिंदू आहे – केवळ पुरेसा. तुम्हाला कोणी मध्य मार्ग कोणता आहे, हे सांगू शकत नाही. तुम्ही वाटचाल करत असता म्हणून तुम्हाला तो माहीत हवा आणि तो सतत बदलत असतो. ***अनिश्चिततेमध्येही*** समतोल साधता येणे हाच सक्षम व्यावसायिक आणि एक महान व्यावसायिक यांतील फरक आहे.

कोणत्याही गोष्टी करण्याची उत्तम पद्धत नेहमी 'खूप कमी' आणि 'खूप जास्त' यामध्येच कुठेतरी असते. पाककलेप्रमाणे, 'उद्योगाची पाककृतीच' तुम्हाला खूप काही शिकवू शकते. तुम्हाला त्याचे घटक माहीत असू शकतात, तंत्र माहीत असू शकते आणि साधने माहीत असू शकतात; पण एखादी पाककृती प्रत्यक्षात करण्यासाठी तुमचे ध्यान, परिश्रम आणि हाताची चव यांची गरज असते.

कोणीही 'सर्वज्ञ' नसतो. कोणालाही अशी पूर्णपणे शाश्वती नसते, की काय नक्की यशस्वी होईल; किंवा गोष्टी नियोजनाप्रमाणे होणार नाहीत याची भीतीही नसते. या जगात यशाचा अनुभव असलेले लोक तेच असतात, जे अनिश्चितता आणि भय या दोन्हींचा स्वीकार करतात, त्यांच्या स्वतःच्या अनुभवातून शिकतात आणि नवीन-नवीन गोष्टी करत राहतात.

मध्य मार्ग शोधण्याचा प्रयत्न करा आणि त्यावर चाला. योग्य समतोल शोधा आणि तुम्ही काहीही साध्य करू शकाल.

ही संकल्पना शेअर करा : http://book.personalmba.com/middle-path/

प्रयोगशील मानसिकता

(The Experimental Mind-set)

गोष्टींमध्ये बदल करायला शिकण्याचा मार्ग म्हणजे तुम्ही त्या बदलणे.
– ज्युलिया चाइल्ड, जगप्रसिद्ध शेफ, – ए पोटॅटो पॅनकेक ऑनटू द फ्लोअर या त्यांच्या टीव्ही शोमधील वक्तव्य

जेव्हा तुम्ही स्वतःमध्ये किंवा स्वतःच्या उद्योगामध्ये सुधारणा करता, तेव्हा तुम्हाला बरेच वेळा हे स्पष्ट नसते की, कोणती पद्धत तुम्हाला हवा असलेला परिणाम देईल. तिथेच ***प्रयोगशील मानसिकता*** उपयोगी पडते.

तुम्हाला अपेक्षित निष्पत्ती साधण्यासाठी ***सतत प्रयोग करणे*** हा एकमेव मार्ग आहे. पोहायला शिकण्याचा उत्तम (किंवा एकमेव) मार्ग हाच असतो की, तुम्ही पाण्यात उडी मारा आणि हातपाय मारायचा प्रयत्न करा. सुरुवातीला, कदाचित तुम्ही डोक्यावर पडाल. पण काय यशस्वी ठरते, ते शिकण्यासाठी याहून सोपा मार्ग नाही. एकदा का तुम्ही काहीतरी शोधण्याची बांधिलकी घेतलीत की, तुम्ही अधिक जलदपणे शिकाल.

जी गोष्ट चांगल्या प्रकारे काम करत नाही, त्यातून तुम्ही अधिक शिकता. जोपर्यंत तुमच्या चुका तुम्हाला मारक ठरत नाहीत, तोवर ते काम करत नाही त्याकडे ***लक्ष*** दिल्यामुळे तुम्हाला उपयुक्त माहिती मिळेल. त्यातूनच तुम्ही काय चालते किंवा यशस्वी होते हे शोधू शकाल. अपयश नेहमी तात्पुरते असते. तुम्ही त्या एकूण प्रक्रियेत काय शिकता, तेच तुम्हाला पुढे जाण्यासाठी मदत करते.

प्रयोग करणे म्हणजे खेळता-खेळता शिकणे. तुम्ही स्वतःला खूप 'गंभीर उद्योजक' बनवण्याची काही आवश्यकता नाही असा उद्योजक जो एखाद्या चुकीच्या विचारानेही कचरतो. प्रयोग करता-करता तुम्ही हजार चुका केल्यात, तरी चालेल. प्रयोगशीलता तुम्हाला हे शिकवते की काहीतरी नवीन करा, शिकलेला प्रत्येक नवीन धडा मोठमोठ्या गोष्टी करण्याची तुमची क्षमता वाढवतो.

प्रयोगशीलता ही एक समाधानी, उत्पादक आणि स्वच्छंदी आयुष्य जगण्यासाठी आवश्यक आहे. तुम्ही जितके प्रयोग कराल, तितके अधिक शिकाल आणि तितके अधिक साध्य कराल.

ही संकल्पना शेअर करा : http://book.personalmba.com/experimental-mindset/

अंत नाही

(Not 'The End')

जे वाचण्यापेक्षा चांगले शिकवते, तेच खरे चांगले पुस्तक. मी ते लवकरच वाचून संपवले पाहिजे आणि त्यातील सूचनांनुसार जगायला सुरू केले पाहिजे. हे वाचून मी ज्या कामाला सुरूवात केली होती, त्याला पूर्णत्वास नेलेच पाहिजे

– हेन्री डेव्हिड थोरो

माझे अनेक वाचक आणि ग्राहक मला विचारतात :
'हे उद्योगाचे शिक्षण छान आहे; पण ते कधी संपेल?'

हा चुकीचा प्रश्न आहे. स्व-शिक्षण, मग ते उद्योगाबाबत असो व अन्य कशाच्याबाबत, ती एक न संपणारी प्रक्रिया आहे. असा कोणताही बिंदू नाही, जिथे तुम्ही म्हणाल, 'ठीक आहे, माझे झाले.आता मला अजून काही शिकायचे नाही.' प्रत्येक नवीन कल्पना ही अजून हजार संधींचे द्वार खुले करते.

हीच गोष्ट स्व-शिक्षणाला आनंददायक आणि बक्षीसपात्र बनवते. नेहमी अजून काही ना काहीतरी शिकण्यासारखे असते.

पूर्वेच्या तत्त्वज्ञानात, *ताओ* म्हणजे 'मार्ग किंवा रस्ता'. तुम्ही जो प्रवास करण्याच्या प्रक्रियेमध्ये आहात, तो! ताओला सुरुवात नाही आणि अंत नाही. तो फक्त आहे. स्वतः ताओबद्दल काहीही शिकवणे या प्रक्रियेला अंत नाही. तो प्रवास हेच बक्षीस आहे.

पैसे कमावण्याच्या कलेतील वॉरेन बफे यांच्यासारखे गुरू नेहमी नवीन गोष्टी शिकण्याच्या शोधात असतात. नेब्रास्का लिंकन येथील विद्यापीठातील विद्यार्थ्यांनी एका मुलाखतीदरम्यान बफे यांना 'तुम्हाला कोणत्या अमानवी शक्ती असतील तर आवडेल?' असे विचारले असता, बफे म्हणाले, 'मला अजून जलद वाचता आले, तर आवडेल.' बफे दररोज नियमितपणे काय करतात; तर आर्थिक अहवाल वाचतात आणि नवीन संकल्पना शिकतात, व त्यांच्या कंपनीचे मूल्य वाढवण्यासाठी काहीतरी नवनवीन मार्ग शोधत असतात.

जगातील सर्वांत श्रीमंत माणूसदेखील असा विचार करतो की, त्याला सुधारणा करण्याजोगे काही आहे. आणि शोधण्यासाठी अजून काही आहे. या कुतूहलामुळे ते आज प्रथम क्रमांकावर आहेत.

तुमच्या मार्गावर नक्कीच काही मैलाचे दगड येतील : एखादे पुस्तक पूर्ण करणे, नवीन कौशल्यावर प्रभुत्व मिळवणे, एखादा उद्योग सुरू करणे, विक्री करणे. अखेरीस, तरीही तुम्हाला आढळेल की, अजून एक नवीन मार्ग तुमच्यासाठी आहे आणि तो प्रवास सुरूच राहील.

तुम्ही किती विकास करू शकता याला काही मर्यादा नाही.

आता तुम्ही हे पुस्तक वाचले आहे, http://personalmba.com या संकेतस्थळाला भेट द्या आणि The Personal MBAच्या ई-मेल अपडेटला सब्स्क्राइब करा. मी माझी वाचनसूची दर वर्षी अपडेट करतो आणि नवीन काही साहित्य प्रत्येक महिन्याला प्रकाशित करतो. सभासदत्व घेण्यासाठी काहीही शुल्क नाही आणि मला जी बिझनेससंबंधी नवीन माहिती कळते, ती तुम्हाला देण्यात, अपडेट ठेवण्यात आनंद वाटतो.

बी. सी. फोर्ब्स, *Forbes* मासिकाचे संस्थापक, यांनी दिलेला एक मोलाचा सल्ला तुम्हाला सांगावासा वाटतो : ज्यांनी १९१७ मध्ये 'कीज टू सक्सेस' या नावाने एक निबंध लिहिला. मी त्या निबंधाचा नेहमी संदर्भ घेतो आणि मला नेहमी उद्योग आणि आयुष्य काय आहे, याबाबत खूप उत्तम प्रकारे स्मरण करून दिले जाते :

तुमचे यश तुमच्यावरच अवलंबून असते.

तुमचा आनंद तुमच्यावर अवलंबून असतो.

तुमच्या प्रगतीचे सुकाणू तुम्हालाच धरायचे असते.

तुमच्या भवितव्याला आकार तुम्हीच द्यायचा असतो.

तुम्हीच स्वतःला शिकवायचे असते.

तुमचा विचार तुम्हीच करायचा असतो.

तुमच्या सदसदविवेकबुद्धी सोबत तुम्हीच जगायचे असते.

तुमचे मन हे तुमचे असते आणि तुम्हीच वापरायचे असते.

तुम्ही या जगात एकटे येता.

तुमच्या मृत्युपश्चात तुम्ही एकटेच असता.

त्यामधील प्रवासात तुमच्या आतील विचारांसोबत तुम्ही एकटेच असता.

तुमचे निर्णय तुम्ही घेता.

तुमच्या कृतीच्या परिणामांशी तुम्ही बांधील राहिले पाहिजे...

तुम्हीच तुमच्या सवयी नियमित करू शकता आणि तुमचे आरोग्य घडवू किंवा बिघडवू शकता.

तुम्हीच बौद्धिक आणि भौतिक गोष्टी आत्मसात करू शकता...

पूर्ण आयुष्यभर तुमचे तुम्हालाच आत्मसात करायचे आहे.

तुम्हाला शिक्षक शिकवतील; पण ते ज्ञान तुम्हालाच ठसवावे लागेल. ते तुमच्या मेंदूत कोणी घालू शकणार नाही.

तुमच्या मनाच्या आणि मेंदूच्या पेशी तुम्हीच नियंत्रित तुम्हीच केल्या पाहिजेत.

तुमच्यासमोर पिढ्यांची हुशारी पसरलेली असेल; पण जोवर तुम्ही ती आत्मसात करण्याचे ठरवत नाही, तुम्हाला कोणी ती तुमच्या मेंदूत घालण्यासाठी जबरदस्ती करू शकत नाही.

तुमच्या पायांची हालचाल तुम्हीच करू शकता.

तुमच्या हातांची हालचाल तुम्हीच करू शकता.

तुमच्या हातांचा वापर तुम्हीच करू शकता.

तुम्हीच तुमच्या स्नायूंचा उपयोग करू शकता.

तुम्ही तुमच्या पायावर उभे राहिले पाहिजे.

तुमची पावले तुम्हीच उचलली पाहिजेत.

तुमचे पालक तुमच्या त्वचेमध्ये शिरू शकत नाहीत, तुमच्या मानसिक आणि शारीरिक यंत्राचा ताबा घ्या आणि काहीतरी बना.

तुमच्या मुलांच्या लढाया तुम्ही लढू शकत नाही, त्यांचे त्यांनीच स्वतःसाठी लढले पाहिजे.

तुमच्या नशिबाचे मालक तुम्हीच व्हायला पाहिजे.

तुमच्या डोळ्यांनी तुम्हीच पाहिले पाहिजे.

तुम्ही तुमच्या कानांचा वापर केला पाहिजे.

तुम्हीच तुमच्या कलागुणांवर प्रभुत्व मिळवले पाहिजे.

तुमच्या समस्या तुम्हीच सोडवल्या पाहिजेत.

तुमचे आदर्श तुम्हीच ठरवले पाहिजेत.

तुम्हीच तुमच्या कल्पना निर्माण केल्या पाहिजेत.

तुम्ही तुमचे स्वतःचे बोलणे निवडले पाहिजे.

तुम्ही तुमच्या जिभेवर ताबा ठेवला पाहिजे.

तुमचे विचार हेच खरे तुमचे आयुष्य आहे.

तुमचे विचार हे तुम्हीच बनवलेले असतात.

तुमचे चारित्र्य तुम्हीच घडवलेले असते.

तुम्हीच त्यात काय साधने वापरली जावीत, हे ठरवू शकता.

तुम्हीच जे त्यात जाण्यासाठी जे योग्य नाही, ते नाकारू शकता.

तुम्हीच तुमच्या व्यक्तिमत्त्वाचे निर्माते असता.

तुम्हीच तुमच्या हाताने स्वतःला कलंक लावून घेऊ शकता.

तुमची प्रगती होणे आणि ती टिकणे हे अन्य कोणी नव्हे; तर तुम्हीच करू शकता.

तुम्हीच तुमच्या विक्रमांची नोंद केली पाहिजे.

तुमचा सन्मान व्हावा असे तुम्हीच केले पाहिजे, आणि तुमच्या अंताची सोयही तुम्हीच केली पाहिजे.

तुम्ही काय करत आहात?

मला आशा वाटते की, तुम्हाला हे पुस्तक वाचताना आनंद वाटला असेल आणि ते तुम्हाला उपयुक्त वाटले असेल. जर असेल, तर कृपा करून इतरांनाही सांगा. जर तुमचे काही प्रश्न किंवा कमेंट्स असतील, तर मला संपर्क करायला संकोच करू नका. तुम्ही मला प्रत्यक्ष संपर्क करू शकता - josh@personalmba.com

पुस्तक वाचल्याबद्दल धन्यवाद आणि तुमच्या आकर्षक आणि सतत बदलत राहणाऱ्या उद्योगजगतातील प्रवासासाठी शुभेच्छा.

आनंदी राहा!

आभार

केल्सी, तुझ्या आत्मविश्वासामुळे, निस्सीम प्रेमामुळे आणि पाठिंब्यामुळेच आपल्याला हे करून दाखवणं शक्य झालं यासाठी मी तुझा खूप ऋणी आहे.

आई–बाबा, मला खूप लहान वयातच वाचनाची गोडी लावल्याबद्दल मी तुमचा आभारी आहे. माझे जगाबद्दलचे कुतूहल आणि स्वीकारण्याची वृत्ती तुमच्यामुळेच जोपासली गेली.

सेठ गोडिन, तुम्ही दिलेल्या प्रोत्साहनाबद्दल मी तुमचा ऋणी आहे. तुम्ही माझ्या आयुष्यात लक्षणीय बदल घडवून आणले.

चार्ली मंगर, तुम्ही तुमचे ज्ञान जगाबरोबर शेअर केल्याबद्दल धन्यवाद. मी त्यामुळे एक चांगला माणूस बनलो.

टॉड स्टॅटरस्टेन आणि जॅक कॉवर्ट, तुम्ही माझी ओळख पोर्टफोलिओ टीमबरोबर करून दिल्याबद्दल धन्यवाद. तुमच्याविना हे पुस्तक लिहून पूर्ण करणं अशक्य होतं.

बेन कॅस्नोका आणि रमित सेठी, आपण हा प्रोजेक्ट घेण्यासाठी मला प्रोत्साहित केल्याबद्दल धन्यवाद. आपण या पुस्तकाचा कच्चा मसुदा नजरेखालून घातला, लिजाशी ओळख करून दिलीत आणि तुमच्या स्वतःच्या वागण्यातून मला प्रोत्साहन दिलेत, त्याबद्दल मी आभारी आहे.

कार्लोस मिसेली, ज्यांनी या पुस्तकाशी संबंधित वेबसाइट निर्माण करण्यासाठी साहाय्य केले, त्यांचे मनःपूर्वक आभार.

लिजा डी'मोना तुमची ख्याती योग्यच आहे. तुमचा उत्साह, समर्पण आणि संयम वाखाणण्याजोगा आहे. तुम्ही माझ्यासाठी जे काही केले, त्याबद्दल मी आभारी आहे.

ॲड्रियन जॅकहाइम, आपण माझ्यासारख्या एका तरुणाच्या वेड्या कल्पनेला संधी देऊन त्याचं साहित्य प्रकाशित करत आहात, त्याबद्दल मी आभारी आहे. तुम्ही प्रकाशित केलेल्या पुस्तकांमुळे माझ्या जीवनात नक्कीच सुधारणा झाली आहे आणि मीही त्या कार्यात हातभार लावू शकलो याबद्दल मला आनंद आहे. मी अशी आशा करतो की, या पुस्तकांच्या दहा लाख प्रती विकल्या जावोत.

मला एक बुद्धिमान, अनुभवी आणि कठोर संपादक मिळावा अशी अपेक्षा होती. डेव्हिड मोल्डॉअर, आपण त्याहून अधिक आहातच; पण त्याचबरोबर एक विश्वासू मित्रही आहात! तुमच्या हाती सोपवलेल्या हस्तलिखिताला तुम्ही तुमच्या तल्लख बुद्धिमत्तेने आणि खूप बारकाईने बघून चांगल्या पद्धतीने पुस्तकरूपात तयार केले.

विल वीजर, मॉरीन कोल, रिचर्ड लेनन, जोसेफ पेरेज, ऑलिव्हर मंडे, जेम प्युटोर्टी, नॉईरीन ल्युकाज, मायकल बर्क आणि पोर्टफोलिओच्या पडद्यामागील इतर सर्व जणांचा मी ऋणी आहे. अनेक वर्षांपूर्वी, मी स्वतःला एक वचन दिलं होतं की, जर मी कधी पुस्तक लिहायचं ठरवलं, तर मी उत्तम प्रकाशकांबरोबरच काम करेन. तुम्हा सर्वांचा अनुभव आणि हे पुस्तक बाजारपेठेत आणण्यातली व्यावसायिकता आश्चर्यचकित करणारी आहे. मी यापेक्षा अधिक चांगल्या टीमची अपेक्षाच करू शकलो नसतो.

एरिक गॉन्झालेज, इनॉक को, स्टीव्हन मॅकगिनिटी, पीटर मिलॉनिग, डेनवर रिक्स, मॅरिना मरे, जोसेफ मॅग्लियोको आणि टिम शॅडल, पहिल्या आवृत्तीतील चुका शोधून काढून त्या दुरुस्त केल्याबद्दल मी आपल्या सर्वांचा आभारी आहे. तुमच्या तीक्ष्ण नजरेचं आणि सुधारणांसाठी केलेल्या सूचनांचं मला खूप कौतुक वाटतं.

माझ्या क्लायंट्स आणि वाचकांचे शतशः आभार. तुमच्याशिवाय हे पुस्तक अस्तित्वातच आलं नसतं. तुम्हा सर्वांचा पाठिंबा, तुमचे अभिप्राय आणि तुम्ही सर्वांनी दिलेले प्रोत्साहन यासाठी मी तुमचा ऋणी आहे. मी आशा करतो की, तुम्हाला हे पुस्तक उपयुक्त वाटेल आणि तुम्हाला जे काही साध्य करायचे आहे, ते करण्यात याची मदत होईल.

परिशिष्ट

तुमची निष्पत्ती सुधारण्यासाठी एकोणपन्नास प्रश्न

जगाकडे वेगळ्या दृष्टिकोनातून पाहण्यासाठी चांगल्या प्रश्नांमुळे मेंदूला चालना मिळते. मनात केवळ चांगला प्रश्न आणून आणि त्याच्या संभाव्य उत्तरांचा शोध घेतल्यास तुम्हाला आता तुम्ही जिथे आहात, तिथून जिथे जायचे आहे त्यासाठी अनपेक्षित मार्ग सापडू शकतात.

खाली जे प्रश्न दिले आहेत, ते मी काही वर्षांपूर्वी माझ्या स्वतःसाठी तयार केले होते. मला स्वतःला माझ्या जीवनात वैयक्तिकरीत्या आणि व्यावसायिकरीत्या नक्की काय सुधारणा करायची होती, ते समजणे हा या प्रश्न-यादीचा उद्देश होता. या प्रश्नांमुळे मला 'मी कोण होतो आणि माझ्या व्यावसायिक करियरमधल्या कठीण काळात काय हवे होते' हे जाणून घेण्यास मदत झाली. मला अशा वाटते की, मला जितकी या प्रश्नांची मदत झाली, तितकीच तुम्हालाही होईल.

मी माझ्या शरीराचा संपूर्णपणे उपयोग करतो का?

- माझ्या सद्यःआहाराचा दर्जा काय आहे?
- मला पुरेशी झोप मिळते का?
- मी प्रत्येक दिवशी माझ्या ऊर्जेचे व्यवस्थापन चांगल्या प्रकारे करतो का?
- माझ्या दैनंदिन ताणाचे व्यवस्थापन मी किती चांगल्या प्रकारे करतो?
- माझे शारीरिक ठेवण आणि संतुलन चांगले आहे का?
- माझ्या आजूबाजूच्या जगाचे निरीक्षण करण्याच्या माझ्या क्षमतेत सुधारणा करण्यासाठी मी काय करू शकतो?

मला काय हवे आहे, हे मला माहीत आहे का?

- कोणत्या कामगिरीमुळे मला खरोखर उत्साहित वाटेल?
- मला प्रत्येक दिवशी 'अस्तित्वाच्या कोणत्या अवस्था' अनुभवायला आवडेल?
- माझी प्राधान्यांची आणि मूल्यांची व्याख्या स्पष्टपणे केलेली आहे का?
- माझ्यामध्ये निर्णय झटपट आणि आत्मविश्वासानं घेण्याची क्षमता आहे का?
- मी सातत्यानं मला काय हवं आहे आणि काय नको आहे, यावर लक्ष केंद्रित करू शकतो का?

मला कशाची भीती वाटते?

- मला ज्या गोष्टींची भीती वाटते त्यांची प्रामाणिक आणि परिपूर्ण यादी मी तयार केलेली आहे का?
- मला वाटणाऱ्या भीतीचा मी कसा सामना करेन याची कल्पना मी करून पाहिली आहे का?
- स्वतःच्या मर्यादा ओळखण्याची आणि त्यावर मात करण्याची क्षमता आहे का?
- मी माझ्या मर्यादा योग्यरीतीने ओलांडत आहे का?

माझ्या मनात स्पष्टता आहे का आणि ते केंद्रित आहे का?

- मी कशाचा विचार करतो, त्याचे मी पद्धतशीर बाह्यीकरण (लिखित किंवा रेकॉर्ड) करतो का?
- माझ्या मनात विचार आलेले असतानाच ते मला ओळखता येतात का?
- माझे चित्त आता कशाकडे आहे?
- मी नियमितपणे स्वतःला मार्गदर्शक प्रश्न विचारतो आहे का?
- मी माझा बहुतांश वेळ एकाच कामावर केंद्रित करतो की मी विविध कामे करण्यात वेळ घालवू शकतो?
- मी माझी ध्येये, प्रोजेक्ट्स आणि प्रगती हे दाखवण्यासाठी पुरेसा वेळ देतो का?

मी आत्मविश्वासपूर्ण, आरामशीर आणि उत्पादक आहे का?

- माझ्यासाठी उपयुक्त असेल अशी नियोजन पद्धत मी शोधली आहे का?
- मी 'केवळ गरजेपुरता व्यवस्थित' आहे का?
- माझ्या प्रोजेक्ट्सची आणि चालू कामांची अप-टू-डेट यादी माझ्याकडे आहे का?
- मी नियमितपणे माझ्या जबाबदाऱ्यांचा/वचनबद्धतांचा आढावा घेतो का?

- माझ्या कामातून मी नियमित आणि प्रामाणिक सुटी घेतो का?
- मी जाणीवपूर्वक चांगल्या सवयी निर्माण करतो आहे का?
- मी अनुत्पादक सवयी सोडवण्यासाठी प्रयत्न करतो आहे का?
- मी इतर लोकांना सहजपणे 'नाही' म्हणू शकतो का?

मी उत्तम काम कसे करतो?

- मला विशेष आनंद कशात मिळतो?
- मी कोणती गोष्ट विशेषकरून चांगली करतो?
- चांगले काम करण्यासाठी मला कोणत्या प्रकारचे वातावरण अत्यंत उपयुक्त वाटते?
- मी अत्यंत कार्यक्षमपणे कसे शिकतो?
- मी इतरांबरोबर कशा प्रकारे काम करणे आणि संवाद साधणे पसंत करतो?
- मला आता कोणती गोष्ट मागे ओढत आहे?

आनंदी आणि समाधानी असण्यासाठी मी खरोखर काय केले पाहिजे?

- मी सध्या 'यशा'ची व्याख्या कशी करतो?
- 'यशा'ची व्याख्या करण्याची आणखी कोणती पद्धत/मार्ग आहे का जेणेकरून मला अधिक समाधान वाटेल?
- मी इतरांना माझ्याबद्दल काय वाटते याच्याशी किती वारंवार तुलना करतो?
- मी आता माझ्या साधनांपेक्षा खालच्या पातळीवर जगत आहे का?
- मला जर शंभर गोष्टींची मालकी घेता येणार असेल, तर त्या गोष्टी कोणत्या असतील?
- माझ्यात गरज आणि ऐशआराम यात फरक करण्याची क्षमता आहे का?
- मला आयुष्यात आणि माझ्या कामात कोणत्या गोष्टीबाबत ऋणी असल्यासारखे वाटते?

एक वही घ्या, एक तास बाजूला काढा आणि या प्रश्नांची उत्तरे देण्यासाठी तुम्ही स्वतःला वेळ द्या. थोडी गंमत करा : तुमच्या आवडत्या रेस्टॉरंटमध्ये स्वतःला एक लंच किंवा डिनर भेट द्या आणि जेवता-जेवता लिहा. जेवणाचे बिल येईपर्यंत जीवन कसे बदलायचे याबाबत काही नवीन कल्पना तुम्हाला नक्कीच सुचलेल्या असतील.

अनुवादक परिचय

एल.एल.एम., एम.पी.एम. अशी शैक्षणिक पार्श्वभूमी असलेल्या मृणाल काशीकर-खडक्कर यांनी पुण्यातील नामवंत शैक्षणिक संस्थांमध्ये दहा वर्षे एमबीए कोर्ससाठी पूर्णवेळ अध्यापन केले आहे. एमबीए अभ्यासक्रमातील उद्योग जगताशी निगडित कायदे अत्यंत सोप्या पद्धतीने शिकवण्यात त्यांची हातोटी होती.

सध्या त्या लेखक आणि अनुवादक म्हणून काम करतात. त्यांना करिअर कौन्सलिंगचा अनुभव आहे. पर्सनॅलिटी डेव्हलपमेंट, करिअर, मॉरल स्टोरीज (नीतिकथा) अशा विषयांवर त्या वर्तमानपत्रात लेख लिहितात. तसेच, त्यांचे स्फुट लेख, ललित लेख आणि काही लघुकथा मासिकांमधून आणि वर्तमानपत्रांमधून सदराच्या रूपात प्रसिद्ध झाल्या आहेत.

अनुवादकाचे मनोगत

जॉश कॉफमन या व्यवस्थापन शास्त्रातल्या तज्ज्ञाने त्याच्या अनुभवांवर आणि अभ्यासावर आधारित सहज सोप्या पद्धतीने उद्योजकांसाठी लिहिलेले पुस्तक म्हणजे *द पर्सनल एमबीए.* अल्पावधीतच जागतिक स्तरावर हे पुस्तक बेस्टसेलर झाले, यातच त्याच्या सहज आणि सोप्या तंत्राचे रहस्य दडले आहे. मी स्वतः आदरणीय जॉश कॉफमन यांची अनेक वर्षांपासून चाहती आहे. एक व्यवस्थापनशास्त्राची विद्यार्थिनी म्हणून मी अनेकदा त्यांच्या वेबसाईटला भेट दिली होती आणि शिकवतानाही अनेकदा बोजड पुस्तकांच्या बरोबरीने त्यांच्या सोप्या आणि ओघवत्या भाषेतील नोट्सचा संदर्भ घेतला होता.

या पुस्तकात आपल्या समोर ते व्यवस्थापनशास्त्राचा आवाका अत्यंत सोप्या भाषेत, मुद्देसूदपणे, विषयांची नीटनेटकी वर्गवारी करून मांडतात, तेव्हा मी पुन्हा एकदा स्वतः जे शिकले ते विसरून, मला नव्याने अनेक विषयांचा अभ्यास केल्याचा अनुभव या पुस्तकाचा मराठी अनुवाद करताना आला. परदेशात आणि आजकाल भारतातही एमबीए पदवी घेण्यासाठी भरमसाठ फी मोजावी लागते. ती फी वाचवून या पुस्तकाच्या आधारे आपणच आपला अभ्यास करून स्वतःच्या उद्योगधंद्यात कशा प्रकारे यश संपादन करू शकतो, हे या पुस्तकात सांगितले आहे. यासाठी हे पुस्तक सामान्य माणसालाही बोट धरून उद्योगाच्या व्यवस्थापन विश्वात घेऊन जाते. उद्योगासाठी आवश्यक भांडवल, उत्पादन, विपणन, मनुष्यबळाचे व्यवस्थापन अशा अनेक विषयांवर त्यांनी उत्तम मार्गदर्शन या पुस्तकात केले आहे. लहान- मोठ्या कोणत्याही प्रकारच्या आणि कोणत्याही आकाराचा उद्योग चालवणाऱ्या उद्योजकाला अधिक यशस्वी होण्यासाठी, अधिक पैसे मिळवण्यासाठी व्यवस्थापनाचा उत्तम दृष्टिकोन हे पुस्तक वाचून प्राप्त होतो. मला स्वतःला ज्या गोष्टी अवघड वाटत, त्या गोष्टीदेखील या पुस्तकामुळे इतक्या सोप्या वाटू लागल्या की, अनेक वर्षांचे त्या विषयांचे असलेले दडपण नाहीसे होऊन आनंद झाला. आपल्या उद्योगात, व्यवसायात वृद्धी करावी, यशस्वी व्हावे, यासाठी हे पुस्तक वाचणे अपरिहार्य आहे. व्यवस्थापनशास्त्राच्या पदवीसाठी जाणारा वेळ आणि फी दोन्ही वाचल्याचा आनंद म्हणजे बोनसच!!